ஷெஹான் கருணாதிலக

இலங்கை, காலியில் 1975இல் பிறந்த ஷெஹான், கொழும்பிலும் நியூஸிலாந்திலும் பயின்றவர். *தி கார்டியன், எக்கனாமிக் டைம்ஸ், நேஷனல் ஜியாக்ரபிக், நியூஸ் வீக், ரோலிங் ஸ்டோன்* போன்ற பத்திரிகைகளில் எழுதி வந்தவர். இலங்கைச் சமூகம் குறித்துத் தொடர்ந்து எழுதிவரும் ஷெஹான் 2010இல் *Chinaman: The Legend of Pradeep Mathew* என்ற தனது முதல் நாவலைச் சொந்தப் பதிப்பில் வெளியிட்டார். *Please Don't Put That In Your Mouth* (சிறார் இலக்கியம் 2019), *Chats with the Dead* (2020), *The Seven Moons of Maali Almeida* (2022) ஆகியவை இவரது படைப்புகள். கிரேஷியன் விருது (2008), காமன்வெல்த் புத்தக விருது (2012), தெற்காசிய இலக்கியத்திற்கான DSC விருது (2012), புக்கர் விருது (2022) ஆகியவை இவர் பெற்ற விருதுகள்.

மாலி அல்மேதாவின் ஏழு நிலவுகள்

ஷெஹான் கருணாதிலக

தமிழில்

ஸ்ரீதர் ரங்கராஜ்

எதிர் வெளியீடு

மாலி அல்மேதாவின் ஏழு நிலவுகள்
ஷெஹான் கருணாதிலக
தமிழில்: ஸ்ரீதர் ரங்கராஜ்
முதல் பதிப்பு: அக்டோபர் 2024

எதிர் வெளியீடு,
96, நியூ ஸ்கீம் ரோடு, பொள்ளாச்சி - 642 002
தொலைபேசி: 04259 - 226012, 99425 11302

விலை: ரூ. 699

Mali almetavin elu nilavukal
The Sevan Moons of Maali Almeida
Shehan Karunatilaka
Translated by Sridhar Rangaraj

Tamil translation of 'The Seven Moons of Maali Almeida' First published by Ethir Veliyeedu, 2024 By arrangement with Penguin Random House India.

Copyright © Shehan Karunatilaka 2022

First Edition: October 2024

Published by
Ethir Veliyeedu, 96, New Scheme Road, Pollachi - 2
Email: ethirveliyedu@gmail.com
www.ethirveliyeedu.com

ISBN: 978-81-19576-11-1
Cover Design: Santhosh Narayanan
Printed at Jothy Enterprises, Chennai.

All rights reserved. No part of this book may be reprinted or reproduced or utilised in any form or by any electronic, mechanical or other means, now known or hereafter invented, including photocopying and recording, or in any information storage or retrieval system, without permission in writing from the publisher.

ஸ்ரீதர் ரங்கராஜ்

மொழிபெயர்ப்பாளர்

மதுரையைச் சேர்ந்தவர். கல்லூரியில் விரிவுரையாளராகப் பணிசெய்தவர். தற்போது வசிப்பது மலேசியாவில். 2006ஆம் ஆண்டு முதல் மொழிபெயர்ப்புத் துறையில் இயங்கிவருகிறார். சிறுகதைகள், கட்டுரைகள், நேர்காணல்கள், கவிதைகள் ஆகியவற்றை மொழிபெயர்த்துள்ளார். அவை பல்வேறு சிறுபத்திரிகைகளில் வெளியிடப்பட்டுள்ளன. இவரது மொழிபெயர்ப்பில் ஹருகி முரகாமியின் சிறுகதைகள் அடங்கிய 'நீர்க்கோழி' என்ற தொகுப்பு வெளிவந்துள்ளது. 'இரவில் நாய்க்கு நடந்த விநோத சம்பவம்' என்ற மொழிபெயர்ப்பு நாவலை வம்சி பதிப்பகம் வெளியிட்டுள்ளது. 'பயணம்' என்கிற சிரியப் போர் குறித்த மொழிபெயர்ப்பு நூலையும், ஹருகி முரகாமி சிறுகதைகளின் தொகுப்பான 'கினோ', 'பெண்களற்ற ஆண்கள்', கார்லோஸ் ஃபுயந்தஸின் 'ஆர்தேமியோ க்ரூஸின் மரணம்', மிலோராத் பாவிச்சின் 'கசார்களின் அகராதி' மற்றும் 'கரடிகள் நெருப்பைக் கண்டுபிடித்துவிட்டன' (உலகச் சிறுகதைகள்) ஆகிய நூல்களை 'எதிர் வெளியீடு' வெளியிட்டுள்ளது.

சூலா,

எரங்கா,

லூகாவுக்கு

மொழிபெயர்ப்பாளர் குறிப்பு

இந்த நாவல், 2020இல் ஷெஹான் கருணாதிலக எழுதிய 'இறந்தவர்கள் உடனான உரையாடல்' என்ற நாவலின் திருத்தி எழுதப்பட்ட வடிவம். சர்வதேச வாசகர்களின் வாசிப்பிற்கு ஏற்றவகையில் அதைத் திருத்தியுள்ளார். 2022க்கான புக்கர் பரிசுபெற்ற வடிவம் இது.

'83க்குப் பிறகான இலங்கையின் கொந்தளிப்பான அரசியல் வரலாற்றை மையமாகக்கொண்டு எழுதப்பட்டுள்ள இந்தப் படைப்பில், இயல்புநிலைக்கு மாறுபட்ட விஷயங்கள், அவலச்சுவை மற்றும் கூர்மையான அரசியல் விமர்சனங்களின் கூறுகள் ஊடும்பாவுமாகப் பின்னப்பட்டுள்ளன. இப்படைப்பு நிகழும் காலக்கட்டத்தில், இலங்கை வன்முறையின் கோரத்தைச் சந்தித்துக்கொண்டிருந்தது. அரசியல் படுகொலைகள் நிகழ்ந்தவண்ணமிருந்தன. அப்போது, கதைசொல்லியான 'மாலி' போன்ற புகைப்படக் கலைஞர்கள், சமூகச் செயற்பாட்டாளர்கள் மற்றும் ஊடகவியலாளர்கள் அந்தச் சூழலில் சிக்கிச் சிதைந்தனர். அரசாங்கமும் கிளர்ச்சிப் படைகளும் போரின் உண்மைகள் வெளியே தெரிவதைக் கட்டுப்படுத்த முயன்றன. இனக்கலவரம் மற்றும் அரசால் அங்கீகரிக்கப்பட்ட வன்முறையால் துண்டுபட்ட தேசத்தில், அதிகாரத்திற்கெதிராக உண்மையைப் பேசுவதன் தனிப்பட்ட மற்றும் அரசியல் விளைவுகளை, அதன் கொடூரமான யதார்த்தத்தை மாலியின் பார்வையில் இப்படைப்பு முன்வைக்கிறது.

எந்தத் தரப்பும் அதற்கேயுரிய தர்க்கரீதியிலான நியாயங்களைக் கொண்டுள்ளது. எனவே, இதில் யார் சரி - யார் தவறு என்று, வெளியிலிருக்கும் நம்மால் எந்த முடிவுக்கும் வர இயலாது என்பது இவ்விஷயம் குறித்த என்னுடைய புரிதல். போரின் முடிவுக்குப் பிந்தைய எனது இலங்கைப் பயணத்தின்மூலம் அது உருவானது. அந்த யதார்த்தத்தை நேரில் சந்தித்தபோது, அதற்குமுன் என்னுள்

உருவாகியிருந்த கருத்தோட்டத்திற்கு மாறானதாக, வேறொன்றாக இருந்தது - ஜீரணிக்க முடியாததாகவும். இந்தப் படைப்பு முன்வைக்கும் கசப்பான உண்மைகள், முகத்திலறையும் விதமான கேள்விகள், விமர்சனங்கள் அந்த யதார்த்தத்தை வாசகனுக்கு உணர்த்தும். அவ்வகையில் ஷெஹானிடம் இருப்பது, அரசியல் தொடர்பில்லாத, அன்றாடத்தில் உழன்றுகொண்டிருக்கிற, போரில் பாதிப்புக்குள்ளான, வாழ விரும்புகிற சாமானிய இலங்கையர் (அவர் எந்த இனத்தைச் சேர்ந்தவராக இருந்தாலும்) ஒருவருக்குள் இருக்கும் நடுநிலைமையாக இருக்கிறது.

மற்றபடி, இலங்கை வரலாற்றின் தனித்துவத்தை, குறிப்பாக காலனியமயமாதலுக்குப் பிந்தைய அதன் நிலப்பரப்பை, வாழ்வை தமிழ் வாசகர்களுக்குப் புரியும்வகையில் தெரிவிப்பது இம்மொழிபெயர்ப்பில் முதன்மையானது என்றாலும் அது சிரமமானதல்ல. காரணம், தமிழ்நாட்டிற்கும் இலங்கைக்கும் இடையிலுள்ள பண்பாடு மற்றும் வரலாற்றுத் தொடர்ச்சிகள். படைப்பின் அரசியல் நுணுக்கங்கள், உள்நாட்டுப் போர் மற்றும் அதன் பின்விளைவுகள் ஆகியவற்றைக் கவனமாக, போதிய விளக்கங்களுடன் கையாண்டிருப்பதாக நம்புகிறேன். எனவே இந்தச் சூழல்கள், இலங்கை அரசியலின் நுணுக்கங்களில் ஆழமான பரிச்சயமில்லாத வாசகர்களும் புரிந்துகொள்ளக் கூடியதாகவே இருக்கும்.

நாவல் முழுக்க சிங்களச் சொற்கள் விரவியிருந்தாலும் தமிழில், ஒருசில சிங்களச் சொற்களும் இலங்கை வழக்கிலுள்ள சில சொற்களும் மட்டுமே பயன்படுத்தப்பட்டிருக்கின்றன. அது, வாசிப்பின் சுவாரஸ்யத்தைக் கூட்டுவதற்கு உதவும் என்ற நம்பிக்கையில். சிங்களச் சொற்களைத் தமிழில் மொழிபெயர்த்துக் கொடுத்து, என் சந்தேகங்களுக்குச் சளைக்காமல் பதிலளித்த என் (தொலைபேசிவழி) நண்பரான ரிஷான் ஷெரீபுக்கும் நாவலை வாசித்துக் கருத்துகளைப் பகிர்ந்துகொண்ட கவிஞர்கள் பயணி, ஸ்ரீஷங்கருக்கும் எனதன்பு. எப்போதும் மொழிபெயர்ப்பு சார்ந்து நான் எழுப்பும் கேள்விகளுக்குப் பதில்களைத் தந்து, எனக்கு வழிகாட்டிக் கொண்டிருக்கும் தருமி அவர்களுக்கு நன்றி.

ஸ்ரீதர் ரங்கராஜ்
கிள்ளான், மலேசியா
23.09.2024

மாலி அல்மேதாவின் ஏழு நிலவுகள்

வழிபடத்தகுந்த கடவுள்கள் இரண்டு மட்டுமே உண்டு:
தற்செயல் நிகழ்வு மற்றும் மின்சாரம்.

முதல் நிலவு

பிதாவே, அவர்களை மன்னியுங்கள்,
ஏனெனில் நான் ஒருபோதும் மன்னிக்கப்போவதில்லை.

ரிச்சர்ட் டி சொய்சா
புனித வெள்ளி 1975

விடைகள்

அனைவரும் கேட்கும் கேள்விக்கான விடையுடன் கண்விழிக்கிறாய். ஆம் என்பதே அதற்கான விடை. 'இங்கிருப்பது போலவே, ஆனால் இன்னும் மோசமாக' என்பதே அந்த விடை. நீ பெறக்கூடிய அதிகபட்ச நுண்ணறிவென்பது அவ்வளவுதான். அத்தோடு நீ மீண்டும் உறங்கவும் செல்லலாம்.

இதயத்துடிப்பின்றிப் பிறந்த உன்னை, சீர்வெப்பக் கருவியில் வைத்து உயிரூட்டினர், அப்போதுதான் நீர்மத்திலிருந்து வெளிப்பட்டிருந்த சிசுவாயினும், எதை அறிந்துகொள்ளும் பொருட்டு புத்தன் மரங்களினடியில் அமர்ந்திருந்தானோ அதை அறிந்திருந்தாய். மீண்டும் பிறக்காமலிருப்பதே நல்லது. எப்போதும் தொல்லைக்குட்படாமல் இருப்பதே நல்லது. உள்ளுணர்வைப் பின்பற்றி, பிறந்த பெட்டியிலேயே இறந்திருக்கவேண்டும். ஆனால் நீ அப்படிச் செய்யவில்லை.

எனவே அவர்கள் உன்னை விளையாடச் செய்த ஒவ்வொரு விளையாட்டிலிருந்தும் வெளியேறினாய். சதுரங்கத்திலிருந்து இரண்டு வாரங்களில், சாரணர் பயிற்சியிலிருந்து ஒரு மாதத்தில், ரக்பியிலிருந்து மூன்று நிமிடத்தில். குழுக்கள், விளையாட்டுகள், மற்றும் அதை மதிக்கும் முட்டாள்கள் மீதான வெறுப்புடன் பள்ளியிலிருந்து வெளியேறினாய். ஓவிய வகுப்பு, காப்பீட்டு விற்பனை மற்றும் முதுகலைப் பட்டப்படிப்புகளிலிருந்து விலகினாய். ஒவ்வொன்றும் நீ விளையாட விரும்பாத விளையாட்டு. உன்னை நிர்வாணமாகப் பார்த்த அனைவரையும் தூக்கியெறிந்தாய். நீ போராடிய அனைத்துக் காரணங்களையும் கைவிட்டாய். யாரிடமும் வெளிப்படுத்திக்கொள்ள முடியாத செயல்களைச் செய்தாய்.

ஒருவேளை உனக்கென முகவரி அட்டை இருந்திருந்தால் அது இப்படியிருக்கும்.

மாலி அல்மேதா

நிழற்படக் கலைஞன். சூதாடி. இழிபிறவி.

உனக்கெனக் கல்லறை இருந்திருந்தால் அது இப்படிச் சொல்லும்:

மலிந்த அல்பர்ட் கபலான

1955-1990

ஆனால் உனக்கு இரண்டுமில்லை. மேலும், இனி இந்த மேசையில் விளையாட உன்னிடம் சில்லுகளும் மிச்சமில்லை. இப்போது, மற்றவர்களுக்குத் தெரியாத ஒன்று உனக்குத் தெரியும். பின்வரும் கேள்விகளுக்கான பதில். மறுமை என்பது உண்டா? அது எவ்வாறிருக்கும்?

விரைவில் கண்விழிப்பாய்

இது பன்னெடுங்காலம் முன்பு தொடங்கியது, ஆயிரம் நூற்றாண்டுகளுக்கு முன்னதாக, ஆனால் அந்த நேற்றுகள் அனைத்தையும் விடுத்துக் கடந்த செவ்வாய்க் கிழமையிலிருந்து தொடங்கலாம். அது நீ போதையின் மிச்சத்துடன் வெறுமையாக சிந்தனையின்றிக் கண்விழித்த நாள், இது பெரும்பாலான நாள்களின் உண்மை. முடிவற்று நீளும் காத்திருப்பறையொன்றில் கண்விழித்திருக்கிறாய். சுற்றுமுற்றும் பார்க்கிறாய், அது கனவு, முதல்முறையாக அது கனவென்று உனக்குத் தெரிகிறது, அது முடியக் காத்திருப்பதில் உனக்கு மகிழ்ச்சி. அனைத்தும் கடந்துசெல்லக் கூடியவையே, குறிப்பாகக் கனவுகள்.

சஃபாரி ஜாக்கெட்டும் சாயம் போன ஜீன்ஸூம் அணிந்திருக்கிறாய் மேலும் இங்கே எப்படி வந்தாயென்பது உனக்கு நினைவில்லை. ஒருகாலில் மட்டும் காலணி அணிந்திருக்கிறாய், கழுத்தில் மூன்று சங்கிலிகள் மற்றும் கேமரா. அந்தக் கேமரா உனது நம்பிக்கைக்குரிய நிக்கான் 3எஸ்டி, இருப்பினும் அதன் லென்ஸ் நொறுங்கியிருக்கிறது, அதன் வெளியுறை விரிசல் விட்டிருக்கிறது. காட்சிக் கண்ணாடி வழியாகப் பார்க்கிறாய், தெரிவதெல்லாம் மண் மட்டுமே. கண்விழிக்கவேண்டிய நேரம், மாலிப்பையா. கிள்ளிப் பார்த்துக்கொள்கிறாய், வலிக்கிறது, கூர்மையான பொருளால் குத்தியதுபோல் என்பதைவிட, ஓர் அவமானத்தால் உண்டாகும் உள்ளீடற்ற வலிபோல.

உன் மனத்தை நீயே நம்பாமலிருப்பது எவ்வாறிருக்கும் என்று உனக்குத் தெரியும். 1973இல் ஸ்மோக்கிங் ராக் சர்க்கஸ் நிகழ்ச்சியின்போதான எல்எஸ்டி போதை, விகார மஹாதேவி பூங்காவிலுள்ள அலரி மரத்தை மூன்று மணிநேரங்கள் அணைத்தபடி இருந்தது. தொண்ணூறு மணிநேரச் சீட்டுக்கட்டு மாரத்தான், அதில் பதினேழு லட்சங்களை வென்று பதினைந்தை இழந்தாய். 1984ஆம் வருடம் முல்லைத்தீவில் நீ எதிர்கொண்ட முதல் ஷெல்வீச்சு, பீதியடைந்த பெற்றோர் மற்றும் அலறும் குழந்தைகளோடு பதுங்கு குழிக்குள் திணிக்கப்பட்டிருந்தாய். பத்தொன்பது வயதில் மருத்துவமனையில் உன் தாயின் முகம், அதை எவ்வளவு வெறுத்தாய் என்ற நினைவின்றிக் கண்விழித்திருக்கிறாய்.

இழைக் கண்ணாடியாலான சேவைமுகப்பிற்குப் பின் வெள்ளைப் புடவையில் அமர்ந்திருக்கும் பெண்ணைப் பார்த்துச் சத்தமிட்டபடி வரிசையிலிருக்கிறாய். சேவை முகப்பின் பின்னாலமர்ந்திருக்கும் பெண்களிடம் இதற்குமுன் சீற்றம் கொள்ளாதவர் யார்? நிச்சயமாக அது நீயல்ல. பெரும்பாலான இலங்கையர் அமைதியாகக் கொதித்துக் குமுறும் வகை, ஆனால் நீயோ உரக்கக் குறைகூறுபவன்.

'உங்களுடைய தவறென்று சொல்லவில்லை. என்னுடைய தவறென்றும் சொல்லவில்லை. ஆனால் தவறுகள் நடந்துவிடுகின்றன, இல்லையா? அதிலும் குறிப்பாக அரசு அலுவலகங்களில். என்ன செய்யமுடியும்?'

'இது அரசு அலுவலகமில்லை.'

'அதுபற்றி எனக்குக் கவலையில்லை, ஆன்ட்டி. நான் சொல்வதெல்லாம், நான் இங்கே இருப்பது சரியானதல்ல, நான் புகைப்படங்கள் எடுக்கவேண்டியுள்ளது. நான் உறுதியான ஓர் உறவில் இருக்கிறேன்..'

'நான் உனக்கு ஆன்ட்டியல்ல.'

சுற்றுமுற்றும் பார்க்கிறாய். உனக்குப் பின்னால் வரிசை நீண்டு தூண்களைச் சுற்றிப் பின்னி பாம்புபோல் சுவரையொட்டி நீள்கிறது. காற்று பனிமூட்டமாக இருந்தாலும் எவரும் புகை அல்லது கரியமில வாயுவை வெளியேற்றுவதாகத் தெரியவில்லை. கார்கள் இல்லாத வாகன நிறுத்தம் போல

முதல் நிலவு   15

அல்லது விற்பனைக்கு ஏதுமில்லாத சந்தைப் பகுதி போல தெரிகிறது. உயரமான கூரை பரந்துவிரிந்த முற்றத்தில் ஒழுங்கற்ற இடைவெளியில் அமைக்கப்பட்டுள்ள கற்காரைத் தூண்களால் தாங்கப்பட்டுள்ளது. பெரிய மின்தூக்கியின் கதவுகள் போலத் தோற்றமளிப்பவை தொலைதூரத்தை வரம்பிடுகின்றன, மனித வடிவங்கள் கூட்டமாக அதனுள்ளே செல்வதும் வெளியேறுவதுமாக இருக்கின்றன.

அந்த உருவங்கள் நெருக்கத்தில் பார்க்கும்போதும் மங்கலான வெளிவரையுடன், முகப்பூச்சுப் பவுடர் நிறத்தோலுடன், பழுப்பு நிற மனிதர்களுக்கு இயல்பற்றதான வெவ்வேறு நிறங்களில் மின்னும் கண்களுடன் இருக்கின்றன. சிலர் மருத்துவமனை அங்கியில் இருக்கின்றனர், சிலரது ஆடையில் காய்ந்த ரத்தம். சூட் அணிந்து சிலர், அங்கங்களை இழந்து சிலர். அனைவரும் வெள்ளுடையிலிருக்கும் பெண்ணிடம் கத்திக்கொண்டிருக்கின்றனர். அவள் உங்கள் அனைவரிடமும் ஒரேநேரத்தில் உரையாடலில் இருப்பதுபோல் தோன்றுகிறாள். ஒருவேளை அனைவரும் ஒரேமாதிரியான கேள்விகளையே கேட்கிறார்கள் போல. நீ பந்தயம் கட்டும் நபராக இருந்தால் (நீ அதுதான்) 5/8 பங்கு இது மனத்தோற்றம் மட்டுமே என்பதைத் தேர்வாய், ஜக்கியின் முட்டாள்தனமான மாத்திரைகளால் தூண்டப்பட்டது.

அந்தப் பெண் மிகப்பெரிய பதிவுப் புத்தகமொன்றைத் திறக்கிறாள். உன்னை மேலிருந்து கீழாக ஆர்வமோ, இகழ்ச்சியோ இன்றிப் பார்க்கிறாள். 'முதலில் விபரங்களை உறுதி செய்யவேண்டும். பெயர்?'

'மலிந்த அல்பர்ட் கபலான.'

'தயவுசெய்து ஓரசை மட்டும்.'

'மாலி.'

'அசை என்றால் என்னவென்று தெரியும்தானே?'

'மால்'

'நன்றி. மதம்?'

'எதுவுமில்லை.'

'என்ன வேடிக்கை. இறப்பிற்கான காரணம்?'

'நினைவில்லை.'

"இறந்து ஆன நேரம்?"

'தெரியாது.'

'ஐயோ.'

ஆன்மாக்களின் கூட்டம் நெருக்கியடித்துக்கொண்டு, வெள்ளைநிற உடையிலிருக்கும் பெண்ணைத் திட்டுவதும் தொந்தரவு செய்வதுமாக இருக்கிறது. வெளிறிய முகங்கள், உடைந்த தலைகளில் குழிந்துள்ள கண்கள், ஆத்திரம், வலியுடனும் குழப்பத்துடனும் நோட்டமிடும் கண்களைப் பார்க்கிறாய். கருவிழிகள் காயங்களுடனும் பொருக்குகளின் சாயல்களுடனும் இருக்கின்றன. சேதமுற்ற பழுப்பு, நீலம் மற்றும் பச்சை - அனைத்துக் கண்களும் உன்னைப் புறக்கணிக்கின்றன. நீ அகதிகளின் முகாம்களில் வாழ்ந்திருக்கிறாய், நண்பகலில் தெருச்சந்தைகளுக்குச் சென்றிருக்கிறாய், நிரம்பி வழியும் சூதாட்ட விடுதிகளில் உறங்கியிருக்கிறாய். மனிதகுலத்தின் திரள் ஒருபோதும் கவரும்விதத்தில் இருந்ததில்லை. இந்த அலை உன்னை நோக்கித் திரள்கிறது, சேவை முகப்பிலிருந்து உன்னை நெருக்கி வெளியேற்றுகிறது.

இலங்கையரால் வரிசையிலிருக்க முடியாது. வரிசையென்பதை நீங்கள் உருவற்ற வளைவாக, பல நுழைவுப் புள்ளிகள் கொண்டதாக வரையறுத்தாலே தவிர. இது தங்களது மரணம் குறித்த கேள்விகளைக் கொண்டிருப்பவர்கள் கூடியிருக்கும் இடமாகத் தெரிகிறது. பல சேவை முகப்புகள் இருக்கின்றன, கோபமான வாடிக்கையாளர்கள் அவர்களை நோக்கிக் கத்துவதன் பொருட்டுக் கம்பி வலைமீது சாய்ந்து கம்பிகளுக்குப் பின்னாலிருக்கும் ஒருசிலரைத் தகாதமுறையில் பேசுகின்றனர். மறுமையென்பது ஒரு வரிவிதிப்பு அலுவலகம், எல்லோருக்கும் தங்களுக்கான வரிச் சலுகை தேவைப்படுகிறது.

இடுப்பில் குழந்தையைச் சுமந்துள்ள தாயொருத்தியால் ஓரத்திற்குத் தள்ளப்படுகிறாய். குழந்தை உன்னை அதற்கு விருப்பமான பொம்மையைச் சிதைத்துவிட்டவனைப் போல் பார்க்கிறது. தாயின் தலைமுடியிலுள்ள ரத்தம் அதைக் கெட்டிப்படுத்தி, ஆடைகளையும் முகத்தையும்

கறையாக்கியிருக்கிறது. 'நம் மதுரா எங்கே? அவனுக்கு என்ன ஆயிற்று? பின்னிருக்கையில் அவன் நம்மோடிருந்தான். சாரதிக்கு முன்பாகப் பேருந்தைப் பார்த்தது அவன்தான்.'

'எத்தனை முறை சொல்வது மேடம்? உங்கள் மகன் இன்னமும் வாழ்ந்துகொண்டிருக்கிறான். கவலைப்படாதீர்கள், மகிழ்ச்சியாக இருங்கள்.'

இது மற்றொரு சேவை முகப்பிலுள்ள மனிதரிடமிருந்து வரும் வார்த்தைகள், வெள்ளை நிற அங்கியில் பின்னலிட்ட தலையுடன் பெரிய புத்தகத்தில் வரும் மோசே போல இருக்கிறார். அவரது குரல் கடல்போல் முழங்குகிறது, கண்கள் கடைந்த முட்டையின் மஞ்சள் நிறத்திலிருக்கின்றன. சென்ற வருடத்தின் மிகவும் எரிச்சலூட்டும் பாடலின் தலைப்பை மீண்டும் உச்சரித்தபடி தன்னுடைய பேரேட்டைத் திறக்கிறார்.

மற்றுமொரு புகைப்படத்தை எடுக்கிறாய், என்ன செய்வதென்று தெரியாதபோது நீ செய்வது அதுதான். இந்தப் பெருங்குழப்பமான வாகன நிறுத்தத்தைப் பதிவு செய்யும் முயற்சியில் ஈடுபடுகிறாய், ஆனால் நீ காண்பதெல்லாம் லென்ஸிலுள்ள கீறல்கள் மட்டுமே.

ஏவர் பணியாளர், எவர் அல்ல என்று கூறுவது எளிது. முன்னவர்கள் கைகளில் பேரேட்டுப் புத்தகங்களுடன் ஆங்காங்கே நின்றுகொண்டு புன்னகையோடு இருக்கிறார்கள்; பின்னவர்கள் மரை கழன்றது போலிருக்கிறார்கள். சிலர் நடந்து பின் நின்று, வெளியை வெறித்துக் கொண்டிருக்கிறார்கள், சிலர் தலையை உருட்டியபடி ஓலமிடுகிறார்கள். பணியாளர்கள் எதையும் நேரடியாகப் பார்ப்பதில்லை, குறிப்பாகத் தாங்கள் ஆலோசனை வழங்கிக்கொண்டிருக்கும் ஆன்மாக்களை.

விழித்துக்கொள்வதற்கும் மறந்துபோவதற்கும் இதுதான் சிறப்பான நேரம். நீ உன் கனவுகளை அரிதாகவே நினைவில் வைத்திருப்பவன், இது எதுவாக இருப்பினும் உன் நினைவில் தங்குவதற்கான வாய்ப்பென்பது, சீட்டாட்டத்தில் ஃப்ளஷ் அல்லது ஃபுல்ஹௌஸ் வருவதற்கான வாய்ப்பைவிடக் குறைவு. நடக்கக் கற்றுக்கொண்டதை நினைவில் வைத்திருப்பதைவிட அதிகமாக இங்கிருந்ததை நினைவில் கொள்ளமாட்டாய். ஜக்கி கொடுத்த முட்டாள்தனமான மாத்திரைகளை எடுத்துக்கொண்டாய், இது வெறும் மாயத்தோற்றக் கனவு. வேறென்னவாக இருக்க முடியும்?

பிறகு மூலையில் அறிவிப்பொன்றின் மீது சாய்ந்தபடி நின்றிருக்கும் உருவத்தைக் கவனிக்கிறாய், அதன் உடை குப்பைப் பைகளால் தயாரிக்கப்பட்டது போல் இருக்கிறது, பார்வைக்குப் பணியாளர்களைப் போலும் இல்லை, வாடிக்கையாளரைப் போலும் இல்லை. அந்த உருவம் முகப்பு விளக்கின் ஒளியில் மின்னும் பூனையின் கண்களைப் போன்ற தனது பச்சை நிறக் கண்களால் கூட்டத்தை அளவிடுகிறது. அவை உன்மேலும் விழுந்து இயல்பைக் காட்டிலும் அதிகமான நேரம் தங்கியிருக்கின்றன. தலை அசைகிறது, கண்கள் பார்வையை விலக்கிக்கொள்ளவில்லை.

அந்த உருவத்தின் மேலே இருக்கும் அறிவிப்பு:

கல்லறைகளுக்குச் செல்லவேண்டாம்

அதற்கு அடுத்துள்ளது அம்புக்குறியுடன் கூடிய தகவல்:

→ சோதனைகள் நாற்பத்து-இரண்டாவது தளத்தில்

சேவைமுகப்பின் பின்னால் அமர்ந்திருக்கும் பெண்ணிடம் திரும்பி மீண்டும் முயற்சி செய்கிறாய். 'இதில் தவறு நடந்திருக்கிறது. நான் மாமிசம் உண்பதில்லை. ஒரு நாளைக்கு ஐந்துமுறை மட்டுமே புகைபிடிப்பேன்.' அந்தப் பெண் உனக்குப் பரிச்சயமானவர் போலத் தெரிகிறார், அதுபோல உன் பொய்களும் அவருக்குப் பரிச்சயமாகியிருக்கலாம். ஒரு கணத்திற்குச் சலசலப்புகள் அடங்கியதாகத் தோன்றுகிறது. ஒரு கணத்திற்கு நீ மட்டுமே அங்கிருப்பதாக உணர்கிறாய்.

'ஐயோ! அனைத்து விதமான விளக்கங்களும் நான் ஏற்கெனவே கேட்டவைதாம். சாவதற்கு யாருக்குமே விருப்பமிருப்பதில்லை, தற்கொலை செய்து கொண்டவர்களுக்குக்கூட. நான் மட்டும் இறப்பதை விரும்பினேன் என்றா நினைக்கிறாய்? அவர்கள் என்னைச் சுட்டபோது என் மகள்களுக்கு எட்டு மற்றும் பத்து வயது. என்ன செய்யமுடியும்? புகார் கூறிக்கொண்டிருப்பது எவ்வகையிலும் உதவப்போவதில்லை தயவுசெய்து பொறுமையாக உன்முறை வரும்வரை காத்திரு. உன்னால் இயன்றவற்றை மன்னித்துவிடு. நாங்கள் குறைவான பணியாளர்களைக் கொண்டிருக்கிறோம், தன்னார்வலர்களை எதிர்பார்த்துக்கொண்டிருக்கிறோம்.'

நிமிர்ந்து பார்த்து வரிசையை நோக்கிக் குரலை உயர்த்துகிறார்.

'உங்கள் அனைவருக்கும் ஏழு நிலவுகள் உண்டு.'

'நிலவு என்பது என்ன?' என்று முறிந்த கழுத்துடனுள்ள இளம்பெண் கேட்கிறாள். உடைந்த மண்டையோட்டுடன் இருக்கும் இளைஞனின் கையைப் பற்றிக்கொண்டிருக்கிறாள்.

'ஏழு நிலவுகள் என்பது ஏழு இரவுகள். ஏழு சூரிய அஸ்தமனங்கள். ஒரு வாரம். தேவைக்கும் அதிகமான காலஅளவு.'

'நிலவு என்பது ஒருமாதம் என்று நினைத்தேன்.'

'நிலவு எப்போதும் மேலே இருக்கிறது, உன்னால் அதைப் பார்க்கமுடியாத நேரங்களிலும் கூட. நீ மூச்சுவிடுவதை நிறுத்திக்கொண்டுவிட்டாய் என்பதால் அது பூமியைச் சுற்றுவதை நிறுத்திக்கொள்ளும் என்றா நினைக்கிறாய்?'

இது எதுவும் உனக்குப் புரியவில்லை. எனவே மற்றொரு வழியை முயற்சி செய்கிறாய். 'இந்தக் கூட்டத்தைப் பாருங்கள். அனைவரும் வடக்கில் கொல்லப்பட்டவர்களாக இருக்கவேண்டும். புலிகள் மற்றும் ராணுவத்தினர் பொதுமக்களைக் கொல்கின்றனர். இந்திய அமைதிப் படையினர் போர்களை உருவாக்குகின்றனர்.'

சுற்றிலும் பார்க்கும்போது யாரும் உன்னைக் கேட்கவில்லை என்பது தெரிகிறது. கண்கள் உன்னைப் புறக்கணிப்பதைத் தொடர்கின்றன, நீல-பச்சை சாயல்களில் மினுங்குகின்றன. கருப்பில் இருந்த உருவத்தைத் தேடுகிறாய், ஆனால் அது மறைந்துவிட்டது. 'வடக்கில் மட்டும் என்றில்லை. இங்கே கீழேயும் அப்படித்தான். அரசாங்கம் ஜேவிபிக்களோடு சண்டையிட்டுக் கொண்டிருக்கிறது, உடல்களின் குவியல் அதிகரித்துக்கொண்டிருக்கிறது. அதை நான் முழுமையாகப் புரிந்துகொள்கிறேன். இந்நாள்களில் நீங்கள் பரபரப்பாக வேலை செய்ய வேண்டியதிருக்கும். நான் புரிந்துகொள்கிறேன்.'

'இந்த நாள்களிலா?' வெள்ளை உடையிலிருக்கும் பெண் எரிச்சலுடன் தலையை அசைத்துக்கொள்கிறார். 'நொடிக்கொரு பிணம் விழுகிறது. சில சமயம் இரண்டு. உன் காதுகளைப் பரிசோதித்துக் கொண்டாயா?'

'எனது கேட்கும் திறனில் எந்தச் சிக்கலுமில்லை. நான் புகைப்படம் எடுப்பவன். எவரும் காணாத குற்றங்களுக்குச் சாட்சியாக இருப்பவன். நான் தேவைப்படுபவன்.'

'அந்தப் பெண்ணுக்குத் தன் குழந்தைகளுக்கு உணவளிக்க வேண்டியுள்ளது. அதோ அவருக்கு மருத்துவமனைகளை நிர்வகிக்கவேண்டும். உனக்குப் புகைப்படங்களா? அட! எவ்வளவு ஈர்ப்பானது.'

'இவை விடுமுறையில் எடுக்கப்படும் புகைப்படங்களல்ல. இந்தப் புகைப்படங்கள் அரசாங்கத்தைக் கவிழ்க்கக் கூடியது. போர்களை நிறுத்தக்கூடிய புகைப்படங்கள்.'

அந்தப் பெண் அலட்சியமாக உன்னைப் பார்க்கிறார். அவரது கழுத்திலுள்ள சங்கிலியில் எகிப்தியச் சிலுவை, முன்பு, நீ நேசித்ததைக் காட்டிலும் உன்னை அதிகமாக நேசித்த இளைஞன் ஒருவனால் அணியப்பட்டது. அவர் அதைத் தடவிக்கொண்டு முகத் தசைகளை இறுக்கி மூக்கை உயர்த்துகிறார்.

அதற்குப் பிறகே அவரை அடையாளம் கண்டுகொள்கிறாய். 1989இன் பெரும்பகுதி அவரது பற்பசை விளம்பரச் சிரிப்பு செய்தித்தாள்கள் முழுவதும் இடம் பிடித்திருந்தது. தமிழ் மிதவாதியாக இருந்ததற்காகத் தமிழ்த் தீவிரவாதிகளால் கொல்லப்பட்ட பல்கலைக்கழக விரிவுரையாளர்.

'எனக்கு உங்களைத் தெரியும். நீங்கள்தான் மருத்துவர் ராணி ஸ்ரீதரன். ஒலிபெருக்கி இல்லாமல் உங்களை அடையாளம் காணமுடியவில்லை. தமிழ்ப் புலிகள் குறித்த உங்களது கட்டுரைகள் அற்புதமானவை. ஆனால், நீங்கள் என் புகைப்படத்தை என் அனுமதியின்றிப் பயன்படுத்தியிருக்கிறீர்கள்.'

உங்களை அதிகமும் இலங்கையராக ஆக்குவது உங்கள் தந்தையின் குடும்பப் பெயரோ அல்லது நீங்கள் மண்டியிடும் புனிதமான இடமோ அல்லது உங்கள் அச்சங்களை மறைக்க முகத்தில் ஒட்டிக்கொள்ளும் புன்னகையோ அல்ல. மற்ற இலங்கையரைத் தெரிந்துகொள்வது, அந்த இலங்கையர்களுக்குத் தெரிந்த இலங்கையரைத் தெரிந்துகொள்வது. குடும்பப்பெயரும் பள்ளியின் பெயரும் கொடுக்கப்பட்டால் எந்தவொரு இலங்கையருக்கும் நெருக்கமான உறவினரை அடையாளம் காட்டிவிடும் அத்தைகள் உண்டு. நீ ஒன்றோடொன்று மேற்பொருந்திய, பெரும்பாலும் மூடப்பட்டதாக இருந்த வட்டங்களுக்குள் சுழன்றிருக்கிறாய். ஒருவரின் பெயரை, முகத்தை, அல்லது சீட்டுகளின் வரிசையை ஒருபோதும் மறக்க முடியாத சாபத்தைப் பரிசாகப் பெற்றவன் நீ.

'அவர்கள் உங்களைக் கொன்றபோது வருத்தமடைந்தேன். உண்மையாகவே. அது எப்போது நடந்தது? '87ஆ? உங்களுக்குத் தெரியுமா, மஹத்தையா அணியிலிருந்த புலி ஒருவனைச் சந்தித்தேன், உங்கள் மீதான தாக்குதலை அவன்தான் ஏற்பாடு செய்ததாகக் கூறினான்.'

மருத்துவர் ராணி தன்னுடைய புத்தகத்திலிருந்து தலையை உயர்த்தி, சோர்வான புன்னகையொன்றை அளித்துப் பின் தோள்களைக் குலுக்குகிறார். அவரது கண் விழிகள் மேகமூட்டத்தின் வெண்ணிறத்திலுள்ளன, பால் நிறத்திலான கண்புரைகள் திணிக்கப்பட்டது போல.

'நீ உன் காதுகளைச் சோதித்துக்கொள்ள வேண்டும். உன் காதுகள் உன்னுடைய கைரேகைகளைப் போலவே தனித்துவமான வடிவங்களைக் கொண்டுள்ளன. மடிப்புகள் கடந்த கால வேதனைகளை வெளிப்படுத்தும், மடல்கள் உனது பாவங்களை வெளிப்படுத்தும், குருத்தெலும்புகள் உனது குற்றங்களை மறைத்து வைத்திருப்பவை. நீ ஒளிக்குள் செல்வதைத் தடுக்கக்கூடிய அனைத்து விடயங்களும் அதிலுள்ளன.'

'ஒளி என்பது என்ன?'

'சுருக்கமான பதில், அது என்னவாக இருக்கவேண்டுமென்று விரும்புகிறாயோ அதுவாகவே இருக்கும். நீளமான பதில் - நீளமான பதிலுக்கு எனக்கு நேரமில்லை.'

அவர் உன்னிடம் ஓலையொன்றைக் கையளிக்கிறார். மூவாயிரம் ஆண்டுகளுக்கு முன்பு ஏழு ரிஷிகளால் இங்கே வாழப்போகும் ஒவ்வொருவரின் அதிர்ஷ்டத்தையும் எழுதப் பயன்படுத்தப்பட்டதாகக் கூறப்படும் ஓர் உலர்ந்த பனையோலை. கோணங்கள் கொண்ட கீறல்கள் சொரசொரப்பான இலையமைப்பைக் கிழித்துவிடும், எனவே தெற்காசிய எழுத்தர்கள் இலை கிழியாமலிருக்க எழுத்துகளில் நுட்பமான வளைவுகளை உருவாக்கினர்.

'1983ஐப் புகைப்படங்கள் எடுத்தாயா?'

'நிச்சயமாக. இது என்ன?'

ஓலைச்சுவடியில் ஒரே வார்த்தைகள் மூன்று மொழிகளில் எழுதப்பட்டுள்ளன. சிங்கள வட்டெழுத்து, தமிழ் வட்டெழுத்து,

கோழிக்கிறுக்கலாக ஆங்கிலம், ஒரு கிழிசல்கூட கண்ணுக்குத் தெரியவில்லை.

காதுகள் -----------------
இறப்பு -----------------
பாவங்கள் -----------------
நிலவுகள் -----------------
முத்திரையிட்டது -----------------

'உன் காதுகளைப் பரிசோதித்துக் கொள்ள, இறப்புகளை எண்ணிக்கையிட, உன் பாவங்களைக் குறியிட, உன் நிலவுகளைப் பதிவுசெய்யவும் நாற்பத்து-இரண்டாவது தளத்திற்குச் செல். பிறகு உதவியாளர் ஒருவரிடம் முத்திரை பெற்றுக்கொள்.' அவர் தனது புத்தகத்தை மூடுகிறார், அத்தோடு உன்னுடனான உரையாடலையும் முடித்துக்கொள்கிறார். வரிசையின் முதலில் இருக்கும் நீ உடல் முழுக்கக் கட்டுகளுடன் நிறுத்தாமல் இருமிக்கொண்டிருக்கும் மனிதன் ஒருவனால் இடமாற்றப்படுகிறாய்.

உன் பின்னாலிருக்கும் மனிதர்களை நோக்கித்திரும்பி, இறைத்தூதனைப் போலக் கையை உயர்த்துகிறாய். எப்போதும் உன்னைக் காட்சிப்படுத்திக்கொள்ள விரும்புபவனாகவே இருந்திருக்கிறாய். எப்போதும் சத்தமிடுபவனாக இருந்திருக்கிறாய், நீ இல்லாமல்போன தருணங்களைத் தவிர.

'ஆவிகளாகிய நீங்கள் யாரும் இல்லை! குறட்டைவிட்டுக் கொண்டிருக்கும் என் மூளையின் வெளிப்பாடுகள் நீங்கள். நான் ஜக்கியின் முட்டாள் மாத்திரைகளை விழுங்கினேன். இதுவொரு மாயத்தோற்றம். நாசமாய்ப்போன மறுமை என்று ஏதுமில்லை. குசுக்களைப் போல் நீங்கள் மறைந்துபோவீர்கள்!'

திரு. ரீகன் மாலத்தீவுகளுக்கு எவ்வளவு கவனம் கொடுக்கிறாரோ அவ்வளவே அவர்கள் உன்னைக் கவனிக்கிறார்கள். கார் விபத்தில் சிக்கியவர்களோ, கடத்தப்பட்டவர்களோ, மருத்துவமனை அங்கியணிந்த முதியவர்களோ, மறைந்த, ஒப்பாரி வைக்கப்பட்ட மருத்துவர் ராணி ஸ்ரீதரனோ உன் திடீர் எழுச்சியைக் கவனிக்கவில்லை.

சிப்பிக்குள் முத்தைக் கண்டெடுப்பதற்கான சாத்தியம் 12,000இல் 1. மின்னலால் தாக்கப்படுவதற்கான சாத்தியம்

7,00,000இல் 1. உடலின் இறப்பிற்குப் பிறகு ஆன்மா பிழைப்பதற்கான சாத்தியம் என்பது பூஜ்ஜியத்தில் ஒன்று, ஒன்றுமற்றதில் ஒன்று, எதுவுமற்றதில் ஒன்று. நிச்சயமாக நீ உறங்கிக்கொண்டிருக்க வேண்டும், அதில் உறுதியுடன் இருக்கிறாய். சீக்கிரமே கண் விழித்துவிடுவாய்.

அதன்பிறகு, உனக்குப் பயங்கரமான சிந்தனை ஒன்று தோன்றுகிறது. இந்தக் காட்டுமிராண்டித் தீவைவிட, இந்தக் கடவுளற்ற கிரகத்தைவிட, இறந்துகொண்டிருக்கும் சூரியனைவிட, குறட்டைவிட்டுக்கொண்டிருக்கும் இப்பிரபஞ்சத்தை விடப் பயங்கரமானது. ஒருவேளை இவ்வளவு நேரமும் நீ உறக்கத்தில் இருந்திருந்தால்? இந்த நிமிடத்திலிருந்து, நீ எனும் மலிந்த அல்மேதா, புகைப்படக் கலைஞன், சூதாட்டக்காரன், இழிபிறவி, இனி ஒருபோதும் உன் கண்களை மூடமுடியாமற் போனால்?

தாழ்வாரத்தில் தடுமாறியபடி செல்லும் திரளைப் பின்தொடர்கிறாய். ஒரு மனிதன் உடைந்த கால்களோடு நடந்துசெல்கிறான், பெண்ணொருத்தி காயங்களுள்ள முகத்தை மறைத்துக்கொள்கிறாள். பலர் திருமணத்திற்கான உடையை அணிந்திருக்கிறார்கள், ஏனெனில் ஈமச் சடங்குகளைச் செய்பவர்கள் பிணங்களை அவ்வாறே அலங்கரிக்கின்றனர். ஆனாலும் மற்ற பலர் கந்தலான மற்றும் குழப்பமான ஆடைகளும் அணிந்திருக்கின்றனர். குனிந்து பார்த்தால் உனக்குச் சொந்தமற்ற கைகளே கண்ணுக்குத் தெரிகின்றன. உன் கண்களின் நிறத்தையும் நீ கொண்டிருக்கும் முகத்தையும் பார்க்க விரும்புகிறாய். மின்தூக்கியின் சுவர்களில் கண்ணாடி பதிக்கப்பட்டிருக்குமா என்று சிந்திக்கிறாய். அவற்றுக்குச் சுவர்கள்கூட இல்லையென்று தெரியவருகிறது. ஆன்மாக்கள் ஒன்றன்பின் ஒன்றாக மின்தூக்கி இருக்கவேண்டிய வெற்றுக்குழிக்குள் நுழைந்து, நீருக்குள் காற்றுக்குமிழ்கள் போல் மேலே பறக்கின்றன.

இது அபத்தமானது. சிலோன் வங்கியில் கூட நாற்பத்து-இரண்டு தளங்கள் கிடையாது.

'மற்ற தளங்களில் என்ன இருக்கிறது?' காதுகள் இருக்கும் அனைவருக்குமாக அந்தக் கேள்வியைக் கேட்கிறாய், அது பரிசோதிக்கப்பட்டதாக இருந்தாலும் இல்லாவிட்டாலும்.

'அறைகள், தாழ்வாரங்கள், ஜன்னல்கள், கதவுகள், வழக்கமானவைதான்,' என்கிறார் குறிப்பிடத்தகுந்த முறையில் உதவியாக இருக்கும் உதவியாளர்.

'கணக்கீடு மற்றும் நிதி,' கைத்தடி மீது சாய்ந்தபடி நின்றிருக்கும் உடைந்த முதியவர் கூறுகிறார். 'இதுபோன்ற மோசடி தனக்குத்தானே நிதியளித்துக்கொள்ள முடியாது.'

'எல்லாம் ஒன்றுதான்,' என்று அழுகிறாள் இறந்த குழந்தையுடனிருக்கும் இறந்த பெண். 'ஒவ்வொரு பிரபஞ்சமும், ஒவ்வொரு வாழ்க்கையும், அதே பழைய விடயங்கள். அதே பழைய காட்சிகள்.'

கொடுங்கனவுகள் ஒருபுறம் இருக்கட்டும், உனக்குக் கனவுகளே அரிதானது. குழியின் விளிம்புக்கருகில் மிதக்கிறாய், ஏதோவொன்று உன்னைப் பிடித்துத் தள்ளுகிறது. காற்று உன்னை மேல்நோக்கி அழைத்துச் செல்லும்போது திகில் படங்களில் வரும் அழகிகள் போலக் கிறீச்சிடுகிறாய். உனக்குப் பின்னால் மிதந்துகொண்டிருக்கும் உருவத்தைப் பார்த்ததும் திடுக்கிடுகிறாய். அதன் கருப்பு நிறத்திலுள்ள குப்பைப்பை ஆடை காட்டுத்தனமாய் வீசும் காற்றில் படபடக்கிறது. காற்றில் மேலேறி அவனை விட்டு விலகும்போது உன்னைப் பார்த்துத் தலைவணங்குகிறான்.

மற்றொரு கேள்வியை முயற்சிசெய்ய நினைத்து ஒளி என்பது என்னவென்று கேட்கிறாய். ஆனால் பதிலாகக் கிடைப்பது தோள்களின் குலுக்கல், அவமானப்படுத்துதல் மட்டுமே. பயத்திலிருக்கும் குழந்தையொன்று உன்னைப் பொட்டை என்றழைக்கிறது, ஓரினச்சேர்க்கை மற்றும் ஆண்மையின்மை ஆகிய இரண்டு குற்றச்சாட்டுகளை முன்வைக்கும் அவமானப்படுத்துதல், எனினும் இவற்றில் ஒரு குற்றச்சாட்டை மட்டுமே ஒப்புக்கொள்வாய். பணியாளர்களிடம் ஒளியைக் குறித்துக் கேட்கும்போது ஒவ்வொருமுறையும் வெவ்வேறு பதில் கிடைக்கும். சிலர் சொர்க்கம் என்பர், சிலர் மறுபிறவி என்பர், சிலர் மறதி என்பர். மருத்துவர் ராணியைப் போன்று சிலர் எதுவாக வேண்டுமானாலும் என்பதுண்டு. ஒருவேளை பிந்தையதைத் தவிர மற்ற சாத்தியங்களின்மீது உனக்கு ஈர்ப்பில்லை.

நாற்பத்து-இரண்டாவது தளத்தில் ஒற்றை வார்த்தை மட்டுமே உள்ள அறிவிப்பு:

மூடப்பட்டுள்ளது

சுவர்கள் இருப்பதைக் கவனிக்காமல் அதில் முட்டிக்கொள்ளும் வரை உருவங்கள் பரந்த இத்தாழ்வாரத்தின் வழியாக மிதந்து செல்கின்றன. யாருமற்ற சேவை முகப்பொன்று இருக்கிறது, சிவப்புநிறக் கதவுகளின் வரிசை, ஒவ்வொன்றும் மூடப்பட்டிருப்பதன் வாயிலாக அறிவிப்பை மதிக்கின்றன.

கூடத்தின் நடுவில் கருப்பு உடையில் இருக்கும் அந்த உருவம் நிற்கிறது, தன்னைச்சுற்றி இலக்கற்று அலைமோதிக் கொண்டிருப்பவர்களைக் குறித்து அதற்கு எவ்வித ஆர்வமும் இல்லை. அவன் உன்னை உற்றுப்பார்த்து அருகில் வரும்படி சைகை செய்கிறான். நீ மிதந்து செல்லும்போது அவனது கண்கள் உன்னைப் பின்தொடர்கின்றன; இம்முறை அவை மஞ்சள் நிறத்தில் மின்னுகின்றன.

மீண்டும் மருத்துவர் ராணியின் சேவை முகப்பிற்குச் சென்றுசேர ஆகும் நேரத்தில் பிரபஞ்சம் கொட்டாவி விடுகிறது. வெளியே இரவு காற்றாலும் கிசுகிசுப்புகளாலும் நிறைந்திருக்கிறது. இந்த இடத்தில் சேவை முகப்புகளும் குழப்பங்களும் மட்டுமே இருக்கின்றன.

மருத்துவர் ராணி உன்னைப் பார்த்ததும் தலையை அசைத்துக் கொள்கிறார். 'எங்களுக்கு இன்னமும் அதிக உதவியாளர்கள் தேவை. புகார் செய்பவர்கள் குறைவாகவே தேவை. எல்லோரும் அவர்களால் இயன்றதைச் செய்துகொண்டிருக்கிறார்கள்.'

அவர் உன்னைப் பார்க்கிறார். 'இங்கு இல்லாதவர்களைத் தவிர.'

அவர் தனது சிந்தனையைச் சொல்லி முடிப்பதற்காகக் காத்திருக்கிறாய், ஆனால் அவர் ஏற்கெனவே முடித்துவிட்டதாகத் தெரிகிறது. தன்னுடைய மேசைக்குக் கீழேயிருந்து ஒலிப்பெருக்கி ஒன்றை எடுக்கிறார். இதுதான் உன் நினைவிலிருக்கும் மருத்துவர் ராணி, சுற்றிலும் தொலைக்காட்சி கேமராக்கள் இருக்க வளாகத்திற்குள் முழங்கிக்கொண்டிருப்பவர்.

'தயவுசெய்து தொலைந்து போய்விடாதீர்கள். நீங்கள் காதுப் பரிசோதனை செய்துகொள்ளவில்லை என்றால் இங்கே

வராதீர்கள். நாற்பத்து-இரண்டாவது தளம் நாளை திறக்கப்படும். அப்போது வாருங்கள். உங்களுக்கு ஏழு நிலவுகள் உண்டு என்பதை நினைவில் வைத்துக்கொள்ளுங்கள். உங்களது கடைசி நிலவு உதிப்பதற்குள் நீங்கள் ஒளிக்குள் சென்றுவிட வேண்டும்.'

ஆத்திரத்துடன் வசைச் சொற்களால் ஆரவாரம் செய்ய இருந்தபோது மீண்டும் ஒருமுறை அதைக் கவனிக்கிறாய், கருப்புக் குப்பைப் பைகளால் சுற்றப்பட்ட உருவம், இரண்டு கைகளாலும் சைகைசெய்து அழைக்கிறது. அதன் கண்கள் மெழுகுவர்த்திகள் போல் மினுமினுக்கின்றன, அதன் கையில் உன்னுடைய காணாமல்போன மற்றொரு செருப்பை வைத்திருப்பதுபோல் தெரிகிறது. மருத்துவர் ராணி உன்னுடைய பார்வையைப் பின்தொடர்ந்து தனது புன்னகையைக் கைவிடுகிறார்.

'அதை இங்கிருந்து அப்புறப்படுத்துங்கள். மால், எங்கே செல்கிறாய்?'

வெள்ளுடையில் இருக்கும் இரண்டு ஆண்கள் தங்களுடைய முகப்பிலிருந்து தவ்வி அந்தக் கருப்பு உருவத்தை நோக்கி வருகின்றனர். பின்னலிட்ட தலையுடன் மோசேபோல இருப்பவர் தனது கையை உயர்த்திக்கொண்டு இதுவரை எவரும்பேசி நீ கேட்டிராத மொழியில் உக்காரமிடுகிறார். அவருக்கருகில் கட்டுமஸ்தான உடலுடன் வெள்ளை அங்கியிலிருப்பவன் உன்னை நோக்கி விரைந்து வருகிறான்.

கூட்டத்திற்குள் நுழைந்து மறைந்துகொள்கிறாய், சுவாசத்தில் ரத்தத்துடன் இருக்கும் சிதைவுற்றிருக்கும் மனிதர்களினூடாக விரைந்து உன்னுடைய காலணியை வைத்திருக்கும் உருவத்தினருகே செல்கிறாய்.

அதைநோக்கி மிதந்து செல்கிறாய், அந்தக் குப்பைப் பை மரணத் தூதனை நோக்கி, செல்லக்கூடாத பலவிடயங்களை நோக்கி மிதந்துசென்றது போலவே. சூதாட்ட விடுதிகள், போர் முனைகள், அழகான ஆண்கள். மருத்துவர் ராணி கிறீச்சிடுவது உனக்குக் கேட்கிறது ஆனால் உன் அப்பா சென்றபிறகு அம்மாவை எப்படிப் புறக்கணித்தாயோ அதேபோல அவரையும் புறக்கணிக்கிறாய்.

அந்த உருவம் தன் கண்கள் அளவுக்கு மஞ்சளாக இருக்கும் பற்களைக் காட்டிச் சிரிக்கிறது.

முதல் நிலவு 27

'சார், இந்த இடத்தை விட்டுச் செல்வோம். இந்த நாட்டிலிருக்கும் மற்ற எந்தக் கட்டடத்தையும் போல இது வெறும் மூளைச் சலவை செய்யும் அதிகாரத்துவம்.'

முக்காடணிந்த உருவம் உன் முகத்தை நோக்கி நிற்கிறது. அதன் முகம் நிழலுக்குள் இருந்தாலும் அதுவோர் இளைஞன் என்பதை உன்னால் காணமுடிகிறது, ஒரு காலத்தில் நீ இருந்ததைக் காட்டிலும் இளமைதான். ஒரு கண் மஞ்சள் நிறத்திலும் மற்றொன்று பச்சை நிறத்திலும் இருப்பதாகத் தெரிகிறது, எத்தகைய முட்டாள் மாத்திரைகள் இவ்விதமான மாயத் தோற்றத்தை உருவாக்கக் கூடியவையென்று உனக்கு உறுதியாகத் தெரியவில்லை. அதற்குத் தொண்டை வலியைப் பேணுவது போன்ற குரல்.

'உங்கள் பெயர் மாலி-சார் என்று எனக்குத் தெரியும். உங்கள் நேரத்தை இங்கே வீணடிக்க வேண்டாம். அத்தோடு, தயவுசெய்து ஒளியிலிருந்து விலகியிருங்கள்.'

அவனைப் பின்தொடர்ந்து மின்தூக்கிக் குழிக்குச் செல்கிறாய், ஆனால் இம்முறை கீழே இறங்குகிறாய். உச்சஸ்தாயியில் ஒலிக்கும் மருத்துவர் ராணியின் ஆத்திரமான குரல். இடைஸ்தாயியில் ஒலிக்கும் மோசே மற்றும் ஹீ-மேனின் உக்காரங்கள் தொலைதூர எதிரொலிகளாகின்றன.

'மறுமை என்பதுகூட வெகுஜனங்களை முட்டாள்களாக வைத்திருப்பதற்காக வடிவமைக்கப்பட்டுள்ளது,' என்கிறான் அவ்விளைஞன். 'உங்கள் வாழ்க்கையை மறக்கச்செய்து ஏதோவொரு ஒளிக்குள் உங்களைத் தள்ளுகிறார்கள். ஒடுக்குமுறையாளர்களின் பூர்ஷ்வா ஆயுதங்கள். அநீதி என்பது ஏதோவொரு மகத்தான திட்டத்தின் பகுதியென்று உங்களிடம் கூறுவார்கள். அதுவே அதையெதிர்த்துக் கிளர்ந்தெழவிடாமல் உங்களைத் தடுப்பது.'

கீழ்த்தளத்திற்கு வந்து கட்டடத்தை விட்டு வெளியேறியதும் அனைத்துத் திசைகளிலிருந்தும் காற்று உன்னைத் தாக்குகிறது. வெளியே மரங்கள் முனகிக் கொண்டிருக்க, குப்பைத்தொட்டிகள் ஏப்பத்தை வெளியேற்றுகின்றன, பேருந்துகளில் கரும்புகை சுரக்கிறது. தெருக்களின் குறுக்கே நிழல்கள் ஊர்ந்து செல்கின்றன, அதிகாலையில் கொழும்பு தன் முகத்தைத் திருப்பிக்கொள்கிறது.

'என் செருப்பு எங்கே கிடைத்தது?'

'நான் உங்கள் உடலைப் பார்த்த அதே இடத்தில். மீண்டும் வேண்டுமா?'

'வேண்டியதில்லை.'

'நான் உங்கள் வாழ்க்கையைக் குறித்துக்கேட்டேன். செருப்பை அல்ல.'

'தெரியும்.'

வார்த்தைகளைக் கருத்தில் கொள்ளுமளவுக்கு நேரமில்லா விட்டாலும் அவை எளிதாக உன்னை வந்தடைகின்றன. உன் உடலைப் பார்க்க விரும்புகிறாயா? உன் வாழ்க்கை உனக்கு மீண்டும் வேண்டுமா? அல்லது உண்மையிலேயே சிந்திக்க வேண்டிய முக்கியமான கேள்வி: எப்படி இங்கே வந்து தொலைத்தாய்?

உனக்கு எதுவும் நினைவில்லை, வலியோ, ஆச்சரியமோ, கடைசி மூச்சோ, அல்லது அதை எந்த இடத்தில் உள்ளிழுத்தாய் என்பதோ. மீண்டும் காயப்பட நீ விரும்பவில்லையென்றாலும் அல்லது மீண்டும் ஒருமுறை சுவாசிக்க விரும்பவில்லையென்றாலும், கருப்பு உடையிலிருக்கும் உருவத்தைப் பின்தொடர்வதைத் தேர்கிறாய்.

படுக்கைக்குக் கீழுள்ள பெட்டி

எல்விஸ் தனது முதல் வெற்றியைப் பெறும்முன் பிறந்தாய். ஃப்ரெட்டி தனது இறுதி வெற்றியைப் பெறும்முன் இறந்தாய். இதற்கிடையில் ஆயிரக் கணக்கில் புகைப்படங்கள் எடுத்திருக்கிறாய். '83இல் காட்டுமிராண்டிகள் தமிழர் வீடுகளைக் கொளுத்தியபோது, அங்கிருந்தவர்களைக் கொன்று குவித்தபோது வேடிக்கை பார்த்துக்கொண்டிருந்த அரசாங்க அமைச்சரின் புகைப்படங்கள் உன்னிடம் உள்ளன. காணாமல்போன ஊடகவியலாளர்களின், மறைந்துபோன செயற்பாட்டாளர்களின் உருவப்படங்கள் உன்னிடம் உள்ளன. ஒரே மேசையில் ராணுவ மேஜர், புலிகளின் கர்னல் மற்றும் பிரித்தானிய ஆயுதவியாபாரி ஆகியோர் கூஜாவிலிருக்கும் செவ்விளநீர் பானத்தைப் பகிர்ந்துகொள்ளும், தெளிவுகுறைவான என்றாலும் அடையாளம் காணக்கூடிய புகைப்படங்களும் உன்னிடம் உள்ளன.

நடிகர் மற்றும் அவரது தோற்றத்திற்காக விரும்பப்பட்டவருமான விஜயவின் கொலையாளிகள், உபாலி பயணித்த விமானத்தின் சிதைவுகள் படச் சுருள்களில் உள்ளன. அவற்றை வெள்ளை நிறக் காலணிப் பெட்டியில் எல்விஸ் மற்றும் ஃப்ரெட்டி எனும் ராஜா, ராணியின் பழைய இசைத்தட்டுகளோடு மறைத்து வைத்துள்ளாய். உன் அம்மாவின் சமையல்காரி உங்கள் அப்பாவின் சாரதியுடன் பகிர்ந்துகொள்ளும் படுக்கையின் கீழ் அது வைக்கப்பட்டுள்ளது. உன்னால் இயலுமென்றால், ஒவ்வொரு புகைப்படத்தையும் ஆயிரம் பிரதிகள் எடுத்து கொழும்பு முழுவதும் ஒட்டுவாய். அநேகமாக இப்போதும்கூட உன்னால் அதைச் செய்ய முடியும்.

இறந்த நாத்திகருடன் உரையாடல் (1986)

உன் பங்கிற்கும் அதிகமாகவே இறந்த உடல்களைப் பார்த்திருக்கிறாய். மேலும் அவற்றின் ஆன்மாக்கள் எங்கே சென்றன என்பது உனக்கு எப்போதும் தெரிந்தே இருந்தது. அணைத்த பின் சுடர் எங்கே செல்கிறதோ அதே இடம், வார்த்தையைக் கூறியதும் அது எங்கே செல்லுமோ அங்கே. கிளிநொச்சியில் செங்கற்களின் கீழ் புதைந்த தாயும் மகளும், மாலபேயில் டயர் வைத்து எரிக்கப்பட்ட பத்து மாணவர்களும், தனது குடலாலேயே மரத்தைச் சுற்றிக் கட்டி வைக்கப்பட்டிருந்த தோட்டக்காரர். யாருமே எங்கும் செல்லவில்லை. அவர்கள் இருந்தனர், பிறகு அவர்கள் இல்லை. நாமும் அதைப்போல நம் மெழுகுவர்த்தியின் திரி தீர்ந்ததும் இருக்கப்போவதில்லை.

காற்று உன்னைச் சுமந்து செல்லும்போது உலகம் ரிக்ஷாவின் வேகத்தில் ஊசலாடுகிறது, முகங்களும் உருவங்களும் படபடத்துக் கடந்து செல்கின்றன, சில மற்றவற்றைக் காட்டிலும் குறைவான அச்சத்துடன், பெரும்பாலானவை தரையைத் தொடாத கால்களுடன். கொழும்பு, மக்களால் நிரம்பி வழிகிறது என்பவர்களுக்குச் சொல்ல உன்னிடம் மறுமொழி உள்ளது: அதை ஆவிகளுடன் பார்க்கும் வரை காத்திருங்கள்.

'நீ அதைப் பின்தொடர்கிறாயா?'

அது, மூக்கு இருக்கவேண்டிய இடத்தில் கொக்கியும் கண்களினிடத்தில் பளிங்குக் கற்களும் கொண்ட முதியவர், அதே காற்றில் பயணித்துக் கொண்டிருப்பவரெனத் தெரிகிறது.

அவரது தலை, பொதுவாகத் தலைகள் இருக்கவிரும்பும் இடமான தோள்களுக்கிடையில் இல்லை. ரக்பி பந்தைப் போல வயிறுக்கு நேரே இரு கைகளாலும் பற்றிக்கொள்ளப்பட்டுள்ளது.

'நான் அப்படிச் செய்யமாட்டேன், மகனே. நீ இங்கேயே சிக்கிக்கொள்ள விரும்பினால் தவிர.'

மரங்களின் தலைகளையும் கட்டடங்களின் கன்னப் பகுதிகளையும் கடந்து சென்றுகொண்டிருக்கும்போது, அவர் இடைநிலையிலேயே ஆயிரம் நிலவுகளுக்கும் மேலாக இருப்பதாகக் கூறுகிறார்.

'இடைநிலை என்பது என்ன?' என்று கேட்கிறாய்.

தான் கேரி கல்லூரியில் ஆசிரியராக இருந்ததாக, தினமும் கொட்டாஞ்சேனையிலிருந்து பொரளை வரை சைக்கிளில் சென்றதாகக் கூறுகிறார். அவருடைய ஆடைகள் கிழிந்து ரத்தக் கறையுடன் உள்ளன.

'கார் விபத்தில் சிக்கிக்கொண்டீர்களா?' என்று கேட்கிறாய்.

'அவமதிப்பாக நடந்துகொள்ள வேண்டியதில்லை.'

அனைத்து ஆவிகளும் தங்களது முந்தைய வாழ்க்கையின் ஆடைகளை அணிகின்றன, அது நிர்வாணமாக இருப்பதைக் காட்டிலும் மேலானது என்கிறார்.

'சேவை முகப்பிலிருக்கும் துண்டுப் பிரசுரங்கள் நீங்கள் உங்களது பாவங்களை அல்லது மனவேதனைகளை அல்லது உங்கள் குற்றவுணர்வை அணிகிறீர்கள் என்று கூறுகின்றன. இந்த ஆயிரம் நிலவுகளிலிருந்து நான் கற்றுக்கொண்ட ஒரு விடயம்: ஒன்றில் அபத்தத்தின் நாற்றம் வீசுகிறதா, அதை விழுங்காதே.'

உன்னை அரசியல் பேரணிகளிலிருந்து அடையாளம் கண்டுகொள்கிறார், நீ அரசியல் பேரணிகளில் கலந்து கொண்டதில்லை என்றதும் உன்னைப் பொய்யன் என்கிறார். அவரது தலையற்ற சடலத்தை நீ புகைப்படமெடுத்ததாகக் கூறுகிறார். ஆனால் இணை கூற்றில் அவரது பெயரைக் குறிப்பிடவில்லை என்கிறார். செய்தித்தாள்கள் அதை அரசியல் கொலை என விவரித்தன ஆனால் அது அப்படியல்ல. 'பெரும்பாலான அரசியல் கொலைகளுக்கு அரசியலோடு தொடர்பிருப்பதில்லை,' என்கிறார்.

முக்காடணிந்த அவ்வுருவம் மொட்டைமாடியில் நின்றபடி நீ பேசிக்கொண்டிருப்பதைப் பார்க்கிறது. அது எந்தக் காற்றினுள்ளும் குதிப்பதை நீ பார்க்கவில்லை என்றாலும் எப்போதும் உனக்குச் சில அடிகள் முன்னால் இருக்கிறது.

'அதைப் பின் தொடர்கிறாய் என்றால் நீ ஓர் அடிமுட்டாள்.'

அவரது சட்டையிலுள்ள ரத்தத்தைப் பார்த்து கிண்டலான கருத்து ஒன்றைச் சொல்ல நினைக்கிறாய், ஆனால் எதுவும் தோன்றவில்லை.

'அது உனக்குப்பல உறுதிமொழிகளைத் தரும். ஆனால் எதையும் காப்பாற்றாது.'

நான் முத்தமிட்ட இளைஞர்கள் அனைவரையும் போல என்று நினைத்துக்கொள்கிறாய், ஆனால் அதை வெளியே சொல்லவில்லை.

'அது என் கொலையாளியைக் கண்டுபிடிப்பதாக எனக்கு வாக்களித்தது. என் கொலையாளி இப்போது என்பணத்தில் வீடொன்றை வாங்கியிருக்கிறான். ஆனால் அது தனிக்கதை.'

கீழே எறும்புகளைப் போல் தெரியும் மனிதர்கள், எறும்புகள் அலங்கோலமாகவும் திறமற்றதாகவும் இருந்தால் எப்படியிருக்குமோ அப்படி. காற்றில் தொற்றிக்கொண்டிருக்கிறாய், கொழும்புவின் இறந்த காற்று உன் காலடியில் வீசிக்கொண்டிருக்கிறது.

முழங்கையின் வளைவிலிருந்து தலை உன்னைப்பார்த்து இளிக்கிறது.

'நீ நம்பிக்கை கொண்டவனாக இருந்தாயா?'

'முட்டாள்தனமான விடயங்களில் மட்டும்.'

'சொர்க்கம் போன்றவற்றிலா?'

'சில சமயங்களில்.'

'நான் உன்னை நம்பவில்லை.'

தோள்களைக் குலுக்குகிறாய்.

'மறுமை என்பது எயர்லங்கா விளம்பரம்போல இருக்குமென நினைத்திருப்பாய் என்று பந்தயம் கட்டுவேன். தங்க நிறத்தில்

மாலி அல்மேதாவின் ஏழு நிலவுகள்

கடற்கரைகள், உடைகள் அணிந்த யானைகள் மற்றும் கேமராவுக்காகச் சிரிக்கும் தேயிலை பறிப்பவர்கள்.'

அவர் உன்னைப் பொய்யன் என்று நினைப்பது சரிதான்:

அ) நீ நம்பிக்கை கொண்டவனல்ல.
ஆ) உனக்கு அவரை நினைவிருக்கிறது.

அவர் மாகாண சபைக்குப் போட்டியிட்ட பள்ளி ஆசிரியர். குண்டர் கும்பலைச் சேர்ந்த அவரது சகோதரன் அவரைத் துப்பாக்கியால் சுட்டுக்கொல்ல வைத்து அவரிடத்தில் நின்று வெற்றிபெற்றான். அவரைப் புகைப்படம் எடுத்தபோது அவரது முகத்தில் பெரும்பகுதி மிச்சமில்லை, ஆனால் அவரை உனக்குத் தெரிகிறது.

'மறுமை என்பது பால் மற்றும் கித்துள் பாணி, கன்னிப் பெண்கள் உன்னைச் சவைப்பது என்று நம்பியதுண்டா? அல்லது மர்மங்களும் புதிர்களும் கேட்கக்கூடாத கேள்விகளும் நிறைந்ததொரு மறுமை வாழ்க்கையை நம்பினாயா?'

'மயக்கத்திலிருக்கும் ஆண்கள் கன்னிப் பெண்களை ஏன் விரும்புகிறார்கள் தெரியுமா?' டிடியின் முட்டாள்தனமான கோட்பாடுகளில் ஒன்றைக் கூறிவிட்டு பஞ்ச்லைனுக்கு விரைகிறாய். 'ஏனென்றால் நீங்கள் படுக்கையில் எவ்வளவு மோசமாக இருக்கிறீர்கள் என்று கன்னிப்பெண்ணால் அறியமுடியாது.'

காற்று உன்னைச் சுழிப்புகளில் சுமந்து மதில்கள் மற்றும் பேருந்து மேற்பரப்புகளின் மீது கொண்டுசெல்கிறது. உலகம் மங்கலான முனைகள் கொண்டிருக்கிறது, நிறமற்று இருக்கவேண்டிய இடங்களிலும் நிறங்கள், எங்கு பார்த்தாலும் ஆவிகள். உனக்கு முன்னே, அந்த முக்காடணிந்த உருவம் பெய்ராவின் முகப்பில் சரிந்து, கோயிலின் நுழைவாயிலில் உள்ள தலைக்கல்லில் காகம்போல இறங்குகிறது. இது காலத்தின் வட்டத்தில் மயிலைத் துரத்தும் பசுவைத் துரத்தும் யானையைச் சித்திரிக்கிறது. அவனது குப்பைப் பைகள் கற்காரைச் செதுக்கலுக்கு எதிராக இறக்கைகள் போல் விரிகின்றன. கைகளை மடித்து வைத்து உன்னை உறுத்துப்பார்த்தபடி நின்றிருக்கிறான். உன்னால் புரிந்துகொள்ள முடியாத சைகையொன்றைச் செய்கிறான்.

முதல் நிலவு ◊ 33

நீ அதைப் பார்ப்பதை உன் பயணத் துணைவரும் பார்க்கிறார். தனது தலையைத் தோளெலும்பில் வைத்துக்கொள்கிறார். முக்காடணிந்த உருவம் திரும்பி உனக்கு முதுகைக் காண்பித்தபடி பெய்ரா வாவியின் கரைக்கு இறங்குகிறது. சூரிய உதயத்தின் ஒளிக்கீற்று அதன் மேற்பரப்பைக் கண்ணாடியாக மாற்றுகின்றன. வளைந்த கிளைகளும் அலுவலகக் கட்டடங்களும் சிற்றலைகளில் தங்களின் பிரதிபலிப்புகளைச் சரிபார்த்துக்கொள்கின்றன.

முதியவர் பெருமூச்சொன்றை வெளியிடுகிறார். 'அல்லது அநேகமாக மறுமை என்பதைச் சித்திரவதைக்கூடமென உருவகித்தாயா? அரசாங்க வெடிகுண்டுகளுக்கும் புலிகளின் கண்ணிவெடிகளுக்கும் இடையிலகப்பட்ட குடிமகன் என்னும் மறுமையையா? உனது குடும்பப் பெயருக்காக அழைத்துவரப்பட்டுக் கழிகளால் அடிக்கப்படுவதான மறுமையையா? நரகம் நம்மைச் சுற்றி எங்குமிருக்கிறது, நாம் பேசிக்கொண்டிருக்கும் இவ்வேளையிலும் அது செயல்பட்டுக் கொண்டிருக்கிறது.'

அவர் தலையைத் தன் தோள்மீது வைத்து பெரிஸ்கோப் போலச் சுழற்றுகிறார். 'நிச்சயமாக நான் எதையும் நம்பியதில்லை. இல்லாத மறுமை என்பதில், சேவைப் பகுதியில் அமைந்திராத மறுமை என்பதில் நம்பிக்கை வைத்ததில்லை. ஏன் ஏதாவது இருக்கவேண்டும்? ஏன் எதுவுமற்று இருக்கக்கூடாது? சொர்க்கம் அல்லது மறுபிறப்பு அல்லது அதே சோகமான வாழ்க்கையை மீண்டும் மீண்டும் வாழ்வதைக் காட்டிலும் ஒன்றுமற்ற நிலை அதிக அர்த்தமுள்ளதாகத் தோன்றியது.' அவர் தனது தலையை உன்னை நோக்கிச் சாய்க்கிறார். 'இந்தப் பெருங்குழப்பம் நான் எதிர்பாராதது.'

'முக்காடு அணிந்திருக்கும் அது யார்?'

'ஜேவிபி கம்யூனிஸ்ட் கழிவு. இறந்தும் புரட்சி பேசிக்கொண்டிருப்பவன். கொல்லப்பட்டுவிட்ட மற்றுமொரு கொலையாளி. நீ அதனுடன் பேசிக்கொண்டிருக்காதே. நீ உன்னுடைய ஒளியைக் கண்டுபிடித்து உன்னால் இயலும்போதே இங்கிருந்து சென்றுவிட வேண்டும். நான் செய்திருக்க வேண்டியதும் அதுதான்.'

மறுமைகளையும் அவர் செய்யப்படாத அனைத்து விடயங்களையும் சிந்திப்பதுபோல் இறந்த நாத்திகர் பெய்ரா வாவியைப் பார்க்கிறார்.

'இந்த ஆயிரம் நிலவுகளில் என்ன செய்தீர்கள்?'

'நான் அனைத்துப் புனிதத் தலங்களுக்கும் சென்று மனிதர்கள் பிரார்த்தனை செய்வதைப் பார்த்திருக்கிறேன்.'

'ஏன்?'

'அவர்கள் எவ்வளவு முட்டாள்களாக இருக்கிறார்கள் என்பதை ரசிப்பேன்.'

'அது அவ்வளவு சுவாரசியமற்றதாகத் தெரியவில்லை.'

'ஏழு நிலவுகள் என்பது நீ நினைப்பதைக் காட்டிலும் குறுகியது,' என்கிறார். 'நீ அதைப் பின் தொடர்வதை நிறுத்தினால் அதுவும் உன் பின்னால் வருவதை நிறுத்திவிடும். இங்கேயே தங்கினாயென்றால் செய்வதற்கு ஏதுமில்லாமல் போகும்.'

தலையற்ற அம்மனிதரை உன் கேமராவுக்கு எதிரே நிறுத்தி, வாவி மற்றும் உதிக்கும் சூரியனின் பின்புறத்துடன் புகைப்படம் எடுக்கிறாய். அனைத்து நல்ல நோக்கங்களையும் போலவே அவரது குரலும் ஆவியாகிறது. சுற்றுமுற்றும் பார்க்கிறாய், அவரையோ அல்லது முக்காடணிந்த உருவத்தையோ காணவில்லை. நீ பார்ப்பதெல்லாம் வாவியின் சேறுபடிந்த கரையில் கிடக்கும் மூன்று உடல்கள் மட்டுமே.

பெய்ரா வாவி

4 டிசம்பர் 1989, செவ்வாய்க்கிழமையன்று, அதிகாலை 4 மணிக்குச் சில நிமிடங்கள் பிறகு, சாரோங் அணிந்த இரண்டு ஆண்கள் நான்கு உடல்களை பெய்ரா வாவியில் வீசினர். இப்படிச் செய்வது, அல்லது குடித்துவிட்டு இதைச்செய்வது, அல்லது இந்நேரத்தில் செய்வது இருவருக்குமே முதல்முறையல்ல.

இந்த நாளில் பெய்ரா வாவி, சக்திவாய்ந்த தெய்வமொன்று அதன்மீது குந்தியமர்ந்து, நீரில் தன் குடலைக் காலிசெய்துவிட்டுத் தண்ணீர் ஊற்ற மறந்துவிட்டது போலிருக்கிறது. அவர்கள்மீது திருடப்பட்ட சாராயத்தின் வீச்சம் அப்பிக்கிடக்கிறது. பல

வருடங்களாக உடல்களை அப்புறப்படுத்துவது அவர்களது நரம்புகளை அறுத்துவிட்டது அல்லது அவர்களது மனசாட்சியை வருத்துகிறது என்பதல்ல காரணம், தெளிவுடன் இருக்கையில் இந்தக் கடும்வீச்சத்தைச் சுவாசிப்பது என்பது பொதுக்கழிப்பறையின் சிறுநீர் பிறையின் நாற்றத்தை உள்ளிழுப்பது போன்றது என்பதால்.

முதல் உடல் குப்பைப் பைகளால் சுற்றிக் கட்டப்பட்டிருக்கிறது. சஃபாரி சட்டையணிந்த அவ்வுடலின் ஐந்து சட்டைப் பைகளிலும் செங்கல் நிரப்பப்பட்டுள்ளது. அழகான அணிகலன்கள் அணிந்துள்ள அவ்வுடல் ஒரேயொரு காலணி மட்டுமே அணிந்திருக்கிறது, கழுத்தைச் சுற்றி மூன்று சங்கிலிகள், ஒரு கேமரா. அம்மனிதர்கள் செங்கற்களை அடிபட்ட மேலுடம்புடன் சேர்த்துக் கட்டுவதற்கு நார்க்கயிறைப் பயன்படுத்துகின்றனர். தங்களுக்கு முடிச்சுகளைப் பற்றித் தெரியும் என்ற எண்ணம் அவர்களுக்கு இருக்கிறது, அவர்கள் கடலோடிகளோ அல்லது சிறுவர் சாரணர் இயக்கத்திலிருந்தவர்களோ அல்ல என்றபோதும்.

குண்டு எறிபவர்களின் நளினத்துடன் இருவரும் உடலை எறிகின்றனர், அது தெறிக்கும் நீர்த் திவலைகளுடன் பள்ளித்திடலில் தாண்டப்படும் தூரமளவே விழுகிறது. முதல்புட்டிச் சாராயம் அவர்களிடமிருந்த அருவருப்பைத் திருடிக்கொண்டது; இரண்டாவது புட்டி அவர்களது உடலியக்கத் திறன்களை எடுத்துக்கொண்டது. உடல் பெய்ராவின் வெதுவெதுப்பைத் தொட்டவுடனேயே முடிச்சுகள் அவிழ்ந்துகொண்டு செங்கற்கள் கருப்பு நிறங்கொண்ட நீர்ப் பரப்பில் மூழ்குகின்றன.

மற்ற உடல்களுக்கும் அதேபோல முயற்சி செய்கின்றனர். ஒன்று மூழ்க, மற்றொன்று மிதக்கிறது. மிதக்கும் கோவிலிலிருக்கும் கற்களாலான புத்தர்களின் நெடுவரிசைகள் மிதக்கும் இறந்தவர்களை ஆர்வமோ அல்லது பதட்டமோ இன்றி வெறித்துப் பார்க்கின்றன. உடும்புகள் தங்களது காலை மூழ்குதலுக்கென அவ்வுடல்களைக் கடந்து சறுக்கிச் செல்கின்றன. கண்களை யார் தின்பதென நீர்ப் பறவைகள் வாதிடுகின்றன.

பெய்ரா வாவி இப்போதிருப்பதைப்போல மூன்று மடங்கு அளவினதாக இருந்து அனைத்துவிதமான தீமைகளையும் மறைக்கப் பயன்படுத்தப்பட்டது. போர்த்துக்கீசிய வியாபாரியான லோபோ டூ ப்ரிட்டோ, களனி கங்கையைத் திருப்பி, கொள்ளையடித்துக்கொண்டிருந்த விஜயபாகு மன்னனைத் தோற்கடித்த காலத்திலிருந்து நூற்றாண்டுகளாகப் பல விடயங்கள் அதில் புதைந்து கிடக்கின்றன. அது கொழும்புவின் பின்பக்கமாக வெளியேறி பாணந்துறை வழியாக நீண்டு, பொல்கொட வாவியுடன் இணையும். டச்சுக்காரர்கள் அதைக் கைப்பற்றி, கால்வாய்கள் வழியாகச் சுருக்கினர். பிறகு ஆங்கிலேயர்கள் அதைத் திருடி தங்களுக்கு வேலை செய்ய வைத்தனர். வியாபாரிகள், கடலோடிகள், விபச்சாரிகள், குண்டர் கும்பலைச் சேர்ந்தவர்கள் மற்றும் அப்பாவிகளின் சடலங்கள் அதன் வயிற்றில் அழுகிக்கொண்டிருக்கின்றன. ஒவ்வொரு தசாப்தத்திலும் அது வெளியிடும் ஏப்பம் அடிமைத் தீவைத் தன் துர்நாற்றம் நிறைந்த சுவாசத்தால் நிறைக்கும்.

‘ஏய் முட்டாளே,’ ஏப்பத்தை வெளியிட்டபடி பலால் (பூனை) அஜித் கூறினான். ‘நீ அதில் டேப் சுற்றவில்லையா?’

‘நான் கட்டித்தான் வைத்திருந்தேன். நீதான் அவசரம் என்றாய். டேப் சுற்ற எங்கே நேரமிருந்தது?’ என்றான் கொத்து நிஹால்.

‘அந்த முடிச்சுகள் உன் அம்மாவின் தூமைத் துணியைக் காட்டிலும் தளர்வாக இருந்தன.’

‘என்ன சொல்கிறாய்?’

’பக்கத்திலேயே இருக்கிறது. நவம் மாவத்தையில் ஹார்டுவேர் கடையில் டேப் வைத்திருக்கிறான். ஐந்து நிமிடம்தான் தேவைப்பட்டிருக்கும்.’

‘அது திறந்திருக்கவில்லை.’

‘அப்படியென்றால் போய்த் திற.’

‘அய்யோ, என்னால் முடியாது. சமய குருக்கள் விழித்துக்கொள்ளும் நேரம். அதிகாலையில் சமய குருக்களைக் குத்தமுடியாது.’

பலால் அஜித் தனது டி-ஷர்ட்டைக் கழற்றிவிட்டு சாரோங்கின் முன்பக்கத்தைக் கால்களுக்கிடையில் நுழைத்து ஆசனவாயின் வெடிப்புக்கிடையே வைத்துச் சொருகிக்கொண்டான். பிறகு

மற்றுமொரு ஏப்பத்தை வெளியிட்டான். குழம்பு வைக்கப்பட்ட மாட்டுக்குடல், பலால் அஜித்தின் இரைப்பையை நீங்கிப் பின் தொண்டையை விட்டு வெளியேறியது. பழைய சாராயத்தில் ஊறவைக்கப்பட்ட மாட்டுக்குடல் கறியின் சுவையை மீண்டும் சுவைத்துக்கொண்டான்.

'இதற்காகத்தான் சொல்கிறேன் கொத்து அண்ணே, இப்போது நீயும் நானும் நீந்தவேண்டும்.'

சடலமும் சட்டையின்றி இருந்தது, நெஞ்செலும்புகள் உடைந்த தேங்காயைப் போல உள்வாங்கியிருந்தன. மாவாக்கப்பட்ட எலும்புகளை, தாடியில் ஒட்டியிருந்த சதைத் துணுக்குகளை அல்லது முகத்தில் காணாமல் போயிருந்த தசைப் பகுதிகளைப் பார்க்காமலிருக்க முயற்சி செய்தாய்.

என்றாலும் பார்த்தாய். உனக்கு இந்த விலங்குகளைத் தெரியும். இவர்கள் சூதாட்ட விடுதியில் வேலை செய்பவர்கள், விடுதியை வெற்றிகொண்டவர்களை அடித்துத் துவைக்க, விடுதி வெற்றி கொண்டவர்களிடமிருந்து வசூல் செய்யக் கூலி வாங்குபவர்கள். ஆனால், அவர்கள் குப்பை அள்ளுபவர்களாக வேலை செய்பவர்கள் என்று உனக்குத் தெரியாது. குனு காராய (குப்பை அள்ளுபவர்) என்பது மரணச் சான்றிதழ் வாங்கமுடியாத உடல்களை அப்புறப்படுத்துபவர்களைக் குறிக்கும் இடக்கரடக்கல். ஊழல் நியாயாதிபதியை வாங்குவதைக் காட்டிலும் குனு காராயவை அமர்த்திக்கொள்வது மலிவானது.

1987ஆம் ஆண்டு நிகழ்ந்த இந்தியாவுடனான இலங்கையின் சமாதான உடன்படிக்கைக்குப் பிறகு குனு காராயவுக்கான தேவை மிகவும் அதிகரித்துள்ளது. அரசாங்கப் படைகள், கிழக்குப் பகுதி பிரிவினைவாதிகள், தெற்கிலுள்ள அரசின்மைவாதிகள் மற்றும் வடக்கிலிருக்கும் அமைதிப் படையினர் என அனைவருமே செழிப்பான முறையில் பிணங்களை உற்பத்தி செய்பவர்கள்.

கொத்து நிஹால் மற்றும் பலால் அஜித்துக்கு அந்தப் பட்டப் பெயர்கள் வெலிகட சிறைச்சாலையில் அமைந்தன, அதற்காக இருவருமே சமையற்கலைக்குக் கடன்பட்டிருக்கிறார்கள். கொத்து நிஹால் சமையலறையில் வேலை செய்தவன், அங்கு கொத்து ரொட்டி தயாரிப்பதற்காக ரொட்டிகளைக் கொத்துவதில் தேர்ச்சி பெற்றான். வளாகத்திற்குள் அவன் கடத்திவந்த சமையல் பாத்திரங்கள் அவனைத் திறமிக்க சிறை

ஆயுத வியாபாரியாக மாற்றியது. சிறைக்குள் மற்றவர்களைத் துன்புறுத்திக்கொண்டிருந்தவனின் தொண்டையில் இரண்டு கொத்துத் தகடுகளின் கூர்மையான முனைகளை வைத்ததன் மூலம் தனக்கான இடத்தை அடைந்தவன். பலால் அஜித், சிகரெட்டுகளுக்கு ஈடாகப் பூனைகளையோ அல்லது பலாலாக்களையோ சமைத்துக் குழம்பாகப் பரிமாறுவான்.

நீர்ச்சறுக்குப் பலகை என்பதுபோலச் சடலத்தின் மீது நிற்கிறாய். உனது முற்பிறவியில் எப்போதாவது நீர்ச்சறுக்கு செய்ததுண்டா? அதற்குத் தேவையான உடற்கட்டு உன்னிடம் இருந்திருப்பதாகத் தெரிகிறது. என்னவொரு அற்புதமான தோற்றம்கொண்ட மனிதனாக இருந்தாய். எவ்வளவு முட்டாள்தனமான வீணடிப்பு. உன் அப்பா, உன் அம்மாவை விட்டுவிட்டுச் சென்றபோதுகூட அழாத அளவுக்கு இப்போது தேம்பி அழுகிறாய், பிறகு அழுவதை நிறுத்திக்கொள்கிறாய்.

தலையற்ற நாத்திகருடன் நீ முரண்படவில்லை. முப்பத்து-நான்கு வருடங்களாகத் தீவிரத்துடன் எதையும் நம்பாமல் இருந்திருக்கிறாய். இப்போதைய பெருங்குழப்பத்திற்குச் சரியான விளக்கமில்லை என்றபோதும் சரியானதைப் போலத் தோற்றமளிக்கக்கூடிய ஒன்று. கோவில்களிலும் மசூதிகளிலும் தேவாலயங்களிலும் குவிந்த செம்மறியாடுகளைக் காட்டிலும் அறிவுள்ளவன் நீ என்று நினைத்திருந்தாய், இப்போது அந்தச் செம்மறியாடுகள் சரியான பந்தயத்தை வைத்திருப்பதாகத் தோன்றுகிறது.

உன்னுடைய குறுகிய, பயனற்ற இருப்பில் நீ ஆதாரங்களைப் பரிசோதித்து முடிவுகளை எடுத்தாய். நாம் இரண்டு நீண்ட உறக்கங்களுக்கிடையே மினுங்கும் வெளிச்சம். கடவுளர், நரகங்கள் மற்றும் முற்பிறப்புகள் குறித்த கட்டுக்கதைகளை மறந்துவிடு. முரண்களிலும் நியாயத்திலும், ஏற்கெனவே கலைக்கப்பட்ட சீட்டுக்கட்டை மீண்டும் கலைப்பதிலும் நம்பிக்கை வை, உன் கையிலுள்ள சீட்டுகளைக் கொண்டு எவ்வளவு சிறப்பாக, எவ்வளவு நேரம் விளையாட முடியுமோ விளையாடு. மரணம் என்பது ஓர் இனிமையான மறதியென்று நினைத்திருந்தாய், ஆனால் இரண்டு விடயங்களிலுமே நீ நினைத்தது தவறு.

நீ நம்பிய ஒரே கடவுள் தாழ்-நிலையிலிருக்கும் சிறுதெய்வமான நாரதர் மட்டுமே. நாரதரின் வேலை என்பது மனித குலத்திற்குப் புதிய பிரச்சினைகளை உருவாக்குவது குறித்துச் சிந்திப்பதே. ஒருவேளை அவரதில் தோல்வியுற்றால் அவரது தலை வெடித்துச் சிதறிவிடும். அவருக்கு வழக்கமான அமரத்துவ ஒப்பந்தம், அனைத்தையும் அறியக்கூடிய உதவித்தொகை அளிக்கப்பட்டிருந்தது. இருப்பினும் தனது தலையைப் பழுதுபடாமல் வைத்திருப்பதே அவரது தலையாய நோக்கமென்று நீ சந்தேகிப்பதுண்டு.

நாம் அஞ்சவேண்டியது தீமையைக் கண்டல்ல. அதிகாரத்துடன் இருக்கும் விலங்குகள் தங்கள் விருப்பம்போல நடப்பது: அதுதான் நம்மை நடுங்கச்செய்ய வேண்டும்.

உலகத்தின் பைத்தியக்காரத்தனத்தை வேறெப்படி விளக்குவது? பரலோகப் பிதா என்றொருவர் இருப்பாரேயானால் அவர் அநேகமாக உன் தந்தையைப் போலத்தான் இருக்க வேண்டும்: கண்காணாமல், சோம்பேறித்தனமாகவும் ஒருவேளை தீயகுணம் கொண்டவராகவும் இருக்கக் கூடும். நாத்திகர்களுக்குத் தார்மீகத் தேர்வுகள் மட்டுமே உள்ளன. நாம் தனியாக இருக்கிறோம் என்பதை ஏற்றுக்கொண்டு சொர்க்கம் என்பதை இந்தப் பூமியில் உருவாக்கப் பாடுபடலாம். அல்லது யாரும் நம்மைக் கவனித்துக்கொண்டில்லை என்பதை ஏற்று என்ன விருப்பமோ அதைச் செய்யலாம். இரண்டாவது ஒப்பீட்டளவில் சுலபமானது.

இதோ இப்போது இங்கிருக்கிறாய், 1983இல் தமிழர் வீடுகளை எரித்த மனிதர்கள் உன் சடலத்தை மூழ்கடிக்க முயல்வதைப் பார்த்தபடி. இனிமையான மறதியும் கனவுகளற்ற உறக்கமும் என்பதற்கு இது சற்றே அதிகம். எப்போதும் விழித்திருக்கும்படி விதிக்கப்பட்டிருக்கிறாய். பார்த்துக்கொண்டிருக்க ஆனால் தொடமுடியாமல், சாட்சியாக இருக்க என்றாலும் எதையும் பதிவுசெய்ய முடியாமலிருக்க விதிக்கப்பட்டிருக்கிறாய். ஆண்மையற்ற ஹோமோவாக இருக்க, அதாவது சற்றுநேரம் முன்பு சேவை முகப்பிலிருந்த இறந்த குழந்தை உன்னை அழைத்ததுபோல் பொட்டையாக இருக்கவும்.

முக்காடிட்ட அந்த உருவம் நிழலிலிருந்து வெளிப்படுகிறது. காற்றில் மிதந்து கல் புத்தர்களை அடுத்து சம்மணமிட்டபடி அமர்ந்துகொள்கிறது. அது பேசும்போது தன் உதடுகளை

அசைப்பதில்லை ஆனால் நிழலில் அமர்ந்தபடி சொற்களை உன் தலைக்குள் விதைக்கிறது; தொண்டையைச் செருமும் பாம்புபோலக் குரல். 'உங்கள் இழப்புக்கு வருந்துகிறேன், மாலி–சார். இது உங்களுக்குப் பெரிய அதிர்ச்சியாக இருக்கும். நீங்கள் உங்களது உடல்மீது தியானிக்க வேண்டும்.'

'அது எவ்வகையிலாவது உதவுமா?'

'உண்மையில் இல்லை.'

தனது புகைப்படத்தைப் பார்த்து, தான் குண்டாக, அசிங்கமாக இருப்பதாக எவர்தான் உணர்ந்ததில்லை. நினைவுகள் அளவுக்கே கண்ணாடிகளும் பொய் சொல்லக் கூடியவை. ஏன் பொய்சொல்ல வேண்டும்: நீ ஓர் அழகான உயிரியாக இருந்தாய். நேர்த்தியாக, சுத்தமாக, அழகான கேசத்துடன் பாங்குடைய சருமத்துடன் இருந்தவன். ஆனால், இப்போது நீ சுவாசமின்றி, நிறமின்றி கற்பலகையில் கிடத்தப்பட்டிருக்கும் பிணம். உனக்குமேலே பூனைகளைக் கசாப்பு செய்பவன் தனது வெட்டுக்கத்தியை உயர்த்திக்கொண்டிருக்கிறான்.

'நீ எனது உதவியாளா?' என்று கேட்கிறாய், ஆனால் பதில் வரவில்லை. அந்த உருவம் மறைந்துவிட்டது. அது மறுமுறை உன்னை அரவமின்றி நெருங்கக் காத்திருக்கிறாய்.

'இல்லை, சார். உதவியாளர்களை மறந்துவிடுங்கள். அத்தனையும் அபத்தம். வெள்ளை உடையிலிருக்கும் அந்த முட்டாள்கள் அதிகார மனப்பான்மை கொண்டவர்கள், சிறைக்காவலர்கள். அவர்கள் இடைநிலை என்பதை மனநோய் விடுதியென மாற்றி விட்டனர். பரிதாபகரமானது.'

ஒருமுறை உலக வங்கியும் டச்சு அரசாங்கமும் இந்தக் கால்வாய்களைப் புனரமைக்க நிதியளித்தன. அதில் கணிசமான பகுதி நன்முறையில் தைக்கப்பட்ட சட்டைப் பைகளுக்குள் சென்று சேர்ந்தது. சாத்தியக்கூறுகளுக்கான ஓர் ஆய்வு நிராகரிக்கப்பட்டு, கட்டப்படாத நெடுஞ்சாலைகள் மற்றும் வானளாவிய கட்டடங்களுக்கான திட்டங்களுக்கு அடுத்ததாகக் கோப்புகளில் வைக்கப்பட்டது. இலங்கையில், அனைத்தும் ஆகக் குறைந்த தொகைகோரும் ஏலதாரரால் கட்டப்பட்டவை அல்லது மிகவும் லாபகரமாக - கட்டப்படுவதே இல்லை.

மண்டையோட்டிலுள்ள துளைகள் வழியாக நீர் உள்ளிறங்கும் என்ற நம்பிக்கையில் கொத்து உடலை அமிழ்த்திப் பிடிக்கிறான். நீர் மூளைக்கு ஞானஸ்நானம் செய்விக்கிறது, என்றாலும் உடல் மிதக்கிறது. கொத்து சபித்தபடி உமிழ்கிறான். உணவு மேசைப் பணியாளராகிவிட்ட தவளைபோல், பலால் தலைக்குமேல் வெட்டுக் கத்தியைப் பிடித்தபடி உடலைநோக்கி நீரில் அளைந்தபடி வருகிறான். வெட்டுக்கத்தி அளவில் பெரியதாகப் பழுப்பு நிறத்துடன் உள்ளது, அதன் பளபளப்பின்மை சந்தேகத்திற்கிடமின்றி ஆயிரம் பூனைகளின் இரத்தத்தால் உருவானது.

இம்மனிதர்களை உன்னித்துக் கவனித்திருக்கிறாய், தெருக்களில், காடுகளில் அவர்களைத் தவிர்த்திருக்கிறாய், அவர்கள் யாரென்பதும் எண்ணமுடியாத அளவிலிருக்கிறார்கள் என்பதும் உனக்குத் தெரியும். அவர்களது தலைமுடியில் உமிழ்ந்து கொண்டிருக்கிறாய் என்பதை அறியாமல், தங்களை யாரும் கவனிக்கவில்லை என்றே அவர்களும் நினைக்கிறார்கள். ஜே.ஆர் (ஜயவர்த்தன) கட்டிய வீட்டில் வசிக்கும் அமைச்சரவைக்குக் கட்டுப்பட்ட அமைச்சகத்தால் நிதியளிக்கப்படும் விசேட படைப்பிரிவின் அறிவுறுத்தலின் பேரில் காவல்துறையினரால் பணியமர்த்தப்பட்ட தங்களது குண்டர் கும்பல் தலைவனுக்காக வேலை செய்பவர்கள் இந்தக் காலிகள்.

1988 என்பது ஜேவிபி மார்க்சிஸ்ட்டுகள் தேசத்தின் குரல்வளையைப் பற்றியிருந்த காலம், அதற்கடுத்த வருடம் என்பது அரசாங்கத்தின் கடும்நடவடிக்கை குறித்தது. நீங்கள் அரசியல் சார்புள்ளவராக இருந்தால் இந்தக் குண்டர்கள் உங்களைப் பிடித்து விசாரணையாளர் ஒருவரிடம் ஒப்படைப்பர், அவருடனான உங்களது அமர்வைப் பொறுத்து நீங்கள் மரணதண்டனை நிறைவேற்றுபவரிடம் ஒப்படைக்கப்படுவீர்கள். பொதுவாக இவர்கள் துன்புறுத்தி இன்பம் காணும் இயல்புடைய முன்னாள் ராணுவத்தினர், மேலும் இவர்களில் பெரும்பாலானோர் கு-க்ளக்ஸ்-க்ளான்* போலத் துளைகள்கொண்ட கருப்பு முக்காடு அணிபவர்கள், புரிந்துகொள்ளக் கூடியதாக இதில் கருப்பு என்பது மட்டுமே வேறுபாடு.

Ku-Klux-Klan (KKK)-அமெரிக்க வெள்ளையர் மேலாதிக்கவாத, வலதுசாரி பயங்கரவாத மற்றும் வெறுப்புக் குழு. இவர்களின் முதன்மை இலக்கு ஆப்பிரிக்க அமெரிக்கர்கள்.

இந்த விட்டைகளில் எவரைப் பற்றிக்கொண்டு மேலேசென்றாலும் அது நாடாளுமன்ற உறுப்பினர் ஒருவரில் சென்றுமுடியும். யாழ்ப்பாணப் பல்கலைக்கழகத்தைச் சேர்ந்த மருத்துவர் ராணி ஸ்ரீதரன் புகழ்பெற்ற எல்டிடிஈ-இன் பயங்கரவாதப் பிரிவு மற்றும் அரசாங்கத்தின் கொலைக்குழு குறித்த வரைபடத்தை வெளியிட்டவர். கறைபடிந்த கைகள் கொண்டவர்கள். அதிகாரத்திலிருப்பவர்களுடன் நேரடித் தொடர்பற்றவர்கள், எனவே அதிகாரத்திலிருப்பவர்கள் தாங்கள் தேர்ந்தெடுப்பவர்கள் மீது பழிசொல்ல முடியும். அந்த நல்ல மருத்துவர் உனது புகைப்படங்களைத் தனது புத்தகத்தில் உன்னுடைய அனுமதியின்றிப் பயன்படுத்தியிருக்கிறார். விரிவுரை ஒன்றிற்காகச் சைக்கிளில் செல்லும்போது சுட்டுக்கொல்லப்பட்டவர். உன்னுடைய புகைப்படங்களைத் திருடியதற்காக என்பதைக் காட்டிலும் அநேகமாகப் புலிகளுக்கு எதிராகப் பேசியதால் அது நடந்திருக்கலாம்.

அதுபோக, தீவிரமான விடயங்கள் உனக்கு முன்னால் நடந்துகொண்டிருக்கின்றன. முகம்பார்க்க முடியாத மற்ற உடல்களைப் போலவே உனது உடலும் முதுகெலும்பில் வெட்டப்பட்டுக் கொண்டிருக்கிறது. நீ ரத்தத்தை, குடல்களைப் பார்த்துப் பழகியவன் என்றாலும் இதை உன்னால் ஏற்றுக்கொள்ள முடியவில்லை.

மற்ற உடல்களின் தலை வெட்டப்படுவதையும் கை, கால்கள் கழிக்கப்படுவதையும் பார்த்துக்கொண்டிருக்கிறாய். பலால் துண்டு போட்டுக்கொண்டிருக்க, கொத்து கோவிலுக்கு அருகிலிருக்கும் குழாயில் நெளிவுக்குழாயொன்றைப் பொருத்துகிறான். ரத்தம் பெய்ராவின் கருப்பில் கலந்து மறைகிறது. இருகூறாக்கப்பட்ட உன்னுடைய உடலை அந்தக் காலிகள் நெருங்கும்போது முக்காடிட்ட உருவம் உன்னை அங்கிருந்து அழைத்துச் செல்கிறது. அவன் தனது முக்காடை நீக்கியபின் உன்னால் அவனது முகத்தைப்பார்க்க முடிகிறது. தோலுரிக்கப்பட்ட சிரங்குகளைப் போலத் தழும்புகள் இருந்தாலும் அவனது இளமையான முகம் பார்வைக்கு விரும்பத்தகாததாக இல்லை.

'நீங்கள் நலமாக இருக்கிறீர்களா முதலாளி?' என்று கேட்கிறான்.

'அப்படிச்சொல்ல முடியவில்லை,' என்று பதிலளிக்கிறாய்.

அவன் முகம் சுளித்துத் தலையை அசைக்கிறான்.

‘சாருக்கு என்னை நினைவில்லை.’

அவன் கழுத்திலிருக்கும் சிராய்ப்புகளை, தோளிலுள்ள தீக்காயங்களைப் பார்க்கிறாய்.

‘என்னை “சார்” என்று அழைப்பதை நிறுத்தமுடியுமா?’

அவன் உனக்கு தெஹிவளை மற்றும் வெள்ளவத்தையை இணைக்கும் இருப்புப் பாதையை, வென்னப்புவ கம்யூனிஸ்ட் பேரணியில் நடந்த சண்டையை, நீர்க்கொழும்பிலுள்ள இருண்ட கடற்கரையை நினைவுபடுத்துகிறான். சாக்லேட் நிறத்திலிருக்கும் அவனது சருமம், ஒடுங்கிய உடற்கட்டு அல்லது அவனது மெல்லிய உதடுகள் எதுவும் உனக்கு நினைவிலில்லை, அவனது பெயரும் உனக்குத் தெரியவில்லை.

இதற்கிடையே, உதிக்கும் சூரியன் குறித்து எருமைகள் சச்சரவிட்டுக் கொண்டிருக்கின்றன, ரத்தம் கழுவப்படவில்லை, உடலுறுப்புகள் இன்னும் மூழ்கவில்லை. முன்பு உனக்குச் சொந்தமாக இருந்த உனது தலை பொலித்தீன் பையில் வைக்கப்பட்டு வாவிக்குள் வீசப்படுவதைப் பார்க்கிறாய். ஒருகாலத்தில் உனக்குச் சொந்தமாக இருந்த கைகால்கள் பெட்டிக்குள் அடைக்கப்படுகின்றன. இறந்த நாத்திகரையைப் போலல்லாமல் உனது தலை ஏன் இன்னமும் தோள்களுக்கிடையில் இருக்கிறதென்று சிந்திக்கிறாய்.

‘நான் சேன பதிரண எனப்பட்டேன். கம்பஹ ஜேவிபியின் பிரதான அமைப்பாளராக இருந்தேன். பல நிலவுகளுக்கு முன்பாக எனது உடல் இந்த நாற்றமெடுத்த வாவியில் மூழ்கடிக்கப்பட்டது. நாம் ஏற்கெனவே சந்தித்திருக்கிறோம்.’

மற்ற உடலுறுப்புகள் பொதிந்து வைக்கப்படுமிடத்திற்கு நகர்கிறாய். கைகால்கள் மற்றும் தலைகள் பொலித்தீன் பைகளில் உறையூட்டியில் வைக்கப்படுவனபோலப் பொதியப்படுகின்றன.

‘இல்லை, எனக்கு...’

‘வென்னப்புவ பேரணியில் என்னை முத்தமிட முயன்றீர்கள். அது சாருக்கு நினைவிலிருக்கும் என்று நான் எதிர்பார்க்கவில்லை, சார்.’

பெய்ராவின் ஓரங்களில் உடலுறுப்புகள் மிதப்பதைப் பார்க்கிறாய், குப்பை அள்ளுபவர்கள் சபித்துக்கொண்டிருக்க, கரையும் நம்பிக்கையுடன் நினைவுகள் திரும்பக் காத்திருக்கிறாய்.

சொற்சுருக்கங்கள்

ஒருமுறை ஆன்ட்ரூ-மெக்-கோவன் எனும் இளம் அமெரிக்கப் பத்திரிகையாளன் இலங்கையில் பயன்படுத்தப்படும் சொற்சுருக்கங்கள் குறித்துக் குழம்பியபோது, அவனுக்காகப் பட்டியல் ஒன்றை உருவாக்கினாய். அதைப் பலமுறை, பல வருகையாளர்களுக்காக, பல வருடங்களுக்கு மறுசுழற்சி செய்தாய்.

அன்புள்ள ஆன்டி,

வெளிநாட்டவருக்கு இலங்கையின் துயரம் குழப்பமானதாக, சரிசெய்ய முடியாததாகத் தோன்றலாம். அது இரண்டுவிதத்திலும் இருக்கவேண்டியதில்லை. பிரதானப் பங்காற்றுபவர்களின் பட்டியல் இங்கே.

LTTE - தி லிபெரேஷன் டைகர்ஸ் ஆப் தமிழ் ஈழம் (தமிழீழ விடுதலைப் புலிகள்)

* தனித் தமிழ்தேசம் ஒன்றைக் கோருபவர்கள்
* அதை அடைவதற்காக தமிழ் மக்களை, மிதவாதிகளைப் படுகொலை செய்யத் தயாராக இருப்பவர்கள்.

JVP - ஜனதா விமுக்தி பெராமுன (மக்கள் விடுதலை முன்னணி)

* முதலாளித்துவ அரசைத் தூக்கியெறிய விரும்புபவர்கள்
* தொழிலாளர் வர்க்கத்தை விடுவிக்கும் செயலின்போது தொழிலாளர்களைக் கொலை செய்யத் தயாராக இருப்பவர்கள்.

UNP - தி யுனைடெட் நேஷனல் பார்ட்டி (ஐக்கிய தேசியக் கட்சி)

* மாமா மருமகன் கட்சி என்று அழைக்கப்படுகிறது.
* ‘70களின் பிற்பகுதியிலிருந்து அதிகாரத்திலிருப்பவர்கள், மேற்கூறிய இரண்டு போர்களிலும் ஈடுபட்டிருப்பவர்கள்.

STF - தி ஸ்பெஷல் டாஸ்க் ஃபோர்ஸ் (சிறப்பு அதிரடிப்படை)

* அரசாங்கத்தின் சார்பாக, எல்டிடிஈ அல்லது ஜே.வி.பி.க்கு ஆதரவாக இருப்பதாகச் சந்தேகிக்கப்படும் எவரையும் கடத்திச் சென்று சித்திரவதை செய்வார்கள்.

தேசம் இனங்களாகப் பிரிந்துகிடக்கிறது, இனங்கள் பிரிவுகளாகச் சிதறிக்கிடக்கின்றன, பிரிவுகள் ஒன்றன்மீது ஒன்று தாக்குதல் தொடுக்கின்றன. எதிர்க்கட்சியிலிருப்பவர்கள் யாராக இருந்தாலும் பன்முகக் கலாச்சாரத்தைப் போதனை செய்வார்கள், பிறகு அதிகாரத்திற்கு ஈடாகச் சிங்கள பௌத்த மேலாதிக்கத்தை அமுல்படுத்துவர்.

நீங்கள் மட்டும் இங்கே அந்நியனில்லை ஆன்டி. இங்கு உங்கள் அளவுக்கே பலரும் குழப்பத்திலுள்ளனர்.

IPKF- இந்திய அமைதிப்படை

* நமது அண்டைநாட்டால் அமைதியை நிலைநாட்டும் பொருட்டு அனுப்பப்பட்ட படை
* தங்களது நோக்கம் நிறைவேற கிராமங்களை எரிக்க விரும்புபவர்கள்.

UN - ஐக்கிய நாடுகள் சபை

* இந்த அமைப்புக்குக் கொழும்புவில் அலுவலகங்கள் உள்ளன.
* உடன் பணி செய்யத் தகுதியற்ற முட்டாள்கள்.

RAW - ஆராய்ச்சி மற்றும் பகுப்பாய்வுப் பிரிவு

* இந்திய உளவமைப்பு. இங்கே ஏமாற்று வேலைகளுக்குத் தரகு செய்வதற்காக உள்ளது.
* இவர்களைத் தவிர்ப்பதே நல்லது.

CIA - நடுவண் ஒற்று முகமை

* தியேகோ கார்சியா தீவுகளின் கரையிலிருப்பவர்கள், அவர்களிடம் மிகவும் சக்திவாய்ந்த தொலைநோக்கி இருக்கிறது.
* இது உண்மையா, ஆன்டி? அப்படியில்லை என்று சொல்லுங்கள்.

இது அவ்வளவு சிக்கலானதில்லை, என் நண்பா. நல்லவர்களைத் தேட முயற்சி செய்யாதீர்கள். ஏனென்றால் அப்படி யாரும் இங்கில்லை. எல்லோருக்கும் பெருமிதம், பேராசை இருக்கிறது, பணம் கைமாறாமல் அல்லது முஷ்டியை உயர்த்தாமல் இங்கே யாராலும் எதையும் தீர்க்கமுடியாது.

எவரும் கற்பனைசெய்யாத அளவுக்கு விடயங்கள் கைமீறிச் சென்றுவிட்டன, அவை நாளுக்குநாள் மோசமாகிக்கொண்டே இருக்கின்றன. பாதுகாப்பாக இருங்கள் ஆன்டி. இந்தப் போர்கள் உயிரைத் தருமளவுக்குத் தகுதியானவையல்ல. உண்மையில் எந்தப் போருமில்லை.

மாலின்

இறந்த புரட்சியாளருடன் உரையாடல் (1989)

உனக்கு ஆண்களைப் பிடித்திருக்கிறது என்பது தொடக்கத்திலேயே தெரிந்துவிட்டது. ஓரினச்சேர்க்கையாளர்கள் கட்டி வைக்கப்பட்டு கத்தியால் வல்லுறவு செய்யப்படவேண்டும் என்று உன் அப்பா கூறியபோது, தலைகுனிந்து உன் செருப்புகளைப் பார்த்துக் கொண்டிருந்தாய். அதன்பிறகு ஒருபோதும் அவர் முகத்தை நீ ஏறிட்டுப் பார்த்ததில்லை.

ஓரின விரும்பிகள் தெருவில் முத்தமிட்டுக்கொள்ளக்கூடிய, வங்கிக் கடன்களை ஒன்றாகச் சேர்ந்து பெறக்கூடியதும் ஒருவர் கைகளில் மற்றவர் உயிரைவிடும் காலமும் வரலாம். அது உன்னுடைய வாழ்நாளில் இல்லை. உன் வாழ்நாளில், நீ அந்நியர்களை இருண்ட இடத்தில் சந்தித்தால் பிறகு ஒருபோதும் அவர்களைச் சந்திப்பதில்லை. அல்லது உனக்கிருக்கும் ரகசிய உறவுகள் மன வலியைத் தரக்கூடக் கால அவகாசமின்றி முடிந்துபோகும். அல்லது புரட்சிகரமாக ஏதேனும் செய்வாய், உதாரணமாகப் பெண்தோழி வைத்துக்கொள்வது, அவளுடன் சேர்ந்து வாழ்வாய், அதேசமயம் உபரி அறையில் வீட்டு உரிமையாளரின் மகனுடன் உறங்குவாய்.

'நீங்கள் ஜேவிபி பேரணி ஒன்றிற்கு வந்தீர்கள். என்னை விளம்பரப் பதாகையுடன் புகைப்படம் எடுப்பதற்காக நிற்கும்படி கூறினீர்கள். பிறகு, என்னை முத்தமிட முயற்சி செய்தீர்கள். ஒருவாரம் கழித்து என்னுடைய முதல்தொகுதி காம்ரேடுகள் காணாமல் போனார்கள். ஒரு மாதம் கழித்து என்னைக் காணாமலாக்கினார்கள்.'

விபரங்கள் உனக்கு அரிப்புகளாகவும் வலிகளாகவும் வரும். '80களின் இலங்கையில் 'காணாமல் போவது' என்பது செயப்பாட்டு வினைச்சொல், அரசாங்கம் அல்லது ஜேவிபி

அரசின்மைவாதிகள் அல்லது புலிப்பிரிவினைவாதிகள் அல்லது இந்திய அமைதிப்படையினர், நீங்கள் எந்த மாகாணத்திலிருக்கிறீர்கள் என்பதையும் நீங்கள் யாராகத் தெரிகிறீர்கள் என்பதையும் வைத்து உங்களுக்குச் செய்யக்கூடியது.

'இந்த எலிகளைப் பின்தொடர்வோம்.' சேன வெள்ளைநிற வேனின் கூரைக்கு உன்னை அழைத்துச்செல்கிறான். சில பகுதிகள் பெய்ராவில் நீந்திக்கொண்டும் சிலபகுதிகள் இந்த வேனில் அமர்ந்துமுள்ள அவனது சடலம் சுற்றிவைக்கப்பட்டிருக்கும் குப்பைப் பைகள் போலல்லாமல், அவனது முக்காடு மற்றும் கைகளற்ற மேல்சட்டையை உருவாக்கும் கருப்புநிறக் குப்பைப் பைகள் பசைநாடாவினால் ஒட்டப்பட்டுள்ளன. அவனது கணுக்காலிலுள்ள தடங்கள் எதனால் உருவானதென்று உன்னால் உறுதியாகச் சொல்லமுடியவில்லை, ஆனால் யூகிக்க முடிகிறது. குனிந்து பார்க்கிறாய், உனது ஒரு காலில் மட்டுமே காலணி, மெட்ராஸிலிருந்து இறக்குமதியாகி யாழ்ப்பாணத்தில் விற்பனை செய்யப்பட்ட செருப்பு.

கருப்பு நிற டெலிகா வேன் நகரத் தொடங்குகிறது. பின்னாலுள்ள இருக்கையில் கொத்து மற்றும் பலால், தங்களைச் சுத்தப்படுத்திக்கொண்டு பனியனுக்கு மாறியிருக்கிறார்கள். வேனின் பின்புறம் பெட்டிகளில் நாறத்தொடங்கியிருக்கும் இறைச்சி. ஒரு காலத்தில் உனக்கும் மற்ற இருவருக்கும் சொந்தமாக இருந்த இறைச்சிக் கண்டங்கள், துண்டுகள், விலாப்பகுதிகள் மற்றும் சதைத் துணுக்குகள். சில உறைவிப் பெட்டியிலிருந்து எடுக்கப்பட்டவை போல் தெரிகின்றன.

வண்டியை ஓட்டிக்கொண்டிருப்பவன் இளம் படைவீரன், ஸ்டியரிங் மீது குனிந்து தனக்குத்தானே முணுமுணுத்துக் கொண்டிருக்கிறான்.

'யாரோ என்னிடம் பேசுகிறார்கள், அது அந்த இருவருமல்ல, நானுமல்ல. யார் அது?'

அவன் படைத்துறை அலுவலர்கள் அணியும் சீருடையை அணிந்திருக்கிறான். ஆனால், கிளர்ச்சியில் ஈடுபட்டுள்ள, குழப்பத்திலிருக்கும் மாணவனின் முகபாவனை. ஸ்டியரிக்கை இறுகப் பற்றிக் கையாளும்போது அவனது செயற்கைக் காலொன்றை பயணியர் இருக்கையில் வைத்திருக்கிறான். சேன அந்த இளைஞனின் காதில் கிசுகிசுத்து விட்டு, புன்னகைத்தபடி

உன்னை நோக்கித் திரும்புகிறான். 'நீங்கள் எனக்கு உதவினால் உயிருடன் இருப்பவர்களிடம் எவ்வாறு கிசுகிசுப்பது என்பதை உங்களுக்குக் கற்றுத்தருவேன்,' என்றபடி முக்காட்டை முன்னுக்கிழுத்துக்கொண்டு சாய்ந்தமர்ந்துகொள்கிறான்.

'நான் எப்படி இறந்தேன் என்று என்னிடம் கூறுவாய் என்று நினைத்தேன்,' என்கிறாய், உண்மையில் அதைத் தெரிந்துகொள்ள வேண்டுமா என்பது உனக்கு உறுதியாகத் தெரியவில்லை. உனக்குக் கேட்காத ஒன்றைக் கேட்பது போல் வாகனம் ஓட்டும் இளைஞன் பதற்றத்துடன் சுற்றிப் பார்க்கிறான். கிளட்சை அழுத்தியதும் வேன் இருமுறை குலுங்குகிறது. 'சாரை கலை மைய மன்றத்திலிருந்து அல்லது பணக்காரப் பொட்டைகள் எங்கு செல்வார்களோ அங்கிருந்து அழைத்துச் சென்றிருப்பார்கள். சாரை வேனில் ஏற்றி, பைப்பால் அடித்திருப்பார்கள். இறந்தவர்களின் மலம் நிறைந்திருக்கும் அறையில் சங்கிலியால் பிணைத்து வைத்திருப்பார்கள்.'

தனது கைகளை உயர்த்திக் காட்டுகிறான், முன்பு நகங்கள் இருந்த இடத்தில் இப்போது ரத்தம் தோய்ந்த சிரங்குகள். 'ஒருவேளை முகமூடி அணிந்து கேள்விகள் கேட்கும் ஒருவன் முன் நீங்கள் கண்விழித்திருக்கலாம். "நீ ஜேவிபியைச் சேர்ந்தவனா?" அல்லது "நீ புலியா?" ஒருவேளை "நீ வெளிநாட்டு என்ஜிஓவைச் சேர்ந்தவனா?" அல்லது "நீ இந்திய உளவாளியா?" நீங்கள் ஏன் புகைப்படங்கள் எடுக்கிறீர்கள் அதை யாருக்கு விற்கிறீர்கள் என்று கேட்டிருப்பார்கள்.

வண்டியை ஓட்டுபவன் பயணியரை அழைக்கிறான்.

'இந்தக் கூடுதலான உடல்கள், அவை எங்கிருந்து வந்தன?'

'சாரதி மல்லி! வாயை மூடிக்கொண்டு வண்டியை ஓட்டு.' பலால் குனிந்து தன் கைகளிலுள்ள கறைகளைப் பார்க்கிறான்.

'திரு. பலால் அவர்களே, இந்த அருவருப்பான வேலை எனக்குப் பிடிக்கவில்லை.'

'உனது கருத்திற்கு நன்றி. இதை எனது அறிக்கையில் சேர்த்துக்கொள்வேன். இப்போது வண்டியை ஓட்டு.'

இதற்கிடையில் கொத்து, பலாலின் தோளைத்தட்டி குரலைத் தழைத்துக்கொள்கிறான். பேசும்போது தனது ஹேண்டில்பார் போன்ற மீசையை விரலால் நீவிக்கொள்கிறான்.

'பலால் மல்லி, நான் முதலாளியிடம் முறையிடப் போகிறேன்.'

'எந்த முதலாளியிடம்?'

'பெரிய முதலாளி.'

'பெரிய, பெரிய முதலாளியிடமா?

'அவரிடமும் சொல்வேன். எனக்குப் பயமில்லை. நம்மை இவ்வகையில் வேலைசெய்ய வைப்பது தொழில்முறையற்றது.'

சேன இப்போது உனக்கு முன் மிதந்தபடி உன் முகத்தைப் பார்த்துக் கத்திக்கொண்டிருக்கிறான். உனது உடைந்த கேமராவைக் கண்ணுக்கருகே வைத்து நகர்ந்துகொண்டிருக்கும் மரங்களின் பின்னணியில் அவனைப் பார்க்கிறாய்.

'ஒருவேளை, நீங்கள் அவர்களது முகத்திலுமிழ்ந்து அவர்களது குழந்தைகளுக்குச் சாபம் விட விரும்பியிருக்கலாம். ஆனால், நீங்கள் செய்ததெல்லாம் அழுவதும் நடுங்குவதும் கெஞ்சுவதும்தான். ஒருவேளை அவர்கள் உங்கள் நகங்களில் ஆணிகளைப் பிரயோகித்திருக்கலாம். ஒருவேளை அவர்கள் கேட்க விரும்பியதை நீங்கள் கூறியிருக்கலாம். ஒருவேளை அவர்கள் உங்களைத் தற்கொலை செய்துகொள்ளும்படி தூண்டியிருக்கலாம்.'

கண்களில் வழியும் கண்ணீரைத் துடைத்துக்கொள்ள அவன் முயலவில்லை.

'அப்படித்தான் உன்னைக் கொன்றார்களா?'

'அப்படித்தான் எங்கள் அனைவரையும் கொன்றார்கள். சென்ற வருடத்தில் மட்டும் 20,000 பேர். குறிப்பாக, அப்பாவி முட்டாள்கள். மொத்த ஜேவிபியிலும் கூட அவ்வளவு பேர் இல்லை.'

'நான் ஜேவிபியாக இருந்ததில்லை.'

'அமைச்சர் சிறில் விஜேரத்ன கூறியது, "எங்களில் ஒருவருக்கு ஈடாக உங்களில் பன்னிருவர்." அவன் அதை விளையாட்டுக்குச்

சொல்லவில்லை. தாயோளி, கணக்கைத்தான் தவறாகப் போட்டுவிட்டான்.'

'20,000 பேர் காணாமல் போய்விட்டார்களா? நீதான் கணக்கைத் தவறாகச் சொல்கிறாய்.'

'நான் சடலங்களைப் பார்த்திருக்கிறேன்.'

'நானும் பார்த்திருக்கிறேன். ஐந்தாயிரம் இருக்கலாம், அதிகபட்சமாக.'

'ஜேவிபிக்கள் முந்நூறு பேருக்கும் குறைவாகத்தான் கொன்றிருப்பார்கள். எங்களை நசுக்க அரசாங்கம் இருபதினாயிரம் பேருக்கு மேல் கொன்றது. ஒருவேளை இரு மடங்காகக்கூட இருக்கலாம். இவை உண்மைகள், சார்.'

காதுகளுக்கப்பால் ஓர் உரையாடலைக் கேட்டதுபோல 'அரசாங்கம் இருபதினாயிரம் பேருக்குமேல் கொன்றிருக்கிறது,' என சாரதிமல்லி கூறுகிறான். 'ஏன் தொடர்ந்து கொலைசெய்ய வேண்டும்? ஜேவிபி நசுக்கப்பட்டுவிட்டது. எல்டிடிஈக்கள் அமைதியாக இருக்கிறார்கள். பிறகு ஏன் இந்தக் கொலைகள்?'

'வாயை மூடிக்கொண்டு வண்டியை ஓட்டு,' என்கிறான் பலால்.

'ஒருவேளை மறுமை என ஒன்றிருந்தால் நாம் இதற்கான விலையைக் கொடுப்போம்,' என்கிறான் சாரதிமல்லி.

'முட்டாளே. மறுமை என்று எதுவுமில்லை,' என்கிறான் கொத்து. 'கேவலமான இந்த வாழ்க்கை மட்டும்தான் இருக்கிறது.'

'நாம் எங்கே போய்க்கொண்டிருக்கிறோம்?' என்று சாரதிமல்லி கேட்கிறான்.

'சந்திப்பில் இடதுபுறம் திரும்பு' என்கிறான் பலால். 'அதோடு பேசுவதை நிறுத்து.'

'தற்கொலை செய்துகொள்வது மோசமான யோசனை என்று சொல்லமுடியாது,' என்று ஸ்டியரிங்கைச் சுழற்றியபடி சாரதிமல்லி கூறுகிறான்.

***

‘என்ன விதிமுறைகள் இருக்கின்றன, காம்ரேட் பதிரண?’ வெள்ளைநிற வேனின் கூரை மீதிருந்து சேனவைக் கேட்கிறாய்.

‘விதிமுறைகள் என்று எதுவுமில்லை சார். கீழே இருப்பது போலத்தான். உங்கள் விதிகளை நீங்களே உருவாக்கிக் கொள்கிறீர்கள்.’

‘நான் கேட்பது பயணிப்பதைக் குறித்து. காற்று எங்கெல்லாம் செல்கிறதோ அங்கெல்லாம் என்னால் செல்லமுடியுமா?’

‘அப்படிச் சொல்லிவிட முடியாது, முதலாளி. உங்கள் உடல் எங்கெல்லாம் இருந்ததோ அங்கே செல்லமுடியும்.’

‘அவ்வளவுதானா?’

‘உங்கள் பெயர் உச்சரிக்கப்படுமிடத்திற்கு உங்களால் செல்லமுடியும். ஆனால் உங்களால் பாரீஸுக்கோ அல்லது மாலத்தீவுகளுக்கோ பறந்துசெல்ல முடியாது. உங்களது பிணம் அங்கே எடுத்துச் செல்லப்பட்டாலே தவிர.’

‘ஏன் மாலத்தீவுகளுக்குப் போகவேண்டும்?’

‘ஆவிகள் அந்த இடத்தைச் சொர்க்கமென்று தவறாகப் புரிந்துகொள்கின்றன. ஆழமற்ற அந்தப் பகுதிகளில் திருக்கைவால் மீன்களை விட அதிகமாக ஆவிகள் இருக்கின்றன.’

‘ஆனால் நம்மால் காற்றில் பயணிக்க முடியும் இல்லையா?’

‘அது இறந்தவர்களுக்கான பொதுப் போக்குவரத்து போல, சார். நான் உங்களுக்குக் காண்பிக்கிறேன்.’

அதோடு, வேனின் கூரை வழியாகக் காணாமல் போகிறான். அவன் உன்னை அழைப்பதையறிந்து சுற்றுமுற்றும் பார்க்கிறாய். நாள் விடிந்துகொண்டிருக்க, பேருந்துகள் அலுவலக அடிமைகளாலும் அப்படி ஆவதற்காகப் பயிற்சி எடுத்துக்கொண்டிருக்கும் பள்ளிக்குழந்தைகளாலும் நிரம்பியிருக்கின்றன. ஒவ்வொரு வாகனத்திலும் உன்னைப் போன்றதொரு உயிரி தொற்றிக்கொண்டிருக்கிறது. வாகனங்களின் வரிசையைப் பார்க்கிறாய் ஒவ்வொரு காரின் கூரையிலும் ஒரு கூளி இருக்கிறது.

‘மாலி சார். வாருங்கள். குதியுங்கள்.’

உன்னை நீயே கிள்ளிப் பார்த்துக்கொள்கிறாய், எந்த உணர்வுமில்லை. அதன்பொருள் நீ கனவு காண்கிறாய் என்றிருக்கலாம். அல்லது உனக்கு இனி உடல் என்பது இல்லை. அல்லது உனக்கு உடலில்லை என்பதாகக் கனவு காண்கிறாய் என்றிருக்கலாம். அதன் மற்றொரு பொருள் நகர்ந்துகொண்டிருக்கும் வெள்ளைநிற வேனின் தகரக்கூரைக்குள் பாதுகாப்பாகக் குதிக்கலாம் என்பதாகவும் இருக்கலாம். உள்ளே குதிக்கிறாய். அது நீச்சல்குளத்தில் குதிப்பது போல, தண்ணீர் என்பது ஈரமின்றி துருவின் சுவை கொண்டிருந்தால் எப்படியிருக்குமோ அப்படி.

'அடிப்பகுதி வழியாகக் கீழே விழுந்துவிடாமல் எப்படி நம்மால் இந்த வேனில் பயணிக்க முடிகிறது?'

'சார் நான் சொல்வதைக் கவனமாகக் கேட்கவில்லை போல. நாம் நமது உடலோடு பிணைக்கப்பட்டிருக்கிறோம். நம்முடைய பிணம் எங்கெல்லாம் இருந்ததோ அதைக் கடந்து செல்லும் எந்தக் காற்றிலும் சவாரி செய்யலாம்.'

'அவ்வளவுதானா?'

'நீங்கள் கந்தானையில் இறந்து, புதைக்கப்படுவதற்காகக் கடுகண்ணாவைக்குக் கொண்டு செல்லப்பட்டீர்களென்றால், கண்டி சாலையில் எங்கு வேண்டுமானாலும் இறங்கிக் கொள்ளலாம்.'

'சரிதான், ஆனால் குருணாகல்லிலுள்ள சமையலறையில் கத்தியால் குத்துப்பட்டு, தோட்டத்தில் புதைக்கப்பட்டால், சாத்தியங்கள் குறைந்துவிடும், இல்லையா?'

அவன் உன்னை இறைச்சி வைக்கப்பட்டுள்ள, துர்நாற்றம் இருக்குமிடத்திற்குத் தள்ளி விட்டுவிட்டு, பலால் மற்றும் கொத்து இருவருக்குமிடையில் நின்றபடி காத்திருக்கிறான். இந்த ஒல்லியான பையனிடம் முயற்சிசெய்தாய் என்பது சாத்தியக்கூறுகளின் உலகிற்கு அப்பாற்பட்ட விடயமல்ல. கடந்த தசாப்தத்தில் நகரும் அனைத்தையும், நகர விரும்பாத பலவற்றையும் கூடப் புணர்ந்திருக்கிறாய்.

அது உன் அறைத்தோழன் டிடியால் மார்ட்டினி அருந்திக் கொண்டிருந்தபோது பகிரப்பட்ட மேற்கோள். நகைச்சுவை எனும் வேடமிட்ட விஷ அம்பு.

முதல் நிலவு ◊ 53

பிஷப் கல்லூரி அருகே வேன் மேட்டில் ஏறி இறங்குகிறது. சேன காற்றல்லாத ஏதோவொன்றை உள்ளிழுத்து பலால் மற்றும் கொத்து இருவரையும் ஒரேநேரத்தில் அறைகிறான். வேன் செல்லும் வேகமானது அவர்கள் இருவரின் தலையையும் முட்டிக்கொள்ள வைக்கிறது. சேன பலமான சிரிப்பு ஒன்றை வெளியிடுகிறான், நீயும் சேர்ந்துகொள்கிறாய். இறந்தவர்களும் கூடக் கொஞ்சம் நகைச்சுவையை அனுபவிக்க முடிகிறது.

'என்ன இழவு இது மல்லி?' கொத்து தன் தலையைப் பிடித்தபடி கத்துகிறான்.

'மன்னித்துவிடுங்கள் முதலாளி,' சாரதிமல்லி முணுமுணுக்கிறான். 'சிறிய மேடுதான்.'

'உன் உடலில் சிறிய மேடு ஒன்றை ஏற்படுத்தி விடுவேன்.'

'இவை மோசமான சாலைகள். இந்த அரசாங்கத்தை மாற்றும் நேரம் வந்துவிட்டது.'

'உன்னுடைய அரசியலில் யாருக்கும் ஆர்வமில்லை, சாரதிமல்லி,' கொத்து தலையிலுள்ள வீக்கத்தைத் தடவியபடி கூறுகிறான்.

சேனவிடம் அதை எப்படிச் செய்தான் என்று கேட்கிறாய். உடலைப் பிரிந்த ஆவிகள் செய்யக்கூடிய திறன்கள் இருப்பதாகக் கூறுகிறான். ஆனால் நீ முடிவுசெய்த பிறகே அது சாத்தியம்.

எதை முடிவு செய்ய வேண்டுமென்று கேட்கிறாய்.

'நீங்கள் எங்களோடு சேர்ந்துகொள்கிறீர்களா என்பதை.'

'எங்களோடு என்றால்?'

'என்னைப் போன்ற, உங்களைப் போன்றவர்களோடு.'

'குப்பைப் பை அணிந்தவர்களோடா?'

'கொல்லப்பட்ட அனைவருக்கும் நீதி வழங்கக் கூடியவர்களோடு. கல்லறையின்றி இருப்பவர்கள் பழிவாங்க வழிவகை செய்பவர்களோடு.'

'எப்படி?'

'இந்தத் தாயோளிகளை அழிப்பதன் மூலம். அவர்களது முதலாளிகளை. அத்துடன் அவர்களின் முதலாளிகளின்

முதலாளிகளை. நம்மைக்கொன்ற இழிபிறவிகளை. அனைவரையும் கொல்வோம், முதலாளி. சாருக்கு என் மீது நம்பிக்கை இல்லை, உங்களது முதல் தவறு அதுதான்.'

'ஐயோ, மகனே. நீ புணர்ந்த எண்ணிக்கையைக் காட்டிலும் அதிகமுறை தவறிழைத்தவன் நான்.'

தன்னைச் சுற்றியுள்ள பைகளை இறுகக் கட்டியபடி 'அவர்கள் அந்த வாவிக்குள் எறிவதற்கு முன்பாக என் உடல் மற்ற பதினேழு நபர்களின் உடலோடு உறைவிப்பெட்டியில் வைக்கப்பட்டிருந்தது' என்கிறான் சேன.

வேன் குலுங்கியதும், குண்டர்கள் முணுமுணுக்கிறார்கள். சாரதிமல்லி தூங்கும்போது பிரேக்கை அழுத்திவிட்டதாகத் தெரிகிறது. அப்போதுதான் சாரதிமல்லியின் முகத்திலுள்ள கோடுகளையும் அவன் காதுகளில் விழும் நிழலையும் கவனிக்கிறாய். அவனது கண்களில் தெரியும் விரக்தி, கொழும்புவின் போக்குவரத்தில் மனித இறைச்சியைச் சுமந்து பயணிக்கும் ஒருவனுக்கு அசாதாரணமானது அல்ல. வேன் மீண்டும் நகரத் தொடங்க, சேன அவன் காதுகளில் கிசுகிசுக்கிறான்.

'நீ இழந்ததைக் கண்டுபிடிக்க உனக்கு உதவுவேன்,' என்கிறான். சாரதிமல்லியால் அவனைக் கேட்கமுடிகிறது என்பதற்கான எந்த அறிகுறியுமில்லை, அவனது புருவத்திலுண்டாகும் சிறு சுழிப்பைத் தவிர.

'தவறு செய்தவர்கள் தண்டிக்கப்படுவார்கள். அநீதி இழைக்கப்பட்டவர்கள் சாந்தப்படுத்தப்படுவார்கள்.'

'அவனால் நீ சொல்வதைக் கேட்க முடியுமா?'

'நிச்சயமாக முடியும்.'

'உயிருடன் இருப்பவர்களோடு நம்மால் பேசமுடியுமா?'

'இது கற்பிக்கக் கூடிய திறன்தான்.'

மிரிஹானைச் சுற்றுச் சந்தியில் சிக்காமல் வேன் புறநகர்ப் பகுதிகளைக் கடந்து தொழிற்சாலை நிலங்களுக்குள் செல்கிறது.

'நாம் எங்கே சென்றுகொண்டிருக்கிறோம், சேன?'

‘பின்னாலுள்ள மற்ற இரண்டு உடல்கள் குறித்து உங்களுக்கு ஆர்வமில்லையா?’

வேனின் பின்பகுதியிலிருக்கும் பைகளைச் சுற்றி வட்டமிட்டுக் கொண்டிருக்கும் ஈக்களைப் பார்க்கிறாய். ஈக்கள் மறுபிறவியில் மனிதர்களாகுமா என்று வியக்கிறாய்.

‘யார் இவர்கள்?’

‘சீக்கிரமே உங்களுக்குத் தெரியவரும்.’

‘இப்போது எனக்கும் ஆர்வமாக இருக்கிறது. நாம் எங்கே சென்றுகொண்டிருக்கிறோம், காம்ரேட் சேன?’

‘எனக்குத் தெரியவில்லை, முதலாளி. ஆனால் நமக்குக் கல்லறைகள் கிடைக்கும் போலத் தெரிகிறது.’

‘புதைப்பதற்கு அதிகம் மிச்சமிருக்கிறதா என்ன?’

‘அது வெறும் இறைச்சி, முதலாளி. உங்களின் அழகிய பகுதி இன்னும் இங்குதான் இருக்கிறது.’

உன்னை அழகானவன் என்று அதிகம்பேர் கூறியதில்லை, இருப்பினும் நீ அவ்வாறாகத்தான் இருந்தாய். உன் அழகான உடல் வெட்டுக் கத்தியால் துண்டுபோடப்பட்டதை நினைத்துக் கொள்கிறாய். இறைச்சியாகக் குறைக்கப்பட்டபின் நாம் எவ்வளவு அசிங்கமாக இருக்கிறோம். இந்த அழகான நிலம் எவ்வளவு அசிங்கமாக இருக்கிறது, உன் தாயிடம், ஜக்கியிடம், டிடியிடம் எவ்வவு அசிங்கமாக நடந்துகொண்டாய்.

கத்தரிக்காய்கள்

டிடி அதை இந்தப் பிரபஞ்சத்திலேயே அசிங்கமானது என்று அழைத்தான், நீ அவனிடம் உலகத்தில் நிறைய அசிங்கமான விடயங்கள் இருக்கின்றன, அவற்றில் இது முதல் பத்து இடங்களில் கூட வராது என்றாய்.

உனது படுக்கைக்குக் கீழுள்ள பெட்டியில் ஐந்து அஞ்சலுறைகள் இருந்தன, ஒவ்வொன்றும் அதனதன் பங்குக்குரிய அசிங்கங்களைக் கொண்டிருந்தது. ஒவ்வொரு உறையின் மீதும் கம்பளியிழைப் பேனாவால் சில கிறுக்கல்கள், அவை கருப்பு-வெள்ளை புகைப்படங்களைத் தனக்குள்ளே வைத்திருந்தன.

மரச்சாமான்கள் ஏதுமற்ற அறையில் வாழ்ந்தாய். உன்னுடைய புகைப்படங்களும் பெட்டிகளும் தவிர அனைத்தையும் உன் வாழ்க்கையிலிருந்து தூக்கி எறிந்தாய்.

'எத்தகைய தனிச்சலுகை பெற்ற இருப்பு,' என்றாய். 'அவை அனைத்தும் பார்ப்பதற்குக் கத்தரிக்காய் போன்று இருப்பதில்லை. பெரும்பாலானவை கோழியின் கழுத்து போன்றவை, சில காளான்களைப் போல, சில சிறு குழந்தையின் முஷ்டி போல.'

'நீ நிறைய பார்த்திருக்கிறாய் இல்லையா?' என்று கேட்டான் டிடி, ஒருமுறை கிளிநொச்சியில் உன்னை ஏற்றிச்சென்ற, சிறுவர்களால் நிரம்பிய கவசவாகனத்தைக் காட்டிலும் எடை கூடியதொரு கேள்வி.

'சிலவற்றை,' என்றாய். 'அனைத்துமே அழகானவை.'

'நீ எதைக் கண்டாலும் முத்தமிடுவாய் என்று என்னால் பந்தயமே கட்டமுடியும்,' என்றான் டிடி. 'அசையக்கூடிய எதுவாக இருந்தாலும். அசைவற்றதாக இருந்தாலும் சரி.'

'கத்தரிக்காய்களைப் பொறுத்தமட்டில், எப்போது உனக்கு மிகக் குறைவான தேவையிருக்கிறதோ அப்போதுதான் நகரும்.'

ஆண்குறி பற்றிய உன்னுடைய உன்னதமான கோட்பாடுகளை அவனிடம் கூறினாய். எவ்வாறு ஆசியாவில் வசிப்பவர்கள் சிறிய ஆணுறுப்பைக் கொண்டிருந்தாலும் அதிகமாகப் புணர்ச்சியில் ஈடுபடுகிறார்கள். சராசரி உறுப்பு எவ்வாறு தசை முறுக்குடனும் சதைப் பற்றுடனும், ஈரமாகவும் உலர்ந்தும், கடினமாகவும் மென்மையாகவும், வழுவழுப்பாகவும் சுருக்கத்தோடும் இருக்கும் என விளக்கினாய். நமது இறைச்சி ஆடையின் இந்த ஒருபகுதி மட்டுமே உருமாற்றம் கொள்ளக்கூடியது. நீ பொய் சொல்லும்போதெல்லாம் உன்னுடைய மூக்கு அங்குலக் கணக்கில் வளர்வதைக் கற்பனை செய்து பார். அல்லது கால் சுண்டுவிரல் கட்டைவிரலாக மாறுவதை.

'மொத்தம் எத்தனை?' டிடி தனது முகவாயை உன்னுடைய முழங்கால்களில் வைத்தபடி கேட்கிறான். நீ உடற்பயிற்சி செய்துகொண்டிருக்க அவன் உனக்குப் பயிற்சியளித்துக் கொண்டிருந்தான். 'இருபதா? ஐம்பதா?'

ஒருகாலத்தில் அதைக் கணக்கில் வைத்துக்கொள்ள முயற்சிசெய்து, மூன்று இலக்கங்களைத் தாண்டியதும் நிறுத்திவிட்டாய்.

‘பத்துக்கும் குறைவா? முட்டாள்தனம். அதைவிட இரண்டு மடங்கு இருக்கவேண்டும். எனக்குத் தெரியும். அதைவிட அதிகமா? இருபதை விட அதிகமாக இருக்குமா? அருவருப்பானது.’

‘நம் எல்லோருக்குமே கத்தரிக்காய் பிடிக்கும், இதில் சிக்கல் எங்கே வருகிறது?’

‘எனக்கு உன்னுடையது மட்டும்தான் பிடிக்கும்.’

பிறந்தவுடன் நுனித்தோல் நீக்கம் செய்வது எப்படி ஆழ்மனதில் ஆத்திரத்தை விதைக்கிறது எம்பதையும் ஆண்களை வன்முறையாளர்களாக ஆக்குகிறது என்பதையும் அவனிடம் கூறினாய்.

‘இந்தக் கருத்து முட்டாள்தனமும் மதவெறியும் கொண்டது,’ என்றான் டிடி. ‘என்னுடையது வெட்டப்பட்டுவிட்டது, உன்னுடையது வெட்டப்படவில்லை. நம்மிருவரில் யாரிடம் வன்முறை அதிகம்?’

‘ஹ்ம்ம்.’

‘நான் வன்முறை உணர்வுள்ளவன் என்று நினைக்கிறாயா?’

‘உன்னிடமிருப்பது அதிவிருப்பம்,’ அவனது அழகான கழுத்திற்கு நேராகப் பளுதூக்கும் கம்பியைப் பற்றிக்கொண்டு, அவன் எடை தூக்குவதைப் பார்த்துக்கொண்டிருந்தாய். ‘நீ உற்சாகமடைந்தாலே பயங்கரமாக இருக்கும். ஆத்திரம் என்பதை என்னால் கற்பனை செய்யவே முடியவில்லை.’

பளு, ஈர்ப்புவிசைக்குக் கீழ்படிந்து, அவனது மார்பு ரத்தத்தால் நிரம்பும்போது இளித்தான். ‘என்னை உற்சாகத்துடன் நீ பார்த்ததில்லை.’

‘அது உண்மையல்ல.’

‘உன்னுடைய கோட்பாடுகள் குதிரைவிட்டை போன்றவை.’

‘பிறகு ஏன் அமெரிக்கர்கள், யூதர்கள் மற்றும் முகமதியர்கள் எப்போதும் போர்களை நடத்திக்கொண்டிருக்கிறார்கள்? குழந்தைகளாக இருந்தபோது அவர்களது நுனித்தோலை

இழப்பதால் ஆழ்மனதிலுண்டாகும் கோபம் அது. குழந்தை தலையில் இடித்துக்கொண்டால் அழுகிறது. இதன் வலியைக் கற்பனை செய்து...'

'நீ இதுவரை கூறியதிலேயே அறியாமை அதிகமாக வெளிப்படும் விடயம் இதுதான். நீ கூறுவது மிக முட்டாள்தனமான கருத்து.'

'உலக சுகாதார அமைப்பின் அறிக்கையொன்றில் இதைப் படித்தேன். போர்வெறி கொண்ட நாடுகள் அனைத்தும் நுனித்தோல் நீக்கம் செய்பவை. இஸ்ரேல், லெபனான், ஈரான், ஈராக், அமெரிக்கா. காங்கோ.'

'சோவியத்துகள், ஜெர்மனியர்கள், பிரிட்டிஷார் மற்றும் சீனர்கள் எல்லாம் என்ன? அவர்களுக்கும் வெட்டப்பட்டுள்ளதா?'

'எந்தக் கோட்பாடும் முற்றிலும் சரியானதல்ல.'

'ஹா!'

பளுவை உன்னிடம் ஒப்படைக்கும்போது சிரித்தான்.

'சிங்களர்களுக்கும் தமிழர்களுக்கும் எப்படி?' என்றான். 'இருவருக்கும் வெட்டப்படவில்லை.'

புருவங்களை உயர்த்தி, குழிவுகள் தெரியும்படி கன்னத்தைச் சுழித்தான். எப்போதாவது சரியான விடயங்களைப் பேசும் எரிச்சலூட்டக்கூடிய வழக்கம் டிடியிடம் இருந்தது.

அதன்பிறகு அவனோடு மல்யுத்தம் செய்து தரையில் உருண்டாய். பின், டிடி உன்னிடம் நீ பார்த்த ஆகப்பெரியதையும் ஆகச்சிறியதையும் பற்றிக் கேட்டான், வன்னியிலிருக்கும் எளிமையான விவசாயி பற்றியும் பெர்லினிலுள்ள பருத்த உருவங்கொண்ட ராக் இசைக்கலைஞன் பற்றியும் கூறினாய். ஆனால், குதிரையைப் போல நீண்டு தொங்கிக் கொண்டிருந்த அந்த விவசாயியை நீ பார்க்கும்போது அவன் பிணமாக இருந்தான் என்பதையோ அல்லது அந்த கித்தார் வாசிப்பவன் - அவனுடையது வெட்டப்படாமல் ஆகச்சிறியதாக இருந்தாலும் - அல்லது ஒரு வேளை அதன் காரணமாகத்தான் - பக்கத்தெரு ஒன்றில் வைத்து உன்னைத் தாக்கினான் என்பதையோ தவிர்த்து விட்டாய்.

ஆணுக்குத் தன்னிச்சை என்றவொன்று இல்லை என்பதற்கு அவன்து ஆண்குறியே சாட்சியென அவனிடம் கூறினாய்.

ஓர் இடைநிறுத்தலுக்குப் பின் டிடி 'இதுதான் இருப்பதிலேயே பெரிய நொண்டிச்சாக்கு,' என்று சீறினான்.

'எது நமது குறிக்கு ரத்தத்தைப் பாய்ச்சுகிறது என்பதன்மீது நமக்கு எந்தக் கட்டுப்பாடுமில்லை. அது சாத்தான்கள் நம் காதில் கிசுகிசுத்து, கண்களுக்குப் பட்டை கட்டுவது போல.'

'ஒருவேளை உனக்கு அப்படியிருக்கலாம்.'

அந்த இரவில் பெட்டியிலிருந்து ஓர் அஞ்சலுறையை நீக்கினாய். அந்த உறைக்கு நீ தலைப்பு எதுவும் கொடுக்கவில்லை, ஒருவேளை கொடுத்திருந்தால் அது 'கத்தரிக்காய்' என்றுதான் இருந்திருக்கும். அதில் பல்வகைப்பட்ட ஆணுறுப்புகளின் வரிசை, அதன் உரிமையாளர்களுக்குத் தெரிந்தோ, தெரியாமலோ எடுக்கப்பட்டவை. அவற்றில் ஆகச் சிறந்ததை மட்டும் 'ஜாக்' என்ற உறையில் வைத்துவிட்டு மற்றவற்றை அழித்தாய். டிடி உன்னுடைய புகைப்படப் பெட்டியைக் குறித்து அக்கறை காட்டியதில்லை என்றாலும் அவனது அழகான சிறிய கண்களுக்கு இது மிக அதிகமான காட்சியாக இருக்கும்.

பெட்டியில் ஐந்து உறைகள் இருந்தன, ஒவ்வொன்றும் சீட்டுக்கட்டிலுள்ள ஒரு சீட்டின் பெயர் கொண்டது. ஏஸ் பிரித்தானியத் தூதரகத்திற்கு விற்கப்பட்ட புகைப்படங்களடங்கியது. ராஜா சிங்கள ராணுவத்தால் நியமிக்கப்பட்டபோது எடுக்கப்பட்ட புகைப்படங்கள். ராணியில் தமிழ் தன்னார்வத் தொண்டு நிறுவனமொன்று வாங்கிய புகைப்படங்கள். ஆனால், ஜாக்கி என்பது உனக்கான புகைப்படங்கள் மட்டும் கொண்டது.

ஐந்தாவது உறை பத்து என்று தலைப்பிடப்பட்டது, டிடி மற்றும் இலங்கையின் மிக அழகான புகைப்படங்கள் அடங்கியது,

'உனக்குப் பத்து மதிப்பெண்கள் கொடுக்கலாம்.' என்று அவனிடம் ஒருமுறை கூறினாய். 'ஒன்றிலிருந்து பதிமூன்று வரையுள்ள அளவீட்டில்.'

அனுபவமுள்ள கசாப்புக்காரர்கள்

வேன் நகரத் தொடங்குகிறது. கொத்து மற்றுமொரு கோல்ட் லீஃபைப் பற்றவைத்துக்கொண்டு தொந்தியைச் சொறிந்து கொள்கிறான். வேனின் உள்பகுதி ஈரப்பதத்துடன் துரு, சாம்பற்கிண்ணங்கள் மற்றும் அழுகிக்கொண்டிருக்கும் மாமிசத்தின் துர்நாற்றங்களுடன் இருக்கிறது.

'எது என்னை அதிகம் கோபப்பட வைக்கிறது என்று சொல்லவா?' என்கிறான் பலால்.

'பெரிய முதலாளியா?' என்கிறான் கொத்து.

'மொத்தத் தொழில்முறை இன்மை.'

'பெரிய முதலாளியுடையதா?'

'உனக்கு எல்லாமே "பெரிய முதலாளி". அவர் என்ன உன் கொட்டையைத் தாங்கிக்கொண்டிருக்கிறாரா?'

'நான் இழிவான வேலையைச் செய்துகொண்டிருக்கும் சிறிய மனிதன்' என்கிறான் கொத்து. 'எனக்கு முறையானதொரு வேலை கிடைத்தால், நான் செய்யத் தயார். ஆனால், திருடனை யார் வேலைக்கு வைத்துக்கொள்வார்கள்?'

கொத்து சோகத்துடன் மீசையை நீவிக்கொள்ளும்போது, பலால் விரல்களில் சொடுக்கெடுக்கிறான். பலாலின் கைகள் வருடக்கணக்காக வெட்டிக்கொண்டிருப்பதால் உரமேறியிருக்கின்றன. தசாப்தங்களாக வெற்றிலை மெல்லுவதால் கொத்துவின் கன்னங்கள் தளர்ந்திருக்கின்றன.

'நானும் அதைத்தான் சொல்கிறேன்,' என்கிறான் பலால். 'செய்கிற வேலையை முறையாகச் செய்யவேண்டும். இப்படி அவசரத்தில் செய்ய முடியாது. விரல்களை அறுத்தெடுக்க வேண்டும், பற்களை உடைக்கவேண்டும், முகத்தைக் கூழாக்க வேண்டும். அப்போதுதான் அடையாளம் கண்டுபிடிக்க முடியாமலிருக்கும். பிறகு எங்கு வேண்டுமானாலும் தூக்கி எறியலாம்.'

'இது முறையான வேலையே அல்ல,' முன்னிருக்கையில் சாரதிமல்லி தனக்குத்தானே கூறிக்கொள்கிறான்.

'உன்னிடம் ஏதோ திட்டமிருக்கிறது என்றாயே?' தொந்தியைத் தட்டியபடி கொத்து கேட்கிறான்.

'நான்காவது தளத்திலுள்ள குளிபதனப்பெட்டி நிறைந்து வழிகிறது. இதை அங்கே எடுத்துச்செல்ல முடியாது.'

'துண்டுதுண்டாக வெட்டி எங்காவது புதைத்துவிடுவோமா?'

'எத்தனை குழிகள் வெட்ட விரும்புகிறாய்? அனைத்தையும் வெட்டுக் கத்தியால் தீர்க்க முடியாது.'

'நான் பயிற்சிபெற்ற கசாப்புக்காரன். ஆனால் இந்த வேலையில் கோழிப்பண்ணைகளில் கிடைப்பதைவிட அதிக வருமானம் இருக்கிறது.'

'திரு பலால். திரு கொத்து,' என சாரதிமல்லி அழைக்கிறான். 'நான் மிகவும் களைத்திருக்கிறேன். எப்போது நாம் வீட்டுக்குச் செல்லலாம்?'

குப்பை அள்ளுபவர்கள் அவனைக் கண்டுகொள்ளவில்லை.

'அண்ண, இதைச் சரியாகச் செய்வோம் என்கிறேன்,' என்றான் பலால். 'உள்ளுறுப்புகளை எடுக்கிறோம், நீர்மங்களை வடிக்கிறோம், துண்டாக்குகிறோம், புதைக்கிறோம். ஒவ்வொரு முறையும் வெவ்வேறு இடத்தில்.'

'இந்தக் குப்பைகளைக் காட்டுக்குள் எடுத்துச்சென்று எரித்துவிட்டால் என்ன?'

'இங்கே எந்தக் காடு இருக்கிறது, அண்ண? சத்துது உயன குழந்தைகள் பூங்காவா?'

'அப்படியென்றால் சொல், உன்னுடைய அற்புதமான திட்டம் என்ன? அவை பெய்ராவில் மிதக்கும். பிறகு தியவன்னாவில் கரையொதுங்கும். கடற்கரை முழுவதும் பாதுகாப்பு வளையத்திற்குள் இருக்கிறது. கேளிக்கைத் தீ வளர்ப்பதற்குக்கூட அனுமதி வேண்டும்.'

'காக்கைத் தீவில், அங்கே குப்பைக் கிடங்கு இருக்கிறது.'

'அங்கே அளவுக்கதிகமான மனிதக் காக்கைகள் உண்டு.'

‘நான் காக்கைக் கறி தின்றிருக்கிறேன்,’ சாரதிமல்லி வாயால் புன்னகைத்தாலும் கண்களில் சிடுசிடுப்புடன் கூறுகிறான். ‘ஆட்டுக்கறி போலவே இருக்கும்.’

‘லபுகம காப்புக்காடு இருக்கிறது. அங்கே எஸ்டிஎஃப் மற்றும் ஐபிகேஎஃப் இருவரும் இடம், வலம், நடுவே என உடல்களைப் புதைக்கின்றனர் என்று சொல்லப்படுகிறது,’ கொத்து கூறுகிறான்.

‘அங்கே போகமுடியாது. கண்டிப்பாக அனுமதி தேவைப்படும்,’ என்கிறான் பலால்.

‘நான் பெரிய முதலாளியிடம் பேசுகிறேன்,’ என்கிறான் கொத்து. ‘கொலை செய்யும்போதும் சட்டத்தை மீறமுடியாது, இல்லையா?’

வேன் போக்குவரத்து நெரிசலில் மாட்டிகொண்டிருக்கையில் பலால் ‘சரி, என்னிடம் ஒரு திட்டமிருக்கிறது,’ என்கிறான்.

‘நல்ல திட்டமாக இருக்கட்டும்,’ என்கிறான் கொத்து.

‘அவற்றை என் பூனைகளுக்கு உணவாக்கலாம்.’

‘என்ன?’

பலால் சிரிக்கிறான், அவனது சிரிப்பு மகிழ்ச்சியற்ற கிரீச்சிடுமொலி. சாரதிமல்லி தனக்குள் முணுமுணுக்க, பயணியர் இருக்கையிலிருக்கும் சேன அவன் காதில் கிசுகிசுக்கிறான். இறைச்சிப் பைகளுக்கருகே நடுங்கியபடி உன் கேமராவை கண்களில் வைக்கிறாய்.

‘விளையாட்டாகக் கூறினேன். ஆனால் எனக்கு வீட்டில் போதுமான எண்ணிக்கையிலும் அதிகளவிலும் பூனைகள் உள்ளன. அவற்றுள் ஒன்று நான் சாக்கடையில் கண்டெடுத்த மீன்பிடி பூனை. எப்போதும் பசியுடன் இருக்கிறது.’

‘மீன் பிடிக்கும் பூனையா? அப்படியா?’ என்கிறான் கொத்து. ‘சதுப்பு நில முதலை எதுவும் இல்லையா? அல்லது விலங்குக்காட்சி சாலையின் சிறுத்தை?’

கொத்துவின் தொனியில் அவன் உரிமையெடுத்துக்கொள்வதை பலால் கவனிக்கத் தொடங்குகிறான்.

'ஏன் பூனைகளை வளர்க்கிறீர்கள்?' என்று கேட்கிறான் சாரதிமல்லி, சிரிப்பதை நிறுத்திவிட்டு ஹாரனை அழுத்தத் தொடங்கியிருந்தான்.

'அது நல்ல வியாபாரம். சீனர்கள் அவற்றை என்னிடமிருந்து வாங்கிக்கொள்கின்றனர்.'

'சீனத் தூதரகத்திலிருந்தா? பொய் சொல்லாதே.'

'இல்லை, அண்ண. கிராண்ட்பாஸிலிருக்கும் சீன உணவகங்கள். சீனர்கள் ஒருபோதும் கேள்விகள் கேட்பதில்லை.'

கடைசி சிகரெட்டைச் சுற்றில் விட்டபடி சூனியக்காரிகளைப் போல் சிரிக்கின்றனர்.

'பலால், நீ கேவலமான தாயோளி. சாரதிமல்லி, விடுதிக்குத் திரும்பிச் செல்வோம். எப்படியாவது அந்தக் குளிர்பதனப் பெட்டிகளில் இடத்தை உருவாக்கவேண்டும்.'

'இன்று வேறேதேனும் ஏற்றிவர வேண்டியிருக்கிறதா?' சாரதிமல்லி சிரிக்காமல் அதேசமயம் முகம் சுளிக்காமல், எந்தப் பதிலும் அவனை மகிழ்ச்சிக்குள்ளாக்கும் என்பதுபோலக் கேட்கிறான்.

'இல்லை தம்பி. கொஞ்சம் தூங்குவோம், சரிதானே?'

'நான் எப்போதும் தூங்குவதில்லை,' எஞ்சினை அணைத்துவிட்டுச் சாரதிமல்லி கூறுகிறான்.

மனதின் மூலைகளை ஒளிரச் செய்யுங்கள்

நடக்க அல்லது பேச அல்லது சட்டியில் மலம்கழிக்கக் கற்றுக்கொடுக்கப்பட்டது உனக்கு நினைவில்லை. யாருக்குத்தான் நினைவிருக்கும்? கருப்பைக்குள் இருந்தது, அதிலிருந்து வெளிவந்தது, அல்லது சீர்வெப்பக்கருவியிலிருந்தது உனக்கு நினைவில்லை. அல்லது அதற்கு முன்பு எங்கிருந்தாய் என்பதும்.

நினைவுகள் உனக்கு உடல் உபாதைகளாக வரும். தும்மல்களாக, வலிகளாக, சிராய்ப்புகளாக மற்றும் அரிப்புகளாக. விநோதம், ஏனெனில் உனக்கு உடல் என்பதே இல்லை, ஒருவேளை நம்மை அறிதுயிலில் ஆழ்த்தக் கூடியவர்கள் கூறுவது சரியாக இருக்கலாம்; துன்பமும் இன்பமும் நம் மனத்தில் மட்டுமே உள்ளன. நினைவுகள் உனக்கு மூச்சுத்திணறலாலும்

மூச்சுத்தடையாலும் தளர்வான இயக்கங்களின் மூலமும் வருகின்றன.

ஒவ்வொருமுறை கேமராவை உன் கண்களுக்கருகில் கொண்டு செல்லும்போதும் அவை வருகின்றன, அதன் கண்ணாடித் துவாரத்தில், முகங்கள்மீது விழுமொளி, மலைக்குன்றுகள்மீது விரியும் நிழல்கள், நீ எடுத்த புகைப்படங்கள், உடைத்த லென்ஸுகள் ஆகியவை கணநேரக் காட்சிகளாக உனக்குக் கிடைக்கின்றன. சில துணுக்குகள் உனக்கு நினைவிலிருக்கின்றன, மேலும் சிறு பகுதிகளை மீட்டுக்கொள்கிறாய்.

அல்பர்ட் கபலான மற்றும் லட்சுமி அல்மேதா இருவரும் தங்களது மகனின் பத்தாவது பிறந்தநாளுக்கு முதல்நாள், மாலைநேரத்தில் பாசிக்குடா கடற்கரையில் கைகோத்தபடி இருந்ததைப் பார்க்கும்போது குடல்வாலில் குத்துப்பட்டது போன்ற வலியை உணர்கிறாய். அப்போது அவர்கள் இருவரும் கலப்புஇரட்டையர் பூப்பந்து ஆட்டத்தில் இணைந்து விளையாடிக்கொண்டிருந்த காலம். பெர்டி விட்டுச்செல்வதற்குச் இன்னமும் சில வருடங்கள் இருந்தன; லக்கி மதிய நேரங்களில் மதுவருந்தத் தொடங்கியதற்குச் சில வருடங்கள் முன்னால். அவருக்கு நோய் ஏற்கெனவே உள்ளிருப்பது தெரியாது, அவளுக்கு டல்ரீன் சித்தியைத் தெரியாது.

ஓசையெழுப்பாத நிகானை இயக்குகிறாய், அதனுள் ஆடைகள் அவிழ்க்கப்பட்ட நிலையிலுள்ள மனிதன் தாக்கப்படும்போது சிரித்துக்கொண்டிருக்கும் கும்பல், நெருப்புமூட்ட குச்சிகளைச் சேகரிப்பதைப் பார்க்கிறாய். அந்தப் புகைப்படம்தான் தடித்த உதடுகள் கொண்ட, கருத்த நிறமுடைய பெண்மணி உன்னை அழைக்கக் காரணமானது. அந்த ஸ்பேட்ஸ் ராணியின் பெயர் எவ்வளவு துடித்தாலும் ஏங்கினாலும் நினைவுக்கு வரவில்லை.

கேமராவின் உடைந்த பொத்தானை அழுத்துகிறாய், இன்னமும் வெடிக்காத தற்கொலை வெடிகுண்டுதாரியின் மேற்சட்டையொன்றைப் பார்க்கிறாய், அதன் உரிமையாளன் 'தப்பித்துச் செல்ல முயற்சி செய்யும்போது' கொல்லப்பட்டான், அந்தப் புகைப்படம் மெழுகுவர்த்தி வெளிச்சத்தில் எடுக்கப்பட்டது. நெல்வயல்களை தங்கநிறமாக மாற்றிய உதிக்கும் சூரியனின் ஒளியில் சூரியகந்த மனிதப் புதைகுழிகளைப் படம் எடுக்கும்போதும் உனக்கு விளக்குகள்

தேவைப்படவில்லை. கண்களைச் சுருக்கித் தொடுவானம்வரை நீண்டிருந்த எலும்புக்கூடுகளை வெறித்தாய், கண்ணுக்குத் தெரிந்த பரப்பு வரை இறந்த குழந்தைகள். இளம் சிறார்கள் தூக்கிலிடப்படுமுன் தங்கள் குடும்பத்தினருக்குத் தற்கொலைக் கடிதங்கள் எழுதவைக்கப்பட்டனர். எஸ்டிஎஃப்பிலுள்ள கர்னலைத் தெரிந்து வைத்திருந்த கல்லூரி முதல்வரின் மகனைப் பகடிசெய்ததே அவர்களது குற்றம்.

டிடியை எத்தனைமுறை ஏமாற்றியிருக்கிறாய் என்பது உனக்கு நினைவில்லை, ஒரேயொருமுறை மட்டும் குற்றவுணர்ச்சிக்கு ஆளானது நினைவிருக்கிறது. ஜேஆருக்கு வாக்களித்ததோ அல்லது மூன்று நிமிடங்களில் பதிமூன்று லட்சத்தை இழந்ததோ அல்லது உன் தந்தையை நொறுக்கிப்போட்ட விடயத்தை அவரிடம் வெளிப்படுத்தியதோ உனக்கு நினைவில்லை. ஆனால் இந்த மூன்றையும் செய்திருக்கிறாய்.

உனக்குச் சேனவை நினைவில்லை. அவனைச் சந்தித்ததோ, பேரணிகளில் கலந்துகொண்டதோ, அல்லது அவனை முத்தமிட முயன்றதோ நினைவில்லை. நீ இறந்ததும் உனக்கு நினைவிலில்லை. அது எவ்வாறு நிகழ்ந்ததென்றோ அல்லது எவர் உடனிருந்தார்கள் என்பதோ நினைவில்லை. இன்னும் சொல்லப்போனால் அது ஏன் என்பதும் தெரியவில்லை.

ஒருவேளை உன்னுடைய வேலையை மிக நன்றாகச் செய்ததற்காகக் கொல்லப்பட்டிருக்கலாம், கடந்த தசாப்தத்தில் கொலை செய்யப்பட்ட பத்திரிகையாளர்களையும் செயற்பாட்டாளர்களையும் போல. ஒருவேளை யாரையேனும் தெரிந்து வைத்திருக்கும் தந்தையைக் கொண்ட மகனைப் பகடி செய்ததற்காக நசுக்கப்பட்டிருக்கலாம். ஒருவேளை உனக்கு நீயே இதைச் செய்துகொண்டிருக்கலாம், ஏற்கெனவே அதை முயற்சி செய்யாதவனல்ல நீ. அனைத்துச் சாத்தியங்களும் நம்பத் தகுந்தவையே.

இருப்பினும், ஒவ்வொரு சூதாடியும் அறிந்ததுபோல, இந்தக் கடவுளற்ற பிரபஞ்சத்தில் ஆகப் பெரிய கொலையாளி என்பது தற்செயலில் உருளும் பகடை. வெற்று நாற்றமடிக்கும் காட்டுவகை துரதிர்ஷ்டம். அது நம் அனைவரையும் காவுகொள்ளக் கூடியது.

கேமராவில் மண் நிறைகிறது. அதை எப்படி உலுக்கக்கூடாதோ அப்படி உலுக்குகிறாய், பிறகு கழுத்தைச் சுற்றியுள்ளவற்றை

இழுக்கிறாய். நிகானை முகத்திற்கு எதிராகப் பிடிக்கிறாய், அது இப்போது பழுப்பு நிறத்திலில்லை. உடைந்த கண்ணாடியும் மங்கிய நிறங்களுமே இருக்கின்றன. கிளிநொச்சியில் ஷெல்வீச்சுக்குப் பிறகு இறந்தவர்களைப் பார்க்கிறாய். சிதைவுற்ற நாய், ரத்தம் வழிந்துகொண்டிருக்கும் மனிதன், தாய் மற்றும் குழந்தை. இந்தப் புகைப்படத்தை நொறுங்கிக்கொண்டிருக்கும் கட்டடம் ஒன்றின் மேலிருந்து எடுத்தாய், நீ பார்த்துக்கொண்டிருக்கும்போதே உன் வயிற்றில் துளையொன்று உருவாகி, உன் தொண்டையை நெருக்குவதாக உணரும்வரை பெரிதாக வளர்கிறது. வெகுகாலமாகச் சேகரமாகிக்கொண்டிருக்கும் உன்னுடைய பெட்டியிலுள்ள மிகக்கொடூரமான புகைப்படமென்று அதைக் குறிப்பிட முடியாது, ஆனால் சில காரணங்களுக்காக உன்னைப் பொறுத்தவரையில் அது துயர்மிக்கது.

கடைசியாக நினைவில் வைத்திருக்கும் விடயத்திற்குத் திரும்புகிறாய். சூதாட்டவிடுதியிலிருந்தது, உன்னிடமிருந்த அனைத்தையும் கருப்பான ஒன்றின்மீது வைத்தாய்.

கல்லறைகளுக்குச் செல்ல வேண்டாம்

'ஏய்! எங்கே போகிறாய்?'

பொரளை மயானத்திற்கருகே போக்குவரத்து நெரிசலில் வேன் நிற்கிறது. குப்பையள்ளும் முரடர்கள் உறக்க மயக்கத்திலிருக்க சாரதிமல்லி வாய்க்குள் சந்தத்தை முணுமுணுத்துக் கொண்டிருக்கிறான். அது லம்பாடா தீம் சந்தத்தின் இசைமையற்ற பதிப்பு. அவ்வகையில் அசலுக்கு மிக நெருக்கமானது.

'எனக்கு வேலையிருக்கிறது,' என்கிறான் சேன. 'மேலும், சார் என்னுடைய நேரத்தை வீணடிப்பதாக உணர்கிறேன்.'

'நான் என்ன செய்ய வேண்டும்?'

ஏழு நிலவுகளை மனித இறைச்சி நிரம்பிய வேனில் கழிக்க முடியாது. பின்பகுதியிலுள்ள குப்பைப் பைகள் காற்றில் படபடக்கின்றன.

'யாரும் எவரையும் எதுவும் செய்யவைக்க முடியாது. அதுதான் பிரச்சினை.'

சேன முச்சக்கர வண்டியின் கவிகை மேலிருந்து பேருந்து ஒன்றின் பக்கவாட்டில் தவ்வி பொரளை மயானத்தின் கிராதியின்மேல் தாவுகிறான். பாதி வேகத்தில் நகர்ந்து கொண்டிருக்கும் வாகனம் ஒன்றிலிருந்து உன்னால் இப்படித் தாவமுடியுமா என்று வியக்கிறாய். உன்னைக் கொன்றுவிடக் கூடிய வகையான விடயம்போல் தெரிகிறது. நடைபாதை மீதிருந்து கூவுகிறான். 'நீங்கள் ஏன் இறந்தீர்கள் என்பதில் உங்களுக்கே அக்கறையில்லாதபோது நான் ஏன் கவலைகொள்ள வேண்டும்?'

பலால் மற்றும் கொத்து இருவருக்குப் பின்னாலிருந்தும் ஓர் உறுமலைக் கேட்கிறாய், இருவரும் முறையே குறட்டை விட்டுக்கொண்டும் எச்சில் வழியவிட்டுக் கொண்டும் இருக்கின்றனர். இரண்டு தோற்றவுருக்கள் இறைச்சிப் பைகளிலிருந்து எழுகின்றன. அவற்றின் உடைகள் கிழிந்திருக்க, கண்களில் வெறுமை, இருவரும் முல்லெட்* வகை சிகையலங்காரத்துடன் இருக்கின்றனர், பரிச்சயமானவர்கள் போல் தெரிகின்றனர். அது ஏனென்று உனக்குத் தெரியும். பெய்ராவின் கரையில் அவர்கள் இருவரின் உடலையும் பார்த்திருக்கிறாய், எட்டு துண்டுகளாக வெட்டப்பட்டு உன்னுடைய மற்றும் சேனவுடைய உடலுக்கருகில் வைக்கப்பட்டிருந்தன. இருவருமே இளைஞர்கள், கண்மண் தெரியாமல் தாக்கப்பட்டவர்கள் போல் இருக்கின்றனர். உன்னை நோக்கி வரும்போது அவர்களது கண்கள் விழிப்பள்ளத்திற்குள் உருள்கின்றன.

மும்முறை தாவும் பாலே நடன மங்கையைப் போலத் தாவி மயானத்தின் கதவருகே நின்று சிரித்துக்கொண்டிருக்கும் சேனவை அடைகிறாய். திரும்பிப் பார்க்கும் போது அந்த இரண்டு ஆவிகளும் உன்னைப் பின்தொடர்ந்து வருகின்றன. நீ கிறீச்சிட சேன மேலும் சிரிக்கிறான்.

அந்த ஆவிகள் உனக்குப் பின்னால் மிதந்தபடி வருகின்றன. பார்ப்பதற்கு மற்றவர்களைக் காட்டிலும் அதிகமாக இறந்தவர்கள் போலிருக்கின்றனர், அவர்கள் பேசவில்லை. விரலில் நகங்கள் இல்லை; இது எப்போதுமுள்ள அடையாளம். அதேபோல் பாதங்களிலுள்ள சிராய்ப்பும் நான்-என்-மூளையை-விழுங்கிவிட்டேன் என்பதான வெறிப்பும். உனது காலகட்டத்தில் இவர்களில் சிலரைப் பார்த்திருக்கிறாய், தொலைபேசிக்

கம்பத்தில் தலைகீழாகத் தொங்கவிடப்பட்டு, சாலையோரத்தில் வெந்துகொண்டு, ஆணியால் மரத்தில் அறையப்பட்டு. அனைவருக்கும் இவர்கள் இருவரைப் போலவே முகபாவம். ஒரே வித்தியாசம் அந்தப் பிணங்கள் அசையவில்லை.

'அப்பாவிப் பேர்வழிகள், பாவப்பட்டவர்கள்' என்கிறான் சேன. 'பருத்த தோற்றத்திலிருப்பவன் மொறட்டுவையைச் சேர்ந்த பொறியியல் மாணவன். மற்றவன் யாழ்ப்பாணத்தைச் சேர்ந்த விவசாயக் கல்லூரி மாணவன். சுற்றி வளைக்கப்பட்டு, சித்திரவதைக்குள்ளாக்கப்பட்டு கொல்லப்பட்டவர்கள்.

'எதற்காக?

'பெரிய கேள்வி. அவர்கள் சிங்களர்கள் அல்லது தமிழர்கள் என்பதாலா? அல்லது அவர்கள் ஏழைகள் என்பதாலா?'

'தோட்டாக்களால் மத்தியதர வகுப்பைச் சேர்ந்தவர்களையும் அடையாளம் கண்டுகொள்ளமுடியும். பத்திரிகையாளர் ரிச்சர்ட் டி சொய்சாவும், செயற்பாட்டாளர் மருத்துவர் ராணி ஸ்ரீதரனும் அப்படித்தான்,' என்கிறாய். 'நீ குறிப்பிட்டதுபோல் நானும்கூட. ஆனால் நான் சுடப்பட்டதாக நினைவில்லை.'

நீ ரிச்சர்டைப்போல அவரது அம்மா அவர் உயிருக்காக மன்றாடிக்கொண்டிருந்த நிலையில் படுக்கையிலிருந்து இழுத்துச் செல்லப்பட்டதாக உனக்கு நினைவில்லை. மருத்துவர் ராணியைப்போல உன் மாணவர்களிடமிருந்தே கொலைமிரட்டல் வந்ததாகவும் உனக்கு நினைவில்லை.

'இவர்கள் அப்பாவிகள். அதுதான் இதிலுள்ள விடயம். குறைந்தபட்சம் நீங்களும் நானும் தொடர்புடையவர்களாக இருந்தோம்.'

'நான் எதனோடும் தொடர்புள்ளவன் அல்ல.'

'அப்படியே சொல்லிக்கொண்டிருங்கள்.'

'நான் ஜேவிபியாக இருந்ததில்லை. நான் எப்படி இதில் சம்பந்தப்பட்டவன் ஆவேன்? நான் எல்டிடிஈயாகவும் இல்லை.'

நீ குரலை உயர்த்துகிறாய் ஆனாலும் ஜோம்பி பொறியியலாளர்கள் அதைக் கவனிப்பதாகத் தெரியவில்லை.

'நீங்கள் பிரித்தானியருக்காக வேலை பார்ப்பதாகச் சொன்னீர்களே?'

'அப்படிச் சொன்னேனா?'

தவறுதலாகக் கொல்லப்பட்ட பொறியியலாளர்கள் அலறியதும் அந்த உருவத்தைப் பார்க்குமுன் அதன் நிழலைக் கவனிக்கிறாய். பெருத்த உருவமுடைய அது வேட்டை நாயைப்போல நான்கு கால்களில் நிதானமாக நடக்கிறது. கார்களின் கூரைமீது தாவி வருகிறது, ஆனால் உன்னால் பார்க்க முடிந்ததெல்லாம் உரோமங்களின் தொகுப்பையும் பற்களையும் கண்களையும் மட்டுமே.

அதைக்காட்டிலும் நீ கேட்கும் ஒலிகளே உன்னைப் பீதிக்குள்ளாக்குகின்றன. அச்சத்தில் தோய்ந்த குரல்கள், தசைக்குள் அடைபட்ட, உதவிக்கு அப்பாற்பட்ட குரல்கள். கூண்டுகளில் அடைக்கப்பட்ட பூனைகள்போல் அருவருக்கத்தக்க விதத்தில் கரைந்தபடி, இரண்டு சிந்தசைசர்களை மோசமாக இசைப்பது போல. சிந்தசைசர்களை இசைக்க வேறு வழிகளும் உண்டு என்பதாக.

அதற்கு எருதின் தலை, கரடியின் உடல், உன்னை நோக்கி நிதானமாக முன்னேறிக்கொண்டிருக்கிறது. கழுத்தில் மண்டை ஓடுகளால் ஆன மாலை, எண்ணிறந்த முகங்கள் அதன் தோல்பகுதியின் கீழே சிக்கிக்கொண்டுள்ளன. உன் பார்வையை விலக்கிக்கொள்ள முடியாத விதத்திலிருக்கும் முகங்கள்.

'நிதானமாக நகருங்கள்,' என்கிறான் சேன. ' உடனே நகருங்கள்.'

'என்ன அது?'

'துர்சக்தி. நரகத்தில் வசிப்பது. துர்தேவதைகளைக் காட்டிலும் மோசமான ஒன்று.'

அதன் உறுமல் ஒலியைக் கேட்டுக்கொண்டிருக்கும்போது சேன உன்னைக் காற்றொன்றிற்குள் இழுக்கிறான். அது உன் காதுகளுக்கு இடையிலான பகுதியைக் குறிவைத்து ஒலியை அனுப்புகிறது. ஆயிரம் குரல்கள் ஒன்று சேர்ந்து சுருதி தப்பி எழுப்பும் கிறீச்சிடல். நகர்ந்துகொண்டிருக்கும் சரக்குவண்டி மீது நின்று உன்னைக் கவனிக்கிறது. அது உருவம் என்பதைக் காட்டிலும் அதிகம் நிழலாக இருக்கிறது, பழைய

தொலைக்காட்சிப் பெட்டி அனைத்து அலைவரிசைகளையும் ஒருங்கே ஒளிபரப்புவதுபோலக் கரகரப்பான ஒலி: அதன் வயிற்றிலிருக்கும் ஆன்மாக்கள் ஒன்றுடன் ஒன்று மோதிக்கொள்ளும் அலைவரிசைகளில் அலறுகின்றன. சீர்கைசேனவின் காற்றைப் பின்தொடர்ந்து செல்கிறாய் அது உன்னை மயானத்தில் கொண்டு சேர்க்கிறது.

***

பொரளை மயானம் மரங்கள், நாகங்கள் மற்றும் புதைகுழிக்கற்கள் கொண்ட சித்திரங்களின் தொகுப்பு. அமைதியான நடையின்போது பலமுறை இங்கே நின்றிருக்கிறாய். இன்று அமைதி என்பதே இல்லை. மயானம் ஊனமுற்றவர்கள், தோற்றவுருக்கள் மற்றும் கொம்புள்ள உருவங்களால் நிரம்பிவழிகிறது. எங்கே பார்ப்பது, எங்கே பார்க்காமலிருப்பது என்பதை அறிவது கடினம். அவை புதைகுழிக்கற்களின் மேல் அமர்ந்திருக்கின்றன, துக்கப்பட்டுக் கொண்டிருப்பவர்களைச் சுற்றிவருகின்றன, மரங்களையும் கைப்பிடிகளையும் ஆக்கிரமித்திருக்கின்றன. அனைத்து நிறச் சாயைகளிலும் கண்கள், முகப்பூச்சு பூசியதுபோன்ற தோற்றம்கொண்ட உரியும் தோல்களோடு நிலையற்று அலைகின்றன. தவறுதலாகக் கொல்லப்பட்டுவிட்ட பொறியியல் மாணவர்கள் வாயிற்கதவின் அருகிலேயே தங்கி விடுகின்றனர். சேன திரும்பிப் பார்த்து அவர்களைக் கேலி செய்கிறான்.

‘எதைக்கண்டு பயப்படுகிறீர்கள்? நீங்கள் ஏற்கெனவே இறந்தாயிற்று! என்ன தீங்கு நடக்க முடியுமோ அது ஏற்கெனவே நடந்துவிட்டது.’

அது அதிகம் கேள்விப்பட்ட சிங்களச் சொலவடை, குறிப்பாகப் போர்முனைப் பகுதிகளில். உதவிப் பணியாளர்கள், ராணுவவீரர்கள், தீவிரவாதிகள் மற்றும் கிராமவாசிகள் இதைச் சொல்வதைக் கேட்டிருக்கிறாய். நடக்கச் சாத்தியமுள்ள அனைத்துத் தீயவிடயங்களும் ஏற்கெனவே நடந்துவிட்டன. இதைக் காட்டிலும் மோசமாக எதுவும் ஆகப்போவதில்லை.

‘நாம் கல்லறைகளைத் தவிர்க்க வேண்டாமா?’ பாதையை நோக்கி மிதக்கும் சேனவிடம் கேட்கிறாய்.

‘மஹாகாளியால் இங்கே நுழைய முடியாது,’ என்று பதிலளிக்கிறான்.

‘என்ன அது?’

‘அதற்குப் பல பெயர்கள் உண்டு,’ என்று கிசுகிசுப்பாகக் கூறுகிறான் சேன. ‘சுடுகாட்டுப் பிசாசு, கடவரப் பிசாசு, கலு பல்லா (கருப்பு நாய்) குவேனி. எனக்கு அதை மஹாகாளி என்றுதான் தெரியும், ஆன்மாக்களை விழுங்குபவள். இந்தக் காற்றுகளில் அலைந்துகொண்டிருக்கும் மிக சக்தி வாய்ந்த உயிரி. அரக்கர்களும் பிசாசுகளும் இந்தத் தெய்வத்தின் முன் மண்டியிடும். உங்களையும் என்னையும் போலச் சாதாரண பேய் அல்ல அது. ஆனால், நினைவில் வையுங்கள் அரக்கர்களோ அல்லது பிசாசுகளோ, அல்லது அவற்றுக்குக் கட்டளை இடுபவையோ, அனுமதிக்கப்படாத இடங்களுக்குள் அவற்றால் நுழைய முடியாது.’

‘நான் எப்படித் தெரிந்துகொள்வது?’

‘பிசாசுகளைப் பற்றியா?’

‘நான் எவ்வாறு இறந்தேன் என்பது பற்றி.’

‘உங்களுக்கு அதைத் தெரிந்துகொள்வதில் விருப்பமில்லை என்று நினைத்தேன்.’

‘உனக்குத் தெரியும் என்று நீ சொன்னதாக நினைத்தேன்.’

சேன தனது குப்பைப் பை உடையைச் சரிசெய்துகொள்கிறான்.

‘நான் உங்கள் உதவியாளரல்ல, சார். நான் எனக்கு உதவுபவர்களுக்கு மட்டுமே உதவுவேன். உங்களுக்கு என் உதவி தேவையில்லை என்றால் நான் இங்கிருந்து செல்லத் தயார்.’

‘நீ பேசுவது ஐநா சபையை ஒத்திருக்கிறது.’

காலைச் சூரியன் தனது ஏற்றத்தை நிறைவு செய்கிறது. கார்களால் சாலை நிறைந்து, மனிதர்கள் மதிய உணவை நோக்கி அலைந்து கொண்டிருக்கிறார்கள். எல்டிடிஈ-க்கள் மருத்துவர் ராணி ஸ்ரீதரனைக் கொன்றனர், செயற்பாட்டாளரான ரிச்சர்ட் டி சொய்சாவை அரசாங்கம் கொன்றது, திரைப்பட நட்சத்திரமான

விஜயகுமார துங்கவை ஜேவிபிக்கள் கொன்றனர். உன்னைக் கொன்றது யார்?

மரங்களில் கண்களின் வரிசை, பாதை கூளிகளால் தடுக்கப்பட்டுள்ளது. மூன்று இறுதி ஊர்வலங்கள் நிகழ்ந்து கொண்டிருக்க ஒவ்வொன்றிலும் ஆவிகளின் திரள்கள் கலந்துகொண்டிருக்கின்றன. மனிதர்கள் திருமண நிகழ்வுகளை விரும்புவதைக் காட்டிலும் அதிகமாக ஆவிகள் இறுதிச் சடங்குகளை விரும்பும் என்கிறான் சேன.

கொழும்புவின் இறந்தவர்களின் கல்லறைகள் ஊடாக வீசிக்கொண்டிருக்கும் காற்றைத் தள்ளி முன்னேற வேண்டும். இங்கேதான் கதாநாயகச் சிப்பாய்கள், படுகொலை செய்யப்பட்ட அரசியல் புள்ளிகள், அதிகம்பேசிய பத்திரிகையாளர்கள் உறங்கிக்கொண்டிருக்கின்றனர். தெரிந்த முகங்களைத் தேடுகிறாய், அநேகமாக மருத்துவர் ராணி அல்லது பிரின்ஸ் விஜயா போன்ற பிரபலங்கள். ஆனால், நீ காண்பதெல்லாம் வாழும்போதிருந்ததைப் போலவே அனாமதேயமான மற்றும் மறக்கப்பட்ட ஆவிகள் மட்டுமே. குண்டுவீச்சில் கொல்லப்பட்டவர்கள், எரிக்கப்பட்டவர்கள் மற்றும் காணாமல் போனவர்கள் இடையே நீயும்கூட, இன்னமும் இறப்பிற்கான காரணம் தெரியாதவன்.

'ஆவிகள் ஏன் இங்கே தங்கி இருக்கின்றன?' என்று கேட்கிறாய்.

'அவற்றின் உடல்கள் இங்கேதான் இருக்கின்றன,' என்கிறான் சேன.

'கல்லறை இல்லாதவர்கள் என்ன ஆவார்கள்?'

'பார்வையைத் தழைத்துக்கொள்ளுங்கள். எதனிடமும் பேசவேண்டாம்.'

தவ்விக் குதித்து பாதையில் அலைந்துகொண்டிருக்கும் ஆவிகளை வெப்பம் எந்த வகையிலும் தடுக்கவில்லை. இரண்டு இறுதி ஊர்வலங்கள் நிகழ்ந்துகொண்டிருக்க, அவற்றில் கூளிகளும் பிரேதங்களும் கலந்துகொண்டிருக்கின்றன, அனைத்துவித ஆவிகளிலும் அதிகம் பசி கொண்டவை, இரண்டும் குழப்புவதற்காகவும் திருடிக்கொள்ளவும் மனிதர்களைத் தேடிக் கொண்டிருக்கின்றன.

முதல் நிலவு 73

கல்லறைகளின் வழியாகச் செல்லும் பாதைகளைக் காட்டிலும் குறைவான நெரிசலுடன் இருக்கும் தகனக் கட்டடத்திற்குச் சேன உன்னை அழைத்துச் செல்கிறான். இரண்டு பொறியியல் மாணவர்களும் தகனக் கட்டடத்தின் சுவரையொட்டி வைக்கப்பட்டிருக்கும் கரி பீப்பாய்கள் அருகே நின்று கொண்டிருக்கின்றனர். சேன பீப்பாய்க்குள் கையை நுழைத்துத் தேய்க்கிறான். பிறகு சுவரை நோக்கி மிதந்துசென்று அதில் எழுத்துகளை எழுதத் தொடங்குகிறான். கரியைக் கொண்டு ஆறு பெயர்களைக் குறிக்கிறான். பொறியியல் மாணவர்கள் வியப்புடன் பார்த்துக்கொண்டிருக்கின்றனர்.

சாரதிமல்லி

பலால்

கொத்து

முகமூடி

மேஜர் ராஜா

அமைச்சர் சிறில்

தனது முகத்திலிருந்து முக்காடு பின்னால் விழ அனுமதிக்கிறான். மாணவர்கள் இருவரையும் பார்த்துவிட்டுப் பிறகு உன்னைப் பார்க்கிறான். 'சில மாதங்களுக்கு முன்னால் என்னைக் கொன்ற கொலைக்குழு இது. இந்தக் குழுதான் உங்கள் இருவரையும் கடந்த வாரம் கொலை செய்தது. மேலும் மாலி சாரை நேற்றிரவு கொன்றுவிட்டது.'

'இந்தத் தகவல் நம்பகமான ஆதாரத்தின் மூலம் உறுதிப்படுத்தப்பட்டதா?'

'இவர்களைத் துன்பப்படுத்துவேன். ஒவ்வொருவரையும். நீங்கள் எனக்கு உதவுவீர்களா?'

பொறியியல் கல்லூரி மாணவர்கள் தலைதாழ்த்தி வணங்குகின்றனர், சேன புன்னகைக்கிறான்.

'எவ்வாறு இவர்களைத் துன்பப்படுத்துவாய்?'

'என்னிடம் அதற்கான திட்டம் இருக்கிறது.'

***

நீ நம்பாத நபர்கள் பேசிப்பேசி உனக்கு விருப்பமில்லாத செயல்களைச் செய்ய வைத்துவிடுவது உனக்குப் பழக்கமான ஒன்றுதான். ஆனால் இம்முறை அல்ல.

'மன்னிக்கவும் காம்ரேட் சேன. சுவரில் எவ்வாறு எழுதுவது என்பதைக் கற்றுக்கொள்ள எனக்கும் விருப்பம்தான். ஆனால் இப்போது நான் செல்ல வேண்டும்.'

'என்னை காம்ரேட் என்று அழைக்கவேண்டாம், மாலி முதலாளி. நீங்கள் வெறும் ஷாம்பெயின் சோசியலிஸ்ட்தான்.'

'என்னை ஏன் முதலாளி என்று அழைக்கிறாய்? நான் உனக்கு எஜமானன் அல்ல.'

'சாதாரணமானவர்களைக்கூட "முதலாளி" என்றும் "சார்" என்றும் அழைக்கும்படி சிறுவயதிலிருந்தே மூளைச்சலவை செய்யப்படுகிறோம். ஏழையாக வளர்வதன் ஒரு பகுதி அது. வேலைக்கார சிறுவனாக இருந்திருக்கிறேன். பட்டம் பெற்ற பிறகும் தெருவில் காய்கறிகள் வியாபாரம் செய்திருக்கிறேன். இந்நகரத்தின் சில பகுதிகளுக்குள் நுழைவதற்குப் பணக்காரர்களை "சார்" என்று அழைப்பது மட்டுமே இருக்கின்ற ஒரே வழி.'

காற்றின் ஓசையைக் கேட்டபடி உனக்குப் புரியாமலிருந்த விடயங்கள் குறித்துச் சிந்திக்கிறாய்.

'என் நண்பர்கள், என் அம்மா. நான் அவர்களைப் பார்க்க வேண்டும்.'

'எதற்காக?'

'என்னை மன்னித்துவிடு என்று டிடியிடம் சொல்வதற்காக. ஜக்கியிடம் அந்தப் பெட்டி பற்றிக் கூறுவதற்காக. எல்லாவற்றுக்கும் அப்பாதான் காரணம் என்று அம்மாவிடம் சொல்வதற்காக.'

'மனதைத் தொடும்படி இருக்கிறது சார், ஆனால் நமக்கு வேலை இருக்கிறதே.'

'நான் அவர்களைப் பார்த்தாக வேண்டும்.'

'இப்படி பைலா பாடிக் கொண்டிருப்பதற்காக நான் உங்களைக் காப்பாற்றவில்லை.'

'என்னைக் காப்பாற்றச் சொல்லி நான் உன்னிடம் கேட்கவில்லை.'

'யாரும் எதையும் கேட்பதில்லை. யாரும் ஏழையாகப் பிறக்கவேண்டும் என்று கேட்கவில்லை, யாரும் நோய் வேண்டும் என்று கேட்பதில்லை, யாரும் பால் புதுமையராகப் பிறக்கவேண்டும் என்று கேட்பதில்லை.'

'நான் பால் புதுமையரல்ல,' ஏற்கெனவே பலமுறை கூறியதுபோலவே இப்போதும் கூறுகிறாய்.

'முதலாளியை அவர்கள் கூரையிலிருந்து கீழே வீசியபோது புத்தி பிசகிவிட்டதா? அல்லது கொழும்பு 7இல் நடக்கும் ஏதேனும் போதை விருந்தில் அதை இழந்தீர்களா?'

'நான் கொழும்பு 2இல் வசிப்பவன். நான் கூரையிலிருந்து தூக்கி வீசப்பட்டேன் என்று யார் கூறியது?'

'சிதைந்த உங்கள் உடலைப் பாருங்கள். ஒருவேளை உங்கள் புத்தியும் சிதைந்துவிட்டதோ என்னவோ.'

குனிந்துபார்த்தால் தெரிவது ஒற்றைச்செருப்பு இல்லாத கால் மட்டுமே. சிண்ட்ரெல்லாவைப் போல, ஒரே வித்தியாசம் மிசூரியிலிருக்கும் உனது ஒன்றுவிட்ட சகோதரிகள் உன்னளவுக்குப் பொல்லாதவர்கள் அல்ல.

'ஒவ்வொரு பாமரனும் கொழும்பு 7ஐ நினைத்துப் பொறாமை கொள்கிறான். அந்த விருந்துகளில் நுழைய எனக்கு ஏராளமான முட்டாள் மாத்திரைகள் தேவைப்பட்டன.'

'நீங்கள் ஜேவிபியில் இணைந்துகொண்டது உங்களுக்கு நினைவில்லை, அப்படித்தானே?'

'நான் இறந்தது எனக்கு நினைவில்லை. கொலைக் குழு எதுவும் எனக்கு நினைவில்லை. மாடியிலிருந்து தூக்கி வீசப்பட்டதும் எனக்கு நினைவில்லை.'

'அப்படியென்றால் உங்களுக்கு ஏழைகளைப் புகைப்படம் எடுப்பதில் மட்டும்தான் விருப்பம். அவர்களுக்கு உதவுவதில் விருப்பமில்லை.'

'சரி, சரி. நான் உனக்கு உதவினால் பிரசங்கம் செய்வதை நிறுத்துவாயா?'

'நிச்சயமாக.'

'நீ எனக்கு உதவி செய்வாயா?'

'ஏன் செய்யமாட்டேன்?'

காற்றில் பயணிப்பதற்கான பிடி இப்போது உனக்குக் கிடைத்துவிட்டது, அது எவ்வாறு என்பதை உனக்கு நீயே விளக்கிக்கொள்ள முடியாமலிருந்தாலும் கூட. புவியீர்ப்பு விசை என்பது பேருந்துபோல அதன் படிக்கட்டுகளில் உன்னைத் தொங்கிக்கொள்ள அனுமதிக்கிறது. மூச்சு உன்னைத் தாங்கும்வரை மூச்சை நிறுத்திக்கொள்வது போல. கம்பளம் இல்லாத மாயக்கம்பளம் போல. மிதமான மது மயக்கத்திலிருக்கும் துகளொன்றைப் போல் மிதக்கிறாய்.

'அவர்கள் உங்கள் உடலைத் துண்டு போட்டபோது, நீங்கள் கல்லூரி வளாக மார்க்சிஸ்டா அல்லது காஃபி விடுதி மார்க்சிஸ்டா, அடிப்படையிலிருந்து வந்த சோஷலிசவாதியா அல்லது ஷாம்பெயின் சோஷலிசவாதியா என்பது முக்கியமாக இருக்கவில்லை. ஈக்கள் உங்கள் மீதும் மலங்கழிக்கும், புழுக்கள் உங்களை மென்று தின்னும்.'

சேனவின் குப்பைப் பை மேலாடை அவனுக்குப் பின்னால் படபடக்கிறது. அவன் குறைந்த அளவில் சூப்பர்மேன் போலவும் அதிகளவு உடைந்த குடைபோலவும் இருக்கிறான்.

'நாம் எங்கே செல்கிறோம்?' என்று கேட்கிறாய்.

'மயானத்தின் மூலையிலுள்ள வாகை மரத்திற்கு.'

'எதற்காக?'

'நான் உங்களுக்கு உதவுகிறேன்.'

'எந்த வகையில்?'

'நான் பல விடயங்களில் நம்பிக்கையற்றவன். ஆனால் வாகை மரங்களை நம்புகிறேன்.'

***

வாகை மரம் ஓங்கி வளர்ந்த புல் பரப்புகள் மற்றும் புரட்டிப் போடப்பட்ட பாறைகளின் மீது தனது கைகால்களைப்

பரப்பியபடி வளர்ந்திருக்கிறது. ஒவ்வொரு கிளையிலும் ஓர் உயிரி தனது கூர்மையான நகங்களால் பற்றிக்கொண்டு தொங்குகிறது. எலிகள், பாம்புகள் மற்றும் திரிபூனைகள் கல்லறைக்கற்களுக்கிடையே ஒளிந்துகொண்டிருக்கின்றன. மறைந்து கொள்வதற்குப் பல நிழல்கள் இருக்கின்றன, இருப்பினும் அங்கிருக்கும் எவருக்கும் நிழல் என்பதே இல்லை. சேன காலியாக இருக்கும் கிளை மீது ஏற, பின்தொடர்கிறாய்.

'நாம் ஏன் இங்கே அமர்ந்துகொண்டிருக்கிறோம்?' என்று கேட்கிறாய்.

'வாகை மரங்கள் காற்றைப் பற்றிவைத்துக்கொள்ளக் கூடியது. வானொலிகள் அலைவரிசைகளை ஏற்பது போல. அரச மரங்கள், ஆல மரங்கள் மற்றும் அநேகமாகக் காற்றை வீசக்கூடிய பெரிய மரங்கள் அனைத்தும் அப்படித்தான்.'

'காற்றுதான் மரங்களை அசைக்கிறது என்று நினைத்துக் கொண்டிருந்தேன்.'

'உங்கள் தாத்தா உலகம் தட்டையானது என்று நம்பிக்கொண்டிருந்தார். உங்களுக்குப் பேயாக இருக்க விருப்பமா அல்லது பிசாசாகவா?'

'இரண்டிற்கும் என்ன வேறுபாடு?'

'பேய்கள் காற்றோடு சேர்ந்து அலையும். பிசாசுகள் காற்றை வழிநடத்தும்.'

'நாம் இங்கே என்ன செய்துகொண்டிருக்கிறோம்?'

'போதுமான நேரத்திற்கு மனதை அமைதிப்படுத்தினால் உன் பெயர் உச்சரிக்கப்படுவதைக் கேட்கக்கூடும். உன் பெயரைக் கேட்கிறாயென்றால் உன்னால் அங்கே செல்லமுடியும். உடல் கெடாமலிருக்கும்வரை இதைச் செய்யலாம். தொண்ணூறு நிலவுகளுக்குப் பிறகு உன் கொழும்பு 7 சூத்தைப் பற்றி யாரும் கவலைப்படமாட்டார்கள்.'

'நீ என்னை சார் என்று அழைத்துக்கொண்டிருந்ததே எனக்குப் பிடித்திருந்தது.'

செருமிக்கொண்டு உன்னைச் சுற்றிலும் தியானம் செய்துகொண்டிருக்கும் ஆவிகளைப் பார்க்கிறாய். மரத்திலிருக்கும்

அனைவரும் முன்னும்பின்னுமாக அசைந்தபடி முணுமுணுத்துக் கொண்டிருக்கிறார்கள். யார் தியானத்திலிருக்கிறார்கள், யார் உணர்விழப்பிலிருக்கிறார்கள் என்பதைக் கூறுவது கடினம்.

'மனதை அமைதிப்படுத்திக் கேளுங்கள்,' என்கிறான்.

'நான் எழுபதுகளுக்குப் பிறகு தியானம் செய்ததே இல்லை,' என்று பதிலளிக்கிறாய்.

'தியானம் என்பது மூச்சு இருப்பவர்களுக்கானது.'

'எதைக் கேட்கவேண்டும்?'

'உங்களது பெயரை. அதைக்கூட மறந்துவிட்டீர்களா? உங்கள் பெயர் உச்சரிக்கப்படுகிறதெனில், அந்த அவமானத்தைப் பங்கிட்டுக்கொள்ளுங்கள்.'

'நீ எங்கே கவிதை கற்றுக்கொண்டாய்?'

'நான் ஸ்ரீ போதி கல்லூரியில் படித்தேன் என்பதற்காக எனக்குக் கவிதை தெரியாது என்று அர்த்தமா?'

'ஒரு மனம் எவ்வளவு வெறுப்புகளைத்தான் தாங்கியிருக்க முடியும்?'

'கேளுங்கள்!'

சூரியன் தனது இறக்கத்தைத் தொடங்கிவிட்டது, வெளிச்சம் அதன் தந்திரங்களைத் துவங்குகிறது. இறுதி ஊர்வலங்கள் கலைந்துசெல்கின்றன, அதேசமயம் இன்னுமதிகப் பிண வண்டிகள் இன்னுமதிகக் கல்லறைகளை நோக்கி வருகின்றன. அசையாமல் தலைக்குள்ளிருந்து ஒரு பாடலுக்காகக் காத்திருக்கிறாய். ஒன்றுமில்லை. எல்விஸ் அல்லது ஃப்ரெட்டி கூட இல்லை.

ஒவ்வொருமுறை உன்னைச் சுற்றிப்பார்க்கும்போதும் மரத்தின் அமைப்பு மாறுபடுகிறது. மரப்பட்டைகள் காஃபியின் வெவ்வேறு நிறங்களிலிருக்கின்றன, இலைகள் தங்கப்புள்ளிகளால் நிறைந்திருக்கின்றன, தழைகள் மழைக்காடு மற்றும் பாசியின் நிறத்தோடு இருக்கின்றன. அது வெளிச்சத்தின் காரணமாக அல்லது உன் கற்பனையாக அல்லது இரண்டினாலும் இல்லாமலிருக்கலாம்.

முதல் நிலவு ◆ 79

போக்குவரத்து நெரிசலின் முனகல், நாய்களின் கொட்டாவிகள் மற்றும் ஆவிகள் வழுக்கிச்செல்லும் ஒலி வெப்பக்காற்றை நிறைக்கிறது. உன்னைச் சிந்தனைகளின்றி வெறுமையாக்கிக்கொண்டு முகங்கள் உன்னிடத்தில் தோன்ற அனுமதிக்கிறாய், உனக்கு அடையாளம்தெரிந்த ஆனால் பெயர்தெரியாத முகங்களைப் பார்க்கிறாய். அவர்களுள் அளவில் பெரியதான வெள்ளைக்காரன், தலையில் கிரீடம் அணிந்த ஒருவன், கருத்த நிறமும் மாணிக்க நிற உதடுகளும் கொண்ட ஒரு பெண், அத்துடன் மீசையுடனுள்ள ஓர் இளைஞன் ஆகியோரைப் பார்க்கிறாய்.

முகங்கள் சீட்டுகளாக மாறுகின்றன. டைமண்ட் ஏஸ், கிளப் ராஜா, ஸ்பேட்ஸ் ராணி மற்றும் ஆர்ட்டின் ஜாக்கி ஆகியவை உன் முன்னால் படபடக்கின்றன. அப்போது கேட்கத் தொடங்குகிறாய். முதலில் கிசுகிசுப்பு, பின் ஒரு சொல், பின் பல சொற்கள், அதன்பின் மில்லியன் கணக்கான சொற்கள். கிசுகிசுக்கள் ஒன்றோடொன்றாகப் பின்னுகின்றன. சில ஒத்திசைவை உருவாக்குகின்றன, சில இரைச்சலை.

முதலில் பிணத்தின்மீது ஒலி பெருக்கிகளுடன் ஊர்ந்து கொண்டிருக்கும் எறும்புகளைப் போல. பிறகு அச்சந்தரத்தக்க குழந்தைகளால் அசைக்கப்படும் கூழாங்கற்கள் நிறைந்த பிளாஸ்டிக் பெட்டிகளைப் போல. பிறகு ஒரேநேரத்தில் போர்த்துக்கீசியம், டச்சு மற்றும் தமிழைப் பேசுவது போல. காற்றலைகள் ஆவிகளின் சபிக்கும் குரலால் ஸ்தம்பிக்கின்றன. ஒவ்வொரு குரலும் விசும்பில் ஒலிக்கிறது, அண்டசராசரம் எங்கும் கூச்சலிடுகிறது, ஏற்கெனவே பயன்படுத்தப்பட்ட அலைவரிசைகளில் உக்காரமிடுகிறது. அதன்பிறகு உன் பெயரைக் கேட்கிறாய். அது ஒருமுறை உச்சரிக்கப்படுகிறது, பிறகு மீண்டும் மீண்டும், பிறகு கத்தப்படுகிறது.

'அவன் பெயர் மலிந்த அல்மேதா. அவன் பிரிட்டிஷ் தூதரகத்திற்காக வேலை செய்பவன்.'

'லோரென்ஸோ அல்மேதா என யாரையும் எங்களுக்குத் தெரியாது.'

'இதை விளையாட்டு என்று நினைத்துக்கொண்டீர்களா? மலிந்த அல்மேதா. என்னிடம் அமைச்சர் ஸ்டான்லி தர்மேந்திரன் கொடுத்த கடிதமிருக்கிறது. தயவுசெய்து சரிபார்க்கிறீர்களா?'

உனக்கு அந்தக் குரலைத் தெரியும், பல சந்தர்ப்பங்களில் அது கோபத்துடன் ஒலிக்கக் கேட்டிருக்கிறாய். சுற்றுமுற்றும் பார்க்கிறாய், அந்த மரம் இப்போது தூரிகையின் தீற்றல்களாக மாறியுள்ளது, பச்சைகள் மற்றும் தங்க நிறங்கள் கொண்ட, கூர்ந்து கவனம்செலுத்தினால் ஒன்றுமற்றுப்போகும் உணர்வுப்பதிவுவாத ஓவியம் போல. உனக்கடுத்து காம்ரேட் சேன பதிரண புன்னகைத்தபடி இருக்கிறான். இறந்த அவனது கண்களுக்கு முன்பாக நீ ஆவியாகும்போது போலித்தனமான சல்யூட் ஒன்றை உனக்களிக்கிறான்.

இருபது தாய்மார்கள்

'அவனது முழுப்பெயர் மலிந்த அல்மேதா கபலான,' முள்போல நீட்டிக்கொண்டிருக்கும் தலைமுடிகொண்ட அந்த இளைஞன் கூறுகிறான். 'இது அவனது அடையாள அட்டையின் நகல். தயவுசெய்து தேடிப்பார்க்கிறீர்களா?'

'இதில் மலிந்த அல்பர்ட் கபலான என்றிருக்கிறது,' என்கிறார் உதவிக் காவல் கண்காணிப்பாளர். 'உனது சொந்த நண்பனின் பெயர்கூட உனக்குத் தெரியாதா?'

'ஆமாம்,' என்கிறார் மூலையில் நின்றுகொண்டிருந்த முதிய பெண்மணி. 'அவன் அப்பாவின் பெயர் பெர்டி. அவர் சென்றபிறகு அவன் பெயரை மாற்றிக்கொண்டான்.'

'நாங்கள் அவரது அடையாள அட்டையிலுள்ள பெயரைப் பயன்படுத்துவோம்,' மூலையில் அமர்ந்திருக்கும் புலனாய்வாளர் கூறுகிறார்.

கடந்த ஓராண்டாக நகரின் காவல் நிலையங்கள் வீடுவந்து சேராத தங்களது மகன்கள் மற்றும் மகள்கள் குறித்து ஓலமிட்டழும் பெற்றோரை மகிழ்வித்துக் கொண்டிருக்கின்றன. ஓய்வற்ற நாள்களில் கவலையுடன் பீதியில் ஆழ்ந்திருப்பவர்களைக் காவலர்கள் காற்றோட்டம் அதிகமில்லாத தாழ்வாரங்களில் தொடங்கி மிதிவண்டி நிறுத்தங்கள் வரை வரிசையில் நிற்க வைக்கின்றனர்.

வியர்த்து வடிந்தபடி மூன்று தாய்மார்கள் கூடத்தில் நின்றுகொண்டிருக்கிறார்கள், அவர்களது அழுகை இப்போது ஓய்ந்திருக்கிறது. உள்ளே ஓர் அழகான இளைஞன்

மேசையொன்றின்மீது குனிந்து புகைப்படத்தைக் காண்பித்துக் கொண்டிருக்கிறான். முள்போன்ற சிகையலங்காரத்துடனிருக்கும் அந்த இளைஞன், இரண்டு பெண்கள், அவர்கள் வைத்திருக்கும் முற்றிலும் வேறுபட்ட இரண்டு கைப்பைகள் எப்படியோ முடிவற்ற இந்த வரிசையைத்தாண்டி உள்ளே வந்துவிட்டன.

'நான் திலன் தர்மேந்திரன். என் அப்பா அமைச்சர் ஸ்டான்லி தர்மேந்திரன்,' என்கிறான் அழகான அந்த இளைஞன். 'இது மலிந்தவின் தாய். இது அவனது தோழி. நேற்று காலையிலிருந்து அவனைக் காணவில்லை.

மஹாகம சேகர ஆபிரிக்கான மொழி பேசும் அளவுக்கே டிடிக்குச் சிங்களம் தெரியும். அதோடு அவன் பதட்டமானால் அனைத்து வாக்கிய அமைப்புகளையும் இழந்துவிடுவான்.

'மன்னிக்கவும் ஆனால் செய்வதற்கு ஏதுமில்லை,' வாசலுக்கருகே நின்றுகொண்டிருக்கும் ஏஎஸ்பி கூறுகிறார். 'நீங்கள் புரிந்துகொள்ளவேண்டும். எழுபத்தியிரண்டு மணிநேரம் வரை அவரைக் காணாமல் போனவர் என்று ஏற்றுக்கொள்ளவியலாது.'

'அவன் கைது செய்யப்பட்டிருக்கிறானா?' சிவப்பு உடையிலிருக்கும் அந்தப் பெண் கேட்கிறாள். 'தயவுசெய்து அதையாவது விசாரிக்க முடியுமா?'

அந்த இளம்பெண் வெள்ளியில் காதணிகள் அணிந்திருக்கிறாள், கருப்பு நிற உதட்டுச் சாயம், அவளது மஸ்காரா கன்னங்களில் வழிந்து கொண்டிருக்கிறது. அனைத்து ஜன்னல்களும் மூடப்பட்டிருந்தாலும் அறைக்குள் காற்று நுழைந்ததும் தன்னை மேலாடையால் மூடிக்கொள்கிறாள். அந்தக் காற்றில் மிதந்தபடி வந்து ஜன்னலின் அடிக்கட்டையில் அமர்ந்துகொள்கிறாய்.

'உங்கள் பெயர்களை நாங்கள் தெரிந்துகொள்ளலாமா?' அந்த முதிய பெண்மணி இளம்பெண்ணின் தோள்மீது கைவைத்தபடி கேட்கிறார்.

'நான் ஏஎஸ்பி ரஞ்சகொட. அவர் புலனாய்வாளர் காசிம். அவர் உங்களது புகாரைக் குறித்து வைத்துக்கொள்வார். ஆனால் மூன்று நாள்கள் வரை அறிக்கை பதிவுசெய்ய முடியாது, மன்னியுங்கள்.'

திலன் தர்மேந்திரன் இரண்டு பெண்களையும் பார்க்கிறான். ஒரு பெண் தனது எழுபதுகளில், மற்றவள் தனது இருபதுகளில், ஒருவர் முகச்சுளிப்புடன், மற்றவள் அழுதபடி.

ஏஎஸ்பி காசிம் பருமனாகவும் பரபரப்பானவராகவும் இருக்கிறார், கொழுகொழுப்பான குழந்தையொன்று சீருடையிலிருப்பதுபோல. ரஞ்சகொடவின் உடல் உடுப்புதாங்கிக் கம்பியைப் போலவும் சீருடையை அதில் மாட்டிவத்திருப்பது போலவுமிருக்கிறது. காசிம் கையில் படிவத்தைக் கொடுத்துவிட்டு வாசல்வழியாக இன்னும் அதிகமான தாய்மார்கள் முகப்பறைக்கு வருவதையும் சாரோங்கிலுள்ள ஆண்கள் அவர்களது பக்கவாட்டில் நிற்பதையும் பார்க்கிறார்.

'மேடம், தயவுசெய்து இதை நிரப்புங்கள். திரு. தர்மேந்திரன். நீங்கள் கடைசியாக மலிந்த அல்பர்ட் கபலானவை எப்போது பார்த்தீர்கள்?'

'அல்மேதா. கடந்த ஒரு வாரமாக யாழ்ப்பாணத்தில் இருந்தான். நேற்று என் அலுவலகத்திற்கு அழைத்துக் கொழும்புக்கு வந்துவிட்டதாகக் கூறினான்,' என்கிறான் டிடி. 'மிகப் பெரிய செய்தி ஒன்று இருக்கிறது என்றும் அன்றிரவு மீண்டும் எனக்கு அழைப்பதாகவும் கூறினான்.'

டிடி பெருமூச்சுடன் கழுத்திலுள்ள சங்கிலியை இழுத்துக்கொள்கிறான். 'ஆனால், அவன் அழைக்கவில்லை.'

'ஒருவேளை அவர் இன்னமும் வெளியூரிலேயே இருக்கலாம்.'

'அவனது பைகள் அடுக்கக வீட்டில் இருக்கின்றன. அவனது ஈரத் துண்டுகள் குளியலறையில் தொங்கிக்கொண்டிருக்கின்றன. எங்களது வீட்டிலிருந்துதான் எனது அலுவலகத்திற்கு அழைத்திருக்கிறான். சில வாடிக்கையாளர்களைச் சந்திக்க வேண்டியிருப்பதாகவும் அதன்பிறகு எனக்கு அழைப்பதாகவும் கூறினான்.'

'எந்த வாடிக்கையாளர்கள்?'

'அவன் சொல்லவில்லை.'

'இந்நாள்களில் யாழ்ப்பாணத்தில் இருப்பது மிகவும் ஆபத்தானது. அவர் ஏன் அங்கிருந்தார்?'

'வேலை நிமித்தமாக அங்கிருந்தான்.'

'என்ன மாதிரியான வேலை?'

'அவன் புகைப்படம் எடுப்பவன்.'

'திருமணங்களிலா?'

'செய்தித்தாள்களுக்கு?'

'எந்தச் செய்தித்தாள்களுக்கு?'

'அவன் ராணுவத்திற்காக வேலை செய்பவன், தி அசோசியேட்டட் பிரஸ் மற்றும் வேறு சில செய்தி நிறுவனங்களுக்காகவும் வேலை செய்வான்,' பெரிய கூந்தலுடன் இருக்கும் இளம் பெண் கூறுகிறாள், அவள் மட்டுமே உன்னுடைய நாள் குறித்து நீ கூறுவதைக் கேட்டுக்கொள்பவள்.

'இலங்கை ராணுவத்திற்கா?'

'அது சில வருடங்களுக்கு முன்பு. இப்போது அவன் அவர்களுடன் இல்லை.'

'அப்படியென்றால் ஒருவேளை ஏதேனும் செய்தித்தாள் நிறுவனத்திற்காக வேறு வேலையை ஏற்றுக் கொண்டிருக்கலாம், இல்லையா?' ஏஎஸ்பி ரஞ்சகொட தாழ்வாரத்திலிருந்து தனது கவனத்தைத் திருப்புகிறார். அவரது தலை தோள்களுக்குத் தொடர்பில்லாதது போல் அசைகிறது.

'அவன் வெளியூர் செல்வதாக இருந்தால் எங்களுக்கு தெரிவிப்பான். திரும்பி வந்ததும் எங்களை அழைப்பான்,' என்கிறான் டிடி. 'அவன் இன்று காலை ஜக்கியை அழைத்துக் கொள்வதாக இருந்தது. எந்தத் தகவலுமில்லை.'

'நான் இலங்கை ஒலிபரப்புக் கூட்டுத்தாபனத்தில் இரவுநேர நிகழ்ச்சியை நடத்துகிறேன்,' என்கிறாள் ஜக்கி. 'மாலிதான் எப்போதும் என்னை அங்கிருந்து அழைத்து வருவான்.'

புலனாய்வாளர் காசிம் தெளிவற்ற தனது கிறுக்கல்களிலிருந்து முகத்தை உயர்த்துகிறார். முதிய பெண்மணியை நோக்கித் திரும்புகிறார். அவரை அம்மா என்று அறிந்திருக்கிறாய்.

'மேடம், ஏன் நீங்கள் எல்லோரும் வீட்டிற்குச் சென்று அவர் வருகிறாரா என்று பார்க்கக் கூடாது?'

'நாங்கள் இங்கே விளையாட்டாக வந்திருக்கிறோம் என்று நினைக்கிறீர்களா?' சீறுகிறார் அம்மா. 'அவன் நேற்று என்னை அழைத்தான். பல மாதங்களாக நாங்கள் பேசிக் கொள்ளவில்லை. மதிய உணவின்போது என்னைச் சந்திக்க விரும்புவதாகக் கூறினான். அப்படி அவன் ஒருபோதும் சொன்னதில்லை. ஏதோ சரியாக இல்லை, எனக்கு அப்போதே தெரியும்.'

என்ன? அம்மாவுடன் மதிய உணவா? கடைசியாக நீ அதைச் செய்தபோது எல்விஸ் இன்னமும் வளர்ந்துகொண்டிருந்தார். நடக்கும் சம்பவங்களை அர்த்தப்படுத்திக்கொள்ள உதவும் ஏதேனும் ஒரு நினைவை வெளிப்படுத்தக் கூடும் என்ற நம்பிக்கையில் உன்னுடைய கேமராவை அசைத்துப் பார்க்கிறாய். ஆனால் லென்ஸ் சேறுபடிந்ததாகவே இருக்கிறது.

புலனாய்வாளர் காசிமும் ஏஎஸ்பி ரஞ்சகொடவும் பார்வையைப் பரிமாறிக்கொள்வதை அறையிலுள்ள அனைவரும் கவனிக்கின்றனர். முன்னவர் தலையசைக்க, பின்னவர் மறுப்பாகத் தலையை ஆட்டுகிறார்.

'உங்கள் அனைவரிடமும் அடையாள அட்டை இருக்கிறதா?'

டிடி, இரண்டு பிறந்தநாள்களுக்கு முன்பாக நீ அவனுக்களித்த பணப் பையிலிருந்து அட்டையை எடுக்கிறான். தனது அடையாள அட்டையைச் சலவை இயந்திரத்திடம் தொலைத்துவிட்ட உன் தாய் அரக்கு நிற இலங்கைக் கடவுச்சீட்டை, தோல்பை ஒன்றிலிருந்து எடுக்கிறார். ஜக்கி தனது துணிப்பையிலிருந்து நீலநிற பிரித்தானியக் கடவுச்சீட்டை எடுத்துக்கொண்டு கைக்குட்டையால் கண்களைத் துடைத்துக்கொள்கிறாள்.

புலனாய்வாளர் காசிம் எழுதும்போது முணுமுணுத்துக் கொள்கிறார்.

'ஜாக்குலின் வைரவநாதன், 25. தமிழ்,' ஏஎஸ்பி ரஞ்சகொட வாசிக்கிறார். 'லட்சுமி அல்மேதா, 73. பரங்கியர்.' வயதான அந்தப் பெண்மணியை நிமிர்ந்து பார்க்கிறார். 'மலிந்த கபலான என்பது சிங்களப் பெயர், இல்லையா?'

அந்தப் பெண்மணி எழுதிக்கொண்டிருக்கும் படிவத்திலிருந்து தலையை உயர்த்திப் பார்க்கிறார். அவரது பார்வையைப் போலவே உணர்ச்சியற்ற குரலில் பேசுகிறார். 'அவனது அப்பா சிங்களர். நான் பரங்கி. நாங்கள் இலங்கையர். இதில் ஏதும் சிக்கல் இருக்கிறதா?'

'எந்தச் சிக்கலுமில்லை, மேடம். எந்தச் சிக்கலுமில்லை.'

ரஞ்சகொட மிகவும் அருவருக்கத்தக்க வகையில் சிரிக்கிறார், அது குறட்டை போல் ஒலிக்கிறது.

வெளியே காத்திருப்பறையில் அழுகைச் சத்தம். ரஞ்சகொட அழுதுகொண்டிருக்கும் பெண்ணுக்கு ஆறுதல் கூற வெளியே சென்று, தனது குறுந்தடியை வெளியிலெடுத்தபடி, காவலரிடம் அவளை அங்கிருந்து அகற்றும்படி உத்தரவிடுகிறார்.

'மருத்துவமனைகளில் தேடிப் பார்த்துவிட்டீர்களா?'

'ஆமாம். அதோடு சூதாட்ட விடுதிகளிலும்,' என்கிறாள் ஜக்கி.

'அவன் மீண்டும் சூதாடுகிறானா?' என்று கேட்கிறான் டிடி.

'அவர் சூதாடியா?' என்று கேட்கிறார் புலனாய்வாளர் காசிம்.

டிடி இல்லை என்று கூற ஜக்கி ஆமாம் என்கிறாள், உன் அன்பான தாய் தலையை அசைத்துவிட்டுத் தனது பணப் பையைப் பார்க்கிறார்.

யாராலும் படிக்க முடியாத தாளுக்கு மேலே தனது பேனாவைப் புலனாய்வாளர் தள்ளியதும் தலையசைத்தபடி 'மீண்டும் வியாழக்கிழமை அன்று வாருங்கள்,' என்கிறார் ஏஎஸ்பி ரஞ்சகொட. 'அதுவரை எங்களால் எதுவும் செய்யமுடியாது. இப்போதெல்லாம் காணாமல் போகிறவர்கள் பற்றிய வழக்குகள் அதிகமாகிவிட்டன.'

வெளியே காத்திருப்பு அறையைச் சுட்டிக்காட்டுகிறார், அங்கே யாருடைய தாயோ மற்றொரு தாயிடம் கத்திக் கொண்டிருக்கிறார். ஜக்கியின் கண்கள் நுவரெலியாவில் அவள் நெருங்க முயற்சி செய்துகொண்டிருந்த இளைஞன் உன்னிடம் ஆர்வம் காட்டியபோது செய்ததைப் போலக் கண்ணீர் வடித்தன.

'டிடி, நீ ஏன் உன் அப்பாவை அழைக்கக்கூடாது?'

டிடி தனது குரல்வளைக்குக் கீழேயுள்ள, எலும்பில் செதுக்கப்பட்ட சிலுவையை வருடிக் கொள்கிறான், முட்டை வடிவத் தலைகொண்ட அந்தச் சிலுவை உன்னால் அவனுக்குப் பரிசளிக்கப்பட்டது. ஃபியூஜிகோடாக் கடையிலிருந்த இளைஞனுடன் டிடியின் படுக்கையில் நீ உறவாடியதன் காரணத்தாலுண்டான குற்றவுணர்ச்சியில் அவனுக்கு அதைக் கொடுத்தாய், டிடி கடைசிவரை அதைக் கண்டுபிடிக்கவில்லை. அதன் கீழேயுள்ள மரப் பதக்கத்தில் உன்னுடைய ரத்தம் அடைக்கப்பட்டிருக்கிறது.

'டிடி பாழாய்ப்போன உன் அப்பாவைக் கூப்பிடு.'

ஜக்கி சீறியதும் புலனாய்வாளர் மற்றும் ஏஎஸ்பி இருவரும் தங்களது புருவத்தை உயர்த்துகின்றனர்.

'நீ அமைதியாக இருக்க வேண்டும்,' என்கிறான் டிடி. 'லக்கி ஆன்ட்டி, அந்தப் படிவத்தை நிரப்பிவிட்டீர்களா?'

உன் அம்மா மூலையில் சென்று அமர்ந்துகொண்டு, பெரும்பாலும் சிங்களத்தில் எழுதப்பட்டிருக்கும் நான்கு பக்கங்கள் உள்ள படிவத்தைப் பார்க்கிறார், அது அவருடைய முதல் மொழி அல்ல, தங்களுக்கு மட்டுமே என்று கூறிக்கொள்ளும் நாட்டில் தன் வாழ்நாள் முழுக்க வாழ்ந்திருந்தாலும். மறுப்பாகத் தனது தலையை அசைக்கிறார். 'அவன் எங்கு வேண்டுமானாலும் இருக்கலாம்.'

'எங்களால் விமான நிலையத்திலோ புகையிரத நிலையங்களிலோ தேடிப்பார்க்க முடியும்,' என்கிறார் புலனாய்வாளர் காசிம். 'சென்ற வாரம் யாழ்ப்பாணத்தில் பிரச்சினைகள் ஏற்பட்டன. அவர் இன்னமும் அங்கே இருக்கக்கூடும். அல்லது வேறு நண்பர்களோடு தங்கி இருக்கலாம். அவருக்கு வேறு நண்பர்கள் யாரும் இருக்கிறார்களா?' அவர் ஜக்கியைப் பார்க்கிறார். 'ஒருவேளை பெண் தோழிகள் யாராவது?'

'பெண் தோழிகள் என்று யாருமில்லை.'

'மனிதர்களிடம் ரகசியங்கள் உண்டு என்பது உங்களுக்குத் தெரியும். இந்த வேலையில், நாங்கள் அனைத்தையும் பார்த்திருக்கிறோம்.'

'அவன் வேறு ஏதேனும் காவல் நிலையத்தில் தடுத்து வைக்கப்பட்டிருக்கிறானா என்று விசாரிக்க முடியுமா? நாங்கள் காத்திருக்கிறோம்.'

டிடி பணிவாக இருக்கிறான், மேலும் அவனது வாக்கிய அமைப்புகளில் தடுமாற்றமில்லை. ஆனால் அவனது இமைகளுக்குப்பின்னால் எரிமலைக்குழம்பு கனிவதைப் பார்க்கிறாய். அவன் எப்போதும் வெடித்துச்சிதறும் முன் அணிந்திருக்கும் நகைகளோடு விளையாடக்கூடியவன். இப்போது அந்த மரச்சிலுவையைக் குமிழித்தாள் போல் அழுத்திக்கொண்டிருக்கிறான்.

'நாங்கள் யாரையேனும் இதற்கென நியமிக்கிறோம்,' என்கிறார் ஏஎஸ்பி ரஞ்சகொட. 'துறை அதிக வேலைப்பளுவிலிருக்கிறது.'

'பார்த்தாலே தெரிகிறது,' என்றவாறு டிடி ஜன்னலுக்கு வெளியே தேநீர் அருந்திக்கொண்டிருக்கும் காவலர்களின் கூட்டத்தை வெறித்துப் பார்க்கிறான். வரிசையில் நின்றிருக்கும் தாய்மார்கள் டிடியையும், வரிசையை மீறிச்சென்ற இறுக்கமான அவனது பின்புறத்தையும் சபிக்கிறார்கள். ஜக்கி கண்களை ஒற்றிக்கொண்டு திரும்பிப் பார்க்கிறாள்.

'அவன் ஏற்கெனவே அழைத்துச் செல்லப்பட்டிருக்கிறான். அனைத்தும் தவறான புரிதல்கள் காரணமாக. நீங்கள் விபரம் சேகரிக்க முடியுமா, ஆஃபீஸர்?'

'அவர் அரசியலில் ஈடுபட்டிருக்கிறாரா?'

உன் தாய் டிடியைப் பார்க்க அவன் ஜக்கியைப் பார்க்கிறான். நீ என்னென்ன செய்துகொண்டிருந்தாய் என்பது அவர்கள் யாருக்கும் தெரியாது, அதற்காக நன்றியுடையவனாக இருக்கிறாய்.

'அவன் புகைப்படம் எடுக்கும் பத்திரிகையாளன்,' என்றபடி படிவத்தைக் கையளிக்கிறார் லக்கி கபலான நீ அல்மேதா. 'அவன் செய்திகளுக்காகப் புகைப்படம் எடுப்பவன்.'

'ஜேவிபியா?'

'ஒருபோதுமில்லை,' என்கிறார்.

ரஞ்சகொட அந்தப் படிவத்தில் கையெழுத்திட பத்து நிமிடங்கள் எடுத்துக்கொள்கிறார். காசிம் அலுவலக முத்திரையைத்

தேட இன்னுமொரு பத்து நிமிடம் எடுத்துக்கொள்கிறார். வரிசையிலிருக்கும் தாய்மார்கள் வெறித்துப் பார்த்துக் கொண்டிருக்க டிடி காத்திருப்பறையிலிருக்கும் தொலைபேசியிலிருந்து தன் தந்தைக்கு அழைக்கிறான். ஜக்கியும் உனது தாயும் மாற்றிமாற்றி, மாலி அல்மேதா ஒருபோதும் எந்தவித அரசியல் அல்லது தீவிரவாதக்குழுக்களோடு தொடர்புடையவனாக இருந்ததில்லை என்று உறுதிபடச் சொல்கின்றனர்.

'அவர் ராணுவத்திற்காக வேலைசெய்பவர் என்று கூறினீர்கள் அல்லவா? அவருக்குக் கட்டளையிடும் அதிகாரி யார்?'

ஜக்கி தலையசைத்தபடி டிடியைப் பார்க்கிறாள். அந்தக் காவலரின் பார்வை அவன் பக்கம் திரும்புகிறது. நீ அவர்களுக்கிடையில் அமர்ந்துகொண்டு கேவலமான வார்த்தைகளில் அவர்களைத் திட்டிக்கொண்டிருக்கிறாய் என்பது அவர்களுக்குத்தெரியாது. குமட்டலின் அலையொன்றை உணர்கிறாய். மேலும் படங்கள் வெள்ளமென உன் பார்வையை நிறைக்கின்றன, ரத்தமும் உடல்களின் படங்களும் பெரிய வலுவான உடற்கட்டுடன் உள்ள படைத்துறைத் தலைவர்களின் படங்களும். உன்னால் பேசமுடிந்தால் அதற்கான விடை க்ளப்ஸ் ராஜா, மேஜர் ராஜா உடுகம்பொல என்று கூறியிருப்பாய்.

காசிம் அலுவலக முத்திரையுடன் வந்து புன்னகைக்கிறார். அவர் டிடியின் கழுத்துப்பட்டையில் தொங்கிக்கொண்டிருப்பதை சுட்டிக்காட்டுகிறார்.

'அது உனக்குக் காக்கை மாமா கொடுத்ததா?'

'என்ன சொல்கிறீர்கள்?'

'காக்கை மாமா. கொட்டாஞ்சேனையிலிருக்கும் காக்கை மாமா? தாயத்துகள் கொடுப்பாரே? பரவாயில்லை, விடு.'

அதன்பிறகு டிடி மோசமான சிங்களம் கலந்து கேவலமான வார்த்தைகளைப் பயன்படுத்திக் காவலர்களைத் திட்டத் தொடங்குகிறான்.

'நாயின் விந்தை... உன் அம்மா புணர்ந்திருக்கிறாள்! நீதிமன்றத்தில் வழக்குதொடுப்பேன் உங்கள் இருவர் மீதும்.'

எங்கிருந்து வருகிறது என்பதே தெரியாத வகையில் வெளிப்படும் ஆத்திரம் அது, பல்வேறு சந்தர்ப்பங்களில்

அதைப் பார்த்திருக்கிறாய். மூன்று மாதங்களுக்கு வன்னி செல்லவிருப்பதாக நீ கூறியபோது அவன் செய்ததுபோலத் திட்டுதலுக்கும் அவமானப்படுத்துதலுக்கும் இடையே மிகத் தர்க்கரீதியான மனக்குறைகளை வெளிப்படுத்துகிறான். ஜக்கி அவனை வெளியே இழுத்துச்சென்று காத்திருப்பறையில் காத்திருக்கும் தாய்மார்களின் வரிசையை அடுத்து அமர வைக்கிறாள், அனைவருக்கும் பணக்கார இளைஞன் ஒருவன் கட்டுப்பாட்டை இழப்பது சுவாரசியம் தருவதாக இருப்பதுபோல் தெரிகிறது.

அறைக்குள்ளே கடுமையான நிசப்தம் நிலவுகிறது. உன் அம்மா ரஞ்சகொடவைப் பார்த்துவிட்டுப் பின் காசிமைப் பார்க்கிறார்.

'நீங்கள் என் மகனைக் கண்டுபிடித்தாக வேண்டும்,' என்கிறார்.

'மேடம்,' ரஞ்சகொட கோப்புகளை மூடிவைத்தவாறு பேசத் தொடங்குகிறார். 'இந்த விடயம் எப்படியானது என்று உங்களுக்குத் தெரியும், இல்லையா?'

'உங்கள் செலவுகளை நான் பார்த்துக்கொள்கிறேன். போய் என் மகனைக் கண்டுபிடியுங்கள்.'

உனது தாயின் பேச்சுத்திறன் அவளது பச்சாதாபம், அனுதாபம் மற்றும் கண்ணியமற்ற தன்மையை முழுமையாக ஈடுசெய்யும் வகையில் அமைந்தது. நட்டத்திலிருக்கும் பழ வியாபாரியைக்கூட இலவச மாம்பழங்கள் தரும்படி செய்துவிடுவாள்.

'ராணுவம் மற்றும் எஸ்டிஎஃப் நாடு முழுக்கப் புரட்சியாளர்களைக் கைதுசெய்து கொண்டிருக்கிறது. அவர்கள் உருவாக்கும் கழிவுகளைச் சுத்தம் செய்ய மட்டுமே காவல்துறையை அழைக்கின்றனர். குறிப்பாக உங்கள் மகன் அரசியலில் ஈடுபட்டிருந்தால் எவ்வகையான உத்தரவாதமுமில்லை மேடம்.'

ரஞ்சகொட தனது எலும்புக்கூட்டை அசையாமல் வைத்துக்கொண்டிருக்க உன் தாய் சற்று முன்னே குனிந்து பேசுகிறார். 'நான் அப்படி எதையும் எதிர்பார்க்கவில்லை.'

'உங்களுக்குத் தெரிந்திருக்கும், மேடம். சில உடல்கள் ஒருபோதும் கிடைப்பதில்லை. தினமும் உங்களைப் போல இருபது, முப்பது தாய்மார்களிடம் நான் பேசிக்கொண்டிருக்கிறேன்.'

'அப்படியென்றால் நீங்கள் பணக்காரராக இருக்கவேண்டும். இதை எடுத்துக்கொள்ளுங்கள். என் மகனைக் கண்டுபிடித்தால் இதற்கு மேலும் கிடைக்கும்.'

'பணம் படைத்தவர்கள், ஏழைகள் எல்லோரும் சட்டத்தின் முன் சமம்.'

'இது நல்ல நகைச்சுவை.'

உன் அம்மா புன்னகைத்தபடி தனது பார்வையைத் திருப்பாமலிருக்கிறார், அவரது உறுதித்தன்மை தற்காதல் கொண்ட ஒரு மனிதனைத் திருமணம் செய்துகொண்டு பல வருடங்கள் வாழ்ந்ததால் உண்டானது.

'நீங்கள் என் மகனைக் கண்டுபிடித்தாக வேண்டும். அல்லது உங்களது சீருடையையும் அடையாள வில்லையையும் நாங்கள் கழற்றிவிடுவோம். நீதிமன்றங்கள் தேவையில்லை. உங்களுக்குப் புரிகிறதா?'

ரஞ்சகொட தனது ஒரு புருவத்தை மட்டும் உயர்த்திவிட்டு தலையை அசைத்துக்கொள்கிறார். காசிம் மொத்தப் பேச்சுவார்த்தையின் போதும் அமைதியாக இருக்கிறார். தனது இடுப்புப் பட்டையைச் சரிசெய்து தொந்தியை உள்ளே தள்ளி, புதிதாக முத்திரையிடப்பட்ட அறிக்கையை வெறித்துக் கொண்டிருக்கிறார்.

'மேடம், கறுவாத்தோட்டக் காவல் நிலையத்தில் லஞ்சம் வாங்கப்படுவதில்லை. நாங்கள் அரசியல்வாதிகளுக்காக வேலை செய்வதில்லை. ஸ்டான்லி தர்மேந்திரன் போன்ற பெரிய மனிதர்களாக இருந்தாலும் சரி. நாங்கள் சட்டத்தை வளைப்பதில்லை. காவல்துறையில் எல்லோரும் குண்டர்கள் அல்ல திருமதி கபலான.'

'நான் திருமதி அல்மேதா. நான் பரங்கியராக இருக்கலாம், ஆனால் எனக்கும் தொடர்புகள் இருக்கின்றன. ஸ்டான்லி தர்மேந்திரன் மந்திரிசபையிலுள்ள அமைச்சர். அவரால் சட்டத்துறை அமைச்சரை அழைத்து உங்கள் உயரதிகாரியிடம் பேசவைக்க முடியும்.'

'மேடம். சட்டத்துறை அமைச்சர்தான் எங்களது உயரதிகாரி,' என்றபடி சிரிக்கிறார் ரஞ்சகொட. 'தர்மேந்திரன் என்னவாக இருக்கிறார்? இளைஞர் விவகார அமைச்சரா?'

முதல் நிலவு 91

'பெண்கள் விவகாரம் என்று நினைத்தேன்,' காசிம் முணுமுணுக்கிறார்.

டிடியும் ஜக்கியும் மீண்டும் அறைக்குள் நுழைந்ததும் காரசாரமான விவாதம் தொடங்குகிறது, உச்சத்தில் ஒலிக்கும் குரல்களாலும் மோசமான சிங்களத்தினாலும் உன்னால் அதைப் புரிந்துகொள்ள முடியவில்லை. இன்னும் அதிகத் தாய்மார்கள் காத்திருப்பறைக்குள் நுழைகின்றனர், காவலர்கள் அவர்களைப் படிவங்களோடும் கேள்விகளோடும் முகம் பார்ப்பதைத் தவிர்த்தவாறு உள்ளே நுழையவிடாமல் தடுக்கின்றனர். தாய்மார்கள் டிடி, ஜக்கி மற்றும் உனது தாயைச் சுட்டிக்காட்டி அவர்கள் ஏன் வரிசையில் காத்திருக்கவில்லை என்று கேள்வியெழுப்பி அலுவலக அறைக்குள் நுழையப்போவதாக மிரட்டுகின்றனர். புலனாய்வாளர் காசிம் ஏஎஸ்பி ரஞ்சகொடவைப் பார்த்துத் தலையசைத்துக் கண்ணசைப்பைப் பதிலாகப் பெறுகிறார்.

'எழுபத்தியிரண்டு மணிநேரங்கள் காத்திருக்கவேண்டும் என்று எங்களுக்கு அறிவுறுத்தப்பட்டுள்ளது,' என்கிறார் காசிம்.

'ஆனால் அமைச்சர் ஸ்டான்லிக்குச் செய்கின்ற தனிப்பட்ட உதவியாக எங்களால் விசாரணையைத் துவக்க முடியும்,' என்கிறார் காசிம். 'நேற்றிரவு அவர் தனது வாடிக்கையாளரை சந்திக்க இருந்தார் என்று கூறினீர்கள் அல்லவா?'

'அவன் அரசுசாரா மனித உரிமைகள் அமைப்பு ஒன்றிற்காக வேலை செய்தான். 1983 உடன் ஏதோ வகையில் தொடர்புடையது,' என்கிறாள் ஜக்கி, இந்த அறையில் தான் பேசுவதைக் காட்டிலும் அதிகம் கேட்கக்கூடிய ஒரே நபர்.

'அவன் என்னிடம் இதைச் சொல்லவில்லை,' என்கிறான் டிடி.

ஜக்கி புலனாய்வாளரின் பக்கம் திரும்புகிறாள். 'அவனுக்கு வாடிக்கையாளர்கள் இருந்தனர். ராணுவம் அல்லது ஏபி பிபிசி, பிராவ்தா, ராய்ட்டர்ஸ் மட்டுமல்ல. அவனுக்கென்று தனிப்பட்ட வாடிக்கையாளர்கள் இருந்தனர். ஆனால் அவன் அரசியலில் தொடர்புடையவனாக இருக்கவில்லை. அவனுக்கென்று சார்பெதுவுமில்லை.'

'எல்லோருக்கும் ஏதோவொரு சார்பிருக்கும், மேடம். அதுவும் இந்தக் காலகட்டத்தில். உங்களிடம் ஏதேனும் பெயர் அல்லது

தொலைபேசி எண் உண்டா? குறைந்தபட்சம் அவருக்குக் கட்டளையிடும் அதிகாரியுடையது?'

நீ அவள் பின்னால் நின்றுகொண்டு அவளது மூளையில் மெல்லிசையை விதைப்பது போல ராஜா உடுகம்பொல என்ற பெயரை மீண்டும் மீண்டும் கிசுகிசுகிறாய். அது கவர்ச்சியான ஒன்றாகத் தோன்றவில்லை.

'எங்களுக்குத் தெரியாது.'

'நாங்கள் எப்படி வேலைசெய்ய முடியும் என்று எதிர்பார்க்கிறீர்கள்? அவருடைய பிராவ்தா அல்லது ராய்ட்டர்ஸ் அல்லது தினமினவிலுள்ள தொடர்புகள் பற்றி ஏதாவது தெரியுமா? எங்களுக்கு ஏதாவது தகவல் தாருங்கள்.'

ஜக்கி ஆழ்ந்து மூச்சை உள்ளிழுத்துப் பிறகு மெதுவாகப் பேசுகிறாள். 'அவன் தனது வாடிக்கையாளர்களை லியோ விடுதியில் சந்திப்பான்.'

டிடி மற்றும் லக்கி இருவரும் அவளை ஆச்சரியத்துடன் பார்க்கின்றனர்.

'சூதாட்ட விடுதியிலா?' என்று கேட்கிறான் டிடி.

'லியோ விடுதி நிழலான இடம். ஏன் அங்கே?' என்று கேட்கிறார் காசிம்.

'எனக்குத் தெரியாது. அந்த இடம் அவனுக்குப் பிடித்திருந்தது,' ஜக்கி முகம் சுளித்துவிட்டு டிடியை நோக்கித் திரும்புகிறாள். 'அவன் சூதாடுவதை நிறுத்திவிட்டான் என்று நினைத்தாயா?'

'நீ முக்கியமான விடயத்தைத் தவறவிடுகிறாய்.' உன் அம்மா அறையில் உள்ளவர்களிடம் தனது அதிகாரத்தைச் செலுத்தக் குரலை உயர்த்த வேண்டியதில்லை. 'என் மகன் காணாமல் போயிருக்கிறான், நீங்கள் அவனைக் கண்டுபிடிக்க வேண்டும். நாம் நேரத்தை வீணடித்துக்கொண்டிருக்கிறோம்.'

ரஞ்சகொட கதவருகே நின்று ஒட்டகச்சிவிங்கியைப் போல் கழுத்தை அசைக்கிறார். ஒரு கண்ணைக் காத்திருப்பறையில் நடக்கும் கிளர்ச்சி மீதும் மறுகண்ணை இங்கே நடக்கும் பேச்சுவார்த்தை மீதும் வைத்துக்கொண்டிருக்கிறார். காசிம் மீண்டும் தனது மேசைக்கு பாண்டா கரடியைப் போல உருண்டு

சென்று, தயாரிப்பதற்கு இரண்டுமணி நேரங்கள் ஆனதும் புதிதாக முத்திரையிடப்பட்டதுமான, காணாமல் போனவர்கள் குறித்த படிவத்தின் மீது பார்வையைச் செலுத்துகிறார்.

‘நான் இந்த விடயத்தில் நேர்மையாகச் சொல்கிறேன் திருமதி அல்மேதா. இது நல்லதொரு காலமல்ல. நாங்கள் எங்களால் இயன்றதைச் செய்வோம்.’ அவர் எழுந்து நின்றதும் அறையிலுள்ள அனைவரும் எழுந்து நிற்கின்றனர்.

‘நாங்கள் இதைத் தனிப்பட்ட முறையில் புலனாய்வு செய்வோம்,’ என்கிறார் ரஞ்சகொட. ‘உங்களோடு தொடர்பில் இருப்போம், மேடம், நீங்கள் விரும்பினால் உங்கள் படிவத்தை இங்கே விட்டுச் செல்லலாம்.’

தந்தையற்ற மாலி அல்மேதாவின் தாயான லட்சுமி அல்மேதா நி கபலான படிவத்தின் மீது சில ரூபாய் நோட்டுகளை வைத்துவிட்டு ரஞ்சகொடவின் மிதக்கும் மண்டையோடு மேலும் கீழுமாக அசைவதைப் பார்க்கிறார், அதேசமயம் காசிம் தனது பருத்த முகத்தைத் திருப்பிக்கொண்டு அங்கிருந்து விலகுகிறார்.

டிடி, ஜக்கி மற்றும் உனது தாய் மூவரும் கணப்படுப்பு போன்ற காத்திருப்பறை வழியாக, போலிப் புன்முறுவலுடன் பார்க்கும் தாய்மாரையும் மனமுடைந்த தந்தையரையும், வெறுப்பான அவர்களது பார்வையுடன் சபிக்கும் வார்த்தைகளை உணராததுபோலக் கடந்து செல்கின்றனர். அவர்களது முகங்களிலுள்ள வெறுப்பு, கண்களிலுள்ள குழப்பம் சமீபத்தில் நீ தப்பி வந்த மற்றொரு காத்திருப்பறையை உனக்கு நினைவுபடுத்துகிறது.

டிடி, ஜக்கி மற்றும் உனது தாயைப் பின்தொடரவேண்டும், கூறமுடியாதுபோன விடயங்களைக் கூறவேண்டும். அந்தப் புகைப்படங்கள் எங்கே மறைத்து வைக்கப்பட்டிருக்கின்றன என்று சொல்லவேண்டும். அவர்களில் இருவரிடம் அவர்களை எவ்வளவு நேசிக்கிறாயென்று சொல்லவேண்டும். அவர்களில் ஒருவரிடம் நீ அவரை நேசிக்கவில்லை என்பதைச் சொல்ல வேண்டும். அதுதான் நீ செய்ய விரும்பியது, செய்ய வேண்டியது. இருப்பினும் மாறாக, காவலர்களைப் பின்தொடர்கிறாய்.

சாத்தியக்கூறுகள்

நினைவுகள் உனக்கு வலியோடு சேர்ந்து வரும். அந்த வலிக்குப் பல சாயைகள் உண்டு. சிலசமயம் அது வியர்வை, அரிப்புடனும் வேனல்கட்டிகளோடும் வரும். வேறுசமயங்களில் குமட்டலோடும் தலைவலியோடும். ஒருவேளை, உறுப்புநீக்கம் செய்யப்பட்டவர் நீக்கப்பட்ட உறுப்பை உணர்வதுபோல இன்னமும் உன்னுடைய அழுகிக்கொண்டிருக்கும் உடல்குறித்த மாயையை உன்னுள் வைத்திருக்கிறாய். ஒரு நிமிடம் குமட்டலை உணர்கிறாய், அடுத்த நிமிடம் தள்ளாடுகிறாய், அதற்கடுத்த நிமிடம் நினைவுகூர்கிறாய்.

ஐந்து வருடங்களுக்கு முன்பு ஜக்கியை லியோ விடுதியின் சூதாட்டத் தளத்தில் சந்தித்தாய். அப்போது அவளுக்கு இருபது வயது, சமீபத்தில்தான் பள்ளியிலிருந்து வெளிவந்திருந்தாள், சீட்டுச் சூதாட்டத்தில் பரிதாபகரமாகத் தோற்றுக்கொண்டிருந்தாள். நீ கடுவெப்புமிக்க வன்னி சுற்றுப்பயணத்திலிருந்து திரும்பி வந்திருந்தாய், படுகொலைகளால் பாதிக்கப்படாமல், நிழலான ஆசாமிகளுடன் உணவுண்டு, திரும்பிய பக்கமெல்லாம் மோசமான நிகழ்வுகளைப் பார்த்து, இகழார்ந்த சிவப்பு நிறக் கைக்குட்டையை அணிந்தபடி. புகைப்படங்களை அசோசியேட்டட் பிரஸ்ஸில் ஜோனியிடம் விற்று ஆறிலக்கக் காசோலையொன்றைப் பெற்றிருந்தாய். இலங்கை ரூபாயிலும் கூட ஆறு இலக்கம் என்பது ஐந்திலக்கத்தைக் காட்டிலும் மேலானது.

ப்ளாக்ஜாக் விளையாட்டில் சூதாட்டவிடுதியை வெற்றி கொண்டிருந்தாய், சிற்றுண்டிச்சாலையில் நண்டு உணவை, இலவசமாகக் கிடைத்த ஜின் மூலம் உள்ளே தள்ளியிருந்தாய். அலுவலகத்தில் வழக்கமான நாள்.

‘சமநிலையில் பந்தயம் கட்டாதீர்கள் சகோதரி,’ என்று சுருள்முடியும் கருநிறத்தில் முகப்பூச்சும் செய்துகொண்டிருந்த அந்த முன்னறிமுகமில்லாத பெண்ணிடம் கூறினாய். அவள் உன்னைப் பார்த்துக் கண்களை உருட்டினாள், அது உனக்கு விநோதமாகத் தோன்றியது. பொதுவாகப் பெண்கள் உனது தோற்றத்தை விரும்புவர், உனக்கு ஆண்குறி பிடிக்குமா அல்லது பெண்குறி பிடிக்குமா என்ற விபரம் தெரியாமல். சீராக நறுக்கப்பட்ட தாடி, இஸ்திரி செய்யப்பட்ட சட்டை மற்றும் நீ

பூசிக்கொண்டிருக்கும் நாற்றநீக்கி ஆகியவை சராசரி வியர்வை நாற்றமெடுத்த எதிர்ப்பாலின ஈர்ப்புகொண்ட இலங்கை ஆண்களைக் காட்டிலும் உன்னை உயர்த்திக் காட்டும்.

'நான் இப்போதுதான் இருபதாயிரம் ரூபாய் ஜெயித்தேன்,' என்றாள்.

அவள் தனியாக இருப்பதையும் யாரும் அவளிடம் முயற்சி செய்யவில்லை என்பதையும் கவனித்தாய், கொழும்புவின் சூதாட்டவிடுதிகளிலுள்ள பெண்களுக்கு இரண்டுமே வழக்கமற்றது.

'நீங்கள் மறுபடியும் வெற்றி பெறுவதற்கான சாத்தியம் வெறும் ஒன்பது சதவீதம்தான். மேலும் இந்த விளையாட்டு ஏழுக்கு ஒன்று மட்டுமே தரும், அதுவும் தரகைக் கழித்துக்கொண்டு. அதன்பொருள் இந்த உத்தியை நூறுமுறை பயன்படுத்தினீர்கள் என்றால் நீங்கள் வெற்றி பெற்றாலும் தோற்றுப் போவீர்கள்.'

'அனைத்தும் தெரிந்த ஒரு நபர். என்ன ஆச்சரியம்.'

சூதாட்டத்தை நடத்திக்கொண்டிருப்பவன் உன்னை முறைத்துப் பார்த்தான். நீ தோள்களைக் குலுக்கிக்கொண்டு அவளது காய்களை எடுத்து நிலுவைப் பணம் வைத்திருப்பவனிடம் வைத்தாய். அவள் பாதி புன்னகைத்து, பாதி முகம் சுளித்தாள், ஆனாலும் அவளது பந்தயத்தை நீ கைப்பற்றுவதை அனுமதித்தாள்.

'ஒருவேளை நான் தோற்றால் நீ அந்தப் பணத்தைத் தர வேண்டும்.'

'நீ எண்களில் யோசிக்க முடியாதென்றால் இந்த இடம் உன்னை விழுங்கிவிடும் என் அன்பே. மொத்தப் பிரபஞ்சமுமே கணிமுதம் நிகழ்தகவும்தான்.'

'நான் கொண்டாட்டத்திற்காக வருகிறேன். கணக்குப் போடுவதற்கல்ல,' என்றாள்.

பந்தயம்கட்டும் முறை வந்தபோது இன்னொருமுறை உன்னை அனுமதித்தாள், அதன் பிறகு மற்றொரு முறை.

'நமக்காக இன்னொருவர் இதைச் செய்தால் அதில் சுவாரஸ்யமில்லை.'

'அது உண்மையல்ல,' என்றாய்.

அவளைச் சிற்றுண்டிச் சாலைக்கு அழைத்துச்சென்று சாக்லேட்-பிஸ்கட் புட்டு சாப்பிட்டு கோல்ட் லீஃப் சிகரெட்டைப் புகைத்தாய், அங்கே பெயர்பெற்ற, வயதான பாடகி ஒருத்தி யமஹா கீபோர்டை வைத்துக்கொண்டு 'டார்சான் பாய்' பாடலைப் பாடிக்கொண்டிருந்தாள். ஜக்கி லண்டன் உச்சரிப்பில், இலங்கையில் வாழ்வதை, அவளது அத்தையுடன் சேர்ந்து வசிப்பதை, காலைகளில் இலங்கை ஒலிபரப்புக் கூட்டுத்தாபனத்தில் வேலை செய்வதை எவ்வளவு வெறுக்கிறாள் என்று புகார் கூறினாள். அவளது அத்தையின் புதிய கணவன் எவ்வாறு கதவைத் தட்டாமல் அவளது அறைக்குள் நுழைந்தான் என்பதை, அது எந்தளவுக்கு அவளை அச்சுறுத்தியது என்பதை விவரித்தாள்.

உன் தந்தை, உன்னுடைய பதினைந்து வயதிலிருந்து இல்லாமலிருப்பவர், தோல்வியுற்ற உனது பெரும்பாலான பிழைக்கும் வழிகளுக்குப் பணம் கொடுத்தவர். உன்னுடைய இருபதுகளில் ஒரு கோடைக்காலத்தில் நிதி சம்பந்தமான படிப்பைப் படித்தாய், ஒரு குளிர்காலத்திற்குக் காப்பீட்டு வேலை செய்தாய். இரண்டு விளையாட்டுகளையும் வெறுத்தொதுக்கி வெளியேறினாய், ஆனால் அதன்மூலம் சூதாட்டத்திற்கான அடிப்படைத் தேவைகள் அனைத்தையும் தெரிந்துகொண்டிருந்தாய். முதலீடு அதற்கெதிராக ஈட்டம். நீ சம்பாதித்தது அதற்கெதிராக எதை வைத்தாய். ஏதாவது ஒன்று நிகழ்வதற்கான நிகழ்தகவு அதற்கெதிராக அதற்குக் கொடுக்கப்படும் விலை.

வெற்றிபெற முடியாத பந்தயம் ஒன்றை நீ எப்போதும் வைத்ததில்லை. அது தோற்காமலிருப்பதற்குச் சமமானதல்ல. அனைத்துக் கோணங்களும் பெரும்பாலான சாத்தியக்கூறுகளையும் தெளிவாகத்தெரிந்து, கண்களைத் திறந்துகொண்டே உள்ளே நுழைந்தாய். லாட்டரியில் பரிசு விழுவதற்கான சாத்தியக்கூறு எட்டு மில்லியனில் ஒன்று. கார் விபத்தில் இறப்பதற்கான சாத்தியக்கூறு நான்காயிரத்தில் ஒன்று. மேலும், திரு கின்சேயின் கூற்றுப்படி ஓரின விரும்பியாகப் பிறப்பதற்கான சாத்தியக்கூறு பத்தில் ஒன்று.

போரினால் சிதைக்கப்பட்ட மலக்குழிக்குள் வந்து பிறப்பதற்கான சாத்தியக்கூறு என்ன? பூமியின் பெரும்பகுதி ஒன்றுமற்று வாழ்ந்துகொண்டிருப்பதை, பதிவு செய்யப்பட்ட வரலாறு முழுக்க அமைதிக்காலம் என்பதே இல்லாமலிருப்பதை வைத்துப் பார்த்தால், மிக அதிகமென்று கூறுவாய்.

சிவப்பு மற்றும் கருப்பு என்று சிந்திப்பதை நிறுத்திவிட்டு சாத்தியக்கூறுகள் குறித்துச் சிந்திக்கும்படி ஜக்கியிடம் கூறினாய். உனக்கடுத்து அமர்ந்திருப்பவனிடம் ஜாக்கி இருப்பதற்கான சாத்தியக்கூறு அல்லது சூதாட்டத்தை நடத்துபவன் ஐந்தை எடுப்பதற்கான அல்லது அனைவரும் தங்களது சீட்டைவிட உன்னுடைய சீட்டு பலமானது என்று நம்புவதற்கான சாத்தியக்கூறு என்ன?

போதை அதிகமாகி ரௌலட் மேசையிலேயே மயங்கினாள். அவளை வாடகை காரில் ஏற்றிவிடுவதற்கு முன்வந்தபோது காவலாளி உன்னைப் பார்த்துக் கண்ணடித்தான். அவளால் தன்னுடைய முகவரியைச் சொல்லமுடியவில்லை என்பதால் உன்னுடைய வீட்டிற்கு அழைத்துச் சென்றாய். உன்னுடைய நீளிருக்கையில் அவள் கண்விழித்தபோது தனியாக வெளியே செல்வது, குடித்துவிட்டு மயங்குவது குறித்த விரிவுரையொன்றை அவளுக்கு வழங்கினாய். அதைக் கேட்கவியலாத அளவுக்கு மும்முரமாக உன்னுடைய புகைப்படங்களைப் பார்த்துக் கொண்டிருந்தாள்.

'இந்தப் புகைப்படங்கள் உன் உயிரைப் பறிக்கக்கூடும்,' என்றாள்.

'சூதாட்ட விடுதிகளில் குடித்து மயங்குவதும் அப்படித்தான்,' என்று பதிலளித்தாய்.

அதன்பிறகு பலநாள்கள் இரவில் அவள் உன்னுடன் வீட்டுக்கு வந்தாள். கூடத்தில் உன் அம்மா குறட்டையுடன் உறங்கிக்கொண்டிருக்கும்போது, நீ ஒயின் அருந்தியவாறு பண்பலையில் டாப் ஆஃப் த பாப்ஸ் கேட்டபடி மிச்சக் கதைகளை, சாத்தியக்கூறுகளைப் பேசிக்கொண்டிருந்தாய். படுகொலைகள் முடிவுக்கு வருவதற்கான, நீ குண்டுவெடிப்பில் மாட்டிக்கொள்வதற்கான, உன் தலைக்குள் ஒலிக்கும் குரல்கள் மரணத்திலிருந்து தப்புவதற்கான சாத்தியங்கள் என்ன? 'தங்கையே', 'அன்பே' அல்லது 'வேசி' என்று அழைக்கப்படாமல் ஒரு பெண் கொழும்புவின் தெருக்களில் நடப்பதற்கான

சாத்தியங்கள் என்ன? இரவு 2 மணிக்கு மேலும் திறந்திருக்கும் இரவு நேரக் கேளிக்கை விடுதி கொழும்புவில் அமைவதற்கான சாத்தியங்கள் என்ன?

பொதுவாக, நீ பெண்களை - வழக்கமாகப் போதையில் - உன் வீட்டுக்கு அழைத்து வரும்போது-அது சுதந்திரமாகவும் நியாயமாகவும் நடக்கும் தேர்தல் அளவுக்கே அடிக்கடி நடப்பது-அவர்கள் உன்னிடமிருந்து வருடலையும் உதடுகளால் உடல் முழுதும் தேய்க்கப்படுவதையும் எதிர்பார்த்து நீ அதைச் செய்யாதபோது காயப்பட்டனர். ஆனால் இவள் அது குறித்துக் கவலைப்பட்டதாகத் தெரியவில்லை.

'உனக்குப் பெண்தோழி இருக்கிறாளா?' என்று கேட்டாள், அவளது கண்கள் உன்னைப் பார்த்துச் சிமிட்டின. 'குறிப்பிட்டுச் சொல்லும்படியாக யாருமில்லை,' என்றாய்.

'அப்படிச் சொல்லமுடியாத ஏராளம்பேர் இருக்கிறார்களா?' என்று விநோதமான சிரிப்பொன்றை வெளிப்படுத்தினாள். ஏதோவொரு ஆணவமான தன்மை அவளிடமிருந்தது, வித்தியாசமான ஒன்று. அந்த முகப்பூச்சு, சிகை அலங்காரம் மற்றும் பொருத்தமற்ற உடைக்கு அப்பாலும் ஏதோவொன்று. குழந்தையைப் போன்று கீச்சுக்குரலில் பேசினாள், ஆனால் கொடுங்கோலருக்குரிய அதிகாரத்துடன். 'நான் மீண்டும் இங்கே வரவேண்டுமென்றால் நீ என்னைப் 'பெண்ணே' அல்லது 'சகோதரியே' அல்லது 'அன்பே' என்று அழைப்பதை நிறுத்த வேண்டும்.'

'உனக்கு ஆண் தோழனுண்டா?'

'நான் என்னைத் திருமண இரவுக்காகப் பாதுகாத்து வைத்திருக்கிறேன். எனவே கனவு எதுவும் காணவேண்டாம்.'

'எனக்கு அது பிரச்சினை இல்லை, பெண்ணே.'

முதலில் அவளது சூதாட்டத் தோழனானாய், பிறகு வேதனை தரும் அத்தையாக, பிறகு கேளிக்கை விடுதிகளுக்கு உடன்வரும் துணைவனாக ஆனாய். வேலையிடத்தில் தொல்லை தருபவர்களை, வீட்டில் அத்தைகளையும் கதவைத்தட்டாமல் உள்ளே நுழையும், புதிதாய் தங்கியிருக்கும் மாமாவையும் எப்படிக் கையாள்வது என்று அவளுக்குச் சொல்லிக்கொடுத்தாய்.

'எப்போதும் உற்சாகமாக இரு. ஆனால் அவமதிப்பைப் பொறுத்துக்கொள்ளாதே. முதலில் அந்தக் கதவுக்குப் பூட்டைப் பயன்படுத்து.'

பதிலுக்கு, போர்முனையில் புகைப்படமெடுத்த விடயங்களைப் பற்றிச் சிந்திக்காமலிருக்க உனக்கு உதவினாள். தூதரகங்களிலும் விடுதிகளிலும் நடத்தப்பட்ட விருந்துகளுக்கு உன்னை அழைத்துச் சென்றாள், கொழும்பு சர்வதேசப் பள்ளியில் அவளுடன் படித்த பணக்கார வகுப்புத் தோழர்களால் ஏற்பாடு செய்யப்பட்ட விருந்துகள் அவை, அவர்களுள் குழப்பத்துடனும் குறைபாடற்ற சருமத்துடனும் உள்ள இளைஞர்கள் இருந்தனர். விருந்துகளுக்கிடையில் நீ காணாமல்போவதை ஜக்கி கண்டுகொண்டதில்லை, நீ ஆண்களுடன் பேசுவதையும் அவள் கண்டுகொள்ளவில்லை, இருப்பினும் நீ பெண்களோடு பேசுவதை மட்டும் வெறுத்தாள். மேலும் நீ அவளைத் தொடுவதில்லை என்பது குறித்து அவள் கவலைப்படவில்லை.

சில மாலைநேரங்களில், ஜக்கி தனது மோசமான இசையை உன்மீது சுமத்துவாள், சுருதி தப்பிப் பாடும் துயரமான பாடகர்கள், சோர்வு தரக்கூடிய இசையைச் சலிப்பூட்டும் தாளகதியில் பூனை கரைவதைப் போல் பாடிக்கொண்டிருப்பர். உன்னை ஷார்டனேயில் மூழ்கடித்து, அறுகம்குடாவிலுள்ள ஹிப்பிகளின் வசிப்பிடத்திற்குக் குடிபெயர்வது அல்லது உன் படுக்கைக்குக் கீழேயுள்ள அத்தனை புகைப்படங்களையும் கண்காட்சிக்கு வைப்பது போன்ற கேலிக்குரிய திட்டங்களை முன்வைப்பாள். அறைத்தோழர்களாக மாறலாம் என்ற அதிபுத்திசாலித்தனமான யோசனையை முன்வைத்தவள் அவள்தான்.

சாத்தியக்கூறுகளைப் படிப்பதன் அழகென்பது எந்தச் சீட்டில் பந்தயம் கட்டுவது மதிப்புள்ளது என்பதைத் தெரிந்துகொள்வதே. எவரும் கவனிக்காத சூழலில், ஒவ்வொரு நாளும் விநோதமான சம்பவங்கள் நடந்து கொண்டிருக்கின்றன என்பதை அறிந்து வைத்திருப்பது. இந்த நிமிடத்தில் உங்களால் சீட்டுக்கட்டைக் கலைத்துப்போட்டு, மனித குல வரலாற்றில் இதுவரையிலும் நிகழ்ந்திடாத வரிசையை உருவாக்க முடியும்.

உன்னுடைய மதிப்பீட்டின்படி, பெருநகரமான கொழும்பைக்காட்டிலும் யாழ்ப்பாணத்தின் இருண்ட ஆழமான பகுதிகளுக்குள் வெடிகுண்டு விபத்தில் சிக்கி இறப்பதற்கே

சாத்தியம் அதிகம். ஏனெனில், போர்முனையில் குறைந்தபட்சம் எறிகணைகள் எந்தப் பக்கமிருந்து வீசப்படுகின்றன என்பதும் யார் அதை வீசுகிறார்கள் என்பதும் உங்களுக்குத் தெரியும்.

ஆச்சரியப்படுத்தும் விதமாக, திருமணமாகாத இருபத்து இரண்டு வயதுள்ள பெண் முப்பதுகளிலுள்ள இரண்டு திருமணமாகாத ஆண்களுடன் வசிப்பிடத்தைப் பகிர்ந்துகொள்ளும்போது சிக்கல்கள் குறைவாகவே இருந்தன. அவளது அத்தைகள் பாரத்தைத் துறப்பதில் மகிழ்ச்சியாக இருந்தனர், உன்னுடைய சொந்தத் தாய் வழக்கம்போல எதையும் கண்டுகொள்ளவில்லை. லண்டனில் வசிக்கும் ஜக்கியின் பெற்றோரைப் பொறுத்தவரை அவள் தனது ஒன்றுவிட்ட சகோதரன் மற்றும் அவனது நண்பனுடன் வசிப்பிடத்தைப் பகிர்ந்து கொள்கிறாள், மேலும் ஸ்டான்லி மாமாவின் மேற்பார்வையில் இது நடக்கிறது.

அவளது நண்பர்களைப் பொறுத்தவரை நீயும் ஜக்கியும் காதலில் இருக்கிறீர்கள், இந்த வதந்தியை நீங்கள் இருவரும் ஆமோதிக்கவோ அல்லது மறுக்கவோ விரும்பவில்லை. இணையராக இருப்பது உங்களுக்குப் பாதுகாப்பாகவும் கேடயமாகவும் இருந்தது, எதை நீங்கள் தேர்வு செய்கிறீர்களோ அதற்கேற்ப.

'உனக்கு என் ஒன்றுவிட்ட சகோதரனைப் பிடிக்காமல் போகலாம்', என்றாள். 'அவன் மிக-ஆடம்பரமானவன்.'

'வேடிக்கையானவனா?'

'நாங்கள் அதிகம் பேசிக்கொள்வதில்லை,' என்றாள். 'நீயும் அவனுடன் பேசவேண்டியதில்லை. அவன் ரக்பி விளையாடக்கூடிய சட்டத்தரணி, அழகான அதேசமயம் முட்டாள்தனமான பெண்களுடன் சுற்றுபவன். மழுங்கலான மற்றும் மேலோட்டமான ஆள் சிறந்த அரசியல்வாதியாக உருவாகலாம்.'

முதல் மாதத்தில் நீ வீட்டிலிருந்ததே அரிது. மேஜர் ராஜா உடுகம்பொலவுக்காக, கைப்பற்றப்பட்ட ஆயுதச் சாலைகளைப் புகைப்படம் எடுத்துக்கொண்டிருந்தாய், அனுராதபுர குண்டுவெடிப்பு குறித்து நியூஸ் வீக்கைச் சேர்ந்த ஆண்டி மெக் கோவனுடன் பணி செய்தாய், மேலும் பெகாசஸ் சூதாட்ட விடுதியில் உனக்கு ஏற்பட்டுக்கொண்டிருந்த தொடர் தோல்விகளை முறியடித்தாய்.

இரண்டாவது மாதம்வரை அவளது ஒன்றுவிட்ட சகோதரனைச் சந்திக்கவில்லை. சந்தித்தபோது அது சிறிய உரையாடலாக இருக்கவில்லை. அவனைப் பள்ளிக் காலத்திலிருந்து அடையாளம் கண்டுகொண்டாய். ஆனால், அவனுக்கு நீ யார் என்பது நினைவில்லை. பிறகு, நீச்சல் முடித்து வந்தபின் அவனது உடலின் வாசனை எவ்வாறிருந்தது, அவன் நடையின் தாளம், நனைந்திருந்த அவன் அரைக்காற்சட்டை எவ்வாறு இடுப்போடு ஒட்டியிருந்தது என்பதையும் கடைக்கண்ணால் அவன் உன்னை எவ்வாறு பார்க்கிறான் என்பதையும் கவனித்தாய். ஜன்னல்களுடன் காலி முகத் திடலை நோக்கியிருந்த ஓய்வறையில் அமர்ந்து காகங்களைப் பார்த்தபடி வீட்டு உரிமையாளரின் மகன் குறித்த பகல் கனவிலிருந்தாய்.

அந்த அடுக்கக வீடு இளைஞர் விவகார அமைச்சரும் கல்குடா தொகுதி நாடாளுமன்ற உறுப்பினருமான ஸ்டான்லி தர்மேந்திரனுக்குச் சொந்தமானது, அமைச்சரவையில் தனியாக இருக்கும் தமிழர், பல நட்பாதரவுகளுக்குச் சொந்தக்காரர். அவரது மகன்தான் திலன் தர்மேந்திரன், முன்னாள் நீச்சல் வீரன், தடகள வீரன் மற்றும் ரக்பி விளையாட்டு வீரன், புனித ஜோசப் கல்லூரியின் முன்னாள் மாணவன், உன்னுடைய துயரார்ந்த குறுகியகால வாழ்வில் காதலன்.

இறந்த சட்டத்தரணியுடன் உரையாடல் (1983)

காவலர்களைப் பின்தொடர முயற்சி செய்கிறாய், ஆனால் காற்று சிதறி மரங்களுக்கு மேலே உன்னைச் செலுத்துகிறது. ஒவ்வொரு நெளிகூரையின் மேலும் ஒரு பூனையோ அல்லது கீரிப்பிள்ளையோ அல்லது வளைவுகளில் ஊர்ந்துகொண்டிருக்கும் ஆவியோ காணக்கிடைக்கிறது. பெய்ராவின் குறுக்கே சறுக்கியவாறு சென்று இருப்புப் பாதைகளைத் தாண்டுகிறாய், புறக்கோட்டைப் பேருந்து நிலையத்திற்கு வந்ததும் மற்ற காற்றுகளுடன் மோதி திசையை இழக்கிறாய்.

பேருந்து நிறுத்தத்தின் மீது அமர்ந்திருக்கும் உயிரியை உன்னால் அடையாளம் கண்டுகொள்ள முடிகிறது. இளஞ்சிவப்பு நிறப் புடவையில் இறுக்கிக்கட்டப்பட்ட கூந்தலுடன் உள்ள பெண். அவள் உயிருடன் எரிக்கப்படுவதை நீ பார்த்திருக்கிறாய். அதைப் புகைப்படம் எடுத்தாய், நியூஸ்வீக் இதழ் அதைப்

பணம்கொடுத்து வாங்கிக்கொண்டபோதும் பிரசுரிக்கவில்லை. அவள் உன்னை அடையாளம் காணவில்லை என்று நம்புகிறாய்.

சிவப்பேறிய கண்களால் உன்னைப் பார்க்கிறாள். அவளது புடவை லேசாகக் கருகி, அவளைச் சுற்றிக் கண்ணாடிக் காகிதம்போல ஒட்டிக்கொண்டிருக்கிறது. அவளது தோல்மீது தீயில்சுட்ட பன்றி இறைச்சியின் மீதிருப்பது போன்ற வெடிப்புகள், உனது தாயின் சமையல்காரி கமலாவை விட டிடியால் நன்றாகச் சமைக்கப்படக்கூடிய ஒரே உணவு அது, கமலாவின் படுக்கைக்குக் கீழேதான் உன்னுடைய வாழ்நாள் வேலைகள் தூசுபடிந்து கொண்டிருக்கின்றன.

'அது மிக வேகமாக நடந்து முடிந்துவிட்டது' - நீயும் உன்னைச்சுற்றி இருப்பவர்களும் சொல்லும் சாக்கு. 'அவள் நிச்சயமாக தீவிரவாதியாகத்தான் இருக்கவேண்டும்,' என அந்நாளில் எவரும் சொல்லவில்லை, அதற்குப் பிறகும் கூடச் சொல்லவில்லை. ஏனெனில் 1983இல் தமிழர்கள் அனைவரையும் நாம் எதிரிகளாகக் கருதவில்லை. ஆனால் அது சீக்கிரமே மாறிவிட்டது.

கிரீன்பாத் ரெசிடென்ஸ் என்ற அடுக்ககத்தில் வசித்த காஃபின் நெய்ல் (சவப்பெட்டி ஆணிகள்) என்றழைக்கப்பட்ட பங்க் பேண்ட் (Punk ராக் இசைக்குழு) ஒன்றைப் புகைப்படம் எடுப்பதற்காகச் சென்றுகொண்டிருந்தாய். சொல்லிக்கொள்ளும்படியான கேமரா உன்னிடமிருந்ததால் அவர்கள் உன்னை அழைத்திருந்தனர், அந்தக் கேமரா உன் அப்பா குற்றவுணர்ச்சியுடன் அன்புக்குப் பதிலாக வாங்கியனுப்பிய பரிசுகளில் ஒன்று.

இப்போது உன் கழுத்தைச் சுற்றியிருக்கும் அதே நிக்கான் 3 எஸ்டிதான், ஆனால் அப்போது வேலை செய்துகொண்டிருந்தது. புகைப்படம் எடுப்பதைத் தவிர வேறெதுவும் உன்னால் செய்ய முடியவில்லை. மேலும் அது, நீ எதுவும் செய்யாமலில்லை என்கிற உணர்வைக் கொடுத்தது. அவள் தலைமுடி பற்றியிழுக்கப்பட்டு மேலே பெட்ரோல் ஊற்றப்படுவதைப் புகைப்படம் எடுத்தாய். மிகச் சரியாகத் தீக்குச்சி பற்ற வைக்கப்படும்போது நிக்கான் வேலை செய்யாமல் போனது.

'நீ அங்கே இருந்தாயென்று எனக்குத் தெரியும்,' என்கிறாள். 'ஒவ்வொரு முகத்தையும் நான் நினைவில் வைத்திருக்கிறேன். அமைச்சரும் அங்கே இருந்தார், காரில் அமர்ந்து அனைத்தையும்

பார்த்துக்கொண்டிருந்தார். நீயும் அங்கே இருந்தாய், என்னைப் படமெடுத்துக்கொண்டிருந்தாய், அது ஏதோ திருமணம் என்பதுபோல.'

'நான் அந்தக் கும்பலைச் சேர்ந்தவனல்ல, சத்தியமாக. நான் வெறுமே கேமராவைக் கையில் வைத்திருந்தேன்.'

'நீ அந்தக் கும்பலைச் சேர்ந்தவனாக இருந்திருந்தால் உன்னை மஹாகாளிக்கு இரையாக்கியிருப்பேன்.'

'நான் தவறான இடத்தில் கேமராவோடு நின்றிருந்தேன், அவ்வளவுதான்.'

'இது உன்னுடைய விளம்பர வாசகமா?'

அவள் கண்கள் சிவப்பு மற்றும் பழுப்பு நிறத்திலிருந்தன. அவளது குரலுக்குக் கருப்பு நிறம்.

'நடந்ததற்காக நான் மிகவும் வருந்துகிறேன். நாங்கள் அதைத் தடுத்திருக்க வேண்டும் என்றே விரும்புகிறேன்.'

'நன்றி. என்னைப் பொறுத்தவரை இது ஒன்றுமற்றதை விடக் குறைவான மதிப்புள்ளது.'

1987இல் புறக்கோட்டையில் நடந்த குண்டுவெடிப்பில் பலியானவர்கள் அதற்குக் காரணமான குண்டுதாரிகளைத் தேடிக் கண்டுபிடித்துவிட்டதாக, அவர்கள் அருகிலுள்ள ஒரு குகையில் வைக்கப்பட்டிருப்பதாகக் கேள்விப்பட்டிருக்கிறாள். அதில் பாதிக்கப்பட்ட 113 நபர்களும் வருவதற்காக அவர்கள் காத்திருக்கின்றனர், வந்தபின் நீதி வழங்கப்படும். பொருத்தமானதொரு தண்டனையை முடிவுசெய்ய அவர்களுக்கு உதவுவதற்காக இங்கே வந்திருக்கிறாள்.

'ஒருவேளை இந்தத் தற்கொலை குண்டுதாரிகளுக்குத் தாங்களும் அதில் இறந்தவர்களோடு ஒரே காத்திருப்பறையில் இருக்கவேண்டிவரும் என்பது தெரிந்திருந்தால் ஒருமுறைக்கு இருமுறை யோசித்திருப்பார்கள்,' என வழுக்கிச்செல்லும் குரலில் அந்தப் பிசாசு உன்னிடம் கூறுகிறது.

1983ஆம் ஆண்டு ஜூலை 21ஆம் தேதி பேருந்து நிலையத்தைக் கடந்து சிகரெட் வாங்கச் சென்றபோது, கையில் தீப்பந்தங்களுடன் இருந்த சிங்களக் கும்பலை எதிர்கொள்வதற்கு முன்புவரை

மருதானையில் அலுவலகங்கள் வைத்துக்கொண்டு, தான் சட்டத்தரணியாக இருந்ததாக அந்தப் பிசாசு கூறுகிறது. 'புகைபிடிப்பது என்னைக் கொல்லும் என்பது எனக்கு எப்போதும் தெரிந்தே இருந்தது,' என்று உணர்ச்சியற்ற குரலில் கூறுகிறாள். அவள் அணிந்திருந்த புடவை மற்றும் வைத்திருந்த பொட்டின் மீதுதான் குற்றம் சொல்லவேண்டும் என்று உனக்குத் தோன்றினாலும் நீ அதைக் கூறவில்லை.

தான் அமைதியடைவதற்கு முன்பு ஆயிரம் நிலவுகள் அலைந்து திரிந்து கொண்டிருந்ததாக அவள் கூறுகிறாள். 1983 கலவரங்களில் கொல்லப்பட்ட பலர் இன்னமும் இடைநிலையில் அலைந்து கொண்டிருப்பதாகக் கூறுகிறாள்.

'சிலர் ஒளிக்குள் சென்றுவிட்டார்கள். சிலர் பிசாசுகளாக மாறினார்கள். ஒளி அனைத்தையும் மறக்கச் செய்துவிடும். நாம் ஒருபோதும் மறக்கக்கூடாது.'

ஒளிரும் நிலவொளியில் அவளது சருமம் பாம்பினால் ஆனதுபோல் தோன்றுகிறது. அவளது கைகள் நாகங்களைப் போலப் பின்னுகின்றன, அவளது தலைமுடி பாம்புகளின் கூடுபோல நெளிகிறது, சருமத்தின் மீதுள்ள தீக்காயங்கள் தணல்போல் மின்னுகின்றன. மீண்டும் ஒருமுறை அவளைக் கேட்காமலேயே உன்னுடைய கேமராவை உயர்த்திப் படம் எடுக்கிறாய்.

'83இல் நாங்கள் ஒன்றுபடுத்தப்பட வேண்டும் என்று நினைக்கவில்லை. திகைத்துப் போயிருந்தோம். இந்நாள்களில் மனிதர்கள் மிகவும் கோபம்மிக்கவர்களாக இருக்கின்றனர். குறிப்பாக அவர்கள் இறந்த பின்பு. நீ புகைப்படம் எடுக்கலாம் என்று நான் கூறினேனா?'

'துளையைச் சேறு அடைத்திருக்கிறது. லென்ஸ் உடைந்து விட்டது.'

'பிறகு ஏன் அதைச் சுமந்துகொண்டிருக்கிறாய்?'

'நான் எடுக்காத புகைப்படங்களே சிறந்தவை,' என்கிறாய்.

'87இல் புறக்கோட்டைப் பேருந்துநிலைய குண்டுவெடிப்பில் பலியான 113 நபர்களும் காதுகளைப் பரிசோதித்துக்கொள்ளவோ அல்லது நயமாகப்பேசி ஒளியை நோக்கி நடக்க

முதல் நிலவு ◆ 105

வைக்கப்படுவதையோ மறுத்துவிட்டதாகக் கூறுகிறாள். தற்கொலை குண்டுதாரிகள் தண்டனைக்கு உள்ளாக்கப்படுவதைத் தாங்கள் பார்க்கவேண்டும் என்றும் பொறுப்பிலுள்ளவர் யாரோ அவரோடு பேசவேண்டும் என்றும் கோருகிறார்கள்.

இறந்த சட்டத்தரணியின் கூற்றுப்படி, வெள்ளுடையிலிருக்கும் உதவியாளர்கள் தன்னார்வலர்கள். ஒளிக்குள் சென்றபின் மீண்டும் இங்கே வருவதைத் தேர்ந்தெடுத்தவர்கள். பொறுப்பாளர் என்பவர் யாரென்பதில் அவர்கள் தங்களுக்குள் உடன்பட்டுக் கொள்ளாவிட்டாலும் தாங்கள் பொறுப்பிலுள்ளவரைப் பிரதிநிதித்துவப்படுத்துவதாகக் கூறுபவர்கள்.

'இதில் இவர்களுக்கு என்ன கிடைக்கும்?'

'யாருக்குத் தெரியும்? நல்லதைச் செய்பவர்களுக்கும் நோக்கங்கள் உண்டு.'

அந்தப் பிசாசு, தான் நாகதேவதையாலோ அல்லது நாக அரக்கனாலோ காப்பாற்றப்பட்டதாக, அதுவே அவளுடைய தோலை மீண்டும் அவளுக்கு அளித்ததாகவும் கூறுகிறது.

'அத்தோடு என் கண்ணியமும் என் சுயமரியாதையும்,' என்று கூறுகிறாள். 'நாகதெய்வம் என் வலியை மறக்கவைத்து, நான் யாரென்பதை நினைவில் கொள்ளச்செய்தது. நான் என்பது என் தோல் அல்ல.'

அவள் உருவம் தோட்டப்புறத்துப் பாம்பை ஒத்திருப்பதாகக் குறிப்பிட நினைத்துத் தவிர்க்கிறாய், உன் சிந்தனைகளை அறிந்தவள்போல உன்னை நோக்கிச் சீறுகிறாள்.

'ஏதோ இதற்குமுன் நான் பேரழகியாக இருந்தது போல.'

'ஒளி மறக்க உதவுகிறது என்றால் அது கேடானதா?'

'அவர்கள் ஏற்கெனவே உன்னை வசப்படுத்திவிட்டார்கள் என்று எனக்குத் தெரிகிறது.'

'மலிந்த... அல்மேதா'

புறக்கோட்டைத் தெருவிலிருந்து உன் பெயர் உச்சரிக்கப்படுவதைக் கேட்டதும் அதைநோக்கி முன்னேறுகிறாய். திரும்பிப் பார்க்கையில், நீ கிளம்பியதை இளஞ்சிவப்பு நிற சல்வார்

அணிந்திருக்கும் இறந்த சட்டத்தரணி கவனிக்கவில்லை. மரத்தின் உச்சிக்கு ஏறிச்சென்று கேட்கிறாய், மீண்டும் உன்னால் அதைக் கேட்க முடிகிறது.

கீழே பேருந்து நிறுத்தத்தில், இளஞ்சிவப்பிலிருக்கும் பிசாசு நிமிர்ந்து நீ அங்கிருந்து செல்வதைப் பார்க்கிறது. அவள் சீறியபடி உனக்குத் தன் பற்களைக் காட்டுகிறாள்.

'கேமராமேன், இங்கே திரும்பி வா.'

நீ அங்கே இருக்க விரும்பவில்லை. எனவே உன் மனதை அமைதிப்படுத்தி, காற்றுகளைக் கவனிக்கிறாய்.

மீண்டும் ஒருமுறை உன் பெயர் உச்சரிக்கப்படுவதைக் கேட்கமுடிகிறது. அந்த அவமானத்தை நீயும் பங்கிட்டுக் கொள்கிறாய்.

லியோ விடுதி

'மலிந்த இல்லை, கபலான இல்லை, அல்பர்ட் இல்லை, அல்மேதாவுமில்லை.'

ஏஎஸ்பி ரஞ்சகொட, புலனாய்வாளர் காசிம் இருவரும் ரோந்துவாகனத்திற்குப் பதிலாக நீலநிற டாட்சன் காரை எடுத்துவந்திருந்தனர். ரஞ்சகொட வாகனத்தை இயக்கியதும் உனக்குத் தெரியாத உன்னால் முணுமுணுக்க முடியாத சிங்களப் பாடல் ஒன்று ஒலிக்கத் தொடங்குகிறது. காசிம் தனது அரிசித் தொப்பையை மேசையாகப் பயன்படுத்தி உன்னுடைய மூன்று பெயர்களையும் தனது நோட்டுப்புத்தகத்தில் குறித்துக் கொள்கிறார்.

'அனைத்துக் காவல் நிலையங்களிலும் கேட்டுவிட்டாயா?' என்று கேட்கிறார்.

'என்னை என்ன கணினி என்று நினைத்தாயா?' என்கிறார் ரஞ்சகொட. 'நான் ஐந்து பெரிய காவல் நிலையங்களுக்கு அழைத்தேன்.'

காசிம் நான்கு பெயர்களை வட்டமிட்டு ஒவ்வொன்றின் அருகிலும் கேள்விக்குறியை இடுகிறார்.

'நாம் அந்த விடுதிக்குச் செல்வோம்.'

'இப்போதா?'

'நீ அவன் அம்மாவிடமிருந்து பணம் வாங்கி இருக்கிறாய்.'

'அதனால் என்ன?'

'மாலி அல்மேதா அங்கே யாரையோ சந்தித்திருக்கிறான்.'

டாட்சன் கார் அலுவலக வளாகத்திலுள்ள போக்குவரத்திற்குள் நுழையும்போது 'நாளைக்குச் செல்ல முடியாதா?' என்று கேட்கிறார் ரஞ்சகொட.

அது மாலைப்பொழுது, உன் மறுமையின் முதல் சூரிய மறைவைத் தவறவிட்டுவிட்டாய்.

'நேற்று இரவு லியோ விடுதியில் நான்கு குப்பைப் பைகள் கிடங்குக்குச் சென்றிருக்கின்றன,' என்று சைக்ளோஸ்டைல் செய்யப்பட்ட அறிக்கையைப் பார்த்தபடி கூறுகிறார் காசிம். 'பட்டியலில் மூன்றுதான் இருக்கிறது.'

'எப்போது இந்தப் பட்டியல்கள் துல்லியமாக இருந்திருக்கின்றன?'

'நீ பணம் வாங்குவதாக இருந்தால், நாம் இதைத் துப்புத்துலக்கத்தான் வேண்டும்.'

'அப்படியென்றால் லியோ விடுதியில் அதிகமாக ஒரு குப்பைப் பை இருக்கிறது. முதல் முறை அல்ல.'

'என்னவென்று பார்ப்போம்.'

'நான் மிகவும் களைப்பாகிவிட்டேன், பாஸ். மூன்று மாதங்களாக ஒருநாள்கூட விடுப்பில்லை.'

'நாம் மிகை நேரப் பணி கோரலாம்.'

'உண்மையாகவா?'

'அது உன்னை வாயை மூடவைத்துவிட்டது.'

'இரண்டாகக் கேட்கலாமா?'

'ஏய்! கவனம்!'

சாயும் பேருந்தைத் தவிர்ப்பதற்காக கார் சற்று அலைவுறுகிறது, காசிம் உள்ளங்கையை நீட்டித் திட்டுகிறார். அவர்கள்

பெய்ரா வாவியின் பின்பக்கமாகக் கொம்பனித் தெருவுக்குள் நுழைந்திருந்தனர். தெருக்கள் குறுகலாக, குப்பைகளால் பாவப்பட்டிருந்தன. படுக்கையின் கீழேயுள்ள பெட்டியொன்றில், இந்தத் தெருவை விடியற்காலையில் எடுத்த புகைப்படம் உள்ளது, சிறுநீர் கழிக்கும் நாயும் காக்கையைத் தின்னும் பூனையும் இடம்பெற்றுள்ள புகைப்படம் அது. அதைப் பல போட்டிகளில் சமர்ப்பித்தாய், ஆனால் வெற்றி பெறவில்லை.

லியோ விடுதி 19ஆம் நூற்றாண்டில் புலம்பெயர் தொழிலாளர்களுக்கான மலிவு விடுதியாக இருந்தது. இரண்டாம் பெரிய ஐரோப்பியப் போருக்குப் பிறகு இந்தக் கட்டடம் தரைமட்டமாக்கப்பட்டு, சபாரத்தினம் என்ற வியாபாரியால் வாங்கப்பட்டு 1965இல் பிரதம மந்திரி டட்லி அவர்களால் திரையரங்கமாகத் திறந்து வைக்கப்பட்டது. 1967இல் *தி சவுண்ட் ஆஃப் மியூசிக்* என்ற திரைப்படம் பிரபலமாக ஒன்பது மாதங்கள் ஓடியது, அதன்பிறகு 1989இல் *ஹார்ட் டிக்கெட் டு ஹவாய்* என்ற திரைப்படம் அதைவிடச் சற்று குறைவான பிரபலமாகி இரண்டு மாதங்கள் ஓடியது.

சபாரத்தினம் 70களில் ஆளுங்கட்சியுடன் நட்புக்கொண்டிருந்தார், எனவே மேல்தளங்களை நீதியமைச்சகத்திற்குக் குத்தகைக்கு விட்டிருந்தார். '71இல் நிகழ்ந்த ஜேவிபி சுத்திகரிப்பு மற்றும் '77இல் நடந்த தமிழர் கலவரங்கள் ஆகியவற்றின்போது எட்டாவது தளத்தில் விசாரணை அறைகள் அமைக்கப்பட்டிருந்தன. 1983இல் தரைத்தளத்திற்குத் தீவைத்த கும்பலுக்கு இவை எதுவும் தெரியாது. செல்வத்தின் பாதுகாப்புப் பெற்றிருந்த அதிர்ஷ்டசாலித் தமிழரான அதன் உரிமையாளர் கலக்கத்துடன், கலதாரி விடுதியிலிருந்து பாதுகாப்பாக அதைப் பார்த்துக்கொண்டிருந்தார். முதியவரான சபாரத்தினம் மனமுடைந்து இறந்துபோனார், அவரது குடும்பம் கனடாவுக்குக் குடிபெயர்ந்தது, கட்டடம் வீழ்ச்சியைச் சந்தித்தது, அதன்பிறகு ஆவிகள் உள்ளே நுழைந்தன.

1988இல் பெகாசஸ் சூதாட்டவிடுதி ஆறாவது தளத்திற்குக் குடியேறி சுவர்களுக்கு வண்ணம் தீட்டி எரிந்த செங்கற்கள் மீது சலவைக்கல் ஒட்டி, தளவாடங்களைக் கொண்டுவந்து வைத்தது. ஒரு வருடத்திற்குள்ளாக ஐந்தாவது தளத்தில் இரவு விடுதியும் மசாஜ் பார்லரும் அமைந்தது, ஏழாவது தளத்தில் வாடகைக்கு அறைகள் கிடைத்தன. நான்காவது தளம் ஏசியன் இன்டர்நேஷனல் ஃபிஷரீஸ் என்ற நிறுவனத்திற்குக்

குத்தகைக்கு விடப்பட்டது. அந்நிறுவனம் வியாபாரமாகாத கடலுணவுகளை வாங்கிப் பெட்டியிலடைத்து, குளிரூட்டி, மேற்குக் கடற்கரையிலிருந்து ஆசியாவில் மூன்று நாடுகள் வரை விற்பனை செய்தது. கீழேயிருந்த மூன்று தளங்களிலும் யாருமே செல்லாத அங்காடி ஒன்று.

இந்த விபரங்கள் அனைத்தும் உனக்கு எப்படித் தெரிந்தன, இங்கே எவ்வளவு பணத்தை இழந்தாய் என்பதெல்லாம் ஒருபோதும் நினைவுக்கு வரப்போவதில்லை. அதுபோலவே உனக்குப் பெயர்தெரியாத அந்தப்பெண்ணின் முகத்தைக் காண்பதன் காரணமும் தெரியப்போவதில்லை. ஸ்பேட் ராணி. கருத்த சருமம், கருமையான கண்கள், சிவப்பு உதட்டுச்சாயம், அதைவிடச் சிவப்பான பொட்டு அணிந்திருக்கும் பெண். அவள் தொடர்ந்து உன்னிடம் அந்த ஒரே கேள்வியைக் கேட்கிறாள், 'சொல் பையா, நீ யார் பக்கமிருக்கிறாய்?'

அலங்காரமான மரத் தளத்தைக் காவலர்கள் கடந்துசென்று துருப்பிடித்த கதவு வழியாக உள்ளே நுழையும்போது அவர்களைப் பின்தொடர்ந்து செல்கிறாய். மூன்றாவது தளம் மண்ணெண்ணெய்க்கும் அந்துருண்டைக்கும் இடைப்பட்ட நாற்றத்துடன் இருக்கிறது. நகலெடுக்கும் கடைகள், வேலை முகமைகள் மற்றும் தையல்காரர்கள் அங்கே இருக்கின்றனர். கூடத்திலிருந்து பெகாசஸ் ஃபைனான்ஸ் என்ற கடையாக விரியுமிடத்திற்குக் காவலர்களைப் பின்தொடர்ந்து செல்கிறாய்.

'இந்த முட்டாள்களிடம் நீ பேசுகிறாயா?'

'ஏன் உன் வாயில் என்ன கோளாறு?'

'உனக்கு மிகை நேரப்பணி வேண்டுமா அல்லது வேண்டாமா?'

'சரி, ஆனால் நீதான் அதைக் கோரவேண்டும், சம்மதமா?'

'நான் உன்னுடன் ஒப்பந்தம்போட இங்கே வரவில்லை,' என்கிறார் காசிம்

'உறுதியாகச் சொல்கிறாயா?' என்கிறார் ரஞ்சகொட.

'என்னுடைய பணியிடமாற்றம் வந்துவிட்டால் நீ இதை தனியாகச் செய்யவேண்டி இருக்கும்.'

'எங்கே மாறுதலுக்கு விண்ணப்பித்திருக்கிறாய்?'

'பிணங்கள் விழாத ஏதோவொரு இடத்திற்கு.'

'அது எங்கே இருக்கிறது? மாலத்தீவா?'

'எல்லா இடத்திலும் இப்படி இருக்க முடியாது.'

'எல்லா இடத்திலும் பிணங்கள் இருக்கின்றன, என் நண்பா. பணியிடமாற்றம் வரும் என்றா நினைக்கிறாய்?'

'வரக்கூடிய எந்த வருடத்திலும்.'

கடையில் இரண்டு தளங்களுக்கு மேலே உள்ள சூதாட்ட விடுதியின் இலச்சினையான இறக்கைகள் கொண்ட குதிரை பொறிக்கப்பட்டுள்ளது. காவல்துறையினர் கடைக்குள் நுழைந்ததும் நீயும் நுழைகிறாய். மேசைக்குப் பின்னால் கோப்பு அட்டைகள் சூழ அமர்ந்திருக்கும் இரண்டு குட்டையான மனிதர்களை உனக்கு அடையாளம் தெரியாமலிருந்தால் நல்லது என்று விரும்புகிறாய். அவர்கள் காவலர்களைக் கண்டதும் பற்களால் புன்னகைத்துக் கண்களால் முகம் சுளிக்கிறார்கள்.

ரஞ்சகொட மேசைமீது கைவைத்து உன் அம்மா கொடுத்த உன்னுடைய புகைப்படத்தை அதில் அறைகிறார். அதில் நீ சிவப்பு நிறக் கைக்குட்டையுடன் கழுத்தைச் சுற்றிச் சங்கிலிகள் அணிந்திருக்கிறாய். அது டிடியால் யாலவில் வானமிருளும் சமயத்தில் எடுக்கப்பட்டது.

'கொத்து ஐயா. பலால் மல்லி. இவனைப் பார்த்திருக்கிறீர்களா?.'

***

வித்தியாசமான பொழுதுபோக்கைக் கொண்ட மனிதனுக்கு விசித்திரமானதாக, பலாலால் இறந்த மீனின் நாற்றத்தைத் தாங்கிக்கொள்ள முடியாது. ஏசியன் இன்டர்நேஷனல் ஃபிஷரீஸ் லியோ விடுதியிடமிருந்து நான்காவது தளத்தைப் பெற்றிருந்தாலும் முன்வாசலுக்கு மட்டுமே சாவி உண்டு. இது மொத்த விற்பனைக்கான அறை, இங்குதான் விற்பனை அங்காடிகள் மற்றும் சங்கிலி உணவுவிடுதிகள் உறைவிக்கப்பட்ட கடலுயிரினங்களுக்கு பேரம்பேசும். சாரோங்கிலிருக்கும் ஆண்கள் தரையைத் துடைத்துக்கொண்டிருக்கின்றனர். அது, தாக்குதல் தொடுக்கும் யானைக்கெதிராக மல்லிகைக்கொடி அளவுக்கே இந்தத் துர்நாற்றத்திற்கெதிராகச் செயல்படுகிறது.

அதைத் தாண்டி இருப்பவை குளிர்பதன அறைகள். ஏஜஎஃப்-இடம் இதற்கான சாவிகள் உண்டு, அதைப் போலவே கட்டட உரிமையாளர்களான அமைச்சகத்திடமும் உண்டு. பலால் மற்றும் கொத்து இருவரும் யாரும் பார்க்காத அல்லது அக்கறை காட்டாத பாகிஸ்தானுடனான கிரிக்கெட் விளையாட்டு குறித்துப் பதட்டமாக உரையாடுகின்றனர். புதிர்வழிகள் ஊடாக அவர்கள் அழைத்துச் செல்கின்றனர், அதன் சுவர்கள் கழுவப்படாத உடலைப் போன்ற நாற்றத்தைக் கொண்டிருக்கின்றன, உனக்குப் பரிச்சயமில்லாத நாற்றமல்ல. காவலர்கள் காக்கி நிறக் கைக்குட்டையால் மூக்கை மூடிக்கொண்டு, பழைய ரத்தத்தினால் செம்பழுப்பு நிறமேறிய குறுகலான தாழ்வாரங்கள் வழியே தடுமாறியபடி முன்னேறுகின்றனர். காவலர்கள் தங்கள் சீருடை நிறத்திலேயே கைக்குட்டையும் வைத்துக்கொள்வார்கள் என்பது உனக்குத் தெரியாது. நீ எப்போதும் கைக்குட்டை வைத்துக்கொள்வது வழக்கம், ஒரு மாதம் மட்டுமே இருந்த சாரணர் இயக்கத்தில் கற்றுக்கொடுக்கப்பட்டு கடைபிடித்த ஒரே பாடம் அதுதான்.

'எங்கே பார்த்தாய்?' என்று கேட்கிறார் ரஞ்சகொட.

'பின்பக்கம்,' என்கிறான் கொத்து. 'வழக்கமான இடத்திலல்ல.'

'உன்னால் எங்களைத் தொலைபேசியில் அழைக்கமுடியாதா?'

'சார், பட்டியலில் இல்லாத ஒவ்வொரு குப்பைப் பைக்கும் நாங்கள் அழைத்துக்கொண்டிருந்தால் தொலைபேசிக் கட்டணம் அதிகமாகிவிடும்.'

'எந்தப் பட்டியலிலும் இல்லையா?' என்று கேட்கிறார் காசிம்.

'உங்கள் பட்டியலில் இல்லை, பெரிய முதலாளி பட்டியலிலும் இல்லை.'

'சிக்கல் என்னவென்றால் திருட்டுப் பயல்கள் உங்களுக்கு ஏராளமான முதலாளிகள்.'

'சாருடைய அலுவலகம் மட்டுமே பட்டியல் தருகிறது. மற்ற காவலர்கள் ஒருபோதும் கொடுப்பதில்லை. எங்களைச் சுத்தம்செய்ய விட்டுவிடுவதோடு சரி.'

'சரி, அந்த முகத்தை யாரென்று கண்டுகொள்ள முடிந்ததா?'

'நான் எப்போதும் முகத்தைப் பார்ப்பதில்லை, சார்,' என்கிறான் கொத்து.

தாழ்வாரத்தின் முடிவில் பெரிய தாழ்ப்பாளுடன் மிகப்பெரிய கதவு. கூடம் மருத்துவமனையைப் போலப் பிரகாசமாக உள்ளது. கூரைமீது நீ மட்டுமே காணக்கூடிய நிழல்கள். கிசுகிசுக்கும் ஒலியைக் கேட்கிறாய் என்றாலும் மேலேபார்க்கும் துணிவு உனக்கில்லை. பலால் சாவிகளுடன் தடுமாறுகிறான், அந்தக் கதவு திறக்கப்பட்டதும் இன்னுமதிக குளிர்பதன இயந்திரங்கள் உள்ள அறையாக விரிகிறது. இந்த அறையில் மீன் நாற்றத்திற்கு பதிலாக உயர்தர ரசாயனங்களின் நாற்றம்.

உலோகத்தினாலான சக்கரமுள்ள தூக்குப்படுக்கையில் மூன்று நீளமான இறைச்சித் துண்டங்கள் உள்ளன.

மூக்கிலுள்ள கைக்குட்டையை எடுத்துவிட்டு 'இதில் ஒன்றா?' என்று கேட்கிறார் ரஞ்சகொட.

'இல்லை. அது இன்றைய குப்பை,' என்கிறான் பலால். ரஞ்சகொட முகம் சுளிக்கிறார்.

'ஏதும் பிரச்சினையா? வேலைப்பளு அதிகமா?'

'இல்லை சார். அப்படி எதுவுமில்லை.'

'அப்படியென்றால் புலம்பலை நிறுத்து. அல்மேதா எங்கே?'

கொத்து உலோக மேசையில் வைக்கப்பட்டுள்ள நான்கு பொலித்தீன் பைகளைச் சுட்டிக்காட்டுகிறான்.

இரண்டு துண்டங்கள் கைகால்களைப் போல் காட்சியளிக்கின்றன, மற்றவை இறைச்சிக் குவியல். பலால் கெக்கலிப்பு ஒன்றை வெளிப்படுத்த காசிம் அவனைச் சீற்றத்துடன் அமைதியாக்குகிறார்.

***

சுற்றுப்புறம் சிங்களர்களால் 'கொம்பன்ய வீதிய' என்றும் 'கொமானி தெரு' என்றும் தமிழர்களால் அழைக்கப்படுவது, இரண்டுக்கும் பொருள் கம்பெனி வீதி. பிரிட்டிஷார் இதை 'அடிமைத் தீவு' என்றழைத்தனர். இன்றும் நீடிக்கும் இந்தப் பெயர்கள் பூர்வீகக்குடிகளும் காலனித்துவவாசிகளும் ஒருவரையொருவர் எப்படிப் பார்த்தனர் என்பதற்குரிய வெளிப்படையான

முதல் நிலவு 113

தடயங்களாக இருக்கின்றன. லியோ விடுதியின் பின்பக்கமுள்ள கைவிடப்பட்ட நிலம் சுற்றுப்புறத்தினர் குப்பைகள் கொட்டுமிடமாக உள்ளது. அதைச் சுற்றியுள்ள தெருக்கள், இடிந்துவிழும் நிலையிலுள்ள கட்டடங்களும் குடிசைப்பகுதிகளும் நிறைந்தவை. இடைவெளிவிட்ட அரண்மதில் கொண்ட கூரைப்பகுதி கவலை நிறைந்த பூனைகளாலும் சலிப்படைந்த வௌவால்களாலும் ஆக்கிரமிக்கப்பட்டிருக்கின்றன.

'உடல் இங்கேதான் இருந்ததா?' குப்பைப் பைகளில் சிவப்பு நிறத் தெறிப்புகளோடு இருக்கும் பள்ளத்தைச் சுட்டிக்காட்டி காசிம் கேட்கிறார்.

கொத்து மற்றும் பலால் இருவரும் தலையசைக்கின்றனர்.

'அவன் மேலேயிருந்து குதித்ததாக நினைத்துக்கொண்டாயா?'

'சார், இந்தக் கட்டடமே மேலிருந்து குதிப்பதற்கான இடம்தான்,' என்கிறான் கொத்து.

'ரத்தம் அதிக அளவிலிருக்கிறது என்று நீ நினைக்கவில்லையா?'

'நான் அப்படி யோசிக்கவில்லை, சார்.'

காசிம் விடுதியின் சுவர்மீது டார்ச் வெளிச்சத்தை அடித்துப் பார்க்கிறார். சிவப்பு மற்றும் பழுப்பு நிற வண்ணத்தை மேலிருந்து கீழாக வீசியடித்தது போலிருக்கிறது.

'நீ இந்தக் கறைகளைக் கவனிக்கவில்லையா?'

'சார் குப்பையை அப்புறப்படுத்தும்போது சுற்றுப்புறத்தைக் கவனிக்க நேரமிருப்பதில்லை.'

'நீ இப்படியே பேசிக்கொண்டிருந்தால் என்ன ஆகப்போகிறது என்றுபார்,' என்று ரஞ்சகொட இடைமறிக்கிறார். 'இன்றிலிருந்து நீ எனக்கு அத்தனை ஆவணங்களையும் கொடுத்தாக வேண்டும்.'

பலால் மற்றும் கொத்து இருவரும் அமைதியாக இருக்கின்றனர். காசிம் குப்பைகள் கொட்டுமிடத்தின் மற்ற பகுதிகள்மீது டார்ச் அடித்துப் பார்க்கிறார். இந்த இரவு துர்நாற்றங்கள் நிறைந்தது. காற்று அவரைக் கடந்துசென்று உடலை நடுங்கச்செய்கிறது.

காசிம் கொத்துவின் பக்கம் திரும்பி, 'அவன் இந்த மேல்மாடங்கள் ஒன்றிலிருந்துதான் தூக்கி வீசப்பட்டிருக்கிறான். இது நாம் செய்த வேலையல்ல, சரிதானே?'

பலால் தலையசைக்க, கொத்து இருமியபடி வேறு பக்கம் பார்க்கிறான்.

'சரி, உடலின் மிச்ச பாகங்கள் எங்கே?'

கொத்து பலாலைப் பார்க்க அவன் தன் கால்களைப் பார்த்தபடி, 'அது இங்கில்லை சார்,' என்கிறான்.

'அவன் அம்மாவுக்கு நான் தோள்பட்டை, கைகால்களைக் கொடுத்தாகவேண்டும்... அது என்னவென்றே எனக்குத் தெரியவில்லை. இது அல்மேதாதான் என்று எப்படி நிரூபிப்பது?'

ரஞ்சகொட பேசத் தொடங்குகிறார். 'அவன் ஏற்கெனவே கைது செய்யப்பட்டிருக்கிறான் என்றால் அவன் கைரேகைகள் சேமிப்பிலிருக்கும்.'

காசிம் மறுப்பாகத் தலையசைத்துக்கொள்கிறார். 'நமது கைரேகைத்துறையை நான் உன்னைவிடக் குறைவாகவே நம்புகிறேன். தலை எங்கே?'

'அதை வாவியில் எறிந்துவிட்டோம்.'

'நான் இதைக் கேட்க விரும்பவில்லை. எனக்குத் தலையைக் கொண்டுவா. அதற்காக நாற்றமெடுத்த மொத்த வாவியையும் வடிக்க வேண்டி வந்தாலும் பரவாயில்லை. நமக்கு இன்றிரவு அது வேண்டும்.'

கொத்து அலுவலகத்திலுள்ள தொலைபேசியை எடுத்து சாரதிமல்லியைப் படுக்கையிலிருந்து எழுப்புகிறான். காசிம் மின்தூக்கியை நோக்கி மெதுவாக நடக்கத் தொடங்குகிறார்.

'நாம் என்ன செய்துகொண்டிருக்கிறோம் புலனாய்வாளரே?' அவர்கள் காதில் விழக்கூடிய தொலைவிலிருந்து நகர்ந்தபின் ரஞ்சகொட கேட்கிறார்.

'மிகைபணி நேரம் போட்டுவிடுவது நல்லது, மகனே.'

ரஞ்சகொட மின்தூக்கிக்கு வெளியே நிற்கிறார், உள்ளே செல்லவில்லை. காசிம் உள்ளே சென்று விரலால் அதைத் தடுத்தபடி இருக்கிறார்.

'என்ன பிரச்சனை?'

முதல் நிலவு   115

'தலைவரே. முதலில் இந்தப் பிணங்களில் இருந்து வெகுதூரம் தள்ளி பணியிடமாற்றத்தில் செல்ல வேண்டும் என்றாய். இப்போது மிகை பணி நேரம் கேட்க விரும்புகிறாய்.'

'நாம் செய்யவேண்டிய வேலை இருக்கிறது.'

'நம்முடைய வேலை என்ன?

'நாம் அப்பாவிகளைக் காப்பாற்றுகிறோம்,' என்கிறார் புலனாய்வாளர் காசிம்.

'நாம் அதிகாரமிக்கவர்களைப் பாதுகாப்பதாக நினைத்தேன்.'

'இதை இப்போது விவாதிக்க வேண்டுமா?' காசிம் பொத்தானிலிருந்து விரலை எடுக்க கதவு மூடத் தொடங்குகிறது. மின்தூக்கியின் தாடையைத் தடுக்க சபித்துக்கொண்டே கையை வெளியே நீட்டுகிறார்.

'எனக்கு இன்னொரு விடயத்திலும் குழப்பம் வந்துவிட்டது.'

'முதலில் உடனே உள்ளே வா!'

'நாம் இதைப் புலனாய்வு செய்துகொண்டிருக்கிறோமா? அல்லது மறைத்துக்கொண்டிருக்கிறோமா?'

***

விடுதிக்குள் நுழைந்த பிறகே நிழல்களை, அவற்றின் பின்னால் மறைந்திருக்கும் முகங்களைக் கவனிக்கிறாய். கண்கள் பல நிறங்களில் இருக்கின்றன, நீலங்களில், பழுப்புகளில், மஞ்சள்களில் மற்றும் பச்சைகளில். தேனீக் கூட்டை நாவால் நக்குவதைக் காட்டிலும் அதிகமாக அவர்களோடு தொடர்பு வைத்துக்கொள்வதை நீ விரும்பவில்லை, எனவே அவர்களைத் தவிர்த்துவிட்டுக் காவலர்களைப் பின்தொடர்கிறாய்.

கொத்து, நான்காம் தளத்திலுள்ள அலுவலகத்திற்குச் சென்று தொலைபேசிகளை இயக்கிச் சடலங்கள் வந்துகொண்டிருக்கும் சுருக்கமான செய்தியைப் பெறுகிறான்.

'இன்னும் ஆறு பைகளா? எங்கிருந்து?'

பலால், சாரதிமல்லியின் வருகைக்காகக் காத்திருந்து அவனுக்குச் சில துல்லியமான அறிவுறுத்தல்களை வழங்குகிறான்.

அங்கிருந்து ஒரு தளத்திற்கு மேல் அதிகாரிகள் காசிம் மற்றும் ரஞ்சகொட இருவரும் மேங்கோ மசாஜ் ஹவுஸுக்குள் புகைப்படத்துடன் நுழைகின்றனர். அது உன்னை டிடி எடுத்த புகைப்படம், எல்லோரும் சொல்வதுபோல, மகிழ்ச்சியான தருணங்களில். உனக்கே உரித்தான சஃபாரி ஜாக்கெட் அணிந்து வழக்கத்தைக் காட்டிலும் குறைவான தாடி வைத்திருக்கிறாய்.

அந்தப் பெண்கள் அனைவரும் புடவையணிந்து, அணிவகுத்துச் செல்வதற்குப் பழக்கப்பட்டவர்கள் போல் தெரிகின்றனர். புகைப்படத்திலிருக்கும் மனிதனைப் பார்த்ததில்லை என்று மறுக்கின்றனர். காவலர்கள் அங்கிருந்து கூடம் வழியாக த டென் எனும் கரோக்கே அறைக்கு வருகின்றனர். சுத்தம் செய்யும் பணியாள் ஒருவரும் குட்டைப் பாவாடை அணிந்து, காக்கி உடையில் ஆட்களைப் பார்த்ததும் பறந்தோடும் ஒருவனும் மட்டுமே அங்கிருக்கின்றனர். மது மேசையில் அமர்ந்தபடி கற்பனையான மதுவை அருந்திக்கொண்டு முடிவற்ற வாதங்களைச் செய்துகொண்டிருக்கும் தோற்றவுருக்களைத் தவிர அந்த இடம் வெறுமையாக உள்ளது.

ரோஹன் சாங் என்றழைக்கப்படும் பருத்த உருவங்கொண்ட அவ்விடத்தின் முதலாளியைப் பார்ப்பதற்காகக் காவலர்கள் பின்பகுதிக்கு வழிநடத்திச் செல்லப்படுகின்றனர். அவனுக்கு முன்னோடியான கலு டேனியல் ஆயுதமேந்திக் கொள்ளையடித்த குற்றத்திற்காகத் தற்போது தண்டனையிலிருக்கிறான். சாங்கும் தனது வாழ்வாதாரத்திற்காக மக்களைக் கொள்ளையடிப்பவன்தான், ஆனால், அவனது ஆயுதம் சீட்டுக்கட்டு மற்றும் சுழலும் சக்கரங்கள். தனது மேசைக்குப் பின்னால் அமர்ந்திருக்கும் அவன் அதிகாரிகளுக்காகப் பழச்சாறு கொண்டுவரச் சொல்லிவிட்டு தள மேலாளர், சூதாட்டக் கண்காணிப்பு மேலாளர் மற்றும் சூதாட்டமேசைப் பணியாள் இருவர் ஆகியோரை வரச்சொல்கிறான். சாங் தோற்றத்தில் அவனது தந்தையைப் போலச் சீனனாக, பேச்சில் அவனது தாயைப் போலச் சிங்களனாக இருப்பவன்.

'பாருங்கள், நீங்கள் என் சூதாட்டவிடுதிக்கு வருவதாக இருந்தால், இழவெடுத்த இந்தச் சீருடையில் வராதீர்கள்,' என்கிறான் அந்த முதலாளி. 'எனக்கு அமைச்சரைத் தெரியும். நீங்கள் இங்கே இப்படி வரமுடியாது.'

முதல் நிலவு ♦ 117

'மன்னியுங்கள் திரு சாங். இது மிகவும் அவசரமான வழக்கு.'

'என்ன அவசரமான வழக்கு?'

'இவர் திரு மாலி. சீட்டு விளையாடுவார்,' ஒருமுறை உன்னை ஐந்து லட்சங்கள் இழக்கவைத்த சூதாட்டமேசைப் பணியாள் கூறுகிறான்.

'வழக்கமாக வருபவனா? செலவினனா? குடிகாரனா?'

'புகைப்பவர். அதிகம் பேசுவதில்லை. சீட்டு விளையாடுவார். பிளாக் ஜாக், பக்கரா, கொஞ்சம் போக்கர் விளையாடக்கூடியவர்,' என, சில்லுகளைக் கீழே தவறவிட்டதற்காக உனக்கு அபராதம் விதித்த மேலாளர் கூறுகிறார்.

'காணாமல் போயுள்ளதாகப் புகார் வந்துள்ளது,' என்கிறார் ரஞ்சகொட.

புருவங்கள் உயர்ந்து தோள்கள் குலுக்கப்படுகின்றன.

'காணாமல் போய்விட்டாரா?' என அனைவரும் புறக்கணிக்கும் சூதாட்டமேசைப் பணியாள் ஒருவன் தாடியைச் சொறிந்தபடி கேட்கிறான்.

'இவரை எப்போது பார்த்தாய்?' என்றபடி காசிம் எழுதப்படாத நோட்டுப் புத்தகம் ஒன்றை வெளியிலெடுக்கிறார்.

'நேற்றிரவு என்று நினைக்கிறேன்,' சூதாட்டக் கண்காணிப்பாளர் கூறுகிறார். 'சில லட்சங்கள் வென்றார். எல்லோருக்கும் மது வாங்கிக்கொடுத்தார். மது விடுதலை செய்யப்படுகிறது என்பது அவரது நகைச்சுவை, அதைச் சொல்லிக்கொண்டே இருந்தார். பிறகு, எங்கோ மறைந்துவிட்டார்.'

'அவர் மறைந்து போகவில்லை,' என்கிறான் சூதாட்ட மேசைப் பணியாள். 'மாடிக்குச் சென்றார். வெளிநாட்டுக்காரர் ஒருவரோடு அவர் மது அருந்திக்கொண்டிருந்ததைப் பார்த்தேன்.'

உனக்கு அந்தச் சூதாட்ட மேசைப் பணியாளை அடையாளம் தெரியவில்லை, தவிரவும் நீ செய்ததாக அவன் கூறுவதை நீ செய்ததும் உனக்கு நினைவில்லை. ஒன்று அந்தப் பணியாள் பொய் சொல்கிறான் அல்லது, அதைக் காட்டிலும் மோசமானதாக, அவன் உண்மையைச் சொல்கிறான். கேமரா வழியாகப் பார்க்கிறாய், சேறு மட்டுமே தெரிகிறது.

'என்ன வகையான வெளிநாட்டுக்காரர்?'

'வெள்ளைக்காரர். ஜெர்மானியர் என்று நினைக்கிறேன். ஆனால் ஆங்கிலேயராகவும் இருக்கலாம்.'

மேல்மாடம்

மேல்மாடம் ஐந்து மாடிகள் உயரத்தில், குடிசைப் பகுதியையும் குப்பைகள் கொட்டுமிடத்தையும் பார்த்தபடி அமைந்திருக்கின்றது. மூலையில் மதுக்கூடம் மற்றும் நொறுக்குகளின் பட்டியல் கொண்ட ஐந்து மேசைகள். ஓர் இரும்புப் படிக்கட்டு கொடிபோலச் சுழன்று ஏறி ஆறாவது தளத்தின் மாடத்திற்கும் பிறகு சூதாட்ட விடுதியைக் கடந்து சுருண்டிறங்கி நான்காவது மாடியின் இடைமேடை வரையிலும் அமைந்திருக்கிறது.

சூதாட்ட மேசைப் பணியாள் காவலர்களைச் சூதாட்டத்தளத்தின் வழி அணிவகுத்து அழைத்துச்செல்ல விரும்பாமல் சமையற்கூடம் வழியாக அழைத்துச்செல்கிறான். மாடத்தின் கைப்பிடிக் கம்பியிலிருந்து தொடங்கி கூரைவரை இரும்புவலை பொருத்தப்பட்டுள்ளது.

'எங்கள் வாடிக்கையாளர்களில் சிலர் இங்கிருந்து குதித்திருக்கிறார்கள். எனவே இதை மூடிவிட்டோம்.'

'ஏன் இங்கிருந்து குதிக்கிறார்கள்?'

'முழு வருடச் சம்பளத்தையும் ஒரேயொரு சீட்டாட்டத்தில் இழந்திருக்கிறீர்களா?'

'என் வருடச் சம்பளம் பந்தயம் வைக்கும் அளவுக்குப் பெறுமானமானதல்ல,' என்கிறார் ரஞ்சகொட.

'அல்மேதாவும் அவரது வெள்ளைக்கார நண்பரும் எங்கே அமர்ந்திருந்தார்கள்?' என்று கேட்கிறார் ரஞ்சகொட.

'ஓரத்திற்கருகில் அமர்ந்திருந்தார்கள்.'

'பிறகு?'

'அவர்கள் மொத்தம் மூன்று ஜின், மூன்று வோட்கா, இரண்டு டானிக்குகள் மற்றும் மூன்று தட்டு டெவில்டு (மிக அதிகமான காரமுள்ள) இறால் வாங்கினார்கள்.'

‘நீ அதை மனப்பாடம் செய்தாயா?’

‘இல்லை. இதோ அவர்களது ரசீது,’ என்றபடி சூதாட்டத்தள மேலாளர் கட்டுமஸ்தான உடல் கொண்ட மதுமேசைப் பணியாளிடமிருந்து இளஞ்சிவப்பு நிற ரசீது நகல் ஒன்றைப் பறிக்கிறார்.

‘இது வழக்கத்திற்கு அதிகமான அளவு இறால். ஒரு சூதாட்டத்தள மேலாளர் மேல்மாடத்திற்கு வந்து ஏன் மேசைப் பணியாளாகப் பணிசெய்ய வேண்டும்?’

‘நான் வாடிக்கையாளருடன் இருந்தேன், ஆஃபிசர்?’

‘யாரது?’

‘வணிக வாடிக்கையாளர்.’

‘அந்த வெள்ளைக்காரரை உங்களுக்கு அடையாளம் தெரிந்ததா?’

‘அப்படிச் சொல்லமுடியாது.’

‘இதற்குத் தெரியாது என்று அர்த்தமா?’

‘அனைத்து வெள்ளைக்காரர்களும் என் பார்வைக்கு ஒன்றுபோலத்தான் தெரிகிறார்கள்.’

காசிம் சூதாட்டத்தள மதுவிடுதியின் ஓரத்திற்கு வந்துநின்று கீழேயுள்ள குப்பைகள் கொட்டுமிடத்தைப் பார்க்கிறார். சுவரிலுள்ள ரத்தக் கறைகளை ஆய்வு செய்கிறார். பிறகு அங்கிருந்து ஆறாவது மாடியிலுள்ள மேல்மாடத்தைப் பார்க்கிறார்.

‘ஆனால் உங்களுக்கு அல்மேதாவைத் தெரிந்தது, இல்லையா?’

‘திரு அல்மேதா உள்ளூர்வாசி.’

‘ஆகவே உங்களுக்கு அவரைத் தெரியும்.’

‘சூதாட்டத்தில் விருப்பமுள்ள அனைவரையும் எனக்குத் தெரியும்.’

இரண்டு இரவுகளுக்கு முன்பாக நிகழ்ந்தவற்றில் உன் நினைவிலுள்ளது இதுதான்: (அ) லியோ சூதாட்டவிடுதிக்கு வந்தது, (ஆ) மதுவிடுதியில் அமர்ந்து மது அருந்தியது, (இ) பஃபே உணவு அருந்தியது, (ஈ) மதுமேசைப் பணியாளிடம்

நெருங்க முயற்சி செய்தது. உனக்கு நினைவில்லாத விடயங்கள்: (அ) வெள்ளைக்காரன் ஒருவனுடன் அமர்ந்திருந்தது, (ஆ) மேலிருந்து வீசிக் கொல்லப்பட்டது.

'எத்தனை மணிக்கு இங்கிருந்து சென்றார்கள்?'

'என் வாடிக்கையாளருடன் இங்கிருந்து கிளம்பும்போது அவர்கள் இங்கேதான் இருந்தார்கள்.'

'எத்தனை மணி இருக்கும்?'

'பதினோரு மணி இருக்கலாம்.'

'இங்கே வேறு பணியாளர்கள் உண்டா?'

'மதுமேசைப் பணியாள் மட்டும்தான்.'

'அவனா?'

சூதாட்டத்தள மேலாளர் அவனை அழைக்கிறார். 'சமிந்த!'

அந்த இளைஞன் பார்வைக்கு அழகானவனாக இல்லை. எருதைப் போன்ற உடற்கட்டும் அதைப்போன்றே முகமும் கொண்டவன். நீ அவன் பெயர் என்னவென்று கேட்டதேயில்லை, சில சந்திப்புகளுக்குப் பிறகு அதை விசாரிப்பது பண்பற்றதாக இருக்கும் என்பதால் உலகளாவிய சொல்லான 'மல்லி' என்பதைப் பயன்படுத்தத் தொடங்கினாய். சரியான முறையில் உனக்குச் சேவை செய்வான், நீ தரும் நிறைவான அன்பளிப்புப் பணத்தைப் பெற்றுக்கொள்வான், அவனது புகைபிடிப்பதற்கான இடைவேளைகளில் ஆறாவது மாடியிலுள்ள மாடத்தில் உன்னையும் உடனிருக்க அனுமதிப்பான், உன் கை எங்கே செல்கிறது என்பது பற்றி அவன் கவலைப்பட்டதில்லை. பொய்யர்கள் எப்போதும் செய்வதைப்போல அவன் நேரடியாகக் காவலர்களின் கண்களைப் பார்க்கிறான்.

'ஆமாம் எனக்கு அது பற்றித் தெரியும் சார். அவர் நேற்றிரவு வந்தார்.'

இதில் வேடிக்கை எதுவுமில்லை என்று நினைத்துக்கொள்கிறாய்.

'அப்போது பதினோரு மணி இருக்கலாம். என்னுடைய புகைபிடிப்பதற்கான இடைவேளையில் சென்றபோது அவர் புகைத்துக்கொண்டிருந்தார்.'

ஹா ஹா, என்று நினைத்துக்கொள்கிறாய்.

'நீங்கள் எதைப் பற்றிப் பேசிக்கொண்டிருந்தீர்கள்?'

'ஒன்றுமில்லை. அவர் சான் பிரான்சிஸ்கோ செல்லப்போவதாகக் கூறினார். கீழ்த்தளத்தில் பெரியளவில் ஏதோ ஜெயித்திருந்தார்.'

'உனக்குப் பணம் எதுவும் கொடுத்தாரா?'

எருது விறைப்பாகிறான், மதுக்கூடத்தைச் சுற்றித் தனது பார்வையைச் சுழலவிடுகிறான், நிச்சயமாக அவன் உன்னைப் பார்க்கவில்லை, யாரும் கவனிக்கவில்லை என்ற எண்ணத்தில் மீண்டும் இயல்புநிலைக்கு வருகிறான், ஆனால் அனைவரும் கவனித்துக்கொண்டிருக்கின்றனர்.

'சமிந்த?'

'அவர் எனக்குச் சில ஆயிரங்கள் தரவேண்டியிருந்தது. அதைத் திருப்பிக்கொடுத்தார்.'

'எதற்காக வாங்கினார்?'

'சில்லுகள் வாங்கக் குறைவாக இருக்கும்போது வாங்கினார். பெரும்பாலான வாடிக்கையாளர்கள் வாங்குவார்கள்.'

'எப்போது சான் பிரான்சிஸ்கோ போவதாக இருந்தார்?'

'ஹேய், காசிம்!' ரஞ்சகொட கம்பி வலையைக் கிழித்துத் தனது தலையை அதற்குள் நுழைத்திருந்தார். 'இங்கே வந்து இதைப் பார்.'

கம்பியின் கண்ணிகள் இணைப்பிலிருந்து துண்டிக்கப்படுவதைப் பார்த்தவுடன் சூதாட்டத் தள மேலாளர் கண்ணியம் என்ற போர்வையைக் கைவிடுகிறார்.

'முட்டாளே! அதை உடைக்காதே!'

ரஞ்சகொட கம்பியின் வழியாக எட்டிப் பார்த்து ரத்தத்தின் தடங்கள் சொர்க்கம்வரை நீண்டிருப்பதைப் பார்வையால் தொடர்கிறார்.

சூதாட்ட விடுதிப் பணியாளர்களின் எதிர்ப்பைப் புறக்கணித்து அவர் அவசர வழியில் ஏறுகிறார். பருமனான உடல்வாகுடைய காசிம் ஏறுவது குறித்துச் சிந்தித்து வேண்டாமென முடிவெடுக்கிறார். மேல்மாடம் தூசி நிறைந்து சிலந்தி

வலைகளுடன் இருக்கிறது, மேலும் அதன் இணைப்புக் கதவு பூட்டப்பட்டு, வானத்தைப் பார்த்தபடி, ஒரு மேசை மற்றும் இரு கதிரைகளைத் தவிர வெறுமையாக இருக்கிறது.

'இந்தக் கதவு எங்கே செல்வதற்கானது?' காசிம் மேலேயுள்ள தாழ்ப்பாளைச் சுட்டிக்காட்டிக் கேட்கிறார். ரஞ்சகொட கைப்பிடிக்கம்பி மீது குனிந்து சுவரை ஆராய்கிறார். கீழேயுள்ள, நன்கு பராமரிக்கப்படும் அதன் இரட்டைபோல் அல்லாது இந்த மாடம் பாதுகாப்புக் கம்பிவலையின்றி இருக்கிறது.

'இங்கே யாரும் வருவதில்லை.' மேலாளர் தனது நடைபேசியில் கைவைத்தபடி ஏஎஸ்பி ரஞ்சகொடவை வெறித்துப் பார்க்கிறார். சமிந்த எனப்படும் அந்த மதுமேசைப் பணியாளன் உன்னைப்போலவே அந்தத் தகவல் பொய்யானது என்று தெரிந்து தனது காலைப் பார்த்துக் கொண்டிருக்கிறான். இரவுநேரத்தில் சிலர் அந்தக் கம்பி வேலியைத் தாண்டிப் படிகளில் ஏறி இருளில் புணர்ந்துகொண்டிருப்பதுண்டு.

'இந்த இடம் சமீபமாகச் சுத்தம் செய்யப்பட்டிருக்கிறது. இங்கிருந்துதான் அவன் குதித்திருக்க வேண்டும்' காசிம் தனது புலனாய்வாளர் தன்மைக்குத் திரும்புகிறார். 'அல்லது கீழே தள்ளப்பட்டிருக்க வேண்டும்.'

'அப்படியென்றால் உடல் எங்கே?' என்று கேட்கிறார் மேலாளர்.

'இது நல்ல கேள்வி,' என்கிறார் ரஞ்சகொட.

சூதாட்டத்தள மேலாளர் தனது புன்னகை மற்றும் பொறுமையைக் கைக்கொள்கிறார், ஆனால் காவலர்கள் ஏழாவது மற்றும் எட்டாவது தளங்களைப் பார்க்கவேண்டும் என்று கூறியதும் இரண்டும் காணாமல் போகிறது.

'அவை வெறும் அறைகள் சார்.'

'அவற்றில் யார் தங்கியிருப்பது?'

'விருந்தினர்கள்.'

'விலைமாதர்களா?'

'சூதாட்டவிடுதியின் விருந்தினர்கள். மற்றும் அவர்களது விருந்தினர்கள்.'

முதல் நிலவு ◆ 123

'மலிந்த அல்மேதா இங்கே தங்கியிருந்தாரா?'

'எனக்குத் தெரியாது.'

ஏஎஸ்பி ரஞ்சகொட சூதாட்டமேசைப் பணியாளைப் பார்த்துவிட்டுப் பின் மேலாளரைப் பார்க்கிறார். பிறகு புலனாய்வாளர் காசிமைப் பின்தொடர்ந்து மின்தூக்கி இருக்குமிடத்திற்குச் சென்று புன்னகைக்கிறார். அங்கு பொருத்தமற்றதொரு இடைநிறுத்தம்.

'உங்கள் வாடிக்கையாளர்கள் மேல்மாடத்திலிருந்து குதித்துத் தற்கொலை செய்து கொள்வதென்பது வழக்கமானதா?'

'யாரும் மேல்மாடத்திற்குச் செல்வதில்லை, சார்.'

'அது நிச்சயம் உண்மையில்லை,' என்கிறார் காசிம்.

'சார், முன்பு தற்கொலைகள் நிகழ்ந்தன. ஆனால் இப்போது இல்லை. நாங்கள் அந்தக் கம்பிவலையைப் பொருத்தி, ஜன்னல்களைத் திறக்கமுடியாமல் செய்தபிறகு இல்லை.'

'லியோ விடுதியை வேறு சிலரும் பயன்படுத்திக் கொண்டிருக்கிறார்கள் என்பது உங்களுக்குத் தெரியும். இந்தக் கட்டடம் புகழ்பெறுவதை விரும்பாதவர்கள்.'

'புரிகிறது சார்.'

'அந்த மதுமேசைப்பணியாள் உங்களிடம் எவ்வளவு நாளாக வேலைபார்த்துக் கொண்டிருக்கிறான்?'

'சில மாதங்களாகத்தான். நல்ல வேலைக்காரன்.'

'அவனை விசாரணைக்காக அழைத்துச்செல்கிறோம். அல்மேதாவைக் கடைசியாகப் பார்த்தவன் அவன்தான் போல.'

காவலர்கள் மேலாளரின் எதிர்ப்புக்கிடையே படிகளில் ஏறுகின்றனர். 'சார் எங்களது விருந்தினர்கள் தொந்தரவில்லாமல் இருப்பதற்காகவே எங்களுக்குப் பணம் கொடுக்கிறார்கள். நீங்கள் முதலில் ரோஹன் முதலாளியிடம் பேசவேண்டும்.'

காவலர்கள் அவரைக் கண்டுகொள்ளாமல் இடைமேடையில் பூட்டப்படாமலிருந்த கதவு வழியாக வெளியேறுகின்றனர். ஏழாவது தளத்தின் முகப்பறையில் காவலாளி ஒருவன்

நின்றிருக்கிறான். இறுக்கமான கருத்த மார்பில் இறுக்கமான கருப்பு டி-ஷர்ட். மேலாளரைப் பார்த்து முகம் சுளித்துவிட்டுக் காவலர்களைப் பார்த்துத் தலையசைக்கிறான்.

'ஆஃபீஸர், நான் உங்களுக்கு உதவலாமா?'

'நாங்கள் உள்ளே இருப்பவர் யாராயினும் அவரோடு பேச விரும்புகிறோம்.'

காசிம் அந்தக் காவலாளியின் முகவாய்க்கட்டை உயரத்திற்கு நின்றுகொண்டு தனது கொழுகொழுத்த முகத்தால் அவனை அச்சுறுத்த முயற்சி செய்கிறார். ரஞ்சகொட முன்னேறி அழைப்பு மணியை அழுத்துகிறார். இது 'செர்ரி பிங்க் அண்டு ஆப்பிள் ப்ளாசம் ஒயிட்' 50களின் இசையுடைய கேசியோ பதிப்பு. இந்தக் கீச்சிடும் ஒலி, இந்தத் தளம் மற்றும் இந்தக் காவலனை உனக்குத் தெரியும்.

கதவு திறக்கும் முன்பு பல தாழ்ப்பாள்கள் நீக்கப்படும் ஒலியைக் கேட்கிறாய். முன்பு வயிறு இருந்த இடத்தில் வலியை உணர்கிறாய். அது விலா எலும்புக்குள் சிக்கிக்கொண்ட உயிரியைப் போல உட்புறத்தைப் பற்றுகிறது.

'என்ன?'

இதோ இருக்கிறாள். யாருடைய முகம் உனக்கு நன்கு தெரிந்து ஆனால் பெயர் மட்டும் வெளிவராமல் நுனிநாக்கில் தங்கிவிட்ட பெண். கரியைப் போன்ற சருமம், செந்நிற உதடுகள், கருப்பு ராணி.

'மன்னியுங்கள் மேடம். நாங்கள் சி.ஐ.டி பிரிவிலிருந்து வருகிறோம். இந்த மனிதரைத் தேடிக்கொண்டிருக்கிறோம். இவரைப் பார்த்திருக்கிறீர்களா?'

அவள் தயக்கத்துடன் ரஞ்சகொடவில் ஆரம்பித்து காசிம் வரை பார்க்கிறாள், பிறகு இருவருக்குமிடையில், மிகச் சரியாக நீ மிதந்துகொண்டிருக்கும் இடத்தைப் பார்க்கிறாள்.

'அது மாலின். என்ன நடந்தது?'

நீ மிதந்துகொண்டிருக்கும் இடத்தில் அவளது கண்கள் நிலைக்கின்றன, அவளைக் கூர்ந்து பார்த்து நினைவுகூர

முதல் நிலவு ◊ 125

முயற்சிசெய்கிறாய். காசிம் உள்ளே நுழைவதற்குத் தயார் நிலையில் நிற்க ரஞ்சகொட செருமிக்கொள்கிறார்.

'நாம் உள்ளே சென்று பேசலாமா, மேடம்?'

அவளுக்குப் பின்னாலுள்ள நடைபாதையில் சட்டமிடப்பட்ட கருப்பு-வெள்ளை புகைப்படத்தில் சிதையில் எரியும் உடல்கள், குச்சிகளை ஏந்தித் தீப்பிழம்புகளைச் சுற்றி நடனமாடும் மனிதர்கள். அது 1983இல் மலிந்த அல்மேதா கபலான என்ற அமெச்சூர் புகைப்படக் கலைஞனால் நிக்கான் 3 எஸ்டி கேமரா கொண்டு எடுக்கப்பட்ட புகைப்படம்.

கனடா நார்வே மூன்றாம் உலக நிவாரணம்

சுவர்களில் நீ அடையாளம் காணக்கூடிய புகைப்படங்களும் உனக்குத் தெரியாத ஓவியங்களும் உள்ளன. பெரும்பாலான புகைப்படங்கள் 1983ஐச் சேர்ந்தவை, ஆயத்தம் அல்லது நிபுணத்துவம் அல்லது நல்ல லென்ஸுகளின்றி எடுக்கப்பட்டவை. அனைத்திலும் வன்முறைகள். ஓவியங்கள் அனைத்தும் நெல்வயல்கள் மற்றும் கிராமப்புறக் குடிசைகளுள்ள வெளிப்பாட்டுவாத நிலக்காட்சிகள், ஆடம்பரமான இரவுணவின் விலைக்குத் தெருக் கடைகளிலிருந்து வாங்கப்பட்டவை. வழியும் தூரிகைத் தீற்றல்கள், பூச்சுகள் மற்றும் பகட்டான வண்ணங்கள், சுரண்டப்பட்ட அமெச்சூர் ஓவியனின் கிறுக்கலான கையெழுத்துடன் இருக்கின்றன.

பெட்டிகளும் கோப்புகளும் தேநீர் குவளைகளும் நிறைந்திருக்கும் ஜன்னலுக்கு அருகேயுள்ள மேசையைத் தவிர அறை ஒழுங்குடனிருக்கிறது. அந்தப் பெண் காவல்துறையினரை வரவேற்று பிரம்புக் கதிரையில் அமரச்செய்கிறாள். இந்த அறைக்கு முன்பே வந்திருக்கிறாய். அதில் உனக்குச் சிறுசந்தேகமுள்ளது. ஆனால், அவளது பெயர் என்ன? உன் தந்தை விட்டுச்செல்வதற்கு முன் உன்னை அழைத்துக்கொண்டு சவோயில் பார்த்த திரைப்படத்தில் வரும் வளர்ப்பு சிங்கத்தின் காட்சி உனக்கு வருகிறது.

'உங்களைப் பார்க்க யாரும் வந்திருக்கிறார்களா?' புலனாய்வாளர் காசிம் மேசையை நோக்கிச் செல்கிறார்.

‘என் ஒன்றுவிட்ட சகோதரர் ரொறன்ரோவிலிருந்து வந்த தொலைபேசி அழைப்பில் பேசிக்கொண்டிருக்கிறார். தேநீர் அருந்த விரும்புவீர்களா?’

‘தண்ணீர் போதும், நன்றி,’ அறைக்குள் பார்வையைச் சுழலவிட்டபடி காசிம் கூறுகிறார்.

‘எனக்கு இஞ்சியிட்ட தேநீர் கிடைத்தால் நல்லது,’ தனது கூட்டாளியின் பார்வையைச் சந்தித்தவாறு ரஞ்சகொட ஜன்னலுக்கருகே சென்று அமர்கிறார்.

‘நிச்சயமாக,’ என்கிறாள் அவள்.

வேலைக்காரன் என்பதைக் காட்டிலும் குமாஸ்தா போலத் தோற்றமளிக்கும் தாடி வைத்த இளைஞன் ஒருவன் உள்ளேவந்து பானங்களுக்கான பணிப்பைப் பெற்றுச்செல்கிறான்.

‘உங்கள் பெயர் என்ன, மேடம்?’

‘என்ன நடந்தது?’

‘உங்கள் பெயர்?’

‘மாலின் நலமாக இருக்கிறாரா?’

‘தயவுசெய்து கேட்ட கேள்விக்குப் பதில் சொல்லுங்கள்.’

‘நான் எல்ஸா மாதங்கி. நானும் என் ஒன்றுவிட்ட சகோதரரும் சினன்டிஆருக்காக வேலை செய்கிறோம். இது எங்கள் அலுவலகம். போரினால் பாதிக்கப்பட்டவர்களுக்காக நிதி திரட்டுகிறோம். கீழே வணிக வளாகத்தின் தரைத்தளத்தில் எங்களுக்கு அலுவலகம் உள்ளது.’

‘சினன்டிஆர் என்பதன் விரிவாக்கம் என்ன?’

‘கனடா நார்வே மூன்றாம் உலக நிவாரணம். இதை “சென்டர்” என்று உச்சரிக்கலாம்.’

‘சினன்டிஆர். ஹ்ம்ம். வேலை நிறைய இருக்கிறதோ?’

காசிம் உறைபனி போன்ற கண்ணாடியுடைய ஜன்னலின் வழியாக அடிமைத் தீவிலுள்ள குடிசைகளின் மேல்புறத்தைப் பார்க்கிறார். பிறகு மேசையில் வைக்கப்பட்டுள்ள பெட்டிகளுக்குள் பார்க்கிறார்.

‘மன்னிக்கவும், அது அலுவலக ரகசியம்,’ என்கிறாள் அந்தப் பெண்.

காசிம் அவளைப் புறக்கணித்துவிட்டுத் தனது கூட்டாளியை நோக்கித் தலையசைக்கிறார். அந்த இளைஞன் தேநீர் மற்றும் தண்ணீரோடு வருகிறான். திடீரென தாகத்தை உணர்கிறாய், மற்ற விடயங்களோடு நீ மறந்துவிட்ட ஓர் உணர்வு.

‘மலிந்த அல்மேதாவை நீங்கள் கடைசியாக எப்போது பார்த்தீர்கள்?’

‘நேற்று. அவர் எங்களுக்காகச் சில வேலைகள் செய்கிறார். அவருக்கான காசோலையைப் பெற்றுக்கொள்ள வந்தார்.’

‘எந்த மாதிரியான வேலைகள்?’

‘எங்களது செய்திமடல்களில் அவரது புகைப்படங்களைப் பயன்படுத்துகிறோம்.’

‘இதெல்லாம் அவருடைய புகைப்படங்களா?’ காசிம் மேசையிலுள்ள பெட்டியைச் சுட்டிக்காட்டிக் கேட்கிறார்.

‘சில அவருடையது.’

‘நீங்கள் என்ன செய்கிறீர்கள் மேடம்?’

‘நாங்கள் ஏழைகளுக்குச் சிறுதொழிலுக்கான உதவி, கல்வி மற்றும் ஆலோசனைகள் வழங்குகிறோம். வடக்கு மற்றும் கிழக்கிலுள்ள அனாதைகளுக்கும் உதவுகிறோம். நன்கொடைகளைச் சேகரிக்கிறோம், விழிப்புணர்வைப் பரப்புகிறோம், பொதுமக்களைப் பாதுகாக்கிறோம்.’

‘இது தமிழர்களால் நிதியளிக்கப்படுவதா?’ என்று கேட்கிறார் ரஞ்சகொட.

‘துன்பத்திலுள்ளவர்களுக்கு உதவ நினைப்பவர்களால் நிதியளிக்கப்படுவது.’

‘இங்கே என்ன நடக்கிறது?’

சமையலறைக்கு எதிரேயுள்ள வாசலிலிருந்து குரல் வெளிப்படுகிறது. அந்த மனிதனுக்குக் கருத்த பருமனான உருவம், புலிகளின் சுப்ரீமோ போன்று தடித்த மீசை.

'இவர் எனது ஒன்றுவிட்ட சகோதரர். இவர்கள் மாலினைப் பற்றிக் கேட்கிறார்கள்.'

'அவன் நமக்கு வேலை செய்வதில்லை என்று சொல்.'

துருவக்கரடி மயிலை ஒத்திருப்பது போல அவன் தனது ஒன்றுவிட்ட சகோதரியை ஒத்திருக்கிறான். அவள் வளைவுகளுடன் இருக்கிறாள், அவனுக்குப் பருமனான உடல். அவளிடம் குறிப்பிடத்தக்க அம்சங்கள், அவனுக்கு நீண்ட மூக்கு மற்றும் முகவாய். அவளது உச்சரிப்பில் வட அமெரிக்கச் சாயல்: அவனிடமுள்ளது கரகரப்பான மதராசித் தமிழ் உச்சரிப்பு.

காசிம் அவனை நோக்கித் திரும்புகிறார்.

'நீங்கள்?'

'குகராஜா. சிஎன்டிஆர் இயக்குநர். நான் கனடா மற்றும் நார்வே அரசாங்கங்களோடு வேலை செய்பவன். எனக்குக் காவல்துறை அதிபரைத் தெரியும். உங்கள் பெயர் என்ன?'

'நான் புலனாய்வாளர் காசிம். இவர் ஏஎஸ்பி ரஞ்சகொட.'

'மலிந்த நேற்று ராஜினாமா செய்துவிட்டான். அவனுக்கான காசோலையைப் பெற்றுக்கொண்டு சென்றான். அநேகமாக அதைக் கீழே சூதாடித் தோற்றுக்கொண்டிருப்பான்.'

'ஏன் ராஜினாமா செய்தார்?'

'அதை நீங்கள் அவனிடம்தான் கேட்கவேண்டும்.'

'நாங்கள் உங்களைக் கேட்கிறோம்.'

'இந்த வேலைகளில் சலிப்படைந்துவிட்டதாகக் கூறினான்.'

'அவர் காணாமல் போய்விட்டதாகப் புகாரளிக்கப்பட்டிருக்கிறது.'

எல்ஸா தன் வாயைக் கையால் மூடியவாறு தரையை வெறித்துப் பார்க்கிறாள். குகராஜா எனும் பெயர் கொண்ட அந்த மனிதன் காலியாக இருக்கும் நீளிருக்கையின் மூலையில் அமர்ந்து கொள்கிறான்.

'அவன் கைது செய்யப்பட்டிருக்கிறானா?'

'எங்களுக்குத் தெரிந்தவரை இல்லை. கடைசியாக இங்கே யாருடனான சந்திப்பிற்காகவோ வந்திருக்கிறார்.'

'எங்களோடல்ல.'

'நேற்று நீங்கள் அவரைப் பார்த்ததாகக் கூறினீர்கள் அல்லவா?'

குகராஜா எல்ஸாவைப் பார்க்க அவள் வெளியை வெறித்தபடி தலையசைக்கிறாள். அவளது கண்களில் பனி படர்கிறது.

'அவன் எங்களுக்குப் புகைப்படங்கள் விற்பான். போர்முனைகளில் மனிதர்கள் எவ்வாறு இறந்துகொண்டிருக்கிறார்கள் என்பதைக் குறிக்கும் புகைப்படங்கள். அதை எங்கள் வேலைக்குப் பயன்படுத்துவோம்.'

காணாமல்போன தங்களது மகன்களின் புகைப்படங்களைக் கையில் வைத்திருக்கும் தாய்மார்களின் படம் அச்சிடப்பட்ட துண்டுப் பிரசுரத்தைக் காசிம் கையிலெடுக்கிறார். ஒவ்வொன்றின் ஓரத்திலும் 'MA' என்று அச்சிடப்பட்டிருக்கிறது.

'வேலைக்கா அல்லது பிரச்சாரத்திற்கா?'

'உண்மையாக இருக்கும்பட்சத்தில் பிரச்சாரமல்லவே,' என்கிறான் குகராஜா.

ஒரேநேரத்தில் நீரில் மூழ்குவதும் தும்மல்வருவதும் போன்ற சங்கடத்தை உணர்கிறாய். மூக்கிலிருந்து வரும் திரவம் சளியைப்போல வழவழப்பாக இல்லை, ரத்தம் போன்ற உலோகத்தன்மையை உணர்கிறாய். 'குகராஜா' என்பது அவனது உண்மையான பெயரல்ல. மேலும், நீ ஏன் ராஜினாமா செய்தாய் என்பது அவனுக்குத் தெரியும்.

'மாலின் அல்மேதாவுக்கு எதிரிகள் உண்டா?' ரஞ்சகொட கேட்கிறார்.

'அவரது தனிப்பட்ட வாழ்க்கை குறித்து எங்களுக்குத் தெரியாது,' என்கிறாள் எல்ஸா.

'உங்களுக்காக வேறு என்ன புகைப்படங்கள் எடுத்திருக்கிறார்?'

'போர்முனைக் காட்சிகள். எரிந்த வீடுகள், இறந்த குழந்தைகள். உங்களுக்கே தெரியும், வழக்கமான விடயங்கள்.'

'அதை வைத்துக்கொண்டு நீங்கள் என்ன செய்வீர்கள்?'

‘நாங்கள் அதைப் பயன்படுத்திப் போரை நிறுத்த முயற்சி செய்கிறோம்.’

‘வேலை செய்கிறதா?’

‘ஒருநாள் செய்யும்.’

‘அல்மேதா அச்சுறுத்திப் பணம் பறிப்பதில் ஈடுபட்டதுண்டா?’

‘என் ஒன்றுவிட்ட சகோதரி கூறியதுபோல, அவனைத் தனிப்பட்டமுறையில் எங்களுக்குத் தெரியாது,’ என்றபடி குகராஜா, எல்ஸா மாதங்கி தரும் தண்ணீர்க் குவளையைப் பெற்றுக்கொள்கிறான். ‘உடல் கிடைத்திருக்கிறதா?’

‘அவர் இறந்துவிட்டார் என்று நாங்கள் சொல்லவில்லையே.’

‘உங்களுக்கு யார் பணம் கொடுக்கிறார்கள்? ராணுவமா அல்லது எஸ்டிஎஃபா?’

‘உங்களுக்கு யார் பணம் கொடுக்கிறார்கள் திரு குகராஜா? இந்தியாவா அல்லது எல்டிடிஈயா?’

‘வார்த்தைகளைக் கவனமாகப் பயன்படுத்துங்கள், ஆஃபீசர்,’ என்கிறாள் எல்ஸா.

‘நாங்கள் எங்கள் பணியைச் செய்கிறோம், மிஸ். அவ்வளவுதான்,’ என்கிறார் புலனாய்வாளர் காசிம். ‘புகைப்படங்களை நாங்கள் பார்க்கலாமா?’

எல்ஸா பல்வேறு ஐரோப்பிய மொழிகளில் எழுதப்பட்ட துண்டுப்பிரசுரங்களின் கோப்புறையைத் திறக்கிறாள். வவுனியா, மட்டக்களப்பு மற்றும் திருகோணமலை சார்ந்த படங்கள் இருக்கின்றன. இறந்த குழந்தைகள் பாயில் காட்சிப்படுத்தப்பட்டிருக்கின்றன. கிராமப்புறக் குடிசையொன்றின் எரிந்த எச்சங்கள். கந்தல் துணிகளால் தூணில் கட்டப்பட்டுள்ள பெண்கள். வான் தாக்குதலில் தப்பித்து முகாமில் மாட்டிக்கொண்டவர்கள் கேமராவை நோக்கி வெறித்துப் பார்க்கிறார்கள். குமட்டலை உணர்கிறாய். கட்டடத்தின் ஆவிகள் கூரைக்கு எழுவது போலக் காற்று சுழல்கிறது.

‘உங்கள் அமைப்பு எல்டிடிஈக்களோடு தொடர்பு வைத்துக் கொண்டுள்ளதா?’

'ஆஃபிஸர் ரஞ்சகொட, இந்தக் கேள்வியைத் தினமும் நாங்கள் எதிர்கொள்ளவில்லை என்றால்தான் புண்படுவேன்,' என்கிறாள் எல்ஸா. 'அமெரிக்க, கனடிய மற்றும் நார்வேஜிய அரசாங்கங்களிடமிருந்து அமைதிக்கான நிதியைப் பெறுகிறோம். நாங்கள் மிதவாதிகள். பெரும்பாலான தமிழர்கள் துப்பாக்கியேந்தி காடுகளுக்குள் ஓட விரும்புவதில்லை.'

'அல்மேதாவுக்கு வெளிநாட்டு நண்பர்கள் உண்டா? குறிப்பாக, நடுத்தர வயதுள்ள வெள்ளையர்.'

'அவனுக்கு நிறைய நண்பர்கள் உண்டு. வயது முதிர்ந்தவர்கள் மற்றும் இளைஞர்கள், வெளிநாட்டவர்கள் மற்றும் உள்ளூர் வாசிகள்,' என்கிறான் குகா. 'அவன் இறந்துவிட்டான் என்பது போலப் பேசுகிறீர்கள்.'

'இந்த நாள்களில், யாரையேனும் காணவில்லை என்றால், அது அப்படித்தான் முடியும்,' என்கிறார் ஏஎஸ்பி ரஞ்சகொட.

'அது நம் அனைவருக்கும் தெரியும்,' என்கிறான் குகராஜா.

'ஒருவேளை அவனைப் பார்த்தால் உங்களுக்குத் தகவல் தெரிவிக்கிறோம்,' என்கிறாள் எல்ஸா.

'செய்வீர்களா?'

'நிச்சயமாக,' என்றபடி கதவைத் திறக்கிறாள்.

'நான் சில துண்டுப் பிரசுரங்களை எடுத்துக்கொள்ளட்டுமா?' என்றபடி காசிம் அவற்றை எடுத்துக்கொள்கிறார்.

'எடுத்துக்கொண்டு வெளியேறுங்கள்,' என்கிறான் குகராஜா.

ஜன்னலுக்கு வெளியே உன்னால் மட்டுமே கேட்கமுடிந்த தட்டும் ஓசை.

சுவரிலுள்ள குளிர்பதன இயந்திரம் ஏப்பம் விட்டதுபோலப் பனிக் காற்றின் அலை அறையைக் கடந்துசெல்கிறது. காவலர்கள் வெளியேறும்போது ஒன்றுவிட்ட அண்ணனும் ஒன்றுவிட்ட தங்கையும் பார்வையைப் பரிமாறிக் கொள்கிறார்கள். கிசுகிசுக்கும் ஒலியைக் கேட்கிறாய், மேலும் உன்மீது நிழல்படிவதை உணர்கிறாய். உனக்கு இது பழகிவிட்டது. காற்றிலுள்ள ரீங்காரம் இறந்தவர்களால் மட்டுமே உணரப்படக்கூடியது.

வெளியே, முக்காடிட்ட ஓர் உருவம் மற்றும் வெள்ளை உடையிலிருக்கும் பெண், ஜன்னலின் கதவைத் தட்டி உன்னைப் பார்த்து முகம் சுளிக்கிறார்கள். அவர்கள் ஏழு தளங்களுக்கு மேலாக மிதந்தபடி வாதிட்டுக்கொண்டிருக்கிறார்கள். அவர்களை அடையாளம் காணாமலிருப்பதை விரும்புகிறாய், ஆனால் அவர்களைப் புறக்கணிப்பதும் கடினமாக இருக்கிறது. குப்பைப் பையில் ஆடையணிந்த மரணதூதன் மற்றும் புடவையிலிருக்கும் தேவதைத்தாய். அனைத்து ஆவிகளையும் போலவே, அவர்களும் ஒளி ஊடுருவக்கூடிய விதத்திலிருக்கிறார்கள். அவர்கள் உன்னைச் சுட்டிக்காட்டி, பிறகு ஒருவருக்கொருவர் சுட்டிக்காட்டிக் கொள்கின்றனர். அவர்கள் வாதிட்டுக்கொண்டிருக்கின்றனர், அவர்களது வாதத்தின் பொருள் நீ என்று தோன்றுகிறது.

சிங்களர்களைக் கொல்லும் சிங்களர்கள்

காவலர்கள் மின்தூக்கி மூலம் வணிகவளாகத்தின் தரைத்தளத்திற்குச் செல்கின்றனர். சிஎன்டிஆர் தொண்டு நிறுவன அலுவலகத்திற்குச் சென்றதும் கனத்த பூட்டு ஒன்று தொங்கிக்கொண்டிருப்பதைப் பார்க்கின்றனர். துணிமணிகள், உணவுப்பொருள்கள் மற்றும் நன்கொடை வேண்டும் சுவரொட்டிகளால் அதன் கண்ணாடிக் கதவுகள் அலங்கரிக்கப்பட்டிருக்கின்றன. அவற்றிலொன்றில் தொலைக்காட்சி நாடக நடிகை வடக்கிலிருந்து அகதியாக வந்த குழந்தையைக் கையில் வைத்திருப்பது இடம்பெற்றுள்ளது.

‘ரஞ்சகொட, அறிக்கைகளை நீ தட்டச்சு செய். நான் அவற்றைக் கோப்பில் இணைப்பேன்.’

‘எனக்கு வேறு வேலைகளே இல்லை போல.’

‘இரண்டு அறிக்கைகள் தயார் செய்.’

‘என்னவென்று?’

‘ஒன்று, அல்மேதா என்கிற கபலான, கைது செய்யப்பட்டதாகவோ அல்லது விசாரணைக்காகத் தேடப்பட்டதாகவோ எந்தப் பதிவுமில்லை. அநேகமாக அவன் சூதாட்டக் கடன்களுக்காகப் பதுங்கியிருக்கலாம். மற்றொன்று, நம்மிடம் இரண்டு சந்தேகப்படக்கூடிய நபர்கள் இருக்கின்றனர். அவனைக் கடைசியாகப் பார்த்த மதுமேசைப் பணியாள் சமிந்த

சமரக்கோன் மற்றும் அவனை வேலைக்கு எடுத்த இந்த இரண்டு தமிழர்கள். மாதங்கி மற்றும் குகராஜா.'

காசிம் வேண்டுமென்றே பெயர்களைத் தவறாக உச்சரிக்கிறார், முதல் பெயரை அமெரிக்கத்தனமாக இரண்டாவதை பாலிவுட்தனமாக. அவரது கையில் துண்டுப் பிரசுரங்கள்.

'ஒருவேளை உடல் கிடைத்தால் இரண்டாவதைக் கொடுக்கலாம். இல்லையென்றால் முதலாவதைப் பயன்படுத்தலாம்.'

'ஓர் அறிக்கையைத் தயார் செய்வதற்கே நேரமில்லை. இதில் உனக்கு இரண்டு வேண்டுமா?'

'நான் உன்னிடம் சொன்னேனில்லையா? அதில் மிகைநேரப் பணி என்று குறிப்பிடு.'

'அவன் அம்மாவிடமிருந்து இன்னும் அதிகப் பணம் கேட்டிருக்க வேண்டும். இது நமது நேரத்தைக் கொடுக்குமளவு மதிப்பானதாக இல்லை.'

'அவன் அம்மா உடலைக் கேட்டால் என்ன செய்வது?'

'அவளை வழக்கமான நடனத்திற்கு அனுப்பு,' என்கிறார் ரஞ்சகொட.

'அப்படிச் செய்து எனக்கே சலித்துவிட்டது. அவளிடம் என்னவென்று சொல்லவேண்டும்?'

'உண்மையைச் சொல். அவளது மகனின் உடல் கிடைக்கவில்லை.'

'கொடுத்த பணத்தைத் திருப்பிக்கேட்பாள்.'

'அல்லது இன்னும் அதிகமாகக் கொடுப்பாள்.'

'அதன்பிறகு?'

'நாம் பலால் மற்றும் கொத்து இருவரையும் எதையாவது கண்டுபிடிக்கச் சொல்வோம்.'

'அவர்களால் தங்கள் குறியின் நுனியைக் கூடக் கண்டுபிடிக்க முடியவில்லை.'

'இந்தத் தமிழர்களைப் பற்றி என்ன நினைக்கிறாய்?' என்று கேட்கிறார் ரஞ்சகொட.

'இதில் ஒன்று விளங்கவில்லை. அவர்கள் அவனைக் கொலைசெய்திருந்தால் ஏன் அவர்களது அலுவலகத்திற்கு அருகிலேயே வைத்துக் கொலை செய்ய வேண்டும்? தமிழர்களிடம் பல குறைகள் உண்டு, ஆனால் அவர்கள் முட்டாள்களல்ல.'

அவர்கள் வாகன நிறுத்துமிடத்திற்கு வந்தபோது, ஊதா நிறக் கழுத்துக்குட்டை அணிந்து பொருத்தமான நிறத்தில் குடைபிடித்தபடி நின்றிருக்கும் பரிச்சயமுள்ள பெண்ணால் வரவேற்கப்படுகின்றனர்.

'உங்களுடைய ரோந்து வாகனம் எங்கே?' என்று கேட்கிறாள் எல்ஸா மாதங்கி.

'எப்படி இவ்வளவு சீக்கிரம் கீழே வந்தீர்கள்?' என்று கேட்கிறார் ரஞ்சகொட.

'சிலர் வேகமாகப் பேசுவார்கள், சிலர் மெதுவாக நடப்பார்கள். சிலர் மின்தூக்கியைப் பயன்படுத்துவதுண்டு.'

'நாங்கள் உங்களுக்கு எவ்வகையில் உதவ முடியும்?'

'நான்தான் உங்களுக்கு உதவிக்கொண்டிருக்கிறேன்.'

'அப்படியா?'

'மாலின் அதிகம் பேசுபவன். பெரும்பாலும் நடந்திராத விடயங்கள் குறித்து. அதோடு அவனது படுக்கைக்குக் கீழேயுள்ள ஒரு பெட்டியிலுள்ள புகைப்படங்கள் பற்றியும். அவை யுஎன்பி அரசாங்கத்தைக் கவிழ்த்துவிடும் என்று கூறியிருக்கிறான். அதைக் கண்டுபிடிக்க நீங்கள் எனக்கு உதவினால், அவற்றை உங்களோடு பகிர்ந்துகொள்வேன்.'

'மிகவும் பெருந்தன்மை உங்களுக்கு. ஆனால் இப்போது நேரமாகிவிட்டது, எங்கள் பணிநேரமும் முடிந்துவிட்டது.'

'அற்புதம். அப்படியென்றால் உங்களுக்கு நேரமிருக்கிறது.'

'இதை ஏன் மேலே இருக்கும்போது சொல்லவில்லை?'

'குகாவுக்குக் காவல்துறையினரைப் பிடிக்காது. ஆனால் உங்களைப் பார்த்தால் தொழில்முறையினர் போல் தெரிகிறது.'

‘திரு குகா உங்களது கணவரா அல்லது அண்ணனா?’

‘சகோதரன்... என் கணவர் ரொறன்ரோவில் இருக்கிறார்.’

‘எதிர்பார்த்ததுதான். அந்தப் புகைப்படங்களில் என்ன இருக்கிறது?’

‘உங்கள் முதலாளிகள் ஆர்வம் காட்டக்கூடிய விடயங்கள். உங்களை விலைகொடுத்து வாங்க அவர்களை விரும்பவைக்கும் விடயங்கள். நாங்களும் உங்களது சிரமத்திற்கு விலைகொடுக்கத் தயாராக இருக்கிறோம்,’ என்றவாறு நீலநிற டாட்சனின் முகப்புக் கண்ணாடியில் ஓர் உறையை வைக்கிறாள்.

ரஞ்சகொட வாகன ஓட்டியின் பக்கமுள்ள கதவைத் திறக்கிறார், காசிம் எரிச்சலடைந்தது போல் தெரிகிறது.

‘நேரமாகிவிட்டது மேடம். நாம் எதைச் செய்வதாக இருந்தாலும் காலையில் செய்யலாம்.’

ரஞ்சகொட அந்த உறையை எடுத்துப் பிரித்துப் பார்க்கிறார்.

‘இது எங்கள் மிகைபணி நேரத்திற்குக் கூடப் போதாது.’

‘ஒருவேளை இது உங்கள் வழக்கை முடித்து வைக்கலாம்.’

‘ஒருவேளை நீங்கள் வடக்கு மற்றும் கிழக்கிலுள்ள விடயங்களை மட்டும் பார்ப்பது நல்லது. கொழும்பில் நடக்கும் குற்றங்களை நாங்கள் பார்த்துக்கொள்கிறோம்.’

‘நீங்கள் தேடலாணை பெற்றுத் தந்தீர்களென்றால் பெட்டியிருக்குமிடத்திற்கு உங்களை அழைத்துச்செல்வேன். அதன் மதிப்பை நீங்களே முடிவு செய்துகொள்ளுங்கள்.’

அவள் பின்பக்கக் கதவைத் திறந்து உள்ளே ஏறிக்கொள்கிறாள். ரஞ்சகொட உறையை முகப்புப்பெட்டியின் மீது வைக்கிறார். காசிம் அவரது உருவத்திற்கு ஏற்ப தேன்கரடியைப் போலத் தோள்களைக் குறுக்குகிறார். ரஞ்சகொட பயணியர் பக்கம் ஏறிக்கொண்டு பின்னால் திரும்பிப் பார்க்கிறார்.

‘கடைசி முறையாகக் கேட்கிறேன். அந்தப்பெட்டியில் என்ன இருக்கிறது?’

'மாலின் எங்களிடம் அதில் "ராணி" என்று குறிக்கப்பட்ட ஓர் உறை இருக்கிறது என்று கூறினான். அது மட்டும்தான் எனக்கு வேண்டும்.'

'எனில் எங்களோடு சம்பந்தப்பட்ட எதுவுமில்லை.'

'மட்டக்களப்பு சார்ந்த புகைப்படங்களுமுள்ளன.'

ரஞ்சகொட பின்னந்தலையைச் சொறிந்துகொண்டு வண்டியின் கியரைப் பார்க்கிறார்.

'கிழக்குக்கும் எங்களுக்கும் எந்தத் தொடர்புமில்லை.'

'மட்டக்களப்பு காவல் நிலையம், மூன்று மாதங்களுக்கு முன்னால்,' என்கிறாள்.

'அந்தப் படுகொலையா?'

'உங்கள் சகோதரர்கள் அறுநூறு பேர் கொல்லப்பட்டனர்...'

'உங்கள் சகோதரர்களால்,' என்றபடி ரஞ்சகொட ஒற்றைப் புருவத்தை உயர்த்துகிறார்.

'ஒவ்வொரு சிங்களனும் தமிழர்கள் அனைவரும் விடுதலைப் புலிகள் என்று நினைத்தால் இந்தப் போர் முடிவடையப் போவதில்லை. புலிகள் சிங்களக் காவல்துறையினரை மதிப்பதில்லை. நான் புகைப்படங்களைப் பார்த்திருக்கிறேன். அவர்கள் முகமூடிகூட அணிவதில்லை. அந்தக் குற்றத்திற்காக எத்தனைபேர் கைது செய்யப்பட்டார்கள்?'

காசிம் வண்டியை இயக்குகிறார்.

'நீங்கள் சொல்வது, மலிந்த அல்மேதா மட்டக்களப்புக் காவல்துறையினர் படுகொலையைப் படமெடுத்தார். என்றால் அவர் அங்கே இருந்தாரா?'

'சரியான நேரத்தில் தவறான இடத்திலிருக்கும் திறமை அவனுக்கு உண்டு,' ஜன்னலுக்கு வெளியே பார்த்தபடி எல்ஸா கூறுகிறாள். 'நாம் ஏன் நகராமல் நிற்கிறோம்?'

'இன்றிரவு வேண்டாம் மேடம்,' என்கிறார் காசிம், அவரது பார்வை முகப்புப் பெட்டியைத் தாண்டி வெளியே செல்கிறது.

முதல் நிலவு ◆ 137

‘கறுவாத் தோட்டக் காவல் நிலையத்திற்கு நாளை காலை 8 மணிக்கு வாருங்கள். வேண்டியதைச் செய்வோம்.’

நிச்சயமாக அவள் கூறியது தவறு. உங்களிடம் கேமரா இருக்கிறதென்றால் எந்த இடமும் தவறானதல்ல. எல்ஸா பின்புறம் பார்க்க உதவும் கண்ணாடியில் தனது உதட்டுச்சாயத்தைச் சரி பார்த்துக் கொண்டு ரஞ்சகொடவின் கண்களைச் சந்திக்கிறாள்.

‘லியோ விடுதியின் நான்காவது தளத்தில் என்ன நடக்கிறது என்று யாருக்கும் தெரியாதென்றா நினைக்கிறீர்கள்?’

‘அது ஏசியன் இண்டர்நேஷனல் ஃபிஷரீஸ் நிறுவனம், இல்லையா? என்ன நடக்கிறது மிஸ்? எங்களிடம் சொல்லுங்கள்.’

‘அது என் வேலையல்ல. எல்லோரும் அவரவருக்கு வேண்டிய மீனைப் பிடித்துக் கொண்டிருக்கிறார்கள்.’ ஜன்னல் கண்ணாடியைக் கீழே இறக்காமல் சிகரெட்டைப் பற்றவைத்துக் கொள்கிறாள். அது மட்டக்களப்பிலிருந்து நீ திருடிவந்த சிவப்புப் பொதியிலிருக்கும் கோல்டு லீஃப். அந்த வாரம் சாலைக்கு அடுத்துள்ள மலைப்பகுதியிலிருந்து டெலிபோட்டோ லென்ஸ் மூலம் அந்தக் காவல்நிலையத்தைப் படம் எடுத்தாய். உன் மனம் எதை இருத்திக்கொள்ளத் தேர்கிறதென்பது ஒரேசமயத்தில் வேடிக்கையானது மற்றும் வேடிக்கையற்றது.

‘இறந்த ஜேவிபிக்காரர்களின் உடல்கள் எங்கள் பிரச்சினையல்ல, புலனாய்வாளரே,’ என்கிறாள் எல்ஸா. ‘ஒருவேளை சிங்களர்கள் சிங்களர்களைக் கொல்கிறார்களென்றால் நாங்கள் ஏன் கவலைப்படப் போகிறோம்?’

‘அப்பாவி மக்கள் இறப்பது குறித்து நீங்கள் அக்கறைகொள்கிறீர்கள் என்று நினைத்தேன்,’ என்கிறார் ரஞ்சகொட.

‘முதலில் நாங்கள் எங்கள் இனத்தவரைக் கவனிக்க வேண்டும்.’

‘இது சற்று இனவெறி கொண்ட கூற்று.’

‘அது அரசாங்கத்தின் கொள்கையாக இருக்கும்போது மட்டும்.’

‘என்றால் விடுதலைப் புலி நாய்கள் டியுஎல்எப் (தமிழர் விடுதலை ஐக்கிய முன்னணி) எலிகளைக் கொல்லும்போது? தமிழர்கள் தமிழர்களைக் கொல்வது. அது பரவாயில்லையா?’

'குறைந்தபட்சம் முஸ்லிம்கள் முஸ்லிம்களைக் கொல்வதில்லை,' என்கிறார் காசிம். மற்ற இருவரும் அவரை உறுத்துப் பார்க்கின்றனர். 'அதாவது இலங்கையில் என்று சொல்கிறேன்,' என்று விளக்குகிறார்.

'அதற்கான கால அவகாசம் கொடுங்கள்,' என்கிறாள் எல்ஸா. 'ஒருநாள் மலேக்காரர்கள் மூர்களைக் கொல்வார்கள். பரங்கியர்கள் செட்டிகளைக் கசாப்புப் போடுவார்கள். இந்த நாட்டில் எதுவும் என்னை ஆச்சரியப்படுத்தப் போவதில்லை.'

'மலிந்த அல்மேதா மார்க்சிஸ்டா? ஜேவிபியா?' என்று கேட்கிறார் ரஞ்சகொட.

'அந்தப்பெட்டியிலுள்ள புகைப்படங்கள் உங்களுக்குத் தெரியவேண்டிய அனைத்தையும் சொல்லும்."

'அவன் ஜேவிபியைச் சேர்ந்தவனென்றால் தேடலாணை வாங்குவது எளிது.'

'நல்லது. அவன் சில பேரணிகளில் கலந்துகொண்டிருக்கிறான் என்று நினைக்கிறேன்.'

'இதைத் தெரிந்துகொண்டது நல்லதாயிற்று.'

'சரி, 8 மணி என்றே இருக்கட்டும். என்ன செய்யவேண்டும்?'

'அது எந்த இடம்?'

'காலி முகக் குடியிருப்பு என்று நம்புகிறேன். தேடலாணை பெறுவதற்கு எவ்வளவு நேரமாகும்?'

காரின் கூரையில் ஒட்டிக்கொண்டிருக்கிறாய், எண்ணங்கள் நோய்க்கிருமி பாதித்த ஊசிகள்போல உன்னைத் துளைத்துக் கொண்டிருக்கின்றன. உன்னைச் சுற்றிலுமுள்ள காற்று உன்னால் நம்பமுடியாத நினைவுகளால் மாசுபட்டுள்ளது. வலியின் புதிய அலையொன்று பாதங்களில் தொடங்கி கண்களை நோக்கிப் பயணிக்கிறது. உன் கேமராவைப் பார்ப்பதைத் தவிர்க்கிறாய். கார் விரைந்து கிளம்பியதும் நீ அதனுடன் பயணிக்கவில்லை. நீலநிற டாட்சன் வண்டியைப் பின்தொடர்ந்து ஓடுகிறாய். ஆனால் உன் பாதங்கள் தார்ச்சாலையைத் தொடவில்லை. மிதப்பதற்கு முயற்சி செய்கிறாய் ஆனால், உன்னால் நகர முடியவில்லை.

வெள்ளைப் புடவையிலிருக்கும் பெண்ணும் குப்பைப் பை ஆடையணிந்த உருவமும் உனக்கருகில் நின்று தலையை அசைத்துக்கொள்கின்றனர். அவர்களின் வாதம் நிறைவுக்கு வந்துவிட்டது, ஆனால் வென்றது யாரென்பது தெளிவாகத் தெரியவில்லை. முக்காட்டை நீக்கியதும் அது சுயநலம்பிடித்த சேன என்று தெரிகிறது. அவனது கண்களைப் போலவே இப்போது அவனது தோலும் ரத்தக்களரியாக உள்ளது.

'மால், நீங்கள் இந்தப் பெண்ணுடன் பேசவேண்டியதில்லை. இவள் உங்களுக்கு உதவமாட்டாள்.'

'மருத்துவர் ராணி ஸ்ரீதரன்,' என்கிறாய். 'உங்களை மீண்டும் சந்தித்ததில் மகிழ்ச்சி.

வெள்ளைப் புடவையிலிருக்கும் அந்தப் பெண் தன் கையிலிருக்கும் பேரேட்டில் கட்டைவிரலை வைத்துக்கொண்டு தனது மூக்குக் கண்ணாடியைச் சரிசெய்து கொள்கிறாள்.

'நீ என்னை ராணி என்றழைக்கலாம். உதவுவதற்காகவே நியமிக்கப்பட்டவள் நான்,' என்கிறார். 'உனக்கு ஏழு நிலவுகள் உண்டு. ஏற்கெனவே ஒன்றை வீணடித்துவிட்டாய்.'

இரண்டாம் நிலவு

போதுமான நேரம் இருப்பின்
எல்லோருக்கும் எல்லாமும் நடக்கச் சாத்தியமுள்ளதே
இப்போதோ அல்லது பிறகோ

ஜார்ஜ் பெர்னார்ட் ஷா

இறந்த மருத்துவருடன் உரையாடல் (1989)

அவர்கள் உன்னை லியோ விடுதியின் கூரைக்கு அழைத்துச் செல்கின்றனர். செயல்கள் தண்டிக்கப்படாமல் போகின்ற, கண்களுக்குத் தெரியாமல் ஆவிகள் உலவும், துர்நாற்றம்கொண்ட நகரத்தைப் பார்த்தபடி அது அமைந்திருக்கிறது. கல்நார் கூரைமீது நகரும் நிழல்கள் அனைத்தும் பூனைகள் அல்லது வௌவால்கள் அல்லது கரப்பான்பூச்சிகள் அல்லது எலிகளின் நிழலல்ல. விலங்குகளுக்கு மறுமை என்பது உண்டா? அல்லது அவற்றின் தண்டனை மனிதராகப் பிறப்பதா?

கிழக்கிலிருந்து காற்று வீசுகிறது, தன்னுடன் மரங்களில் விழும் மழையின், கோவில் பூக்களின் மீதுள்ள பனியின் நறுமணத்தைக் கொண்டு வருகிறது. கொழும்பின் மணங்களைச் சுமந்துகொண்டு கடலைநோக்கி மிதக்கும் முன் காற்று சிறிதுநேரத்திற்கு துர்நாற்றத்தை அடக்குகிறது.

'உனக்கு ஞாபகமறதி இருப்பதை சேன உறுதிப்படுத்துகிறான். இது மிக இயல்பானது. எல்லோரும் தங்கள் மரணத்தை மறந்து விடுகிறார்கள். தங்களது பிறப்பைப் போலவே. இரு நினைவுகளும் மீண்டும் திரும்பிவிடும். நல்லதொரு காதுப்பரிசோதனை உன் சிக்கலைத் தீர்க்கும்.' மருத்துவர் ராணி பாலேட்டு நிறத்தில் புடவையும் மேல் கோட்டும் அணிந்துள்ளார்; அவருடைய தலைமுடி அதன் கொண்டைக்குள் அசைகிறது. தந்து பேரேட்டுப் புத்தகத்தைப் பார்த்துப் பேசுகிறார், பிறகு தனது கண்ணாடி வழியாக உன்னைப் பார்க்கிறார், சேவை முகப்பில் இருந்தபோது இருந்ததை விடத் தற்போது அதிக ஆர்வத்தைக் காட்டுகிறார்.

'மிகவும் வருந்துகிறேன். கடந்து சென்ற நிலவில் வேலைப்பளு அதிகம். புதிய ஒழுங்குகள் ஏற்படுத்தப்பட்டுள்ளன, நிறைய கூட்டங்கள், உனக்குத் தெரியாதா என்ன? எப்படியிருப்பினும், நேருக்கு நேர் இப்படிச் சந்திப்பது நல்லது. என்ன சொல்கிறாய்?'

இந்தப் பெண்மணியின் அனைத்துப் புகைப்படங்களையும் நினைத்துக்கொள்கிறாய். கடந்த வருடம் அவரது புகைப்படம் செய்தித்தாள்கள் முழுவதும் நிறைந்து, இரண்டு குழந்தைகளின் இளம் தாய் மற்றும் அர்ப்பணிப்புள்ள ஆசிரியர், தனது தொடக்கத்திலேயே கொல்லப்பட்டு விட்டதாக அளவுக்கதிகமான உணர்வுவயத்துடன் அஞ்சலிகள் செலுத்தப்பட்டன. இறந்துபோன பெரும்பாலான தமிழ் மிதவாதிகளை விடப் புகைப்படத்திற்கு ஏற்ற முகவெட்டு கொண்டவர் என்பது அதற்கு உதவியது.

'மருத்துவர் ராணி, நீங்கள் என்னிடமிருந்து திருடியது நினைவுள்ளதா? உங்களுடைய கட்டுரைகளில் என் புகைப்படங்களை என் அனுமதியில்லாமல் பயன்படுத்திக்கொண்டீர்கள். நான் உங்கள் மீது வழக்குத் தொடர்ந்திருக்க வேண்டும்.'

'ஐயோ, குழந்தை. போதும். இதை நிறுத்துவாயா? இதற்கு முன் எழுபத்து-நான்கு பிறவிகள் எடுத்திருக்கிறேன். அவை ஒவ்வொன்றிலும் சோகங்கள், கேலிக் கூத்துகள், தவறுகள் இருந்தன. மற்ற எல்லோரையும் போலவே. உன்னைப் போலவே.'

செயற்பாட்டாளர்களும் அரசியல்வாதிகளைப் போலவே தங்கள் மீதான குற்றச்சாட்டுகளைத் தவிர்ப்பதில் தேர்ந்தவர்கள்.

'உங்கள் புத்தகமான ஒரு கொலைக் குழுவின் உடற்கூறியல் என்னுடைய மூன்று புகைப்படங்களைப் பயன்படுத்திக்கொண்டது. விஜயவின் கொலையாளிகள், ரோஹண தாக்கப்படுவது மற்றும் '83இல் எரிக்கப்பட்ட சல்வார் அணிந்த பெண். அனுமதி கேட்கவில்லை, அங்கீகாரம் கொடுக்கவில்லை. நிச்சயமாகப் பணமும் கொடுக்கவில்லை.'

'நான் என்னுடைய முந்தைய பிறவியல்ல. நீயும் அப்படியல்ல.'

'பேராதனைக்கு வந்து உங்களிடம் சண்டையிட விரும்பினேன். அப்போது பணிநிமித்தம் கிளிநொச்சிக்கு அனுப்பப்பட்டேன். அந்தச் சமயத்தில் நீங்கள்... ம்ம்...'

'கொல்லப்பட்டுவிட்டேன். ஆமாம், திரு மால் அவர்களே. எங்களிடம் புதிய விரைவுப்பாதைத் திட்டமுள்ளது. மூன்றே படிநிலைகள்தான். முதல் படிநிலையில் நீ உன் எலும்புகளின் மீது தியானிக்க வேண்டும், நீ அதை ஏற்கெனவே செய்துவிட்டாய். பிறகு உன் காதுகள் பரிசோதிக்கப்பட வேண்டும். அதன்பிறகு

பிறவி நதியில் குளிக்கவேண்டும். இவையெல்லாம் ஏழு நிலவுகளுக்குள் செய்யப்பட வேண்டும்.'

'உங்கள் புத்தகம் இலங்கையில் தடைசெய்யப்பட்டு விட்டது. எனவே அதன் பொருள் ஒன்றுமற்றதற்காக நீங்கள் கொல்லப்பட்டீர்கள் என்பதா?'

'பொருளற்றது என்று எதுவுமில்லை, மகனே. இந்தப் பாடம் உனக்கு இலவசமாகவே கிடைக்கும்.'

'உங்களைக் கொன்றவனின் முகத்தைப் பார்த்தீர்களா? அவனுக்குக் குற்றவுணர்ச்சி இருந்ததா?'

'இது இடைநிலையிலிருக்கும் வாழ்வு. பயனற்ற கேள்விகளால் நேரத்தை வீணடிப்பதற்கு உகந்த இடமல்ல.'

'உங்களின் கொலையை ஏற்பாடு செய்ததாகக் கூறிய புலி மகத்தையா அணியைச் சேர்ந்தவன். அவனைக் கிளிநொச்சியில் புகைப்படம் எடுத்தேன். ஒருவேளை அவன் பெருமைக்காகப் பொய் பேசியிருக்கலாம். இரண்டு பக்கத்திலும் பெரும்பேச்சுப் பேசுபவர்கள் இருக்கிறார்கள்.'

அந்த நல்ல மருத்துவர் இந்தத் தூண்டில் இரையைப் புறக்கணித்து, கௌவிப்பலகையைச் சோதிக்கிறார். 'காதுப்பரிசோதனை நீ ஒளிக்குள் செல்லத் தயாராக இருக்கிறாயா என்பதை வெளிப்படுத்தும். பிறவி நதி உன்னுடைய கடந்த பிறவிகளைக் காட்டும். செல்வோமா?'

'இன்னும் அதிகமான புத்தகங்கள் எழுதியிருக்கவேண்டும் என்று விரும்புகிறீர்களா? அல்லது குறைவாகவா?'

'எப்போதும் கீழே எதுவுமே போதுமானதல்ல.'

'நான் ஒளிக்குள் செல்கிறேனா இல்லையா என்பதில் உங்களுக்கு ஏன் அக்கறை?'

'நாங்கள் கடந்த பிறவியில் சிக்கித்தவிக்கும் ஆவிகளுக்கு உதவுகிறோம். இடைநிலையில் கூட்டம் அதிகமாகிவிட்டது.'

'அதனால்?'

'இந்த இடம் ஆபத்தானதாகிவிட்டது. மேலும் இதில் நீ மாற்றுவதற்கு எதுவும் இல்லை. உன் வாழ்க்கை முடிந்து

விட்டது. இதைத் தவிர வேறு ஏதேனும் கூறுபவர்கள் உன்னை அலைக்கழிக்கிறார்கள்.'

சேன விளிம்பின் ஓரத்தில் நின்று ஒட்டுக்கேட்காததுபோல் நடித்துக்கொண்டிருக்கிறான். அவனது முக்காடு நாகத்தை ஒத்திருக்கிறது, அவனது உடை காக்கையின் சிறகுகளைப் போல் படபடக்கிறது. இவ்வளவு தூரத்திலிருந்து, இந்த நிலவொளியின் கீழ், அவனது உடை குப்பைப் பைகளால் ஆனதா அல்லது மனிதத் தோலினால் ஆனதா என்பதைத் தெளிவாகச் சொல்லமுடியவில்லை.

'சரி, நான் எப்போது கடவுளைச் சந்திக்கலாம்?'

'நீ ஏற்கெனவே மஹாகாளியைப் பார்த்ததாகக் கேள்விப்படுகிறேன்.'

'கடவுளால் தீமையைத் தடுத்து நிறுத்த முடியாதா? அல்லது விருப்பமில்லையா?'

'ஐயோ. சற்று முதிர்ச்சியுடன் நடந்துகொள், முடியுமா?'

'என் அப்பா எனக்காக பெர்லினிலுள்ள பல்கலைக்கழகத்திற்குப் பணம் செலுத்தினார். அவருக்குக் கடவுள்மீது நம்பிக்கை இல்லை. அல்லது பேராதனைப் பல்கலைக்கழகத்தின் மீது.'

'மஹாகாளி வழிதவறிய ஆன்மாக்களை விழுங்குவது. சமீபமாக அது மிகவும் பருத்துவிட்டது.'

'இந்த வெள்ளைப் புடவைக்கெல்லாம் யார் பணம் கொடுக்கிறார்கள்?'

'நீ இடைநிலையில் தங்கிவிட்டால் பேயாக அல்லது பிசாசாக அல்லது கூளியாக அல்லது அவற்றுள் ஒன்றின் அடிமையாக மாறுவாய்.'

'உங்களுக்குப் பேராதனையில் புகையிரத இரண்டக நிலைச் சிக்கல் குறித்துப் போதித்தார்களா?'

'நான் உனக்கு மட்டுமே உதவிக்கொண்டிருக்கவில்லை.'

'ஒருவரின் கொலை நூறு பேரைக் காப்பாற்றுமென்றால் நாம் வெட்டுக்கத்தியைத் தீட்ட வேண்டுமா?'

'மகனே, உன் இறந்த உடலில் வாழ்ந்து மடியும் ட்ரில்லியன் கணக்கான பாக்டீரியாக்கள் ஒவ்வொன்றும் உன்னைச் சந்தித்து

அவற்றின் வாழ்வு நோக்கத்தைப் பற்றி உன்னிடம் கேள்வி கேட்க முடியும் என்றா நினைக்கிறாய்?'

'நீங்கள் என்னைக் குழப்புகிறீர்கள்.'

'இது இடைப்பட்ட வாழ்வு. இது உனக்கான இடமில்லை.'

'நான் பார்த்ததை இந்த உலகமும் பார்க்கவேண்டும்.'

'அது அகங்காரம். அவையெல்லாம் மாயை.'

கூரையின் மறுமுனையில் தற்கொலை செய்துகொண்டவர்களின் குழு முச்சக்கர வண்டியிலிருந்து விழும் குழந்தைகள்போல விளிம்புக்கு வந்து விழுகிறது. டை அணிந்து குழப்பமான முகபாவத்துடன் உள்ள பெண் விளிம்புக்கு வந்து இறங்குகிறாள். அதைத் தொடர்ந்து வந்த இரட்டைச் சடைப் பெண் போஸ்பெரி பிளாப் போல விழுகிறாள், புடவையில் அதைச் செய்யவே முடியாது என்று நினைத்திருந்தாய். மூன்றாம் புவனேகபாகு மன்னன் காலத்திலிருந்து கடலில் ஊறவைக்கப்பட்டது போன்ற தோற்றம்கொண்ட, கூன்விழுந்த ஓர் உருவம் விளிம்புக்கு வந்து கீழேவிழும் முன் தள்ளாடுகிறது.

இவையனைத்தும் மெதுவாக, அமைதியாக மற்றும் முறைமையுடன் நடக்கின்றன. இன்னுமதிக உருவரைகள் கப்பலிலிருந்து அடிமைகள் மரப்பலகையில் நடத்தி இறக்கிச் செல்லப்படுவது போலக் கூரையின் விளிம்புக்கு வந்து ஏழு தளங்களுக்குக் கீழே உற்றுப் பார்க்கின்றன.

'தற்கொலை செய்துகொண்டவர்கள் உயரமான கட்டடத்தை விரும்புகிறார்கள். உனக்குப் பேய்களைப் பார்த்து பயமாக இல்லையா? என்று கேட்கிறார். 'நான் முதன்முதலில் இங்கு வந்தபோது பீதியடைந்தேன்.'

'அவர்கள் என்னைக் கவனிப்பது போல் தெரியவில்லை.'

'ஏனென்றால் அவர்கள் கவனிப்பதில்லை. நாம் நடைமுறையைத் தொடரலாமா?'

'இங்கே பாருங்கள். நான் திரும்பிச்செல்ல விரும்பவில்லை. மீண்டும் பிறக்க விரும்பவில்லை. எதுவாகவும் ஆக விரும்பவில்லை. நான் எதுவுமற்றதாக இருக்க முடியாதா?'

இரண்டாம் நிலவு ◇ 147

'நீ இங்கே தங்கியிருக்க முடியாது.'

சேன விளிம்புக்கு மேலே அலைந்துகொண்டிருக்கிறான், ஆழத்தை உற்று நோக்கும் தற்கொலையாளர்களின் காதுகளில் கிசுகிசுக்கிறான். அவனது உடையும் முக்காடும் அரசருக்குரியது போலத் தோற்றமளிக்கிறது. அவன் சொற்பொழிவை நிகழ்த்திக் கொண்டிருக்கிறான், ஆனால் அவர்கள் அதைக் கேட்கிறார்களா என்பதை உறுதியாகக் கூறமுடியவில்லை. நீ சொர்க்கத்தைப் பற்றிக் கற்பனை செய்தபோது எல்விஸ் அல்லது ஆஸ்கார் வைல்டினால் வரவேற்கப்படுவாய் என்று நினைத்தாய். பேரேட்டுடன் இருக்கும் இறந்த பேராசிரியர் அல்லது அங்கியணிந்த கொல்லப்பட்ட மார்க்சிஸ்டால் அல்ல.

'உலகத்திலுள்ள அத்தனை நல்ல விடயங்களையும் தீய விடயங்களையும் கணக்கிட்டுப் பார்த்தால், உங்கள் பேரேட்டில் அது சமமதிப்பில் வரும் என்று நினைக்கிறீர்களா?'

அவர் கைகளைக் கட்டிக்கொண்டு ஆமோதிப்பாகத் தலையசைக்கிறார்.

'நிச்சயமாக.'

'அதற்கான ஆதாரம் எங்கே?'

'எனக்கு இதற்கெல்லாம் நேரமில்லை, குழந்தாய். உனக்குமில்லை.'

அவர் புத்தகத்தை மூடிவிட்டு விளிம்பில் நிற்கும் தற்கொலையாளர்கள் தங்களை மீண்டும் கொன்றுகொள்ள முயற்சிசெய்வதைப் பார்க்கிறார். சுற்றுலா வழிகாட்டியின் வழக்கத்தை கைவிடுகிறார். கேமராவை உயர்த்தித் தற்கொலை செய்துகொள்பவர்களின் பின்னணியில், கையில் புத்தகத்தோடு இருக்கும் அவரது உருவவரையைப் புகைப்படம் எடுக்கிறாய்.

'நீதியின் மீது, சக்தியற்றவர்களைப் பாதுகாப்பதன் மீது, என் மாணவர்கள் மீது, தமிழர்களின் அவலநிலை மீது ஈடுபாடுகொண்டிருந்தேன். என் மகள்கள் வளர்வதைக் கூடப் பார்க்கவில்லை. என் திருமண வாழ்க்கையை வீணடித்தேன். அனைத்தும் எதற்காக?'

'ஏன் ஒளியை ஆதரிக்கிறீர்கள்?'

'இடைநிலை நெரிசலாகிவிட்டது. அது கீழேயுள்ள மனங்களைப் பாதித்துக்கொண்டிருக்கிறது. அளவுக்கதிகமான கூளிகள் தவறான காதுகளில் கெட்ட விடயங்களைக் கிசுகிசுத்துக் கொண்டிருக்கின்றன.'

'சரி, ஒருவேளை எல்லோரும் ஒளிக்குள் சென்றுவிட்டால், புலிகள் சண்டையிடுவதை நிறுத்திவிடுவார்களா, அரசாங்கம் மனிதர்களைக் கடத்துவதை நிறுத்திவிடும் என்று சொல்கிறீர்களா?'

'இடைநிலை நம்பிக்கையின்மையை உண்ணும் உயிர்களால் நிறைந்துள்ளது.'

'அப்படியென்றால், இடைநிலை வெறுமையாக இருந்தால், பணக்காரர்கள் திருடுவதை நிறுத்திவிடுவார்களா? ஏழைகள் பட்டினி கிடக்க மாட்டார்களா?'

'நீ இங்கே தங்கினால் அவர்களுள் ஒருவனாகிவிடுவாய். அது ஏற்கெனவே நடக்கத் தொடங்கிவிட்டதென நினைக்கிறேன்.'

'நான் என் நண்பர்களை எச்சரிக்கவேண்டும். யார் என்னைக் கொன்றார்களோ அவர்கள் எனது புகைப்படங்களைத் திருட முயற்சி செய்வார்கள். நான் கவனமாக இருந்து அது யார் என்று பார்க்க வேண்டும்.'

'யாருக்கும் அதுகுறித்துக் கவலையில்லை மகனே, யாருக்கும் கவலையில்லை. இதைச் செய்து முடிக்க உனக்கு ஆறு நிலவுகள் உள்ளன. தொடங்குவோமா?'

'நாம் என்றால்?'

'நாங்கள் உன் காதுகளைச் சோதிக்கவேண்டும், அவ்வளவுதான்.'

'நாம் எதுவும் செய்யவேண்டியதில்லை. இதற்கு மேல், எப்போதும்.'

'டாக்டர் மேடம், இதுவரை பேசியது போதும் என்று நினைக்கிறேன், சரிதானே?'

சேன மீண்டும் தனது முக்காட்டை இழுத்துவிட்டுக் கொண்டிருக்கிறான், அவனது கழுத்தைச்சுற்றி சிவப்பு மற்றும் வெள்ளை நிறமுள்ள கழுத்துக்குட்டை. தனது தலையை உன் தோள்கள் இருந்த இடத்தில் வைக்கிறான்.

இரண்டாம் நிலவு 149

நீ நடுக்கம் கொள்கிறாய், மருத்துவர் ராணி கோபம் கொள்கிறார். 'நீ பேசக்கூடாதென்று நாம் ஒப்பந்தம் செய்திருந்தோம்.'

'எப்போதும் எங்கள் வாயை அடைத்துவிட முயற்சி செய்வீர்கள். வழக்கமான நடுத்தர வர்க்க அறிவுஜீவிகள்.'

'அவனை ஏழு நிலவுகள் வரை நீ தொடக்கூட முடியாது. உன் தலைவனாலும் கூட முடியாது.'

'எனக்குத் தலைவன் என்று யாருமில்லை. நான் சேன பதிரண, ஜேவிபியின் கம்பஹ மாவட்ட அமைப்பாளர். இவர் மாலி அல்மேதா. ஆகச் சிறந்த புகைப்படக் கலைஞர். யாழ்ப்பாணத்திற்குத் தெற்கேயுள்ள அனைத்தையும் குதத்தில் புணர்ந்தவர். கொலைக் குழுவினரால் கூரையிலிருந்து தூக்கி வீசப்பட்டவர். மாலி முதலாளி, தயவுசெய்து நீங்கள் உங்கள் காதுகளைப் பரிசோதித்துக்கொள்ள வேண்டாம். அல்லது அந்த நதியில் இறங்கி உங்கள் நினைவுகளை அழித்துக்கொள்ள வேண்டாம்.'

கையில் பிரம்புடன் முன்னேறும் ஆசிரியை போல மருத்துவர் ராணி முன்னே வருகிறார். அவருக்குப் பின்னால் இரண்டு ஆண்கள் தளர்வான வெள்ளுடையில் நிழலிலிருந்து வெடிப்பைப் போல வெளிப்படுகிறார்கள். இருவரும் காற்றில் வேகமாக நகர்கிறார்கள். அது பின்னல் தலை மாமா, அவரைச் சேவை முகப்பிலிருந்து நினைவு கூர்கிறாய், மேலும் இப்போது அவர் உனக்கு மோசேவை நினைவுபடுத்துகிறார். அடர்ந்த தாடி, முள் கிரீடம் மற்றும் எவரது கடலையேனும் பிளப்பதற்கு ஒரேயொரு அவமான தூரம் மட்டுமே தள்ளியுள்ள கண்கள். மற்றவன் உயரமாகவும் கட்டுமஸ்தானாகவும் கார்ட்டூனில் வரும் ஹீ-மேன் போலவும் இருக்கிறான், ஹீ-மேன் அவிசாவளையில் பிறந்திருப்பது போல.

இருவரும் சேனவைப் பிடித்து தரையோடு அழுத்துகிறார்கள். மருத்துவர் ராணி தலையசைத்தபடி அவனுக்கு மேலே வட்டமிடுகிறார். சேன நிமிர்ந்து அவரைப் பார்க்கிறான், கண்கள் மின்னுகின்றன.

'நீ என்ன சொல்ல வேண்டுமோ சொல்லிவிட்டாய். இப்போது என் முறை.'

கெட்ட சமாரியன்கள்

பெட்டிகள் படுக்கைகளுக்கு அடியில் உறங்கிக்கொண்டிருக்க, தீயவர்கள் தாங்கள் திருடப்போகும் பொருள்கள் குறித்த கனவிலிருக்கும்போது, நியாயமான சமவாய்ப்பு மற்றும் ஜனநாயகம் கருதி - எப்போதும் இவை ஒரே விடயங்கள்தான் என்று சொல்லமுடியாது- சேனவைப் பேச அனுமதிப்பது என்று முடிவானது, உடனே அவன் ஜேவிபி பேரணியில் பேசும் பேச்சாளருக்கான தோரணையைக் கைக்கொள்கிறான், விளிம்பில் நின்று மெதுவாக அடியெடுத்து வைக்கிறான். தற்கொலையாளர்கள் நிழல்களில் நெருக்கி அடைந்துகொண்டு சீடர்களைப் போல் கேட்கின்றனர்.

'ஐயன்மீர், அம்மையீர், காம்ரேடுகளே, சக பயணிகளே. எனது கடைசிப் பிறப்பு நினைவிலிருக்கிறது. எனது கடைசி இறப்பும் நினைவிலிருக்கிறது. அதற்கு எந்த ஒரு சேவை முகப்புக்கும் சென்று வரிசையெண்ணைப் பெற்று, ஏதேனும் உதவியாளர் ஒளி குறித்த குப்பைகளை எனக்குள் திணிக்க வேண்டியிருக்கவில்லை. அது தானாக எனக்கு வந்தது.'

தற்கொலையாளர்கள் மத்தியில் முணுமுணுப்பு. மருத்துவர் ராணி உன்னைப் பார்த்துப் பலமுறை தலையசைத்துக் கொள்கிறார். தன்னுடைய பேரேட்டில் எதையோ கிறுக்குகிறார்.

'இருநூற்று ஐம்பது நிலவுகளாக இடைநிலையிலிருக்கிறேன். இதைவிடச் சிறந்த இடம் ஏதுமில்லை. நான் பிறப்பெனும் லாட்டரியை வெல்லவில்லை. வெல்லவாயவிலுள்ள குவாரியில் வளர்ந்தேன். கம்பஹாவில் வேலைக்காரச் சிறுவனாக வேலை செய்தேன். கீழே, எனது வறுமை என்னுடைய கர்மவினை, எனது சிலுவை, என் துயரமென்று எனக்குச் சொல்லப்பட்டது. என் தவறு. நான் ஜேவிபியில் இணைந்தது நாகரீகமாக இருக்கும் என்பதால் அல்ல, அது அத்தியாவசியம் என்பதால். நான் ஏழ்மை என்பதை அறிந்திருக்கிறேன் மேலும் ஏழையென்றால் என்ன என்பதையும் அறிந்திருக்கிறேன். எனக்குப் போராட்டங்களும் தெரியும் வலிகளும் தெரியும்.'

அவன் தனது பார்வையாளர்களின் புறவெல்லையில் நடந்து, நீ இருக்குமிடம் வந்ததும் நின்று, குந்தியமர்ந்து தனது குரலைக் கிசுகிசுப்பாகக் குறைத்துக்கொள்கிறான்.

'இந்த டாக்டர் மேடம் சொல்லுகிறபடி ஒளி என்பது சொர்க்கமென்றால், இந்த இடைநிலை என்பது வழிதவறியவர்கள் நிறைந்த கழுவாய்நிலை என்றால், கீழேயுள்ளது என்னவென்றாகிறது?'

'நரகம்!' என்று யாரோ கூட்டத்திலிருந்து கத்துகிறார்கள்.

சேன சிரித்துக்கொள்கிறான். 'ஒவ்வொரு ஆன்மாவும் ஏழுநிலவுகள் வரை இந்த இடைநிலையில் சுற்றித்திரிய அனுமதிக்கப்படுகிறது. தங்களது கடந்தபிறவியை நினைவு கூர்வதற்காக. பின்னர் அதை மறக்கவேண்டும். நீங்கள் அதை மறக்கவேண்டும் என்று அவர்கள் விரும்புகிறார்கள். ஏனெனில் நீங்கள் மறந்துவிட்டால், எதுவும் மாறுவதில்லை.'

'உலகம் தன்னைத் தானே சரிசெய்துகொள்ளாது. பழிவாங்குவது உங்கள் உரிமை. கெட்ட சமாரியன்களின் பேச்சைக் கேட்கவேண்டாம். உங்களுக்கான நீதியைக் கோருங்கள். இந்த அமைப்பு உங்களைத் தோல்வியுறச் செய்துவிட்டது. கர்மவினை உங்களைத் தோல்வியுறச் செய்துவிட்டது. கடவுள் உங்களைத் தோல்வியுறச் செய்துவிட்டார். பூமியிலும் அதுபோல இங்கேயும்.'

தற்கொலையாளர்களது முணுமுணுப்பின் ஒலி இப்போது சில டெசிபல்கள் அதிகரித்திருக்கின்றன. மேலும், அவர்கள் தங்களை விளிம்பிலிருந்து எறிந்துகொள்வதை நிறுத்திவிட்டனர்.

மருத்துவர் ராணி மோசே மற்றும் ஹீ-மேனுடன் சுற்றியபடி தனது சீற்றத்தை வெளிப்படுத்துகிறார்.

'இவையனைத்தும் பொய்யான வார்த்தைகள்' என்று கத்துகிறார். 'பழிவாங்குதல் என்பது நீதியல்ல. பழிவாங்குதல் உங்களைத் தாழ்த்தும். கர்மவினை மட்டுமே உங்களுக்குரியதை வழங்கும். ஆனால் நீங்கள் பொறுமையாக இருக்கவேண்டும். நீங்கள் செய்யவேண்டியது அது மட்டுமே.'

சேன முகத்தைச் சுளித்துக்கொண்டு வார்த்தைகளை உமிழ்கிறான்.

'வழக்கமான அரசு அலுவலகம். வரிசை எண்ணைப் பெற்றுக்கொண்டு எதற்காக வந்தோம் என்பதே மறந்துபோகும்வரை அமர்ந்திருங்கள்.'

இப்போது மோசே தனது குட்டையான உருவத்தின் முழு உயரத்தையும் வெளிப்படுத்துகிறார்.

'சற்று மரியாதையாகப் பேசு, பன்றியே.'

'உங்களில் பலர் கொல்லப்பட்டிருக்கிறீர்கள். பலர் தற்கொலை செய்துகொள்ளத் தூண்டப்பட்டிருக்கிறீர்கள்,' என்கிறான் சேன. 'ஒருவேளை அதை மறப்பது சுலபமாக இருக்கலாம். ஆனால் மறப்பது எதையும் குணப்படுத்தப் போவதில்லை. அநீதிகள் நினைவில் கொள்ளப்பட வேண்டும். இல்லையென்றால் உங்களைக் கொன்றவர்கள் சுதந்திரமாகத் திரிந்துகொண்டிருப்பார்கள். உங்களுக்கு அமைதி என்றால் என்னவென்றே தெரியாமல் போகும்.'

இம்முறை வலி உனது உணவுக்குழலுக்குள் பாய்கிறது, உன்னை மூச்சுத் திணறவைத்து மறக்க முயற்சி செய்துகொண்டிருந்த விடயங்களை நினைவுக்குக் கொண்டுவருகிறது. ராணுவத்திற்காக முதன்முதலில் செய்த வேலையின்போது எவ்வளவு அச்சத்தில் இருந்தாய், உன் தந்தை விட்டுச் சென்றபோது எவ்வளவு வேதனையிலிருந்தாய், அளவுமிகைப்பான போதை மருந்திற்குப் பிறகு மருத்துவமனையில் கண்விழித்தபோது எவ்வளவு ஏமாற்றமடைந்தாய். இருபத்தி ஒன்பது வயதுடைய நீயும் பதினோரு வயதுடைய நீயும் பதினேழு வயதுடைய நீயும் ஒருவரையொருவர் எவ்வளவு வெறுக்கிறீர்கள். இப்போது இறந்துவிட்ட நீ அவர்கள் அனைவரையும் எவ்வளவு வெறுக்கிறாய்.

அரேபிய எண்ணெய் ஷேக்குகள், பயங்கரவாதக் குழுக்கள் மற்றும் ஹிப்பிக்களால் பிரபலப்படுத்தப்பட்ட சிவப்பு மற்றும் வெள்ளைக் கட்டம்போட்ட கழுத்துக்குட்டையால் சேன தனது வைக்கோல்கட்டு போன்ற கழுத்தில் வழியும் வியர்வையைத் துடைத்துக்கொள்கிறான். சேன உன்னிடம் மிதந்து வந்து உன் காதுக்கருகே பற்றுகிறான்.

'என்னைக் கொன்ற கொலைக்குழுதான் உங்களையும் கொன்றது, மாலி. நமது கொலைக்குக் காரணமாக ஆறுபேர் இருக்கிறார்கள். நீங்கள் எனக்கு உதவிசெய்தால், நான் அவர்கள் துன்பப்படும்படி செய்வேன்.'

'சீ!' என்கிறார் மருத்துவர் ராணி. 'நீ அப்படியே உன்னுடைய தலைவர்களைப் போல. மட்டமான போக்கிரிகள். புனைகதைகளையும் பொய்யான நம்பிக்கைகளையும்

விற்பவர்கள்,' என்கிறார் மருத்துவர் ராணி. 'நீ இறந்துவிட்டாய்! உன்னால் யாரையும் துன்பப்படுத்த முடியாது.'

'தங்களது மரணத்திற்குப் பழிவாங்கும் உரிமை அப்பாவிகளுக்கு உண்டு.'

'பழிவாங்குவது உரிமையாகாது. இந்தத் தீவில் இன்னும் அதிக தினங்கள் தேவையில்லை. நீ குழந்தைத்தனமாக இருக்கிறாய்.'

'அதிகாரமிக்கவர்கள் செய்யும் கொலையிலிருந்து தப்பித்துக் கொள்வார்கள். வானத்தில் இருக்கும் அத்தனை கடவுள்களும் பார்வையைத் திருப்பிக் கொள்வார்கள். இது இப்போது மாறப்போகிறது. நாங்கள் இதை மாற்றுவோம்.'

'எப்படி? கத்தியைப் பிடிக்க உன்னிடம் கைகள் இல்லை. உயிருடன் இருப்பவர்களால் உன்னைப் பார்க்கவோ, கேட்கவோ முடியாது. உன்னால் எப்படி எதற்காகவும் பழி வாங்க முடியும்?'

'என்னால் கிசுகிசுக்க முடியும்.'

கூட்டத்திற்குள் முணுமுணுப்பு அலை எழுகிறது.

'உங்கள் அனைவருக்கும் என்னால் அதைக் கற்றுத்தர முடியும்.'

'அது கருப்பு மாந்திரீகம். அது உங்கள் அனைவரையும் அடிமைப்படுத்தும்,' என்று கத்துகிறார் மருத்துவர் ராணி. 'உன்னுடைய காக மனிதன் போல. அவன் மஹாகாளியின் அடிமை.'

'மந்திரம் என்ன நிறமென்று யாருக்குக் கவலை? அது வேலைசெய்தால் போதும்,' என்கிறான் சேன.

'நீ அதைக் கேட்டாயா, மால்?' அந்த நல்ல மருத்துவர் ராணி குழப்பமடைந்தவர்போல் தெரிகிறார். 'யாருக்கும் இது குறித்து கவலையில்லை போல?'

'மாயவித்தை நல்லதோ அல்லது கெட்டதோ இல்லை. அல்லது கருப்பு அல்லது வெளுப்பு என்றில்லை, அது இந்தப் பிரபஞ்சத்தைப்போல, காணாமல் போய்விட்ட ஒவ்வொரு கடவுளையும் போல. சக்திமிக்கது மற்றும் ஒப்புயர்வற்ற வேறுபாடற்றது.'

தற்கொலையாளர்களிடமிருந்து கூரையைத் தட்டுமொலியும் துயரார்ந்தவர்களிடமிருந்து கைதட்டலும் எழுகிறது. சேன தனக்கான கேட்போரை அடைந்துவிட்டான், மருத்துவர் ராணியிடமிருந்து முறைப்புகளைப் பெற்றாலும் நீ கீழே மிதந்துசென்று அவர்களோடு சேர்ந்துகொள்கிறாய். அப்போது மஹாகாளி அந்தக் கேளிக்கை விருந்தைக் குலைக்க முடிவுசெய்கிறது.

பொய்யான உண்மைகள்

அந்த நிழல் ஒரு விலங்கின் உருவுக்கு மாற்றம்கொள்கிறது. கரடியின் தலையும் மிகப்பெரிய பெண்ணின் உடலுமாக. பாம்புகள் அதன் தலைமுடி, அதன் கண்கள் இந்த முனையிலிருந்து அந்த முனைவரை முழுவதும் கருப்பு. தன் கோரைப் பற்களை வெளிப்படுத்தியபடி அது கூட்டத்திற்குள் நுழையும்போது வெள்ளையுடை அணிந்த உதவியாளர்கள் பின்வாங்குகின்றனர். விலங்கு கர்ஜித்து கூரைமுழுவதும் பனிப் படலத்தை நிறைக்கிறது. நடுக்கத்தை உணர்கிறாய், அது உனக்குக் குமட்டலை உண்டாக்குகிறது. உதவியாளர்கள் தற்கொலையாளர்களைக் கைவிட்டுக் குறுந்தடிகளை எடுத்துக் கொள்கின்றனர்.

அதன் கழுத்தில் மண்டையோடுகளாலான மாலை, துண்டிக்கப்பட்ட விரல்களால் இடுப்புப்பட்டை, ஆனால் உன் கவனத்தை ஈர்த்தது அதுவல்ல. அதன் வயிறு, ஆடையின்றி சதைப்பட்டியின் மேல் தொங்கிக்கொண்டிருந்தது. அதில் மனித முகங்கள் பொறிக்கப்பட்டிருக்க, அதனுள் அடைபட்ட ஆன்மாக்கள் வெளியேறுவதற்காக அலறிக்கொண்டிருந்தன.

அந்த விலங்கு கையையுயர்த்தி ஓர் ஓலத்தை வெளிப்படுத்துகிறது. ஆயிரம் ஓலங்களின் ஒலி, தன் குட்டியை உண்ணும் விலங்குகளின் ஒலி, அடிவயிற்றில் உதைக்கப்பட்ட பிரபஞ்சத்தின் ஒலி.

பிறகு, மூடுபனி மறைகிறது அதனுடன் அந்த உயிரியும் தற்கொலையாளர்களின் படையும். தற்கொலையாளர்களுக்குக் கூட்டுப் பெயர்ச்சொல்லுண்டா? தற்கொலையாளர்களின் அளவுமிகைப்பு? தற்கொலையாளர்களின் ஹராகிரி? மருத்துவர் ராணி வெள்ளை உடையிலிருக்கும் தனது குழுவைப் பார்த்து இரைகிறாள்.

'அது அவனா?'

மோசே ஹீ-மேனைப் பார்க்க அவன் சேனவைப் பார்க்க, சேன உன்னைப் பார்க்கிறான்.

'அது அவளா?'

உதவியாளர்கள் கூரையில் தற்கொலையாளர்களைத் தேடுகிறார்கள், அவர்கள் அங்கே இல்லை.

'அதுதான் மஹாகாளி,' என்கிறான் சேன. 'நீங்கள் எல்லோரும் கவலைப்படவேண்டும்.' சேன நகரத்தைப் பார்த்தபடி இருக்கும் சுவரில் பெரிய செவ்வகத்தை வரைகிறான். முன்பு பெயர்களை எழுத அவன் பயன்படுத்திய அதே கரித்துண்டைப் பயன்படுத்துகிறான். செவ்வகத்தை எண்கள் மற்றும் எழுத்துகளால் நிறைக்கிறான், அவை வரிசைமுறையில் இல்லை. அது தன்னைத்தானே தீர்த்துக்கொள்ளும் குறுக்கெழுத்துப் புதிர் போல இருக்கிறது.

'நீ அவளுக்காக வேலை செய்கிறாயா?' என்று கேட்கிறார் மருத்துவர் ராணி.

'நான் ஒளிக்கெதிராக வேலைசெய்கிறேன். மறப்பதற்கெதிராக. நாம் ஒருபோதும் மறக்கக்கூடாது. மறந்தவர்களுக்கு நாம் உதவவேண்டும். உண்மையற்றதையும் பொய்களையும் நாம் அழிக்கவேண்டும்.'

சுவரிலுள்ள எழுத்துகள் வார்த்தைகளாக மாறத்தொடங்குகின்றன, பிறகு வாக்கியங்களாக மாறுகின்றன.

பொய்யான உண்மை# 1 : இந்த நிலம் அதன் குடிமக்களுக்குச் சொந்தமானது.

பொய்யான உண்மை# 2 : சட்டத்தின் முன்பு அனைத்துக் குடிமக்களும் சமம்.

சேனவின் எழுத்து சிங்களம், தமிழ் மற்றும் மழலையர் பள்ளி ஆங்கிலம் ஆகியவற்றின் கலவை. உனக்கது, கோபமடைந்த செயற்பாட்டாளர்கள் தார்பூசி அழிப்பதற்கு முன்பாக யாழ்ப்பாணத்தின் தெருவிலிருந்த அறிவிப்புப் பலகைகளை நினைவுபடுத்துகிறது.

பொய்யான உண்மை# 3 : அரசாங்கங்கள் பொதுமக்களைக் குறிவைப்பதில்லை.

பொய்யான உண்மை# 4 : அதிபர்கள் பயங்கரவாதிகளுடன் பேச்சு நடத்துவதில்லை.

'திரு சேன, போதும் நிறுத்து.' பேரேட்டுடன் உள்ள தேவதையான மருத்துவர் ராணி உனக்கு மேலே சுழன்றபடி கூறுகிறார். கீழே இறங்கி சேனவின் கையிலுள்ள கரித்துண்டைப் பறிக்க முயற்சிசெய்கிறார், அவன் அதைத் தவிர்த்ததும் கருப்புச்சுவரில் பத்தி ஒன்று தோன்றுகிறது.

பொய்யான உண்மை# 5 : இந்த நாடு முதலில் இங்கிருந்த வேடுவர்களுக்கும், பல நூற்றாண்டுகளாக இங்குள்ள தமிழர்கள், முஸ்லிம்கள், வெள்ளையர்களுக்கும் சொந்தமானதல்ல. அதை மக்களால் நிரப்பிய சிங்களவர்களுக்கும், அதைப் பற்றி பெரிய புத்தகங்களை எழுதிய அவர்களின் மதகுருமார்களுக்கும் மட்டுமே சொந்தம்.

மூன்று மொழிகளில் எழுதப்பட்டதை எவ்வாறு படித்துப் புரிந்துகொள்வது என்று உனக்குப் புரியவில்லை, ஆனால் உன்னால் முடிகிறது. சேன தலையைப் பின்னுக்குத் தள்ளிச் சிரிக்கிறான்.

'மாலி-சார். இரவுவிருந்து சமூக ஆர்வலர். அனைத்துத் தரப்பினருக்குமான புகைப்படக்காரர். இதைக் கவனமாகப் படியுங்கள். கீழேயிருக்கும் ஒருவரும் இந்தப் பொய்களை வெளிப்படுத்த, இந்தத் தவறுகளைச் சரிசெய்ய முனைவதில்லை. ஆனால் அது நம்மால் முடியும்.'

'சரி, போதும் நிறுத்து.'

மருத்துவர் ராணி பேரேட்டை மூடிவிட்டு அவனை நோக்கி மிதந்து வருகிறார். மோசே, ஹீ-மேன் இருவரும் சேனவை மஹாகாளி நின்றிருந்த விளிம்பை நோக்கி இழுக்கிறார்கள். அவன் சிரிப்பை நிறுத்தவில்லை, அது பொய்யான சிரிப்பு என்றபோதும் அதில் எதிர்ப்பு இருக்கிறது.

'முடிவை திரு மலிந்த எடுக்கட்டும்,' என்கிறார் மருத்துவர் ராணி. 'ஆனால் முதலில் காதுப் பரிசோதனையை முடிக்க வேண்டும்.'

இரண்டாம் நிலவு

அவர் தன்னைச் சுற்றிப் பார்த்துவிட்டு நீ அங்கே இல்லையென்பதை உணர்கிறார்.

காலிமுக அடுக்குமாடிக் குடியிருப்பு

கரடியின் தலையுடன் இருக்கும் அந்த உயிரியைப் பின்தொடர நீ விரும்பவில்லை. சந்திப்பிலிருக்கும் வாகை மரத்தை அடைவதே உன் விருப்பம். எல்லோரும் சேனவின் முட்டாள்தனமான பட்டியலை வேடிக்கை பார்த்துக்கொண்டிருந்தபோது, அந்த உயிரியின் பின்னால் சென்ற காற்றுக்குள் தொற்றிக்கொண்டு போக்குவரத்து விளக்கின் மீது வந்து விழுந்தாய்.

மண்டையோட்டிலிருந்து எண்ணங்களை வெறுமையாக்க, தலையை ஆக்கிரமிக்கும் எண்ணங்களிலிருந்து விடுபட உனக்குக் காலை வரை ஆனது. உலகம் இரைச்சலுடனிருக்கிறது, ஒவ்வொரு கிளைக்குள்ளும் குரல்கள் பதுங்கிக்கொண்டிருக்கின்றன. நான் வாகை மரங்களை நம்புகிறேன், உனக்கு நீயே கூறிக்கொள்கிறாய். நேரம் செல்லச் செல்ல கிசுகிசுப்புகள் பன்மடங்காகின்றன. அந்த மரத்தின்மேல் வட்டமிடும்போது நீ கண்கள் மூடி அமர்ந்திருப்பதைப் பார்க்கிறாய். சிவப்பு நிறக் கைக்குட்டை, சஃபாரி சட்டை, ஒற்றைச் செருப்பு அணிந்த உன் கழுத்தைச் சுற்றி மூன்று சங்கிலிகள் மற்றும் ஒரு கேமரா.

அதற்கு மேலே சுற்றும்போது உன்னைக் கவனிக்கும் உன்னைப் பார்க்கிறாய், இருப்பினும் இப்போது சாரோங் மற்றும் டி-ஷர்ட் அணிந்து கொப்பளங்கள் உடைய கைகளுடன் இருக்கிறாய். உன்னால் யாழ்ப்பாணத்தின் புழுதியில் வெந்துகொண்டிருக்கும் நான்கு உடல்களைப் பார்க்கமுடிகிறது. ஒரு நாய், ஓர் ஆண், தாய் மற்றும் குழந்தை. அவர்களது கண்கள் திறந்திருக்க அனைவரும் சுவாசித்துக்கொண்டிருக்கின்றனர். அனைவரும் உன்னை வெறித்துப் பார்த்து ஒரே கேள்வியைக் கேட்கின்றனர், நீ அது புரியாதது போல் நடிக்கிறாய். கேமராவை எடுத்து உன் முகத்திற்கு நேரே வைத்து உடல்கள் மணலில் பொடிபடுவதைப் பார்க்கிறாய்.

தொலைவில் வாக்குவாதம் கேட்கிறது. மருத்துவர் ராணியின் கூச்சல் சேனவின் சிரிப்புகளுடன் கலக்கிறது. உன்னாலியன்றவரை அவற்றைப் புறக்கணித்துவிட்டு காற்று கொண்டுவருவதைக் கேட்க முயல்கிறாய். உங்கள் பெயர்

உச்சரிக்கப்படுவதைக் கேளுங்கள், அந்த அவமானத்தில் நீங்களும் பங்குகொள்ளுங்கள்.

'பிரதான வசிப்பாளர்: திலன் தர்மேந்திரன். குத்தகைதாரர்: ஸ்டான்லி தர்மேந்திரன். பிற வசிப்பாளர்கள்: மலிந்த அல்மேதா மற்றும் ஜாக்குலின் வைரவநாதன்.'

காற்றைப் பின்தொடர்ந்து செல்கிறாய், டூப்ளிகேஷன் வீதியில் சென்றுகொண்டிருக்கும் நீலநிற டாட்சன் கார், அதன் மூக்கு காலி முகத் திடலைப் பார்த்தபடி இருக்கிறது, அதை நோக்கியே மிதந்துசென்றுகொண்டிருக்கிறாய் என்று தெரிகிறது.

பின்புற இருக்கையில் எல்ஸா மாதங்கியுடன் இருக்கிறாய். முன்னால், ரஞ்சகொட வானொலியில் வரும் பாடலோடு சேர்ந்து முணுமுணுத்துக்கொண்டிருக்க காசிம் தேடலாணையை நிரப்பிக்கொண்டிருக்கிறார்.

'அது சரியாக எங்கே இருக்கிறது என்று தெரியுமா, மிஸ்?'

'படுக்கைக்குக் கீழே என்று கூறினான். ஒருவேளை அவன் நகைச்சுவையாகக் கூறியிருக்கலாம். தன்னை வேடிக்கையானவன் என்று நினைத்துக்கொள்வான்.'

நீர் வடியும் தனது கண்களைச் சாலைமீது வைத்தபடி 'நகைச்சுவைக்காக நேரத்தை வீணடிக்க முடியாது,' என்கிறார் காசிம். அப்போது காலை 9 மணி, அவர்கள் நீ ஓய்வாக உணருமளவுக்கே ஓய்வெடுத்திருக்கிறார்கள் என்பது அவர்களது தோற்றத்திலிருந்து தெரிகிறது. இன்றைய நாளின் பிற்பகுதியில் ஊரடங்கு உத்தரவு பிறப்பிக்கப்பட்டுள்ளது என்பதால் மொத்தக் கொழும்பும் கடைகளை நோக்கி, சர்க்கரை தீரும் முன் ஓடிக்கொண்டிருக்கிறது.

நீ நகைச்சுவையாக அதைக் கூறவில்லை. இருப்பினும் உனது பயனற்ற உரையாடல் தேடலாணையில் கிறுக்கப்படும் என்று நீ எதிர்பார்க்கவில்லை. ஆவியால் காரைப் பழுதாக்க முடியுமா என்று சிந்திக்கிறாய். ஒருவேளை அனைத்து கார் விபத்துகளும் அங்கிருந்து உருவாகலாம். சலிப்படைந்த ஆவிகள் சாரதிகளை உறங்கவைக்கலாம், அவர்களது டயர்களை வழுக்கிச்செல்ல வைக்கலாம் அல்லது அவர்களது பிரேக்குகளைத் துண்டிக்கலாம்.

'கடவுளிடம் பிரார்த்திப்பதென்பது வாகனத்திடம் ஏன் விபத்தில் சிக்குகிறாயென்று கேட்பதற்கு ஒப்பானது,' அம்மாவுடனான தனது வாதங்களொன்றில் உன் அப்பா கூறியது. 'நம்மில் பலர் கார் விபத்தில் இறக்கலாம்,' என்றார். 'ஒவ்வொரு முட்டாளும் அது மற்றவருக்கே நடக்கும் என்று நம்புகிறான்.'

இந்த வாதங்கள் அவர் தனியாகப் பேசிக்கொண்டிருப்பதில் முடியும். மேலும், அவை ஞாயிற்றுக்கிழமைகளில் நடக்கும், சரியாக உன் அம்மா உன்னை தேவாலயத்திற்கு இழுத்துச் செல்வதற்கு முன்பாக.

'சரி இப்போது என்ன திட்டம்?' என்று கேட்கிறார் ரஞ்சகொட.

'நீங்கள் அவர்களிடம் மலிந்த காணாமல் போனது தொடர்பான தடயங்கள் அந்த வீட்டிலிருக்கலாம் என்று கூறுங்கள். உங்களுக்கு விருப்பமென்றால், என்னால் பேசமுடியும். அப்படியே செய்வோம்,' பேருந்துகள் நிறைந்த சாலையைப் பார்த்தபடி எல்ஸா கூறுகிறாள். அவளது பார்வை கட்டடங்களிலிருந்து தென்னை மரங்களும் சோதனைச்சாவடிகளும் அமைந்துள்ள காலி வீதி வரை பயணிக்கிறது.

'நீங்கள் யாரென்று சொல்வீர்கள்?' என்று முணுமுணுக்கிறார் காசிம்.

'அவனுடைய முதலாளியென்று,' என்கிறாள் எல்ஸா. 'சாத்தியமென்றால் எப்போதும் உண்மையைச் சொல்லவேண்டும்.'

'நான் என்ன நினைக்கிறேன் தெரியுமா,' என்கிறார் காசிம். 'நான் காரிலேயே காத்திருக்கலாம் என்று நினைக்கிறேன்.'

ஒருமுறை நீயும் டிடியும் அதிகாலை 3:33க்கு முத்தமிட்டுத் தழுவிக்கொண்ட காலி முக சுற்றுச் சந்தியில் திரும்புகிறார்கள். ஒருமுறை அவனது சொந்த வீட்டிலிருந்தே நீ அவனை வெளியே தள்ளிய வாகன நிறுத்தத்திற்குள் செல்கின்றனர். இரண்டாவது தளத்திலிருக்கும் மலே மாமி புகைபிடிப்பதற்காக உன்னைக் கடிந்துகொண்ட படியமைவுக்குள் நுழைந்து, அப்ளிகேஷன் சாலைபோல அகலமான நடைபாதைக்குள் நுழைகிறார்கள், அதன் பல வெளியேறும் வழிகளிலிருந்துதான் விரும்பத்தகாதவற்றை யாருமில்லாதபோது பலமுறை உள்ளே கடத்திக்கொண்டு வந்தாய்.

ரஞ்சகொட கதவைத் தட்டி, அழைப்புமணியை அழுத்துகிறார், எல்ஸா தனது புன்னகையைப் பயிற்சிசெய்கிறாள். கிமானோ அணிந்த குட்டி ஜக்கியால் கதவு திறக்கப்படுகிறது, அவள் முதலில் திகைத்து, பிறகு காவலர்களுக்காகக் கதவைத் திறப்பது தினமும் காலையில் அவள் செய்யக்கூடிய ஒன்றுபோல பாசாங்கு செய்கிறாள்.

'என்ன நடந்தது?'

'காலை வணக்கம் மிஸ். நாங்கள் உள்ளே வரலாமா?'

ஜக்கி சிறிதும் அசையவில்லை.

'நீங்கள் அவனைக் கண்டுபிடித்து விட்டீர்களா?'

'இன்னுமில்லை,' எல்ஸா புன்னகைத்தபடி கூறுகிறாள். 'எங்களுக்கு உங்கள் உதவி தேவை.'

'நீங்கள் யார்?'

'புலனாய்வாளர் மாதங்கி,' என்கிறாள் எல்ஸா. 'நாம் பேசமுடியுமா?'

ரஞ்சகொட கண்களை உருட்டியதை ஜக்கி பார்க்கவில்லை. நீயும் டிடியும் தவறாக நினைவில் வைத்திருந்த பிறந்தநாள்களில் பரிசளித்துக்கொண்ட புத்தகங்கள் வரிசையாக அடுக்கப்பட்டிருக்கும் கூடம்வழியாக அவர்கள் நுழைகின்றனர். பரிசாகக் கிடைத்த புத்தகங்களை நீங்கள் இருவருமே வாசித்தது கிடையாது, நீங்கள் ஒருவருக்கொருவர் வாங்கிக்கொடுக்கும் புத்தகங்களை மட்டுமே வாசிப்பீர்கள்.

'அ... மன்னிக்கவும். இலங்கையில் பெண் புலனாய்வாளர்கள் உண்டு என்பதோ அல்லது அதில் தமிழர்கள் இருக்கிறார்கள் என்பதோ உண்மையில் எனக்குத் தெரியாது,' என்கிறாள் ஜக்கி, அவள் பதட்டமானால் நான்-தெற்கு-லண்டனில்-வளர்ந்தேன் எனும் வடிவமைதியற்ற உயிரெழுத்து ஒலிகள் அதிகமாக வரும்.

வீட்டிற்கு வருவது நல்லது, கடந்த மூன்றுவருடங்களாக இந்த அடுக்குமாடிக் குடியிருப்பை வீடு என்றுதான் அழைக்கிறாய். டிடியின் அப்பா ஸ்டான்லி, தனது ஒரேமகன் லண்டன் சட்ட உரைஞர் தேர்வில் தேர்ச்சி பெற்றதற்குப் பரிசாகவும் அவன் முகத்துவாரத்தில் தனது சிவில் பயிற்சியில் சேர்வதற்குக்

கையூட்டாகவும் இந்த வீட்டைப் புதுப்பித்தார். நீயும் ஜக்கியும் இந்த வீட்டிற்குக் குடியேறியதை அவர் கண்டுகொண்டதாகத் தெரியவில்லை, குறைந்தபட்சம் ஆரம்பத்தில். ஆளுக்கொரு படுக்கையறையை ஆக்கிரமித்துக்கொண்டு, யார் எதை எவருடன் பகிர்ந்து கொண்டீர்கள் என்பதை மற்றவர்களின் யூகத்திற்கு விட்டுவிட்டீர்கள்.

டிடி சுவர்களுக்கு ஊதாவண்ணம் பூசியபோதும் கலை மையத்திலிருக்கும் கூட்டத்திற்காக வீட்டில் விருந்துகள் நடத்தத் தொடங்கியபோதும் ஸ்டான்லி மறுப்பு தெரிவிக்கவில்லை. தனது மகன் இரண்டு காதுகளிலும் தோடணிந்து வீட்டுக்கு வந்தபோதும் அவர் அவனை ஏற்காமலில்லை. எர்த் வாட்ச் லங்காவுக்காகக் கட்டணமின்றி வேலைசெய்ய டிடி தன் அப்பாவின் நிறுவனத்தை விட்டு வெளியேறிய பிறகே அவர் அவனிடமிருந்து வாடகை வசூலிக்கத் தொடங்கினார்.

ஜக்கி அவர்களை அமரும் அறைக்கு அழைத்துச்செல்கிறாள், இருப்பினும் யாரும் அமரவில்லை.

'அது உண்மைதான், கொழும்புவில் பெண் புலனாய்வாளர்கள் அதிகமில்லை, நீங்கள் மிஸ்...'

'ஜாக்குலின் வைரவநாதன்,' காசிமின் நோட்டுப் புத்தகத்தில் மற்றொரு வெற்றுப் பக்கத்தைத் திறந்தபடி ரஞ்சகொட கூறுகிறார். 'எவ்வளவு காலமாக நீங்களும் அல்மேதாவும் இணையராக இருக்கிறீர்கள்?'

'நாங்கள் இணையரல்ல,' என்கிறாள் ஜக்கி.

'ஆனால் உங்கள் ஒன்றுவிட்ட சகோதரர் கூறியது...'

'என் சகோதரனுக்கு ஒரு மண்ணும் தெரியாது,' என்கிறாள் ஜக்கி.

'மாலியின் புகைப்படங்கள் அடங்கிய பெட்டி எங்கே இருக்கிறது என்று தெரியுமா?' என்று கேட்கிறாள் எல்ஸா.

'எதனுடைய புகைப்படம்?' என்று கேட்கிறாள் ஜக்கி.

'அது அவனது படுக்கைக்குக் கீழே வைக்கப்பட்டுள்ளது என்று கூறுவான்.'

‘அப்படியென்றால் அது படுக்கைக்குக் கீழேதான் இருக்கவேண்டும். அவன் புகைப்படம் எடுப்பான். அவனிடம் பெட்டிகளும் உண்டு. படுக்கைகளில் உறங்குவான், சில சமயம். நீங்கள் என்ன சொல்ல வருகிறீர்கள்?’

‘நாங்கள் பார்க்கலாமா?’

‘எனக்குப் புரியவில்லை.’

ரஞ்சகொட ஜன்னலை நோக்கி நடந்துசென்று, காலி முகத் திடலின் பழுப்பு நிறப் புற்களையும், கடற்கரையைக் கடித்துக்கொண்டிருக்கும் கொந்தளிப்பான கடலையும் பார்க்கிறார்.

‘மிஸ் ஜக்கி, இந்த இடத்தைச் சோதனை செய்வதற்கான ஆணை எங்களிடமுள்ளது.’

‘அவன் கைது செய்யப்பட்டானா என்பதை விசாரித்தீர்களா? ஒருவேளை காவல்துறை இல்லையென்றால் ராணுவம்?’

‘எது மாலியின் படுக்கையறை?’

ஜக்கி பதில் சொல்லவில்லை, எனவே எல்ஸா அவளைத் தடுத்தபடி நின்று புன்னகைக்க, ஏஎஸ்பி உள்ளே நுழைகிறார். ஜக்கி ஜூடோ வகுப்பிலிருந்து கற்றுக்கொண்ட ஓர் அசைவைப் பயன்படுத்தி அவளை ஒதுக்கித் தள்ளுகிறாள், ஒருமுறை, அந்த அசைவை அவள் உன்மீது மிளகு தெளிப்பானோடு சேர்த்துப் பயன்படுத்தியதுண்டு. தவறான அறைக்குள் சென்றிருக்கும் ரஞ்சகொடவைப் பின்தொடர்ந்து செல்கிறாள். எல்ஸா தனது கையைத் தடவியபடி சபிக்கிறாள்.

சமையலறைப் பக்கம் நழுவிச்சென்று அதன் மணத்தை உனக்குள் சுழலச்செய்கிறாய். பூண்டு மற்றும் ஏலக்காயின் நறுமணம் காற்றில் மிதக்கிறது, இதன்பொருள் இந்த வாரத்திற்கென சமைப்பதற்காக கமலா வந்திருக்கிறாள், டிடி கேட்டுக்கொண்டதன் பெயரில் பிரியாணியும் துருக்கிய சாதமும் சமைத்திருக்கிறாள். இது ஒவ்வொரு வியாழக்கிழமையும் நடப்பது. அதன்பொருள் நீ இறந்து இரண்டு நாள் ஆகிறது.

டிடியின் அறை வியர்வைப் பட்டைகள், மட்டைகள், காலணிகள் மற்றும் ‘எர்த் வாட்ச் லங்கா’ என்று குறிக்கப்பட்ட பெட்டிகள் ஆகியவற்றோடு கலைந்துகிடக்கிறது. இந்தப் பெட்டக அறையின்

வாசனைதான் அதிகமான இரவுகள் இங்கே கழிப்பதிலிருந்து உன்னைத் தடுத்திருக்கிறது. காவலர்கள் பெட்டியைத் திறந்ததும் குப்பைக் கிடங்குகள், மாசுபடுத்தப்பட்ட நதிகள் மற்றும் அழிக்கப்பட்ட காடுகள் குறித்த கோப்புகளைப் பார்க்கின்றனர்.

‘இவைதான் அந்தப் புகைப்படங்களா?’ என்று . ஏஎஸ்பி ரஞ்சகொட கேட்கிறார்.

எல்ஸாவும் தேடுதலில் இணைந்துகொள்கிறாள். யாலவில் சிறுத்தைகளின் அழிவு குறித்த கோப்பொன்றை எடுக்கிறாள், அடுத்ததாக களனியிலுள்ள நகர்ப்புறக் குப்பைக் கிடங்கு பற்றியது.

‘இது அவனது அறையல்ல,’ என்கிறாள். அவர்கள் தாழ்வாரத்தின் வழியாக ஜக்கியின் பதின்ம வயதுக் கோபத்தின் குகைக்குள் நுழைகிறார்கள். அழைக்கப்படாத விருந்தினர்கள் பாஹௌஸ் மற்றும் த க்யூர் (ராக் இசைக் குழுக்கள்) சுவரொட்டிகள் குறித்துக் கவலைப்படவில்லை. காவலர்கள் ஜன்னலின் திரைச்சீலையை விலக்குகையில் எல்ஸா தரையில் மண்டியிட்டு படுக்கைக்குக் கீழே பார்க்கிறாள். இந்த அறையில் சேனல் நம்பர் 5 மற்றும் சோகத்தின் மணங்கள் ஆதிக்கம் செலுத்துகின்றன.

‘நான் அந்தத் தேடலாணையைப் பார்க்கலாமா?’ என்று கேட்கிறாள் ஜக்கி. ‘தயவுசெய்து என் பொருள்களைத் தொடாதீர்கள்.’

அவர்கள் அவளைப் புறக்கணித்து நீ உறங்கும் ஐங்கோண அறைக்கு, பகிரப்படும் குளியலறை வழியாக நுழைகிறார்கள். மற்ற அறைகளுக்கு மாறாக இது அப்பட்டமான வெறுமையிலிருக்கிறது. பெரிய அளவிலான படுக்கை, விளக்குடனுள்ள மேசை, கேமராக்கள் நிறைந்த அலமாரி மற்றும் சுவரில் மாட்டப்பட்டுள்ள சட்டமிடப்பட்ட மூன்று புகைப்படங்கள். ஜேம்ஸ் நாக்ட்வேயின் சோமாலியப் பஞ்சங்களிலொன்று, ஹென்றி கார்ட்டியர்-ப்ரெஸனின் பீஜிங்கின் கடைசி நாள்களில் ஒன்று மற்றும் உன்னால் எடுக்கப்பட்ட மட்டக்களப்பில் நிகழ்ந்த காவலர்கள் படுகொலைகளில் ஒன்று.

ரஞ்சகொட மலைப்புற, எல்ஸா தலையசைக்கிறாள். இன்று மசூதியில் வெள்ளிக்கிழமை என்பதுபோல ஒரு டஜன் காவலர்கள் மண்டியிட்டிருக்கின்றனர். இது திம்பிரிகஸ்யாயவிலுள்ள

ஃபியூஜிகோடாக் கடையில் வெட்டிக் குறைக்கப்பட்டது, எனவே எந்த ஜன்னலின் வழியாக உருப்பெரிதாக்கினாயோ அதன் ஓரங்கள் தெரியாது. ஆனால் நீ வலது மேல்மூலையில் தெரியும் ஏகே-47இன் வாய்ப்பகுதியை வெட்டவில்லை, இருப்பினும் நீயிருந்த மலையுச்சியிலிருந்து அதை வைத்திருக்கும் நபரின் முகத்தைக் காட்டும் கோணம் உனக்குக் கிடைக்கவில்லை.

அலமாரிக்கு வெளியே சட்டமிடப்பட்ட எக்ஸ்ரேக்கள். உனக்கு நிமோனியா வந்தபோது எடுக்கப்பட்ட மார்புக்கான எக்ஸ்ரே, மற்றொன்று பனிப்பாளங்களைப் போல உனது தாடை எலும்பில் மறைந்திருக்கும் விவேகப் பல்லினுடையது. அந்த எக்ஸ்ரேக்களை புகைப்படம் எடுத்து ஒளிபுகா நிலையை அதிகரித்துச் சட்டமிட்டு வைத்தாய், எப்போதும்போலச் செய்துமுடிக்காத கலைத்திட்டம் ஒன்றிற்காக அதை வடிவமைத்தாய்.

அலமாரிக்கு உள்ளே ஒரு கரடி பொம்மை, சஃபாரி சட்டைகளின் சேகரிப்பு, ஹவாய் சட்டைகள், மற்றும் சங்கிலிகள். கரடி பொம்மையின் கீழ் யாரும் கண்டுகொள்ளாத முகவரிப் புத்தகம். விடயங்கள் அப்படியே நீடிக்கும் என்று நம்புகிறாய்.

டை அல்லாத பிற விடயங்களைக் கழுத்தில் அணிந்துகொள்வது உனக்குப் பிடிக்கும். நேர்முகத் தேர்வுகளுக்கு டை அணிந்து செல் என்று உன் அப்பா சொல்வது வழக்கம். உங்களைப்போல ஒவ்வொருநாளும் கழுத்தில் சுருக்குப் போட்டுக்கொள்ள வேண்டுமா என்று கேட்டாய், ஆனால் மனதிற்குள்.

சங்கிலிகள் கதவில் தொங்கவிடப்பட்டுள்ளன, சில கயிறில் கோக்கப்பட்டவை, சில மணிச்சரட்டில். இவை உபரிகள். அமைதிச் சின்னம், சிலுவை, யின்-யாங் மற்றும் ஓம். அதில் இப்போது இல்லாதவை, தங்கத்தில் செய்யப்பட்ட பஞ்சாயுதம், இறந்த புலிகளிடமிருந்து திருடப்பட்ட சயனைட் குப்பிகள் அல்லது டிடியின் ரத்தம் அடைக்கப்பட்ட எகிப்திய மரச்சிலுவை, யாலவில் முட்டாள்தனமான அந்தச் சத்தியத்தைச் செய்த, அனைத்து நாள்களையும் விடுமுறைநாள் போல உணர்ந்த காலத்தில் வாங்கியது. இறுதியாக உன் கழுத்து முறிக்கப்பட்டபோது இரண்டுமே உன் கழுத்திலிருந்தன. உன் கழுத்து முறிக்கப்பட்டதா? எவரால்? யார் அதைச் சொன்னது?

இரண்டாம் நிலவு ◆ 165

சேன அல்லது அவனது சீடர்களில் யாராவது உன் காதில் கிசுகிசுக்கிறார்களா என்று சுற்றுமுற்றும் பார்க்கிறாய். ஆனால் காற்றும் உனது வெறுமையான அறையும் மட்டுமே உள்ளது.

இந்த அறையில் ஆதிக்கம் செலுத்துவது ரசாயனங்கள் மற்றும் சுத்தம்செய்யும் பொருள்களின் மணம். கல்லூரி ஹிப்பியைப்போல இங்கே எல்எஸ்டி, ஹாஷ் மற்றும் அரசின்மையைச் சமைத்துக்கொண்டிருந்தாயா? அரிதாக. டெவலப்பர், ஸ்டாப் பாத் மற்றும் ஃபிக்ஸர் என புகைப்பட ரசாயனங்களைக் கலக்கிக்கொண்டிருந்தாய், ஸ்டான்லி மாமாவிடம் சொல்லாமல் புகைப்படங்கள் பிரதியெடுக்கும் அறையாக நீ மாற்றியிருந்த சரக்கறைக்குப் படச்சுருள்களின் டப்பிகளை எடுத்துச்செல்வாய். அதை அவர்கள் பார்க்க நேர்ந்திருந்தால் கடந்த ஆறு வருடங்களாக டப்பர்வேர் பெட்டிகளில் வகைப்படுத்தி வைக்கப்பட்டிருக்கும் படச் சுருள்களைக் கண்டுபிடித்திருப்பார்கள். ஆனால் இப்போது அவர்கள் உன்னுடைய பெரியளவிலான படுக்கையின் கீழ் குனிந்துபார்ப்பதில் மும்முரமாக இருக்கிறார்கள்.

இவை உன் திறமைகுறித்த நியாயமான மதிப்பீடுகள். சூதாட்டம் டி-, சரிசெய்தல் சி+, கெடுத்தல் பி-, புகைப்படம் எடுத்தல் ஏ+. எதையும் திறம்படக் கையாளாதவனாகவும் சூழ்நிலைக்கேற்ப மாறுபவனாகவும் இருந்திருக்கிறாய், ஆனால் ஒரு புகைப்படத்தை எப்படி எடுக்கவேண்டும் என்று உனக்குத் தெரியும். எப்படி அதை ரசாயனங்களில் குளிப்பாட்டுவது மற்றும் இருளாக்கப்பட்ட அறைகளில் எங்கிருந்து வெளிச்சத்தைப் பெறவேண்டும் என்பது உனக்குத் தெரியும். மோனோக்ரோமை நடுங்கச் செய்யவும் சேபியாவைப் பிரகாசிக்க வைக்கவும் முடியும். உன்னால் சாதாரணமானவற்றைத் தீவிரப்படுத்த, தட்டையானவற்றுக்கு உருவங்கொடுக்க, அற்பமானவற்றுக்கு அர்த்தங்கொடுக்க முடியும்.

வண்ணக்கலவைத் தட்டில் உனக்கு வேண்டியதெல்லாம் கருப்பு, வெள்ளை மற்றும் சாம்பல் மட்டுமே- ஒருபோதும் நீ வண்ணங்களைப் பயன்படுத்தவில்லை. சூரியன் மறைவதை, யானைகளைப் படம்பிடிப்பதில் தொடங்கிய நீ, ரகசியமான ஓரின விரும்பிகளை, சிதைக்கப்பட்ட ராணுவ வீரர்களைப் படம்பிடிக்கும் இடத்திற்கு வந்து சேர்ந்தாய்.

'தன்னுடைய படுக்கைக்கடியில் காலணிப்பெட்டி ஒன்றில் அவனது மிகவும் ஆபத்தான புகைப்படங்கள் இருக்கின்றன என்றான். ஏதாவது நடந்தால் அவற்றைப் பிரசுரிக்கும்படி கூறியிருந்தான்,' எல்ஸா தான் கூறிய பொய்யை யாரும் கண்டுபிடிக்கிறார்களா என்பதாக அறையைச் சுற்றிப் பார்க்கிறாள்.

'உங்களுக்கு அவனைத் தெரியுமா?'

'அவர் எனக்காக வேலை செய்தார்.'

'புலனாய்வாளராகவா?'

'ஒருவகையில்.'

'அவன் தொண்டு நிறுவனத்திற்காக வேலை செய்தான் என்று நினைத்தேன், இல்லையா?' என்கிறாள் ஜக்கி.

'அவருக்குப் பல முதலாளிகள் இருந்தனர், அன்பே.' எல்ஸா தனது கையை ஜக்கியின் தோள்களில் வைத்ததும் அது விலக்கிவிடப்படுகிறது. அவள் சம்மதமின்றி யார் அவளைத் தொடுவதும் ஜக்கிக்குப் பிடிக்காது, அது அவளுக்கு விருப்பமான ஆண்களாக இருந்தால்கூட. அதற்குக் காரணம் அவளுடைய மாற்றாந் தந்தை, வலுக்கட்டாயமான அணைப்புகளால் அவளது பதின்மப் பருவத்தின் சுயத்தில் ஏற்படுத்திய விடயம்.

டிடி மற்றும் ஜக்கி இருவருமே இயற்கையில் பயனற்ற பொருட்களைச் சேமிப்பவர்கள். தங்களது அறைகளை, வாழ்க்கைகளை மற்றும் அவர்களது சிந்தனைகளைக் குப்பையாக்கி வைத்திருந்தனர். உன்னுடைய மினிமலிசத்தை அல்லது எவ்வாறு உனக்குத் தேவையற்ற பொருள்களைத் தொடர்ந்து வீசியெறிந்துகொண்டிருந்தாய் என்பதை அவர்கள் ஒருபோதும் நம்பியதில்லை. அவர்களிடம் வெளிப்படுத்தாத, எங்கோ இருக்கும் ரகசிய அறையில் அவற்றை அடைத்து வைத்திருப்பதாக இருவருமே நம்பினர். அவர்கள் நினைப்பது முழுவதுமாகத் தவறு என்றும் கூறமுடியாது. இருப்பினும் அந்த அறையே ஒரு பெட்டியின் அளவுக்குத்தான் இருக்கும்.

'அவர் தனது படுக்கைக்குக் கீழே என்றுதான் கூறினாரா, உறுதியாகத் தெரியுமா?' என்று கேட்கிறார் ரஞ்சகொட.

'என்ன இது. நீங்கள் என்ன செய்வதாக. நினைத்துக் கொண்டிருக்கிறீர்கள்?'

பல மாதங்களாக இந்த வீட்டில் கேட்காத குரல். ஸ்டான்லி தர்மேந்திரன், பாராளுமன்றத்தில் அவர் ஆற்றிய உரைகளிலும் தனது மகனுக்கு அளித்த விரிவுரைகளிலும் அவர் பயன்படுத்தும் வியத்தகு இடைநிறுத்தத்திற்காக அறியப்படுபவர்.

'தயவுசெய்து என் அறையிலிருந்து வெளியேறுங்கள்.'

நேர்மாறாக, டிடியின் உச்சத்தில், வருத்தத்தில் ஒலிக்கும் குரல் இந்தச் சுவர்களுக்குள் பலமுறை கேட்டிருக்கிறது, அது இடைநிறுத்தத்திற்காகக் குறைவாகவும் இடநிரப்பொலிகளுக்காக அதிகமும் அறியப்படுவது.

'தங்களிடம் தேடலாணை இருப்பதாகக் கூறுகின்றனர்,' வாசலை நோக்கி நகர்ந்தவாறு ஜக்கி கூறுகிறாள். நாடகத்திலிருந்து பின்வாங்குதல் ஜக்கியின் இயல்பல்ல.

'நான் அதைப் பார்க்கவேண்டும்,' உக்காரமிடுகிறார் ஸ்டான்லி. டிடி ட்ராக் சூட் அணிந்து ஈரத் தலையுடன் இருக்கிறான். அதன்பொருள் பெரியவர் அவனை ஓட்டர்ஸ் அக்வாடிக் கிளப்புக்கு அழைத்துச்சென்று அதிகாலை போதனை ஒன்றை வழங்கியிருக்கிறார். இருவருமே நல்ல உயரம், இருவரும் தங்களை விளையாட்டு வீரர்களாக நினைத்துக்கொள்பவர்கள்.

'தயவுசெய்து மாலியின் அறையிலிருந்து வெளியேறுங்கள், நன்றி.'

எல்ஸாவும் காவலர்களும் அமரும் அறைக்கு வந்தபின்னும் சட்டவிரோதமான தேடுதலைக் கண்களால் தொடர்கின்றனர். ரஞ்சகொட ஆணையைக் கையளிக்கிறார், டிடியும் ஜக்கியும் மூலையில் கிசுகிசுத்துக் கொண்டிருக்கின்றனர்.

'இது. நீதிபதி ஒருவரால். சான்றளிக்கப்படவில்லை,' 1950களின் முற்பகுதியில் கேம்பிரிட்ஜில் வாங்கிய உச்சரிப்பில் ஸ்டான்லி கூறுகிறார்.

'சார், நாங்கள் அல்மேதா காணாமல்போனதை விசாரித்துக் கொண்டிருக்கிறோம். அவருடைய இருப்பிடம் குறித்த தடயங்களை வழங்கக்கூடிய புகைப்படங்கள் இருக்கின்றன.'

டிடி மற்றும் ஜக்கி இருவரும் கிசுகிசுப்பதை நிறுத்திவிட்டு எல்ஸாவைப் பார்க்கின்றனர்.

'மேடம், நீங்கள் யாராக இருக்கக்கூடும்?'

‘இலங்கையின் ஒரே தமிழ்ப் பெண் புலனாய்வாளர்,’ என்கிறாள் ஜக்கி.

‘நான் சிஎன்டிஆருக்காக வேலை செய்பவள், சார். கனடிய நார்வே மூன்றாம் உலக நாடுகள் நிவாரணம். மலிந்த எங்களுக்குச் சொந்தமான புகைப்படங்களுடன் நாட்டைவிட்டுத் தப்பியிருக்கலாம் என்று நம்புகிறோம்.’

‘அவனுடைய கடவுச்சீட்டு இப்போது நீங்கள் சோதனையிட்ட இழுப்பறையில்தான் இருக்கிறது,’ என்கிறாள் ஜக்கி. ‘அற்புதமான புலனாய்வு.’

‘அவர் அந்தப் புகைப்படங்களை வைத்து மிரட்டிப் பணம் பறிக்கும் வேலையைச் செய்துகொண்டிருந்தார் என்று நம்புகிறோம்,’ ரஞ்சகொட யாலவில் எடுக்கப்பட்டு சட்டமிடப்பட்ட எறும்புத் தின்னியின் புகைப்படத்தை ஆராய்ந்தபடி கூறுகிறார். எல்ஸா அவரைப் பார்த்துத் தலையசைக்கிறாள்.

ஸ்டான்லி நிதானமாக, தேடலாணையில் இருக்கவேண்டியது எதுவென விளக்கி, இப்போதுள்ள ஆணையில் அது இல்லை என்பதைச் சுட்டிக்காட்டுகிறார். ஏஎஸ்பி அந்த விடுபடல்கள் வெறும் கவனக்குறைவு என்பதாகத் தலையசைத்துக்கொள்கிறார். எல்ஸா குறுக்கிட முயற்சிசெய்தாலும் ஸ்டான்லி மாமாவின் இடைநிறுத்தங்கள் ஊடுருவ முடியாதவையாக இருக்கின்றன.

‘தயவுசெய்து. இந்த வீட்டை விட்டு. இப்போதே வெளியேறுங்கள்,’ என்றபடி ஸ்டான்லி தனது தலைமுடி மற்றும் டையை அழுத்திவிட்டுக் கொள்கிறார். ‘முறையாகச் சான்றளிக்கப்பட்ட ஆணையுடன். மீண்டும் வாருங்கள். அல்லது வராதீர்கள். திலன், தயவுசெய்து அவர்களை வெளியே அழைத்துச்செல்கிறாயா. திலன்? ஜக்கி?’

அவர்கள் வெளியே எஞ்சினின் சீற்றத்தையும் டயர்கள் காலி வீதியைக் கடிப்பதையும் கேட்கின்றனர். அந்த ஒலி ஜக்கியின் மிட்சுபிஷி லான்சருடையது என்று அடையாளம் கண்டுகொள்கிறாய், அவர்கள் எங்கே செல்கிறார்கள் என்பது உனக்குத் தெரியும், அவர்கள் அந்த இடத்தை வேகமாகச் சென்றடைவார்கள் என்று நம்புகிறாய். எல்ஸாவின் வாசனைத் திரவியத்தின் மணம் காற்றில் ஊடுருவுகிறது.

அது சுகந்திப்பூ மற்றும் முகப்பவுடரின் கலவை, அது உன்னில் எஞ்சியிருப்பவற்றினூடாகத் துடிப்புகளையும் வலிகளையும் அனுப்புகிறது. நறுமணம் என்றாலும் உனக்குக் குமட்டலைத் தருகிறது. மேலும், வாழ்வாதாரத்திற்கு நாஜிக்களை வேட்டையாடிய மனிதனை நினைவுபடுத்துகிறது.

வீசெந்தால்

'சைமன் வீசெந்தால் பற்றிக் கேள்விப்பட்டிருக்கிறீர்களா?' என்பதே எல்ஸா உன்னிடம் கேட்ட முதல்கேள்வி. அது கலை மைய மன்றம், நீ காஃபின் நெய்ல் இசைக்குழுவின் டாக்கிங் ஹெட்ஸ் பாடலைக் கேட்பது போலப் பாசாங்கு செய்துகொண்டிருந்தபோது அவள் உன்மீது பதுங்கிப் பாய்ந்தாள். உண்மையில், பிரெஞ்சு உச்சரிப்புடன் இருந்த ஒருவனை மயக்குவதற்குத் திட்டமிட்டுக்கொண்டிருந்தாய், அவள் உன் முயற்சியைத் தடைபடுத்திக்கொண்டிருந்தாள்.

'அவர் ஆஷ்விட்ஸிலிருந்து பிழைத்து, மூன்று தசாப்தங்கள் நாஜிக்களை வேட்டையாடினார், வெறும் புகைப்படங்களின் உதவியுடன்.'

எல்ஸா அப்போது குட்டையான கூந்தல் வைத்திருந்தாலும் மாணிக்க நிறத்தில் உதட்டுச்சாயம் பூசியிருந்தாள்.

'சைமன் வீசெந்தால் யாரென்று எனக்குத் தெரியும். மேலும், நீங்கள் யாரென்று எனக்குத் தெரியாது. தவிரவும், நான் இங்கே இந்த இசைக் குழுவைப் பார்க்க வந்திருக்கிறேன்.'

அவள் உன்னுடைய பானத்திற்குரிய தொகையைச் செலுத்திவிட்டு இன்னொன்றைக் கொண்டுவரப் பணித்தாள், அதைக் கவனிக்காதது போல நடித்தாய்.

'நீங்கள் இங்கே வந்ததன் காரணம் மூன்று சூதாட்டவிடுதிகள் உங்களுக்குத் தடை விதித்துள்ளன. மேலும் அங்கே இருக்கும் பணக்கார இளைஞன்மீது உங்களுக்கு ஆர்வமிருக்கிறது. உண்மையைச் சொன்னால், அவன் ஹோமோ அல்ல. அது உங்களுக்கும் தெரியும்.'

பொட்டை, ஹோமோ, பால் புதுமையர் எனும் சொற்களை ஒருபோதும் நீ அவமதிப்பாகக் கருதியதில்லை, ஏனென்றால் நீ அவற்றில் எதுவுமில்லை. எளிமையாகச் சொன்னால், நீ அழகான

இளைஞர்களை விரும்பும் அழகான மனிதன். அதைவிட அதிகமாக அல்லது குறைவாகச் சொல்ல ஏதுமில்லை. மேலும், அது யாருடைய வேலையுமில்லை. அவளது உடையை, தெவிட்டும் புன்னகையைப் பார்த்துவிட்டு எதுவும்பேசாமல் அவள் வாங்கிக் கொடுத்த பானத்தை உறிஞ்சினாய்.

'உங்களுடைய புகைப்படங்களை நீங்கள் விற்கச் சம்மதித்தால் என் முதலாளிகள் பாலி, பெகாசஸ் மற்றும் ஸ்டார்டஸ்ட்டில் உங்களுக்கிருக்கும் கடன்களை அடைத்துவிடுவார்கள்.'

வெளியே ஆண்களும் பெண்களும் கட்டித் தழுவிக்கொள்ளும், ஆனால் ஒருவரையொருவர் அல்ல, மேல்மாடத்திற்கு அவளை அழைத்துச்சென்று, நிழலில் அமர்ந்துகொண்டு அவளைப் பேச அனுமதித்தாய்.

'83ஆம் வருடம் நடந்த இனப்படுகொலை சம்பந்தமான புகைப்படங்கள் உங்களிடம் இருப்பதாக அறிகிறோம்.'

'அதை அப்படித்தான் அழைக்கிறார்களா?'

'எனக்குக் கலவரம் என்பதைவிட அந்த வார்த்தைதான் பிடிக்கும். "இனப்படுகொலை" என்று கூறும்போது மக்கள் எரிச்சலடைகிறார்கள், குறிப்பாகச் சிங்களவர்கள்.

1983க்குப் பிறகு நான் என்னைச் சிங்களவன் என்று அழைப்பதை நிறுத்திக்கொண்டேன்' என்றாய். அதற்கு முன்னாலும் உன்னை நீ அப்படிக் கூறிக்கொண்டதில்லை. 70களில் கொழும்புவின் ஹிப்பிகளிடமிருந்து மோசமான போதை மருந்துகளைக் காட்டிலும் அதிகமாக நீ பெற்றதில்லை. நாம் அனைவரும் இலங்கையர்கள், குவேனியின் குழந்தைகள், விஜயவின் கள்ளக் குழந்தைகள் என்று நம்பினாய்.

'இது நீங்கள் எடுத்ததுதானே?'

சல்வார் உடையிலிருக்கும் பெண்மீது பெட்ரோல் ஊற்றப்படும் அந்தப் புகைப்படம் நியூஸ் வீக் இதழால் பிரசுரிக்கப்படவே இல்லை. இது அசல் நெகட்டிவிலிருந்து எடுக்கப்பட்ட 27x7 மேட் பிரிண்ட். இரண்டு பிரதிகள் மட்டுமே தயாரிக்கப்பட்டன, ஒன்று உன்னுடைய பெட்டியிலிருக்கிறது, மற்றொன்று புது தில்லியில்.

'நீங்கள் யாருக்காக வேலை செய்கிறீர்கள்?'

இரண்டாம் நிலவு

'சிஎன்டிஆர். அது "சென்டர்" என்று உச்சரிக்கப்படுகிறது.'

'யார்?'

'எங்களிடம் நிதியும் சட்டக்குழுவுமுள்ளது. நாங்கள் 1983இன் கொலையாளிகளைத் தண்டிக்க முயல்கிறோம்.'

உன்னுடைய சிரிப்பு நிழலில் ஒதுங்கியிருக்கும் ஓரினச்சேர்க்கை ஆண்களையும் பெண்களையும் திடுக்குற வைக்கிறது.

'உங்களிடம் வெளியிடப்படாத புகைப்படங்கள் உள்ளன என்று எங்களுக்குச் சொல்லப்பட்டது.'

'வீசெந்தால் பற்றிப் பேசினோம், சென்றமாதம் சூதாட்டவிடுதியில் இரண்டு இஸ்ரேலியர்களைச் சந்தித்தேன்,' என்றாய்.

'உங்களிடம் 1983 குறித்த மேலதிகப் புகைப்படங்கள் உள்ளதா?'

'தாங்கள் திரைப்படத் தயாரிப்பாளர்கள் என்று என்னிடம் கூறிக்கொண்டிருந்தார்கள். அவர்களில் ஒருவன் போதை அதிகமாகி அவர்கள் ஆயுத விற்பனை செய்வதை என்னிடம் பெருமை பேசும் வரை. அவர்கள் கனரக பீரங்கிகளைப் பலமாகத் தாக்கும் சிலருக்கு விற்றதாகக் கூறினர்.'

அவள் பதட்டம் அடையவில்லை, தனது புன்னகையைக் கைவிடவுமில்லை. ஆரஞ்சு பானத்தை உறிஞ்சியபடி தொடர்ந்து பேசிக்கொண்டிருந்தாள்.

'எனக்கு யாஎல் மெனாஹெம் பற்றித் தெரியும். அவர்கள் மோசமான சண்டைத் திரைப்படங்களைத் தயாரிப்பவர்கள் மற்றும் அரசாங்கத்திற்கு மூன்றாம்-தர ஆயுதங்களை விற்பவர்கள்.'

'அதுதான் ஆயுத வியாபாரிகளிடமுள்ள பிரச்சினை. அவர்கள் மோசமான திரைப்படங்களை எடுக்கின்றனர்.'

'திரு அல்மேதா, உங்களிடம் '83இல் நிகழ்ந்த தமிழர்களின் இனப்படுகொலை சம்பந்தப்பட்ட புகைப்படங்கள் இருக்கிறதா?'

'கடவுளால் தேர்ந்தெடுக்கப்பட்டவர்களிடமிருந்து மூன்றாம்-தர ஆயுதங்களை வாங்குபவர்களிடம் நீங்கள் வேலை செய்கிறீர்களா?'

‘நாங்கள் எல்டிடிஈ அல்ல, இருப்பினும் எங்களது இலக்குகள் முரண்பாடானதல்ல.’

‘இப்போதே அரசியல்வாதிகளைப் போல் பேசத் தொடங்கிவிட்டீர்கள்.’

‘1983இல் நடந்தது அநியாயம். எட்டாயிரம் வீடுகள், ஐயாயிரம் கடைகள். லட்சத்து ஐம்பதினாயிரம் பேர் வீடற்றவர்களானார்கள், அதிகாரப்பூர்வ மரண எண்ணிக்கை இல்லை. இலங்கை அரசு அதை ஒப்புக்கொள்ளவோ அல்லது அதற்காக மன்னிப்புக் கேட்கவோ இல்லை. உன்னுடைய புகைப்படங்கள் அதை மாற்ற உதவும். சொல் பையா. நீ யார் பக்கமிருக்கிறாய்?’

ஓங்கிக் குத்தப்போவதுபோல ஆழ்ந்த பெருமூச்சு ஒன்றை இழுத்தாய், பிறகு அவளிடம் அந்தப் பெட்டியைப் பற்றிக் கூறினாய். முதல்முறையாக அவள் தனது புன்னகையைக் கைவிட்டாள், புருவங்களை உயர்த்தி, இடையிட்டுப் பேசுவதை நிறுத்தினாள்.

***

தொடக்கத்தில் அது வேடிக்கையாக இருந்தது. அது எப்போதென்றால் நீயும் எல்ஸாவும் மட்டும் இருந்தபோது. ஃபியுஜிகோடாக் கடையில் உள்ள வீரன் என்ற திறமையான இளைஞனிடம் உனது படச் சுருள்களை எடுத்துச் சென்றாய், அவன் உனது 1983இன் புகைப்படங்களை மறுபிரதி எடுக்க உதவினான், சிலவற்றைப் பெரிதாக்கினான், மற்றவற்றை மேம்படுத்தினான். வீரன் திறமையான பிரதியெடுப்பாளன் மற்றும் கூச்ச சுபாவமுள்ள காதலன். களனியில் உள்ள அவனது வீட்டில், ஃபியுஜிகோடாக் கடையை விடச் சிறந்த உபகரணங்களை வைத்திருந்தான். அவர் உனது தனிப்பட்ட வேலைகளை வீட்டிற்கு எடுத்துச் செல்வான், சில சமயங்களில் உன்னையும், ஆனால் ஒருபோதும் எல்ஸாவை அழைத்துச் சென்றதில்லை.

‘எப்படி இந்த முகங்களை அடையாளம் காணுவாய்?’

‘அனைத்து அடையாள அட்டைப் புகைப்படங்களின் தரவுத்தளம் உள்ளது. மேலும் படங்களை அடையாளம் காணும் கணினி மென்பொருள் உள்ளது. நெருக்கத்தில் எடுக்கப்பட்ட

இவற்றை ஸ்கேன் செய்து கணினியில் கொடுத்து அவற்றை ஒப்பிடலாம்.'

எல்ஸா தனது காஃபியில் அதன்நிறம் அவளது சருமத்தின் நிறத்தை ஒத்திருக்கும் வரையில் இலவங்கப்பட்டையைச் சேர்த்தாள்.

'உன்னிடம் அப்படியான தொழில்நுட்பமுள்ளதா?'

'நிச்சயமாக இல்லை முட்டாளே. ஒருவேளை இன்னும் ஐம்பது வருடத்தில் வரலாம்,' என்றபடி இளித்தாள். 'ஆனால் வெள்ளவத்தையிலும் பம்பலபிட்டியவிலும் எங்களுக்குத் தொடர்புகள் இருக்கின்றன, அவர்களால் முகங்களை அடையாளம் காணமுடியும்.'

'சினன்டிஆர்' என்று பொறிக்கப்பட்ட காசோலையை உன்னிடம் கொடுத்தாள். மேலும் உன்னிடமுள்ள புகைப்படங்களில் தமிழர்களின் அவலநிலையைச் சித்தரிக்கும் எந்தப் புகைப்படத்திலும் தான் ஆர்வமாக இருப்பதாகக் கூறினாள். நீ இராணுவத்துடன் வடக்குப் பகுதிக்குச் சுற்றுப்பயணம் மேற்கொண்டாய். பிறகு ராய்ட்டர்ஸ் செய்தியாளர்களுடன் கிழக்குப் பகுதியில் பயணம் செய்தாய். திரும்பிவரும்போது அவள் விவரித்தது போன்ற ஏராளமான புகைப்படங்கள் உன்னிடமிருந்தன.

எல்ஸா மறுபடி உன்னைத் தொடர்பு கொண்டபோது '88இன் தொடக்கம். உன்னை லியோ விடுதிக்கு அழைத்தாள், ஆனால் இம்முறை அவள் தனியாக இல்லை. அங்கே ஐ.இ.குகராஜா நீளிருக்கையில் அமர்ந்திருந்தான். அவன் அழகனாக மற்றும் பருமனாக மிகச்சரியாக உனக்குப் பிடித்த விதத்திலிருந்தான், பலவிதங்களை உனக்குப் பிடிக்கும் என்றாலும்.

லியோ விடுதியிலிருந்த அறைத் தொகுதியின் சுவர்கள் உன்னுடைய 1983இன் புகைப்படங்களால் நிறைந்து, ஒவ்வொரு முகத்திலும் துண்டுச் சீட்டுகள் ஒட்டப்பட்டிருந்தன.

எரியும் கடைகளுக்கு முன்னே நடனமாடும் சாரோங் அணிந்த சிங்கள ஆண்கள் (4 முகங்கள்).

நிர்வாணத் தமிழ்ச் சிறுவன் உதைத்துக் கொல்லப்படுகிறான் (3 முகங்கள்).

பேருந்துகளிலிருந்து தமிழ்ப் பெண்கள் இழுத்துச் செல்லப்படுவதைப் பார்த்துக்கொண்டிருக்கும் சீருடைக் காவலர்கள் (6 முகங்கள்).

குகா, எல்ஸாவின் ஒன்றுவிட்ட சகோதரன் என்று அறிமுகப் படுத்தப்பட்டான், ஆனால் அவன் அவளைக் கடந்துசென்று அமர்ந்தவிதத்தில் அவர்கள் முத்தமிட்டுக்கொள்ளும் வகையென்று சந்தேகித்தாய்.

முகவரிகள் அடங்கிய தாளை உன்னிடம் கொடுத்து அதில் வசிப்பவர்களை ரகசியமாகப் படமெடுக்க முடியுமா என்று கேட்டான்.

'1983 இனப்படுகொலையில் ஏழு குற்றவாளிகளைத் தேடிக் கண்டுபிடித்துள்ளோம். அவர்களது அடையாளங்களை உறுதிப்படுத்தவேண்டும்.'

'அதன்பிறகு?'

'அவர்கள்மீது வழக்குதொடுக்கலாம்.'

நீ சிரித்ததும் குகா இனிமையான புன்னகை ஒன்றைத் தந்தான்.

'நான் நகைச்சுவை ஏதும் கூறினேனா?'

'யாரும் இந்த வழக்கைத் தொடக்கூட மாட்டார்கள். சிஎன்டிஆர் வழக்குதொடுக்குமா?'

'நீதியை வழங்கப் பல்வேறு வழிகள் உள்ளன.'

'நீங்கள் எல்டிடிஈ அல்ல என்று நினைத்தேன்.'

எல்ஸா தனது சகோதரனின் முழங்காலில் கைவைக்க அவன் பேசுவதை நிறுத்தினான்.

'மாலி. நீ வன்னியில் எடுத்த புகைப்படங்களுக்கான காசோலை இதோ. உன்னுடைய அடுத்த பணிகளுக்கான முன்பணம் இதோ இருக்கிறது.'

நீ காசோலைகளைப் பார்த்தவுடன், புகைப்படக்காரர்கள் பணம் ஈட்ட முடியாது, அவர்கள் திருமணங்களில் புகைப்படம் எடுத்தாலே தவிர. மேலும், சமூகவியலில் பட்டம் பெற்றால் உனக்கு - அதிகபட்சமாக- ஆசிரியர் பணி கிடைக்கும்

இரண்டாம் நிலவு ◇ 175

என்று உன் அப்பா கூறியதை நினைத்துக்கொள்கிறாய். 'ஒரு காரியத்தைச் செய், அதைச் சிறப்பாகச் செய்,' என்று கூறிய மனிதருக்கு, தந்தையாக இருப்பது மட்டும் அதில் சேர்த்தியில்லை.

'இன்னும் மேலதிகப் பணிகள் இருக்கின்றனவா?'

'இந்த முகவரிகளுக்குச் செல், அரசாங்கத்தின் மூலமாக மக்கள்தொகை கணக்கெடுப்பு செய்வதாகச் சொல். அவர்களைப் புகைப்படம் எடு. அவர்களுக்கு இலவச அடையாள அட்டை வழங்குவதாகக் கூறு. சிங்களர்கள் இலவசமாகக் கிடைக்கிறது என்றால் தமிழ்ச் செய்தித்தாளைக் கூட வாங்கிக்கொள்வார்கள்.'

'இது ஏமாற்று வேலையில்லையா?'

'நீ யார் பக்கமிருக்கிறாய், பையா?'

'இலங்கையர்கள் இதுபோல இறப்பதைத் தடுக்க நினைப்பவர்கள் பக்கம் இருக்கிறேன்.'

'நல்லது. இந்த மிருகங்கள் துன்புறவேண்டும் என்று விரும்புகிறோம். அது நிச்சயம் நடக்கும்.'

'எவ்வாறு?'

வன்னி சுற்றுப் பயணத்தின்போது நீ எடுத்த புகைப்படம் ஒன்றை குகராஜா கையிலெடுத்தான். நீ உள்ளூர் வழிகாட்டியாகத்தான் அங்கு சென்றிருந்தாய் என்பதால் நீ எடுத்த புகைப்படங்களை அதிகவிலை கேட்பவருக்குக் கொடுக்கமுடியும். ராணுவமும் பிபிசியும் வேண்டாம் என்று மறுத்துவிட்ட புகைப்படங்களை சிஎன்டிஆர் வாங்கிக்கொண்டது.

'உனக்கு இவரைத் தெரியுமா?'

புலிகள் முகாமில் கேமராவைச் சுத்தப்படுத்துவதான பாவனையில் நீ எடுத்த புகைப்படம் அது. எல்டிடிஈ பயிற்சிமுகாமைப் படமெடுக்க ராய்ட்டர்ஸிலிருந்து வந்த வெறுக்கத்தக்க செய்தியாளர் ஒருவரை வழிநடத்த உடன்சென்றிருந்தாய்.

'கர்னல் கோபல்லஸ்வாமி,' என்றாய்.

'மஹத்தையா என்றும் அறியப்படுபவர். இவரைப் பற்றி உனக்கு என்ன தெரியும்?'

‘கேமராக்கள் அனுமதிக்கப்படக்கூடிய ஒரே புலிகள் முகாமை நடத்துபவர். சுப்ரீமோவுக்கு ஆலோசனைகள் சொல்லக்கூடியவர்.’

‘அவர் புலிகளின் சுப்ரீமோவுக்கு எதிராகச் சதித்திட்டம் தீட்டுவதாகச் சொல்கிறார்கள்.’

‘நான் வதந்திகளுக்குக் காதுகொடுப்பதில்லை. அவற்றை உருவாக்குவதை மட்டுமே செய்வேன்.’

‘இவன் பெரிய கோமாளி.’ குகராஜா தனது எடையை முன்னுக்கு நகர்த்தினான், எனவே நீ கதிரையில் பின்னால் சாய்ந்து கைகளைக் கட்டிக்கொண்டாய். அவனது பார்வை ஏதோ நகைச்சுவை சொல்லப்போவது போலிருந்தது. அல்லது மண்டையை உடைக்கப்போவது போல. அனுமதி கேட்காமலேயே பற்றவைத்துக் கொண்டாய், ஏனென்றால் அந்த முரட்டுத்தனமானவன் உன்னைப் பயமுறுத்தவும் அதேயளவில் உற்சாகப்படுத்தவும் செய்தான்.

‘நீ யார் பக்கமிருக்கிறாய், பையா?’

எல்ஸா மாதங்கி பாவ்லோவின் நாயைப் போல இயல்பாக உன்னைப் பின்பற்றி பென்சனைப் பற்றவைத்துக் கொள்கிறாள்.

‘எனக்குப் பணம் கொடுப்பவர்கள் பக்கம்.’

சிஎன்டிஆர் வவுனியாவில் அனாதை இல்லம் ஒன்றையும் மதவாச்சியில் மருத்துவமனை ஒன்றையும் நடத்திவருவதாக, அதற்கு இராணுவம் பாதுகாப்பளிக்க மறுத்துவிட்டதாகக் கூறினர். கர்னல் கோபல்லஸ்வாமி வடமத்திய மாகாணத்திற்குப் பொறுப்பாக இருந்ததால் அவரால் பாதுகாப்பளிக்க முடியும் என்றனர்.

‘கர்னலுடனான சந்திப்பை நீ எங்களுக்கு ஏற்பாடுசெய்து தரவேண்டுமென்று விரும்புகிறோம்.’

‘அவரை எனக்குத் தெரியாது.’

‘செய்தியாளர்களை முகாமிற்கு அழைத்துச்செல்லுமளவுக்கு அவரை உனக்குத் தெரிந்திருக்கிறது.’

‘அது காட்சிக்காக ஏற்படுத்தப்பட்ட முகாம். ஹாலிவுட் அரங்கமைவு போல. கர்னல் வெளியாட்களுடன் பேசுவதில்லை.’

‘நாங்கள் வெளியாட்கள் அல்ல.’

‘எல்டிடிஈக்களுடன் தொடர்பு கொள்வது சிஎன்டிஆருக்கு ஆபத்தானதில்லையா?’

‘எங்களது திட்டங்களில் பெரும்பாலானவை வடக்கு அல்லது கிழக்கு சார்ந்தவை. எல்டிடிஈதான் அங்குள்ள அரசாங்கம். இது ஏற்கெனவே உனக்குத் தெரியும்.’

ஒருவேளை, அந்தக் காசோலையின் அளவாக இருக்கலாம் அல்லது குகா ஊற்றிக்கொடுத்த மதுவின் அளவாக இருக்கலாம் அல்லது பானத்தை உனக்களித்த முன்கையின் அளவாக இருக்கலாம் அல்லது உன் முதுகுப்புறத்தை நீவிவிட்ட உள்ளங்கையின் உறுதித்தன்மையாக இருக்கலாம், ஆனால் அந்தச் சந்திப்பு மற்றும் உரையாடலை நீ இனிமையானதாகக் கருதினாய்.

அவர்கள் ‘83 செயல்திட்டம் குறித்து உற்சாகத்துடன் இருந்தனர், ஆனால் நீ அச்சத்திலிருந்தாய்.

‘உண்மையிலேயே ஆயிரக்கணக்கானவர்கள் கொண்ட கும்பலை நீதியின் முன் நிறுத்தமுடியும் என்று நினைக்கிறீர்களா?’

குகா உன்னைப் பார்த்துக் கண்சிமிட்டினான், அது சகோதர அன்பின் வெளிப்பாடாக அல்லது உன் அளவுக்கே அவனது சிந்தனையும் ஆபாசமாக இருக்கிறது என்பதாக இருக்கலாம்.

‘எந்தக் கும்பலானாலும் சரி, அது எவ்வளவு பெரியது என்பது முக்கியமல்ல, அதன் தலைவரைத்தான் முதலில் குறிவைக்க வேண்டும். இது அடிப்படையான விடயம்.’

‘இது மாதிரியான பேச்சுகளின் பொருள், ஒன்று இதில் தீவிரமாக இருக்கிறாய் அல்லது நீ முட்டாள்.’

‘எல்லோராலும் கோமாளியாக இருக்கமுடியாது,’ என்கிறாள் எல்ஸா.

மஹத்தையா அணி என்று சொல்லப்படுவது பற்றியும் எல்டிடிஈக்களின் பிளவு தமிழர்களுக்கு ஏற்படுத்தக்கூடிய தாக்கம் குறித்தும் அவர்கள் விவாதித்தனர். எல்டிடிஈக்கள் பாசிசமாக மாறி மற்ற தமிழர்களுக்கு ஆதரவான குரல்களை

நசுக்கிவிட்டதாக எல்ஸா புலம்பினாள். குகா அவள் மீது பாய்ந்தான்.

'ஒருங்கிணைந்த தமிழர்களின் குரல் என்பது ஓர் ஆடம்பரம், அது தமிழர்களைக் காப்பாற்றாது. ஆனால் உறுதியான குரல்தான் அதைச் செய்யும்.'

'மருத்துவர் ராணி ஸ்ரீதரன் உறுதியான குரலாக இருந்தார்,' என்கிறாள் எல்ஸா. 'அந்தக் குரல் அமைதிப்படுத்தப்பட்டது.'

'நீ யார் பக்கமிருக்கிறாய், குகா.' அவன் தோள்மீது கைவைத்தாய், பிறகு அவன் பார்வையைக் கண்டு விலக்கிக்கொண்டாய். இனிமேல் உனக்குக் கண் சிமிட்டல்கள் கிடையாது திரு மாலி.

'உன் அம்மா பாதிப் பரங்கியர், பாதித் தமிழர் இல்லையா?' என்றான். 'நீயும் என்னைப் போலவே கலப்பினம்தான். ஆனால் உன்னுடைய அடையாள அட்டையில் "கபலான" என்ற பெயர் இருக்கிறது. நீ உன் அப்பாவுக்கு நன்றி சொல்லவேண்டும். அவர் உனக்குக் கொடுத்ததிலேயே ஆகச் சிறந்தது உன்னுடைய சிங்களக் குடும்பப் பெயர்.'

கோபமடைந்து, உன்னைப் பற்றியோ அல்லது உன் தந்தையைப் பற்றியோ அவனுக்குத் தெரியாது என்று பதிலடிகொடுக்க விரும்பினாய். ஆனால் உண்மையில், அவன் சொல்வது சரிதான். அது, பணத்தின் மீதான மற்றும் அதிருப்பதால் பெருமை பேசிக் கொள்பவர்களின் மீதான வெறுப்பு. 'பெரும்பாலான கொழும்புவின் சோஷலிஸ்டுகள் ஏழைகளை நேசிப்பதில்லை. அவர்கள் வெறுமனே பணக்காரர்களை வெறுக்கிறார்கள்,' என்று உன் அப்பா கூறுவதுண்டு, அந்த வாக்கியம் அவருடைய அற்புதமான மூளையில் உதித்தது என்பதுபோல.

'நான் இந்த '83 செயல்திட்டத்தைச் செய்கிறேன்,' என்றாய். 'ஏனெனில் நீங்கள் எனக்குப் பணம் கொடுக்கிறீர்கள். ஏனெனில் நானும் அங்கிருந்தேன். ஏனெனில் இந்த அரசாங்கம் நிறைய விடயங்களுக்குப் பதில் சொல்ல வேண்டியிருக்கிறது.'

'ஜாக்கிரதை, பையா,' என்றாள் எல்ஸா. 'இது மாதிரியான பேச்சு உன்னை டயருக்குக் கீழே கொண்டுபோய்ச் சேர்க்கும்.'

'அதனால்தான் உங்களுக்காக கர்னலை உளவு பார்க்க முடியாது என்கிறேன்..'

‘நாங்கள் உன்னை உளவு பார்க்கச் சொல்லவில்லை. சந்திப்புக்கு ஏற்பாடு செய்.’

‘எரியும் டயர் எவ்வகையிலாவது புலிகளின் சிறையைவிட மோசமானதா?’

மரணம் என்பதை, அனைவரையும்போல, சாத்தியமற்ற நிகழ்வாக எண்ணிக்கொண்டிருந்த வரையில் நீ அதைப் பற்றிக் கேலி பேசுவது வழக்கம்.

உன்னுடைய காசோலைகளை எடுத்துக்கொண்டு கீழே வந்ததும் அவற்றைச் சில்லுகளாக மாற்றிக்கொண்டாய், அவற்றைச் சீட்டாட்ட மேசையில் இழந்து, பின் மீண்டும் பக்கரட் விளையாட்டில் திரும்பப் பெற்றாய். புகையிரத நிலைய இருப்புப் பாதைகளுக்குச் சென்றாய். ஆனால் காதல்செய்யத் தகுதியுள்ள யாரும் கிடைக்கவில்லை. இருப்புப் பாதைகளின் கீழேயுள்ள பாறைகளை வெறித்துப் பார்த்துக் கொண்டிருக்கும்போது, கடற்கரையை விழுங்கவிடாமல் இயற்கையைத் தடுத்துக்கொண்டிருக்கும் அந்த மெல்லிய அரணைப் பார்க்கும்போது, நீ புறப்படுகையில் குகா கூறிய வார்த்தைகளை நினைத்துக்கொண்டாய்.

‘சிஎன்டிஆர் பற்றி யாரிடமும் கூறியிருக்க மாட்டாயென்று நம்புகிறேன்.’

‘நான் அதிகம் பேசுபவனல்ல.’

‘நல்லது. இந்த நாடுமுழுக்க அதிகம் பேசுபவர்கள் இருக்கிறார்கள். செய்பவர்கள் குறைவாக இருக்கிறார்கள்.’

‘நான் யாரிடமும் கூறவில்லை.’

‘நல்லது. சரியானவற்றைச்செய்ய நமக்கு விளம்பரம் தேவையில்லை.’

குகா தன் கையை நீட்டினான், நீ அதைப் பற்றிக் குலுக்கும்போது உன்னைத் தன்னருகே இழுத்து, உன்னுடைய விரல் முட்டிகளைத் தனது உள்ளங்கைக்குள் வைத்து நசுக்கினான். அவன் விரல்களை அழுத்தும்போது வலியில் துடித்தாய், நீ வேதனையில் நெளிவதைப் பார்த்தபடி தொடர்ந்து அழுத்திக்கொண்டிருந்தான்.

‘யாரும் டயருக்குக் கீழே முடிவதை விரும்புவதில்லை, இல்லையா?’

உன் கையை விடுவிக்குமுன் கண்ணைச் சிமிட்டினான்.

வீடு வெறுப்பான வீடு

பம்பலப்பிட்டியவிலுள்ள வீடு உன் அப்பாவின் அம்மாவுக்குச் சொந்தமானது, பிறகு உன் அப்பாவின் சகோதரிக்கு வந்தது, விவாகரத்திற்குப் பின் உன் அப்பாவின் முதல் மனைவிக்கு வழங்கப்பட்டது. முதல் மனைவியின் மகனாகிய நீ, அந்த வீட்டில்தான் கோவில் மரங்கள், தூங்கும் நாய்கள் மற்றும் சண்டையிட்டுக்கொள்ளும் பெற்றோருக்கிடையில் வளர்ந்தாய். சமையலறையில், தாழ்வாரத்தில் மற்றும் மேல்மாடத்தில் வாக்குவாதங்கள் நிகழ்ந்தன. நட்புமிகுந்த காற்றின் மூலம், ஒரு சண்டை தெருவுக்கு வந்திருப்பதைக் காண வந்துசேர்ந்தாய்.

ஜக்கியின் லேன்சர் கார் மூன்று வீடுகள் தள்ளி தெருவின் வளைவில், தூரத்திலிருந்து அந்தக் குழப்பத்தைக் கவனிக்கும் வகையில் நிறுத்தப்பட்டுள்ளது. உன் அம்மா ஸ்டான்லி தர்மேந்திரனுடன் வாசலில் நின்றுகொண்டு காவலர்கள் மற்றும் எல்ஸாவை நோக்கி உறுமிக்கொண்டிருக்கிறார். காருக்குள் வேறுவகையான விவாதம் நடந்துகொண்டிருந்தது.

‘ஒருவேளை அந்தப் பெட்டியில் எதுவும் இல்லாமல் இருக்கலாம், ஒருவேளை இது மாலியின் வழக்கமான முட்டாள்தனமான வேடிக்கையாகவும் இருக்கலாமில்லையா?’

‘நீயும் உன் முட்டாள்தனமான குறுக்குவழிகளும்,’ என்கிறாள் ஜக்கி.

டிடி தனது முஷ்டியை இறுக்கிச் சொடுக்கெடுக்கிறான். அதன்பொருள், சிகரெட்டுக்கு ஏங்குகிறான். ஒன்பது மாதங்களுக்கு முன்பு, அவனால் ஒருவருடம் தாக்குப்பிடிக்க முடியாதென்று பந்தயம் கட்டியிருந்தாய். டிடி உன்னை அல்லது சிகரெட்டை நேசிப்பதைக்காட்டிலும் அதிகமாகத் தோற்பதை வெறுப்பவன். இம்முறை நினைவுகள் வலியின்றி வருகின்றன.

திலன் தர்மேந்திரன் பள்ளியின் அனைத்து விளையாட்டுக் குழுக்களிலும் இருந்தான். கிரிக்கெட்டை நீ எந்தளவுக்கு வெறுத்தாயோ அதேயளவுக்கு ரக்பியையும் வெறுத்தாய்,

ஆனால் அவன் விளையாடுவதைப் பார்ப்பதில் உனக்குத் தடையில்லை. அவன் செயின்ட் ஜோசப் வாட்டர் போலோ அணிக்குத் தலைவனாக இருந்தான், நீ மதியப் பொழுதுகளை அவனது மெருகேறிய உடலில் குடித்தபடி கழித்துவிட்டு, தனது வெள்ளைச் சீருடையைச் சரிசெய்துகொள்ளும் மாணவர் தலைவனாகப் பொறுப்பிலிருந்தாய்.

பள்ளிக்காலம் நிறைவுற்றுப் பத்தாண்டுகளுக்குப் பிறகு அவனை மீண்டும் சந்தித்தபோது அவனுக்கு அந்த உடல் இருக்கவில்லை, ஆனால் அதே இளிப்பு, அதே கருத்த தோல், எதையும் செய்வதில் அதே மந்தநிலை. இன்னமும் அதே பத்து மதிப்பெண் தரும் வகையில் இருந்தான், ஆனால் பதிமூன்றுக்கு. பல வருடங்களுக்குமுன் அவனை விரும்பினாய் என்பது அவனுக்குத் தெரியவில்லை. அவனது தந்தையின் அடுக்கக வீட்டில் அவனது ஒன்றுவிட்ட சகோதரி ஜக்கியுடன் நீ குடியேறியபோது உன்னை அவனால் அடையாளம் கண்டுகொள்ள முடியவில்லை. மேலும், உன்னோடு பேசுவதற்கும் அவனிடம் ஏதுமில்லை.

பொறுமையாக ஆறு மாதங்கள் காத்திருந்தபிறகு, இவையனைத்தும் மாறின. அதற்குள், இரவு நேரங்களில் அவனது அறைக்குச் செல்லத் துவங்கியிருந்தாய், இதுதான் கடைசிமுறை என்பான், பிறகு நீங்கள் இருவரும் சேர்ந்து பயணிப்பது குறித்துப் பேசிக்கொண்டிருப்பதில் முடியும். நீங்கள் இருவரும் ஒன்றாக வெளியே செல்லும்போது பழைய பள்ளித்தோழர்கள் என்பதைத் தாண்டி யாருக்கும் எதுவும் தெரியாது, இருப்பினும், ஒருவேளை அனைவருக்கும் தெரிந்திருக்கலாம். நீ எங்கோ இருண்ட நிலவறைக் கிடங்கில் மாட்டிக்கொண்டிருப்பதாக, அவன் தனது எர்த் வாட்ச் லங்கா தொடர்புகளைப் பயன்படுத்திச் சரியான புகாரை அளித்தால் உன்னை விடுவிக்கமுடியும் என்று நினைத்தான். உனது அன்பான சிறிய முட்டாள்.

‘அவன் எங்காவது செல்லப்போவதாக உன்னிடம் கூறினானா?’

‘அவன் என்னிடம் எதையும் கூறவில்லை.’

‘கலை மையத்திற்கு அல்லது லியோ விடுதிக்கு வரச் சொன்னான். அவனுக்கு என்னிடம் ஏதோ சொல்லவேண்டியிருந்தது. என்னைத் தொலைபேசியிலழைத்து உறுதிப்படுத்துவேன் என்றான். ஆனால் வழக்கம்போல அதைச் செய்யவில்லை.’

'அவன் தினமும் சூதாடிக்கொண்டிருந்தான்,' என்று ஜக்கி தலையைத் திருப்பி தனது ஒன்றுவிட்ட சகோதரனைப் பரிதாபமும் ஏளனமும் கலந்த பார்வை பார்த்தாள்.

'அவன் இறந்திருப்பான் என்று நினைக்கிறாயா?' டிடியின் குரல் உடைகிறது. ஒவ்வொருமுறை நீ சுற்றுப்பயணத்திலிருந்து திரும்பிய பிறகும் அவன் உனது தோள்களையும் பாதங்களையும் மசாஜ் செய்வான், நீ பார்த்த கொடூரமான விடயங்களைப் பற்றி அவனிடம் கூறுவாய்.

ஒவ்வொரு முறையும் உன்னுடைய முதல் இடைநிறுத்தலின் போது, அமெரிக்கக் கல்லூரியொன்றில் உதவித்தொகையுடன் அவனுக்குக் கிடைத்துள்ள மூன்றாம் உலக நாடுகளில் சுற்றுச்சூழல் சீரழிவு குறித்த ஆய்வு பற்றிப் பேசி அல்லது அதுபோல ஏதாவதொன்றைக் குறிப்பிட்டு அதை மடைமாற்றிவிடுவான். உலகத்திலேயே அதிகச் சுற்றுச்சூழல் மாசை ஏற்படுத்தும் ஒருவர் இந்த இயற்கையான சொர்க்கம் குறித்து உனக்கு என்ன கற்றுத்தர முடியும் என்ற கேள்வியை முன்வைப்பாய். பிறகு யு.எஸ்.ஏவுடைய குற்றங்களும் பாவங்களும் குறித்து வாதிடுவாய், அதேசமயம் அங்கு வாழ்வதுபற்றி வாதிடுவதைத் தவிர்ப்பாய்.

'ராணுவம், வெளிநாட்டுப் பத்திரிகைகள் மற்றும் புலிகளுக்காக வேலைசெய்யும் ஒரே புகைப்படக்காரன் தான்மட்டுமே என்று மாலி கூறினான்,' என்கிறாள் ஜக்கி. 'வழக்கம்போல வீண்பெருமை பேசுகிறான் என்று நினைத்தேன்.'

டிடியுடன் வாக்குவாதம் செய்தபிறகு, மசாஜ் செய்யப்பட்ட உன் பாதங்களை அவள் நகரத்திற்குள் அழைத்துச்செல்வாள், யார்-கணவன்-யாருடைய-மனைவியுடன்-படுக்கிறான் என்ற அறிக்கையைத் தாக்கல் செய்வாள், மேலும் நாடக அரங்கக் குழுவில் அவள் சீர்குலைத்துக்கொண்டிருக்கும் பள்ளிப் பெண்கள் மற்றும் வானொலிப் பாடல் வரிசையில் அவள் திருட்டுத்தனமாக நுழைத்துவிடும் பங்க் கலாச்சாரப் பாடல்கள் குறித்தும் உன்னிடம் கூறுவாள்.

சில சுற்றுகள் மதுவுக்குப் பிறகு நீ டிடி குறித்த குறைப்பட்டியலை வெளியிடுவாய், அவள் தன்னிடமிருக்கும் முட்டாள் மாத்திரைகளில் ஒன்றை உனக்குக் கொடுப்பாள், அதன்பிறகு நீ முட்டாள்களைப் போலச் சிரித்துக்கொண்டு, போர்முனைகளில் பார்த்த விடயங்கள் பற்றிப் பேசமாட்டாய். இப்போதுதான்

சம்பளம் பெற்றிருந்தாலும் ஏன் கையில் காசின்றி இருக்கிறாய் அல்லது உன்னையும் அவளையும் பற்றி, நீ அவனுக்கு உண்மையாக நடந்துகொள்கிறாயா, அது உனக்கு முக்கியமானதா என்பவை குறித்தும்.

'காருக்குள்ளேயே காத்திருப்பதில் என்ன பயனிருக்கிறது?' தனது அழகான கையால் வியர்க்கும் நெற்றியைத் தேய்த்தவாறு கூறுகிறான் டிடி.

'வெளியேறுவதில் என்ன பயனிருக்கிறது, அறிவாளியே? அவர்கள் நம்மைப் பார்த்துவிடுவார்கள்.'

'பெட்டி எங்கே இருக்கிறதென்று உனக்குத் தெரியுமா?'

'உனக்கும் தெரியும். பின்-விருந்தொன்றில், அவன் தனது நாடகத்தனமான மனநிலையில் இருக்கும்போது சொன்னான். உனக்கு நினைவிருக்கிறதா.'

'மாலி பெரும்பாலான நேரம் எதையாவது சொல்லிவிட்டு, பிறகு "ஹா ஹா, ஏமாளியாக இருக்கிறாய்!" என்பது வழக்கம், அது ஏதோ பெரிய நகைச்சுவை என்பது போல.'

'சிரிக்கவில்லை என்றால் கோபம்வேறு வரும்.'

'தான் கொலையாளியாக அமர்த்தப்பட்டுள்ளதாகக் கூறுவான், அதை நம்பவில்லையென்றால் கோபித்துக்கொண்டு பேசமாட்டான்.'

'அல்லது பதுங்கு குழி நிறைய இருந்த குழந்தைகளைக் காப்பாற்றியதாக அல்லது காட்டுக்குள் கருஞ்சிறுத்தை ஒன்றைப் பார்த்ததாகக் கூறுவான்.'

'அல்லது தனது படுக்கைக்குக் கீழேயுள்ள பெட்டியில் உலகத்தை அசைத்துவிடக் கூடிய புகைப்படங்கள் இருப்பதாகக் கூறுவான்.'

டிடி இடைநிறுத்துகிறான். 'இங்கே இருக்கிறதென்றுதான் கூறினானா?'

'ரிச்சர்ட் டி சொய்சா கடத்தப்பட்ட பிறகு இடம்மாற்றி வைத்துவிட்டதாகக் கூறினான். அது கமலாவின் படுக்கைக்குக் கீழேதான் இருக்க வேண்டும்.'

அவள் வண்டியை அணைத்ததும் இருவரும் குனிந்தபடி வெளியே வந்து லாரிஸ் குறுக்குத் தெருவுக்குள் ஊர்ந்து செல்கிறார்கள். இருவருமே எடை கூடியிருப்பதை உன்னால் காணமுடிகிறது. அவன் பசுவின் வயிறுடன் இருக்கும் ஆண் குதிரை, அவள் எறும்புண்ணியின் தொடைகளுடனிருக்கும் பெண் மயில். உன்னுடைய மறதி சான்பிரான்சிஸ்கோ குறித்த விவாதத்தைத் தேர்ந்தெடுத்து மறந்துவிடவேண்டுமென்று விரும்புகிறாய், அதோடு அதை முன்வைப்பதற்கு, மறுத்துப் பேசுவதற்கு ஆன காலத்தையும்.

'எர்த் வாட்ச் லங்கா வேலையை ராஜினாமா செய்துவிட யோசித்துக்கொண்டிருக்கிறேன். அநேகமாக மீண்டும் கல்லூரிக்குச் செல்வேன். சில இடங்களுக்கு விண்ணப்பம் அனுப்பியிருக்கிறேன்.'

மாதம் ஒருமுறை அவன் பாடும் பாட்டு. வழக்கமாக, நீ அவனைப் போதுமான அளவு கவனிக்காதபோது, நீ எங்காவது செல்வதற்காகப் பொருள்களை எடுத்துவைத்துக் கொண்டிருக்கும்போது மற்றும் அந்த நாடகத்திற்கான நேரமில்லாதபோது.

'ஒருவேளை ஜேவிபி பேரணியைப் புகைப்படம் எடுக்கும்போது நீ கைது செய்யப்பட்டால் அப்பாவை அதில் இழுக்கமாட்டேன்.'

போய் உன் அப்பாவின் இடது கொட்டையை நக்கு என்று கூறியிருக்கலாம் ஆனால் அது உன் பேருந்தைத் தவறவிடுமளவுக்குப் போதுமான பெரிய சண்டையை உருவாக்கிவிடும். ஜேவிபி பேரணி கடந்தவாரம் நடந்தது, இப்போது ஒரு கிராமத்தில் நடந்த படுகொலைகளைப் பற்றிய செய்திகளுக்காகத் திருகோணமலைக்குச் செல்கிறாயென்று கூறியிருக்கலாம். இதில் கைது செய்யப்படுவதற்கான வாய்ப்பு மிகக் குறைவு, ஆனால் புலிகளால் கடத்தப்படும் வாய்ப்பு அதிகம்.

அதற்குப் பதிலாக, அவனை வேறெதைக்காட்டிலும் அதிகமாக நேசிக்கிறாயென்றும் அதுகுறித்துத் திரும்பிவந்ததும் பேசலாமென்றும் கூறினாய். வழக்கமாக அது அவன் வாயை அடைத்துவிடும்.

ஆண்குதிரையும் பெண்மயிலும் மாமரத்தின் பின்னால் மறைவதைப் பார்க்கிறாய். காற்று வீசியதும் தூசியைப் போலப் பறந்து குரல்கள் உச்சத்தில் ஒலித்துக்கொண்டிருக்கும் வாயிலுக்குச் சென்று சேர்கிறாய்.

'அது எங்கள் சொத்து, அதற்காகப் பணம் கொடுத்திருக்கிறோம்,' என்கிறாள் எல்ஸா மாதங்கி, இடுப்பில் கை வைத்திருக்கிறாள், வாயில் சிகரெட். புன்னகைத்துக்கொண்டிருப்பது அவள் மட்டும்தான்.

'சட்டம் என்று. ஒரு விடயமிருக்கிறது,' ஸ்டான்லி விரலை அசைத்தபடி கூறுகிறார். 'நான் நீதித்துறை அமைச்சரை அழைத்துள்ளேன். உங்கள் தேடலாணையை அவரிடம் காண்பிக்கலாம்.'

'யாருக்குக் கவலை, ஸ்டான்லி? அவர்கள் தேடட்டும். நம்மிடம் மறைப்பதற்கு எதுவுமில்லை,' என்கிறார் உன் அம்மா. அவர் தனது மூன்றாவது கோப்பையிலிருக்கிறார் என்பதை நடுங்கும் அவரது கைகளைக்கொண்டு கூறமுடியும். உன் அப்பா விட்டுச் சென்றதிலிருந்து அவர் தன்னுடைய தேநீர்க்குவளையில் வேறுவிடயங்களை ஊற்றிக்கொள்ளத் தொடங்கினார். முதலில் பிராந்தி, பிறகு விஸ்கி, கடைசியாக ஜின். கார்டன்ஸ் மதுப் புட்டியை கமலா எப்போதும் 'மேடத்தின் மருந்து' என்றுதான் குறிப்பிடுவாள்.

'அதுவல்ல விடயம், லக்கி. அவர்களுக்குச் சட்டப்பூர்வமாக எந்த உரிமையுமில்லை.'

உன் அம்மா கம்பிக் கதவருகே நின்றுகொண்டிருக்கும் ஏஎஸ்பி ரஞ்சகொடவை உற்றுப் பார்க்கிறார். காரில் அமர்ந்தபடி தனது மடியைப் பார்த்துக்கொண்டிருக்கும் காசிமை விட ரஞ்சகொட குறைவாகவே சங்கடத்தில் இருக்கிறார்.

'என் மகனைக் கண்டுபிடிப்பேன் என்று கூறினீர்களே? கண்டுபிடித்தீர்களா? என்ன இது?'

'அவரைக் கண்டுபிடிக்க உங்கள் உதவி தேவைப்படுகிறது, மேடம். அந்தப் பெட்டியில் வேண்டிய தகவலிருக்கிறது,' என்கிறார் ரஞ்சகொட. 'நீங்கள் எங்களது விசாரணையைத் தடுத்துக் கொண்டிருக்கிறீர்கள்.'

'என் மகன் இங்கே ஒளிந்துகொண்டிருக்கிறான் என்று நினைக்கிறீர்களா?'

உள்ளே ஏதோ உடையும் சத்தம். அவர்கள் பேசுவதை நிறுத்துகின்றனர். பிறகு உன் அம்மா வேகமாகத் தாழ்வாரத்தில் நடந்துசென்று கூச்சலிடுகிறார்.

'கமலா? ஓமத்?'

அவரது சமையல்காரி இன்னமும் கடைத்தெருவிலிருந்து திரும்பி வரவில்லை, அவளது காதலன் நடக்கும் குழப்பங்களைக் கவனிக்காமல் தோட்டத்தைப் பெருக்கிக்கொண்டிருக்கிறான். கமலா, ஓமத் இருவருமே தமிழர்கள். கொழும்புவில் வேலை கிடைப்பதற்காகத் தங்கள்பெயரை மாற்றிக்கொண்டவர்கள், '83 கலவரத்திற்குப் பிறகு தொடர்ந்து மாற்றிக்கொண்டிருக்கிறார்கள்.

பம்பலப்பிட்டியவிலுள்ள வீடு ஏழு சகோதர, சகோதரிகள் வளர்வதற்கும் மூன்று வேலைக்காரர்கள் வயது முதிர்வதற்கும் போதுமானஅளவு பெரியது, ஆனால் அம்மா, அப்பா மற்றும் நீ, உங்கள் மூவருக்கும் அது மிகச் சிறியது என்று உறுதிப்பட்டது. திறந்த-அறை வகை வீடு, இப்போது யாரும் இவ்வகை வீடுகளைக் கட்டுவதில்லை, மழைபெய்தால் நனையும் தொட்டிச் செடிகளுடன் உள்ள முற்றங்கள், பிரம்புக் கதிரைகளால் நிரம்பிய இரண்டு கூரைகளுள்ள தாழ்வாரங்கள், அம்மாவின் நாய்கள் மலங்கழிக்க பின்பகுதித் தோட்டம்.

அம்மா முன்வழியாக உள்ளே விரைகிறார், பக்கத்தில் ஸ்டான்லி, அவர்களைத் தொடர்ந்து எல்ஸா மற்றும் ரஞ்சகொட. விருந்தினர்கள் வந்தாலே தவிர யாரும் எப்போதும் அமராத ஓய்வறைக்குள் தோட்டக்காரன் ஓமத் பக்கவாயில் வழியாக நுழைகிறான். அம்மாவின் வளர்ப்பு நாய்கள் படுத்துத் தூங்கிக் கொண்டிருக்க, சமையலறைக்குப் பின்னால் திருடர்கள் ஒருவரையொருவர் திட்டிக்கொள்ளும் சத்தம். நீ பிணங்கிய, சாபமிட்ட அறைகளின் ஊடாக மிதந்து சென்று பின்பக்க முற்றத்திற்கு வருகிறாய்.

வாகனக்கொட்டகை மற்றும் பின்பக்கக் கதவுக்கு அடுத்துள்ளது உன் அம்மாவின் சாரதி, உன் அம்மாவின் சமையல்காரியுடன் பகிர்ந்துகொள்ளும் அறை. அதன் வாயிலில் ஓர் அட்டைப்பெட்டி, அல்லது முன்பு அட்டைப்பெட்டியாக

இருந்த ஒன்று. அந்தப் பெட்டி அங்கே வைக்கப்பட்டு பன்னிரண்டு மாதங்களாகின்றன, ஆனால் ஒருபோதும் நகர்த்தப்படவில்லை, நிச்சயமாக இவ்வளவு அவசரத்துடன் அல்ல. பெட்டிக்குள் ஜக்கியின் கேசட்டுகள் மற்றும் டிடியின் சி.டிக்கள் காரணமாக ஒதுக்கிவைக்கப்பட்ட பழைய எல்பி இசைத்தட்டுகள் இருக்கின்றன. அவற்றோடு ஐந்து கடித உறைகள் அடங்கிய காலணிப்பெட்டி. ஒவ்வொரு சுற்றுப் பயணத்திற்குப் பிறகும் அதனுள் உள்ள காலணிப்பெட்டியில் உள்ள உறைகளில் புகைப்படங்களைச் சேர்ப்பாய். காலணிப் பெட்டியை எல்பி இசைத் தட்டுகளின் கீழ் புதைத்துவைத்திருந்தாய்.

ஒருவேளை படுக்கைக்குக் கீழேயிருக்கும் வண்டுகளும் அந்துப்பூச்சிகளும் அட்டைப்பெட்டியின் சுவைக்குப் பழகியிருக்கலாம் அல்லது கடந்த பருவமழையின் ஈரம் உள்ளே ஊறித் தங்கியிருக்கலாம். அட்டைப்பெட்டியின் கீழ்ப்பகுதி ‘87 சமாதான உடன்படிக்கை போலக் குலைந்திருந்தது. அதன்கீழே தாள்களின் குவியல், இசைத்தட்டுகள் மற்றும் தனியாகக் கிடக்கும் வெள்ளை நிறக் காலணிப்பெட்டி.

உன்னுடைய பெயரும் இந்த வீட்டின் முகவரியும் எழுதப்பட்ட கடிதங்கள் மற்றும் வான்மடல்கள். சிதறிக்கிடக்கும் காதல் கடிதங்கள், மிரட்டுவதற்குப் பயன்படக் கூடியவை, அதைச் செய்ய நீ மிகவும் விரும்பினாய். பழைய தண்ணீர் பற்றுச்சீட்டுகள், பெரும்பாலும் பணம் செலுத்தப்பட்டவை; மற்றும் உன் தந்தையின் கடிதம் ஒன்று. இசைத் தட்டுகளும் இருந்தன - ஜீசஸ் கிரைஸ்ட் சூப்பர் ஸ்டார், அப்பா, ஜிம் ரீவ்ஸ், எல்விஸ்ஸின் ஹேரம் ஸ்கேரம், குவீனின் ஃப்ளாஷ் கோர்டன் சவுன்ட்ராக் - சிவப்பு நிறத் தரையடுக்குக் கல்லில் சிதறிக் கிடக்கும் அவையெதுவும் அதிகம் கேட்கப்படுபவையல்ல.

தொலைந்த கோலிக் குண்டைத் தேடியெடுக்கும் குழந்தைகள் போல முழந்தாளிட்டபடி குவியலுக்குள் தேடிக்கொண்டு டிடியும் ஜக்கியும். அவள் கடிதங்கள் மற்றும் இசைத்தட்டுகளைத் தவிர்த்துவிட்டு காலணிப்பெட்டியைக் குவியலிலிருந்து மீட்கிறாள்.

‘திலன்! என்ன செய்கிறாய்?’ என்று அவன் அப்பா கூச்சலிட்டுக் கொண்டிருக்கும்போது உன் அம்மா தாறுமாறாகக் கிடக்கும் குவியலில் தவ்வித் தவ்வி நடந்து, ‘ஜென்டில்மேன்’ ஜிம்மின் ட்வெல்வ் சாங்ஸ் ஆஃப் கிறிஸ்மஸ் மற்றும் கோனி பிரான்சிஸ்சின்

ஹூ இஸ் சாரி நௌ? இரண்டையும் எடுத்துக்கொள்கிறார், இரண்டுமே அவருடையது. அவர்களுக்குப் பின்னால் எல்ஸா ஏஎஸ்பியிடம் ஏதோ முணுமுணுக்கிறாள். ரஞ்சகொட பெட்டியை அணைத்தபடி பின்னால் நகரும் ஜக்கியை நோக்கி அடியெடுத்துவைக்கிறார்.

‘இது மாலிக்குச் சொந்தமானது. அவன் இதைப் பத்திரமாக வைக்கும்படி என்னிடம் கூறியிருந்தான்,’ ஜக்கி அவளால் முடிந்தளவு முறைப்பைக் காண்பிக்கிறாள்.

‘அப்படியென்றால் நீ ஏன் அதை எடுக்கிறாய்?’ என்றபடி எல்ஸா குவியலை நோக்கி நகர்கிறாள்.

‘ஏனென்றால் இது மாலிக்குச் சொந்தமானது. உனக்கல்ல.’

‘எல்லோரும் அமைதியாகுங்கள். உள்ளே செல்வோம்.’ ஸ்டான்லி டிடிக்கு அருகே சென்று அவன் தோளில் கைபோட்டுக் கொள்கிறார். ‘ஓமத், தயவுசெய்து இதைச் சுத்தம் செய்.’

ஸ்டான்லியின் கொழுத்த வழுக்கைத் தலையில் குத்தவேண்டும் என்று விரும்புகிறாய், போலித்தனமான கேம்பிரிட்ஜ் ஆங்கிலத்தில் அவர் நாடாளுமன்றத்தில் உரையாற்றியதைப் பார்த்ததிலிருந்தே உனக்கிருக்கும் ஆசை அது. அவர் எப்போதும் உன் முன்னால் கண்ணியமாக நடந்துகொண்டிருக்கிறார், இருப்பினும் அது எந்தவொரு ஆங்கிலேயனுக்கும் குறைவில்லாத வகையில் ஆயுதமாக்கப்பட்ட கண்ணியம். அவர் ரஞ்சகொடவை வெளியே நின்றிருக்கும்படி அனுப்ப, எல்ஸா வீட்டு உறுப்பினர்களையும் பின்தொடர்ந்து யாரும் அமராத ஓய்வறைக்குச் செல்கிறாள்.

பொதுவாக உன் அம்மா எல்லோருக்கும் சிலோன் தேநீர் மற்றும் எலிஃபென்ட் ஹௌஸ் குளிர்பானங்களைக் கொடுப்பார். ஆனால் அவர் உபசரிக்கும் மனநிலையிலில்லை என்று தெரிகிறது. அவரது கையில் உன் அப்பாவிடமிருந்து வந்த ஓர் அஞ்சலுறை, நீ பிரித்துப் பார்த்த ஒரே உறை. அவர் அதைப் படிக்கக் கூடாது என்று விரும்புகிறாய், ஆனால் அவரை எப்படி நிறுத்துவதென்று உனக்குத் தெரியவில்லை.

டிடி மற்றும் ஜக்கி காலணிப் பெட்டியை காஃபி மேசையில் வைக்க அனைவரும் அதைச் சுற்றி, அருங்காட்சியகத்தின் கண்ணாடிப் பெட்டிக்குள்ளிருக்கும் பொருளைப் பார்ப்பதுபோல் வட்டமாகச் சூழ்ந்துகொள்கின்றனர். அந்தப் பெட்டி வெள்ளை

நிறம் கொண்டது, சிவப்பு மற்றும் கருப்பு நிறக் கம்பளிப் பேனாவால் தலைப்புகள் அதன்மீது எழுதப்பட்டுள்ளன. தலைப்புகள் ராயல் ஸ்ட்ரெய்ட் வரிசையை உருவாக்கியுள்ளன: டைமண்ட் ஏஸ், க்ளப்ஸ் ராஜா, ஸ்பேட்ஸ் ராணி, ஜாக்கி மற்றும் ஆர்ட்டின் பத்து.

'அந்தப் பெட்டிக்குள் என்ன இருந்தாலும் அது சினேண்டிஆருக்குச் சொந்தமானது!' என்று ஒருகாலத்தில் மெட்ராஸிலிருந்து வந்த ஜோடி பழுப்பு நிறக் காலணிகளைக் கொண்டிருந்த பெட்டியைக் காண்பித்து எல்ஸா கூவுகிறாள்.

ஜக்கி அதை மேசையிலிருந்து எடுத்து படபடப்புடன் அதன் மூடியைத் திறக்கிறாள். அதில் சீட்டுகளின் பெயரால் குறிக்கப்பட்டு அடுக்கப்பட்டிருக்கும் உறைகளை வெறித்துக்கொண்டு அவற்றின் மீது வட்டமிட்டுக்கொண்டிருக்கிறாய். இல்லாத கண்களுக்குப் பின்னால் காட்சிகள் பெருக்கெடுக்கின்றன. நீ எடுத்ததே நினைவிலில்லாத புகைப்படங்களின் நினைவுகளும் பார்த்தாய் என்பதை மாற்றமுடியாத விடயங்களும். இப்போது உன் கழுத்தைச் சுற்றியிருக்கும் கேமராவை எடுக்க நீ விரும்பவில்லை ஏனென்றால் அது என்ன காட்டப்போகிறதென்று உனக்கு அச்சமாக இருக்கிறது.

'எதையும். திறக்க. வேண்டாம்,' என்கிறார் ஸ்டான்லி டி. 'இது உன்னுடைய சொத்தல்ல.'

'சார், அது உண்மையில்லை,' என்கிறாள் எல்ஸா. 'மாலி எங்களுக்குத் தரவேண்டிய புகைப்படங்கள் ஒரு காலணிப் பெட்டியில் வைக்கப்பட்டு படுக்கைக்குக் கீழே இருக்கிறதென்று கூறினார். அதுதான் அந்தப் பெட்டி, அதுதான் அந்தப் படுக்கை. என் ஒன்றுவிட்ட சகோதரர்தான் மாலியிடம் புகைப்படங்களைத் தருவித்தார். அதன் அசல் படச்சுருள்களுக்கு நான் பணம் கொடுத்தேன். அவை எங்களுடையது.'

'அப்படியென்றால் இந்த வைக்கோல் பொம்மை எங்கிருந்து வந்தது?' மீண்டும் உள்ளே நுழைந்திருந்த ரஞ்சகொடவைச் சுட்டிக்காட்டி ஸ்டான்லி கேட்கிறார்.

'சார், நீதியமைச்சர் சிறில் விஜேரத்னதான் எனது உயரதிகாரி' என ரஞ்சகொட தனது கைகால்களை முழு உயரத்திற்கு நீட்டியபடி கூறுகிறார்.

'ஓ, உண்மையாகவா!' என்கிறார் டிடியின் அப்பா. 'அப்படியானால் நான் ஏன் அவரை அழைக்கக்கூடாது. இதை அவர் தீர்த்து வைக்கட்டும்.'

ஸ்டான்லி தனது பொய்யைக் கண்டுபிடித்தும் ஏஎஸ்பி ரஞ்சகொட சளைக்கவில்லை. எல்ஸா புன்னகையைக் கைவிட்டுத் தலையை ஆட்டுகிறாள்.

'அதுவரை பெட்டியை என்னிடம் கொடு,' என்கிறார் ஸ்டான்லி.

ஜக்கி அவரைப் பார்த்து புருவத்தை உயர்த்துகிறாள், முட்டாள்தனமான வேசி என்று தன் அத்தையைக் கூறியபோது எப்படிப் பார்த்தாளோ அதே பார்வை. அவளது முதலாளியிடம் மன்னிப்புக்கேட்டு வேலையைத் திரும்பப்பெறும்படி அவளை நீ சமாதானப்படுத்தியபோது பார்த்த அதே பார்வை. நீ டிடியோடு என்ன செய்தாயென்று எனக்குத் தெரியும், உனக்கு எய்ட்ஸ் வராத வரையில் நான் அதுபற்றிக் கவலைப்படப்போவதில்லை என்று அவள் உன்னிடம் கூறியபோது பார்த்த அதே பார்வை.

அவள் ஸ்டான்லியிடமிருந்து திரும்பி எல்ஸாவைப் பார்த்துவிட்டு, பெட்டியைத் திறக்கிறாள். பெட்டியைத் தலைகீழாகக் கவிழ்த்து ஐந்து உறைகளையும் மேசைமீது கொட்டி ராயல் ஸ்ட்ரெய்ட் வரிசையைக் கலைக்கிறாள்.

பின்-விருந்து

கலைமைய மன்றப் பின்-விருந்தொன்றில் உனது படுக்கையின் கீழிருக்கும் பெட்டியைப் பற்றி அவர்களிடம் கூறினாய். அதை டிடி, ஜக்கி மற்றும் கிளரந்த டி மெல் என்ற பெயர்கொண்ட மாமாவிடம் கூறினாய். மூவரும் அப்போது போதையிலிருந்தார்கள் என்பதால் அவர்கள் அதை நினைவில் வைத்திருக்க வேண்டுமென நீ எதிர்பார்க்கவில்லை.

டிடி, பின்-விருந்துகளை வெறுத்தான், அங்கே சாம்பல் கிண்ணங்கள் நிறையும், திரவங்கள் சிந்தும் மேலும் நீ எடுக்கும் புகைப்படங்கள் பெட்டிக்குள் சென்றுவிடும். பிணக்கத்தில் தனது அறைக்குள் ஊர்ந்துசென்று ஒலியளவு உயரும்போது சுவர்களை அடிப்பான்.

'அந்த முட்டாள்களை மீண்டும் நம் வீட்டுக்கு அழைக்கமாட்டாய் அல்லவா?'

'ஜக்கி அதை விரும்புகிறாள்.'

காலி முகத் திடலைப் பார்த்திருக்கும் மொட்டைமாடியிலும் தாஜ் வாகன நிறுத்துமிடத்தை நோக்கிய மேல்மாடத்திலும் பின்-விருந்துகள் நடந்தன. வாழ்வறை பிரம்மாண்டமானதாக, கொழும்புவின் விருந்துகும்பலுக்குச் சொந்தமான போதையேறிய குண்டிகளை இருத்திவைக்கப் போதுமான அளவு மென்மையான மேற்பரப்புகளும் கொண்டிருந்தது. சேன கூறியது சரிதான். மாலி அல்மேதா கொழும்பு ஏழில் நடக்கும் விருந்துகளுக்குச் சென்றதோடு மட்டுமல்லாமல் அவற்றை நடத்தவும் செய்திருக்கிறான்.

உன்னுடைய அடுக்கக வீடு கொழும்புவின் மூன்று இரவு விடுதிகளுக்கு மையமாக இருந்தது - 2000, சேப்டர் மற்றும் தப்ளூ - எனவே ஜக்கி எவருடனெல்லாம் நடனம் ஆடிக்கொண்டிருந்தாளோ அவர்கள் இங்கே வந்துசேர்ந்தனர். விருந்தினர்கள் பஞ்சிருக்கைகளில் கைகால்களைப் பரப்பிப் படுத்துக் கிடந்தனர், டிடியின் காஃபி தயாரிப்பு இயந்திரத்திலிருந்து எஸ்ப்ரஸோவைக் குடித்து, டிடிக்குச் சொந்தமான கெட்டோ ப்ளாஸ்டரின் கேசட்டுகளால் மற்றும் டிடியின் அப்பாவிடமிருந்து திருடிய மது வகைகளைக் குடித்து போதையேற்றிக் கொண்டனர். அந்தத் தருணங்களில் டிடி, டிடியின் படுக்கையில் படுத்துக்கொண்டு, டிடியின் சிந்தனைகளைச் சிந்தித்துக் கொண்டிருந்தான்.

சமீபமாகப் பட்டம்பெற்ற சர்வதேசப் பள்ளியின் மாணவர்கள் அங்கே அமர்ந்து வோட்காவை அருந்திக்கொண்டு தங்களது பெற்றோரின் நிறுவனங்களை நடத்தவேண்டியிருப்பது குறித்து முனகிக்கொண்டிருப்பர். நாடகக் கும்பலின் அங்கத்தினருடன் இணைவதற்கு முன்னால், அந்த நாடகக் கும்பல் கஞ்சாவைப் புகைத்து, நாடகக் கும்பல் குறித்துப் புறம்பேசிக் கொண்டிருக்கும். வெளிநாட்டைச்சேர்ந்த கும்பல் மேல்மாடத்திலிருந்து கடல்பரப்பின் பின்புலத்தில் தென்னை மரங்களின் உருவரையைப் பார்த்து இலங்கையின் அழகைப் பற்றிக் கவித்துவமாக மெழுகிக்கொண்டிருக்கும்.

அது உண்மைதான். மேல்மாடத்தில் காற்று வீசும்போது, புகை மற்றும் சிரிப்பொலிகள் இளங்காற்றை நிறைக்கும்போது, அங்கிருந்து பேருந்துப் பயண தூரத்தில் கொடூரமான போர்

ஒன்று நடந்துகொண்டிருப்பதை மறப்பது எளிதாக இருந்தது. இங்கே கொழும்புவின் நட்சத்திரங்களும் விளக்குகளும் மஞ்சள் மற்றும் பச்சை நிறத்தில் உரத்துப்பேசின. சாலைகள் அமைதியாக இருந்தன, கடல் உறுமியது. மேலும் அங்கிருப்பவர்களுக்குத் தகுதியில்லாத பாதுகாப்புப் போர்வையைக் கொழும்பு போர்த்திக் கொண்டிருந்தது.

உனக்கு நினைவிருக்கும் இரவு, 1989 மிஸ் வொர்க்கிங் கேர்ள் போட்டிக்குப் பிறகான பின்-விருந்து. உனது நண்பரான கிளரந்த டி மெல், லியோனல் வென்ட் கலைக்கூடத்தின் பொறுப்பாளர், அந்தப் போட்டியின் நடுவர்களில் ஒருவராக இருந்த காரணத்தால் தனக்குப் பிடித்த, தகுதியற்றவர்களுக்கு இலவச நுழைவுச் சீட்டைப் பரிசாக வழங்கினார், இருப்பினும் எல்லோரும் அதைப் பாராட்டினர் என்றில்லை.

'நாடு பற்றியெரிந்துகொண்டிருக்கும்போது கூட இலங்கையில் மட்டுமே அழகிப்போட்டிகளும் கிரிக்கெட் போட்டிகளும் நடக்கும்,' ஜக்கி ஓய்வறையிலிருந்த விருந்தினர்களுக்கு ஸ்டான்லியின் வோட்காவைப் பரிமாறியபடி கூறினாள்.

மேல்மாடத்தில் காஃபி விடுதி ஒன்றை வாரிசுரிமையில் பெற்ற பெண்ணும் வங்கியாளராக வளர்த்தெடுக்கப்பட்டவனும் - இருவரும் சமீபத்தில்தான் பதின்ம வயதிலிருந்து வெளிவந்தவர்கள் - முயங்கிக்கொண்டிருந்தனர். சமையலறையில் தேயிலைத் தரகர் ஒருவர் வானொலி அறிவிப்பாளருடன் அரசியல் வாதிட்டுக்கொண்டிருந்தார். பஞ்சு இருக்கைகளில் கஞ்சா சிகரெட்டுகள் அந்நியர்களுக்கிடையே சுற்றில் விடப்பட்டன, மாத்திரைகள் மிளகாய் இடிக்கப்படும் உரலில் பொடிக்கப்பட்டு பானங்களில் தூவப்பட்டன.

கஃப்டான் உடையணிந்த பருமனான பெண்ணும் இறகினாலான மலைப்பாம்பணிந்த தடிமனான இளைஞனும் தொப்பென்று உனக்கும் ஜக்கிக்கும் அடுத்து அமர்ந்தனர். அவர்கள் உல்லாசப்பொடியை உங்களது பானங்களில் தூவிவிட்டு, ஓர் அரசனிடம் பேசுவதுபோன்று கிளரந்தவிடம் பேசிக்கொண்டிருந்தனர்.

'கிளர மாமா, நீங்கள் எப்போதும்போல் பார்ப்பதற்கு அற்புதமாகத் தெரிகிறீர்கள்,' என்று ஏவலாள்போலக் குனிந்து வணங்கினான் அந்த இளைஞன். 'அருமையான உரை.'

'ஹ்ம்ம்' என்றபடி அந்தப்பெண் ஜக்கியின் குட்டைப்பாவாடையைப் பார்த்தாள்.

'நீ மிகமிகப் பரிச்சயமானவளாகத் தெரிகிறாய்.' கிளரந்த மாமா களைப்பாக இருக்கும்போதும் பழகும் இயல்புடன் இருப்பவர். மேலும் பிகினி மற்றும் பிசினஸ் சூட்டுகளில் அலங்கரிக்கப்பட்ட பொம்மைகளின் அணிவகுப்பைப் பார்ப்பது போலவே மதிப்பிடுவதும் சோர்வானதாக இருந்திருக்கவேண்டும். அதிலும் குறிப்பாக, கிளரந்த உன்னைப்போல இருமடங்கு ஹோமோவாக இருந்துகொண்டு, உன்னைவிடப் பத்துமடங்கு அதை ரகசியமாக வைத்துக்கொள்பவர் எனும்போது.

'நான் ராதிகா பெர்னான்டோ,' என்றாள் அந்தப்பெண். 'நான் ரூபவாஹினியில் செய்தி வாசிக்கிறேன். இவர் நான் திருமணம் செய்துகொள்ள இருப்பவர், புவனேக.'

'நீ அமைச்சர் சிறில் விஜேரத்னவின் மகனல்லவா?'

மலைப்பாம்பணிந்த இளைஞன் முகம் சிவந்தான். 'அவர் எனது மாமா. எனக்கு அரசியலில் விருப்பமில்லை.'

புன்னகைக்க அனுமதி கேட்பது போல உன்னைப் பார்த்தான். உன் தொண்டையில் கெட்டிப்பட்ட உல்லாசப்பொடி, விஷத்தின் ருசி என்று நீ கற்பனை செய்து வைத்திருந்த சுவையில் ஏப்பத்தை உருவாக்கியது. நீ தலையசைத்தாய்.

'இந்தக் கும்பலைப் பார். நம் ராணுவ வீரர்கள் இறந்து கொண்டிருக்கும் வேளையில் அழகிப் போட்டிகளின் பின்-விருந்து நடத்துகிறது.' ராதிகா பெர்னான்டோ உரை நிகழ்த்துவதற்காக வந்திருந்தாள், அதையும் செய்திவாசிக்கும் குரலிலேயே செய்தாள்.

'அதில் தவறேதுமில்லை அன்பே,' என்றபடி ஷாம்பெயின் கோப்பையை உயர்த்தினான் புவனேக. 'கொழும்பில் ஊரடங்குச் சட்டத்தில் மாட்டிக்கொண்டிருக்கும்போது வேறென்ன செய்வதாம்?'

ராதிகா தொடங்கிய பேருரையைப் பின்தொடரச் சிரமப்பட்டாய். அது இலங்கையில் பணிசெய்யும் பெண்களுக்கான பிரகாசமான எதிர்காலத்தை முன்னறிவித்த கிளரந்தவின் உரையை விமர்சிப்பதில் தொடங்கியது.

'ஒவ்வொரு வருடமும் நான்காயிரம் பெண்கள் வல்லுறவுக்கு உள்ளாக்கப்படும்போது பிரகாசமான எதிர்காலத்தைக் கற்பனைசெய்வது கடினமாக இருக்கிறது. அவர்களில் பெரும்பாலானோருக்கு அது சொந்தக் குடும்பத்தினரால் நிகழ்த்தப்படுகிறது எனும்போது.'

கிளரந்த மெதுவாக நழுவினார், அது வழக்கமாக அவர் மோதல்களின்போது கடைப்பிடிப்பது. ஜக்கி உள்ளே நுழைந்தாள்.

'தொலைக்காட்சியில் அதுபற்றிச் செய்தி வாசிப்பதைத் தவிர அதற்காக வேறென்ன செய்கிறாய்? என்று கேட்டாள் ஜக்கி.

ராதிகா இந்தத் தாக்குதலை எதிர்பார்த்தவள்போல முகம் சிவந்தாள். 'நானும் உன்னைப் போலப் பாசாங்குக்காரிதான், இனிமையானவளே. நம் மூளைகள் அனைத்தும் ஹாலிவுட்டால் காலனித்துவப்படுத்தப்பட்டுள்ளன. ராக் அண்ட் ரோலால் நாம் மூளைச்சலவை செய்யப்படுகிறோம். அங்கே இறந்து கொண்டிருப்பவர்கள், அவர்கள் நம் மக்கள் இல்லையா? உன் பெயர் என்ன, அழகியே?'

அப்போது, ராதிகா எனும் அந்தப்பெண் போதையிலிருக்கிறாள் என்று உனக்குத் தெரிந்தது, மேலும் புவனேகவின் கண்கள் எண்ணிக்கையில் அதிகரித்தவுடன் நீயும் அப்படித்தான் இருக்கிறாய் என்பதை உணர்ந்தாய். அறையிலுள்ள பேச்சுச் சத்தங்களும் அசைவுகளும் மங்கலாக, வெகுதூரத்தில் நிகழ்பவையாகத் தோன்றின. இசைத் தட்டிலிருந்து வெளிப்பட்ட ஓர் இசைத்துணுக்கு காற்றில் தொங்கியபடியிருந்தது, ஆனால் அது ஃப்ரெட்டியா அல்லது எல்விஸ்ஸா அல்லது ஷேக்கின் ஸ்டீவன்ஸா என்பது தெளிவாக இல்லை. பின்னால் சாய்ந்தமர்ந்து ஜக்கி தன் பெயரைச் செய்தி வாசிப்பாளருக்குச் சொல்லும்போது அவளது கூந்தலை வருடினாய்.

ராதிகா மற்றும் புவனேக இருவரும் பல்சுவை இரட்டைவேட நாடகத்தை உருவாக்கிக்கொண்டிருந்தனர். அவள் உணர்ச்சிமிக்க உரைகளை வழங்கினாள், அவன் புரட்சிகரமான கருத்துத் துணுக்குகளை வெளியிட்டான்.

மனநிலை பாதிக்கப்பட்டவர்கள் தங்களைப் பைத்தியம் என உணராமலிருப்பது போலத் தீமை என்பது தன்னைத் தீமையென்று

உணர்வதில்லை என ஆரவாரமாக முழங்கினாள். தான் பல்வேறு குடியரசு நாடுகளை ஆக்கிரமித்து அளவுக்கதிகமான அப்பாவிகளைக் கொன்றிருப்பதாக அமெரிக்கா ஒருபோதும் நினைப்பதில்லை. மிக மோசமான கொடுங்கோலர்களைப் போலப் படுகொலை செய்யவும் குழந்தைகள் மீது குண்டுகள் வீசவும் நாம் அவர்களை அனுமதிக்கக்கூடாது என்றாள். இனப்படுகொலை மற்றும் அடிமைகளின் முதுகில் கட்டியெழுப்பப்பட்ட ஒரு தேசத்திற்குத் தனித்துவம் என ஏதுமில்லை என்றாள்.

'மேல்நிலைப் பள்ளியிலிருந்தபோது நான் இவ்வாறு சிந்தித்தேன்,' என்றாள் ஜக்கி. 'எனில் யார் பொறுப்பை வைத்திருக்கவேண்டும்? சோவியத்துகளா? இல்லை ஜப்பானியர்களா?'

'ரஷ்ய மெட்டல் இசையைக் கேட்டும் குரோசவாவைப் பார்த்தும் நான் வளர்ந்திருந்தால், ஒருவேளை இது கேலிக்குரியதாகத் தோன்றாமலிருக்கலாம்.'

'ரஷ்ய மெட்டல் ராக் இசை அற்புதமானது,' ஜக்கி புன்னகைத்தாள்.

'நேபாம் ஹார்வர்டிலிருந்து வந்தது. அணுகுண்டு பிரின்ஸ்டனிலிருந்து. ஹெச்-குண்டு மன்ஹாட்டன் திட்டத்திலிருந்து வந்தது.'

'தாங்கள் தீயவர்கள் என்பது புலிகளுக்குத் தெரியுமா?' என்று நீ கேட்டதற்கு யாரும் பதிலளிக்கவில்லை.

'நமது அரசாங்கத்திற்குத் தெரியுமா?' நீதித்துறை அமைச்சரின் மருமகன் புவனேக விஜேரத்ன முணுமுணுக்கிறான்.

பிறகு இசை பொங்கிவழிகிறது, ராதிகா ஜக்கியை முத்தமிட்டுக் கொண்டிருந்தாள், புவனேக உன்னை நக்கிக்கொண்டிருந்தான். திடீரென ஜக்கியின் அறையிலிருந்தாய். அனைத்து விளக்குகளும் ஒளிர, ஒலி மங்கலாக மற்றும் இசைத்தன்மையற்றதாக இருந்தது, ஜக்கி தயவுசெய்து நிறுத்து என்று கூறிக்கொண்டிருந்தாள்.

'நாங்கள் அப்படிப்பட்டவர்களல்ல, மன்னிக்கவும். நாம் அதிகமாகக் குடித்துவிட்டோம் என்று நினைக்கிறேன்.'

ராதிகா அவளது கழுத்திற்கு மசாஜ் செய்துவிட்டாள், புவனேக உன் கையைப் பற்றிக்கொண்டிருந்தான். சாத்தானின்

மருமகனை இப்போது முத்தமிட்டாய் என்பதை உன்னால் நம்பமுடியவில்லை.

‘அன்பே, நம் அனைவருக்கும் போதையேறிவிட்டது,’ என்கிறாள் ராதிகா.

‘உங்கள் இருவருக்கும் திருமணம் நிச்சயமாகிவிட்டதா?’ என்று கேட்டாய்.

‘நான் அவனுக்கு முகமூடி. அவன் எனக்கு முகமூடி.’ ராதிகா மசாஜ் செய்வதை நிறுத்திவிட்டு ஜக்கியின் படுக்கையில் படுத்துக்கொண்டாள். ‘ஒருவேளை உங்களுக்கு வெளிப்படையாக அது தெரியவில்லை என்றால்.’

‘எங்களிடம் ஒவ்வொரு மாதமும் கூடும் குழுவொன்று இருக்கிறது. நீங்கள் இருவரும் வரவேண்டும்,’ என்றான் புவனேக.

‘நாங்கள் அப்படிப்பட்டவர்களல்ல,’ என்கிறாள் ஜக்கி.

‘அப்படியென்றால் நீங்கள் எப்படிப்பட்டவர்கள்?’ என்று கேட்கிறாள் ராதிகா, அவளது கால் விரலால் ஜக்கியின் முதுகில் வடிவங்களை வரைகிறாள்.

ஜக்கி உன்னைப் பார்க்க நீ ஜக்கியின் கேசட்டுகளை அடுத்து வைக்கப்பட்டுள்ள ஒய்ஜா பலகையைப் பார்க்கிறாய்.

‘நீங்கள் ஆவிகளுடன் பேசத் தயாராக இருக்கிறீர்களா?’ என்று கேட்கிறாய்.

மிஸ் வொர்க்கிங் கேர்ள் போட்டியாளர் ஒருவருடன் கிளரந்த டி மெல் அறைக்குள் நுழைகிறார், உங்களுக்குப் பிடித்த எழுத்தாளர் யார் என்ற கேள்விக்கு ‘எனிட் ப்ளைட்டன்’ (சிறார் இலக்கிய எழுத்தாளர்) என்று பதிலளித்தவள்.

‘யாரேனும் ஆவிகளுடன் பேசுவதைப் பற்றிக் குறிப்பிட்டீர்களா?’

***

அந்த நிகழ்வு தொடங்கவே இல்லை. மெழுகுவர்த்தியின் வெளிச்சத்தில், கிளரந்த ஆலிவரின் குழுவை வழிநடத்தியபோதிலும் மற்றவர்களால் சிரிக்காமலிருக்க முடியவில்லை. ராதிகா பெர்னான்டோ தனது செய்திவாசிப்பாளர் குரலில் முயற்சி செய்தாள். ராணி அனுலா மற்றும் மேடம் ப்ளாவட்ஸ்கி மற்றும்

1940களில் காலி முகக் குடியிருப்பின் உத்தரத்தில் தூக்கிட்டுத் தற்கொலை செய்துகொண்ட இணையரின் ஆவிகளை அழைத்தாள். ஆனால் எந்த ஆவியும் மெழுகுவர்த்தியை ஊதியணைக்கவில்லை.

ஜக்கி விளக்கைப் போடும் முன் புவனேக விஜேரத்ன அழைத்தான்.

'இறந்த புரட்சியாளர்களை அழைக்கிறேன். ராணி ஸ்ரீதரன், விஜய குமாரதுங்க, ரிச்சர்ட் டி சொய்சா, சேன பதிரண...'

காலி முகத்திடலிலிருந்து காற்று நுழைந்து அனைத்து மெழுகுவர்த்திகளையும் அணைத்தது. அனைவரும் கத்தினர், ஜக்கி விரைந்து விளக்குகளைப் போட, அனைவரும் சிரித்தனர், பிறகு அனைவரும் அமைதியாகினர். அதன்பிறகு ஒவ்வொருவராகக் கிளம்பத் தொடங்கினர். செய்தி வாசிப்பாளர் மற்றும் இறகினாலான மலைப்பாம்பைக் கழுத்தில் சுற்றிக்கொண்டிருந்த அமைச்சரின் மருமகன் இருவரும் விடைபெற்றுக் கொண்டிருக்கும்போது ஜக்கி அவர்களைச் சுட்டிக்காட்டிக் கூறினாள், 'இதை இனி ஒருபோதும் செய்யக்கூடாது.'

அவன் கிளம்புவதற்கு முன்னால் புவனேகவிடம் கேட்டாய், 'விளக்குகள் அணைவதற்கு முன்பு கடைசியாக என்ன பெயர் சொன்னாய்?'

'சேன பதிரண, எங்கள் சாரதியின் மகன். கல்லூரி வளாகக் கம்யூனிஸ்ட், பிறகு ஜேவிபியில் இணைந்தான். எனது மாமாவின் கொலைக்குழுவால் முதலில் கொல்லப்பட்டவர்களுள் ஒருவன். எங்கள் சாரதி வேலையை ராஜினாமா செய்துவிட்டுச் செல்லும்போது கூறியதை என்னால் ஒருபோதும் மறக்கமுடியாது.

புவனேக தனது தலைமுடியை, சட்டையை சரிசெய்துகொண்டு, தனது முகமூடியின் கைப்பையில் மலைப்பாம்பை அடைத்தான்.

"குழந்தை, உன்னுடைய வேசிக்குப் பிறந்தவர்களின் குடும்பத்திலேயே உன் ஒருவனைத்தான் நான் சபிக்கமாட்டேன். காக மனிதன் கூட உன் மாமாவை என்றென்றைக்குமாகப் பாதுகாக்க முடியாது.'"

***

உன் படுக்கைக்குக் கீழேயுள்ள பெட்டியைப் பற்றிக் கூறியபோது நீ, உன்னுடன் வசிப்பவர்கள் மற்றும் கிளரந்த டி மெல் மட்டுமே எஞ்சியிருந்தனர்.

'யார் அந்தக் காக மனிதன்?' என்று கேட்டாள் ஜக்கி.

'இதெல்லாம் உள்ளூர் சூனியம், செய்வினைக் குப்பைகள். கொட்டாஞ்சேனையின் காக மனிதன் என்பவன் சிறில் விஜேரத்ன போன்ற பணக்கார அமைச்சர்களைப் பாதுகாக்க மந்திரத் தாயத்துப் பொருட்களை விற்பவன். அதனால்தான் நீதித்துறை அமைச்சர் பல்வேறு படுகொலை முயற்சிகளிலிருந்து தப்பித்தார் என்கிறார்கள். மக்கள் எதையும் நம்புவார்கள்.'

இரவின் கடைசிச்சுற்று மதுவில் அவர்களிடம் புகைப்படங்களடங்கிய பெட்டி பற்றியும் அதை உன் அம்மாவின் வீட்டுக்கு இடம்மாற்றி வைக்க இருப்பதையும் கூறினாய். ஜக்கி பாதி உறக்கத்திலிருக்க, டிடி விழித்திருக்கிறானா என்பதே தெரியவில்லை, ஆனால் கிளரந்த நீ கூறுவதைக் கேட்டு உனக்கு உறுதியளித்தார். 'நீ எப்போதேனும் நாடு கடத்தப்பட்டால் நான் உன்னுடைய புகைப்படங்களைக் காட்சிக்கு வைப்பேன்.' கிளரந்த, கலைமயத்திலிருக்கும் மதுக்கூடத்தை நடத்திக்கொண்டிருந்தார், லியோனல் வென்ட்டிலுள்ள கலை காட்சிக் கூடத்திற்கு காப்பாட்சியாளராகவும் இருந்தார், நான்கு பேரக் குழந்தைகளின் ஓரின விரும்பித் தாத்தாவாகப் போலியான மறுப்பில் வாழ்ந்துகொண்டிருந்தார். டிடியும் ஜக்கியும் அவரிடம் புகைப்படங்களைக் கொடுத்தால், நீக்கப்படும் வரை அவற்றைக் காட்சிக் கூடத்தில் மாட்டி வைப்பேன் என்றார். பிறகு நீங்கள் நால்வரும் அதிவீரர்கள் போலக் கைகளைக் கோத்துக்கொண்டீர்கள், அதன்பின் திருடப்பட்ட வோட்காவைக் குடித்துவிட்டு அதைச் சீக்கிரமே மறந்துபோனீர்கள்.

முதல் அஞ்சலுறை

அந்தப்பெட்டி மெலிதான, வளர்ந்து அட்டையாக மாறவிரும்பும் காகிதத்தால் ஆனது. அது தனக்குள் ஐந்து அஞ்சலுறைகளைக் கொண்டுள்ளது. அந்தப் பெட்டியில் முன்பு கணக்கியல் தேர்வில் தேர்ச்சி பெற்றதற்காக உன் அப்பா பரிசளித்த செருப்புகள் இருந்தன. ஒருமுறைகூட அந்த மதராஸி செருப்புகளை

அணியாமல், லிபர்ட்டி பிளாசாவின் கழிப்பறையில் இருளுக்குப் பின் உன்னை மகிழ்வித்த யாரோவொரு இளைஞனுக்குக் கொடுத்தாய்.

பெகாசஸ்ஸில் முன்பு பகட்டான சூதாட்டமேசைப் பணியாளாக இருந்து ஏமாற்றுவேலையில் ஈடுபட்டதால் பணிநீக்கம் செய்யப்பட்டவனைப் போல ஜக்கி அஞ்சலுறைகளை வெளியிலெடுத்து விரித்துப் பிடிக்கிறாள். குழுமியிருப்பவர்களுக்கு அவற்றைக் காட்டி, தன் பார்வையால் கட்டளையிடுகிறாள். ஜக்கி விரும்பும்போது மூர்க்கத்தை வெளிப்படுத்துபவள், அது அநேகமாக எப்போதும் இல்லை எனுமளவில் இருக்கும்.

'ஜக்கி, நான் முதலில் அவற்றைப் பார்க்கிறேன்,' ஸ்டான்லியின் டை நெகிழ்ந்திருக்கிறது, அவரது இடைநிறுத்தப் பேச்சு அலைபாய்கிறது.

'அவை எங்களது ரகசியப் பணிகள்,' எல்ஸா கதிரையிலிருந்து எழுந்து நின்று கூறுகிறாள்.

ஜக்கி அவளைப் புறக்கணித்து, "ராணி" என்று குறியிடப்பட்டுள்ள உறையைத் திறக்கிறாள், ஒவ்வொரு புகைப்படத்தையும் தனது உள்ளங்கையிலுள்ள அட்டைப் பூச்சியைப் பார்க்கும் பாவனையுடன் பார்க்கிறாள். பிறகு அவற்றை ஸ்டான்லியிடம் கொடுக்கிறாள், அவர் தலையசைத்தபடி பார்வையை விலக்கிக்கொள்ள முடியாமல் ஒவ்வொன்றாகப் பார்க்கிறார். புகைப்படங்கள் சீன கிசுகிசுப்பு விளையாட்டு போல அம்மாவிடமிருந்து டிடிக்கு பிறகு எல்ஸாவுக்குப் பிறகு மீண்டும் உறைக்குள் எனப் பயணிக்கிறது. கிளரந்தவின் குறுகிய காலம் மட்டுமே உயிருடன் இருந்த நிழற்பட மனையில் கழுவியெடுக்கப்பட்ட ஒவ்வொரு படத்தையும் உன்னால் அடையாளம் காணமுடிகிறது.

தொடக்கத்தில் அவை மக்கள் கூட்டத்தின் கருப்பு-வெள்ளைப் படங்களாக மட்டுமே இருந்தன, நகரும் ரிக்ஷாவிலிருந்து எடுக்கப்பட்டவை, மங்கலான கண்கள் மற்றும் நிலையற்ற விரல்களால் எடுக்கப்பட்டவை. பிறகு விடயங்கள் எரிக்கப்படும் படங்கள்: கடைகள், கார்கள், மெய்யெழுத்துகளில் முடியும் பெயர்ப்பலகைகள். அதன்பிறகு மனிதர்கள்.

இளஞ்சிவப்பு நிற சல்வார் அணிந்த பெண்மீது பெட்ரோல் ஊற்றப்படுவது. நடனமிடும் சாத்தான்களால் சூழப்பட்டிருக்கும்

நிர்வாணச் சிறுவன். வெள்ளவத்தையில் எரிக்கப்படும் வீட்டின் ஜன்னலில் ஒட்டியிருக்கும் முகங்கள். இவையனைத்தும் பிரசுரிக்கப்பட்டுப் பலராலும் அறியப்பட்டவை.

பிறகு சர்வதேச பிரசுரங்களில் மிகக் கொடூரமானவை என்று கருதப்பட்டவை வருகின்றன. தடியினால் அடிக்கப்படும் சிறுவனும் அவனது தாயும், கையுடைந்த நிலையிலிருக்கும் சிறுகுழந்தை, முதியவர் ஒருவரைப் பக்கவாட்டில் வெட்டுக் கத்தியால் வெட்டுபவன்.

உன் தாய் கடைசிப் புகைப்படத்தை வெறுப்புணர்வில் கீழே போட்டுவிட்டு, எழுந்துசென்று தன்னுடைய பானையிலிருந்து தேநீரை ஊற்றி ஒரே மடக்கில் அருந்துகிறார்.

பிறகு முகங்களடங்கிய புகைப்படங்கள் வருகின்றன, அவற்றில் பெரும்பாலானவை காலி முகக் குடியிருப்பு வீட்டின் சரக்கறையில் பெரிதாக்கப்பட்டவை. தடிகளுக்குப் பின்னாலிருக்கும் ஆண்களின் முகங்கள், அடையாளம் தெரியாத விலங்குகள், பெட்ரோல் மற்றும் தேர்தல் படிவங்களை ஏந்தியிருப்பவர்கள், அந்நியர்களை வேட்டையாடித் தீயிட்டுக் கொளுத்திய அடையாளம் தெரியாத வெறியர்கள். அடையாளம் தெரியாதவர்கள், இப்போது வரை.

நடனமாடிக்கொண்டிருக்கும் சாத்தான், தடியேந்தி நிற்கும் மனிதன், பெட்ரோல் கேனுடன் நிற்கும் இளைஞன், பழுப்பு நிற வெட்டுக்கத்தியுடன் உள்ள மிருகம். ஒருவேளை அதிகாரிகள் காசிம் மற்றும் ரஞ்சகொட அங்கு இருந்திருந்தால் அந்தக் கடைசிப் புகைப்படத்தை அவர்கள் அடையாளம் கண்டுகொண்டிருப்பர். நீ இப்போது கண்டுகொள்வது போல. அதில், பனியன் அணிந்திருக்கும் பயிற்சிபெற்ற கசாப்புக்காரன், கோழிகள், பன்றிகள், வேட்டையாடப்பட்ட சிறுபான்மையினர் மற்றும் ஆயிரம் பூனைகளின் இரத்தத்தால் பளபளப்பிழந்த வெட்டுக் கத்தியை வைத்திருக்கிறான். ஆனால் மாறாக, அவர்கள் காரில் அமர்ந்தபடி விவாதம் செய்துகொண்டிருக்கின்றனர். காசிம் அங்கிருந்து நாம் வெளியேற வேண்டும் என்கிறார், ரஞ்சகொட பெட்டியைத் திருடவேண்டும் எனப் பரிந்துரைக்கிறார். கொலைக் குழுக்களுடன் பணியாற்றத் தான் ஒருபோதும் சம்மதிக்கவில்லை என்ற காசிம், தான் இந்த விடயத்திலிருந்து விலகிக்கொள்ள விரும்புவதாகக் கூறுகிறார்.

ராணுவம் அல்லது காவல்துறை அல்லாத ஆட்கள் நிறைந்து வழியும் பஜேரோ வண்டியொன்று நெருங்கிக்கொண்டிருப்பதை அவர்கள் கவனிக்கவில்லை. ஒருவேளை கவனித்திருந்தாலும், அதன் முகப்பில் அரக்கவுரு ஒன்று சவாரி செய்வதை அவர்கள் பார்த்திருக்க மாட்டார்கள்.

'1983இன் குற்றவாளிகளுக்கு எதிராக வழக்குதொடுக்க இருக்கிறோம்,' என்கிறாள் எல்ஸா. 'கும்பலுக்கு முகங்களையும் முகங்களுக்குப் பெயர்களையும் கொடுத்துள்ளோம். எங்களால் கொலைகாரர்களைக் கண்டுபிடிக்க முடியும்.'

'ஏன் நான் உங்களது சிஎன்டிஆர் குறித்துக் கேள்விப்படவில்லை? அல்லது இந்தத் திட்டம் குறித்து?' என்றபடி ஸ்டான்லி தனது மூக்குக் கண்ணாடியைக் கழற்றி, புகைப்படங்களை ஆராய்கிறார். சிதையிலிருக்கும் உடல்களின் குவியலை அதிலிருந்து அதிகத்தொலைவில் இல்லாமல் எடுக்கப்பட்ட புகைப்படத்தைப் பார்க்கிறார்.

'நீங்கள் ஏன் சிஎன்டிஆர் குறித்து கேள்விப்படவில்லையென்றால், நாங்கள் விளம்பரத்தை விரும்புவதில்லை. நாங்கள் அரசியல்வாதிகளல்ல.' எல்ஸா முகச்சுளிப்புடன் ஜக்கியின் கையிலுள்ள "ராணி" என்று எழுதப்பட்ட உறையை, வீசியெறிந்த மதிய உணவுப்பொட்டலத்தைப் பார்க்கும் பசித்த காகம் போலப் பார்க்கிறாள்.

உன் தாய் அந்த அறையிலேயே புகைப்படங்கள் இல்லாத ஒரே அஞ்சலுறையைக் கையில் வைத்திருக்கிறார். இல்லாமல்போன உன் அப்பாவிடமிருந்து வந்த கடிதம், அழிக்காமல் அவர் வைத்திருந்த முந்தைய கடிதங்களைப் போன்றதே இதுவும்.

'மாலி எங்களிடம் இந்தப் பெட்டி பற்றிக் கூறியிருந்தான்,' என்கிறாள் ஜக்கி. 'அதை இன்னொருவரிடம் கொடுப்பது பற்றி எதுவும் கூறவில்லை.'

'நாசமாய்ப்போன அந்தப் பெட்டியை நீயே வைத்துக்கொள். எங்களுடைய உறையை மட்டும் கொடு,' எல்ஸா சிகரெட்டை ஜன்னல் வழியாகச் சுண்டியெறிகிறாள்.

டிடி கண்களைச் சுருக்கியபடி, மருத்துவமனைக்கு வெளியே நிற்கும் இந்திய அமைதிப்படைச் சிப்பாய் உள்ள புகைப்படத்தைப் பார்க்கிறான்.

‘இது கடந்த வருடம். மாலி யாழ்ப்பாணம் சென்றிருந்தபோது எடுக்கப்பட்டது. என்னை அவனோடு வரச் சொன்னான்,’ என்று தன் அப்பாவைப் பார்த்தபடி கூறுகிறான்.

உனக்கு அந்த வாக்குவாதம் நினைவிலுள்ளது. அது நீ ஏன் ஆணுறைகளைப் பயன்படுத்துவதை வலியுறுத்துகிறாய் என்பதைப் பற்றி. இங்கு இல்லாதபோது மற்றவர்களுடன் படுக்கிறாயா என்று கேட்டான். எனவே அவனை உன்னுடன் யாழ்ப்பாணத்திற்கு வரச் சொன்னாய். ஆன்ட்ரூ மெக்கோவன் என்ற அமெரிக்கப் பத்திரிகையாளனுக்கு வழிகாட்டியாக இருக்கப்போவதாகக் கூறினாய். சிவந்த உதடுகள் கொண்ட பெண் மற்றும் அவளது அழகான ஒன்றுவிட்ட சகோதரனிடமிருந்து பணியேற்றிருக்கிறாய் என்பதை அவனிடம் கூறவில்லை.

‘ஆன்ட்ரூ மெக்கோவனுடன் ஏதும் செய்கிறாயா?’ அது அவனுக்குப் பொருட்டல்ல என்பதுபோல டிடி கேட்டான்.

‘உன்னுடன் நான் செய்யும் விடயங்களை வேறு யாருடனும் செய்வதில்லை,’ என்றாய். நுட்பமாகப் பார்த்தால் அது பொய்யல்ல, மற்றவர்களுடனான உடலுறவுக்குப் பின்பு அவர்களோடு எதிர்கால வாழ்க்கை குறித்து நீ திட்டமிடுவதில்லை.

‘இந்திய அமைதிப்படை இந்த வருடம் மட்டும் இரண்டு பொதுமக்கள் படுகொலைகளை நிகழ்த்தியிருக்கிறது. அதிலொன்று மருத்துவமனையில். மலிந்த எங்கள் பணிக்காக யாழ்ப்பாணத்தில் இருந்தபோது அது நடந்தது. நாங்கள் அதற்காக அவருக்குப் பணம் கொடுத்திருக்கிறோம். நாங்கள் அதைப் பெற்றுக்கொள்ளலாமா?’

டிடி தன் மூக்கைத் திருகிக்கொண்டு வறட்டு இருமல் ஒன்றை வெளியிடுகிறான். புகைப்படம் ஒன்றை ஜக்கியிடம் கொடுக்க, அவள் அதைப் பார்த்துப் பதறுகிறாள். அது, காயமடைந்த எல்டிடிஈ போராளிகளுக்குச் சிகிச்சையளித்த குற்றத்திற்காக இந்திய அமைதிப்படையால் கொல்லப்பட்டு மருத்துவமனைப் படுக்கைகளில் குவியலாகக் கிடத்தப்பட்டிருக்கும் மருத்துவர்கள் மற்றும் செவிலியர்களின் புகைப்படம். ஸ்டான்லி ஜக்கியின் தோள்வழியாக எட்டிப் பார்த்துவிட்டு முணுமுணுக்கிறார்.

‘இவை வெளிநாட்டுப் பிசாசுகள்,’ என்றபடி எல்ஸாவைப் பார்க்கிறார். ‘நமது சொந்த முட்டாள்களால் வரவழைக்கப்பட்டவர்கள்.’

‘நாம் இதில் ஒத்துப்போகிறோம்.’ என்கிறாள்.

‘எல்டிடிஈயின் கொடுமைகளை. வெளிப்படுத்தும் புகைப்படங் களையும். நீங்கள் தருவித்ததுண்டா?’

‘தமிழ் அமைப்பு என்ற வகையில் எங்களுக்குச் சில கட்டுப்பாடுகள் இருக்கின்றன,’ என்கிறாள் எல்ஸா. ‘இதை நீங்கள் தெரிந்துகொள்ள வேண்டும், சார்.’

‘நீ இப்போது தமிழ் அமைப்பா?’ என்று கேட்கிறாள் ஜக்கி. ‘பெண் புலனாய்வாளர் இல்லையா?’

மேசையிலிருக்கும் மற்ற நான்கு உறைகளைப் பார்க்கிறாய். அவற்றின் உள்ளடக்கம் குறித்து இரண்டு விடயங்களை மட்டுமே நினைவில் வைத்திருக்கிறாய். ‘ஆர்ட்டின் ஜாக்கி’ என்று குறியிடப்பட்டதை டிடி பார்த்துவிடக்கூடாது. மேலும், உன்னைக் கொன்றவனின் புகைப்படம் இந்த உறைகளொன்றில் இருப்பதற்குச் சரிபாதி சாத்தியமுள்ளது.

’ராணி’ என்று குறியிடப்பட்ட உறையை ஜக்கியிடமிருந்து பறித்து டிடி மேசையில் உள்ள படங்களை அதனுள் திணிக்க முயல்கிறான்.

‘என்ன செய்கிறாய்?’ எல்ஸா குரலை உயர்த்திவிட்டு வெற்று உறையை அவன் கையிலிருந்து பறிக்கிறாள், தனது தந்தையின் முன் ஒரு பெண்ணிடமிருந்து அதை எப்படிச் சண்டையிட்டுப் பறிப்பது என்ற குழப்பத்தில் டிடியை ஆழ்த்துகிறாள். அவன் புகைப்படங்களை மீண்டும் மேசையில் வீசியதும் அவற்றை எடுக்க முயல்கிறாள்.

நல்லொழுக்கத்திற்கு அடிமையாக இல்லாத ஜக்கி, அறையின் குறுக்கே நடக்கிறாள். ஒருமுறை, மை கைன்ட் ஆஃப் ப்ளேஸில் உள்ள பாதுகாவலனை உள்ளங்கை கொண்டு அவளுடைய பின்புறத்தில் மேய்ந்தான் என்பதற்காக மூன்று முறை அறைந்தவள்.

அந்த இரவில் அவள் செய்ததைப்போலவே மீண்டும் உதட்டைக் கடிக்கிறாள், எல்ஸா பின்வாங்குகிறாள். ஜக்கிக்கு ஜூடோ தெரியும் என்பதும் எல்ஸா தன்னுடைய கைப்பையில் கத்தி வைத்திருக்கிறாள் என்பதும் உனக்குத் தெரியும். புகைப்படங்கள் நடுவிலிருக்க இருவரும் ஒருவரையொருவர் ஸ்பாகெட்டி

வெஸ்டர்ன் வகைத் திரைப்படங்களின் கவ்பாய்களைப் போல் முறைத்துப் பார்க்கின்றனர்.

சரியான நேரத்தில் வெளியே பெரும் பரபரப்பு உருவாகிறது. தாழ்வாரத்தின் வழியே பரபரப்பு நிகழ்ந்துகொண்டிருக்கும்போது எல்ஸா வாசல்வழியே வெளியேறி, அப்பாவிடமிருந்து வந்த கடிதங்களை உன்னிடம் காட்டாமல் அழித்தது பற்றி உன் தாயை எதிர்கொண்ட நடைவழியே விரைகிறாள்.

கருப்பு மற்றும் வெள்ளை நிறத்தில் உடையணிந்த, கட்டுமஸ்தான உடல்கொண்ட ஏழு இளைஞர்கள் திறந்திருக்கும் கதவு வழியே உள்ளே ஓடிவருகின்றனர். உன் அம்மாவின் தேநீர்க் கோப்பை தரைவிரிப்பில் உடையாமல் விழுகிறது. ஸ்டான்லி எழுந்து நிற்கிறார்.

'என்ன. இழவு. இது.'

காவல்துறை அல்லது ராணுவத்தைச் சேராத அவ்விளைஞர்கள் ஒவ்வொரு கதவு மற்றும் ஜன்னலில் தங்களை நிலைநிறுத்திக் கொள்கிறார்கள். தேசிய உடையில் ஒரு முதியவர் உள்ளே நுழைகிறார். உன்னால் அவர்மீது துப்ப முடிந்தால், வாந்தியெடுக்க முடிந்தால், அவர் வாயில் மலங்கழிக்க முடிந்தால், பெருஞ்செல்வத்தையே கொடுப்பாய் அல்லது உன் ஆன்மாவில் எஞ்சியிருக்கும் எதையும் விற்றுவிடுவாய். அது நீதித்துறை அமைச்சர், வெறுப்பதற்குத் தகுதியான சிறில் விஜேரத்ன, யுஎன்பி அரசாங்கத்தின் விசுவாசமிக்க முக்கியப் புள்ளி, நீதித்துறையைச் சீரழித்த, கொலைக் குழுக்களை உருவாக்கிய, 1983 படுகொலைகளைத் தொடங்கிவைத்த பெருமைக்குரியவர். சேனவின் பட்டியலில் ஆறாவதாக இருக்கும் பெயர்.

ஸ்டான்லி தர்மேந்திரன் அவரது தமிழ் கைக்கூலி போலத் தலைகுனிந்து அவரை வரவேற்கிறார். கருப்பு உடையணிந்த இருவர் அமைச்சர் தன்னுடைய கொழுத்த பின்புறத்தை இருத்துவதற்காக, ஜக்கி மற்றும் டிடியை நீளிருக்கையிலிருந்து எழுந்திருக்குமாறு உத்தரவிடுகின்றனர். இருவருக்கும் அதில் மகிழ்ச்சி இருப்பதாகத் தெரியவில்லை. ஜனாதிபதியின் அலுவலகத்திற்கு, அலுவல்முறையில் எழுதிய கடிதத்தில் 'மாண்புமிகு' என்ற சொல்லைப் பயன்படுத்த டிடி மறுத்தது உனக்கு நினைவிருக்கிறது. 'ஜூலை '83 குறித்து வாய்திறக்காமல் இருப்பதில் என்ன மாண்பு இருக்கிறது?' என்பது டிடி

திறமையாக முன்வைத்த கேள்வி. அந்தக் கடிதத்தை 'அன்புள்ள ஐயா' என்று தொடங்கியிருந்தான், மாலபேயில் மறுசுழற்சித் திட்டம் ஒன்றை அமைப்பதற்காக அவன் கோரியிருந்த நிதி அவனுக்குக் கிடைக்கவில்லை.

யாழ்ப்பாணத்திற்கு வந்துபார் என்று டிடியிடம் கூறினாய். இந்தத் தேசம் எறும்புண்ணிகளின் வாழ்விடத்தை இழப்பதைக் காட்டிலும் பெரியசிக்கல்களைச் சந்தித்துக்கொண்டிருக்கிறது என்பதைக் காண்பாய். நான் பிணங்களைப் புகைப்படம் எடுப்பதில் இறங்குவதில்லை, என்றான். உன் மக்களுக்கு என்ன நடந்துகொண்டிருக்கிறது என்பதைப் பார்த்தால், நாறும் வாவிகளைக் குறித்துக் கவலைப்படமாட்டாய், என்று பதிலளித்தாய். உன் அப்பாவைப்போல விலைபோனவனாக இருக்காதே, விவாதத்தைக் கூர்மையாக்கி, வெற்றிக்கோப்பையை எடுத்துக்கொண்டாய். உன்னைக் காதலிக்கும் இளைஞனைக் கண்ணீருடன் அந்த இடத்தை விட்டுச் செல்லவைப்பது வெற்றியில் சேரும் என்றால்.

'என்ன இது? புகைப்படக் கண்காட்சியா?'

சிறில் எல்ஸாவிடமிருந்து அஞ்சலுறையை வாங்கிக்கொண்டு மேசையில் கிடக்கும் படங்களைப் பார்க்கிறார். கிரிக்கெட் விளையாட்டின் நடுவரைப் போலக் குனிந்து, கலைந்து கிடக்கும் புகைப்படங்களை ஆய்வுசெய்கிறார். நீ அவருக்கு மேலே சுற்றிக்கொண்டிருக்கிறாய், தேவதை போல என்பதைக் காட்டிலும் கொசுவைப் போல. கொசுக்கள் இதுவரையில் வாழ்ந்த மனிதர்களில் பாதிப்பேரை கொன்றிருப்பதாகச் சொல்லப்படுகிறது. தேவதைகள் காப்பாற்றியதைவிட மிகவும் அதிகம்.

காற்றில் ஒலிக்கும் ரீங்காரத்தைக் கேட்கிறாய், ஆகக்குறைந்த அதிர்வெண்களில் கேட்கும் உறுமல், மனத்தை அமைதிப்படுத்தி, காதுகளில் கேட்கும் கிசுகிசுப்புகளை ஒதுக்கியவர்களால் மட்டுமே கேட்கமுடிந்த ஒலி. அது அநேகமாக பூமியின் முனகலாக அல்லது ஆயிரக்கணக்கானவர்களின் அலறலாக இருக்கலாம். அந்த ஒலி இதற்கு முன் நீ கவனிக்காதது மற்றும் கேட்பதை நிறுத்தமுடியாதது. அதன்பிறகே, அமைச்சரின் பின்னால் குந்தியமர்ந்திருக்கும் அதைக் கவனிக்கிறாய்.

மேசையிலுள்ள புகைப்படங்கள் படுகொலைகள் மற்றும் பெருங்குழப்பங்களை வெளிப்படுத்துகின்றன, பெரும்பாலும்

சிறில் விஜேரத்னவின் அரசாங்கத்தால் ஏற்படுத்தப்பட்டவை, அதில் ஸ்டான்லி வெறும் சிப்பாய்.

'தர்மேந்திரன். என்ன அபத்தமிது?'

'என் மகனின் வகுப்புத்தோழன், சார்,' என்கிறார் ஸ்டான்லி. 'திறமையான புகைப்படக் கலைஞன். நல்ல குடும்பத்தைச் சேர்ந்த அறிவாளியான இளைஞன். பழைய ஜோசஃபியன். அவனைக் காணவில்லை என்பதால் அனைவரும் கவலையிலிருக்கிறோம்.'

அடடா, ஸ்டான், உங்களுக்கு அக்கறை உண்டு என்பது தெரியாமல் போய்விட்டதே.

'இதுதான் பழைய ஜோசஃபியன்கள் செய்வதா?' எரியும் வீட்டின் புகைப்படத்தைக் கையில் வைத்தபடி சிறில் கேட்கிறார்.

'இவை '83 கலவரங்கள் சார்,' என்றபடி டிடி கழுத்திலுள்ள மரச் சிலுவையை அழுத்திக்கொள்கிறான்.

'ஆஹ்,' என்கிறார் அமைச்சர். 'உறங்கும் சிங்கத்தைத் தட்டியெழுப்பிய தருணம்.'

'சார், என் மகனது குடியிருப்பில் இந்தப் பெண் மற்றும் வெளியில் நிற்கும் பொலீசார் அத்துமீறி நுழைந்திருக்கின்றனர். ஆணையில்லை, அனுமதியுமில்லை. என் மகன் இப்படிப்பட்ட தொல்லைகளுக்குத் தகுதியானவனல்ல.'

அமைச்சர் அதைக் காதுகொடுத்துக் கேட்பதாகத் தெரியவில்லை. பேயைப் பார்த்துவிட்டதுபோல எல்ஸாவைப் பார்க்கிறார். உண்மையான பேய் அவருக்குப் பின்னால் குந்தியிருக்கிறது. அதன் உருவரை பெரிய குரங்கை ஒத்திருக்கிறது, அதன் கைகள் அமைச்சரின் தோள்களைப் பாதுகாக்கின்றன. அவரது காதுக்குப் பின்னால் இரண்டு கண்கள் கரியின் நிறத்தில் கனல்கின்றன, அவை உன்னைப் பார்க்கின்றன என்பது உனக்குத் தெரியும்.

பென்ஸ் வண்டியிலிருக்கும் நபர் கலவரக் கும்பலைப் பார்க்கும் புகைப்படத்தை அமைச்சர் பார்த்துக்கொண்டிருக்கிறார். அவரது இளமைக் கால முகத்தை அணிந்துள்ள மனிதன். எல்ஸா கருப்பு-வெள்ளைப் புகைப்படங்களைச் சேகரித்துக்கொண்டிருக்க, அவர் கையைநீட்டி அதைத் தன்னிடம் ஒப்படைக்குமாறு சைகை செய்கிறார். அவள் மறுப்பாகத் தலையசைக்கிறாள்.

'மன்னிக்க வேண்டும் சார். இவை ரகசியமானவை.'

உன் தாய் தனக்கு இன்னொரு குவளை ஊற்றிக்கொண்டு வரும்வரை அவர் எல்ஸாவை நிமிர்ந்து உறுத்துப்பார்க்கிறார். உன் தாய் அவரைப் பார்க்கும் பார்வையைக் கண்டதும் முன்பு உன் தலையிருந்த இடத்தில் வலியை உணர்கிறாய். இம்முறை வலி நினைவுகளோடு சேர்ந்து வரவில்லை.

நீ அவருடைய கண்ணைப் பின்தொடர்ந்து முந்தைய புகைப்படத்தின் விரிவாக்கத்திற்குச் செல்கிறாய். பென்ஸ் வண்டியிலிருக்கும் மனிதன் நிழற்கண்ணாடி மற்றும் பாத்தே ரக சட்டை அணிந்திருக்கிறான், புகைப்படத்தைப் பெரிதாக்கும்போது மங்கலாக இருந்தாலும், அது யார் என்பதை அறிந்துகொள்ள முடியும். பார்ப்பதற்கு நேரமிருக்கும்போது அமைச்சர் கண்ணாடியில் பார்க்கும் முகம் அது.

அவர் தன்னுடைய மெய்க்காப்பாளர்களில் ஒருவனைப் பார்த்துத் தலையசைக்க, அவன் எல்ஸாவின் தோள்களைப்பற்றி புகைப்படங்களை அவளிடமிருந்து விடுவித்து அமைச்சரிடம் கொடுக்கிறான், எல்ஸா தனது தோள்பட்டை எலும்பைத் தேய்த்துக்கொள்கிறாள். இது அவளுக்கு இந்த நாளின் இரண்டாவது காயம். அமைச்சர் அந்தப் புகைப்படங்களைப் பார்க்கிறார், அவற்றை எடுத்த நினைவு உனக்கில்லை. எட்டிப் பார்க்க நினைத்து சிறில் விஜேரத்னவின் பின்னாலிருக்கும் நிழலின் காரணமாக நிறுத்திக்கொள்கிறாய். அமைச்சர் சிறில் தலையை அசைத்துவிட்டுப் புகைப்படங்களைத் தனது சட்டைப் பைக்குள் வைத்துக்கொள்கிறார்.

'இவை நீ எடுத்த புகைப்படங்களா?'

'சார், அவை ரகசியமானவை,' கொலைக் குழுக்களை மேற்பார்வை செய்யும் அந்த மனிதர் அந்தரங்கங்களை மதிப்பார் என்பதுபோல எல்ஸா கூறுகிறாள்.

'மிக நிச்சயமாக இவை ரகசியம்தான், என் அன்பே. இதை யார் எடுத்தது?'

'அவன் பெயர் மலிந்த அல்மேதா. அவன் ஒரு அப்பாவி இளைஞன்,' என்று தடுமாறுகிறார் ஸ்டான்லி.

'அப்பாவி என்று எனக்குத் தோன்றவில்லை,' என்கிறார் அமைச்சர்.

‘இல்லை, சார்,’ என்கிறாள். ‘அவன் அப்பாவியல்ல.’

‘நான் குடுமி வைத்திருக்கும் கேவலமான சீனனல்ல. இந்தப் புகைப்படக்காரன் விசாரணைக்காக அழைத்துவரப்பட வேண்டும்,’ என்கிறார் சிறில். ‘எங்கே அவன்?’

‘அவனை நேற்றிலிருந்து காணவில்லை,’ என்கிறார் ஸ்டான்லி. ‘அவன் கடத்தப்பட்டிருக்கலாம் என்று அஞ்சுகிறோம், சார்.’

‘அதனாலென்ன தர்மேந்திரன்? யாரை அழைக்கவேண்டும் என்று உங்களுக்குத் தெரியும். நான் என்ன உங்களுக்குச் சேவகம் செய்யும் செயலாளரா?’

‘சிறப்பு அதிரடிப்படை உங்களது கட்டுப்பாட்டின் கீழ் வருகிறது, சார்.’

‘நீதான் அவன் தாயா?’ அமைச்சர் லட்சுமி அல்மேதாவைக் கேட்கிறார். உன் தாய் நான்கு கோப்பைகளுக்குப் பிறகு மௌன விரதத்தில் இருப்பார்.

‘தயவுசெய்து என் மகனைக் கண்டுபிடியுங்கள். நான் உங்கள் சகோதரியுடன் ஒன்றாகப் பள்ளியில் படித்தவள், சார். பாடகர் குழுவிலிருந்த லக்கி அல்மேதா என்று அவளிடம் கூறுங்கள். அவளுக்குத் தெரியும்,’ என்கிறார்.

‘நீயும் ப்ரிட்ஜ்டீனா★? அங்குள்ள அனைத்து கன்னியாஸ்திரிகளும் எனக்கு நண்பர்கள்தான்.’ அமைச்சர் தனது அடுத்த கூற்றைப் பரிசீலிக்க இடைநிறுத்துகிறார்.

‘பிறிஜட்டிலுள்ள கன்னியாஸ்திரிகள் பரந்தகொள்கை உடையவர்கள். ஒரு கன்னியாஸ்திரியை ஒருமுறை முத்தமிட அனுமதி உண்டு என்பது உங்களுக்குத் தெரியும்.’ அவர் இடைநிறுத்தித் தனது விரலை அசைக்கிறார். ‘ஆனால் அதைப் பழக்கமாக மாற்றிக்கொள்ளக் கூடாது’ என்று சிரிக்கிறார்.

அவருடன் வந்தவர்களும் அவருடன் சேர்ந்து சிரிக்கிறார்கள். ஸ்டான்லியும் கூடப் புன்னகைக்கிறார். உன் அம்மாவுக்கு மட்டும் இதில் மகிழ்ச்சியில்லை.

‘என் மகன் அரசியல் சார்புடையவனல்ல.’

★ பிறிஜட் கன்னியர்மடப் பள்ளி மாணவர்கள்.

வழக்கம் போல அம்மாவுக்கு எதைப் பற்றியும் எதுவும் தெரியவில்லை.

'ஆபத்தானவனில்லையா? பிறகு ஏன் அருவறுப்பான விடயங்களைப் புகைப்படம் எடுக்கிறான்?' என்று ஆயிரம் பயிற்சியாளர்களுக்குப் பாலியல்தொல்லை கொடுத்த புன்னகையுடன் சிறில் கூறுகிறார். 'என்னை அழைத்ததற்கு நன்றி, தர்மேந்திரன். இது தீவிரமான விடயம்.'

ஸ்டான்லி எல்ஸாவைச் சுட்டுகிறார்.

'சார். இந்தப் பெண்ணிடம் எந்த ஆணையுமில்லை, இவள் என்னுடைய அடுக்கக வீட்டிற்கு பொலீசை அழைத்து வந்திருக்கிறாள். நான் அமைச்சரவையில் உறுப்பினர், இது எனக்களிக்கப்படும் தொல்லை.'

அதிகாரத்தின் முன் மண்டியிடும்போது ஸ்டான்லியின் இடைநிறுத்தங்கள் ஆவியாகிப்போவது என்பது சுவாரசியமான விடயம். யதார்த்தத்தை அறியாத டிடிக்குக்கூட தனது தந்தையின் திட்டங்கள் தவிடுபொடியாகிக்கொண்டிருக்கின்றன என்பதை உணரமுடிகிறது. அஞ்சல் உறைகளை மீண்டும் காலணிப்பெட்டிக்குள் வைக்கிறான், அதை யாரும் கவனிக்கவில்லை என்று அவன் நினைத்துக்கொண்டாலும் அனைவரும் கவனிக்கின்றனர்.

'தர்மேந்திரன் ஏற்கெனவே என்னுடைய மேசையில் தேவைக்கதிகமாக விடயங்கள் இருக்கின்றன. இப்போது இரண்டு முனைகளில் போர் நடத்திக்கொண்டிருக்கிறோம். ஜேவிபிக்களை அடக்கிவைக்க வேண்டியிருக்கிறது, இந்தியர்களை வெளியே தள்ளவேண்டும். பொலீஸ், ராணுவம் மற்றும் எஸ்டிஎஃப் எல்லோரும் என்னிடம் வந்து சட்டத்தை வளைக்கமுடியுமா என்று கேட்கிறார்கள். இதை எப்படிச் செய்யமுடியும்? என்னால் யாருக்காகவும் சட்டத்தை வளைக்கமுடியாது.'

ஜக்கி பெட்டியை எடுத்துக்கொண்டு பின்வாயில் கதவைநோக்கி நடக்கிறாள், எஸ்டிஎஃப் காவலர் ஒருவர் அவளைநோக்கி நகர்வதை அறியாமல்.

உன் தாய் அழத்தொடங்குகிறார், அவர் எப்போதும், ஒருபோதும் அவ்வாறு அழுததில்லை, நீ பிறந்ததற்குப் பிறகு, உன் கண்முன்னால்.

'அமைச்சரே. என் மகன் அவர்களிடம் இருக்கிறானா? உங்கள் சகோதரி சுராங்கனிதான் அவனுக்குப் பாடக் கற்றுக்கொடுத்தாள். அவளைக் கேளுங்கள் - அவளுக்கு நினைவிருக்கும்.'

1966இல் நான்கு பாடங்களுக்குப் பிறகு வகுப்பை விட்டு வெளியேறிய செவிட்டுப் பையனை அத்தை சுராங்கனி நினைவில் வைத்திருந்தால், நீ உடனே ஒளிக்குள் அணிவகுத்துச் செல்வாய். நீ எப்போதும் சாத்தியமற்ற பந்தயங்களை உருவாக்க விரும்புபவன். டுகாகிஸ் புஷ்ஷைத் தோற்கடித்தால் அவனுடன் சான் ஃபிரானுக்குச் செல்லத் தயாரென்று டிடியிடம் சொன்னது போல்.

'மேடம், அவன் காணாமல் போய் இரண்டு நாள்கூட ஆகவில்லை. ஒருவேளை அவன் காணாமல் போகவில்லை என்றும் இருக்கலாம். அவன் திரும்பிவிடுவான் என்று நம்புகிறேன். அப்படி அவன் வந்துவிட்டால், நான் அவனுடன் பேச விரும்புகிறேன்.' அமைச்சர் சிறில் ஜக்கியின் பக்கம் திரும்புகிறார். 'மன்னிக்கவும், அன்பே, நீ எங்கே செல்கிறாய்?'

பருத்த உடலுடன் கருப்பு ஆடையணிந்த ஓர் இளைஞன் அவள் வெளியேறுவதைத் தடுத்து அவளிடமிருந்து பெட்டியைப் பறிக்கிறான். அவள் அவனைத் தள்ள, அவன் அவளது கையைப் பிடிக்கிறான். அவள் வேதனையில் துடித்ததும் அவளை விடுவிக்கிறான்.

'"ராணி" என்று குறிக்கப்பட்ட உறையை நாங்கள் பெற்றுக்கொள்ளலாமா?' என்று கேட்கிறாள் எல்ஸா.

'அடுத்து வடக்கும் கிழக்கும் வேண்டுமென்று கேட்பீர்கள்!' என்று சிரிக்கிறார் அமைச்சர் சிறில். அவரது பார்வை ஸ்டான்லியிடமிருந்து எல்ஸாவுக்குச் செல்கிறது. 'இந்த ஆதாரங்களை நான் மதிப்பீடு செய்யவேண்டும். என் விருப்பப்படி எந்தவொரு பரிந்துரையையும் செய்வதற்கு முன்னால், இவற்றை முறையாக நான் ஆய்வு செய்யலாமா, தர்மேந்திரன்?'

'மயிரைப் பிடுங்கவா,' என்று முணுமுணுக்கிறான் டிடி.

'திலன், வாயை மூடு. சார், அது அவசியமா?'

'ஆணை பிறப்பிப்பதற்கு முன்னால் நான் உண்மைகளைத் தெரிந்துகொள்ள வேண்டும். உங்கள் பையனைக் கண்டுபிடிக்க

இந்த உண்மைகளை நான் அணுகினால் மட்டுமே முடியும். வெளியிலிருக்கும் காவலர்களிடம் நான் பேசவேண்டும் என்று சொல்லுங்கள்.'

'அதாவது, தேடலாணை தேவையா என்று பார்ப்பதற்காக நீங்கள் மாலியின் பொருட்களை தேடலாணையின்றி எடுத்துச்செல்கிறீர்கள்,' என்று ஜக்கி சீறுகிறாள்.

ஒரு பெட்டியை எடுத்துச்செல்ல ஏழு குண்டர்கள் தேவைப்படுகின்றனர்.

எல்ஸா அங்கிருந்து வெளியேறி காலி வீதியில் நடக்கும் பாதசாரிகளைப் போலப் பயனின்றி நின்றிருக்கும் காவலர்களை நோக்கிச்செல்கிறாள். ரஞ்சகொடவிடம் சுருக்கமான மற்றும் கூர்மையான வார்த்தைகளைக் கிசுகிசுக்கிறாள். காசிம் பயணியர் இருக்கையில் அமிழ்ந்து முகத்தை மூடிக்கொண்டிருக்கிறார். தன்னுடைய பணத்தைத் திருப்பித்தருமாறு அவள் கூறும்போது, ஒரு காலத்தில் உன் வீடாக இருந்த, வெறுப்பான அவ்வீட்டிலிருந்து அமைச்சர் வெளியேறுவதைப் பார்த்து ரஞ்சகொட பதுங்கிக் கொண்டு அவள் கூறுவதைக் கேட்காததுபோல் பாசாங்கு செய்கிறார்.

இருப்பதிலேயே ஆகப்பெரிய குண்டன் வெள்ளைநிறக் காலணிப்பெட்டியில் உன்னுடைய வாழ்நாள் வேலைகள் அனைத்தையும், உனது கொலைகாரனின் புகைப்படத்தையும் சுமந்து செல்கிறான். இனவெறிகொண்ட மாண்புமிகுவின் பக்கத்தில் நிழல் மிருகமொன்று செல்வதைப் பார்க்கிறாய். சுமோ மல்யுத்த வீரனின் உருவத்தில் நீண்ட கைகள் வளர்ந்தது போன்ற உருவம், கூர்மையான முகம் மற்றும் அதன் ரத்த நிறத்திலுள்ள கண்கள் உன்னைப் பார்க்கின்றன.

டிடி தன் தந்தையை முறைத்துப் பார்க்கிறான். உன் தாய் தேநீர்க் கோப்பைகளை எடுத்து வைக்கிறார். ஜக்கி முதல்முறையாக தான் தயாராக இருக்கிறேன் என்று கூறியபோது நீ தயாராக இல்லை என்று மறுத்ததும் எப்படிப் பார்த்தாளோ அதுபோல வெளியை வெறிக்கிறாள். நீ கூரைக்கு மிதந்துசென்று வலி வரவேண்டும் என்று விரும்புகிறாய். ஏனெனில் அந்தப் பெட்டி மொத்தமாகப் போய்விட்டதென்று உனக்குத் தெரியும்.

அதன்பொருள் நினைவுகளை மீட்டுkகொள்வதில் நீ கடினமாக உழைக்க வேண்டும். நினைவுகள் வலியைக் கொண்டு வரலாம், அதை நீ தாங்கிக்கொள்ள முடியாது இருக்கலாம், ஆனால் திரும்பவேண்டும் என நீ விரும்பும் நினைவு ஒன்று உள்ளது. நீ எப்படி இறந்தாய் அல்லது யார் உன்னைக் கொன்றார்கள் என்பதாகவே அது இருக்கவேண்டும், ஆனால் அது இல்லை உன் விருப்பம். படச் சுருள்களை எங்கே மறைத்து வைத்தாய் என்பதையே நினைவுபடுத்திக்கொள்ள விரும்புகிறீர்கள். உனக்குத் தெரிந்ததெல்லாம், அது எங்கோ வெளிப்படையாக, அருகில் எங்கோதான் இருக்கிறது.

இறந்த மெய்க்காப்பாளருடன் உரையாடல் (1959)

குண்டர்கள் இரண்டு பஜேரோக்களில் தங்களை அடைத்துக்கொள்ளும்போது அந்நிழல் உன்னைப் பார்த்து புன்னகைத்துத் தலையசைக்கிறது. அமைச்சருடைய பென்ஸ் காரின் முன்பகுதியில் குந்தியமர்ந்து உன்னை அழைக்கிறது. எடையினால் காரின் முன்பகுதி அழுந்திப் பள்ளமாகும் என்று எதிர்பார்க்கிறாய், ஆனால் காரின் முன்பகுதி அதை உணர்ந்ததாகவே தெரியவில்லை.

‘வா. என்னுடன் சவாரி செய்.’

‘போதுமான அளவுக்கு என்னைச் சவாரிக்கு அழைத்துச்சென்று விட்டனர்,’ என்று பதிலுக்குக் கத்துகிறாய்.

உன் அம்மா செய்தித்தாள் படித்தபடி உன் அப்பாவைப் பற்றிக் குறைசொல்லும் தாழ்வாரத்தில் சுற்றிக்கொண்டிருக்கிறாய். வீட்டினுள்ளே, பழகிய குரல்கள் உன்னைப் பற்றி, நீ செய்த விடயங்களைப் பற்றி அர்த்தமற்ற விவாதங்களை நிகழ்த்திக் கொண்டிருக்கின்றன. மீண்டும் உயிர்வாழச் செல்வதைவிட அதிகமாக அதை ஒட்டுக்கேட்க நீ விரும்பவில்லை.

அமைச்சரின் காரிலிருக்கும் அந்த உயிரிக்கு அரக்கு நிறக் கண்கள், கூர்மையான பற்கள், அளவுக்கு மீறி வளர்ந்த நகங்கள், வெள்ளைச்சட்டை மற்றும் கருப்புக் காற்சட்டை அணிந்திருக்கிறது, மேசைப் பணியாளர்கள், மெய்க்காப்பாளர்கள், போக்கிரிகள் மற்றும் குண்டர்கள் வழக்கமாக அணியக்கூடிய சீருடை.

'அவை நீ எடுத்த புகைப்படங்கள்தானே? என்னால் எட்டிப் பார்க்க முடிந்தது. அற்புதமான வேலை. அருமை, அருமை.'

'எவ்வகையான பிசாசு நீ?'

'நான் அமைச்சரின் நிழல். நிழல் அமைச்சர். ஹாஹா. என்னோடு வருகிறாயா? ஏதோ நீ செல்வதற்கு வேறு இடமிருப்பதுபோல.'

நீ மறுப்புத் தெரிவிக்க முடியாத புள்ளி அது. விருப்பமற்ற துணையுடன் பயணத்தைப் பகிர்ந்துகொள்வது உனக்கு முதல்முறையல்ல. கிளிநொச்சி செல்வதற்குப் பேருந்தில் ஏறியபோது, மறைமுகமாக இருந்த புலிகளுடன் பயணித்து, ராணுவத்தால் கிட்டத்தட்ட சுடப்பட்டாய்.

கார் கிளம்பியதும் அதன் கூரையை அடைந்தாய். அந்த உயிரியின் உடை அதற்குச் சரியாகப் பொருந்தவில்லை என்பதைக் கவனிக்கிறாய். கண் தெரியாதவனால் தைக்கப்பட்டது போன்று தொங்கலிழை வைத்த சட்டை மற்றும் தளர்வான காற்சட்டை. வெறும் கால்களோடு இருக்கிறான், ரோமம் அடர்ந்த பாதங்கள், நகங்கள் பறவையின் நகங்கள் போல் நீண்டுள்ளன.

'உன் புகைப்படங்கள் கொடூரமாக இருக்கின்றன.'

உன் முகமும் அப்படித்தான் என்று நினைத்துக்கொள்கிறாய். சோதனையிடப்படுவதற்காக வரிசையாகக் கார்கள் நிறுத்திவைக்கப்பட்டிருக்கும் சோதனைச் சாவடியை வாகன அணிவகுப்பு கடந்துசெல்கிறது. இரண்டு பஜேரோக்களும் இந்த பென்ஸ் வண்டியும் தடுக்கப்படவில்லை.

'அப்படியென்றால் மனிதர்கள் கொடூரமான செயல்களைச் செய்வதை நிறுத்தவேண்டும்.'

'இந்த நிலம் சபிக்கப்பட்டது. அதில் சந்தேகமே இல்லை,' என்கிறது அந்த உயிரி. அதன் கண்கள் நிறம்மாறிக்கொண்டே இருக்கின்றன, கருஞ்சிவப்பிலிருந்து கருங்காலியின் கருப்பு, சீமைநூக்கின் செந்தவிட்டு நிறத்திலிருந்து ஒண்சிவப்பு.

'நீ எப்படிப் பிசாசாக மாறினாய்?'

திடீர் நகர்வுகள் ஏற்பட்டால் காரின் பின்பக்கக் காற்றில் குதிக்கத் தயாராக இருந்தாய். ஆனால் முன்பக்கத்தில் கிடக்கும் இந்த உருள்வடிவம் தனது நிழலான கண்களால் வானத்தை

வெறித்தபடியிருக்கிறது. அதன் நிகழ்ச்சி நிரலில் நகர்வது என்பது முக்கியமல்ல என்று தெரிகிறது.

'நான் எதுவாகவும் மாறிவிட்டேன் என்று யார் கூறியது? ஒருவேளை நான் எப்போதும் இப்படியே இருந்திருக்கலாம்.'

'இதற்கு முன் என்னவாக இருந்தாய்?'

'ஒருவேளை, இப்படி ஒரு தலைவனாக இருந்திருக்கலாம்.' காரின் பின்னிருக்கையில் அமர்ந்து உனக்குச் சொந்தமான காலணிப் பெட்டியில் தன் கையை வைத்திருக்கும் மனிதனைச் சுட்டிக்காட்டுகிறான். 'ஒருவேளை மனிதர்களின் தொழிற்சாலைகளைச் சொந்தமாக வைத்திருந்த தொழிலதிபராக இருந்திருக்கலாம்.'

'ஆனால் நீ அப்படி இருக்கவில்லை.'

'நான் மெய்க்காப்பாளனாக இருந்தேன். இருப்பினும் யாருக்குப் பதிலாகவும் தோட்டாவை வாங்கிக்கொண்டதில்லை. துரதிர்ஷ்டவசமாக.'

'தோட்டாவை வாங்கிக்கொள்ள விரும்பினாயோ?'

'எனது கடைசி வேலை சாலமன் டயசைப் பாதுகாப்பது.'

'யார்?'

'எஸ்டபிள்யூஆர்டி.'†

இந்த முழு ரத்தக்களறிக் குழப்பங்களுக்குப் பிறகு முதல்முறையாக வாய்விட்டுச் சிரிக்கிறாய்.

'நல்ல மனிதர்.'

'உனக்கு வேண்டியபடி சொல்லிக்கொள். நான் அனைத்தையும் கேள்விப்பட்டிருக்கிறேன். சிங்களர்கள் மட்டுமே என்பதன் வழிகாட்டி. அத்தனை குழப்பத்திற்கும் அவர்தான் தந்தை.'

'அதைவிட மோசமாகவும் கேட்டிருக்கிறேன்.'

'ஒருவேளை அவர் உயிரோடு இருந்திருந்தால், அந்தச் சட்டத்தை ரத்துசெய்து பன்முகக் கலாச்சாரத்தை ஊக்குவித்திருப்பார். மனத்தளவில் கூட்டாட்சிவாதியாகத்தான் இருந்தார்.'

---

† இலங்கையின் முன்னாள் பிரதமர்.

'போதிய அளவு மதவெறி இல்லாத காரணத்துக்காக அவர் அடக்கமுயன்ற மிருகமான சிங்கள பௌத்தப்பிக்கு ஒருவனால் சுட்டுக்கொல்லப்பட்டார்,' என்கிறாய். எஸ்டபிள்யூஆர்டி, நீயும் மறைந்த உன் தந்தையும் ஒத்துப்போன ஒரு விடயம்.

'நீ இறந்து எவ்வளவு காலம் ஆகிறது?' என்று கேட்கிறது அந்த உயிரி.

'ஒரு நிலவுதான் ஆகிறது என்பது வெளிப்படை. சாலமன் எப்படிப்பட்டவராக இருந்தார்?'

'அது அவருடைய தவறல்ல. அவர் நல்லதுதான் நினைத்தார். இந்த நிலம் சபிக்கப்பட்டது.'

'அதை ஏற்கெனவே கேட்டுவிட்டேன். ஏன் அவ்வாறு சொல்கிறாய்?'

'நீ அத்தனை புகைப்படங்கள் எடுத்தபிறகும் என்னிடம் அதைக் கேட்கவேண்டுமா?'

'நியாயம்தான்.'

'சிலோன் இந்தக் காட்டுமிராண்டிகளால் நிரம்புவதற்கு முன் அழகான தீவாக இருந்தது.'

'உண்மை. சில நாடுகள் அவர்களது காட்டுமிராண்டிகளை இறக்குமதி செய்துகொள்ளும். நாம் நம்முடையவர்களை வளர்த்தெடுக்கிறோம்.'

'சிங்களர்களுக்குப் பல காலம் முன்பே இங்கு மக்கள் இருந்தனர், தெரியுமா?'

'குவேனியின் மக்களா?'

'அவர்கள் மக்களாகக் கருதப்படவில்லை. நாங்கள் அவர்களைப் பிசாசுகள் மற்றும் பாம்புகள் என்போம்.'

'பிசாசுகள் மற்றும் நாகாக்கள் ராவணனுக்கு முன்பா அல்லது பின்பா?'

'யாருக்கும் கவலையில்லை.'

'என்றால் பூர்வீக இலங்கையர் யார்?'

'விஜயவும் அவரது கடற்கொள்ளையர்களுமல்ல. அது நிச்சயம்.'

மகாவம்சம் என்பதை நம்பினால், சிங்கள இனம் கடத்தல், வல்லுறவு, பெற்றோரைக் கொல்லுதல் மற்றும் முறையற்ற உறவு ஆகியவற்றின்மீது நிறுவப்பட்டது. இது தேவதைக் கதையல்ல, தீவின் பழமையான புராணத்தின்படி நாங்கள் பிறந்த கதை. சிங்களர், பௌத்தர், ஆண் மற்றும் செல்வந்தர் அல்லாத அனைவரையும் அடக்குவதற்காக வடிவமைக்கப்பட்ட சட்டங்களைத் தொகுக்கப் பயன்பட்ட புராணக் கதை.

முன்னொரு காலத்தில், வட இந்தியாவில் ஓர் இளவரசி சிங்கத்தைச் சந்திக்கிறாள். சிங்கம் இளவரசியைக் கடத்திச்சென்று அவளைக் கட்டாயப்படுத்தி அடைகிறது. இளவரசி பெண் மற்றும் ஆண் குழந்தைகளைப் பெற்றெடுக்கிறாள். அந்தச் சிறுவன் வளர்ந்து, சிங்கமாகிய தந்தையைக் கொல்கிறான், அரசனாகிறான், தன் சகோதரியை மணக்கிறான். அவள் ஓர் ஆண்குழந்தையைப் பெற்றெடுக்கிறாள், அவன் வளர்ந்து தொல்லைகொடுப்பவனாக மாறுகிறான், எனவே எழுநூறு சேவகர்களுடன் நாடு கடத்தப்படுகிறான், அவர்கள் இலங்கைக் கடற்கரைக்குக் கப்பல்களில் வருகிறார்கள்.

இளவரசர் விஜய மற்றும் அவரது கொள்ளையர் குழு பூர்வீக நாகா மக்களைக் கொன்று அவர்களின் ராணியை மயக்கி, நம் வரலாற்றைத் தொடங்கி வைக்கிறார்கள், ஒருவேளை இதே வரிசையில் அது நடந்திராமல் இருக்கலாம். நம் தொடக்கத்தினுடைய கதை உண்மையாக இருக்கும்பட்சத்தில், இப்போதிருக்கும் குழப்பநிலையில் வியப்படைவதற்கு ஏதுமில்லை. கொடூரமான இளவரசனால் துரோகமிழைக்கப்பட்டு, அழிக்கப்பட்ட நாகா பழங்குடிகளின் ராணி குவேனி தன்னைக் கொன்றுகொண்டு, தனது குழந்தைகளைக் காட்டிற்குள் விட்டுச்செல்வதற்கு முன் இந்நிலத்தைச் சபிக்கிறாள். அந்தச் சாபம் சிலஆயிரம் ஆண்டுகளாகத் தொடர்ந்து கொண்டிருக்கிறது, 1990லும் அது நீங்குவதற்கான அறிகுறிகள் தெரியவில்லை.

‘நமது முன்னோர்கள் உண்மையில் அரக்கத்தனமாக்கப் பட்டார்கள்,’ என்கிறது அந்த உயிரி.

‘மஹாகாளி, குவேனியின் வம்சாவழி என்று கேள்விப்பட்டேன். சிலர் அது குவேனியேதான் என்றனர்.’

போக்குவரத்து காலி வீதியின் குறுகலான பகுதியை அடைந்ததும் மழைபெய்யத் தொடங்குகிறது, ஆனால் இருவரும்

நனையவில்லை. உன்னைச் சுற்றிலும் மனிதர்கள் குடைகளோடு ஓடுவதை, கடைகளின் முன்பகுதியில் தஞ்சமடைவதைப் பார்க்கிறாய். மூச்சு இல்லாதவர்கள் மட்டுமே தொடர்ந்து நடந்துகொண்டிருக்கிறார்கள்.

'எந்த அளவுக்குப் பார்க்கிறேனோ, அந்த அளவுக்கு உறுதியாக நம்புகிறேன்,' என்கிறது அந்த உயிரி. 'வரலாறென்பது கப்பல்கள் மற்றும் ஆயுதங்களோடு உள்ளவர்கள், அவற்றைக் கண்டுபிடிக்க மறந்தவர்களைத் துடைத்தழிப்பதுதான். ஒவ்வொரு நாகரிகமும் ஓர் இனப்படுகொலையுடன் தொடங்குகிறது. அதுவே பிரபஞ்சத்தின் விதி. கானகத்தின் மாறாத சட்டம், இதுவும் கற்காரையினால் ஆனது. உன்னால் அதை நட்சத்திரங்களின் நகர்வில், அணுக்களின் நடனத்தில் பார்க்கமுடியும். பணக்காரர்கள் காசற்றவர்களை அடிமைப்படுத்துவார்கள். வலிமையானது வலிமையற்றதை நசுக்கும்.'

அது இப்போது முன்பக்கக் கண்ணாடிமீது ஊர்ந்து, கைநீட்டி உன்னை அறையக்கூடிய தூரத்திற்கு வருகிறது. பென்ஸ் வண்டி கைவினை நினைவுப்பொருள்களை விற்கும் ஓர் அங்காடியைக் கடந்து செல்கிறது, அதன் கூரையில் இலங்கையின் கொடி.

'இந்தக் கொடியில் எனக்கு எப்போதும் சிக்கலுண்டு,' என்றபடி அளவுக்குமீறி வளர்ந்த அவனது நகங்களை பார்த்துக்கொள்கிறாய்.

மடியில் உன்னுடைய பெட்டியை வைத்து உறங்கிக் கொண்டிருக்கும் அமைச்சரை அது எட்டிப் பார்த்துக் கொள்கிறது. போக்குவரத்து நகரத் தொடங்கியதும் அமைச்சரின் பிசாசு உன்னைப் பார்த்துப் புன்னகைக்கிறது.

'வலிமையான சிங்கக்கொடியா?'

'எப்போது இங்கே பாழாய்ப்போன சிங்கங்கள் இருந்தன? அல்லது புலிகள்?'

'யானை என்றால் அர்த்தமுள்ளதாக இருந்திருக்கும்.'

'அல்லது எறும்புண்ணிகள்.'

பெரும்பாலான கொடிகள் வண்ணத்தொகுதிகளைக் கொண்டிருக்கின்றன, அவை எப்போதும் ஒரே வண்ண வகையைச் சேர்ந்தவையல்ல: கிடைமட்டம், செங்குத்து, சிலசமயம் மூலைவிட்டம், நம் அனைவரையும் ஆட்சி செய்த

யூனியன் ஜாக் போலச் சிலசமயம் மூன்றும் சேர்ந்து. சில கொடிகள், மேப்பிள் இலைகள், பிறைநிலவுகள், சுழலும் சக்கரங்கள் மற்றும் பின்னலிட்ட தலையுடனுள்ள சூரியன்கள் போன்ற நட்புமிக்க சின்னங்களைக் கொண்டிருக்கின்றன.

இதைவிடக் காட்டுமிராண்டித்தனமான காலங்களில், வீடுகளில் ஓநாய்கள், சிங்கங்கள், யானைகள், டிராகன்கள், யூனிகார்ன்கள் போன்ற சின்னங்கள் இருந்தன, தொந்தரவு செய்யப்பட்டால் அவர்கள் எவ்வளவு மிருகத்தனமாக நடந்துகொள்ளமுடியும் என்பதைத் தெரிவிப்பதற்காக. இந்நாள்களில், விலங்கினப் பிரிவைச் சேர்ந்தவை அரிதாகவே சிலகொடிகளில் இடம்பெற்றுள்ளன. பெரும்பாலும் பறவைகள், கம்பீரமானவை மற்றும் வன்முறையற்றவை, மெக்சிகோவின் கழுகை நெரிக்கும் பாம்பு மட்டும் விதிவிலக்கு.

'நமது கொடியைப் பார். என்னவொரு ஊறுகாய். அதில் அனைத்துமிருக்கிறது. கிடைமட்டக் கோடுகள், செங்குத்துக் கோடுகள், முதன்மை நிறங்கள், இரண்டாம் நிலை நிறங்கள், விலங்குச் சின்னங்கள், இயற்கைச் சின்னங்கள், ஆயுதங்கள். மஞ்சள், செம்பழுப்பு, பச்சை மற்றும் செம்மஞ்சள். அரசிலை, வாள் மற்றும் ஒரு விலங்கு. பழக்கலவை போல.'

'ஈழக் கொடியைப் பார்த்திருக்கிறாயா? அதுவும் சிறப்பில்லை.'

திராவிடம் மற்றும் முகமதியத்தைக் குறிக்கும் வகையிலான செம்மஞ்சள் மற்றும் பச்சை நிறச் செங்குத்துப்பட்டைகளை நோக்கிச் சிங்கம் கொடுவாளைப் பிடித்திருக்கிறது, சிறுபான்மையினரை கத்திமுனையில் வைத்திருக்கிறது. இதற்குப் பதிலடியாக, தமிழீழத்தின் பிரிவினைவாதக் கொடி துப்பாக்கிகளுக்கிடையே கில்ராய் பாணியில் எட்டிப்பார்க்கும் புலியைக் கொண்டுள்ளது. வாளுடன் நிற்கும் உன்னுடைய சிங்கத்தைப் பார்க்கிறேன், அதற்காக இரண்டு துப்பாக்கிமுனை ஈட்டிகளுடன் புலியை வளர்க்கிறேன் என்று கூறுவதைப்போல.

இரண்டு கொடிகளுமே விலங்கு மற்றும் மோசமான வடிவமைப்பைக் கொண்டுள்ளன, மேலும், ரத்தத்தின் நிறத்தைக் கொண்டுள்ளன. ஈழக்கொடியில் தசைக்காயத்தின் நிறமான தக்காளிச் சிவப்பு, இலங்கைக் கொடியில் ஆறாத வடுவின் நிறமான சீமையிலந்தையின் செம்பழுப்பு.

இந்த இரு விலங்குகளும் இந்நிலத்தில் எப்போதும் உலவியதற்கான ஆதாரங்களில்லை, ஆனால் இங்கே அவை ஆயுதங்களைக் காட்டியபடி, ரத்தத்தில் நீந்திக்கொண்டு கொடிகளில் அமர்ந்துள்ளன. மிருகத்தனம் மற்றும் ரத்தம் சிந்த வைத்ததன் மூலமே இலங்கை உருவானது என்பதை ஒப்புக்கொள்வது போல.

பென்ஸ் துறைமுகத்தைத் தாண்டிச் செல்கிறது, இருவரும் நங்கூரமிட்ட கப்பல்களைத் தாண்டியுள்ள அடிவானத்தைக் கண்களைச் சுருக்கிப் பார்க்கிறீர்கள். தொலைதூரக் கடவுள்களை, வயதாகிக்கொண்டிருக்கும் சூரியன்களைக் குறித்துப் பகல்கனவு காண்கிறாய். இல்லாமல்போன தந்தைகள் மற்றும் பால்புதுமையர் குழந்தைகள் குறித்தும்.

'இலங்கை சபிக்கப்பட்டது என நான் ஏன் நினைக்கிறேன் என்று தெரியவேண்டுமா?'

'இப்போதுதான் சொன்னாயே. குவேனி.'

'அவள் மட்டுமல்ல. நாம் 1948இல் பிறந்தோம். உனக்கு நல்லநேரத்தில் நம்பிக்கையுண்டா?'

தங்கள் வியர்வையின் மதிப்பை உணர்ந்த எந்தவொரு இசைக்கலைஞரும் அல்லது விளையாட்டு வீரரும் காலநேரம்தான் அனைத்தும் என்று உங்களுக்குச் சொல்வார்கள். பிசாசு மற்றும் சாபங்களில் நம்பிக்கை வைப்பதைத் தவிரவும் இலங்கையர்கள் நல்லநேரம், காலத்தின் அனுகூலத்தன்மை, ஃபெங்-சுயியைக் கடக்கின்ற தருணங்களுக்கும் நீட்டிப்பது ஆகியவற்றில் நம்பிக்கை உள்ளவர்கள். சிங்கள அல்லது தமிழ் வருடப் பிறப்பன்று, காலை 6:48க்கு மேற்கு நோக்கி விளக்கேற்றினால் மகிழ்ச்சி கிடைக்கும்; காலை 7:03க்கு வடக்கு நோக்கி விளக்கேற்றினால், வானம் இடிந்து விழுந்துவிடும்.

'எனக்கு நல்லநேரத்தில் நம்பிக்கையில்லை.'

'1948 என்பது உனக்கு எப்படித் தெரிகிறது? மங்களகரமாகவா அல்லது சந்தேகத்திற்குரியதாகவா?'

'அமைச்சரிடம் நீ கிசுகிசுப்பதுண்டா?'

'தேவைப்படும்போது.'

'அதைக் கற்றுக்கொள்வது கடினமா?'

‘சரியான ஆசிரியர் அமைந்தால் எதுவும் கடினமல்ல.’

‘இடுகாட்டுக்குச் செல்ல வேண்டும். எனவே இங்கே இறங்கிக்கொள்கிறேன்.’

‘ஏன் புதைகுழிகளுக்குச் செல்கிறாய்? உனக்கேது சவ அடக்கம்? ஒரு நிலவு வயதுதான் ஆகிறது.’

‘என் ஆசிரியன் சேன அங்கிருக்கலாம். அவனுக்கு எவ்வாறு கிசுகிசுப்பது என்பது தெரியும்’

‘இடுகாட்டில் இருந்துகொண்டு தன்னை ஆசிரியன் என்றழைத்துக்கொள்ளும் எவனும் உன்னிடமிருந்து கட்டணம் என்பதைத் தாண்டி வேறொன்றை எதிர்பார்ப்பான்.’

‘இதற்கு என்ன பொருள்?’

புல்லர்ஸ் குறுக்குத் தெருவின் எதிரே நீதி அமைச்சகமுள்ள கட்டடத்திற்குள் கார் செல்கிறது.

‘பிலிப்பைன்ஸ் ‘48இல்தான் தொடங்கியது. நம்மைப்போலவே அவர்களும் புன்னகையோடு, எதிர்காலம் பற்றிக் கவலையின்றி மகிழ்ச்சியாக, தேவைப்படும்போது தீயவர்களாக இருக்கின்றனர்.’

‘நீ உண்மையிலேயே எஸ்டபிள்யுஆர்டியின் மெய்க்காப்பாளனாக இருந்தாயா?’

‘அவர் அதிகாரம்மிக்க மனிதர். ஆனால் சிறில் அளவுக்கு அதிகாரமிக்கவரல்ல. அதை நான் உறுதிப்படுத்துவேன்.’

‘ஒவ்வொரு அமைச்சருக்கும் ஒரு பிசாசு இருக்குமா?’

‘ஆகச் சிறந்தவர்களுக்கு மட்டும்.’

பென்ஸில் சவாரி செய்துகொண்டிருக்கும் பிசாசைப் புகைப்படமெடுக்க முயற்சி செய்கிறாய், ஆனால் கண்ணாடியில் சேறு மட்டுமே தெரிகிறது.

‘ஆகச் சிறந்தவா? எஸ்டபிள்யுஆர்டி ஒரு குப்பை. சிறில் அதைவிட மோசம். நீ கழிவுகளைப் பாதுகாத்துக்கொண்டிருக்கிறாய்.’

அது உன்னைத் தாக்க முற்படும்போது நீ சாலையோரத்தில் இருக்கும் மின்கம்பங்களை நோக்கித் தாவிக்கொண்டிருக்கிறாய். அது கையை வீசி உனது சங்கிலிகளில் ஒன்றைத் தட்டிவிடுகிறது.

மின்சாரக் கம்பியொன்றில் ஊசலாடி மாமரம் ஒன்றுக்குத் தாவுகிறாய்.

‘உன் வார்த்தைகளைக் கவனி. 1948இல் பிறந்த நாடுகள் எவையென்று உனக்குத் தெரியுமா?’

பென்ஸ் வண்டி போக்குவரத்தில் நிற்கிறது, ஆனால், அனைத்து திசைகளிலும் காற்று வீசுகிறது.

‘இந்த நிலம் சபிக்கப்பட்டது என்றால் அதற்குக் காரணம் விஜேரத்ன மற்றும் சாலமன் டயஸ் போன்றவர்கள் மற்றும் அவர்களைப் பாதுகாப்பவர்கள்தான்,’ என்று அந்த உயிரிக்கும் உனக்குமிடையே உள்ள தூரத்தால் துணிவு பெற்றுச் சத்தமிடுகிறாய்.

அந்த உயிரி ஐந்து நாடுகளின் பெயர்களை உரத்துக்கூறுகிறது. பென்ஸ் வண்டி, அதன் முன்பகுதியில் அமர்ந்திருக்கும் விலங்கு-மனித உருவத்துடன் மறைகிறது.

‘நான் உன்னை கவனித்துக்கொண்டிருப்பேன்,’ என்று அது உறும, அதற்குமேல் உன்னால் அதைப் பார்க்க முடியவில்லை. ஆனால், அது கூறிய ஐந்து பெயர்கள் உன் காதுகளில் ஒலித்துக் கொண்டிருக்கின்றன.

‘பர்மா. இஸ்ரேல். வடகொரியா. இனப்பாகுபாடு கொண்ட தென்னாப்பிரிக்கா. இலங்கை. அனைத்தும் ’48இல் பிறந்தவை.’

மாலி அல்மேதாவுக்கு நல்லநேரத்தில் நம்பிக்கை இருக்கிறதா இல்லையா என்பது முக்கியமில்லை. ஏனெனில் வெகுநிச்சயமாகப் பிரபஞ்சத்திற்கு இருப்பதாகத் தெரிகிறது.

காதுகள்

பென்ஸ் வாகனம் போக்குவரத்தில் மறைய, உன்னால் நகர முடியாது போகிறது. கண்ணுக்குத் தெரியாத சுவர்கள் உன்னைத் தடுக்கின்றன, காற்றுகள் அனைத்தும் நின்றுவிட்டன. பஞ்சு திணிக்கப்பட்ட கண்ணாடியால் மூடப்பட்டிருப்பதை, கண்களுக்குத் தெரியாத கைகளால் பிடிக்கப்பட்டிருப்பதை உணர்கிறாய்.

பதுங்கு குழிகள், குறுகிய படுக்கைகள் மற்றும் வாழ்நாள் நேரத்தைக் கழிப்பிடத்தில் செலவழிப்பது என இருந்தாலும்

நீ எப்போதும் குறுகிய இடங்களில் பதட்டம் கொள்பவனாக இருந்ததில்லை. ஆனால், எந்தவொரு தகுதியான, உயிருடனுள்ள அல்லது இறந்த நபரைப் போலவும் விடயங்களிலிருந்து விலகியோடும் வாய்ப்பு இருக்கவேண்டுமென விரும்புகிறாய், குறிப்பாக விலகியோட நிறைய விடயங்கள் இருக்கும்போது.

ஆனால், அதற்குப் பதிலாக அசைவின்றி, வேறு வாய்ப்புகளற்றவனாக, வெள்ளை நிறத்தில் தளர்வான ஆடையணிந்தவர்களால் விருப்பமின்றித் தடுத்துவைக்கப்பட்டவனாக இருக்கக் காண்கிறாய். உன் இடதுபுறத்தில் மோசே மற்றும் வலதுபுறத்தில் ஹீ-மேன். அவர்கள் புன்னகைக்காமல் எதிரே பார்த்தபடி இருக்கின்றனர். உனக்கு எதிரே மருத்துவர் ராணி: வெள்ளை நிறப் புடவை, பேரேட்டுப் புத்தகம் மற்றும் பள்ளி ஆசிரியையின் கோபப் பார்வை.

‘உன் உதவியாளர்கள் உன்னுடன் வருவார்கள். நீ முரண்டுபிடிக்காமல் இருந்தால் அவர்கள் உன்னைக் காயப்படுத்தமாட்டார்கள்.’

‘தேவதைகளுக்கு எதற்காகக் குண்டர்கள்?’ என்று உன்னால் முடிந்தவரை இனிமையாகக் கேட்கிறாய்.

‘நாங்கள் தேவதைகள் என்று யார் கூறியது?’ என்கிறார் மருத்துவர் ராணி. ‘நீ ஒளியைத் தவிர்ப்பதன் காரணம் நீ உனது பாவங்கள் குறித்து அச்சம்கொள்கிறாய்.’

‘ஏன் ஆன்மாக்களை ஒளிக்குள் செல்லக் கட்டாயப்படுத்த வேண்டும்? நாங்கள் விரும்பிய இடத்திற்குச்செல்ல சுதந்திரம் இருக்க வேண்டாமா?’

‘யார் இந்த அபத்தத்தை உனக்குச் சொன்னது?’

‘காம்ரேட் சேன.’

‘உன் தலைக்குள் ஒலிக்கும் குரல் எங்கே போகச் சொல்கிறதோ அங்கே போகிறாய்.’ என்கிறார். ‘ஆனால் உன் தலைக்குள் கேட்கும் குரல் எல்லா நேரத்திலும் உன்னுடையதல்ல.’

உதவியாளர்கள் உன்னை அடிமைத் தீவிலிருந்து மட்டக்குளிக்குச் சீரற்றபாதையில் அழைத்துச் செல்கின்றனர், கைவிடப்பட்ட புகையிரத நிலையம் போன்ற ஓரிடத்திற்கு வந்ததும் அது முன்பு நீ தப்பித்து வந்த இடம் என்பதை அறிந்துகொள்கிறாய்.

'ஐயோ. மறுபடியும் இங்கே வேண்டாம். தயவு காட்டுங்கள்.'

'இதற்கு அதிக நேரம் எடுக்காது.'

முடிவற்று நீளும் தாழ்வாரத்திற்குள் சிவப்புக் கதவுகள் மூலமாக உள்ளே நுழைகிறாய். முதன்முதலாக இங்கே கண்விழித்தபோது எந்த அளவுக்குக் கூட்டத்துடன், எந்தளவு ஒழுங்குடன் இருந்ததோ இப்போதும் அப்படியே இருக்கிறது. வெள்ளை உடையிலிருக்கும் உதவியாளர்கள் சமநிலையற்றவர்கள், ஊனமுற்றவர்கள் மற்றும் நோயுற்றவர்களை, ஒன்றுடன் ஒன்று பின்னிப்பிணைந்திருக்கும் வரிசைகள் கொண்ட சேவைமுகப்பை நோக்கி மேய்த்துக்கொண்டிருக்கின்றனர். ஹீ-மேன் மற்றும் மோசேவை அமளிக்குள் அனுப்பிவிட்டு மருத்துவர் ராணி உன்னுடன் பெருங்குழப்பத்தின் விளிம்பில் மிதக்கிறார்.

'முதலில் காதுகளைச் சோதித்துவிடுவோமா?'

புதிதாக இறந்த ஆன்மாக்கள் துக்கத்தின் பல்வேறு நிலைகளில், பாய்மத்தின் துகள்கள் போல, ஒன்றுடனொன்று மோதிக்கொண்டிருக்கின்றன. சில நடுங்குகின்றன, சில போராடுகின்றன, சில ஒன்றுமற்றதில் மூழ்கியிருக்கின்றன.

'யார் இங்கே பொறுப்பாளர்? உங்கள் மேலதிகாரி யார்?'

மருத்துவர் ராணி தலையை அசைத்துக்கொள்கிறார்.

'வேறுவிதமாகக் கேட்கிறேன். இங்கே பொறுப்பாளரென யாருமில்லையா?'

'நான் வெறும் உதவியாள், மால். எங்களால் முடிந்ததைச் செய்கிறோம். ஒருவேளை படைத்தவர் என்று யாராவது இருந்திருக்கலாம். ஒருவேளை ஆப்பிரிக்கக் கடவுளான ம்பாம்போ போல அவர் உலகத்தை வாந்தியெடுத்திருக்கலாம். அல்லது பைபிளில் வரும் நபர்போல ஒருவாரத்தில் கைகளால் வடிவமைத்துவிட்டு ஞாயிற்றுக்கிழமையில் படுத்துத் தூங்கியிருக்கலாம்.'

'அப்படியென்றால் நான் யாரைச் சந்திக்க முடியும்? யாவே, ஜீயஸ்?'

'நாம் படைத்தவரின் ஆன்மாவை அறியவேண்டும். அவளது பெயர் என்னவென்று விவாதிப்பதற்குப் பதிலாக.'

'என்னிடம் கடவுளுக்கு அற்புதமான பெயரொன்று இருக்கிறது. யாராயினும்.'

'உனது ஏழாம் நிலவின்போது உன்னை விடுவிக்கக்கோரி என்னிடம் வராதே. கடைசி நிமிட வழக்குகளை நான் ஏற்றுக்கொள்வதை நிறுத்திவிட்டேன்.'

'அனைவரும் அந்த யாராயினுமைப் பிரார்த்திக்க வேண்டும். பிறகு யாரும் புண்படப் போவதில்லை. "அன்பான யாராயினும், என் குடும்பத்தை கவனித்துக்கொள்ளுங்கள். எங்களுக்குச் செல்வத்தைக் கொடுங்கள், வலியைத் தராதீர்கள். அன்புடன், நான்".'

'உன் நகைச்சுவைகள் என்னைச் சோர்வுக்குள்ளாக்குகின்றன.'

'இதுதான் நான் இதுவரை கூறியதிலேயே தீவிரமான விடயம்.'

அவர் உனக்குக் காதுகள் குறித்த விரிவுரையொன்றை வழங்குகிறார். நீ இதுவரை இருந்த அனைத்து இருப்பின் உண்மைகளும் அதன் வடிவமைப்பிலுள்ளன என்கிறார். எவ்வாறு குருத்தெலும்பு, தோல் மற்றும் சதை ஆகியவை கைரேகைகளைக் காட்டிலும் தனித்தன்மை வாய்ந்த வடிவங்களை, நிழல்களை உருவாக்குகின்றன. கடந்தகால வாழ்க்கை மற்றும் மறக்கப்பட்ட பாவங்களின் புதைபடிவங்கள் அவற்றுள் இருக்கின்றன. பொதுவாகத் தடயங்கள் எப்படியிருக்க வேண்டுமோ அப்படி அது வெளிப்பார்வையிலிருந்து மறைந்து கொண்டிருக்கும்.

'நம் காதுகளை நம்மால் பார்க்கமுடிவதில்லை என்பதே படைத்தவளின் மேதமைக்குச் சான்று,' என்கிறார் மருத்துவர் ராணி.

'அல்லது அவள் நம் அனைவரையும் வெறுக்கிறாள் என்றும் இருக்கலாம்,' என்கிறாய்.

மருத்துவர் ராணி மறுப்பாகத் தலையசைத்துக் கொள்கிறார். காதுகள் கர்மவினையின் கைரேகைகள் என்கிறார், மேலும் உன்னுடைய தோல்-ஆடையில் உன்னுடைய முந்தைய பிறவிகளின் தடயங்கள் சிதறிக்கிடக்கின்றன. உன் தலையிலுள்ள சுழி, உன் கால்விரல்களின் விகிதங்கள், உன்

இரண்டாம் நிலவு

சருமத்திலுள்ள வடிவங்கள், உனது பற்களின் கோணம், நடக்கும் விதத்திலுள்ள துள்ளல் ஆகியவற்றிலும். பெரும்பாலான திறமைமிக்க வசியம்செய்பவர்கள் தங்களது செய்வினையில் தலைமுடி அல்லது நகங்கள் அல்லது பல் அல்லது ரத்தத்தைச் சேர்ப்பதற்குக் காரணங்கள் உள்ளன.

அவர்கள் மின்தூக்கியின் குழியை நோக்கி உன்னை இழுத்துச்செல்கின்றனர். மோசே தன்னுடைய கழியைக் காற்றின்போக்கில் பிடித்துள்ளார். ஹீ-மேன் தைரியமிருந்தால் ஓடிப்பார் என்பது போலப் பார்க்கிறான். காற்று பலமிக்கதாகி மூலையில் மாட்டிக்கொண்ட மிருகம்போல உறுமுகிறது.

'உனக்கு விடைகள் வேண்டுமென்றால்,' மருத்துவர் ராணி அதைமீறிக் கத்துகிறார். 'இதன் பின்னாலிருக்கும் "யாராயினும்"ஐக் கண்டுபிடிக்க வேண்டுமென்றால், முதலில் உன் காதுகளுக்கிடையிலிருக்கும் "யாராயினும்"ஐக் கண்டுபிடி.'

பல திசைகளிலும் மிதந்துகொண்டிருக்கும் ஆவிகளுக்கு நடுவே குழியின் வழியாக மேலெழுகிறீர்கள். தளங்கள் உன்னைக் கடந்து செல்கின்றன. தளங்களை நீ கண்காணித்துக்கொண்டிருந்தால், நாற்பத்தி இரண்டு என எண்ணியிருப்பாய்.

'உன்னுடைய முகமே உனக்குத் தெரியாமலிருக்கும்போது, கடவுளின் முகத்தைத் தெரிந்துகொள்வது கடினம்,' என்கிறார்.

இன்று, நாற்பத்து-இரண்டாம் தளம் வணிகத்திற்காகத் திறந்திருக்கிறது அல்லது சிவப்புக் கதவுகளின் வரிசைக்குப் பின்னால் நடக்கும் விடயங்கள் எதுவோ அதற்காக.

ஆவிகள் அனைத்தும் புத்தம்புதியதாகக் காணப்படுகின்றன, அவற்றின் கண்கள் மற்றும் நடை, அவற்றை வழிநடத்தும் வெண்ணிறத்திலுள்ள உருவங்கள் ஆகியவற்றிலிருந்து அதை நீங்கள் அறியலாம். உனது மூன்று பாதுகாவலர்கள் தங்கள் சக ஊழியர்களைப் பார்த்துத் தலையசைத்துவிட்டு உன்னைச் சிவப்பு நிறக் கதவை நோக்கி அழைத்துச் செல்கின்றனர். உன் கையில் ஒரு ஓலை உள்ளது, அதில் கவனமாகக் குறியிடப்பட்ட பகுதிகள் உள்ளன. நீ அதை அறிகிறாய், ஆனால் அது எப்படி உன் கைக்கு வந்தது என்று உனக்குத் தெரியவில்லை.

அறையின் உள்பகுதி அபின் குகை போல் இருக்கிறது, புகை மட்டும் இல்லை. உடல்கள் மல்லாந்து படுத்திருக்கின்றன,

பெருத்த வயிறு மற்றும் ஊதா நிறக் கண்கள் கொண்ட சட்டையில்லாத ஆண்கள், அரை நிர்வாணப் பெண்கள் ஒவ்வொரு உடலுக்கருகிலும் குந்தியமர்ந்து அவற்றின் காதுகளை உற்றுநோக்கிக் கொண்டிருக்கிறார்கள்.

தரையில் படுத்துக்கொள்ளும்படி கூறப்படுகிறாய், கிராமத்து இளம்பெண் ஒருத்தியும் கிராமத்துக்குடிகாரன் போலத் தோற்றங்கொண்ட ஒருவரும் உன் காதுகளை உற்றுக் கவனிக்கின்றனர். அவர்களின் தோல் மங்குஸ்தான் பழத்தின் ஊதா நிறத்திலிருக்கிறது, சுவாசத்தில் பழத்தின் வாசனை.

'முப்பத்து-ஒன்பது வாழ்க்கைகள் வாழ்ந்திருக்கிறான்,' என்கிறாள் இளம்பெண்.

'சரிதான்,' என்கிறார் குடிகாரர்.

குடிகாரன் உன்னுடைய இடதுகாதைக் கவனிக்க இளம்பெண் வலதைக் கவனிக்கிறாள். இலைப் புத்தகத்தில் பொறிக்குமுன் அவர்கள் ஒருவருக்கொருவர் முணுமுணுத்துக்கொள்கின்றனர்.

'கொலை செய்யப்பட்டிருக்கிறான். கொடூரமாக. எதிர்பாராமல்.'

'முழுமையற்றுக் காதலித்திருக்கிறான்.'

'திருடியிருக்கிறான். கொள்ளையடிக்கப்பட்டிருக்கிறான்.'

இளம்பெண் மற்றும் குடிகாரன் இருவரும் ஒருவரையொருவர் பார்த்துக்கொண்டு, பிறகு உன்னைப் பார்க்கிறார்கள்.

'கொன்றிருக்கிறானா?'

'ஐயோ,' மருத்துவர் ராணி தன் கன்னத்தை உள்ளங்கையால் பற்றிக்கொள்கிறார்.

'இது முட்டாள்தனம்,' என்று சொல்லும்போதே மற்ற சடலங்களுடன் ஒரு பாதை வழியாகத் தள்ளப்படுகிறாய், நீ அவர்களைப் பார்க்கும்போது பெரும்பாலானோரின் கண்களது நிறச் சாயைகள் மாறுகின்றன. ஒவ்வொரு நிறுத்தத்திலும், ஒரு ஜோடிக் கைகள் உன் ஓலையை எடுத்து அதன்மீது எழுதுகின்றன. நீ வெவ்வேறு தோற்றவுருக்களால் துளாவப்படுகிறாய், சில இரவுணவுக்கான உடைகளில், சில சாரோங்கில், ஒருசில தங்க ஆபரணங்கள் அணிந்திருக்கின்றன, வேறெந்த உடையும் அதிகம்

இல்லை. அனைத்திற்கும் ஊதா நிறக் கண்கள் மற்றும் பருத்த வயிறுகள்.

'பிரேதங்கள் பசிமிக்க ஆவிகள்,' என்கிறார் மருத்துவர் ராணி. 'அவை காதுகளைப் படிப்பதிலும் தேர்ந்தவை.'

'நான் கொலை செய்தேன் என்றும் கூறினார்கள். அதில்தான் சிறு சிக்கல். நான் செய்யவில்லை.'

'நிச்சயமாகவா?'

பிறகு ஓர் அறைக்குள் நுழைகிறாய், அங்கே உன்னைத் தவிர ஒரு கண்ணாடிமட்டுமே இருக்கிறது. முதலில் அந்தக் கண்ணாடியில் எதுவும் தெரியவில்லை. பிறகு உன் கண்களை வெவ்வேறு முகங்களில் பார்க்கிறாய், உனது முகத்தை வெவ்வேறு தலைகளில் மற்றும் உன் தலையை வெவ்வேறு உடல்களில். ஒவ்வொரு உறுப்பும் நீ கவனித்துப் பார்க்கும் முன்பே மாறிக்கொண்டிருக்கிறது. உன் மூக்கு நீண்டு பிறகு குறுகலாக, உன் முகம் அழகாகி பிறகு மிருகத்தனமாக, உன் தலைமுடி நீண்டு பிறகு காணாமலாகிறது. உனது கண்கள் மஞ்சளிலிருந்து பச்சைக்கும் பிறகு நீலத்திற்கும் பிறகு பழுப்புக்கும் மாறுகிறது.

ஆனால் உன் காதுகள், மாறவே இல்லை.

இறுதியாக, கண்ணாடியில் தெரிவதை அடையாளம் கண்டுகொள்கிறாய். சிவப்புநிறக் கைக்குட்டை, சஃபாரி ஜாக்கெட், ஒற்றைக்காலணி மற்றும் கழுத்தைச் சுற்றிச் சில பொருட்கள்- பின்னிப் பிணைந்துள்ள சங்கிலிகள், டிடியின் ரத்தம் கொண்ட மரச்சிலுவை, பஞ்சாயுதம், மற்றும் குப்பிகளை மறைத்து வைத்திருக்கும் பதக்கம். சிக்கலாகியுள்ள நூல்களைப் பார்க்கிறாய் அவை எவ்வளவு நெருக்கமாக சுருக்குக் கயிறை ஒத்திருக்கின்றன என்பதை உணர்கிறாய். உன்னுடைய கேமரா மைல்கல் போலத் தொங்கிக்கொண்டிருக்கிறது. இழுத்து, உடைந்த அதன் லென்ஸைப் பார்க்கிறாய்.

அதில் ஒரு நாய், வயதான மனிதர் மற்றும் குழந்தையின் தொட்டிலை ஆட்டிக்கொண்டிருக்கும் பெண்ணைப் பார்க்கிறாய். அவர்கள் அனைவரும் அமைதியாக உறங்கும் காட்சி உன் குடலைத் தாக்குகிறது. மூன்றாவது முறையாக, முள்ளால் குத்தப்படுவதுபோல் உன் கண்கள் கண்ணீரால் நிறைகின்றன. நிமிர்ந்து பார்க்கும்போது ஓலைகளினாலான

புத்தகத்தைக் கையில் வைத்திருக்கிறாய், ஆனால் இம்முறை அதில் எழுதப்பட்டிருக்கிறது. எழுத்துகள் அழகாக, துல்லியமாக இருக்கின்றன, ஆனால் விந்தையான முறையில் அதிகாரத்துவம் மிக்கவையாகவும் இருக்கின்றன.

இறப்புகள் - 39
காதுகள் - அடைபட்டவை
பாவங்கள் - பல
நிலவுகள் - 5

ஓலையின் அடிப்பகுதியில் ஒரு முத்திரை. ஒன்றன்மீது ஒன்றாக மேற்பொருந்திய ஐந்து வெண்ணிற வட்டங்கள். உனக்கு மீதமிருக்கும் நிலவுகள்.

***

நாற்பத்து இரண்டாவது தளத்தின் வரவேற்பறையில் இருக்கிறீர்கள், ஹீ-மேனும் மோசேயும் மறைந்துவிட்டனர். வேறு ஏதேனும் தகுதியற்ற பாவியை வெளிச்சத்திற்குள் தள்ளுவதற்காக என்பதில் எந்தச் சந்தேகமுமில்லை. நீயும் அந்த நல்ல மருத்துவரும் இந்த இரைச்சல்மிக்க நிலையமும் உன் எண்ணங்களின் விளிம்பில், உன் பார்வையின் புறப்பரப்பில், உன் நாக்கின் நுனியில் தங்கியிருக்கும் நினைவுகளும் மட்டுமே இருக்கிறீர்கள். அவை உன் மனத்தின் ஜன்னல்களுக்கு எதிராக மோதுகின்றன, ஆனால் புயலுக்குள் மறைந்திருக்கின்றன.

மருத்துவர் ராணி உனக்கொரு விரிவுரையை வழங்குகிறார், ஆனால் இம்முறை சற்று கனிவாக.

'உன் ஆன்மா இளமையானதல்ல, நீ முப்பத்தொன்பது வாழ்க்கைகளை வாழ்ந்திருக்கிறாய். உன்னிடம் குற்றவுணர்வுள்ளது, உன்னிடம் துக்கம் உள்ளது, உன்னிடம் செலுத்தப்படாத கடன்கள் உள்ளன. உன் மரணம் விபத்தோ அல்லது தற்கொலையோ அல்ல என்று அவர்கள் நினைக்கிறார்கள்.'

'அவர்களுக்கு எப்படித் தெரியும்?'

'ஒருவேளை நீ மரணங்களை ஏற்படுத்தியிருக்கலாம். நீ எனக்குக் கொலைகாரன் போலத் தெரியவில்லை. ஆனால் என்னைச் சுட்ட இளைஞர்களையும் நான் அவ்வாறு நினைக்கவில்லை.'

நீ எப்படி எதிர்வினையாற்றுகிறாய் என்பதைப் பார்க்க அவர் ஒருபக்கம் தலையைச் சாய்த்துக் காத்திருக்கிறார்.

நீ அமைதியாக இருக்கிறாய். ஒருவேளை இதற்குப் பதில் இருந்தாலும் அதை நீ நினைவுகூர முடியாது. உன் மூளை நினைவுகளைச் சுரக்கிறது, ஆனால் நீ தேடிக்கொண்டிருக்கும் நினைவுகளை அல்ல. உன் புகைப்படங்களையும் படச்சுருள்களையும் எங்கே பதுக்கி வைத்திருக்கிறாய் என்பதை நினைவில் வைத்திருக்கிறாய். அது மருத்துவர் ராணி பாராட்டக் கூடிய தகவல் அல்ல, ஆனால் எவரேனும் பாராட்டக் கூடும்.

'நான் என் கடன்களைச் செலுத்திவிட்டேன்.'

'அப்படியா?'

'என் புகைப்படங்களைத் தவிர. அவை மற்றவர்களால் பார்க்கப்பட வேண்டும். எனக்கு இன்னும் ஐந்து நிலவுகள் உள்ளன. அது போதுமான காலம்.'

'உன் நினைவுகள் தடைபட்டிருப்பதாகச் சொல்கிறார்கள்.'

ஓலையைக் குனிந்து பார்க்கிறாய். இந்தக் கீறல்களும் கிறுக்கல்களும் உண்மையில் அதையெல்லாம் சொல்கின்றனவா?

இதுவரை வாழ்ந்த அனைவரது ஜாதகங்களும் இருக்கும் கொட்டாஞ்சேனையிலுள்ள ஓரிடத்தைப் பற்றி ஜக்கி கூறியது உன் நினைவுக்கு வருகிறது. ஜக்கி தன்னுடைய சூதாட்டக் கட்டடத்திற்கு ஒருவாரத்திற்குப் பின்பும் நாடகக் கட்டடத்திற்கு பலமாதங்கள் முன்பும் ஜோதிடவியல் கட்டடத்திற்கு வந்தாள்.

அந்தக் கதை இப்படிப் போகிறது: மூவாயிரம் ஆண்டுகளுக்கு முன்னால் ஏழு இந்திய ஜோதிடர்கள் பனை ஓலைகளின் பரந்த சேகரிப்பில் இனி பிறக்கவிருக்கும் அனைவருக்கும் சுயசரிதைகளை எழுதினர். ஒவ்வொன்றும் புறக்கோட்டையில் ஒரு நீளுருளைத் துணியின் விலைமதிப்பில் சில்லறை விற்பனை செய்யப்பட்டது.

அவர்களிடம் நேரம் மற்றும் பிறந்த தேதியைக் கொடுத்தால் உங்களுடைய ஓலைச்சுவடியை இந்தியாவிலிருக்கும் குகையிலிருந்து இறக்குமதி செய்வர், கஞ்சியிட்ட சட்டையணிந்த ஒருவர் இங்கே அதை உங்களுக்கு விளக்கிச் சொல்வார். பாலி, சமஸ்கிருதம் மற்றும் தமிழில் பொறிக்கப்பட்டவற்றை

அடிப்படையாகக்கொண்டு ஜோதிடர் இளம்பெண்களிடம் அவர்களுக்கு எப்போது திருமணம் நடக்குமென்றும் வீட்டுவேலை செய்பவர்களுக்கு அவர்கள் எப்போது இந்தக் கரைகளைவிட்டு நீங்குவார்களென்றும் கூறினார். முதியவர்களுக்கு இன்னமும் பலவருட ஆயுளிருக்கிறது என்றும் முடமானவர்களுக்கு ஒருநாள் அவர்கள் நடக்கலாமென்றும் கூறுவார். இருப்பினும் சுவாரஸ்யமானதாக, யாருக்குமே அந்த ஜோதிடர் அவர்கள் எப்போது இறப்பார்கள் என்பதைச் சொல்லவில்லை.

ஜக்கியிடம் நீ கூறியது உனக்கு நினைவிருக்கிறது, ஏழு முனிவர்கள் 5.3 பில்லியன் ஆன்மாக்களுக்குச் சுயசரிதை எழுதவேண்டுமென்றால் மில்லியன் கணக்கான ஆண்டுகளாகும் என்று ஜக்கியிடம் கூறியது உன் நினைவுக்கு வருகிறது. காகிதத்தின் நீளம் சிங்கராஜக்காடு முழுவதையும் சமப்படுத்திவிடும். முடிவில் அது அர்த்தமற்ற செயலாக இருக்கும்.

அனைத்துக் கதைகளும் மறுசுழற்சி செய்யப்படுகின்றன மற்றும் அனைத்துக் கதைகளும் நியாயமற்றவை. ஏனெனில் பலருக்கு அதிர்ஷ்டம் கிடைக்கிறது மற்றும் பலருக்குத் துன்பம் கிடைக்கிறது. பலர் புத்தகங்கள் உள்ள வீட்டில் பிறக்கிறார்கள், பலர் போரின் சதுப்பு நிலங்களில் வளர்கிறார்கள். முடிவில் நாம் அனைவருமே தூசாகிறோம். மேலும் அனைத்துக் கதைகளும் ஒளிமங்கிக் கருப்புநிறமாக மாறுவதில் நிறைவடைகின்றன.

***

மருத்துவர் ராணியின் குரல் எதிர்மறையான உனது சிந்தனைகளை ஊடறுத்து நுழைகிறது. ‘இது நீ சேதமடைந்திருக்கிறாய் என்கிறது. இடைநிலையில் அலைந்துகொண்டிருக்கக்கூடாது என்றும் கூறுகிறது.’

‘இதோ பாருங்கள் ஆன்ட்டி, நான் இதைப் பாராட்டுகிறேன்.’

‘நான் உனக்கு ஆன்ட்டி அல்ல. நீ இங்கே இருந்தால் அடிமைப்படுத்தப்படுவாய்.’

‘எவரால்?’

‘உன்னுடைய காம்ரேட் சேன மஹாகாளிக்கு வேலை செய்பவன். அவன் பயன்படுத்தப்படுவது போலவே, உன்னை அவன் பயன்படுத்திக் கொண்டிருக்கிறான். இந்த இடைநிலை

உன்னுடைய விரக்தியிலிருந்து சக்தியைப் பெறும் கூளிகளாலும் பிசாசுகளாலும் நிறைந்துள்ளது. அதை அவற்றிற்குப் பரிசளித்து விடாதே. அது யாருக்கும் உதவப்போவதில்லை.'

'உயிருடன் இருப்பவர்கள் காதில் கிசுகிசுப்பதற்கு சேன எனக்கு உதவுவான். நீங்கள் அதை எனக்குச் செய்ய முடியுமா?'

மருத்துவர் ராணி மற்றும் கட்டுமஸ்தான தேவதைகளை நோக்குகிறாய். பிறகு சேவை முகப்பைச் சுற்றிலும் பார்க்கிறாய், முக்காடு அணிந்த சேனவின் உருவம் எங்கும் இல்லை, இதற்காக நன்றி உடையவனாக இருக்கிறாய். காற்றை முகர்ந்து மஹாகாளி அந்த இடத்தில் இருந்து அதிகத் தொலைவில் இல்லை என்பதை அறிந்துகொள்கிறாய்.

'நான் சேனவைப் பார்க்க வேண்டும்.'

'நீ என்ன பைத்தியமா?' என்கிறார் மருத்துவர் ராணி.

'எங்கும் எல்லோரும் ஏதாவது மஹாகாளிக்கு வேலை செய்துகொண்டுதான் இருக்கிறார்கள். இதில் நான் கவலைப்பட என்ன இருக்கிறது?'

'நீயொரு முட்டாள். என் நேரத்தை வீணடிப்பவன்.'

மருத்துவர் ராணி நிதானத்தை இழக்கும்போது அமைதியாகி விடுவார், ஜக்கியைப் போலவே. உன் அப்பா அதற்கு நேர்மாறு. உன் அப்பாவைப் போல் அல்லாமல் அவளுக்கு ஒரு வாக்குவாதம் எப்போது முடிந்துவிட்டது என்று தெரியும்.

'நீ அழைக்காத வரை துர்சக்திகளால் உன்னை விழுங்கமுடியாது. குறைந்தபட்சம், உன்னுடைய ஏழு நிலவுகளுக்கு முன்பாக அல்ல. உன்னிடம் ஐந்து நிலவுகள் மட்டுமே மீதமுள்ளன.'

அவர் உன்னைக் கடுமையாகப் பார்க்கிறார், அதைத் தாண்டியும் அவர் உனக்கு உதவ விரும்புகிறார் என்று உனக்குத் தெரியும். இப்படிப்பட்டவர்களைத்தான் நீ மிகமோசமாக நடத்துவது வழக்கம்.

'அதற்கு முன்பு உங்களிடம் வந்துவிடுவேன். நிச்சயமாக.'

'என்னால் நிறைவேற்ற முடியாத வாக்குறுதிகளைக் கொடுத்த பின்பு, இந்த நிச்சயமாக என்பதை என் கணவரிடமும் மகள்களிடமும் எப்போதும் நான் கூறுவது வழக்கம்.'

வெறுமையாக இருக்கும் சேவை முகப்பு ஒன்று இருக்கு மிதந்து செல்கிறார், திரும்பிப் பார்க்கவில்லை. போகும் வழியில் வயதான பெண்மணி ஒருவரை மின்தூக்கிக்கும் இளைஞன் ஒருவனை சிவப்பு நிறக் கதவு நோக்கியும் வழி நடத்துகிறார், அப்போதும் திரும்பிப் பார்க்கவில்லை. நீ பார்த்த விடயங்களை அவர் பார்த்ததில்லை, நீ செய்த விடயங்களைச் செய்ததில்லை. ஒளிக்குள் காலடியெடுத்து வைத்தால், நீ அஞ்சுவது மறப்பதையல்ல, உன்னோடு சேர்ந்து காலடியெடுத்து வைக்கும் விடயங்களையே என்பதை அவர் புரிந்துகொள்ளவில்லை.

தொன்ம உயிரி

உன்னை இடுகாட்டிற்கு அழைத்துச் செல்லத் தோதான காற்றுக்காகக் காத்திருக்கிறாய், கிசுகிசுக்கும் சக்தியைப் பெறுவதற்கு, சேன கேட்கும் விலை எதுவாக இருந்தாலும் கொடுக்கத் தயாராக இருக்கிறாய். காற்றுகளுக்காகக் காத்திருக்கும்போது ஆன்மாக்கள் மருதானைப் பேருந்து நிறுத்தங்களை நோக்கி மிதந்து செல்வதைக் கவனிக்கிறாய். இப்போது உன்னால் பிரேதங்களை ஊதா நிறத் தோல் மற்றும் தொந்தியைக் கொண்டும், பிசாசுகளை அவற்றின் சிவப்பு நிறக் கண்கள் மற்றும் நகங்களைக் கொண்டும், வழக்கமான ஆவிகளை அவற்றின் குழப்பமான பார்வையைக் கொண்டும் அடையாளம் காண முடியும்.

'கருப்பு நிறக் கண்கள் கொண்டவற்றிடம் கவனமாக இருக்கவேண்டும். அவை உன்னைச் சிதைத்துவிடும், சகோதரா.'

கீழே குனிந்ததும் சிறுத்தைப் புலி ஒன்றைப் பார்க்கிறாய். ஆயுதமேந்திய மனிதர்கள் தங்களது வன்முறையை மூர்க்கமான பூனைகளின் பெயர்களுக்குப் பின்னால் மறைத்துக்கொள்வது போன்ற இடக்கரடக்கல் அல்ல இது. ஓர் உண்மையான விலங்கு. அதன் தோலில் புள்ளிகள், அதன் கண்கள் தூய வெள்ளை.

'மன்னிக்கவும். எனக்குப் புரியவில்லை.'

'நிச்சயமாகப் புரியாது.'

'ஆவி விலங்குகள் உண்டென்பது எனக்குத் தெரியாது.'

‘உன்னுடைய அறியாமைக்காக நான் இப்போது மறைந்துபோக வேண்டுமா?’

‘உன்னைக் காயப்படுத்த நினைக்கவில்லை.’

‘ஆனாலும் அப்படித்தான் செய்தாய்,’ என்றபடி சிறுத்தை மதில்சுவரைக் கண்களால் அளக்கிறது. பிறகு பஞ்சிகாவத்தையின் கால்வாய்களை நோக்கிய ஒரு சந்து வழியாக மறைகிறது.

ஏன் ஆவி விலங்குகள் இருக்காது? மனிதர்களுக்கு மட்டுமே ஆன்மா இருக்க வேண்டுமா என்ன? அதன்பொருள் இதுவரையில் நீ அடியெடுத்து வைத்துக் கொன்ற ஒவ்வொரு பூச்சியும் ஏழு நிலவுகளுக்கு அலைந்து, சேவை முகப்பில் உயிரைத் திருப்பித் தரும்படி முறையிடுமா? உதவியாளர்கள் அதிக வேலைப்பளுவில் இருப்பதாகத் தோன்றுவதில் ஆச்சரியமில்லை.

காற்றைப் பற்றிக்கொண்டு கீழே ஆவிகள் கூரைகளில் இருந்தபடி நிலவை வெறிப்பதைப் பார்க்கிறாய். கீழே மற்றும் இடை நிலையில் நீ பார்த்த உயிரிகள் அனைத்தையும் குறித்த சிந்தனை வருகிறது. இறந்த அரசியல்வாதி ஒருவருக்கான சுவரணை விளம்பரப் பலகை ஒன்றைப் பார்க்கிறாய், ஏன் சில மனிதர்களுக்கு மட்டும் விளம்பரப் பலகைகள் கிடைக்கின்றன, சிலருக்குக் கல்லறைகள் கூடக் கிடைப்பதில்லை என்று வியக்கிறாய். இத்தனை அபத்தங்களுக்கு இடையில், ஒரேயொரு விலங்கின் இருப்பை நீ எப்போதும் சந்தேகிக்கிறாய். நீ கடவுள் என்பதைப் பற்றிச் சிந்திக்கவில்லை. தொன்ம உயிரினங்களிலேயே மிகவும் சாத்தியமற்றது என்று நீ நினைப்பது: நேர்மையான அரசியல்வாதி.

அப்படி ஒரேயொருவரைப் பற்றிய கதைகளைக் கேட்டிருக்கிறாய். பேராசைப்பட்டோ அல்லது லாபத்திற்காகவோ அல்லாமல் அரசியலுக்கு வந்த கனவான். டான் விஜேரத்ன ஜோசப் மைக்கேல் பண்டார, 1902இல் கேகாலையில் செருப்பு தைப்பவரின் மகனாகப் பிறந்தவர், 1919இல் பேராதனை சட்டபீடத்திற்கான உதவிச் சம்பளத்தை வென்றவர். பல வருடங்கள் தேயிலைத் தோட்டத் தொழிலாளிகளுக்கான வழக்குகளில் வாதாடிய பிறகு, கம்யூனிசக் கட்சியின் வேட்பாளராகி, தேர்ந்தெடுக்கப்பட்டு, குறைந்த வயதிலேயே இறந்துபோகும்வரை தன் பணியைத் தொடர்ந்தார்.

அவர் ஒடுக்கப்பட்டவர்கள் மற்றும் மறக்கப்பட்டவர்களுக்காகப் பணிசெய்தார், தமிழ்த் தொழிலாளிகள், இஸ்லாமிய வியாபாரிகள், பரங்கிய சாரதிகள் மற்றும் செட்டி சமையல்காரர்கள் ஆகியோருக்காக வாதாடினார். கேகாலை மாவட்டத்தில் இரண்டு நூலகங்களைக் கட்டினார், ஒருதலைமுறைக் குழந்தைகளுக்கு ஆங்கிலத்தைப் படிக்கக் கற்றுக்கொடுத்தார், அனைத்து மக்கள் விரோதிகளையும் நகராட்சி மன்றத்திலிருந்து வெளியேற்றினார். அவர் தன் வாழ்நாளில் லஞ்சம் பெற்றதில்லை, பெண்கள் பின்னால் அலைந்ததில்லை, குடித்த பிறகு கூடச் சூளுரைத்ததில்லை. ஆம், நிச்சயமாக, அவர் குடித்தார். தொன்ம உயிரினங்களுக்கும் தாகம் எடுக்கும்.

டான் விஜேரத்ன ஜோசப் மைக்கேல் பண்டார '67இல் பக்கவாதத்தால் இறந்தார், அவர் உறிஞ்சிய சர்ச்சில் சுருட்டுகளும் இரவுகளில் அவரை உறங்கவிடாமல் வைத்திருந்த வழக்கும் அதற்குக் காரணம். எவருக்காக ஒருநாளைக்குப் பதினெட்டு மணி நேரங்கள் உழைத்தாரோ அந்த நன்றிகெட்ட உள்ளூர் தொழிற்சங்கங்கள் அவ்வழக்கால் அவர் முகத்தில் அறைந்தன. அவரது இளையமகன் டான் விஜேரத்ன புவனேக சிறில் பண்டார 1977இல் சட்டசபைக்குள் நுழைந்தார், அவரது தந்தை அவருக்குக் கற்பித்த தோல்வியுறுவது எப்படி என்ற போதனைகளை அவர் நினைவுகூர்ந்தார். சிறில் பண்டாரவின் உலகம் குறித்த பார்வை தந்தைவழிப் பாட்டியை மூன்று வருடங்களுக்கு ஒவ்வொரு வாரமும் தொழிலாளர் நீதிமன்றங்களுக்கு அழைத்துச் சென்றவிதத்தில் வண்ணம் தீட்டப்பட்டது.

மர வியாபாரத்தில் ஈடுபட்டிருந்த நிறுவனத்தால் மூத்த பண்டார மீது ஒப்பந்த மோசடி வழக்கு தொடுக்கப்பட்டது, அவர் ஏற்கெனவே அந்நிறுவனத்தின் தொழிலாளர் நடைமுறைகள் குறித்துக் கேள்வியெழுப்பியிருந்தார். இளைய பண்டார, நீதிமன்றங்கள் அவரது பூர்வீக சொத்துகளை உறிஞ்சி அவரது தந்தையின் நற்பெயர் மீது மலங்கழித்ததைப் பார்த்துக் கொண்டிருந்தார் - இளையவர் தனது முதல் பாராளுமன்ற உறுப்பினர் தேர்தலில் களுத்துறையில் சிறில் விஜேரத்ன என்று போட்டியிட்டதற்கு இதுவும் காரணமாக இருக்கலாம்.

சிறில் விஜேரத்ன கட்டுமான ஒப்பந்தங்களைத் தீர்மானித்தபோது ஒருபோதும் மாட்டிக்கொள்ளவில்லை. அனைத்துத்

திருமணமான ஆண்களும் பயன்படுத்தும் சாக்குப்போக்கை சிறில் பயன்படுத்தினார். உங்கள்மீது குற்றம் சாட்டப்படவிருக்கிறது என்றால், நீங்கள் அந்தக் குற்றத்தைச் செய்யலாம்.

இந்தக் கதையிலும் மற்ற அனைத்துக் கதைகளிலும் அச்சப்படக்கூடிய உயிரினங்கள் இருக்கின்றன. வதந்திகளை, புற்றுநோயைப் பரப்பும் கருகிய துர்தேவதை, குழந்தைகளைக் கருவிலிருந்து பிய்த்தெடுக்கும் ரிரி பிசாசு, சுடுகாட்டுப் பிசாசு, மோகினி, பிசாசுப் பறவை, பத்துத்தலை ராவணன், மஹாகாளி.

அதன்பிறகு, குடித்துவிட்டுப் பேருந்து ஓட்டும் சாரதி, டெங்கு கொசு, வெறிபிடித்த துறவி, வெறிபிடித்த ராணுவச் சிப்பாய், சித்திரவதை செய்யும் முகமூடியணிந்த மனிதன், அமைச்சரின் மகன். ராணுவத்தை அல்லது காவல்துறையைச் சேராத ஆண்கள். தேசிய உடையில் வேலைக்குச் செல்லும் ஆண்கள்.

சிறில் விஜேரத்னவுக்கு ராஜபக்சவைப் போலச் சமாதானவாதிகளை அமைதிப்படுத்தும் திறனிருந்தது, ஜேஆர் போலச் சித்தாந்தவாதிகளைச் சிந்தனையில் மிஞ்ச, பிரேமதாச போன்ற ஜனரஞ்சகவாதிகளை முந்திச்செல்ல, வெளிநாட்டுப் பிரமுகர்களைத் தனது கடன்வாங்கிய உச்சரிப்பால் கவர, தனக்கு வாக்களித்த முட்டாள்களைத் தனது தொன்மத் தந்தையின் மகனாக நடித்து ஏமாற்ற முடிந்தது.

ஐந்து படுகொலை முயற்சிகளிலிருந்து (மூன்று ஜேவிபி, இரண்டு எல்டிடிஈ) எவ்வாறு தப்பினீர்கள் என்று நீங்கள் அவரைக் கேட்பீர்களேயானால், அவர், ‘எஸ்டபிள்யுஆர்டியின் இறந்த மெய்க்காப்பாளர் என்னுடைய அதிர்ஷ்டமிக்க பின்புறத்தைப் பாதுகாக்க இருக்கிறார்,’ என்று சிந்திக்கப்போவதில்லை. அவர் அநேகமாக, ‘நான் இன்று உயிரோடிருப்பதற்குக் காக மனிதன்தான் காரணம்,’ என்றே சிந்திப்பார்.

காக மனிதனின் குகை

இடுகாட்டின் வாகன நிறுத்தத்திலிருந்து சேனவை வேவுபார்க்கிறாய். சுடலைக் கோபுரத்தை வெறித்துப் பார்த்துக்கொண்டு, புதிதாக எரிக்கப்பட்ட ஆவிகளுக்குத் தாள்களைக் கொடுத்துக்கொண்டிருக்கிறான். உன்னைப் பார்த்ததும் இளித்து உன்னை அழைக்கிறான்.

‘மதிய வணக்கம் சார். உங்களைப் பார்த்ததில் மகிழ்ச்சி. உதவியாளர்களிடம் உங்களை இழந்துவிட்டேன் என்று நினைத்தேன்.’

‘உன் அப்பா விஜேரத்ன குடும்பத்தின் சாரதி என்று நீ என்னிடம் கூறவேயில்லை.’

‘சார் என்னிடம் கேட்கவேயில்லையே.’

‘உனக்கு புவனேக விஜேரத்னவைத் தெரியுமா?’

‘அப்பா அவர் வேலைசெய்யுமிடத்திற்கு என்னை எப்போதும் அழைத்துச்சென்றதில்லை. ஏன் அழைத்துச்செல்லப் போகிறார்? அவர் விவசாயி என்று நான் நினைத்துக்கொண்டிருந்தேன் என்பது அவருக்குத் தெரியும்.’

‘உன் அப்பா விஜேரத்னவின் குடும்பத்தைச் சபித்ததாகக் கூறினார்.’

‘ஒரு சாரதியின் சாபங்கள் ஒன்று மற்றதைக் காட்டிலும் குறைவான மதிப்புடையது. என்னிடமிருந்து உங்களுக்கு ஏதேனும் தேவையா?’

‘உயிருடன் இருப்பவர்களோடு நான் கிசுகிசுக்க விரும்பினால், அது சாத்தியமா?’ என்று கேட்கிறாய்.

‘அனைத்தையும் செய்வது சாத்தியமே, முதலாளி,’ என்றபடி தனது குப்பைப் பையால் செய்யப்பட்ட புத்தகப் பையிலிருந்து பச்சைநிற வட்டமான பொருள்களை எடுக்கிறான். ‘ஆனால் நீங்கள் ஈடுபாட்டுடன் இருக்கவேண்டும். உங்களிடமிருந்து எவ்விதமான ஈடுபாட்டையும் நான் பார்க்கவில்லை, சார். என் கருத்தைச் சொல்கிறேன்.’

சேன பச்சை அல்லது மஞ்சள் நிறத்தில் கண்கள்கொண்ட பேய்களுக்கு மட்டுமே தாள்களைக் கையளிக்கிறான் என்பதைக் கவனிக்கிறாய், யார் பாதிப்புக்குள்ளாகி அல்லது குழப்பத்திலிருக்கிறார்களோ அவர்களுக்கு மட்டும். அனைத்துப் பெரு மதங்களைப் பரப்புபவர்கள் போல சேனவும் புத்திசாலித்தனமாக, வேட்டையாடுவதற்குப் பலவீனமானவர்களையே தேர்ந்தெடுத்துள்ளான்.

இடுகாட்டின் காற்று அசைவின்றி இருக்கிறது. எலிகள், பாம்புகள் மற்றும் திரிபூனைகள் கல்லறைக் கற்களுக்கிடையே ஒளிந்து கொண்டுள்ளன. நேர்த்தியின்றி வளர்ந்த புற்கள் மற்றும் கவிழ்ந்த பாறைக்கிடையே ஓர் ஆலமரம் கவனத்தை ஈர்க்கிறது. அதனுள் பல நிழல்கள் மறையலாம் என்றபோதிலும் அங்கிருக்கும் எவரும் ஒன்றை உருவாக்குவதாகத் தோன்றவில்லை.

‘உதவியாளர்களுடனான சந்திப்பு நல்லவிதமாகச் சென்றிருக்கும் என அனுமானிக்கிறேன்,’ என்று ஏளனமாகச் சிரிக்கிறான் சேன. நகைச்சுவையாக ஏதாவது முயற்சி செய்யும்போது நாக்கைப் பற்களுக்கிடையே நீட்டுகின்ற எரிச்சலூட்டும் பழக்கம் சேனவிடம் உண்டு. அவனிடம் ஏதோ வித்தியாசமிருக்கிறது. அவனது பற்கள் கூர்மையடைந்ததுபோல் தெரிகின்றன, உதடுகள் பருத்து, கண்கள் பெரிதாகியிருக்கிறது, தலைமுடி கூர்மையாக, இளிப்பு தெவிட்டும் விதமாக மாறியிருக்கிறது. கடந்துசெல்லும் ஒவ்வொரு கூளியிடமும் இதையே சொல்கிறான்.

‘நாங்கள் உன்னைக் கவனிக்கிறோம், உன்னைக் கொன்றவர்கள் தண்டிக்கப்பட நாங்கள் உதவுவோம்,’ என்று கிசுகிசுத்தபடி வற்றிச் சுருங்கிய கையில் தாளைத் திணிக்கிறான். ‘நீதி மட்டுமே உங்களுக்கு அமைதி தரும். உங்களைக் கொன்றவர்கள் உங்களது இரக்கத்திற்காகக் கெஞ்சுவார்கள்.’

‘இதுவரை எத்தனைபேர் சேர்ந்திருக்கிறார்கள்?’

‘அந்த இரண்டு பொறியியல் மாணவர்கள் என்னிடமுள்ளனர்,’ என்கிறான். ‘இன்னும் ஏழு பேர் சேரக்கூடும். இடைநிலையில் யாரும் தனியாக இருந்துவிடக்கூடாது. நாம் ஒற்றுமையாக இருப்பதே பலம்.’

‘இருப்பினும் நாம் எல்லோரும் தனியாகத்தான் இருக்கிறோம். நான் என்னுடைய தோழியைத் தொடர்புகொள்ள வேண்டும்.’

‘ஏன்?’

‘என்னுடைய படச்சுருள்களை மீட்க அவளுக்கு உதவவேண்டும்.’

‘ஏன்?’

‘ஏனென்றால் நான் பார்த்தவை மற்றவர்களின் பார்வைக்கு வராமல் மறைந்துபோகும். மழையில் கண்ணீர்த் துளிகள் போல.’

டிடியுடன் சேர்ந்து பார்த்த முதல் திரைப்படத்தில் வரும் வசனம், அவன் முழுநேரமும் குறட்டை விட்டுக்கொண்டே இருந்தான், நீ அவனது கையைப் பற்றியவாறு ரட்கர் ஹாவருக்காகக் கண்ணீர் வடித்தாய்.

'முதலாளி நல்ல கவிஞர், இல்லையா?'

'நான் ஜக்கி முன்தோன்றி அவளோடு பேசமுடியுமா?'

'ஐயோ. அமைதியடையுங்கள் சார். அது அவ்வளவு சுலபமென்றால் எல்லோரும் பேயைப் பார்த்துக்கொண்டிருப்பார்கள்.'

'அப்படியென்றால் ஆவிகள் மனிதர்களோடு பேசமுடியாதா?'

'திகில் படங்களில் மட்டும்தான் சாத்தியம். ஆனால் உங்களால் உணர்வுகளைத் தோற்றுவிக்க, சிந்தனைகளைக் கிசுகிசுக்க முடியும்.'

சேன தன்னிடம் மிச்சமிருக்கும் தாள்களைச் சிதறிய கைகால்களாலான உயிரிடம் கொடுக்கிறான். நீயிருக்கும் திசைநோக்கி எச்சில் துப்பும் அது வெடிகுண்டு விபத்தில் பாதிக்கப்பட்ட நபர். இங்கே வசித்த குறுகிய காலத்தில் இவர்களை நிறைய பார்த்திருக்கிறாய்.

'சரி, நான் என்ன செய்வது?'

'மலிந்த அல்மேதா, சார். இது நீங்கள் காக்கை மனிதரைச் சந்திப்பதற்கான நேரம் என்று நம்புகிறேன்.'

***

பாலத்தின் அடியில், இரும்புப் படிக்கட்டுகளின் கீழே வாய்ப்பகுதி மூடப்பட்டு நகர்ப்புற குகை ஒன்று பார்வையிலிருந்து மறைந்து அமர்ந்திருக்கிறது. நடைபாதையிலிருக்கும் 'அபாயம்! உயர் மின்னழுத்தம்' என்ற சொற்களுடனுள்ள மின்கலப்பெட்டி, உள்ளே செல்வதற்குக் குனிய வேண்டிய அளவிலிருக்கும் பக்கவாட்டுக் கதவை மறைத்துக்கொண்டிருக்கிறது.

சேன உன்னைப் பழுப்பேறிய உலோகத்தின் வழியாகத் தள்ளுகிறான், கற்காரைகளுக்கு இடையே திணிக்கிறான், கட்டைகளுக்கிடையே இழுக்கிறான். சுவரின் ஊடாகச் செல்வது எப்படியிருக்கும்? தூசியின் நாற்றத்தோடிருக்கும் நீச்சல்குளத்தில் நடப்பதுபோல, அது உன்னை நனைப்பதில்லை.

விசித்திரமான கோணங்களிலிருந்து குகைக்குள் காற்று வீசுகிறது. காற்றோட்டப் பாதைகள் சுவர் வழியே ஏறி கூரைவரை செல்வதைக் கவனிக்கிறாய், அவை சூரிய வெளிச்சத்தை உள்ளே அனுமதித்து, புகையை வெளியே அனுப்புகின்றன.

எதிர்பார்ப்பதுபோல, உள்புறம் கரப்பான்களின் நகரமன்றமாக அல்லது வெளவால்களின் கழிப்பிடமாக இல்லை, ஆனால் அதற்கு மாறாக ஒவ்வொரு புனிதப் புத்தகத்திலுமுள்ள ஒவ்வொரு கடவுளுக்கும் மெழுகுவர்த்தி ஏற்றி வைக்கப்பட்ட சன்னிதி அது. மருதானையின் நடைபாதையில் வாங்கி, காப்புறையிடப்பட்ட சுவரொட்டிகள் பசைநாடா மற்றும் ஆணிகள்கொண்டு சுவரில் தொங்கவிடப்பட்டுள்ளன. இயேசு, புத்தர் மற்றும் ஓஷோ. சிவன், விநாயகர் மற்றும் சாயிபாபா. பாப் மார்லி, காளி மற்றும் புரூஸ் லீ. சிலுவை, பிறைநிலவு, திபெத்தியப் பழமொழி அச்சிடப்பட்டிருக்கும் தலாய் லாமாவின் முகம், படவரைபுள்ளிகளாக்கப்பட்ட அரசிலையில் சிங்களத்தில் கிறுக்கப்பட்ட பௌத்த கவன்[‡].

குகையின் நடுவில் பானை-போன்ற வயிறுடன் டி-ஷர்ட் அணிந்த ஆண். படிய வாரப்பட்ட தலை, தாடியில் மருதாணியின் ஆரஞ்சு நிறச் சாயல். தடிமனான மூக்குக் கண்ணாடி கண்களைச் சுருக்கி சிறுமணி போலக் காட்டுகிறது. அவர் அமர்ந்திருக்கும் மேசையில் வெற்றிலை, பூக்கள், ஊதுபத்தி சாம்பல், மற்றும் ரூபாய் தாள்கள் சிதறிக் கிடக்கின்றன. கண்களை மூடி, உருவாக்கப்பட்ட மொழியில் முணுமுணுத்துக்கொண்டிருக்கிறார்.

அவரது தலைக்கு மேலே கட்டை மற்றும் கம்பிகளால் செய்யப்பட்ட கூண்டுகள், அனைத்தும் கதவுகளற்றவை, சிலவற்றில் கூடுகள், சிலவற்றில் கிளிகள், சிலவற்றில் குருவிகள், பெரும்பாலானவை காக்கைகளோடு இருக்கின்றன. அவை கம்பிகள் வழியாக நுழைந்து கிண்ணத்தில் வைக்கப்பட்டிருக்கும் பச்சைப்பயறை மெல்லுகின்றன, ஆனால் எச்சமிடுவதில்லை.

பருமனான அந்த மனிதருக்கு எதிரே புடவையும் அதிகமான முகப்பூச்சும் அணிந்த, ஆனால் போதுமானளவு நாற்றநீக்கி பயன்படுத்தாத பெண் அமர்ந்திருக்கிறாள். தனது அரக்கு

[‡] முரண்பாடான கதை அல்லது தீர்வு இல்லாத புதிர், ஜென் பௌத்தத்தில் தர்க்கரீதியான பகுத்தறிவின் போதாமையை நிரூபிக்கவும் அறிவைத் தூண்டவும் பயன்படுத்தப்படுகிறது.

நிறக் கைப்பையை இறுகப்பற்றியபடி அந்த மனிதரைப் பார்த்துக்கொண்டிருக்கிறாள். சேன மேசையைச் சுற்றி வட்டமிடும்போது, அறையைச் சுற்றிப் பார்த்து அங்கே மற்றவர்களும் இருக்கிறார்கள் என்பதை உணர்கிறாய். ஒன்றின்மீது ஒன்றாகப் படிந்த நிழல்கள் அறையின் மூலையில் ஒடுங்கி, நடுவே நிகழ்ந்துகொண்டிருக்கும் பரிமாற்றத்தைக் கவனித்துக்கொண்டிருக்கின்றன மேலும் உங்கள் இருவரையும் கூர்ந்து கவனிக்கின்றன.

முதலில், அந்த மனிதர் மோசடியான சூதாட்டவிடுதியை நடத்திக்கொண்டிருப்பது போல் தெரியும் (ஏதோ அதில் வேறுவகைகளும் இருப்பதுபோல), குடிகாரத்தொழிலதிபர் ஆடை களைபவளை இணக்குவிப்பது போல அவர் கூறும் ஒவ்வொரு வாக்கிற்கும் அந்தப் பெண் நூறு ரூபாய் தாள்களை வெற்றிலையில் வைக்கிறாள். அருகில் மிதந்துசென்று அந்த உரையாடலின் துணுக்குகளைக் கேட்கிறாய். அவள் தனது தந்தை குறித்துக் கேள்விகளைக் கேட்கிறாள், அவர் பயனற்ற கூற்றுகளை வழங்கிக்கொண்டிருக்கிறார், அவள் மேலும் பணத்தை வைக்க அவர் மேலும் பயனற்ற கூற்றுகளை அளித்துக்கொண்டிருக்கிறார்.

'அவர் உன்னை நேசிப்பதாக, உன்மீது பெருமிதம் கொண்டிருப்பதாக, எப்போதும் உன்னைக் கவனித்துக் கொண்டிருப்பதாகக் கூறுகிறார்.'

அவள் கண்களைத் துடைத்துக்கொள்கிறாள். 'அவர் நகைகளைப் பற்றி ஏதும் குறிப்பிட்டாரா?'

பிறகு, கிழட்டு உருவமொன்று அந்தப் பருமனான மனிதரின் காதில் கிசுகிசுத்துக்கொண்டிருப்பதைப் பார்க்கிறாய். அந்தத் தோற்றவுரு அங்கேயே சுற்றிக்கொண்டு மேசையின் மீது துப்புகிறது.

'இந்தப் பேராசை பிடித்த பன்றி என் மகளாக இருக்கமுடியாது.'

'திரு பியதிலக, உங்கள் மகள் தனது பரம்பரை உடைமையைத் தேடுகிறாள்,' என்கிறார் காக்கை மாமா, அவரது இமைகள் கண்ணாடிக்குப் பின்னால் சமாதிநிலையைப் பாவனை செய்வதுபோல் மினுமினுக்கின்றன.

'அதை '73இல் நான் ஒத்துக்கொண்டிருந்த பறவைக்குக் கொடுத்துவிட்டேன் என்று சொல். நன்றிகெட்ட அவளது அம்மா என்னைத் தொடுவதை நிறுத்தியபின்பு.'

காக்கை மாமா கண்களை மூடியபடி மகளிடம் பேசுகிறார். 'உன் தந்தை உன்மீது மிகுந்த அன்பு வைத்திருக்கிறார். அது திருடப்பட்டுவிட்டதாக அவர் நம்புகிறார்.'

'யார் அதைத் திருடியது?'

'திரு பியதிலக, அது எங்கே இருக்கிறது என்று சொல்லுங்கள்.'

பருமனான அந்த மனிதர் தனது கண்ணாடியைக் கழற்றிவிட்டு, தன் ஆன்மாவிலிருந்து பாடும் பாடகனைப்போலத் தலையை ஆட்டிக்கொள்கிறார். அப்போது அவரது கண்களைக் கவனிக்கிறாய், அவை வெள்ளையாக இருக்கின்றன, ஆனால் நிச்சயம் உதவியாளர்கள் போல இல்லை. கண்பாவை சாம்பல் நிறத்தில், நடுவில் கருப்புப் புள்ளிகளுடன் இருக்கிறது. பார்க்காமல் வெறிக்கிறது மேலும் அங்கில்லாத விடயங்களைப் பார்க்கிறது.

அந்தக் கிழவர் தலையைத் தூக்கி புருவத்தை உயர்த்துகிறார். மகள் இன்னும் அதிகப் பணத்தை வெற்றிலையில் வைக்கிறாள்.

'திருட்டு நாயே. உன்னிடம் அதைச்சொல்வேன் என்று நினைக்கிறாயா?' அதோடு அந்தக் கிழவர் நிழல்களுக்குள் புயலென மறைகிறார்.

'உன் தந்தை ஓய்வெடுக்கவேண்டும். உன்னைப் பார்த்ததால் அதிகமான உணர்ச்சிக் கொந்தளிப்பிலிருக்கிறார்.'

மகள் தலையசைத்துத் தனது பணப்பையை மூடுகிறாள். 'அடுத்தமுறை நகையைக் கண்டுபிடிக்க முடியுமா?'

'நான் முயற்சி செய்கிறேன்,' என்கிறார் காக்கை மாமா.

அவள் எழும்போது தானும் எழாமல் புன்னகைக்கிறார். உன் பக்கம் திரும்பிப் பார்க்கும் முன் அவளது செருப்பின் ஓசை உலோகப்படியைக் கடக்கும்வரை காத்திருக்கிறார்.

'யார் அது?' என்று சீறுகிறார். 'யார் உன்னை அனுப்பியது?'

அவர் பேசுவது உன்னைப் பார்த்தா அல்லது சேனவைப் பார்த்தா என்று உனக்கு உறுதியாகத்தெரியவில்லை. அவரது சாம்பல்நிறக் கண்பாவைகள் திசையின்றி விழிப்பள்ளத்தில் சுற்றி வருகின்றன.

'நீ இந்த ஜேவிபியைச் சேர்ந்தவன், இல்லையா? நீ சேன பதிரணதானே?'

'ஆமாம், ஸ்வாமி.'

'என்னை அப்படி அழைக்காதே, முட்டாளே. நீ இங்கே அழைத்து வந்திருக்கும் அது என்ன?'

நிழல்களில் கெக்கலிப்புகள் ஒலிக்கின்றன, சுருக்கென பதிலளிக்க வேண்டுமா அல்லது ஓட வேண்டுமா என்று உனக்குப் புரியவில்லை.

'இவர் கிசுகிசுக்கும் சக்தியைப் பெற விரும்புகிறார்.'

'நான் வேலை செய்யும்போது இங்கே வந்து தொலைக்காதே.'

'மன்னிக்கவேண்டும், ஸ்வாமி.'

'எவ்வளவு காலமாக இங்கே வந்துகொண்டிருக்கிறாய், சேன பதிரண?'

'முப்பத்தைந்து நிலவுகளாக.'

'யார் என்னை ஸ்வாமி என்று அழைக்க முடியும்?'

'உங்களது சீடர்கள், ஸ்...'

'என்னுடைய சீடர்கள் என்ன செய்வார்கள்?'

'மூன்று நிலவுகளுக்கு ஒருமுறை இங்கே வருவார்கள்.'

'மிகச் சரி. நீ எனக்கு ஒரு படையைத் தருவதாக வாக்களித்தாய். எங்கே?'

'நான் விடயத்தைப் பரப்பிக்கொண்டிருக்கிறேன். நான் கூறியதைக் கட்டாயம் செய்வேன்.'

'உன்னால் கொண்டுவர முடிந்ததெல்லாம் இதுதானா? என்ன இது? மற்றொரு ஜேவிபியா?'

‘இவர் போரைப் புகைப்படம் எடுத்ததற்காகக் கொல்லப்பட்டார். இவர் தனது தோழியிடம் பேசவேண்டும்.’

நிழலில் மேலும் சிரிப்புகள். மனிதன் என்று அழைப்பதற்குள்ள விகிதாச்சாரங்களின்றி வடிவமின்றி இருக்கும் உருவங்களை உன்னால் காணமுடிகிறது.

‘உன் பெயர் என்ன?’

‘மலிந்த அல்மேதா.’

‘அல்மேதா, நீ கலக்கத்தில் இருக்கிறாய். எனக்கு அது பற்றிக் கவலையில்லை. எனக்கு உன்னைப் பற்றியோ அல்லது நீ எதை நம்புகிறாய் என்பதைப் பற்றியோ அல்லது நீ என்ன செய்தாய் என்பது பற்றியோ அக்கறையில்லை. நான் அக்கறை கொள்வது பரிவர்த்தனை குறித்து மட்டுமே. நீ எனக்கு உதவினால் நான் உனக்கு உதவுவேன். அவ்வளவுதான், புரிந்ததா?’

ஆமோதிப்பாகத் தலையசைத்துக்கொண்டு நிழலிலிருந்து ஓர் உருவம் வெளிப்படுவதைப் பார்க்கிறாய். அது ஒற்றைக் கையை இழந்த பையன். அவன் ஒரு தாளுடன் மேசையில் அமர்ந்து குருவிகளுக்குக் கொண்டைக் கடலைகளை அளிக்கிறான். அவன் தசையுடன் உள்ளவனா அல்லது ஆவியா என்று உனக்குத் தெரியவில்லை, இரண்டுமில்லை என்பதாகத் தெரிகிறான்.

‘காக்கை மாமாவுக்கு அவருடைய கண்ணாடி இல்லாமல் எதையும் பார்க்கமுடியாது,’ சேன குகைக்கு வரும் வழியிலேயே விவரித்துக்கொண்டு வந்தான். ‘சிலர் அது ‘88 குண்டுவெடிப்பின் காரணமாக என்கின்றனர், சிலர் கண்ணிவெடி காரணமாக என்பர், மேலும் சிலர் பாம்புக்கடியினால் என்பதுண்டு. அவருடைய குகைக்குள் அவர் மட்டுமே நகைச்சுவையாகப் பேசமுடியும். அவரிடம் உங்கள் புத்திசாலித்தனத்தைக் காட்டவேண்டாம்.’

‘அவர் தனது மூக்குக்கண்ணாடியைக் கழற்றியபின் உலகம் மங்கலாகிவிடும், தான் உணவளிக்கும் பறவைகளை, எந்தக் குடிசைப் பகுதி மக்களுக்காகச் சந்நதிகளை அமைக்கிறாரோ அவர்களை அல்லது அவர் பொய்சொல்லும் வாடிக்கையாளர்களை அவரால் பார்க்கமுடியாது. ஆனால் அவரால் ஆவிகளைப் பார்க்கமுடியும், பேய்களைக் கேட்கமுடியும், அவற்றாலும் அவரைக் கேட்கமுடியும்.’

குருவிப் பையனின் கதைக்கும் பல எழுத்தாளர்கள் உண்டு. அவன் தனது கையைப் புகையிரதப்பாதைகளில் இழந்தான் அல்லது '88 குண்டுவெடிப்பில் அல்லது கொடுமைப்படுத்தும் மாமாவால். மிச்சமிருக்கும் கையால் பேனாவைப் பிடித்துக்கொண்டு மேசையில் அமர்ந்திருக்கிறான். ஓரங்களில் தென்னை ஓலையில் செய்த ஒழுங்கற்ற பொம்மைகள், கரியால் நிரப்பப்பட்ட கிண்ணம் மற்றும் வேலைப்பாடுகள் கொண்ட பெட்டி ஆகியவை உள்ளன.

'முதலில் உன் காதலியை இங்கே வரவைக்க வேண்டும்,' என்கிறார் காக்கை மாமா.

'மந்திர வித்தையாலா?' என்று கேட்கிறாய். 'செய்வினை மூலமா?'

'இல்லை, முட்டாளே. நாம் அவளுக்கு அஞ்சலட்டையில் எழுதுவோம்.'

சேன நிழல்களுக்குள் மறைந்து கண்ணுக்குத் தெரியாதவர்களுடன் அரட்டையடித்துக்கொண்டிருக்கிறான். அந்தச் சிறுவன் பேசமாட்டான் என்று சேன கூறியிருந்தான், மேலும் காக்கை மாமாவுக்கு முன்னால் அவனுடன் பேசுவது மிகுந்த அவமரியாதையான செயல்.

'உன் தோழியின் பெயர்?'

'ஜாக்குலின் வைரவநாதன்.'

'முகவரி?'

'4/11, காலி முகக் குடியிருப்பு.'

'அவளைச் சந்திக்க நாளை நேரம் தருகிறேன். அவள் வருவாளென்று உறுதியாக நினைக்கிறாயா?'

'அப்படி நம்புகிறேன்.'

'அது எப்போதும் போதுமானதல்ல.'

அவர் தனது இரண்டு விரல்களைப் பயன்படுத்திப் பளபளப்பான பித்தளைக் கிண்ணத்திலிருந்து களிம்பையெடுத்து அட்டையில் தடவுகிறார்.

இரண்டாம் நிலவு

'பையா, இதைக்கொண்டு சேர்க்கிறாயா? ஆஹ், ஆமாம். அவள் தன்னோடு நீ பயன்படுத்திய உன்னுடைய சொந்தப் பொருளொன்றைக் கட்டாயம் கொண்டுவர வேண்டும். உன்னுடைய மனத்திற்கு நெருக்கமாக இருந்த உனது பொருள். அது என்ன, எங்கே இருக்கிறது என்று சொல்.'

ஒரு கணம் சிந்திக்கிறாய், உன் கண்முன் சீட்டுகள் படபடக்கின்றன. ஏஸ்கள் மற்றும் ராஜாக்கள் மற்றும் ராணிகள் மற்றும் இனி பயனில்லாதவை. அவரிடம் சொல்கிறாய். சிறுவன் பக்கவாட்டுக்கதவின் வழியாக நடந்துசெல்கிறான், பெரும்பாலான வாடிக்கையாளர்களைப் போலல்லாமல் வெளியேற அவன் குனிய வேண்டியதில்லை.

'மலிந்த. இது இப்படித்தான் செய்யப்படவேண்டும். எனக்கு ஒரு வரமும் ஒரு சாபமுமிருக்கிறது. நான் மங்கலான உலகத்தில் வாழ்பவன் ஆனால் என்னால் எல்லாவற்றையும் பார்க்கமுடியும். இருப்பதிலேயே பெரும்பணக்காரர்கள், பெரும் அதிகாரம் படைத்தவர்கள் அனைவரும் என் உதவியைக் கோருகின்றனர். ஏனெனில் நான் பணிவானவன். ஏனெனில் நான் திறமிக்கவன்.'

அவருக்குப் பின்னால் நிழல்கள் பதுங்கியிருந்து அவரது காதில் கிசுகிசுக்கின்றன. அவர் ஆமோதிப்பாகவும் மறுப்பாகவும் தலையசைத்துக்கொள்கிறார்.

'நீ என்னைக் கேள்வி கேட்பது தடை செய்யப்பட்டது. உனக்கு என்னவேண்டும் என்று நீ கேட்கலாம், என் சக்திக்கு உட்பட்டதை நான் உனக்குத் தருவேன். உயிருடன் இருப்பவர்களிடம் நீ பேசவிரும்பினால், என்னால் உதவமுடியும். யாரையேனும் ஆசீர்வதிக்க விரும்பினால், அதைச் செய்துவிடலாம். யாரையேனும் சபிக்கவேண்டுமா, அதற்கு அதிகவிலை கொடுக்கவேண்டி வரும். ஆனால் நீ எனக்கு உதவிகள் செய்யக் கடன்பட்டவன் ஆவாய். நீ அதைச் செய்தாக வேண்டும். தெளிவாகப் புரிகிறதா?'

நிழல்கள் அவரது காதுமடல்களைச் சுற்றிக் குனிந்து கொண்டிருக்க சேன மூலையிலிருந்து அவர் முன் பணியுமாறு சைகை செய்கிறான். அப்படி எதையும் நீ செய்யவில்லை.

'காதுகளில் கிசுகிசுப்பதற்கான சக்தியை என்னால் உனக்குத் தர முடியும். உயிருடன் இருப்பவர்களை ஆட்கொள்ளும் சக்தியை

உனக்குத் தர முடியும். ஆனால் நீ எனக்கு உதவவேண்டும். இதைச் செய்ய உனக்கு விருப்பமா?'

நீ தோள்களைக் குறுக்கியதும் சேன உள்ளே நுழைகிறான்.

'ஆம் ஸ்வாமி. எங்களுக்குச் சம்மதம்.'

'எனக்கு வாக்களித்த படையைக் கொண்டு வா. இல்லையென்றால் வாயை மூடிக்கொண்டு இரு. நான் இந்த முட்டாளிடமிருந்து அதைக் கேட்க விரும்புகிறேன்.'

'நான் உங்கள் முன் மண்டியிடமாட்டேன்,' என்கிறாய்.

'அப்படியென்றால் ஏன் முழந்தாளில் இருக்கிறாய்?'

வரலாற்றில் அல்லது புராணங்களில் முதன்முறையாக அல்லாது கடைசியாகவும் அல்லாது மோசமான பார்வை கொண்ட மனிதர் உண்மையைப் பேசுகிறார் என்பதைக் கண்டு ஆச்சரியப்படுகிறாய்.

ரோமானிய-டச்சு சட்டப் புத்தகங்கள்

ஜக்கி வேலையிலிருந்து திரும்பிவரும்போது குருவிப்பையன் மின்தூக்கிக்கு அருகே காத்திருக்கிறான். முதல்நாள் போதையின் மிச்சத்துடன் அவள் எஸ்எல்பிசியில் அதிகாலை நேர முறைமாற்றுப் பணியைக் கடந்திருக்கிறாள். அவள் தன்னை இழுத்துச்செல்லும் விதத்தை வைத்து அவள் எப்போது மது அருந்தியிருக்கிறாள் அல்லது சூதாடியிருக்கிறாள் என்பதை உன்னால் எப்போதும் சொல்லமுடியும். சிறுவன் முன்னறையில் நடந்து சென்று அஞ்சலட்டையை அவள் கையில் கொடுக்கிறான். அது பிசுபிசுப்பாகச் சுகந்திப்பூ மற்றும் வல்லாரைக்கீரையின் மணத்தைக் கொண்டுள்ளது.

'என்ன இது?'

சிறுவன் தன் வாயைச் சுட்டிக்காட்டி சத்தமின்றி வாயைத் திறந்து மூடுகிறான். கீழே எழுதப்பட்டுள்ள முகவரியைச் சுட்டுகிறான், ஜக்கி அதைப் படிக்கும்போது அவள் தோள்மீது சாய்ந்து அவள் காதில் கிசுகிசுக்கிறாய். அவளது காது கொழுத்துச் சிறுத்து வளைவுகளுடன் அடுக்காக இருக்கிறது. அந்தக் குருத்தெலும்புக்குள் என்ன உயிர்கள் மறைந்திருக்கும் என்று வியக்கிறாய்.

மிஸ் ஜக்கி வேறநாதன்
அல்மைதா உன்னோட பேச விரும்பறார்.
அட்ரஸ் புக் கொண்டு வா என்றார்.
அலமாரியில். காடிக்குக் கீழே.
நாளை காலை கொட்டாஞ்சேனை சந்திப்புக்கு வா.
பையன் உன்ன கூட்டிப்போவான்.

ஜக்கியைத் தவிர வேறு யார் இப்படி அற்பமான அழைப்புக்குப் பதிலளிப்பார்கள்? ஒருமுறை பெகாசஸ் சூதாட்டவிடுதிக்கு அவளது தாயின் கடனட்டையை எடுத்துக்கொண்டு வந்தாள், தொலைதூரத் தொலைபேசியழைப்பில் அவளுக்குக் கிடைத்த விரிவுரை பற்றி எதுவும் பேசவில்லை. ஒருமுறை அக்கரைப்பற்றில் புகைந்துகொண்டிருந்த சிசுவின் மிச்சங்களைப் பற்றி அவளிடம் கூறியபோது தன்னிடமிருந்த கடைசி உற்சாக மாத்திரையை உனக்குக் கொடுத்தாள்.

'ஏன் இதைத் தொடர்ந்து செய்துகொண்டிருக்கிறாய்?' என்று கேட்டாள். 'கிடைக்கும் பணம் அவ்வளவு சிறப்பானதா?'

'இல்லை. நான் அதில் சிறந்தவன் என்பதால்.'

'சரி.'

'நான் எதிலுமே சிறந்தவனாக இருந்ததில்லை. ஆனால் எவ்வாறு அருகேசென்று எப்படி புகைப்படம் எடுக்கவேண்டுமென்று எனக்குத் தெரியும். கேமராவுடன் இருப்பவர்களில் நான் ஆகச் சிறந்தவன் அல்ல. ஆனால் நான் எப்போதும் சரியான இடத்திற்குச் சென்றுவிடுவேன். அது எவர் பக்கத்தைச் சார்ந்து என்பது முக்கியமல்ல.'

போதையிலிருக்கும் ஜக்கியைச் சுமந்து சென்றிருக்கிறாய், வாடகை வண்டியிலிருந்து அவளை வெளியே உருட்டியிருக்கிறாய். விரும்பத்தகாத இளைஞர்களிடமிருந்து அவளைப் பாதுகாத்திருக்கிறாய். நீ சுற்றுப் பயணங்களில் இருக்கும்போது உனக்காக வாடகை செலுத்தியிருக்கிறாள். நீ சீட்டாட்ட வெறியில் இருக்கும்போது உனக்காக டிடியிடம் பொய் சொல்லியிருக்கிறாள்.

கொழும்பு 3லுள்ள விடுதிகளுக்கு, கொழும்பு 4லுள்ள அழகு நிலையங்களுக்கு, கொழும்பு 5லுள்ள சூதாட்டவிடுதிகளுக்கு, கொழும்பு 7இல் நடக்கும் விருந்துகளுக்கு உன்னை அழைத்துச் சென்றாள். சேன இதுபோன்ற இடங்களில் எட்டிப் பார்ப்பதற்கே காசுகொடுக்கத் தயாராக இருப்பான். அவளது மருந்துச்சீட்டின் மூலம் கிடைத்த மாத்திரைகளுடன் ஜின் சேர்த்து அனுபவித்தாய். அவளது வேலையிடத்தில் நடக்கும் நாடகங்களையும் உறவுச்சிக்கல்களையும் தீர்த்துவைப்பதில் மகிழ்ச்சியடைந்தாய், இத்தனைக்கும் நீ எந்த அலுவலகத்திலும் வேலை செய்ததில்லை அல்லது உன்னுடைய உறவினர்களின் பெயர்கூட உனக்குத் தெரியாது.

உன்னுடைய கொடுங்கனவுகள் குறித்துப் பேசுவதற்கு, அவளது உற்சாக மாத்திரையின் வியாபாரியாக இருந்த மனநல மருத்துவரைச் சந்திக்க அவள் பரிந்துரைத்தபோது நீ காயப்படவில்லை.

'என்ன கொடுங்கனவுகள்?'

'தினமும் இரவில் உனக்கு வருகிறதே.'

'நான் கனவு காண்பதில்லை,' என்றாய்.

'இல்லை. அவை கனவுகளைப் போல் தெரியவில்லை.'

'உனக்கெப்படித் தெரியும்? நீ என் அறைக்கு வருகிறாயா?'

தொடுவதுதான் பிரச்சினையாகிவிட்டது. கைகளைப் பற்றிக்கொள்வது மற்றும் தோள்களை மசாஜ் செய்வதில் தொடங்கி, பிறகு ஒருநாள் மாலை உன் தொடையில் கைவைத்துத் தலைமுடியில் விரல்கள் அளைவதுமாக மாறியது, ஒவ்வொரு தொடுதலும் உனக்குக் கோமாளி ஒருவன் கூச்சத்தை உண்டாக்குவது போலிருந்தது. தன் உதடுகளை அவள் உன் உதடுகள் மீது பதித்தபோது நடுக்கத்துடன் சிரித்தாய். அதன்பிறகு விடயங்கள் விசித்திரமானதாக மாறின.

'நீதான் அந்தப் பையன் என்று நினைக்கிறேன்,' என்று சிறுவனிடம் கூறுகிறாள்.

அவன் தலையசைத்து எண்ணுவதற்குப் பழகும் குழந்தைபோல விரல்களை விரிக்கிறான்.

இரண்டாம் நிலவு ◆ 249

'சாப்பிட்டாயா? மாலு பான் சாப்பிடுகிறாயா?'

அவன் தலையை ஆட்டுகிறான்.

அவள் தன்னுடைய அரக்குநிறக் கைப்பையிலிருந்து இரண்டு மீன் ரொட்டிகளை எடுக்கிறாள், அவள் எப்போதும் சாப்பிடாமல் வீட்டுக்கு எடுத்து வரும் சிற்றுண்டி.

'வாங்கிக்கொள். சாப்பிடு. பயப்படாதே. நான் உன் தோழி.'

குருவிப்பையன் ரொட்டியைக் கடித்துக்கொண்டே அவளைப் பார்க்கிறான்.

'நாளைக்குப் போகிறோமா?'

ரொட்டித் துணுக்குகள் கன்னத்தின் வழி உதிர தலையசைக்கிறான்.

'காலையிலா?'

அவன் தலையசைத்து, விருந்தை ருசித்தபடி அவளுக்குப் புன்னகைப்பதான குறிப்பைக் கொடுக்கிறான்.

'நீ இங்கே வருவாயா?'

சில மணி நேரங்களுக்கு முன் அதே அஞ்சலட்டையில் அவனே எழுதிய 'கொட்டாஞ்சேனை சந்திப்பு' என்ற சொற்களைத் தனது துண்டித்த கையின் மீதமுள்ள அடிப்பகுதியால் சுட்டுகிறான். ஜக்கி தலையசைத்துக் கொண்டு பழைய மின்தூக்கிக்குள் நுழைகிறாள்.

அவள் ஒருபோதும் உன்னோடு வாதிட்டதில்லை, எப்போதும் நாடகங்களை நடத்தியதில்லை அல்லது டிடி போலத் தேவையற்ற காட்சிகளை உருவாக்கியது இல்லை. பதிலாக, 'சரி' என்று கூறிவிட்டுச் சிறிது நேரத்திற்கு எதுவும் பேசமாட்டாள். ஆனால் அவளது கண்கள் பளபளக்கும், அவளது பாதி-புன்னகையைத் தருவாள், அவள் கடும் கோபத்திலிருக்கிறாள் என்பது உனக்குத் தெரிந்துவிடும்.

அவளது பெற்றோரைச் சந்திக்கமுடியாது என்று கூறியபோது, ப்ளூ எலிபன்ட் விடுதிக்கு அவளில்லாமல் சென்றுவருகிறாய் என்றபோது, வீட்டிலுள்ள உபரி அறைக்கு மாறிக்கொள்கிறேன் என்று கூறியபோது சரி என்றாள். அந்த அறையில்தான் இப்போது நுழைந்துகொண்டிருக்கிறாள், அலமாரிக்குள் துருவித்

தேடிக்கொண்டிருக்கிறாள். சட்டமிடப்பட்ட எக்ஸ்ரேக்களின் புகைப்படத்தை, ஜாக்கெட்டுகள் மற்றும் சட்டைகளின் அணிவகுப்பு மற்றும் அதிலுள்ள சயனைடு குப்பிகளுடன் உள்ள சங்கிலிகளைப் பார்க்கிறாள்.

ஜாக்கெட்டுகள் மற்றும் சட்டைகள் இலையுதிர்காலத்தின் நிறங்கள் கொண்டவை, காடுகளில் மறைந்துகொள்ளும் பொருட்டும் நகரத்தில் தனித்துத் தெரிவதற்காகவும் தேர்ந்தெடுக்கப்பட்டவை. அந்த எக்ஸ்ரேக்கள் உன்னுடைய மார்பு மற்றும் வாய்ப்பகுதியினுடையது, கார் விபத்து ஒன்றிற்குப் பிறகு எடுக்கப்பட்டவை, அந்த விபத்தில் நீ மற்றும் வயதான கனவான் மற்றும் வண்டி ஓட்டும்போது வாய்மைதுனம் செய்யலாம் என்ற முட்டாள்தனமான சிந்தனை ஆகியவை சம்பந்தப்பட்டிருந்தன. அவற்றைக் கலைத்திட்டமாக மாற்ற நினைத்திருந்தாய், பெரும்பாலான விடயங்களைப்போல அதுவும் கைவிடப்பட்டுவிட்டது. அந்தக் குப்பிகள் கிளிநொச்சியில் ராணுவத்துக்காகப் புகைப்படமெடுத்த இறந்த புலிகளின் உடலிலிருந்து கிடைத்தவை.

கொழும்பிலிருந்து உன் தந்தை பாலுறவு மூலம் பரவும் நோயுடன் சேர்ந்து வாங்கிவந்த கரடி பொம்மையைப் பார்க்கிறாள், அது உன் அம்மாவுக்கு அவர் கொடுத்த பிரியும் நேரப்பரிசு. அந்த நோய் மனக்கசப்பு என்று அழைக்கப்பட்டது. உன் தந்தை மிசூரி மருத்துவமனையில் இறந்தார், அந்நேரம் நீ மரணப்படுக்கையில் இருந்த உன் தந்தையைப் பார்ப்பதற்காக வரும் வழியில் லா கார்டியா விமான நிலையத்தில் சிக்கிக்கொண்டாய். பிரிவதற்குமுன் அவரிடமிருந்த ஞானம் என்று சொல்லப்படக் கூடிய ஒன்றைத் தொலைபேசி மூலமாகப் பெற்றாய்.

‘உன் அம்மாவைக் குறைசொல்லாதே. அவள் நல்ல பெண்மணி. நாங்கள் பொருத்தமானவர்கள் அல்ல. உன்னுடைய நகைச்சுவைகளுக்குச் சிரிக்காத ஒருவருடன் எப்போதும் இருக்கக்கூடாது. ஏன் இப்போது இங்கே வருகிறாய்? நீ என்னுடைய ஒரு கடிதத்துக்குக் கூட பதிலளித்ததில்லை.’

உன்னுடைய ஒவ்வொரு பிறந்தநாளுக்கும் கடிதம் எழுதியதாகக் கூறினார், அவர் செய்த விடயங்களுக்காக வருத்தம் தெரிவித்தும் உனக்கு அறிவுரை கூறியதாகவும் தெரிவித்தார். நீ அவற்றைப் பார்க்கவே இல்லை என்று கூறியதை நம்ப மறுத்தார்.

'ஒருவேளை உங்கள் நகைச்சுவைகள் வேடிக்கையாக இல்லாமலிருந்தால்?' என்று கேட்டாய்.

'இன்னமும் புகைப்படம் எடுத்துக்கொண்டிருக்கிறாயா?' என்று அவர் கேட்டார்.

'நான் போரைப் புகைப்படம் எடுக்கிறேன்.'

'எம்பிஏ படித்துக்கொண்டிருந்தாயே?'

'அது பத்து வருடங்களுக்கு முன்னால்.'

'அர்த்தமில்லாத போர். இப்போது தமிழர்கள் பாதித் தீவு வேண்டுமென்கிறார்கள். ஏன் உன்னுடைய நேரத்தை வீணடித்துக் கொண்டிருக்கிறாயென்று தெரியவில்லை.'

'இப்போது நன்றாக இருக்கிறீர்களா?'

'நான் இறந்துகொண்டிருக்கிறேன். இதுதான் உனக்கு நான் கூறும் அறிவுரை. நீ என்ன இழவை விரும்புகிறாயோ அதைச் செய், ஏனென்றால் நாமெல்லோரும் ஒருநாள் இறக்கப்போகிறோம்.'

'நீங்கள் என்ன செய்தீர்கள்?'

வெளிநாட்டு விமானநிலையமொன்றில் வேகவைக்கும் வெப்பத்தில், எல்லாவற்றுக்கும் காரணமென்று நீ குற்றம்சாட்டும் மனிதனின் கடைசி வார்த்தைகளைக் கேட்டுக்கொண்டிருந்தாய். அது அப்பா அல்ல. இம்முறை அல்ல. தொலைபேசியின் கைப்பிடியை இறுக்கப் பற்றிக்கொண்டு மேலும் மூன்று நாணயங்களைத் தொலைபேசி எந்திரத்திற்குள், அது பெகாசஸின் சூதாட்ட எந்திரம் என்பதாகக் கற்பனை செய்துகொண்டு உள்ளே தள்ளினாய்.

'என்ன சொன்னாய்?'

நெம்புகோலைப் பின்னுக்கு இழுத்து, அதைச் சுழலவிட்டாய்.

'உங்கள் தலைமுறை இந்நாட்டை நாசம் செய்துவிட்டது. பிறகு நீங்கள் ஓடிப்போனீர்கள்.'

'விட்டுச்சென்றது குறித்து எனக்கு விரிவுரை அளிக்கப்போகிறாயா?'

அந்த வரியின் முடிவில் எழுந்த மூச்சுத்திணறலைக் கேட்டதும் வாழ்நாள் முழுவதும் பதின்மவயதுப் படுக்கையறையில்

இருந்தபடி நீ தயாரித்து வைத்திருந்த வரிகளைக் கூறுமுன் இடைநிறுத்தினாய். 'நீங்கள் எதையும் செய்ததில்லை. இனி செய்யப்போவதுமில்லை. நான் நமது காலத்தையும் தாண்டி நிற்கக்கூடிய படங்களை எடுத்திருக்கிறேன். நீங்கள் செய்த ஒரே நல்ல காரியம் என்னைப் பெற்றதுதான்.'

கடைசியில், நீ மிசூரி வந்து சேர்ந்தபோது உன் தந்தை உன்னுடன் பேசிக்கொண்டிருக்கும்போதே மாரடைப்பால் இறந்துவிட்டார் என்பதை அறிகிறாய், டல்ரீன் சித்தி உன்னை இறுதிச் சடங்கிலிருந்து விலகியிருக்குமாறு உத்தரவிட்டார். உன்னுடைய ஒன்றுவிட்ட சகோதரிகள் இருவரும் வாசலுக்கு வரவேயில்லை. ஜென்னி மற்றும் ட்ரேசி கபலான இருவரும் உன்னுடைய தொலைபேசி அழைப்பையும் ஏற்க மறுத்துவிட்டனர்.

***

ஜக்கி கரடி பொம்மையை எடுத்து, அதற்குக் கீழேயிருக்கும் உன்னுடைய முகவரிகளடங்கிய புத்தகத்தைப் பார்த்ததும் 'சரி' என்கிறாள். நீ அதை கோவாவின் பரிசுப்பொருள்கள் விற்கும் கடையில் வாங்கினாய், உன் அலமாரியிலுள்ள அத்தனைப் புத்தகத்தையும் தாண்டி அது நீடித்துக்கொண்டிருக்கிறது. அவளுக்குத் தெரியாத பெயர்களைப் பார்த்ததும் முகம் சுளிக்கிறாள், பின்னர் நன்கறிந்த அடையாளமான ஸ்பேட்ஸ் ராணி மற்றும் லியோ விடுதியின் தொலைபேசி எண்ணைப் பார்க்கிறாள்.

'சரி,' என்றபடி அதைத் தன்னுடைய அறைக்கு எடுத்துச் செல்கிறாள். திரும்பும் வழியில் உன்னுடைய கதவில் தொங்கிக் கொண்டிருக்கும் சிவப்புநிறக் கைக்குட்டை கண்ணில் படுகிறது. அதில் பல கறைகள் உள்ளன, ஒருவேளை அவளால் கேட்கமுடியுமென்றால் எது சேறினால் உருவானது, எது பெட்ரோலால் மற்றும் எது ரத்தத்தால் உருவானது என்று கூறுவாய்.

அவளது அறையின் திரைச் சீலைகள் மூடப்பட்டுள்ளன, விளக்குகள் மங்கலாக்கப்பட்டு பின்னணியில் பரிதாபகரமாக ஏதோவொரு இங்கிலாந்து இசைக்குழு முனகிக்கொண்டிருக்கிறது. கண்ணாடியை அடுத்துள்ள சுவரில் புகைப்படங்கள், அதில் பெரும்பாலானவை உன்னால் எடுக்கப்பட்டது, அற்ப விடயங்களுக்குச் சண்டைபோடாத நேரங்களில் உங்களை

நீங்களே அழைத்துக்கொள்ளும் பெயர் அற்புதமான மூவர். டிடி, ஜக்கி மற்றும் மாலி விடுமுறையில் யாலவுக்கு, கண்டிக்கு மற்றும் வியன்னாவுக்குச் சென்ற, கலை மைய மன்றத்தில் போதையிலிருக்கும் படங்கள்.

முகவரிப் புத்தகத்திலுள்ள பெயர்கள் உன்னுடைய பல்வேறு வாழ்க்கையின் வெவ்வேறு கட்டங்களில், வெவ்வேறு நிறப் பேனாவால் கிறுக்கப்பட்டுள்ளன. அத்தைகள், ஒன்றுவிட்ட சகோதர சகோதரிகள், காதலர்கள், குழாய் செப்பனிடுபவர்கள், சூதாடிகள், திருடர்கள் மற்றும் முக்கியமான ஆண்கள் மற்றும் பெண்கள் அதில் அடங்கியுள்ளனர். சில பெயர்கள் உன்னுள் மணியோசையை எழுப்புகின்றன, மற்றவை உனக்குள் அமைதியை மட்டுமே வழங்குகின்றன, அவையே உனக்கு அச்சத்தை உருவாக்குபவை. ஜக்கி இதிலுள்ள பெயர்களில் ஒரு பகுதியை அடையாளம் கண்டுகொள்வாள், ஆனால் அது அவளுக்கு ஆச்சரியத்தையோ அல்லது கலக்கத்தையோ ஏற்படுத்தப்போவதில்லை. டிடியைப் போல் அல்லாமல், உன்னுடைய வாழ்க்கை மீது அல்லது உன் நேரத்தின் மீது அல்லது உன் பாசத்தின் மீது தன்னுடைய அதிகாரவரம்பை நீட்டிக்கமுடியாது என்பதை காலப்போக்கில் ஏற்றுக்கொண்டு விட்டாள்.

ஆல்ஸ்டன் கோச்சில் தொடங்கி ஸரூக் ஸவாஹிர் வரை பக்கங்களைப் புரட்டி, பெயரற்ற எண்களுக்கருகில் சீட்டுகளின் இலச்சினைகள் பந்துமுனைப் பேனாவால் வரையப்பட்டிருப்பதைப் பார்க்கிறாள். அஞ்சலுறைகளில் இருக்கும் அதே இலச்சினைகள், அதேபோன்ற ராயல் ஸ்ட்ரெய்ட். முகவரிப் புத்தகத்தைத் தனது மடியில் வைத்துக்கொண்டு வெளியை வெறிக்கிறாள். நீ உயிருடன் எங்கேனும் பதுங்கிக் கொண்டிருக்கிறாயென்று சிந்திக்கிறாளா? அல்லது உற்சாக மாத்திரைகள், ப்ளாக்ஜாக் விளையாட்டு மற்றும் இசைத்தட்டுக் கருவியின் (அது உடைவதற்கு முன்னால்) பிற்பகல்களை, ஷேகின் ஸ்டீவன்ஸ், எல்விஸ் பிரெஸ்லி மற்றும் ஃப்ரெடி மெர்குரி கேட்டபடி-தொட்டுக் கொள்ளாமல் இருந்த மாலைநேரங்களை நினைத்துக்கொள்கிறாளா?

மீண்டும் முகவரிப் புத்தகத்தைத் திறந்து குறிப்பிட்ட எண்ணுக்கருகில் சிவப்பு நிறப் பந்துமுனைப் பேனாவால்

டைமண்ட் ஏஸ் வரையப்பட்டிருக்கும் பக்கத்தைத் திறந்துவைத்தபடி தொலைபேசியை நோக்கி நடக்கிறாள்.

***

பேயாக இருப்பது போர் புகைப்படக் கலைஞனாக இருப்பதினின்றும் வேறுபட்டதல்ல. நீண்ட சலிப்பினிடையே ஆங்காங்கே தூவப்பட்டுள்ள பேரச்சத்தின் குறுகிய வெடிப்புகள். உங்கள் இறப்புக்கான விருந்து எந்தளவுக்கு விறுவிறுப்பாக இருந்ததோ அந்தளவுக்கே இருக்கும், அதன் பெரும்பகுதி மனிதர்கள் விடயங்களை வெறித்துப் பார்ப்பதை கவனிப்பதிலேயே செலவிடப்படும். மனிதர்கள் அதிகம் வெறிக்கின்றனர், எந்நேரமும் குசு விடுகின்றனர், மேலும் தங்களது பிறப்புறுப்பை மிக அதிகமாகத் தொடுகின்றனர்.

பெரும்பாலானவர்கள் தாங்கள் தனிமையிலிருப்பதாக நினைக்கிறார்கள், வழக்கம்போல அது தவறான புரிதல். ஆகக் குறைந்தபட்சம், எச்சில் துப்பும் தூரத்திற்குள் நூறு பூச்சிகள் மற்றும் நீங்கள் தொடும் அனைத்திலும் சில டிரில்லியன் பாக்டீரியாக்கள் இருக்கின்றன. ஆம், அவற்றில் சில உங்களைக் கவனித்துக்கொண்டிருக்கின்றன.

எப்போதும் ஏதாவது வட்டமிட்டுக்கொண்டோ அல்லது கடந்து சென்றுகொண்டோ இருக்கும், இருப்பினும் உங்களுக்கு மண்புழுவிடம் எவ்வளவு ஆர்வமுண்டோ அந்தளவுக்கே வட்டமிடும் அல்லது கடந்துசெல்லும் விடயங்களுக்கு உங்கள் மீது ஆர்வமிருக்கும். இப்போது நீங்கள் இருக்குமிடத்தில் குறைந்தது ஐந்து ஆவிகள் அலைந்துகொண்டிருக்கும். அவற்றிலொன்று அநேகமாக உங்கள் தோள் வழியாக இதைப் படித்துக்கொண்டிருக்கலாம்.

ஜக்கி தொலைபேசிக்கருகே அமர்ந்திருப்பதைப் பார்க்கிறாய். தன் தலைமுடியை மென்று கொண்டிருக்கிறாள், சூதாட்ட மேசையில் உருவான அநாகரீகமான பழக்கம். பந்தயம் வைப்பதா அல்லது முடிப்பதா எனத் தெரியாதபோது காதுக்குப் பின்னாலிருந்து மயிரிழைகளை இழுத்துத் தன் பற்களுக்கிடையில் வைத்து மெல்லத் தொடங்குவாள்.

அவள் அந்த முகவரிப் புத்தகத்தைத் திறக்கவோ அல்லது அந்த எண்களுக்கு அழைக்கவோ கூடாது. படச்சுருள்களைக்

கண்டுபிடிப்பதில் அவள் கவனம் செலுத்த வேண்டும், அல்லது அவளுக்கும் உன்னைப் போலவே முடிவு ஏற்படலாம்.

அவளது காதில் கிசுகிசுக்கிறாய், அவளுக்கு முன்னால் நின்று கத்துகிறாய். ஷேகிங் ஸ்டீவன்ஸ் பாடல்களைப் பாடுவதையும் முயற்சிசெய்து பார்க்கிறாய். அதன்பிறகு நான்குமாடி உயரத்திலுள்ள ஜன்னல்வழியாக ஒரு தலை உள்ளே வருகிறது, அதன் முகம் சிவந்து, காய்ச்சல் வந்தது போலிருக்கிறது.

சேன வேகஸில் இருந்த எல்விஸ் போல வீங்கிப்போயிருக்கிறான், முகம்முழுக்க குளவிகள் நிதானமாக மென்றுதீர்த்தது போல. ஹவாயைச் சேர்ந்தவன் போலச் சப்பையான மூக்கு, கருப்பினத்தவரின் தலைமுடி, இருப்பினும் வாய் மட்டும் கம்பஹாவைச் சேர்ந்த இளைஞன் போல இருக்கிறது.

'அடேய், வாருங்கள். நமக்கு வேலை இருக்கிறது.'

சேன உன்னைப் புறக்கோட்டை வழியாக வடக்கே அழைத்துச்செல்கிறான், காற்று மெதுவாக நகர்ந்து முன்னறிவிப்பின்றி கீழே இறக்குகிறது.

'கொந்தளிப்பான இரவு,' என்கிறான் சேன. 'காற்றில் அளவுக்கதிகமான ஆவிகள் இருக்கின்றன.'

அவன் சொல்வது தவறில்லை. தெமட்டகொடையில் கோரைப் பற்கள் கொண்ட கூளிகள் முச்சக்கரவண்டிகளைச் சேதப்படுத்தும் நோக்கில் போக்குவரத்து விளக்குகளை உற்றுப் பார்த்துக் கொண்டிருக்கின்றன. பிரேதங்கள் பிச்சைக்காரர்கள் பரபரப்புடன் கிளறும் குப்பைத்தொட்டிகளைச் சுற்றியிருந்து அதன் மணத்தைத்திருடி, உணவுப்பொருள்களை கெட்டுப்போக வைக்கின்றன.

நீ எங்கே அழைத்துச்செல்லப்படுகிறாயென்று அவன் சொல்லவில்லை; மாறாகப் பொருளாதாரம் குறித்து உனக்குப் பாடம் எடுக்கிறான்.

'இங்குள்ள பணம் என்பது ரூபாய்களோ அல்லது ரூபிள்களோ அல்லது பத்திரங்களோ அல்லது தேங்காய்களோ கிடையாது. அது வரம். எவ்வளவு வரத்தைப் பெறுகிறீர்களோ அவ்வளவு பயனுள்ளவர்களாக மாறுவீர்கள். உங்களுக்கும். மற்றவர்களுக்கும்.'

வரம் பெறுவதற்குச் சிறந்த வழி மனிதர்கள் உங்களிடம் பிரார்த்திப்பது என்கிறான், மெழுகுவர்த்தி ஏற்றுதல், பூக்களை அளித்தல், நறுமணமிக்க ஊதுபத்திகள் மற்றும் மூக்கைத் துளைக்கும் நெடியுடைய பொடிகளை உங்களுக்காக என்றே எரித்தல். பைரவா, மகாசோன, கடவர மற்றும் கருப்பு இளவரசன் போன்ற துர்தேவதைகள் அனைவரும் தங்களது ஆற்றலை, தங்கள் முன் மண்டியிடுபவர்கள் தங்களது பாதத்தில் வைக்கும் கூடையிலுள்ள அழுகிய பழங்கள் மூலம் பெறுகிறார்கள்.

‘உண்மைதான். ஆனால் நாம் கடவுள்கள் அல்ல. நமக்குக் கோயில்களும் இல்லை. நம்மைப் போன்ற யாருமற்றவர்கள் வரத்தை எப்படிப் பெறுவது?’

அவன் அதற்குப் பதில் சொல்லவில்லை, ஆனால் கால்வாயின் கரையில், குடிசைப் பகுதிகளின் சுற்றுப்புறத்தை எதிர்நோக்கியுள்ள, உடைந்த செங்கற்களால் அமைக்கப்பட்ட பாதையில் மிதந்து செல்கிறான். பாதை, கரையொதுங்கிய குப்பைகள் வழி ஊடும்பாவுமாகச் சென்று மாமரத்தின் கீழமைந்த கல்மேசைக்குச் செல்கிறது.

சேனவின் கூற்றுப்படி காக்கை மாமாவிடம் ஏழைகள், இழிந்தவர்கள் மற்றும் ஊனமுற்றவர்களின் கூட்டமுள்ளது. தெருவில் வசிப்பவர்கள், குடிசைவாசிகள் மற்றும் பிச்சைக்காரர்கள் அவரது குகைக்கு அருகிலுள்ள கால்வாய் வழியாக அந்தச் சிறு கோவிலுக்கு வருகின்றனர். அது சிதிலமடைந்த குடிசையிலிருந்து எழுப்பப்பட்ட பாழடைந்த தலைமையகம், கல்மேசையினால் அலங்கரிக்கப்பட்ட அவ்விடம் கடவுளர்களின் உருவங்களும் துர்தேவதைகளின் முகமூடிகளும் கொண்டது. புத்தர், கணபதி மற்றும் மகாசோன அனைவரும் இறந்த பூக்களால் சூழப்பட்டுள்ளனர், ஆனால் கவனத்தை ஈர்க்கும் முக்கியமானவர்கள் அவர்கள் அல்ல.

கோவிலின் நடுவே ஓர் அரக்கவுருவின் ஓவியம், கலைநயமற்று, கேலிச்சித்திரம் போன்று, வழக்கமான நமது பௌத்தப் பாணியில் அல்லாமல் திபெத்திய ஓவியப் பாணியில் வரையப்பட்டிருக்கிறது. அதன் கருப்புநிறக் கண்கள், கோரைப் பற்கள் மற்றும் பாம்பினாலான கேசத்தை அடையாளம் கண்டுகொள்கிறாய். மண்டையோட்டு மாலையிலிருந்து

தொடங்கி விரல்களாலான இடுப்புக் கச்சை, அதன் சதைப் பகுதியில் சிக்கிய முகங்கள் வரை பார்க்கிறாய்.

‘அவர்கள் மஹாகாளியை வழிபடுகிறவர்கள்,’ என்று நீ சீறியதும் சேனவிடமிருந்து முறைப்பைப் பெறுகிறாய்.

மந்திரித்த மற்றும் விநோதமான பொருள்களைக் கோவிலில் வைக்குமாறு குருவிப் பையனிடம் காக்கை மாமா உத்தரவிட்டிருக்கிறார், அவரது ஆலோசனையைப் பெறவிரும்பும் ஒவ்வொரு ஆன்மாவையும் குறிக்கும் பொருள்கள். காக்கை மாமாவுக்கு உதவுபவர்கள் அநேகம்பேரால் வணங்கப்பட்டு, திறன்களைப் பெறப் போதுமான வரத்தைச் சேகரிக்கிறார்கள்.

‘உங்கள் பக்கம் அதிகாரம் இருப்பது நல்லது.’

‘அசலான காம்ரேடைப் போல் பேசினாய்.’

உங்கள் நண்பர்களிடம் நீங்கள் பேச விரும்பினால், இதுவே எளிதான வழி.’

அந்தச் சிறுவனால் உன்னைப் பார்க்க முடியாது; காக்கை மாமாவின் வரமோ அல்லது சாபமோ அவனிடம் இல்லை. ஆனால் நீ கொண்டு வரும் காற்றை அவன் உணர்கிறான். நீ அவனருகில் இருக்கும்போதெல்லாம் அவன் உடல் நடுங்குவதை, தசை சிலிர்ப்படைவதைப் பார்த்திருக்கிறாய். அவன் கோவிலில் வெவ்வேறு விதமான பொருள்களை வைப்பதைப் பார்க்கிறாய் - உடையின் பகுதிகள், பெயர்கள் எழுதப்பட்ட புத்தகங்கள், தலைமுடியால் சுற்றப்பட்டுள்ள பற்கள்.

‘அவனுக்கு நீங்கள் பயன்படுத்திய சொந்தப்பொருள் தேவை. என் அப்பா கம்பஹாவில் இருந்து எனது பள்ளிச் சீருடையைக் கொண்டு வந்தார்.

‘குருவிப் பையனின் பிரச்சினை என்ன?’

‘அதை நீங்களே கேட்டுக்கொள்ளுங்கள்.’

அந்தச் சிறுவன் பரபரப்பாகக் காணப்படுகிறான். கைப்பிடியளவு ஊதுவத்திகளைப் பற்றவைத்து, புகை மற்றும் சாம்பலைக் காற்றில் வீசுகிறான், மந்திரக்கோலைப் பயன்படுத்தக் கற்றுக்கொள்ளும் மந்திரக்காரன் போல.

‘திரு பியதிலகவைக் கண்டுபிடி,’ என்றபடி காற்றில் ஊதுவத்திகளைச் சாட்டைபோல் வீசுகிறான். ‘சென்று அவர் தங்கத்தை எங்கே மறைத்து வைத்திருக்கிறார் என்று கண்டுபிடி,’

அவன் உன்னைப் பார்க்கவில்லை என்றாலும் நேரடியாக நீ இருக்குமிடத்தைப் பார்க்கிறான். கையிலிருக்கும் குச்சியால் அவன் காற்றை அறைய, கிழக்கிலிருந்து தோன்றும் காற்று உன்னைக் கண்டுகொள்கிறது. உன்னைப் பக்கவாட்டில் கீழே தள்ளுகிறது.

‘கவனமாக இருங்கள்,’ என்கிறான் சேன. ‘உங்களுடைய முதல் பணி இங்கு தொடங்குகிறது.’

***

முன்பு திரு பியதிலக என்று அறியப்பட்ட அந்த ஆவி பார்வைக்கு ஈர்க்கும்படியாக இல்லை. தனக்கு நிறைய முடி இருக்கிறது என்று நினைத்துக்கொள்ளும் வழுக்கை விழுந்த மனிதர், துருத்திக்கொண்டிருக்கும் தெற்றுப்பல், அழகாகக் கத்தரிக்கப்பட்ட மீசை தனது மற்ற அழகற்ற அம்சங்களை ஈடுசெய்யும் என்று நினைப்பவர். அதுவே அவர் பீடித்திருக்கும் மாளிகை போன்ற வீட்டை அதிக ஈர்ப்புள்ளதாக மாற்றுகிறது.

பொரளை மயானத்திலிருந்து அந்த வீடு அதிகத் தொலைவில் இல்லை, வீடு முழுவதும் கொழும்பு 8 நீங்கலாக உள்ள இலங்கையின் பல்வேறு விதமான விலங்கினங்களால் அலங்கரிக்கப்பட்டுள்ளது. பிரதான வீடு தொன்மையான வளவ பாணியில் கட்டப்பட்டுள்ளது, தோட்டம் மற்றுமொரு கட்டடம் கட்டுவதற்கான இடத்தைக் கொண்டிருக்க, வாகனக் கொட்டில் பழங்காலத்துக் கார்களால் நிறைந்துள்ளது. காக்கை மனிதனின் குகையில் இருந்த பருத்த உடல்கொண்ட பெண், இப்போதும் அளவுக்கதிகமான முகப்பூச்சு, மிகக்குறைந்த அளவு நாற்றநீக்கியுடன், 60களில் தயாரிக்கப்பட்ட ஜாகுவார் போன்ற காரின் பின்பகுதியைக் காலி செய்தும் இருக்கைகளுக்கு அடியிலும் பார்க்கும்படி பெரிய இருதலைத்தசை கொண்ட கைகளுடனிருக்கும் இளைஞனுக்கு அறிவுறுத்திக் கொண்டிருக்கிறாள்.

திரு பியதிலக கோபத்துடனும் மகிழ்ச்சியுடனும் அதைப் பார்த்துக்கொண்டிருக்கிறார். பச்சை நிற மோரிஸ் மைனர்

காருக்கு மேல் நீயும் சேனவும் மிதப்பதை அவர் நிமிர்ந்து பார்த்தவுடன் அவரது மொத்த மகிழ்ச்சியும் மறைந்துவிடுகிறது.

'இப்போது காக்கை மாமா என்னிடம் பெட்டைகளை அனுப்புகிறாரா? மிக அருமை. தயவுசெய்து என்னுடைய இடத்திலிருந்து வெளியேறுங்கள்.'

அந்த இளைஞன் இப்போது '70களில் தயாரிக்கப்பட்ட ஃபோர்டு காரின் கீழிருந்து அதன் உலோக அடிச்சட்டத்தை ஓங்கித் தட்டுகிறான்.

'உடைத்துத் தள்ளு கோமாளியே. நான் ஏன் கவலைப்படப் போகிறேன்? என் மகள் என்கிற வேசி ஏற்கெனவே உன்னை வெறுக்கத் தொடங்கிவிட்டாள். நீ சிதைத்தபின் அந்தக் கார்களை அவள் விற்க முயற்சி செய்து பார்க்கட்டும், முட்டாளே.'

திரு பியதிலக வாகனக் கொட்டிலில் இருந்து மழைக்காட்டுத் தோட்டத்திற்குள் மிதந்து செல்கிறார். 'எனது கார்களில் புதையலை மறைத்து வைப்பேன் என்பது போல!' என்று கேலி செய்கிறார். 'இவை என் தாத்தாவின் தாத்தாவிடமிருந்து எனக்குக் கிடைத்த சொத்துகள். ஒருவேளை என் பேரக்குழந்தைகள் ஒருநாள் இவற்றுக்குத் தகுதியானவர்களாக இருப்பார்கள்.'

தோட்டத்தின் அடிவாரத்தில் ஒற்றையறை கொண்ட கட்டடம். குடில் என்று கூறமுடியாத அளவுக்குச் சிறியது, கொட்டில் என்று கூறமுடியாத அளவுக்குப் பெரியது. முதியவர் அதன் மேல்மாடத்தில் அமர்ந்து சிரிக்கிறார். 'முட்டாள்களே, உங்கள் நேரத்தை வீணடிக்கிறீர்கள். நான் யூகிக்கிறேன், அநேகமாகக் காக்கை மனிதன் என்னை ஏமாற்றினால் உங்களுக்கு வரம் கிடைக்கும் என்று சொல்லியிருப்பான். அவன் உங்களை ஏமாற்றிக்கொண்டிருக்கிறான்!'

'சார், இந்த நகைகளால் உங்களுக்கு எந்தப் பயனும் இல்லை. ஏன் அதைப் பிடித்துத் தொங்கவேண்டும்?'

சட்ட அலுவலகம் போலிருக்கும் அறைக்குள் மிதந்து செல்கிறாய். இரண்டு சுவர்களில் பொருத்தப்பட்டுள்ள அலமாரிகளை நிரப்பும் அளவுக்குச் சட்டப் புத்தகங்கள். மீதமுள்ளவை பட்டங்கள், பட்டயங்கள் மற்றும் திரு பியதிலக தனது மகள்களுடன் உள்ள புகைப்படங்கள்.

'உனக்குத் தெரியுமா, என் குடும்பத்தில் நான் மட்டுமே நன்றாகப் படித்தவன். எனது சகோதரர்கள் அனைவரும் பொலனறுவையில் அமர்ந்து வெட்டிப் பேச்சு பேசிக்கொண்டிருக்கின்றனர்.

'இவை உங்கள் புத்தகங்களா?'

'என் அப்பா சட்டத்தரணி. நான் வியாபாரம் செய்தவன். ஆனால் எனக்கும் சட்டம் தெரியும். மேலும் வரம் எப்படி வேலை செய்கிறது என்பதையும் நான் அறிவேன்.'

சேன அலமாரிகளுக்குள் மறைகிறான். அந்த அறையில் முன்பு வசித்தவரை மேலும் மகிழ்விக்கும்படியாகத் தரையில் பதிக்கப்பட்டுள்ள பலகைகளுக்குள் புகுந்து, கூரைமீது ஏறிப் பார்க்கிறான்.

'உன்னால் எதையும் கண்டுபிடிக்க முடியாது. என் மகள் ஏற்கெனவே அவளது காதலர்களில் ஒருவனை அங்கே அனுப்பிப் பார்த்துவிட்டாள். குழந்தைகள் தங்கள் சொத்துகளைத் தாங்களே சம்பாதிக்க வேண்டும். யாராவது இதைச் சட்டமாக்க வேண்டும்.'

சேன உன்னைப் பார்த்து வேலையில் இறங்குமாறு கடிந்துகொள்கிறான், ஆனால் அந்த வீட்டின் உரிமையாளர் நடந்துகொள்ளும் விதம் காரணமாகத் தங்கம் எதுவும் அங்கு இல்லை என்று சந்தேகிக்கிறாய். வாகனக் கொட்டிலில் மகள் தன் காதலனிடம் கத்திக்கொண்டிருப்பதைக் கேட்கிறாய். அடுத்து, காதலன் ஸ்பேனர் ஒன்றை எடுத்துச் சென்று காரின் மதிப்பைப் பாதியாகக் குறைக்கும் ஒலியைக் கேட்கிறாய்.

'காக்கை மனிதனிடம் திரும்பிச் செல்லுங்கள். இங்கே பார்ப்பதற்கு ஒன்றுமில்லை' என்றவாறு பியதிலக தனது சட்டப் புத்தகங்களை அன்புடன் உற்றுப்பார்க்கிறார். 'சட்டத்தரணிகள் வெறுக்கத் தக்கவர்கள். அதனால்தான் நான் சட்டத்தரணியாகவில்லை. ஆனால் சட்டங்கள் தேவை. ஏனென்றால் உருவாக்கப்பட்ட மதங்கள் போதாது.'

'மற்றுமொரு நாத்திகன்,' என்று சட்டப் புத்தகங்களுக்குள் தலையை நுழைத்தபடி அறிவிக்கிறாய்.

மறுமை பதுங்கு குழிக்கு நேர்மாறானதாகத் தோன்றுகிறது. புத்தகங்கள் பூஞ்சை மற்றும் நொதிக்காத பழச்சாற்றின்

வாசனையோடிருக்கின்றன, நகைகள் நிரப்பப்பட்ட நடுப்பகுதி குழிவாக்கப்பட்டு நகைகள் மறைத்து வைக்கப்பட்டிருக்கும் எதையும் கண்டுபிடிக்க முடியாமல் இருமலுடன் வெளியேறுகிறாய். புத்தகங்கள் ஒரே தலைப்புக்கொண்ட தொகுதிகள். சைமன் வான் லீயுவென் எழுதிய *ரோமானிய-டச்சுச் சட்டத்தைப் பற்றிய விளக்கவுரைகள், 1652.* ரோமானியர்களும் டச்சுக்காரர்களும் கைவிட்ட வெகுகாலத்திற்குப் பிறகும் இலங்கை ரோமன்-டச்சு சட்டத்தைப் பின்பற்றியது.

'நான் மதவாதியாக இருந்ததில்லை, ஆனால் நம்பிக்கை உள்ளவனாக இருந்தேன்,' என்கிறார். 'பிறகு எனக்குப் புற்றுநோய் வந்துவிட்டது. புனிதப் புத்தகங்களைப் படித்தேன், புனிதமான நபர்களைச் சந்தித்தேன் மற்றும் புனிதமான இடங்களில் பிரார்த்தனை செய்தேன். யாரும் என் பிரார்த்தனைகளைக் கேட்கவில்லை.'

'போர்முனைகளிலிருக்கும் மனிதர்கள் தினமும் பிரார்த்திக்கிறார்கள்,' என்கிறாய். 'சிப்பாய்கள், பொதுமக்கள் மற்றும் பத்திரிகையாளர்கள் கூட. யாரும் எப்போதும் கேட்பதில்லை.'

'இந்தச் சட்டப்புத்தகங்கள் நமக்குத் தேவை, ஏனெனில் மதம் வன்புணர்வைத் தடைசெய்யவில்லை. உனக்குத் தெரியுமா? கட்டளைகள் இறைவனின் நாமத்தை ஞாயிற்றுக்கிழமைகளில் வீணாகத் தண்டிக்கின்றன. ஆனால் "வல்லுறவு செய்யாதிருப்பீர்களாக" என்பது மட்டும் கட்டளைகளில் இல்லை.'

'அது உண்மையாக இருக்கமுடியாது,' என்கிறாய்.

'ஹிந்து வழிமுறை பிரம்மச்சரியம் மற்றும் மெய்நிலை பற்றிக் குறிப்பிடுகிறது, ஆனால் வல்லுறவுபற்றி ஏதுமில்லை. பௌத்தத்தின் காமேஸு மிச்ஜாசாரா§ வல்லுறவு பற்றி ஏதும் பேசவில்லை. இஸ்லாம் பன்றி இறைச்சி, நுனித்தோல், மற்றும் சூதாட்டத்தைத் தடைசெய்கிறது, தவறில்லை. ஆனால் வல்லுறவைத் தடைசெய்யவில்லை.'

'அனைத்துச் சட்டங்களும் ஆண்களால் எழுதப்படுபவைதாம்,' என்கிறாய். 'அவர்கள் மற்றவர்களுக்குக் கெடுதலான விடயங்கள்

---

§ காமேஸு மிச்ஜாசாரா சேரமணீ சிக்காபதங் சமாதியாமி – நான் முறைகேடான/தவறான காமத்தில் ஈடுபட மாட்டேன் என்று உறுதி செய்கிறேன்.

நடப்பது பற்றிக் கவலைப்படுவதில்லை.' டிடியையும் லண்டன் பொருளியல் பள்ளியில் கற்றுக்கொண்ட சுயநலத்தையும் நினைத்துக்கொள்கிறாய். அதோடு உனது தொடர்ச்சியான வாதங்களில் ஒன்றையும்.

'மனிதர்கள் எப்போதும் துன்பப்பட்டுக்கொண்டே இருக்கிறார்கள்,' என்றான் டிடி. 'அதற்கு எதிராக நீங்கள் சட்டம் இயற்றலாம், அதைப் பெரிய அளவில் குறைக்கலாம். ஆனால் ஒருபோதும் அதை அகற்றமுடியாது. உங்களுக்குத் தெரிந்த யாருக்கும் கெட்டவிடயங்கள் நடக்காமல் இருக்கவேண்டும் என்பதே நீங்கள் அதிகபட்சமாக நம்பக்கூடியது.'

'பிறப்பு என்ற விபத்திற்கு நம்மை நாமே வாழ்த்திக்கொள்ளக்கூடாது.'

'கூடாதுதான்,' என்று பதிலளித்தான். 'ஆனால் குறைந்தபட்சம் நாம் அதை அனுபவிக்கலாம்.'

'கெட்டவை மற்றவர்களுக்கே நடக்கட்டும்,' என்று முணுமுணுத்தாய். 'டோரியிசத்தை ஆதரிக்கும் குடியரசுக் கட்சிக்காரன் போலப் பேசினாய்.'

சேன அறை, வாகனக் கொட்டில், வீடு என எல்லா இடங்களிலும் தேடிப் பார்த்துவிட்டு வெறுங்கையுடன் வந்தான். 'வாருங்கள் மாலி. அது தோட்டத்தில் புதைக்கப்பட்டிருக்க வேண்டும்,' என்றான்.

'எனது வேசிமகள் உலோகத்தைக் கண்டறியும் கருவியுடன் இளைஞன் ஒருவனை அழைத்து வந்தாள்!' என்று சிரிக்கிறார் திரு பியதிலக. 'வேடிக்கையாக இருந்தது. ஆனால் இரண்டு பொட்டைப் பேய்கள் என் தோட்டச் சேற்றில் மூழ்குவதைப் பார்க்குமளவு வேடிக்கையாக இல்லை.'

ரோமன்-டச்சு சட்டப் புத்தகங்களின் தொகுதிகளைப் பார்க்கிறாய், பெருமிதம் பிடித்த அம்முதியவர் காற்றில் மிதந்தவாறு கோபப்படுகிறார். உன் தந்தையும் மிசௌரியில் உள்ள இடைநிலை ஒன்றில் சிக்கிக்கொண்டாரா, உன்னைப் பற்றி எப்போதேனும் நினைப்பாரா என்று ஆச்சரியப்படுகிறாய்.

'சிரமப்பட வேண்டாம் சேன. உன்னால் நகைகள் எதையும் கண்டுபிடிக்க முடியாது.'

'மிகச் சரி. திரும்பிப் போய் காகமனிதனிடம் என் மகளிடமிருந்து பணம் பெறுவதை நிறுத்திக்கொள்ளச் சொல்லுங்கள்.'

'நகை எதுவும் இல்லை.'

'நான்தான் ஏற்கெனவே சொன்னேனே! 1973இல் என்னுடைய வைப்பாட்டிக்குக் கொடுத்துவிட்டேன்.'

'இவரது புதையல் எங்கே இருக்கிறது என்று கூறினால் காக மனிதன் கிசுகிசுக்கும் சக்தியை எனக்கு அளிப்பாரா?'

'நிச்சயமாக, மாலி முதலாளி. கண்டிப்பாக.'

சேன குழப்பத்துடன் உன்னைப் பார்க்க, திரு பியதிலகவின் கண்களிலிருந்த மினுக்கம் மறைகிறது.

'நீங்கள் இருவரும் இங்கிருந்து செல்லவேண்டிய நேரம் வந்துவிட்டது என்று நினைக்கிறேன்.'

'சட்டப் புத்தகங்கள். அவை முந்நூறு வருடப் பழமையான முதற்பதிப்புகள், மொத்தம் நாற்பத்து ஒன்பது தொகுதிகள் இருக்கின்றன. அவற்றின் மதிப்பு வாகனக் கொட்டிலில் உள்ள மொத்த கார்களைக் காட்டிலும் அதிகம்.'

பியதிலக கத்தியபடி உன் மீது பாய்கிறார். சேன உன்னை அவரது வழியிலிருந்து இழுக்க, அந்தச் சட்டத்தரணியின் கோபம் கொண்ட மகன் புத்தக அலமாரியில் மோதுகிறார், அவருடன் வந்த காற்று கதவை வேகமாக மோதுகிறது. ஏற்கெனவே கரையானால்-மெல்லப்பட்ட அலமாரியில் தொங்கிக் கொண்டிருந்த தொகுதி 49ஐ காற்று அலமாரியின் அடுத்த வரிசையில் உள்ள தொகுதி 32இன் மீது கவிழ்க்கிறது. தொகுதி 32 தொகுதிகள் 33-38 வரிசைமேல் சரிய, தொடர்ந்து அவை அலமாரியின் கீழ்வரிசை மீது சரிகின்றன, அந்தத் தாக்குதலில் அது உடைந்து விழுகிறது, வான்வழித் தாக்குதல்களின்போது சரியும் கட்டடங்கள் போலத் தொகுதிகள் 1-23 தரையிறங்குகின்றன.

பியதிலகவின் மகளும் அவளுடைய பொம்மை இளைஞனும் விரைந்து உள்ளே வந்தவுடன், விநோதமான மணத்தை, வெறித்தனமான காற்றை உணர்கின்றனர், மேலும் அதிகளவிலான சட்டப் புத்தகங்கள் தரையில் கிடப்பதைப் பார்க்கின்றனர்.

மூன்றாம் நிலவு

*நினைவில்கொள்ள விரும்புவதை மறந்துவிடுகிறாய்,
மறக்க விரும்புவதை நினைவில் கொள்கிறாய்.*

கார்மெக் மெக்கார்த்தி, *தி ரோட்*

குரல்

'இப்போது என்ன? அந்தப் பைத்தியம் பிடித்த பியதிலகவிடமிருந்து இந்த மரத்தில் மறைந்து கொள்ள வேண்டுமா?'

'பொறுமை, முதலாளி. நாம் இந்த மரத்தில் அமர்ந்து காக்கை மாமாவின் அழைப்புக்குக் காத்திருப்போம். அழைப்பு வரும்.'

வாகை மரத்தின் உறுப்பான அசைந்துகொண்டிருக்கும் கிளைகளின் உச்சிக்குச் செல்கிறாய்; காற்றில் அதன் இலைகள் உன் முகத்தைச் சொறிந்துவிடும் விரல்கள்போல உயிர்ப்புடன் தோன்றுகின்றன; அதன் பூக்களுக்குத் தசைக் காயங்களின் நிறம், தெறிகுண்டுகளால் சிதைக்கப்பட்ட தோலின் நிறம்.

சேன உன்னிடம் காக்கை மாமா கற்றுத்தரக் கூடிய திறன்கள் குறித்து அளந்துகொண்டிருக்கிறான். 'சார், உங்களால் பூச்சிகளுக்கு உத்தரவிட முடியும், கனவுகளில் தோன்றமுடியும், உயிருடன் இருப்பவர்களைக்கூட ஆக்கிரமிக்க முடியும்.'

பூங்காவுக்குள் நடந்துகொண்டிருக்கும் மனிதர்களைக் கவனிக்கிறாய். உன்னைப் பார்க்கமுடியாத அன்றாட, சாதாரண நபர்கள். அவர்களில் பாதிப்பேரின் முதுகில் ஆவிகள் அமர்ந்திருக்கின்றன, அவர்களின் பக்கத்தில் ஓடிக்கொண்டும் காதுகளில் கிசுகிசுத்துக் கொண்டுமிருக்கின்றன.

உன் தலைக்குள் கேட்கும் குரல் வேறொருவருடையது என்றே எப்போதும் நினைத்திருக்கிறாய். அது உன்னுடைய வாழ்க்கையின் கதையை ஏற்கெனவே நடந்துமுடிந்தவை போலக் கூறுகிறது. உன்னுடைய நாளுக்கு எங்கும்நிறை கதைசொல்லி பின்னணிக் குரலைச் சேர்க்கிறது. வருந்துவதை நிறுத்திவிட்டு எதில் சிறந்து விளங்குகிறாயோ அதைச் செய்யும்படி பயிற்சியாளர்போல் உன்னிடம் கூறுகிறது. நீ சிறந்து விளங்குவது எதிலென்றால், ப்ளாக்ஜாக் விளையாட்டில்

வெற்றி பெறுவது, இளம் விவசாயிகளை மயக்குவது மற்றும் அச்சம் தரத்தக்க இடங்களைப் புகைப்படம் எடுப்பது.

அந்தக் குரலே ஐந்து சந்தர்ப்பங்களில் வெவ்வேறு முதலாளிகளுக்காக உன்னைப் போர்முனையில் சுற்றுப்பயணம் செய்ய வைத்தது. அந்தக் குரலே உன்னைச் சூதாட்ட விடுதிகளுக்கு, குறுக்குச் சந்துகளுக்கு, அந்நிய இளைஞர்களிடத்தில் மற்றும் இருண்ட காடுகளுக்கு வழிநடத்தியது. இருப்பினும் அந்தக் குரல் என்னவென்று வியக்கிறாய். ஒருவேளை ஆவி ஒன்று உன் முதுகில் தொற்றிக்கொண்டு உன் காதுகளில் கிசுகிசுத்திருக்கலாம், உனக்கு எப்படித் தெரியும்? ஒருவேளை தெரிந்திருந்தாலும் மற்ற கிசுகிசுக்கும் குரல்களிடமிருந்து அதை உன்னால் எவ்வாறு வேறுபடுத்திக்கொள்ள முடிந்திருக்கும்?

யாரோ உன்னுடைய மற்றும் சேனவினுடைய பெயரைச் சொல்வதைக் கேட்கிறாய். அது காக்கை மாமா, நீ உணரும் அளவுக்கே அவரும் எரிச்சலில் இருப்பதாகத் தெரிகிறது. இப்போது உனக்கு நன்கு அறிமுகமாகிவிட்ட உணர்வில் ஆவியாகிக் கரைகிறாய், அது விரும்பத்தகாததாக இல்லை. நீ மீண்டும் பறவைகள், பழங்கள் மற்றும் தீக்கொழுந்துகளால் இசைத்துக்கொண்டிருக்கும் அளவிறந்த மெழுகுவர்த்திகளால் நிறைக்கப்பட்ட குகைக்குள் இருக்கிறாய்.

குறுக்கே கம்பியால் பிரிக்கப்பட்ட வட்ட வடிவ சாளரத்தை ஒட்டி மிதந்து கொண்டிருக்கிறாய், பல கடவுள்கள் இருக்கும் கோவிலை எதிர்நோக்கி அது அமைந்திருக்கிறது, அந்தக் கோவிலின் பிரதானமான தெய்வம் மண்டையோட்டு மாலை அணிந்துள்ளது, தர்க்கரீதியில் அது தெய்வமல்ல, அப்படி யோசித்தால் புத்தரும் கூட அல்ல. அதைச் சுற்றிக்குழுமி, தலைகுனிந்து இருக்கும் வீடற்றவர்களின் குடும்பங்கள், இந்தப் பகுதியில் பொதுவாக அவர்கள் பிச்சைக்காரர்கள் என்று அறியப்படுகின்றனர். கால்வாயின் தெற்குப் பக்கம் ரொட்டி தயாரித்து விற்கும் பெண், சக்கரநாற்காலியில் இருக்கும் லாட்டரிச் சீட்டு விற்பவர் மற்றும் கொழும்பு 7இல் பிறந்திருந்தால் ப்ளூ-சிப் நிறுவனத்தை நடத்துமளவு புத்திசாலித்தனமாக அல்லது முட்டாள்தனமாகத் தோற்றமளிக்கும் செருப்புத் தைப்பவர்.

'கடைசியாக!' என்று குரைக்கிறார் காக்கை மாமா, பார்வையற்ற அவரது கண்கள் அறைமுழுக்கச் சுழன்று நீங்கள் இருவரும்

அஞ்சி ஒடுங்கிக்கொண்டிருக்கும் மூலையில் நிலைக்கிறது. 'பியதிலகவிடம் நீங்கள் செய்த காரியம் பாராட்டுக்குரியது. இதைத் தொடர்ந்து செய்வீர்கள் என்று நம்புகிறேன்.' சிவப்பு நிறக் கைக்குட்டை ஒன்றில் தனது மூக்கைச் சிந்தி சுத்தம் செய்கிறார்.

'நான் எப்போது கிசுகிசுக்கக் கற்றுக்கொள்ள முடியும்?' என்று கத்துகிறாய். 'நான் பேசியாக வேண்டிய நபர் ஒருவர் இருக்கிறார்.'

'தவ்விக் குதிப்பதற்கு முன் தவழக் கற்றுக்கொள்ள வேண்டும், திரு மாலி.'

சேன தனது முக்காட்டை நீக்கிவிட்டுப் புன்னகைக்கிறான். 'மன்னிக்கவும் ஸ்வாமி. நாங்கள் இங்கே சேவை செய்வதற்கே வந்தோம்.'

'அப்படியா, திரு சேன? நானும் சேவைதான் செய்கிறேன், ஆனால் தகுதி உள்ளவர்களுக்கு மட்டும். வாருங்கள் திரு மாலி. உங்களைக் காண வந்திருப்பவரைச் சந்தியுங்கள்.'

பையன் கதவுக்கருகே முக்காலியில் அமர்ந்து தன்னுடைய செயல்படும் கையிலுள்ள மூன்று விரல்களால் காதைச் சொறிந்துகொண்டிருப்பதைக் கவனிக்கிறாய். வெறுமையாக இருக்கும் வருகையாளர்களுக்கான கதிரை இப்போது வெறுமையாக இல்லை என்பதையும். அதில் உன்னுடைய நெருங்கிய தோழி, எப்போதும் காதலியாக மாறாதவள் அமர்ந்திருக்கிறாள், ஜக்கி வைரவநாதன்.

முகவரிப் புத்தகம்

ஜக்கி ஒரு கையைத் தனது முகவாய்க்கு முட்டுக்கொடுத்து மற்றொன்றைத் தனது துணிப்பைக்குள் வைத்திருக்கிறாள். மிளகு தெளிப்பானில் கைவைத்திருக்கிறாள் என்பது உனக்குத் தெரியும். இருபதுகளிலிருக்கும் திருமணமாகாத பெண் தனியாகக் கொழும்புவின் அபாயகரமான தெருக்களில் சுற்றுகிறாள் என்பதையறிந்து பதறிப்போன அவளது ஒன்றுவிட்ட சகோதரி டெட்ராய்ட்டிலிருந்து அனுப்பிய பன்னிரண்டு கேன்கள் கொண்ட பெட்டியிலிருந்து எடுத்தது.

அசைவுகளுக்காக அவள் குகையை நோட்டமிடும்போது என்ன சிந்தித்துக்கொண்டிருக்கிறாள் என்று வியக்கிறாய். நிச்சயமாக குகைக்குள் அசைவுகள் இருக்கின்றன, ஆனால் எதுவும் அவள் பார்க்க இயன்றதல்ல.

நீ கொண்டுவரும் காற்று மெழுகுவர்த்திகளை அணைக்கிறது, ஜக்கி துள்ளிக்குதிக்கிறாள்.

'அவர் இங்கே இருக்கிறார், மிஸ். அவருக்குச் சொந்தமான எதையாவது கொண்டு வந்தீர்களா?'

'யார் என் முகவரியை உங்களுக்குக் கொடுத்தது?'

காக மனிதன் தன்னுடைய ஓம் அடையாளமிட்ட கைக்குட்டையில் தும்மலைப் பிடிக்கிறார். சளியை முடிவிலிக்குள் மற்றும் முடிவிலியின்றி அந்த அடையாளம் முழுக்கச் சிந்துகிறார். பிறகு, இருமுகிறார்.

'நான் வருந்துகிறேன், மிஸ். ஆனால் உங்கள் நண்பர் இறந்துவிட்டார். தற்போது என்னுடன் பேசிக்கொண்டிருக்கிறார்.'

'நான் உங்கள் மீது காவல்துறையிடம் புகாரளிப்பேன்,' என்கிறாள் ஜக்கி. 'நான் சொல்வது கேட்கிறதா?'

'அவளிடம் சாத்தியங்களைக் கணக்கிடச் சொல்லுங்கள்,' என்கிறாய்.

'ஹே?'

'சாத்தியங்கள். அவளிடம் கேளுங்கள், "அதற்கான சாத்தியங்கள் என்ன?"'

'என்ன சாத்தியங்கள்? மன்னிக்கவும் மிஸ். இன்று எனக்குச் சளி பிடித்திருக்கிறது. அது கேட்கும் திறனைப் பாதிக்கிறது.'

ஜக்கி உள்ளங்கையிலிருந்து தலையை உயர்த்தி, சீராக்கப்பட்ட புருவங்களை உயர்த்துகிறாள்.

'என்ன சொன்னீர்கள்?'

'கரடி பொம்மைக்குக் கீழேயிருக்கும் முகவரிப் புத்தகம் பற்றி யாருக்கேனும் தெரிந்திருப்பதற்கு என்ன சாத்தியங்கள் இருக்கிறது என்று கேளுங்கள்.'

'முகவரி பற்றிய சாத்தியம், என்ன சொல்கிறாய்?'

'அவளிடம் சொல்லுங்கள், அதற்கான சாத்தியம் 23,955இல் ஒன்று. நேரடி ப்ளஷ் வருவதற்கான சாத்தியத்தை விடக் குறைவு. பிரபஞ்சம் என்பது கணிதம் மற்றும் நிகழ்தகவுகளைத் தாண்டி வேறொன்றுமில்லை என்று அவளிடம் சொல்லுங்கள். நாம் நமது பிறப்பெனும் விபத்தைத் தாண்டி வேறெதுவுமில்லை என்று சொல்லுங்கள்.'

காக்கை மாமா இதை வார்த்தைக்கு வார்த்தை திருப்பிச் சொல்கிறார், அவர் கடைசிப் பகுதிக்கு வரும்போது ஜக்கியின் இலக்கற்ற கண்களிலிருந்து கண்ணீர்த் துளி வெளிவருகிறது.

'அவன் எங்கே இருக்கிறான் என்று உங்களுக்குத் தெரியுமா?'

'அவர் இங்குதான் இருக்கிறார். படுக்கைக்கடியிலுள்ள பெட்டியை மறந்துவிடும்படி கூறுகிறார்.'

'இனி பெட்டி எதுவுமில்லை. எடுத்துச் செல்லப்பட்டுவிட்டது.'

'அவருக்குத் தெரியும். கவலைப்பட வேண்டாம் என்று சொல்கிறார். படச்சுருள்களைக் கண்டுபிடியுங்கள் என்று சொல்கிறார்.'

அவளைப் பார்த்துக்கொண்டிருக்கும் போது, உனக்குக் கண்கள் அல்லது கண்ணீர் அல்லது தேம்புவதற்கு எதுவுமில்லை என்றாலும் அழுகிறாய். அழுகை என்பது பெண்களோடு உடலுறவு கொள்ளும்போது நீ அடிக்கடிசெய்யும் ஒன்று. பின்வாங்கிக்கொண்டிருக்கும் புலிகளைப் புகைப்படமெடுக்கப் பிணங்களின்மீது ஏறி நடந்தபோது நீ அழவில்லை, அல்லது எட்டு வயதுச் சிறுவன் தனது இறந்த சகோதரியைத் தாலாட்டும்போது, அல்லது சுங்கத்துறையிடம் மாட்டிக் கொண்டிருக்கையில் உன் தந்தை இறந்துவிட்டார் என்ற செய்தியைக் கேட்டபோது நீ அழவில்லை.

'எனக்கு ஏதாவதொரு பொருள்வேண்டும். அந்த முகவரிப் புத்தகத்தைக் கொடுக்கிறீர்களா?'

'இல்லை.'

ஜக்கி பையிலிருந்து கையை வெளியே எடுக்கிறாள், அவளது கையில் மிளகு தெளிப்பானுக்குப் பதிலாக பல்வேறு கறைகளுடன் இருக்கும் சிவப்பு நிறக் கைக்குட்டை. தனது

கண்ணீரை அதில் துடைத்துக் கொள்கிறாள், அதிலிருக்கும் உன்னுடைய வாசனையை உள்ளிழுத்துவிட்டு மேசைமீது வைக்கிறாள். உன் மூளையில் விவரிக்கமுடியாத அளவுக்கு எண்ணற்ற மற்றும் கோரமான காட்சிகள் பெருக்கெடுக்கின்றன. வேறெவருடைய வாழ்க்கையோ உன் முன்னால் வந்துபோவது போல, பிணங்கள் மற்றும் ரத்தம் நிறைந்த வாழ்க்கையை வாழ்ந்த யாரோ ஒருவருடையது.

நீ கத்தத் தொடங்குகிறாய், காக்கை மாமா காதுகளைப் பொத்திக்கொண்டு மற்றுமொரு தொடர் இருமலை வெளியிடுகிறார்.

'அமைதியடை அல்லது நாம் எதையும் செய்யமுடியாது. மிஸ், அவர் முகவரிப் புத்தகத்தைக் கொடுக்கச் சொல்கிறார்.'

'ஏன்?'

'அவர் அரசர் பற்றி ஏதோ சொல்கிறார். எல்ஃப்களின் அரசரா? அல்லது ராணி. அல்லது வேறு ஏதோ.'

காக்கை மாமா தொடர்ந்து தும்மிக்கொண்டும் மூக்கைச் சிந்திக்கொண்டுமிருக்க, நீ தொடர்ந்து அவரை நோக்கிக் கத்திக்கொண்டிருக்கிறாய்.

'படச்சுருள்கள் எல்ஃப்களின் அரசரிடமும் ராணியிடமும் இருக்கின்றன என்கிறார். சேன, நீ இருக்கிறாயா? அவன் கத்தினால் எனக்குச் சரியாகக் கேட்கவில்லை என்று அவனிடம் சொல்.'

அமைதியாகப் பேசுகிறாய், ஆனாலும் அவரால் புரிந்துகொள்ள முடியவில்லை.

'என்னை மன்னித்துவிடுங்கள் மிஸ். என் உடல்நிலை சரியாக இல்லை. அவர் ஏதோ நெகட்டிவான பதிவுகள் இருப்பதாகக் கூறுகிறார். ராஜாக்கள், ராணிகள், டிடி மற்றும் வேறு ஏதோ பற்றிப் பேசுகிறார். அந்த முகவரிப் புத்தகத்தை நீங்கள் கொடுக்கவேண்டும் என்று விரும்புகிறார். அது அவருக்கு வரத்தைப் பெற்றுத்தரும்.'

'அவனது பொருள்களில் வேறெதையும் என்னால் ஒப்படைக்க முடியாது,' என்கிறாள் ஜக்கி. 'அவன் இறந்துவிட்டானென்றால் அவனது உடல் எங்கே?'

காக்கை மாமா கைக்குட்டையைத் தொடுகிறார் பிறகு அதையெடுத்துப் பையனிடம் நீட்டுகிறார். 'இதைக் கோவிலில் வை, பையா. மிஸ், என் உடல்நிலை சரியாக இல்லை. அடுத்த வாரம் வாருங்கள், நாம் இதைச் சரியாகச் செய்வோம். உங்கள் இழப்புக்காக வருந்துகிறேன். நன்கொடை அளிக்க மறக்கவேண்டாம். அது ஏழைகளுக்காக.'

பையன் கைக்குட்டையை எடுத்துக்கொண்டு ஐக்கியை நோக்கி அடியெடுத்து வைக்கிறான். ஏதோவொரு வார்த்தையை உச்சரிக்க முயல்வதுபோல் முகம் சுளித்துத் தனது வாயை மெதுவாகத் திறந்து மூடுகிறான். அவனது மௌனமான வார்த்தை எதுவாகவும் இருக்கலாம், ஆனால் அது 'நண்பன்' என்பதாகச் சந்தேகிக்கிறாய். அவள் எழுந்து நின்று, முடிக்கற்றையைத் தன் உதட்டுக்கு இழுத்து, அதை மென்றுவிட்டு, பக்கவாட்டு வாசல் வழியாக வெளியேறுகிறாள். முகவரிப் புத்தகத்தை, அதன் சீட்டுக்கட்டுப் பக்கங்களைத் தன்னுடன் எடுத்துச் செல்கிறாள், அதை விட்டுவிட்டுச் செல்லும்படி நீ அவளை நோக்கிக் கத்துவது அவளுக்குக் கேட்கவில்லை.

***

'அவன் என்னவென்றாய்?'

டிடி அப்போதுதான் ஓட்டர்ஸ் அக்வாட்டிக் கிளப்பிலிருந்து பூப்பந்தாட்டம் ஆடிவிட்டுத் திரும்பியிருந்தான், நீர்நாய் என்ன வாசனையோடிருக்கும் என்று கற்பனை செய்கிறாயோ அதே வாசனையுடன் இருக்கிறான்.

'எனக்குத் தெரியாதப்பா. ஜோசியக்காரர் அல்லது வேறு ஏதோ.'

டிடி மேசையில் அமர்ந்துகொள்கிறான், அந்த மேசையில் நீ காலை வைத்துக்கொண்டால் அவன் சத்தம்போடுவது வழக்கம். அவனது அப்பா ஒருமுறை அரபு நாட்டுக்கான தூதராக நியமிக்கப்பட்டார், அங்கே கால்களை மேலே தூக்கிவைப்பது அவமரியாதையின் அடையாளம். டிடி சில விடயங்களைத் தனக்குள் சமூகமயமாக்கிக்கொண்டான். உதாரணமாக மன்னிப்பு கேட்கவியலாத தன்மை மற்றும் உடன்படாமலிருப்பதற்கான ஆர்வம்.

'சூனியக்காரர் இல்லையா? அல்லது மந்திரவாதி இல்லையா? அல்லது ஜெடாய் இல்லையா?'

'முடித்துவிட்டாயா?'

'நான் நீதிமன்றங்களின் உள்ளும்புறமுமாக அலைகிறேன், மாலியின் புகைப்படங்களைத் திரும்பப்பெறுவதற்காக. நீ என்னவென்றால் குறிசொல்பவர்கள் பின்னால் அலைந்து கொண்டிருக்கிறாய்.'

'எதற்காக நீதிமன்றங்கள்? அமைச்சர் சிறில் உன் அப்பாவின் ஆண்துணை என்று நினைத்துக்கொண்டிருந்தேன்.'

'காவல்துறையினர் அந்தப் பெட்டியை ஆதாரம் என்கிறார்கள். சிறில் விஜேரத்னவின் சட்டத் தரணி அவர்களின் கோரிக்கையை மேலாய்வு செய்வதற்கு ஆறு வாரங்கள் கோரியுள்ளார். ஆறு வாரங்கள்!'

தனது பையின் குழப்பங்களிலிருந்து முகவரிப் புத்தகத்தை வெளியே எடுக்கிறாள். அவனைப் பார்த்தபடி, அவனது பார்வையைச் சந்திக்கக் காத்திருக்கிறாள், அவன் ஒருபோதும் அப்படிச் செய்யமாட்டான். இளம் திலனுக்குக் கண்களை நேராகப் பார்க்கும் பழக்கமில்லை, அது ஆட்டிசத்தின் குறியீடு, இருப்பினும் டிடி ரெய்ன்மேன் அல்ல.

'அவன் இறந்துவிட்டான் என்று நினைக்கிறாயா?'

'ஒருபோதும் அப்படிச்சொல்லாதே,' என்கிறான். 'அவன் இறந்துவிட்டானென்றால், எனக்குத் தெரியும்.'

'எப்படி?'

'எனக்குத் தெரிந்துவிடும்.'

'அவன் சித்திரவதைக்குள்ளாக்கப்பட்டால் உனக்குத் தெரியுமா?'

'என்னால் இதுபற்றியெல்லாம் சிந்திக்க முடியாது.'

'ஏன் முடியாது?'

'ஏனென்றால் சிந்திப்பது எதையும் சரிசெய்யப்போவதில்லை. ஜோதிடர்களைப் பார்ப்பதும் அப்படித்தான்.'

'அவர் மாலி மட்டுமே சொல்லக்கூடிய விடயங்களைச் சொன்னார்.'

'என்ன மாதிரி விடயங்கள்?'

டிடி எதையாவது மறைக்கிறானென்றால் மூக்கைத்தேய்ப்பது வழக்கம். நீ சந்தித்ததிலேயே மிகமிக மோசமான சீட்டாட்டக்காரன் அவன் - நீ சில மோசமான சீட்டாட்டக்காரர்களை சந்தித்திருக்கிறாய். அவன் மூக்கைத்தேய்ப்பதை நிறுத்திவிட்டு அழகான தனது விரல்களால் வியர்வைபடிந்த தலைமுடியைக் கோதிக்கொள்கிறான்.

அவள் உன்னுடைய முகவரிப்புத்தகத்தை டிடியின் மடியில் வைக்கிறாள். லியோ விடுதிக்குக் கீழேயுள்ள வணிக வளாகத்தில் உள்ள கேவிஜி'யின் புத்தகக் கடையில் அதை வாங்கினாய். அவன் அதைத் திறந்து சில பெயர்களை அடையாளம் காண்கிறான். 'ஆர்ட்டின் ஜாக்கி' என்று குறிக்கப்பட்ட பக்கம், எண்கள் மற்றும் புனைபெயர்களால் நிறைந்துள்ளது. பட்டியலைப் பார்த்ததும் முகம் சுளிக்கிறான் - பைரன், ஹட்சன், ஜார்ஜ், லிங்கன், ப்ராண்டோ - மோசமானதை யூகிக்கிறான்.

'காக மனிதன் இது அவனது அலமாரியில் மறைத்து வைக்கப்பட்டிருக்கிறது என்று கூறினார். அவனது கரடி பொம்மைக்குக் கீழே. அது எப்படி அவருக்குத் தெரியும்?'

'மாலி எல்லோரிடமும் பேசுவான். ஒருவேளை அவன் அதைப் பற்றியும் உளறியிருக்கலாம்.'

'குகையில் அமர்ந்திருக்கும் கண்தெரியாத ஜோசியக்காரரிடமா?'

'மாலி அனைத்து விதமான நபர்களிடமும் பழகினான். யார் இந்த ஆள்?'

'அரசியல்வாதிகளுக்கு, கிரிக்கெட் ஆட்டக்காரர்களுக்கு மற்றும் விளம்பர நிறுவனங்களுக்கு உதவுபவர் என்று சொல்கிறார்.'

'என்ன உதவி?'

'வசியங்கள் மற்றும் ஜாதகங்கள். சாபங்கள். கண்திருஷ்டி போன்ற சமாச்சாரங்கள். தன்னால் ஆவிகளுடன் பேசமுடியும் என்கிறார். இது கேட்பதற்கு எவ்வளவு முட்டாள்தனமாக இருக்கிறதென்று எனக்குத்தெரியும்.'

'பரிதாபமாக இருக்கிறது.'

‘என் அத்தை நான் குட்டைப்பாவாடை அணியக்கூடாது என்று சொல்வார், சூனியம் அல்லது வேறு ஏதோ ஒன்றினால் சபிக்கப்படுவேன் என்பார். கெட்ட கண்கள் என்னை வசியம் செய்துவிடக் கூடும் என்பார்.’

‘நீ வசியம் செய்யப்பட்டாயா?’

‘உன் கழுத்தில் உள்ளது போன்ற பொருள்களை விற்கிறார்.’

உன்னைப்போல் அல்லாது டிடி ஒரேயொரு பொருளை மட்டுமே கழுத்தில் அணிந்திருப்பான். சமஸ்கிருத எழுத்துகள் பொறிக்கப்பட்ட சிறு மர உருளை. அது இரண்டு உருளைகளின் தொகுப்பு, இரண்டும் டிடியின் பெற்றோரது கழுத்தில் தொங்கிக் கொண்டிருந்தன, ஐந்து வருடங்களுக்கு முன் அவனது அம்மா புற்றுநோயால் இறக்கும் வரை. ஸ்டான்லி மாமா இரண்டையும் அவனிடம் கொடுத்து அவன் திருமணம் செய்துகொள்ளப் போகும் பெண்ணுக்குத் தரும்படி கூறியிருந்தார். ஆண் மற்றும் பெண் இருவரது ரத்தமும் கலந்து அவற்றில் பூசப்படும்போது நன்கு வேலை செய்யும் என்றார். டிடி அதை அருவருப்பாக உணர்ந்து, ஜோடிகளில் ஒன்றை யாலவுக்குப் பயணம் செய்த போது உன்னிடம் கொடுத்தான். அதன் பிறகு தனது அறைக்கு ஊதா நிற வண்ணம் பூசினான். அப்போதுதான் ஸ்டான்லி தனது வருகையை நிறுத்திக்கொண்டு உன்னிடம் வாடகை வசூல் செய்யத் தொடங்கினார். அவர் தன் மகனிடம் வாடகை கேட்கவில்லை, டிடி சட்ட அலுவலக வேலையை உதறும்வரை.

‘இந்தக் காக மனிதன் பார்ப்பதற்கு எப்படி இருக்கிறான்?’

‘குங் ஃபூவில் வரும் துறவிபோல, “வெட்டுக்கிளி” என்று சொல்வாரே.’

நீ சிரிக்கிறாய், ஆனால் அது யாருக்கும் கேட்கவில்லை. டிடி வழக்கமான தொலைக்காட்சி நிகழ்ச்சிகளைப் பார்ப்பதில்லை, குறிப்பாக மேற்கத்திய பௌத்தத்தைப் பற்றி. ஆவணப் படங்கள் மற்றும் இசை வீடியோக்களை வாடகைக்கு வாங்கிப் பார்ப்பான். அவனோடு நீ பார்த்த முதல் திரைப்படம் லிபர்டி அரங்கத்தில் பிளேடு ரன்னர், படத்தின் பெரும்பகுதி குறட்டை விட்டுக் கொண்டிருந்தான். இருவரும் சேர்ந்து பார்த்த ஒரே நிகழ்ச்சி யார்க்ஷையர் டெலிவிஷன்ஸ் தயாரிப்பில் வந்த க்ரௌன் கோர்ட் மட்டுமே.

‘குங் ஃபூ தொடரைப் பார்த்ததில்லை.’

‘அவர் அதிகமாகத் தும்முகிறார், பறவைக் கூண்டுகள் நிறைந்த வாகனக் கொட்டிலில் வசிக்கிறார். மாலி இறந்துவிட்டதாக என்னிடம் கூறினார்.’

‘இது எங்கே?’

‘கொட்டாஞ்சேனையில்.’

‘யாருடன் சென்றாய்?’

‘அவரது பணிப் பையனுடன்.’

டிடி அமைதியாகித் தனது டையை இறுக்கிக் கொள்கிறான்.

‘எனக்குப் போதுமானளவு சிக்கல்கள் இல்லையென்று நினைக்கிறாயா? நான் மூன்றுநாளாகத் தூங்கவில்லை. என்னால் உன்னைக் கொட்டாஞ்சேனை குகைகளில் தேடிக்கொண்டிருக்க முடியாது. இந்த நாட்டில் எத்தனை கடத்தல் வழக்குகள் பதிவாகின்றன என்று தெரியுமா?’

ஜக்கி முகவரிப் புத்தகத்தை டிடியிடமிருந்து வாங்கிக் கொள்கிறாள். ‘இந்தப் புத்தகத்தில் ஐந்து எண்களுக்கு நேராகச் சீட்டுகளின் படம் வரையப்பட்டுள்ளது.’

‘உண்மையாகவா?’

‘அதில் ஒன்று உன்னுடையது.’

‘என்ன?’

‘உன்னுடையது, நம்முடையது, அடுக்கக வீட்டினுடையது. அதில் வெறுமனே நமது எண்களும் ஆர்ட்டின் பத்து படமும் வரையப்பட்டுள்ளது,’

‘எனில் மற்றவை யாருடையது?’

நீ ஒருபோதும் செய்யாத விதத்தில் பக்கங்களை மடித்து அடையாளம் வைத்திருக்கிறாள். ஒவ்வொரு பக்கத்தையும் புரட்டி சிவப்பு மற்றும் கருப்பு நிறத்தில் வரையப்பட்டுள்ள படங்களைச் சுட்டிக்காட்டுகிறாள்.

‘ஸ்பேட்ஸ் ராணி வரையப்பட்ட எண் லியோ விடுதியிலுள்ள சிஎன்டிஆர் அலுவலகத்திற்குச் செல்கிறது, அங்குதான் எல்ஸா மாதங்கி வேலை செய்கிறாள்.’

‘நீ அந்த எண்ணுக்கு அழைத்தாயா?’

‘படங்கள் வரையப்பட்ட அனைத்து எண்களுக்கும் அழைத்தேன். நம்மிடம் படச்சுருள்கள் இருக்கின்றனவா என்று அவள் தெரிந்துகொள்ள விரும்பினாள்.’

‘நம்மிடம் இருக்கிறதா?’

‘ம். படச்சுருள்கள்.’

டிடி நீளிருக்கையிலிருக்கும் குழப்பங்களைப் பார்க்கிறான். யாரும் கால்வைக்கக் கூடாத காஃபி மேசையில் மறதியின் காரணமாகவே அமர்ந்திருக்கிறான். படுக்கையின் கீழிருந்த பெட்டியின் மிச்சங்கள். உடைந்த அட்டை மற்றும் இதுவரை ஒலிக்கப்படாத இசைத்தட்டுகள். எல்பி இசைத்தட்டுகளுக்குப் பதிலாக கேசட்டுகள் வந்தவுடன் அவனால் உன் வீட்டிலிருந்து வெளியேற்றப்பட்ட, உணர்ச்சிபூர்வமான பாடல்களை இசைக்கும் எல்விஸ், ஷேக்கின் ஸ்டீவன்ஸ், ஃப்ரெட்டி மெர்குரி மற்றும் ராக் அண்ட் ரோல் இசையால் இடப்பெயர்ச்சி செய்யப்பட்ட ஆ-ஹா, ப்ரான்ஸ்கி பீட் மற்றும் பெட் ஷாப் பாய்ஸ்.

‘இவற்றை ஏன் இங்கே கொண்டுவந்தாய்?’

‘ஏனென்றால் அவை அவனுடையவை,’ என்கிறாள் ஜக்கி. ‘எனக்கும் ஷேக்கின் ஸ்டீவன்ஸ் பிடிக்கும்.’

டிடி நகங்களைக் கடிப்பதற்குமுன் அவற்றை ஆராய்கிறான்.

‘மாலி *அஸோஸியேட்டட் பிரஸ்* பத்திரிகைக்கான வேலையொன்றைப் பற்றி என்னிடம் கூறினான். எவனோ ஒரு ஆங்கிலேயன். ஜோயியோ அல்லது ஜெர்ரியோ.’

‘ஜோனி. ஜோனி கில்ஹூலி. அவன்தான் ஏஸ் ஆக இருக்கவேண்டும்.’

உன்னை வாழ்த்துகிறேன் ஜக்கி. நீ ஒருத்தி மட்டும்தான் நான் கூறுபவற்றைக் கேட்டிருக்கிறாய்.

அவள் தொலைபேசியை நோக்கி நடந்துசென்று அஸோஸியேட்டட் பிரஸ் எண்ணை முயற்சிசெய்கிறாள்.

முதல் மணி அடித்ததுமே தொலைபேசி எடுக்கப்படுகிறது.

'ஹலோ.'

'ஜோனி கில்ஹூலுடன் பேசமுடியுமா?'

'நான்தான் பேசுகிறேன்.'

டிடியைப் பார்த்துப் புருவத்தை உயர்த்துகிறாள்.

'நான் மாலி அல்மேதா சம்பந்தமாக அழைக்கிறேன்.'

'அவனுக்கு என்ன ஆயிற்று?'

'அவனைக் காணவில்லை.'

ஜக்கியின் பின்புறம் நின்று உனக்கு மிக நன்றாகப் பழகிய குரலைக் கேட்கிறாய்.

'அவன் உனக்கு எவ்வளவு தரவேண்டும்?'

ஜக்கி டிடியை உற்றுப்பார்க்கிறாள், அவன் நீளிருக்கையில் இருக்கும் குவியலிலிருந்து இரண்டு இசைத்தட்டுகளை எடுக்கிறான். உன் அம்மா வைத்திருந்த பிரதியான ஜிம் ரீவ்ஸின் ட்வெல்வ் சாங்ஸ் ஆஃப் க்றிஸ்மஸ் மற்றும் உன்னுடைய சொந்தப்பிரதியான ஷேக்கின் ஸ்டீவன்ஸின் கிவ் மீ யுவர் ஹார்ட் டுநைட்.

'நிறைய.'

அவள் பேசிக்கொண்டிருக்கையில் டிடி அவளைப் பார்த்து முகம் சுருக்குகிறான்.

'அது இருபதாயிரத்திற்கும் குறைவு என்றால் நான் தருகிறேன்.'

'நான் அவனது பெண் தோழி,' என்கிறாள் ஜக்கி. 'நான் உங்களைச் சந்திக்கமுடியுமா?'

தொலைபேசியின் மறுபக்கத்திலிருந்து பலத்த சிரிப்பொலி கேட்கிறது. 'மாலிக்குப் பெண்தோழி உண்டா? நிச்சயமாக, இருக்கும்.'

‘திரு ஜோனி, அவன் எடுத்த புகைப்படங்கள் அடங்கிய ஒரு பெட்டி இருந்தது.’

எதிர்மனையில் இடைநிறுத்தம்.

‘உங்களிடம் அந்தப் பெட்டி இருக்கிறதா?’

‘இருக்கிறது.’

ஜக்கி தேர்ந்தவள் போலப் பொய் சொல்கிறாள், ஏனெனில் அதில் சிறந்து விளங்கியவனிடம் இருந்து அதைக் கற்றிருக்கிறாள்.

‘தயவுசெய்து, உங்களால் பிரித்தானியத் தூதரகத்திற்கு வரமுடியுமா?’

டைமண்ட் ஏஸ்

டிடி மற்றும் ஜக்கி இருவரும் அங்கே செல்லும்வழியில் வாதிட்டுக்கொள்கின்றனர். முடிவற்ற சோர்வைத் தரும் வாதம் அது, பொறாமைக்குள்ளான உறவினரிடையே நிகழும்வாதம், பல்வேறுமுறை நிகழ்த்தப்பட்டது. தேசங்கள் யாருடையது, எவரது கடவுளர் அஞ்சத்தக்கவர்கள், ஏழைகள் உதவப்பட வேண்டியவர்களா அல்லது தூற்றப்பட வேண்டியவர்களா போன்ற வாதங்களைப் போன்றே அர்த்தமற்றது. இது உன்னைப் பற்றிய வாதம்.

‘அஸோஸியேட்டட் பிரஸ் குறித்து அவன் என்ன கூறியிருக்கிறான்?’ என்று ஜக்கி கேட்கிறாள்.

‘சரியாகப் பணத்தைக் கொடுத்துவிடுவார்கள் ஆனால் எதையும் பிரசுரிப்பதில்லை என்பான்,’ என்கிறான் டிடி. ‘அவன் ஜேவிபியுடன் தொடர்பிலிருந்தது பற்றி உன்னிடம் ஏதும் சொல்லியிருக்கிறானா?’

‘நான் அதை நம்பவில்லை. அவன் பேசிய கம்யூனிசக் குப்பைகளை மறந்துவிடு. மாலி போலிப் பகட்டுடையவன். விவசாயிகளை இழிவாகத்தான் பார்த்தான், அப்படியே உன்னையும் ஸ்டான்லி மாமாவையும் போல.’

என்னவொரு மரியாதையில்லாத குட்டித் துடுக்குக்காரி என்று நினைத்துக்கொள்கிறாய்.

'நீ மக்களோடு மக்களாக இருக்கும் பெண்மணி ஆயிற்றே,' என்கிறான் டிடி, கடைசிமுறை என்றில்லாமல் அவனை அணைத்துக்கொள்ள முடிந்தால் நன்றாக இருக்கும் என்று நினைக்கிறாய்.

'அஸோஸியேட்டட் பிரஸ் ஏன் பிரித்தானிய உயர் ஸ்தானிகராலயத்தில் இருக்கிறது?'

ஜக்கி வாகன நிறுத்துமிடத்தில் வண்டியைப் பின்னால் நகர்த்தும்போது ஒரு விரலை ஸ்டியரிங்கில் வைத்து இன்னொரு விரலை டிடியின் முகத்திற்கு நேராக நீட்டுகிறாள். பிரிட்டிஷ் தூதரக வாகன நிறுத்தத்தின் கடைசிக்கு வண்டியைக் கொண்டுசென்றவாறு அவனைக் கடிந்துகொள்கிறாள், இதுவரையிலும் அவள் உன்னை ஒருபோதும் அவ்வாறு கடிந்துகொண்டதில்லை.

'நீ அவனிடம் பேசியிருக்கவேண்டும்,' என்கிறாள். 'அவன் உன் பேச்சைக் கேட்பான்.'

'அவன் யார் பேச்சையும் கேட்டதில்லை.'

'அவன் உன் பேச்சைக் கேட்பான்,' என்று மீண்டும் ஜக்கி கூறுகிறாள்.

'நீதான் அவனுடைய பெண் தோழி என்று இப்போது சொன்னாயே.'

'இல்லை டிடி, அது நீதான்,' என்கிறாள்.

டிடி அவளை அடிப்பதுபோல் கையை ஓங்குகிறான். ஆனால் அவளிடம் சலனமில்லை. உன்னைப் பலமுறை அடித்திருக்கிறான். முகத்தில் அறைந்த சில நிமிடங்களுக்குப் பிறகும் அடையாளங்கள் இருக்கும். அவற்றில் சிலவற்றுக்கு நீ தகுதியானவன். ஆனால் ஸ்டான்லியின் மகன் ஒரு பெண்ணை ஒருபோதும் அடிக்கமாட்டான்.

'பரவாயில்லை. யாருக்கும் தெரியாது. எனக்கு மட்டும்தான் தெரியும்.'

டிடி கையைக் கீழே இறக்கிக்கொண்டு பின்பக்கம் பார்க்கும் கண்ணாடியை வெறிக்கிறான்.

***

முதல் மாதத்தில் நீ பேசியதே அரிது, இருப்பினும் கவனித்தாய். எவ்வாறு அவன் சமையலறைக்குள் ஓசையின்றி சாரோங் மற்றும் டி-ஷர்ட் அணிந்தபடி கையில் கருப்புக் காஃபியுடன் உன் பார்வையைத் தவிர்த்துச் செல்கிறான். அவன் அதிகாலையில் எழுந்து இரவு வெகுநேரம் வரை வேலை செய்தான். நீ மதியப்பொழுதுகளில் கண்விழித்து உன்னுடைய நாளை இருளுக்குப் பின் தொடங்குவாய்.

இரவுணவுக்குப் பிறகான அந்தி நேரத்தில் மட்டுமே உங்களுடைய அட்டவணைகள் ஒன்றாக இருந்தன.

இரண்டாவது மாதத்தில், அவனுடைய நாள் எவ்வாறு இருந்தது என்று கேட்கத் தொடங்கி உன்னுடைய நாளைப் பற்றிக் கூறுவாய். சட்டத்தரணிகளின் பணி சிக்கலானது மற்றும் ரகசியமானது என்பதால் அரிதாக அதைப் பற்றிப் பேசுகிறார்கள் என்று கருதியிருந்தாய். அது பெரும்பாலும் சலிப்பூட்டக் கூடியதாக, வாரத்திற்கு மூன்றுமுறை ஐடிஎன்-னில் வரும் கிரவுன் கோர்ட் போல மிக அரிதாகவே இருக்கும் என்பதைப் பிறகு கண்டுபிடித்தாய். இருப்பினும் திலன் தர்மேந்திரன் தொழிற்சாலைகளை அமைப்பதற்காகக் காடுகளை அழிக்கும் திட்டத்திற்குத் தடையுத்தரவு பெறுவதைப் பற்றிப் பேசும்போது அது உன்னைக் கவர்ந்தது போலப் பாசாங்கு செய்தாய்.

மூன்றாவது மாதக் காலகட்டத்தில், இரவுணவு மேசையில் கருப்பு தேநீர் அருந்தத் தொடங்கியிருந்தாய், போர் இன்னும் தீவிரமாகும் என்றும் புலிகளைத் தோற்கடிக்க முடியாது, இந்தியா அநேகமாக ஊடுருவும் என்றும் அமெரிக்க பாஸ்பேட் சுரங்க நிறுவனங்கள் மற்றும் பிரித்தானிய ஆயுத விற்பனையாளர்கள் போர்முனையில் தென்பட்டனர் என்றும் அவனிடம் பேசிக்கொண்டிருந்தாய், அவன் குட்டைக் கால்சராயணிந்து இரவுணவிற்குப் பிறகான இரண்டாவது கோப்பைக்கு அதிகநேரம் செலவிட்டான்.

நான்காவதுமாத வாக்கில் ஜக்கி எஸ்எல்பிசியில் வரும் இரவு ஆந்தைகள் நிகழ்ச்சியில் பணிசெய்வதை நிறுத்திவிட்டு, நீங்கள் மூவரும் மேசையிலமர்ந்து சிலசமயங்களில் தேநீர் அல்லது காஃபியைத் தாண்டிய விடயங்களை அருந்திக்கொண்டிருந்தீர்கள். அவள் டிடியிடம் அவன் மிகவும் சலிப்பூட்டக்கூடியவன் என்றுதான் எப்போதும் நினைத்ததாக, ஆனால் அவள் நினைத்தது தவறு என்று கூறினாள். டிடி, தான் அவளை

விசித்திரமானவள் என்று நினைத்ததாக, அவன் நினைத்தது சரி என்றும் கூறினான். பிறகு உன்னிடம் நீயும் ஜக்கியும் வெளியில் ஒன்றாகச்செல்கிறீர்களா என்று கேட்டதும் ஜக்கி உன்னைப்பார்த்தாள், நீ முகம் சிவந்து நாங்கள் இருவரும் நெருக்கமான நண்பர்கள் என்றாய்.

ஐந்தாம் மாதத்தில் ஒன்றாகப்பயணம் செய்தீர்கள். முதலில் காலி, பிறகு கண்டி, அதன் பிறகு யால. நாஸ்டார்ஸிலிருந்து ஒன்றாக வீடியோக்களை வாடகைக்கு எடுக்கத் தொடங்கினீர்கள். ஜக்கி ஆஸ்கார் வின்னர்ஸ் பிளாட்டூன், லாஸ்ட் எம்பெரர், ரெயின் மேன் போன்றவற்றைப் பார்த்தபோது நீயும் டிடியும் ஃபால்கன் கிரஸ்ட் மற்றும் கிரவுன் கோர்ட் விஹெச்எஸ் டேப்புகளை விழுங்கினீர்கள். அந்த மாதம் ஜக்கி உன் அறைக்கு வந்து அவள் அங்கே தங்கலாமா என்று கேட்டாள், நீ முடியாது என்றாய்.

அதன்பிறகு ஆறாவது மாதத்தில் நீ அவனுடைய அறைக்குச்சென்று, அவன் படுக்கையில் அமர்ந்து அவனது தலைமுடியைத் தொட்டாய், அவன் உறங்குவதுபோலப் பாசாங்கு செய்தான். அடுத்த இரவும் அதையே செய்தாய் ஆனால் இம்முறை அவனை வருடிக்கொண்டிருந்தாய். அதற்கடுத்த இரவில் அவனுக்கு மசாஜ் செய்துவிட்டாய், அவன் கண் திறந்து அவனால் இதைச் செய்யமுடியாது ஏனென்றால் இது தவறு, அவனுடைய குடும்பத்தினர் மிகவும் கோபத்திற்குள்ளாவார்கள் என்றான். சிறிது காலத்திற்கு விடயங்கள் அப்படியே இருந்தன.

***

அறிவுறுத்தப்பட்டபடி அவர்கள், இங்கிலாந்திற்கு நுழைவனுமதி கோருபவர்கள் மீது சாக்கடைகள் நிழல்களை வார்க்கும் உயர் ஸ்தானிகராலயத்தின் மூலைகளில் வளைந்து செல்லும் வரிசையைத் தவிர்த்துவிட்டுச் செல்கின்றனர். நம்பிக்கை உள்ள புலம்பெயர்ந்தோர் நிழலில் ஒதுங்கி நின்றபடி பாதி உண்மைகளைப் பயிற்சிசெய்துகொண்டிருக்கின்றனர். ஜக்கி மற்றும் டிடி இருவரும் “திரையரங்க அறை” என்ற பலகையைப் பின்தொடர்ந்து சென்று கண்ணாடிக் கதவைத் திறந்து பதனம் செய்யப்பட்ட குளிர்க்காற்றை எதிர்கொள்கின்றனர்.

அந்த அறையில் ராட்சத தொலைக்காட்சித் திரை மற்றும் புகழ்மிக்க பிரித்தானியர்களின் புகைப்படங்கள், எதுவும்

உன்னால் எடுக்கப்பட்டவையல்ல. நீ இந்த அறைக்கு வந்ததில்லை, அதன் கதிரைகளை, சுவாசிக்கத் தகுந்த காற்றை உன்னால் அடையாளம் காணமுடியவில்லை. ஆனால் எழுதும் மேசைக்குப் பின்னாலமர்ந்திருக்கும் பருமனான மனிதனைப் பொறுத்தவரை உன்னால் அப்படிச் சொல்ல முடியவில்லை.

'ஆக நீதான் மனைவியா?' என்று சிரிப்புடன் முழங்குகிறார்.

அவர் டிடியைப் பார்த்து அதைக் கேட்டாலும் 'அப்படியல்ல,' என்கிறாள் ஜக்கி.

'நல்லது,' என்கிறார் ஜோனி, கண்களால் அழகான இளைஞனைப் பருகியபடி. 'மாலி இந்த ஒல்லியான இளைஞனைப் பற்றி அதிகம் பேசியிருக்கிறான்.' அவரது பார்வை கடுகடுப்புடன் நின்றிருக்கும் பெண்ணின் பக்கம் திரும்புகிறது. 'உன்னைப் பற்றி அதிகமில்லை.'

இஞ்சி மற்றும் ராயல் ஜெல்லி கலக்கப்பட்ட தேநீரை இருவருக்கும் பரிமாறுகிறார். அவர் உனக்குக் கற்றுக்கொடுத்த விதத்தில்.

'அவன் உங்களைப் பற்றி எப்போதும் பேசியதில்லை,' என்கிறான் டிடி, சிலோனின் பிரதான ஏற்றுமதியை அவமதிக்கும் விதத்தில் காஃபி குடிப்பவன். 'உங்களுக்கு அவனை எவ்வளவு காலமாகத் தெரியும்?'

'போதுமான அளவு காலம்,' என்கிறார் ஜோனி, தேநீரை அது பியர் என்பதுபோல நிதானமாக ஊற்றுகிறார்.

'அவன் உங்களுக்காக வேலைசெய்கிறானா?'

'அப்படிச் சொல்லமுடியாது. ஆனால் நான் கவலைப்பட மாட்டேன், மகனே. அவன் இதுபோல விடுப்பு இன்றி காணாமல் போவதை ஏற்கெனவே செய்திருக்கிறான். திரும்பி வந்துவிடுவான். எப்போதும்.'

'ஒவ்வொருமுறை எங்காவது செல்லும்போதும் எங்களிடம் சொல்லியிருக்கிறான்,' என்று பளபளக்கும் கண்களோடு டிடி கூறுகிறான். 'இம்முறை எந்த வார்த்தையுமில்லை, எந்த வருத்தமும் தெரிவிக்கவில்லை.'

'நீங்கள் மாலி அல்மேதாவிடமிருந்து வருத்தம் தெரிவிப்பதை எதிர்பார்த்தீர்கள் என்றால், நீங்கள் மிகப்பெரிய வரிசையில் மிகநீண்ட காலம் காத்திருக்க வேண்டிவரும். உங்களிடம் பெட்டி இல்லை என்று யூகிக்கிறேன்.'

'அது காரில் இருக்கிறது,' என்கிறாள் ஜக்கி.

'நான் அப்படிக் கேள்விப்படவில்லை.'

'என்ன கேள்விப்பட்டீர்கள்?'

'அதைச் சட்ட அமைச்சர் ஒருவர் தன் வீட்டிற்கு எடுத்துச் சென்று விட்டார். அதுதான் நான் கேள்விப்பட்டது.'

'யார் உங்களுக்கு அதைச் சொன்னது?'

'அந்தப் பெட்டியை நீங்கள் மறுபடி பார்க்கமுடியாது. அதன் படச்சுருள்கள் எங்கே என்று தெரியுமா?'

டிடி ஜோனியின் முழங்கைக்கு மேலிருக்கும் சட்டை நுனியை வெறித்துக்கொண்டிருக்கிறான். அவர் ஊற்றும்போது சட்டை நுனி உயர்ந்து அவரது இளஞ்சிவப்பு சருமத்தில் சிவப்பு நிறத்தில் குத்தப்பட்டிருக்கும் டைமண்ட் ஏஸ் பச்சையை வெளிப்படுத்துகிறது.

'அந்தப் பெட்டியில் ஐந்து உறைகள் இருந்தன. ஒன்றில் டைமண்ட் ஏஸ் வரையப்பட்டிருந்தது.'

'நான் இந்தப் பச்சையை உகாண்டாவில் இருந்தபோதிலிருந்து வைத்திருக்கிறேன். நீ சொல்ல வருவது என்ன?'

'அந்த உறைகள் ஒன்றில் அவன் உங்களுக்காக எடுத்த புகைப்படங்கள் இருந்தன.'

'அவன் எங்களுக்காகப் புகைப்படங்கள் எடுக்கவில்லை. வழிகாட்டியாக மட்டுமே இருந்தான்.'

'ஏன் டைமண்ட் ஏஸை பச்சை குத்திக்கொள்ள வேண்டும்?' என்று கேட்கிறாள் ஜக்கி.

'எப்போதும் சட்டை நுனிக்குள் ஒரு ஏஸ் இருப்பது நல்லது. மேலும், ஒருகாலத்தில் நான் இளைஞனாகவும் விளையாட்டுத்தனமாகவும் இருந்தேன். உன்னைப் போலவே.'

‘ஏன் மாலி ஓர் உறையில் அதைக் குறிக்கவேண்டும்?’

‘ஏன் அவன் அந்த முட்டாள்தனமான கைக்குட்டையை அணிந்திருந்தான்? மாலி எதை ஏன் செய்தான் என்று யாருக்குத் தெரியும்?’

‘வழிகாட்டியாக இருப்பது என்பது ஆங்கிலம் பேசத்தெரிந்த கூலிக்காரனுக்குச் சமம் என்பான் மாலி,’ டிடி தனது சட்டத்தரணி இருப்புக்குத் திரும்புகிறான். அதன் பொருள் உச்சரிப்பை வரவழைத்துக்கொண்டு தனது தந்தையின் இடை நிறுத்தத்தைப் பிரதிபலிக்கிறான். ‘அனைத்து விடயங்களையும் பெரிதுபடுத்திப் பேசுவது மாலிக்குப் பிடிக்கும். உங்களுக்கு இது நிச்சயம் தெரிந்திருக்கும். அவன் வேலைகளை ஏற்று காசோலைகளைப் பணமாக்கியிருக்கிறான். மற்றவர்கள் யாருக்கேனும் அழைத்தீர்களா?’

அமைதி நிலவுகிறது. ஜக்கி நெற்றியைத் தேய்க்கிறாள், டிடி தன் கழுத்திலுள்ள மரச் சிலுவையை வருடுகிறான்.

‘அந்தப் பெட்டியில் இருந்த ஒரே சீட்டு நான் மட்டுமே என்றிருக்க முடியாது.’

‘உங்களுக்கு மாலியை எப்படித் தெரியும்?’ என்று கேட்கிறான் டிடி.

‘நான் அவனை ஒரு விருந்தில் சந்தித்தேன், நீ?’

‘என்ன விருந்து?’

‘அது என்ன விருந்து என்று உனக்குத் தெரியுமென்று நினைக்கிறேன்.’

தெரிந்தாலும் ‘எனக்குத் தெரியாது,’ என்கிறான் டிடி.

’அப்படியென்றால், “ஏஸ் ஆஃப் டயமண்ட்ஸ்” என்று எழுதப்பட்ட உறையில் என்ன இருந்தது என்று உங்களுக்குத் தெரியாதா?’ என்றபடி ஜக்கி தன் தேநீர்க் கோப்பையிலிருந்து ஒரு மிடறை உறிஞ்சுகிறாள். சர்க்கரையிடப்பட்ட தேநீர் சீன எலும்புப் பீங்கானில் பரிமாறப்பட்டுள்ளது, அநேகமாக அபினிப் போர்களின்போது அவரது நாட்டவர்களால் திருடப்பட்டதாக இருக்கும்.

‘அவன் தனது கேமராவோடுதான் எங்கும் செல்வான், எனவே யாருக்குத் தெரியும்? ஒருவேளை அவை விருந்தின் புகைப்படங்களாக இருக்கலாம், நாங்கள் சில சந்திப்புகளை உயர் ஸ்தானிகராலயத்தில் நடத்தினோம். உன் தந்தை ஸ்டான்லி கூட ஒரு சந்திப்புக்கு வந்திருந்தார்.’

‘அதை ஏன் படுக்கைக்குக் கீழே ஒளித்துவைக்க வேண்டும்?’

‘நம் எல்லோரிடமும் படுக்கைக்குக் கீழே ஒளித்துவைக்கும் விடயங்கள் இருக்கின்றன, இளைஞனே. மாலியிடம் அளவுக்கதிகமாக இருந்தது. நான் கவலைப்படமாட்டேன். சில விசாரணைகளை மேற்கொள்கிறேன். அவன் நன்றாக இருப்பான் என்று எனக்கு உறுதியாகத் தெரியும். உன் அப்பா கூட்டாட்சியை விரும்புகிறாரா அல்லது இரு மாநிலத் திட்டத்தை விரும்புகிறாரா?’

‘உங்கள் தொடர்பு எனக்குப் புரியவில்லை. நீங்கள் அவனது நண்பரா?’

‘என்னைப்போன்ற ஆட்கள் அனைவருக்கும் கூட்டாளிகள். இது உனக்கும் தெரியும்.’

‘நான் அந்த விருந்துகளுக்குச் செல்வதில்லை.’

‘நீ செல்ல வேண்டும்.’

ஜக்கி எழுந்து சுவரை ஆராய்கிறாள். மவுன்ட்பேட்டன் பிரபு, சர் ஆலிவர் குணதிலக, ராணி எலிசபெத், சர் ரிச்சர்ட் அட்டன்பரோ மற்றும் பிரிட்டிஷ் உயர் ஸ்தானிகர் ஆகியோரின் உருவப் படங்களைக் கடந்து நடக்கிறாள். ராட்சதத் தொலைக்காட்சிக்கு அடுத்ததாக அனைத்து மது வகைகளும் அடுக்கப்பட்டுள்ள மது மேசை, ஜக்கி தன் விரலை அதில் ஓட்டுகிறாள். அதற்கடுத்துள்ள மேசையில் காகிதங்கள், துண்டுப் பிரசுரங்கள் நிரம்பியுள்ளன.

‘மது அருந்த விரும்புகிறாயா?’

ஜக்கி மறுப்பாகத் தலையசைத்துவிட்டுக் காகிதங்கள் மற்றும் பிரசுரங்களின் மேலுள்ளவற்றைப் படிக்கிறாள்.

ஜோனி வேகமாக வந்து காகிதங்களை மொத்தமாக இழுப்பறைக்குள் வைத்து மூடிவிட்டுத் தன்னிடம் மறைப்பதற்கு ஏதுமில்லை என்பது போலச் சிரிக்கிறார்.

‘அங்குள்ள அலங்கோலத்திற்கு மன்னிக்கவும்.’

ஜக்கி மீண்டும் இருக்கைக்குத் திரும்பி கூந்தலை மெல்லத் தொடங்குகிறாள். டிடி தேநீரை ஒரு மிடறு அருந்திவிட்டு முகம் சுளிக்கிறான். உன் பயல் தேனை எந்த அளவுக்கு வெறுத்தானோ அதே அளவுக்குத் தேநீரையும் வெறுத்தான்.

‘நீங்கள் உயர் ஸ்தானிகராலயத்தில் வேலை செய்கிறீர்களா அல்லது அஸோஸியேட்டட் பிரஸ்ஸிலா?’

‘முன்னதில், *அஸோஸியேட்டட் பிரஸ்ஸில்* பணிபுரிபவர் றொபர்ட் சட்வொர்த். அவருக்கு வழிகாட்டிகள் தேவைப்பட்டனர். நான் அவரை மாலியுடன் இணைத்தேன். அவ்வளவுதான். *ஏபி, ராய்ட்டர்ஸ், பிபிசி, பிராவ்தா* கூட இங்கே நடக்கும் விருந்துகளுக்கு வருகின்றனர். இராணுவம் அல்லது புலிகளிடம் நேர்காணல் பெறக்கூடிய ஒருவரை என்னிடம் அவர்கள் கேட்டால், நான் மாலியைப் பரிந்துரைக்கிறேன்.’

‘எவ்வளவு காலமாக அவனுக்கு இந்தப் பணிகளை அளித்துக் கொண்டிருக்கிறீர்கள்?’

‘இரண்டொரு வருடங்களாக. நான் சந்திப்புகளை மட்டுமே ஏற்பாடு செய்வேன்.’

‘நீங்கள் அவனோடு சூதாடுவதுண்டா?’

‘நான் சூதாட்ட விடுதிகளுக்குச் செல்வதில்லை. என்டபே நாள்களுக்குப் பிறகு செல்வதில்லை. சூதாடுவதை இழிபிறவியாக இருப்பதோடு ஒப்பிடுகிறேன்.’

‘சீட்டுகளைப் பச்சை குத்திக் கொள்வதை எதனோடு ஒப்பிடுவீர்கள்?’ என்று கேட்கிறாள் ஜக்கி.

ஜோனி அதற்குப் பதிலளிக்குமுன் டிடி இடைநுழைகிறான். ‘அவன் கடைசியாக பெகாசஸ்சில் நடுத்தர வயது ஐரோப்பியருடன் தென்பட்டிருக்கிறான்.’

‘நான் ஒருவன் மட்டும்தான் இந்நகரத்தில் வெள்ளைக்காரனா? முட்டாள்தனமாக இருக்காதே. *நியூஸ்வீக்*கைச் சேர்ந்த ஆன்டி மெக்கோவன் அவனை அதிகம் பயன்படுத்தியிருக்கிறார். அவன் மட்டுமே இருதரப்பிலும் மதிக்கப்படும் வழிகாட்டி என்பார்.’

‘ஏனென்றால் அவன் மூன்று மொழிகளையும் பேசக்கூடியவன் என்பதாலா?’

‘ஒருவேளை அதுவாக இருக்கலாம். ஒருவேளை சிவப்பு நிறக் கைக்குட்டையாகவும் இருக்கலாம்.’

டிடி தனது கண்களைச் சுருக்க, ஜக்கியின் கண்கள் அகல விரிகின்றன. செய்தியாளர்கள், மருத்துவர்கள் மற்றும் பிற போராளிகள் அல்லாதவர்களுக்குச் செஞ்சிலுவைச் சங்கம் வழங்கிய கைக்குட்டைகளைப் பற்றி எல்லோரும் கேள்விப்பட்டிருக்க மாட்டார்கள். இருப்பினும் டாலர் பண்ணை முற்றுகையின்போது பணயக் கைதிகள் சிவப்பு நிறக் கைக்குட்டைகளால் கட்டப்பட்டிருப்பதைக் கண்டபிறகு, சிவப்புக் கைக்குட்டைகளோடு மருத்துவர்கள் மற்றும் செய்தியாளர்கள் போர்முனையிலிருந்து காணாமல் போயினர். ஐநாவின் அமைதிப் படையினர் போல அவர்களைக் காண்பதே அரிதானது. ஆனால் நீ மட்டும் ஒன்றை அணிந்திருந்தாய், அதனால் தோட்டாக்களும் மரணமும் உன்னைத் தவிர்த்துக்கொண்டே இருந்தன.

‘பாருங்கள், எனக்கு ஏதேனும் தகவல் கிடைத்தால் உங்களை அழைக்கிறேன். ஆனால் அவன் திரும்பி வந்துவிடுவான் என்று எனக்கு உறுதியாகத் தெரியும்.’

மிசூரியிலிருந்து உன் அப்பா உனக்கனுப்பிய நிக்கான் 3 எஸ்டியில் சிறப்பான விடயம் என்னவென்றால், புகைப்படம் எடுக்கும்போது அது ஒலி எழுப்பாது. புகைப்படம் எடுப்பதற்கான பணிகளில் எடுத்ததைவிட அதிகமாக இந்த அருவருக்கத்தக்க வழிகாட்டிப் பணியில் அதிகப் புகைப்படங்களை எடுத்திருக்கிறாய்.

‘அப்படியென்றால் உங்கள் பெயர் கொண்ட உறை ஏன் இருக்கிறது?’

‘ஏனென்று நீதான் சொல்லவேண்டும், அழகான இளைஞனே.’

‘அவனைக் கடைசியாக எப்போது பார்த்தீர்கள்?’

‘பல வாரங்கள் முன்பு. ஒரு பத்திரிகையாளர் சந்திப்பில். போர்முனை வேலைகளை விட்டுவிடப் போவதாகக் கூறினான். நல்லதென்று நினைத்தேன்.’

ஜோனி சீட்டு விளையாடியிருக்க வேண்டும். அவரால் தன் கண்கள், மூக்கு மற்றும் பற்களால் பொய் பேச முடிந்தது.

‘சிஎன்டிஆர் குறித்து உங்களுக்கு என்ன தெரியும்?’

‘பெயரைக் கேள்விப்பட்டிருக்கிறேன். ஏதோ உதவிகள் செய்யும் அமைப்பு. அதன்பொருள் பலவாக இருக்கலாம்.’

‘எனில் அவர்களை உங்களுக்குத் தெரியுமா?’

‘உண்மையில் இல்லை. ஒருவேளை அவர்கள் அரசியல் குழுக்களுக்கு நிதி திரட்டுபவர்களாக இருக்கலாம். அல்லது போராளிகளுக்கு ஆயுதங்கள் வாங்கிக் கொடுப்பவர்களாக, அல்லது உண்மையிலேயே அப்பாவிகளுக்கு உதவி செய்பவர்களாகவும் இருக்கலாம். இந்நாள்களில் யார் எதுவென்று கண்டுபிடிப்பது சிரமம். நீ இப்படிக் கேள்விகள் கேட்டபடி கொழும்புவின் புலனாய்வாளர் போலச் சுற்றிக்கொண்டிருக்கிறாய் என்பது உன் அப்பா ஸ்டான்லிக்குத் தெரியுமா?’

‘மாலியின் கடனை அடைப்பதற்கு ஏன் முன்வந்தீர்கள்?’

‘இது முதல்முறையல்ல. ஏபி அவனுக்கு என் வழியாகத்தான் பணம் கொடுக்கிறது. இன்னமும் தரவேண்டிய பணம் என்னிடம் இருக்கிறது.’

‘ஏன் உங்கள் வழியாக?’

‘நாங்கள் சர்வதேச ஊடகங்களுக்கு அலுவலகச் சேவைகளைச் செய்துகொடுக்கிறோம். இது பத்திரிகையாளர்கள் தங்களுக்குத் தகவல் அளிப்பவர்கள் குறித்த ரகசியங்களைப் பாதுகாக்கும் அதேவேளையில் காகிதத் தடங்களைப் பராமரிக்கவும் அனுமதிக்கிறது.’

‘அந்த ஐந்து அஞ்சலுறைகளில் என்ன இருந்ததென்று தெரியுமா?’

‘அது எனக்குத் தேவையில்லை. என்னால் யூகிக்கமுடியும். இரண்டு போர்கள் நடந்துகொண்டிருக்கின்றன என்பது உனக்குத் தெரியுமா? அதன்பொருள் அசிங்கமான பலவிடயங்கள் புகைப்படம் எடுக்கப்படும். மாலி அநேகமாக இப்போது பதுங்கியிருக்கலாம். நீங்களும் அதையே செய்யுங்கள் என்று பரிந்துரைப்பேன்.’

இரண்டு வயதான கனவான்கள் கதவைத் தட்டாமல் அறைக்குள் நுழைகிறார்கள். ஒருவர் குடிபோதையில் இருப்பது தெரிகிறது, மற்றொருவர் பைத்தியம்போல் தெரிகிறார். ஜோனி கில்ஹூல் உடனடியாக எழுந்து நிற்கிறார்.

'அடே ஜோனி விளையாட்டுப் போட்டி விரைவில் தொடங்கப்போகிறது,' என்கிறார் குடித்திருப்பவர்.

'குறுக்கிட்டதற்கு மன்னியுங்கள்,' என்று பைத்தியக்காரர் மற்றவரை வாசலிலிருந்து இழுத்துப்போகிறார்.

'இதோடு இந்த விடயத்தை நிறுத்திக்கொள்ளலாம்,' என்கிறார் ஜோனி. 'என்னை நம்புங்கள், அநேகமாக அவன் இப்போது பணியில் இருக்கலாம். நான் சில விசாரணைகளை மேற்கொண்டு ஏதேனும் தகவல் கிடைத்தால் உங்களுக்குத் தெரிவிக்கிறேன்.'

வீட்டிற்குச் செல்லும் கார் பயணத்தில், ஐக்கி ஜன்னலுக்கு வெளியே காகங்கள் மற்றும் சோதனைச்சாவடிகளை வெறித்துப் பார்க்கிறாள்.

'அவரது மேசையில் மது அருந்துவதற்கான பற்றுச்சீட்டு இருந்தது. அவர் அங்கிருந்து அகற்றிய காகிதங்களில் அதுவும் ஒன்று.'

'என்னது அது?'

'சில்லுகளோடு உனக்குக் கொடுப்பார்கள். அடுத்த ஒருமணி நேரத்துக்கு இலவசமாக மது வாங்கிக்கொள்ளலாம். எனவே அதில் தேதி மற்றும் நேரம் இருக்கும்.'

'எனக்கு அந்த ஆளைப் பிடிக்கவில்லை. ஆங்கிலேயன் எவ்வளவு பண்பாக நடந்துகொள்கிறானோ, அவ்வளவு பெரிய பொய்யென்று பொருள்.'

'மேலும், யார்தான் கையில் இப்படிச் சீட்டைப் பச்சை குத்திக்கொள்வார்கள்?'

'அந்தப் பற்றுச்சீட்டு விடயம் என்ன?'

'அந்தப் பற்றுச்சீட்டு திங்கள்கிழமை இரவு 11:22க்கு பெகாசஸ் சூதாட்ட விடுதியிலிருந்து கொடுக்கப்பட்டது. சூதாடுவதை இழிபிறவியாக இருப்பதற்குச் சமமாகக் கருதும் ஒருவருக்கு இது விசித்திரமானது.'

சிவப்பு நிறக் கைக்குட்டை

சிவப்பு நிறக் கைக்குட்டை யோசனை தன்னுடையது என்று ஜோனி பெருமையடித்துக் கொள்வார். தூதரகத்தின் காக்டெய்ல் விருந்தொன்றில் செஞ்சிலுவைச் சங்கத்திலிருந்த கெர்டா முல்லரிடம் அவர் அதைக் குறிப்பிட, முல்லர் தனது நாட்டினரின் ஒரே தரத்திலான செயல்திறனை வெளிப்படுத்தி, ஒரு மாதத்திற்குள்ளாக அவற்றைப் பல பெட்டிகள் தருவித்தார்.

போராளிகள் அல்லாதவர்களின் வெள்ளைக்கொடிக்கு இணையானதாக, போர்க்களத்தில் தாக்கப்படக்கூடாத பகுதியாக, புராண காலத்து ஹீனராஜ தைலத்தைப்போல கம்புகளையும் அம்புகளையும் திசைதிருப்பும் தாயத்தாக இருந்தது. அது சிவப்புக்கொடி, போர்க்களத்தில் துப்பாக்கி வைத்திருப்பவர்களில் பெரும்பாலானவர்கள் காளைகள் என்றுகூறி அனைவரும் அதைப் புறக்கணிப்பது போலத் தெரிந்தது.

உன்னுடைய சஃபாரி ஜாக்கெட் மற்றும் சங்கிலிகளுடன் அது பொருந்திய விதம் உனக்குப் பிடித்திருந்தது. ஜேவிபிக்காரர்கள் கெமர் ரூஜிலிருந்து ஆடை நாகரீகக் குறிப்புகளை எடுத்துக்கொள்ளத் தொடங்கியதற்கு முன்பானது இது.

'அது நல்ல யோசனை,' என்று அது தோற்றுப்போன வெகுகாலத்திற்குப் பிறகு ஜோனி கூறினார். 'உங்களது அரக்கர்கள் அதை மதிக்கவில்லை என்பதுதான் சோகம்.'

'உள்ளூர்வாசிகளை இவ்வளவு வெறுக்கிறீர்கள் என்றால் ஏன் இருபது வருடமாக இங்கே வாழ்கிறீர்கள்?' என்று ஒருமுறை அவரைக் கேட்டாய்.

'குருடர்களின் தேசம் குறித்து அவர்கள் என்ன கூறுவார்கள் தெரியுமா?'

'நீங்கள் காலனித்துவத் தாத்தாக்களைப் போலப் பேசுகிறீர்கள்.'

'நான் இருபத்தைந்து ஆண்டுகளாக நியூகேஸில் அபான் டைன்-இல் வசித்தேன்,' என்றார் ஜோனி. அங்குள்ள பூர்வகுடிகளை வெறுத்தேன். தனிப்பட்ட முறையில் எதுவுமில்லை, இளைஞனே. அனைத்து மனிதர்களும் கசடுகள்தான்.'

‘பரங்கியன் வந்தான், தனக்குச் சொந்தமில்லாத பொருள்களை விற்றான், பணக்காரனானான், பறந்தோடிப் போனான்.’

‘எவ்வளவு காலம்? எவ்வளவு காலத்திற்கு இந்தப் பாட்டை பாடுவீர்கள்? என்று ஜோனி சுருதி தப்பிப் பாடினார்.

ஜோனிக்கும் உனக்கும் தொழில்முறை உறவைத்தாண்டி வேறெதுவும் இருந்ததில்லை. இருப்பினும் ஒப்புக்கொள்ள வேண்டும், இந்த உரையாடல் அவரது குளியல் தொட்டியில் அவருடன் நீ உள்ளாடையோடு மட்டும் அமர்ந்திருந்தபோது நடந்தது. இருவரும் கட்டுமஸ்தான உடல் கொண்ட பழுப்பு நிற இளைஞர்களால் தழுவப்பட்டுக்கொண்டிருந்தீர்கள். ரத்னவும் துமிந்தவும் தங்கள் இருபதுகளில் இருந்தனர் மற்றும் ஜோனியின் பொல்கொட மாளிகையில் கொத்தனார்களாக வேலை பார்ப்பதாகக் காட்டிக்கொண்டனர். சில காரணங்களால், அவரது பெரிய திரையுள்ள தொலைக்காட்சி கிரிக்கெட் போட்டியை ஒளிபரப்பிக்கொண்டிருந்தது.

‘இந்தக் கேவலத்தை நாம் பார்க்கவேண்டுமா?’

ஜோனி பிரித்தானிய உயர் ஸ்தானிகராலயத்தில் கலாச்சார உதவியாளராக இருந்தார், இருப்பினும் பலவிடயங்களில் அவரது விரல்கள் ஊடுருவியிருந்தன. அவற்றில் மூன்று இப்போது துமிந்தவின் திறந்த வாய்க்குள் தள்ளப்பட்டன. பத்தாண்டுகளுக்கும் மேலாக இலங்கையில் இருந்தவர் மற்றும் பல புகழ்பெற்ற வீடுகளைக் கட்டியிருந்தார். அவர் புணர்ச்சிக்காக வைத்துக்கொண்டிருக்கும் இளைஞனைக் கவனிப்பதில் மும்முரமாக இருந்ததால், உன் கேள்விக்குப் பதிலளிக்க நேரம் எடுத்துக்கொண்டார்.

‘மன்னித்துவிடு அழகான இளைஞனே, உனக்குக் கிரிக்கெட் பிடிக்காதா, என்னுடைய வெந்நீர் தொட்டியில் குசு விடக்கூடாது.’

டிடியின் முதலாளியைத் தழுவி முத்தமிட்டிருக்கிறாய், அவனுடைய ஒன்றுவிட்ட சகோதரனுடன் உறவில் இருந்திருக்கிறாய், அவனுடைய கால்பந்து அணியின் அங்கத்தினரிடமிருந்து வாய்மைதுனம் பெற்றிருக்கிறாய். மேலும் காதலர் சந்திப்பில் இருக்கும்போது மேசைப் பணியாளனை கழிவறையில் வைத்துப் புணர்ந்திருக்கிறாய். ஆனால் எப்போதும்,

ஒருபோதும் ஜோனி கில்ஹூலுடன் எதையும் செய்யவேண்டும் என்று நினைத்ததில்லை.

'நீங்கள் என்னை அனுப்பும் இந்தப் பணிகள், இந்த வழிகாட்டி வேலைகள், அவை *அஸோஸியேட்டட் பிரஸ்ஸூ*க்காக அல்ல என்று எனக்குத் தெரியும்.'

'யார் உன்னுடைய காசோலையில் கையெழுத்திடுகிறார்கள் என்று நீ ஏன் கவலைப்படவேண்டும்?'

'மேகி தாட்சர் இந்த முட்டாள்தனமான போரைப் பற்றி ஏன் கவலைப்படுகிறாரோ அதே காரணம்தான்.'

ஜோனி, துமிந்த தன் வாயில்வைத்த பீடிச்சுருட்டிலிருந்து ஓர் இழுப்பை இழுத்துக்கொண்டார், பிறகு துமிந்த அதைத் தன் வாயில் வைத்து இழுத்து ஜோனியின் காதில் புகையை ஊதினான்.

'எது உனக்கு இப்படி முட்டாள்தனமான சிந்தனையைக் கொடுத்தது, பணப்பற்றாக்குறை இருக்கும்போது உன் வாய் இவ்வளவு கிழிவதில்லை, இல்லையா இளைஞனே? இருந்தாலும் நாம் இதைப்பற்றி நேர்மையாக விவாதித்துக் கொண்டிருக்கிறோம் என்பதால் உன்னிடம் உண்மையைக் கூறுகிறேன். நாங்கள் இங்கே ஜனநாயகம், சுதந்திரம் மற்றும் மனித உரிமைகளை மேம்படுத்த வந்துள்ளோம்.'

இருவரும் பெண்வேடமிட்ட ஆண்கள் போலச் சிரித்தீர்கள், இளைஞர்கள் அந்த நகைச்சுவையைக் கேட்கவில்லை என்றாலும் சிரித்தனர். நீ ரத்னவிடம் மற்றொரு பீரை எடுக்கச்சொன்னாய், ஆனால் குமிழ்த்துக் கொண்டிருக்கும் தண்ணீருக்குக் கீழே தனது மற்றொரு கையால் அவன் செய்துகொண்டிருப்பதை நிறுத்தவேண்டாம் என்றாய். பிறகு ஜோனியைப் பார்த்து தலையை அசைத்துக்கொண்டாய்.

'வெளிப்படையாக, பனாமா, நிகரகுவா மற்றும் சிலியில் அமெரிக்கா அதைத்தான் செய்கிறது.'

'அவையும் எங்களுக்குச் சொந்தமாக இருந்தவைதான். மேதகு ராணியாரின் நிலைப்பாடு இதுதான். பிரித்தானியாவுக்கு உலகைச் சொந்தமாக்கிக் கொண்டது போதும் என்றாகி

விட்டது. நாங்கள் இங்கே நடப்பதைக் கவனிக்க மட்டுமே விரும்புகிறோம்.'

'பிரசங்கம் செய்யும் ஜிம்மி ஸ்வாகர்ட் போல.'

'நாங்கள் சரியான தரப்பைத் தேர்ந்தெடுக்கிறோம். சரியான அணியை ஆதரிக்கிறோம். மேலும் நாங்கள் பெரும்பாலான நேரங்களில் சரியாக இருக்கிறோம். யாரும் எல்லா நேரத்திலும் சரியாக இருக்க முடியாது.'

'இதுவே ஒரு கோஷம் போல் தெரிகிறது. "புதிய பிரித்தானியா. மால்வினாஸ் முதல் மாலத்தீவு வரை. பெரும்பாலான நேரங்களில் சரியாக இருக்கும்."'

நீங்கள் இருவரும் உங்கள் தோழர்களால் திசைதிருப்பப்பட்டதால் ஓர் இடைநிறுத்தம் உண்டானது. இளைஞர்கள் மதிய உணவு தயாரிப்பதற்காகச் சென்றதும் நீங்கள் இருவரும் வெந்நீரில் ஊறிக்கொண்டிருந்தீர்கள். ஜோனி கிரிக்கெட்டை பார்த்துக்கொண்டிருக்க நீ அவரைப் பார்த்துக்கொண்டிருந்தாய்.

'உன்னை ஏதும் தொந்தரவு செய்கிறதா, இளைஞனே?'

'எனக்கு ஆபத்தில் இருப்பது பிடிக்கவில்லை. எனக்கு இன்னுமதிகப் பணம் வேண்டும்.'

'நியாயமானதுதான்' என்றார் ஜோனி. 'நான் கோரிக்கை வைத்தேன். ஆனால் அது உன் பெரிய, கொழுப்பெடுத்த வாயின் காரணமாக நிராகரிக்கப்பட்டது.'

'என்ன?'

'நீ ஏபிக்கு வழிகாட்டியாக இருக்கவேண்டியவன். உன் வேலை, செய்தியாளர்களை அவர்கள் விரும்புமிடத்திற்கு அழைத்துச்செல்ல வேண்டும், அவர்களுக்கு நேர்காணல்களை ஏற்பாடு செய்யவேண்டும். அவர்கள் இறந்துவிடாமல் இருப்பதை உறுதிப்படுத்திக்கொள்ள வேண்டும். யாரும் உன்னைப் புகைப்படம் எடுக்கச்சொல்லவில்லை. அல்லது நீ மகாராணிக்காக உளவுவேலை பார்க்கிறாயென்று வீண்பெருமை பேசச் சொல்லவில்லை.'

'வீண்பெருமையா?'

‘நீ உன்னுடைய இளைஞனிடம் கூறியிருக்கிறாய். அவன், அவனது அப்பாவிடம் சொல்லியிருக்கிறான். அவர் அவரது முதலாளியிடம் சொல்லியிருக்கிறார். அவர் என்னுடைய மேலதிகாரியை இதுகுறித்துப் பேசவேண்டுமென்று அழைத்திருக்கிறார்.’

‘பாப் சட்வொர்த் உண்மையிலேயே பத்திரிகையாளனா?’

‘அதைச் சொல்லுமிடத்தில் நானும் இல்லை, நீயும் இல்லை.’

‘பெரிய ஆயுத ஒப்பந்தம் ஒன்றை சீனர்களிடம் பிரிட்டன் இழந்திருக்கிறது. இலங்கை அரசாங்கத்திற்கு வேறு தெரிவுகள் இருப்பதாகத் தெரிகிறது. உங்களுக்கு மிகவும் வருத்தமாக இருக்கும்.’

‘நான் வேவுத் தகவல்களுக்காக வேலை செய்பவன். வன்பொருளில் என்னை ஈடுபடுத்திக்கொள்வதில்லை.’

‘அப்படியென்றால் விற்பனையாகாத வன்பொருள்கள் என்னவாகும்?’

‘நான் முன்பு ஹிப்பியாக இருந்தவன், தெரிந்துகொள். நான் சமாதானவாதி, நம்பிக்கை வைத்துத்தொலை.’

இளைஞர்கள் குளியல் அங்கியையும் மதிய உணவு பரிமாறப்பட்ட செய்தியையும் எடுத்துக்கொண்டு திரும்பினர். ரத்னவை விடத் துமிந்த சிறப்பான பண்புகள் அமைந்தவனாக இருந்தான், அவனது உள்ளாடை வீக்கம் சிறுபையனை அல்லது பெரிய பெண்ணை ஒத்திருந்தது. ஜோனி அங்கியை அணிந்துகொண்டு அதை உணர்ந்து பார்த்தார். துமிந்த நன்கு ஒத்திகை பார்க்கப்பட்ட சிரிப்பை வெளியிட்டான்.

‘உன்னுடைய அரசியல் கருத்துகளை உன்னோடு வைத்துக்கொண்டால் ஒருவேளை, நீ கேட்கும் ஊதிய உயர்வை நாங்கள் கருத்தில்கொள்ளலாம்,’ என்றார் ஜோனி.

***

ராணுவத்துடன் இணைந்து செயல்படும் அனைத்து ஊடகவியலாளர்களுக்கும் இலங்கை அரசாங்கம் விதித்துள்ள விதி அவர்கள் பயங்கரவாதிகளுடன் தங்கவோ அல்லது உணவருந்தவோ கூடாது. இது அலுவல்ரீதியாக ஏபியின்

கொள்கையல்ல, போரின் பனிமூட்டத்தில், செய்தியாளர் மற்றும் வழி நடத்துபவர்களின் விருப்பத்திற்கு உட்பட்டது.

ஜோனி உன்னைப் பல பத்திரிகையாளர்களுக்கு அறிமுகப்படுத்தினார். அனைவருக்கும் ஒரேமாதிரியான கோரிக்கைகள் இருந்தன. உடல்களைப் பார்க்க முடியுமா? தலைவரை நேர்காணல் எடுக்கமுடியுமா? முந்தையது சாத்தியமானது, பிந்தையது சாத்தியமே இல்லை. ஒரு கோப்பைத் தேநீர் அருந்தாமல் போரிட்டுக்கொண்டிருக்கும் எந்தப் படைப்பிரிவினருடனும் உளத்தொடர்பை ஏற்படுத்திக்கொள்ள முடியாது என்பதை அவர்களுக்கு விளக்கினாய். மேலும் சுப்ரீமோவுடன் பேசுவதென்பது எல்விஸுடன் தனிப்பட்ட சந்திப்பைப் பெறுவது போல என்பதையும்.

அது 87இன் தொடக்கம், உன்னுடைய முதல் பணிகளில் ஒன்று. உனது செய்தியாளர் ஆன்டி மெக்கோவன், உடைந்த இதயத்துடன் மகிழ்வாக இருப்பவர், *நியூஸ்வீக்*-கில் பகுதிநேரச் செய்தியாளராகப் பணிபுரியும் இளைஞர். ஜோனி உனக்குப் பெரியதொகையை முன்பணமாகச் செலுத்தியிருந்தார், அதை நீ பெகாசஸில் போற்றத்தக்க வகையில் இரட்டிப்பாக்கினாய், மற்ற போர் செய்தியாளர்களுடன் சீட்டு விளையாட்டில் வியக்கத்தக்க முறையில் அதைக் கால்பங்காக மாற்றுவதற்கு முன்னால்.

குழந்தைப் போராளிகளைப் பார்ப்பதற்காக வவுனியாவிற்கு இரண்டாவது முறையாகச் செல்கிறாய். பதின்ம வயதினருக்குத் தற்கொலைப்படையில் பயிற்சியளிக்கப்படுவதாக, அநாதைகளுக்கு *T56*களைப் பயன்படுத்தக் கற்றுக்கொடுப்பதாகச் செய்திகள் வந்தன, நீ ஆன்டியை வடக்குப் பகுதி முழுவதுமாக அழைத்துச் சென்றாய், ஆனால் இரண்டுக்கும் எந்த ஆதாரமும் கிடைக்கவில்லை.

வவுனியா படைமுகாமில் *அஸோஸியேட்டட் பிரஸ்*சின் செய்தியாளர் றொபர்ட் சட்வொர்த், வன்னியின் காடுகளை ஆய்வுசெய்ய வேண்டுமென்று கேட்டபோது அவரது வழிகாட்டி அவரைக் கைவிட்டுவிட்டுச் சென்றுவிட்டதாக ஆத்திரத்திலிருந்தார். கட்டளை அதிகாரி மேஜர் ராஜா உடுகம்பொல, எஸ்டிஎஃபின் எதிர்காலத் தலைவர், அவர்களுக்கு எதிரிப் பிரதேசத்தில் ராணுவப் பாதுகாப்பு

வழங்க மறுத்துவிட்டார். அவர் உனது முன்னாள் முதலாளி, நீ அவரிடமிருந்து எப்படி வெளியேறினாய் என்பதைக்கொண்டு பார்த்தால் அவர் உனக்குச் சிறப்புச் சலுகைகள் ஏதும் வழங்கவாய்ப்பில்லை.

ஆன்டி 'தி ஸ்க்ரஃபி கோன்சோ'வைப் போலல்லாமல், சட்வொர்த் எப்போதும் நேர்த்தியாக உடுத்தினார். வேலையில் ஈடுபட்டிருக்கும்போது கூட வடிவமைப்பாளர்களின் உருமறைப்பு உடை மற்றும் கச்சிதமாகத் தைக்கப்பட்ட தளர்வான சட்டை அணிவார். தனது வழக்கமான வசீகரத்தன்மையின் தாக்குதல் மூலம் அவர் மெக்கோவனை வென்றார்.

'இதைச் சொல்வதற்காக மிகவும் வருந்துகிறேன், ஆனால் இந்தக் குழந்தைப் போராளி என்ற கோணம் தொடக்கத்தைத் தாண்டப்போவதில்லை. அக்கரைப்பற்றில் எனக்குச் சில துப்புகள் கிடைத்தன. ஆனால் புலிகள் உங்களைப் புகைப்படம் எடுக்கவோ அல்லது அவர்களைப் பேட்டி எடுக்கவோ அனுமதிக்கமாட்டார்கள். குழந்தைகளோடிருக்கும் எந்தக் குடும்பமும் வாய்திறக்கமாட்டார்கள்.'

சட்வொர்த் உங்கள் இருவரையும் தான் கடன்வாங்கி வந்திருந்த ஜீப்பை நோக்கி நடத்திச் சென்று, தணிந்த குரலில் கூறினார், 'இன்னொரு செய்தியிருக்கிறது நண்பர்களே. நாம் நமது வளங்களை ஒன்று திரட்டினால் பிரத்தியேகமான அந்தச் செய்தியைப் பகிர்ந்துகொள்ளலாம்.'

பாப் சட்வொர்த்தின் வளங்களில் சித் என்கிற மெய்க்காப்பாளரும் அடக்கம், ஸ்காட்லாந்தைச் சேர்ந்த ஆங்கிலம் பேசக்கூடிய நபர், இருப்பினும் அவர் வாயிலிருந்து வரும் எதையும் உன்னால் புரிந்துகொள்ள முடியவில்லை. பீரங்கி வாகனம் போன்ற உடலமைப்பு, கே.எம் சர்வீசஸ் என்ற தனியார் பாதுகாப்புக் கூலிப்படை அமைப்பால் நியமிக்கப்பட்டவர், உருமறைப்பு ஆடைகள் மற்றும் பூட்ஸ் அணிந்து யூஸி இயந்திரத் துப்பாக்கி ஒன்றைச் சுமந்திருந்தார்.

சட்வொர்த்தின் கூற்றுப்படி, எல்டிடிஈக்களால் பலவந்தமாகப் போர்ப்பயிற்சி அளிக்கப்படும் பொதுமக்களின் கிராமம் ஒன்றுள்ளது. ராணுவத்திற்கு அதன் இருப்பிடம் தெரிந்தாலும் படைகளை அனுப்பத்தயாராக இல்லை. உள்ளே நுழைவதற்கு எந்த வழியுமில்லை என்பதால் அதை அவர்களிடம் தெரிவித்தாய்.

பிறகு சட்வொர்த், மெய்க்காப்பாளருக்காகத் தரப்பட்ட நிதியில் உனக்கெனவும் தாராளமான தொகையை ஒதுக்கமுடியும் என்பதை வெளிப்படுத்தினார்.

பல்வேறு பொறுப்புத் துறப்புகளுக்குப் பிறகு அந்த இடத்திற்கு அவர்களை அழைத்துச்செல்ல ஒப்புக்கொண்டாய். ஓமந்தைக்குச் செல்வதற்கு நம்புக்குளம் சோதனைச்சாவடியில் எவ்வளவு எளிதாகப் பேசி அனுமதி பெற்றுவிட்டாயென்று உனக்கே ஆச்சரியமாக இருந்தது. நீங்கள் அந்தக் கிராமத்திற்குச் சென்று சேர்ந்ததும் அது ஏனென்று புரிந்தது.

அங்கே வயதான ஆண்கள், இளம்பெண்கள் இருந்தனர். மாமாக்கள், பாட்டிமார்கள், விவசாயிகள், மாடு மேய்ப்பவர்கள் மற்றும் பள்ளி ஆசிரியர்கள் என அனைவரும் துப்பாக்கிகளில் தோட்டாவை இட்டு, இலக்குகளை நோக்கிச் சுட்டுக்கொண்டிருந்தனர், ஸ்தாபகப் புலிப்போராளியான கர்னல் கோபல்லஸ்வாமி என்ற மஹத்தையாவின் மேற்பார்வையில் இது நடந்துகொண்டிருந்தது. அவர் சுப்ரீமோவின் கிராமத்தைச் சேர்ந்தவர், கட்டளைச் சங்கிலியில் அவரது பங்குகள் உயர்ந்து கொண்டிருந்தன. உயரமான, மீசை வைத்த கர்னல், சுப்ரீமோவின் மெலிந்த, பசி மிகுந்த பதிப்பாக இருந்தார், மேலும் சட்வொர்த் மற்றும் மெக்கோவன் ஆகியோருடன் நேர்காணலுக்கும் கிராமவாசிகளைப் புகைப்படம் எடுக்கவும் அனுமதியளித்தார்.

அவர்களில் எவரும் எதற்கும் தாங்கள் கட்டாயப்படுத்தப்பட்டதாக ஒப்புக்கொள்ளவில்லை, எவரும் வற்புறுத்தலின்கீழ் பேசுவதாகத் தோன்றவில்லை. 'நாங்கள் இவர்களுக்குப் பயப்படுவதை விட இராணுவத்திற்குப் பயப்படுகிறோம். இராணுவம்தான் எங்கள் கிராமத்தை எரித்தது,' என அப்போதுதான் பள்ளிக்கூடப்படிப்பை முடித்ததுபோலிருந்த ஆனால் சிறார் சிப்பாய் கோணத்தில் எந்தப் பயனுமில்லாத சிறுவன் கூறினான். 'இது போன்ற அச்சுறுத்தல்களிலிருந்து எங்களைப் பாதுகாத்துக்கொள்ள நாங்கள் பயிற்சி செய்கிறோம்.'

மேஜர் ராஜாவின் ஊழியர்கள் இந்தக் கதையை எல்டிடிஈக்களின் கீழ் பொதுமக்கள் அடக்குமுறைக்கு உள்ளாவதற்கு உதாரணமாகக் கருதினர். ஆனால் புலிகள் அதை மக்களதிகாரத்தின் கதையாகக் கூறிக்கொண்டிருந்தனர். இந்தப் போர் ஒருபோதும் முடிவடையாது, கிராமவாசிகள் தங்கள் ஆயுதங்களால்

சுடுவதைப் பார்க்கும்போது நீ நினைத்துக்கொண்டாய். உன்னுடைய நிகானைத் தடையின்றிப் பயன்படுத்த உனக்கு அனுமதியளிக்கப்பட்டது, கர்னலை ஒருபோதும் படம் எடுக்கவேண்டாம் என்று மட்டுமே அறிவுறுத்தப்பட்டது, இருந்தாலும் கடைசியில் நீ அதைத்தான் செய்தாய்.

மெக்கோவன் மற்றும் சட்வொர்த், இப்போது ஆன்டி மற்றும் பாப், உன்னை மெக்சிகோவிற்குக் கிழக்கேயுள்ள சிறந்த வழிகாட்டி என்று அழைத்தனர், மேலும் உன்னுடைய வழிகாட்டிக் கட்டணத்தில் அதிக ஊக்கத்தொகை தருவதாக வாக்களித்தனர். அப்போது இராணுவம் தனது வருகையை வீசப்பட்ட கையெறிகுண்டின் மூலம் அறிவித்தது.

தோட்டாக்கள் காற்றைக் கிழித்து, மரங்களைச் சிதைத்து, நிலத்தில் துளைகளை உண்டாக்கின. நீ, பாப் மற்றும் ஆன்டி மூவரும் தேயிலைப் புதர் போன்று தோற்றமுள்ள ஆனால் அப்படியிருக்கச் சாத்தியமில்லாததை நோக்கித் தவழ்ந்துசென்று அதன் அடிவாரத்திலிருந்த பாறையினடியில் பதுங்கிக்கொண்டீர்கள். மெய்க்காப்பாளனான சித் தனது யூஸியை வெளியில் எடுத்ததும் துப்பாக்கியைப் பயன்படுத்தும் கையில் தோட்டாவை வாங்கிக்கொண்டு, மண்ணில் நழுவிச்செல்லும் துப்பாக்கியைப் பார்த்து ஒரு ஸ்காட்லாந்துக்காரனைப் போலவே சபித்துவிட்டு மயக்கமடைந்தான்.

அது பட்டாசுச் சத்தம் போன்றது என்பார்கள், ஆனால் அது ஓரளவு மட்டுமே உண்மை. உண்மையில் அது உங்கள் செவிப்பறைக்கருகே ஒலிபெருக்கிகள் மூலம் பட்டாசுச் சத்தத்தை ஒலிபரப்புவது போன்றது. மெக்கோவன் அழத் தொடங்கினார், சட்வொர்த் ஒரே வசைச் சொல்லைத் திரும்பத்திரும்பச் சொல்லிக்கொண்டிருந்தார், கண்ணுக்குத் தெரியாத மழை பொழிவதைப்போல தூசி உங்களைச் சுற்றிலும் தரைமீது பொழியத் தொடங்கியது. பிறகு, காற்றில் புகையும் சத்தமும் அலறல்களும் கிறீச்சிடல்களும் நிறைந்தன, நீங்கள் மூவரும் தட்டையான பாறையின் கீழ், அந்த மெல்லிய புதருக்குப் பின்னால் பதுங்கிக்கொண்டு, நீங்கள் நம்பாத கடவுள்களைப் பிரார்த்தித்துக்கொண்டீர்கள்.

எனவே நீ என்ன செய்யவேண்டுமோ அதைச் செய்தாய். உன்னுடைய சிவப்பு நிறக் கைக்குட்டையைக் குச்சியில்கட்டி,

புதரில் சொருகி வைத்தாய், அங்கே அது இரத்தத்தில் நனைந்த தற்காலிகப் போர்நிறுத்தக் கொடிபோல உயரப் பறந்தது. அடுத்த நாற்பத்தைந்து நிமிடங்களுக்குச் சத்தம்நிறைந்த, முடிவுதெரியாத அந்தத் துப்பாக்கிச் சண்டையில், ஒரு தோட்டா கூட உங்களை நோக்கி வரவில்லை.

***

துப்பாக்கிச் சூடு நின்று இலங்கை ராணுவம் முகாமுக்குள் நுழைந்தபோது, கிராமவாசிகள் அந்த இடத்தை விட்டு வெளியேறியிருந்தனர் அல்லது இறந்திருந்தனர். மயங்கிக் கிடந்த, அவர்களுக்கு இணையான உடற்பருமன் கொண்ட ஸ்காட்லாந்துக்காரனான சித்தின் உடலை பாப் மற்றும் ஆன்டி இருவரும் சுமக்க, நீ சோஷலிச அணிவகுப்பின் தலைவனைப் போலச் சிவப்பு நிறக் கைக்குட்டையைக் குச்சியில் கட்டித் தலைக்குமேல் பிடித்துக்கொண்டிருந்தாய். கைகளை உயர்த்திச் சிங்கள மொழியில் கூவினாய். 'நாங்கள் சர்வதேச பத்திரிக்கையாளர்கள்! இங்கே காயம்பட்ட வெளிநாட்டுக்காரர் இருக்கிறார்!'

தோட்டாக்கள் மீண்டும் பறக்கத் தொடங்கினால் குனிந்து கொள்வதற்குத் தயாராக மூவரும் மெதுவாகப் புகைமூட்டத்திற்குள் நடந்தீர்கள். மருத்துவக் குழுவினரால் வரவேற்கப்பட்டீர்கள், உங்களில் காயம்பட்டவரைச் சிகிச்சைக்கும் வெறுமனே பீதியில் இருப்பவர்களை விசாரணைக்கும் எடுத்துக்கொண்டனர். ஒரு சிவப்பு நிறக் கைக்குட்டை, இரண்டு பத்திரிகையாளர்களுக்கான அனுமதிச் சீட்டுகள் உன்னையும் ஆன்டியையும் விடுவித்தன, ஆனால் றொபர்ட் அருகிலிருந்த தென்னந்தோப்பில் அமைந்த குடிசைக்கு விசாரணையின் பொருட்டு அழைத்துச் செல்லப்பட்டார். அவர் எந்த எதிர்ப்பையும் காட்டவில்லை. ஒன்று போர்க்களம் அவரை அச்சமற்ற போராளியாக மாற்றியிருக்க வேண்டும் அல்லது அச்சம் அவரை மௌனத்தில் ஆழ்த்தியிருக்க வேண்டும். அந்நேரத்தில் எதுவென்று உன்னால் குறிப்பிட்டுச் சொல்ல முடியவில்லை; இறுக்கமான மேலுதடுகள் அனைத்து வகையான ரகசியங்களையும் மூடிவிடக் கூடியது.

ஆன்டியுடன் தென்னந்தோப்புக்குள் நடந்து செல்லும்போது இரண்டாவதாக ஒரு பார்வையாளர் குடிசையில் இருப்பதைப் பார்த்தாய். கருப்புத் துணியால் தலை முழுவதுமாக மூடப்பட்ட

கைதி. குடிசையின் கதவு மூடப்பட்டதும் திறந்திருந்த சாளரம் ஒன்றைப் பார்த்தாய், ஒளியின் அளவு மற்றும் கோணத்தைச் சரியாகக் கணித்தாய். ஆன்டி மரத்தின் பாதியளவுக்கு உன்னை உயர்த்துவதற்கு உதவ, அந்த உயரம் உனக்குப் போதுமானதாக இருந்தது. தொடர்ந்து புகைப்படங்களை எடுத்துக் கொண்டிருக்கையில் மூன்றாவது கதாபாத்திரம் குடிசைக்குள் நுழைந்தது. அது யாரென்று உனக்குத் தெரிந்திருந்ததால் அவரது பார்வையில் படாமல் இருக்க மரத்தோடு ஒட்டிக்கொண்டாய்.

உன் பார்வைக்கு ஒரு மேசையும் அதன்மீது வைக்கப்பட்டிருந்த ஆவணங்களும் தெரிந்தன, உன்னுடைய ஸூம் லென்ஸ் அதைச் சுற்றி அமர்ந்திருந்த மூன்று உருவங்களின் முகத்தையும் காட்டியது. வால்பகுதியில் பாப் சட்வொர்த். பக்கவாட்டில் முகமூடி அகற்றப்பட்டு, வேர்வையும் காயங்களுமாக கர்னல் ‘மஹத்தையா’ கோபல்லஸ்வாமி, மிகப் பெரிய புலிப் பிரிவின் தலைவர். தலைப் பகுதியில், தற்போது அந்தக் கிராமத்தைக் கைப்பற்றிய படைப்பிரிவின் கட்டளை அதிகாரி. உன்னுடைய முன்னாள் மேலதிகாரி, மேஜர் ராஜா உடுகம்பொல.

***

அந்தச் சுற்றுப் பயணத்திற்குப் பிறகு, ஜோனி உன்னைக் கலை மைய மன்றத்தில் மதுவருந்த அழைத்துச்சென்று ஓர் உறையைக் கொடுத்தார். அதில் எதிர்பார்த்ததை விடப் பெரியதொகைக்குக் காசோலையும் ஓமந்தையில் துப்பாக்கிச்சூடு மோசமடைவதற்கு முன் நீ எடுத்த புகைப்படமும் இருந்தது. ஜோனி, மேடையில் அக்கௌஸ்டிக் கித்தார்களைச் சொறிந்துகொண்டிருந்த ஒல்லியான இளைஞர்களைப் பார்த்துவிட்டு, மேசைக்கு அடியில் வைத்து இன்னுமதிக பீரை ஊற்றிக்கொண்டார்.

கலை மையம் மதுபான உரிமத்தில் சட்டப்பூர்வச் சிக்கலை எதிர்கொண்டிருந்தது, எனவே அனைத்து பானங்களையும் பார்வைக்குப் படாமல் வைத்திருப்பதன் மூலமும் புரவலர்களைத் தங்கள் சொந்த மதுவகைகளை எடுத்துக்கொண்டு வரும்படி கேட்டும் சட்டத்திற்கு இணங்கிக்கொண்டே அதை மீறியது.

‘பாப் மிகவும் கவரப்பட்டுவிட்டார், இளைஞனே. ஆன்டியும் கூட. என்னுடைய சிவப்பு நிறக் கைக்குட்டை யோசனை அவ்வளவு மோசமானதில்லை போலத் தெரிகிறது.’

'உங்கள் நண்பர் பாப் என்னை மிகவும் கவர்ந்துவிட்டார்.'

'இங்கே பார், நீ சிறிது நாளைக்கு ஓய்வெடுக்கலாம். விடுப்பு எடுத்துக்கொள். சூதாட்ட விடுதிகளிலிருந்து தள்ளியிரு. பிறகு மீண்டும் நீ தயார் எனும்போது நாம் பணிகளைப் பற்றிப் பேசலாம்.'

'எழுபது பொதுமக்களாகிய தமிழர்கள் ஓமந்தை படுகொலையில் கொல்லப்பட்டிருக்கின்றனர். என் கண்முன்னே குழந்தைகள் ரத்தம் வெளியேறக் கிடந்தனர். ஆனால் நான் அதை எடுக்காமல் இந்தப் புகைப்படத்தை எடுத்தேன்.'

'பெரிய பணிகள். பெரிய பணம். ஆனால், இறந்த குழந்தைகள் இருக்காது.'

அந்தப் புகைப்படம் எவ்வகையிலும் சிறப்பானதல்ல. புடவை அணிந்திருக்கும் ஒரு பெண் துப்பாக்கிச் சூடு தொடங்கிய கட்டத்தில் கர்னலால் தப்புவித்து அழைத்துச் செல்லப்படுகிறாள். மரங்களுக்கிடையே நீ மறைந்திருப்பதை வேவு பார்ப்பதுபோல அவள் முகம் கேமராவைப் பார்க்கிறது. நீ அந்தப் புகைப்படத்தை எடுத்த கணத்தில் அவள் தன் புடவையைத் தலைக்குமேலே மூடிக்கொண்டாள், இருப்பினும் அவளது முகத்தை மறைக்கத் தாமதமாகிவிட்டது, சுழன்றுகொண்டிருக்கும் புழுதியில் கூட அது அவ்வளவு அழகாக இருந்தது.

'அது கர்னல் கோபல்ல-யாரோதானே? மஹத்தையா.'

'அது நிச்சயம் அவரது காதலிதான்.'

'ஆக, அவர் சுப்ரீமோவின் உடலுறவு-கூடாது-நாங்கள்-புலிகள் கட்டளையை மீறுகிறாரா? குறும்புக்கார மனிதர்.'

'இவை ராணுவத்தால் பரப்பப்படும் வதந்திகள் மட்டுமே. என்னால் அதைச் சரிபார்க்க முடியும்.'

'சுப்ரீமோ கூட பிரம்மச்சாரியில்லை என்று எனக்கு உறுதியாகத் தெரியும். தற்கொலை குண்டுதாரிகள் பெண்தோழிகள் வைத்துக்கொள்வதைத் தடுக்கும் தந்திரமாக அது இருக்கலாம்.'

'இருப்பினும் இது முக்கியமான புகைப்படம்.'

'பாப் இதில் என்ன கூறுகிறார்?'

‘இதை வைத்துப் பார்க்கும்போது மஹத்தையா மற்றும் சுப்ரீமோ பிரபாகரன் இடையே ஒத்துவரவில்லை.’

‘பாப் இதைப் பற்றி அதிகம் அறிந்திருப்பார். கர்னலுடன் நீண்ட உரையாடல்களை நிகழ்த்தியவர்.’

‘அது அவருக்கு நல்லது. வேறு புகைப்படங்கள் விற்பனைக்கு இருக்கிறதா?’

‘உங்களுக்கு வேண்டியது ஏதுமில்லை.’

பழைய ஐலண்ட் செய்தித்தாள் ஒன்று பானங்களை மறைத்துக்கொண்டிருந்தது, நீ அதன் செய்திப் பகுதியைப் பயன்படுத்தி டெவில்ட் பன்றி இறைச்சியை ஈ மொய்க்காமல் பார்த்துக்கொண்டாய். அதில் சமாதான உடன்படிக்கைகள் மற்றும் இந்திய ராணுவம் இலங்கை மண்ணில் தனது பூட்சுகளின் எண்ணிக்கையை இரட்டிப்பாக்கலாம் என்ற யூகங்கள் குறித்த செய்திகள் இருந்தன.

‘நமது உளவுத்துறை ஆட்கள் வழிகாட்டி என்ற வேலை உன்னுடைய தகுதிக்குக் குறைவானது என்று நினைக்கிறார்கள்,’ என்றார் ஜோனி. ‘உனக்குச் சிறப்பான எதிர்காலம் இருக்கிறது. அதைக் கெடுத்துக்கொள்ளாதே.’

அவர் இன்னமும் மதுக்கூடத்தில் இருந்த இளைஞர்களைப் பார்த்துக்கொண்டிருந்தார், இதுபோன்ற இடத்தில்கூட அவரால் அவர்களை அணுகமுடியாது என்பது தெரிந்திருந்தும்.

‘பாப் கர்னலுடன் பேசியதை உங்களிடம் குறிப்பிடவில்லையா?’

‘நான் பாப் உடன் பேசி நாளாயிற்று.’

’தொழில்முறைப் பொய்யர் என்ற வகையில் பார்த்தால் நீங்கள் அதில் மோசம், ஜோனி.’

‘முதலில், ஜே.வி.பியோடு மோதுவதை நீ நிறுத்திக்கொள்ள வேண்டும். நடுத்தரவர்க்கக் கம்யூனிஸ்டுகளை விடப் பரிதாபமானவர்கள் வேறு யாருமில்லை.’

ஜோனி பேச்சை மாற்றினால் விவாதம் முடிந்துவிட்டது என்று அர்த்தம். ‘நான் இரக்கமில்லாதவன் அல்ல, நினைவில் வை. நாம் அனைவரும் அந்த இடத்தில் இருந்திருக்கிறோம்.

வியட்நாமியர்கள் அமெரிக்கர்களை ஓத்துத் தள்ளியபோது நான் மகிழ்ச்சியில் கூவியிருக்கலாம். இந்தோனேசியாவில் படுகொலை செய்யப்பட்ட காம்ரேடுகளுக்காக அழுதிருக்கலாம். முடிவில் முதலாளித்துவத்தின் விரல்கள் நம் அனைவரின் குரல்வளையையும் நெறிக்கும் என்பதில் எனக்கு எந்தச் சந்தேகமுமில்லை. ஆனால் நாம் உண்மைகளைச் சந்தித்துதான் ஆகவேண்டும், இளைஞனே. கம்யூனிஸ்டுகளை அதிகம் கொன்றது கம்யூனிஸ்டுகளே. ஸ்டாலின் அல்லது மாவோ அல்லது போல் பாட் போன்றவர்களை விடக் கொடூரமான கொலையாளி கடவுள்தான்.'

'இது அற்புதமான உரை,' என்று இறுக்கமாக டி-ஷர்ட் அணிந்த மேசைப் பணியாளைப் பார்த்தவாறு கூறினாய்.

'கர்னல் கோபல்ல-மஹத்தையா போட்டிப் பிரிவைத் தொடங்கப்போவதாகச் சொல்கிறார்கள். சுப்ரீமோவுக்கு எதிரான கிளர்ச்சி. கடவுள் காப்பாற்றட்டும்!'

'பிரபாகரனைக் கவிழ்க்க முயற்சி செய்யுமளவுக்குக் கர்னல் முட்டாளல்ல.'

'அரசாங்கத்தின் தணிக்கைத்துறை எல்டிடிஈ கிராமம் குறித்த செய்திகளைத் தடை செய்துவிட்டதாகத் தெரிகிறது,' ஜோனி கவனத்துடன் உன்னைப் பார்த்துக்கொண்டே கூறினார்.

'இது பாபுக்கு வசதியானது. அவர் செய்திகள் எதையும் சேகரிக்காமலேயே செய்தியாளராகக் காட்டிக்கொள்ளலாம்.'

நீயும் அவரது பார்வையை எதிர்கொண்டாய். இருவரும் அமைதியாக ஒருவரையொருவர் கவனித்துக் கொண்டிருக்கும்போது இசைக்குழு மற்றொரு திட்டமிடப்படாத இடைவேளையில் சென்றது.

'ஏதேனும் சொல்ல விரும்புகிறாயா, மாலி?'

'ஒருவேளை என்னிடம் பாப், கிளர்ச்சிசெய்ய விரும்பும் கர்னல் மற்றும் மேஜர் ராஜா உடுகம்பொல மூவரும் ரகசியமாகப் பேசிக்கொள்ளும் புகைப்படம் இருந்தால் அதன் மதிப்பு எவ்வளவு இருக்கும்?'

ஜோனி முகம் சுளித்துப் பின் மறுப்பாகத் தலையசைக்கிறார். 'ஆனால் அப்படியொரு புகைப்படம் உன்னிடம் இருக்க முடியாது, ஒல்லியான இளைஞனே.'

'உங்களுக்கு எப்படித் தெரியும்?'

'ஏனென்றால் அதுபோன்ற புகைப்படங்கள் உன்னைக் கொன்றுவிடும். புகைப்படம் எடுப்பதை விடவும் நீ வாழ்க்கையை அதிகமாக நேசிப்பவன்.'

'அவர்கள் ஸ்காட்லாந்துக்காரரான சித்தை என்னைக் கொல்ல அனுப்புவார்களா? அப்படியானால் அது உங்கள் கூலிப்படைக்கான செலவுக்கு நல்ல பயன்தரும் வேலையாக இருக்கும்.'

'அவர்கள் யாரையும் அனுப்ப வேண்டிய தேவையிருக்காது. புலிகளும் ராணுவமும் உன் பின்னால் கையெறி குண்டுடன் அலையும். அதுபோன்ற புகைப்படங்கள் குறித்து நகைச்சுவை கூடச் செய்யாதே மாலி. நீ இதை நகைச்சுவைக்காகச் சொல்லியிருந்தால் நல்லது.'

'நிச்சயமாக அப்படித்தான்,' என்றபடி காசோலையைப் பைக்குள் வைத்துக்கொண்டாய். 'சாவின் விளிம்பிலிருந்து நான் கொண்டுவந்ததெல்லாம் அந்தச் சிவப்பு நிறக் கைக்குட்டை மற்றும் ரத்தம் கசியும் இதயம் மட்டுமே.'

என் பெயரைச் சொல்

எல்லோரும் பிரபஞ்சத்திடம் என்ன கேட்க விரும்புகிறார்களோ அதையே நீயும் கேட்கவிரும்புகிறாய். நாம் ஏன் பிறக்கிறோம், ஏன் இறக்கிறோம், ஏன் எதுவும் இறக்கவேண்டும். பிரபஞ்சம் பதிலுக்கு என்ன சொல்லுமென்றால்: எனக்கு ஒன்றும் தெரியாது முட்டாளே, கேள்வி கேட்பதை நிறுத்து. மரணத்திற்குப் பிந்தைய வாழ்வு முந்தையதைப் போலவே குழப்பமானது இடைநிலை என்பது கீழேயுள்ளதைப் போலவே தன்னிச்சையானது. எனவே, நாம் ஒவ்வொருவரும் கதைகளை உருவாக்குகிறோம் ஏனெனில் இருளைக் குறித்து அச்சங்கொள்கிறோம்.

காற்றோட்டம் உன் பெயரைக் கொண்டுவருகிறது, அதைப் பின்பற்றிக் காற்று, கான்கிரீட் மற்றும் இரும்பின் வழியாகச் செல்கிறாய். அடிமைத்தீவின் தெருவழியாகக் காற்றில் மிதக்கிறாய்,

ஒவ்வொரு வாசல்களிலும் கிசுகிசுப்பு. 'அல்மேதா... மலிந்த...' பிறகு காற்று பரபரப்பான தெஹிவளைத் தெருக்களின்வழி வீசுகிறது, மேலும் குரல்களைக் கேட்கிறாய். 'ஜேவிபி-காரர்... சமூகசெயல்பாட்டாளர்... அல்மேதா... மாலி... காணவில்லை...'

ஒரே மூச்சில் அடிமைத் தீவிலிருந்து தெஹிவளை, ஹெலிகாப்டர் பயணத்தை விட வேகமானது. குறைந்தபட்சமாக மரணம், காலி வீதியின் போக்குவரத்து, பாராளுமன்ற வீதியின் சாரதிகள் மற்றும் ஒவ்வொரு தெருவிலுமுள்ள சோதனைச் சாவடிகளிலிருந்து உங்களை விடுவிக்கிறது. கொழும்புவின் அருவருப்பான தெருக்களில் நிதானமாக நடந்துசெல்லும் மறதியுடைய மனிதர்களின் முகங்களைக் கடந்து பயணிக்கிறாய், மரணிக்கக் கூடிய சகோதரர்கள் மற்றும் சகோதரிகள், அன்பானவர்கள் தம்மை விட்டு நீங்கியதும் உடனடியாக மறந்துவிட்டவர்கள். நீ சூறாவளியில் ஓர் இலை, கட்டுப்படுத்தவோ அல்லது எதிர்க்கவோ முடியாத சக்தியால் வீசி எறியப்பட்டவன்.

ஸ்ரீலங்காவின் தொலைநோக்குப் பார்வையாளரான ஆர்தர் சி. கிளார்க் கூறுவது, உயிருடனுள்ள அனைவரின் பின்னாலும் முப்பது பேய்கள் நிற்கின்றன, உயிருடன் இருப்பவர்களைக் காட்டிலும் இறந்தவர்களின் எண்ணிக்கை அதிகமாக இருப்பதால் இந்த விகிதாச்சாரம். உன்னைச் சுற்றிப்பார்த்து, அந்தப் பெரியவரின் மதிப்பீடு குறைத்துச் சொல்லப்பட்டதாக இருந்திருக்கலாம் என்று அஞ்சுகிறாய்.

நீ பார்க்கும் ஒவ்வொரு நபரின் பின்னாலும் ஓர் ஆவி பதுங்கியிருக்கிறது. சிலருக்குமேல் பாதுகாவலர்கள் வட்டமிட்டபடி, பேய்கள், பிரேதங்கள், ராகு மற்றும் பிசாசுகளை விரட்டுகிறார்கள். சிலர்முன் இந்தப் பிந்தைய குழுக்களின் தனிச்சிறப்பு வாய்ந்த உறுப்பினர்கள் நின்றுகொண்டு, அவர்களிடம் செயலற்ற எண்ணங்களை உருவாக்கிக்கொண்டிருக்கின்றனர். ஒரு சிலரின் தோள்களில் பிசாசுகள் குந்திக்கொண்டு காதுகளில் சிடுசிடுப்பை நிரப்பிக் கொண்டிருக்கின்றன.

சர் ஆர்தர் தனது வாழ்நாளின் மூன்று தசாப்தங்களை இந்தப் பேய்களால் பீடிக்கப்பட்ட கரையில் கழித்துள்ளார், எனவே தெளிவாக அவர் ஓர் இலங்கையர். ஹிட்லரை ஜெர்மானியர் என்றும் மொஸார்ட்டைத் தங்கள் நாட்டவர் என்றும்

ஆஸ்திரியா உலகை நம்பவைத்துள்ளது. பல நூற்றாண்டுகள் லண்டன், ஆம்ஸ்டர்டாம் மற்றும் லிஸ்பனிலிருந்து வந்த கடல் கொள்ளையர்களின் ஆயுதமுனைக் கொள்ளைக்கு உள்ளான பிறகு இலங்கையர்களாகிய நாம் குறைந்தபட்சம் ஓர் அறிவியல்-புனைவு தொலைநோக்குப் பார்வையாளரைச் சொந்தம் கொண்டாடலாம்தானே?

மழை மின்னலை உமிழ்ந்துகொண்டிருக்க, இடி காற்றை உடைத்துக்கொண்டிருக்கிறது. உன்னுடைய அகால மரணத்திற்குப் பிறகு எத்தனைமுறை மழை பெய்திருக்கிறது என்ற எண்ணிக்கையைத் தவறவிட்டுவிட்டாய். பருவமழை இம்முறை சீக்கிரம் வந்திருக்கலாம் அல்லது இந்தப் பிரபஞ்சமே உன்னுடைய முட்டாள்தனமான சிறிய வாழ்வுக்காகக் கண்ணீர் சிந்திக்கொண்டிருக்கலாம். இன்று, கண்ணீர்த்துளிகள் கோபமான மேகங்களிலிருந்து சாதுவானவர்களின் தலைமீது மையின் துளிகள் போல் கெட்டியாக விழுகின்றன.

***

'காணாமல் போனவர்களின் பட்டியலைப் பார்த்தேன்,' என்று மழைச்சட்டை அணிந்த ஐரோப்பியர் மற்றொருவரிடம் கூறுகிறார். 'ஏதேனும் தெரிந்த பெயர்கள் இருக்கிறதா?' என்று பாலித்தீன் கவசத்தில் தட்டச்சு செய்யப்பட்ட தாளில் விரலை ஓடவிட்டபடி கேட்கிறார் அவரது சக ஊழியர்.

'மாலி அல்மேதா. அவன் அங்கு ஜே.வி.பிக்காரர் மற்றும் சமூகச் செயல்பாட்டாளராகப் பட்டியலிடப்பட்டுள்ளார். அவன் இரண்டும் இல்லை.'

மழைச்சட்டையில் இருப்பவர் போர் பத்திரிகையாளர் மற்றும் சில சமயங்களில் உன் நண்பர் ஆன்ட்ரூ மெக்கோவன். மழையாலா அல்லது கண்ணீராலா என்று உன்னால் சொல்ல முடியாவிட்டாலும், அவரது முகம் ஈரமாகவும் சிவந்தும் இருக்கிறது.

மீண்டும் தொடங்கிய இடத்திலேயே இருக்கிறாய், பெய்ராவின் கரைகளில், மழைநின்று கோவிலில் கூட்டம் கூடியிருக்கிறது. இது வழக்கத்திற்கு மாறானது, ஏனெனில் இன்று பௌர்ணமியோ அல்லது தானம் கொடுக்கப்படும் நாளோ அல்ல. கூட்டத்தின் வெளிவரம்பில் பருத்த ஐரோப்பியர்கள் இளநீல மழைச்

சட்டைகளை அணிந்து நின்றிருக்கிறார்கள், அவர்கள் தடுப்பரண் அமைத்திருப்பது போலிருக்கிறது. ஒரு பார வண்டி வந்து நின்றதும் அதிலிருந்து காவலர்கள் இறங்குகின்றனர். அவர்களுள் உனது அன்பான நண்பர்கள் ஏஎஸ்பி ரஞ்சகொட மற்றும் புலனாய்வாளர் காசிம் இருவரும் இருக்கிறார்கள், வரிசையின் கடைசியில் சென்று நின்றுகொள்ளும் அவர்களைப் பார்த்தால் அங்குள்ள பெருங்குழப்பத்தைக் கட்டுப்படுத்த வந்ததுபோல் அல்லாமல் வேடிக்கை பார்க்க வந்தது போலிருக்கிறது.

காவலர்களும் மழைச்சட்டையணிந்த ஐரோப்பியர்களும் மர நாயும் பாம்பும் போலப் பார்த்துக்கொள்கின்றனர். கூட்டம் தங்களுக்கு மேலுள்ள வானம் போலவே உறுமுகிறது. சுதாரித்துக்கொண்டு சுற்றுமுற்றும் பார்க்கிறாய். கடும் வீச்சம் உன்னிடம் இல்லாத நாசித்துளைகளைத் துளைக்கிறது. முடிவற்ற மழைகள் ஆற்றில் வெள்ளத்தை உண்டாக்கி பெய்ராவின் கரைகளை உடைத்துவிட்டன. வாவியைச் சுற்றியுள்ள சாலை முழுவதும் சுருங்கிய பிளாஸ்டிக், உலர்ந்த மீன்கள், அழுகிய உணவு மற்றும் நனைந்த காகிதம் போன்ற குப்பைகள் சிதறிக் கிடக்கின்றன. அனைவருக்கும் ஆச்சரியம் - இந்த வாவியின் அழுக்கில் மீன் எப்படி உயிரோடிருக்க முடியும்?

வழிவிடும்படி கூட்டத்திற்கு உள்ளே நுழையும் காவலர்களையும் விலகும்படி கோரி வெளியேறும் ஐரோப்பியர்களையும் கூட்டம் கவனிக்கிறது. கூட்டம் எதிலிருந்து விலகி நிற்கிறது என்பதை அறிந்துகொள்வதில் உனக்கு ஆர்வம். ஆற்றின் கரையில் மேலும் அதிக ஐரோப்பியர்கள் மழைச்சட்டைகளில் இருக்கிறார்கள்; சிலர் புகைப்படம் எடுத்துக்கொண்டு, மற்றவர்கள் கேமராவுடன் இருக்கும் அவர்களுக்குக் குடைபிடித்தபடி. பெய்ராவின் கரைகளில் அவர்கள் புகைப்படம் எடுத்துக்கொண்டிருப்பது எலும்புகளை. நனைந்த எலும்புகள் பிளாஸ்டிக்கில் வைக்கப்பட்டு ஒவ்வொன்றின் மீதும் சீட்டுக்கட்டின் அட்டைகள் வைக்கப்பட்டுள்ளன. ஏஸ் மற்றும் ஜாக்கிகளின் முழு வரிசை, அதிக மதிப்பாக ஒன்பது உள்ள டைமண்ட் வரிசை, மற்றும் தனி அட்டைகள் சில, ஒருவருக்கும் பயனில்லாதவை.

சீட்டுகள் உன் கண்முன்னே படபடக்கின்றன, ராஜாக்கள், ராணிகள் மற்றும் ஜாக்கிகள் சம்மர் ஆஃப் லவ் காலகட்டத்தில் வந்த ஜேம்ஸ்பாண்ட் படத்தின் தொடக்கம்போலப் பைத்தியக்காரத்தனமாகச் சுழலுகின்றன. இம்முறை பூமியின்

நடுப் பகுதியிலிருந்து பாதம் வழியாக உள்ளே நுழைந்து உன் வயிறையும் தொண்டையையும் களிமண் நிறைப்பதுபோலக் குமட்டல் தொடங்குகிறது. சீட்டு அட்டைகள் எலும்புகள், முதுகுத்தண்டுகள், நெஞ்செலும்புகள், மற்றும் பல்வேறு கைகால்களின் மீது வைக்கப்பட்டுள்ளன. அவற்றில் பதினைந்து மண்டையோடுகளைக் கணக்கிடுகிறாய், ஒருகாலத்தில் உனக்குச் சொந்தமாக இருந்த ஒன்றை ரகசியமாகப் பார்த்துக் கொள்கிறாய். உன் உடலில் அந்த உறுப்பு மட்டும்தான் உறைவிப்பெட்டிக்கு எடுத்துச்செல்லப்படும் முன் மூழ்கடிக்கப்பட்டது.

***

‘மலிந்தவிடமிருந்து ஏதேனும் தகவல் வந்ததா?’

‘ஏதுமில்லை.’

‘ஐநாவின் தடயவியல் குழு அந்த எலும்புக்கூடுகளுக்கு உரிமை கோரியுள்ளது,’ என்கிறார் ஸ்டான்லி தர்மேந்திரன்.

‘ஐநா இங்கே ஏன் வருகிறது?’ என்று கேட்கிறான் டிடி.

‘அவர்கள் கொழும்புவில் ஒரு மாநாட்டிற்காக வந்துள்ளார்கள்.’

‘எதைப் பற்றி மாநாடு?’

‘இதெல்லாம் சுத்த அபத்தம். எதிர்க்கட்சிகளால் செய்யப்படுவது. விடயங்களை எங்களுக்குச் சிக்கலாக்கவேண்டும் என்பதற்காக.’

‘நாம் இன்னும் கணவாய் கொண்டுவரப் பணிக்கிறோமா?’

ஓட்டர்ஸ் அக்வாடிக் கிளப்புக்கு மிக அரிதாகவே தந்தை மற்றும் மகனோடு நீ அழைக்கப்பட்டிருக்கிறாய். ஒருவேளை, நீ அடிக்கடி விவாதிக்கப்படும் தலைப்பு என்பதால் இருக்கலாம். தந்தை அதை உற்சாகப்படுத்தும் பேச்சு என்று நினைத்தார், அதேசமயம் மகன் இலவச நொறுக்குகளுக்காகச் சென்றான். ஒரு தட்டு கடுகுச்சுவைப் பன்றி இறைச்சியின் போது ஸ்டான்லி தன் மகனிடம், சிஎன்டிஆரின் ‘காணாமல் போனவர்களின் தாய்மார்கள்’ என்ற தலைப்பிடப்பட்ட துண்டுப் பிரசுரம் நாடாளுமன்றத்தில் இலங்கை சுதந்திரக் கட்சியின் மனித உரிமை ஆர்வலர் பி.எம். ராஜபக்சவால் உயர்த்திப் பிடிக்கப்பட்டதாகக் கூறுகிறார்.

'இறந்த அப்பாவிகளின் உடல்கள் நம் சவச்சாலைகள் முழுக்க இருக்கின்றன,' என்றார் பெலியத்தையின் இளம் எம்.பி. 'குறைந்தபட்சம் அவற்றை அடையாளம் கண்டு அவர்களின் குடும்பத்தாருக்குக் கொஞ்சம் அமைதியைக் கொடுப்போம்.'

அழகான முகத்தில் டெவில்டு கொழுப்பை அடைத்தபடி 'அவர் சொல்வதிலும் அர்த்தம் இருக்கிறது,' என்கிறான் டிடி. உனக்குக் கிடைத்த காதலர்களில் ஆகச் சிறந்த காதலன் டிடி அல்ல என்றாலும் கண்கவர் யுவன், பத்துக்குப் பத்து. நீ காதலில் விழுவதற்குக் காரணமாக இருப்பது முகமோ அல்லது உடலோ அல்ல, காரணமாக இருப்பது அனைத்து உறுப்புகளிலும் பெரியது மற்றும் மிக முக்கியமான உறுப்பு: தோல். டிடியின் தோல், வழுவழுப்பாக மற்றும் கருநிறத்தில், காயங்களின்றி வார்னிஷ் பூசப்பட்டது போலிருக்கும். உன் மூக்கை அதில் தேய்த்து உன் விரல்களால் அதைச் சுவைக்க விரும்புகிறாய். நீ முயன்றாலும் உனக்குக் கிடைப்பது குளோரின் மற்றும் வியர்வையின் மெல்லிய வாசனை மட்டுமே. அது உண்மையில் பெரிய விடயமல்ல ஆனால் இப்போது குறிப்பிடத்தகுந்தது. டிடி தன் தோள்களின் மீது துண்டைப் போர்த்திக்கொள்கிறான்.

'எதிர்கட்சியாக இருக்கும்போது கூச்சல் போடுவது எளிது. இந்த இளம் ராஜபக்ச ஒரு போரை நடத்தட்டும், பிறகு பார்க்கலாம் என்ன நடக்கிறதென்று. ஜேவிபியைச் சமாளிக்க வேண்டியிருந்தால் என்ன செய்வார்?'

'அப்பா, நாம் உடல்களை அடையாளம் காண்பது பற்றி மட்டுமே பேசிக்கொண்டிருக்கிறோம்.'

'நம் விவகாரங்களில். வெளிநாட்டுப் பிசாசுகள் தலையிட அனுமதிப்பது குறித்துப் பேசிக்கொண்டிருக்கிறோம்.'

'உங்களது மாண்புமிகு ஜனாதிபதி இந்திய ராணுவத்தை வரவழைக்கவில்லையா? அவர்கள் மட்டும் தேவதைகளா?'

'நான் அதற்கு எதிராக வாக்களித்தேன், திலன். அது உனக்குத் தெரியும். நகத்தைக் கடிக்காதேப்பா. உனக்கு என்ன வயதாகிறது?'

காணாமல் போனவர்களின் பதிவுகளைக் கொண்டு உடல்களை அடையாளம் காண்பது குறித்து உள்ளூர் அதிகாரிகளுக்குப் பயிற்சியளிக்க ராஜபக்சவால் ஐ.நா தடயவியல் குழுவுக்கு அழைப்பு விடுக்கப்பட்டிருந்தது. இதற்கிடையே சித்திரவதை

செய்பவர்களுக்கு சிஐஏ பயிற்சியளிப்பதாக வதந்தி எழுந்தது. ஐ.நாவின் குழு கொழும்பு ஓபரோயில் தங்கி அரசு ஊழியர்களுக்கான மாநாடுகளை நடத்தி வந்தனர். காவல்துறையினர் வருவதற்கு முன்பாக அவர்கள் எப்படிச் சரியாக எலும்புகள் இருக்குமிடத்திற்குச் சென்றார்கள் என்பது இந்த ரகசியங்களின் தீவில் தீர்க்கப்படாத மர்மமாகவே இருக்கும்.

'அவர்கள் பல் பதிவுகள் மற்றும் ரத்த வகைகளின் பதிவுகளைக் கேட்கின்றனர். ஏதோ இந்த வெற்றிலை-குதப்பும் முட்டாள்கள் பல் மருத்துவரிடம் செல்வதுபோல.'

டிடி டெவில்டு கணவாயை மென்றுகொண்டு சுற்றிலும் பார்க்கிறான்.

'மிகவும் பிரமாதம் அப்பா. நீச்சல் குளத்தினருகே அமர்ந்திருக்கும் அந்தச் செய்தியாளருக்கு நீங்கள் கூறியது கேட்டிருக்காது.'

ஸ்டான்லி கழுத்தைநீட்டி, துண்டுடன் அமர்ந்து சாராயம் குடித்தபடி எதையோ கிறுக்கிக்கொண்டிருக்கும் மனிதரைப் பார்க்கிறார்.

'இதெல்லாம் பணம் மற்றும் கால விரயம்தான்.'

'எல்லாமும் அப்படித்தானே?' டிடி பெருமூச்சு விடுகிறான்.

ஸ்டான்லி தட்டிலிருந்து பார்வையை உயர்த்தி மகனின் முகத்தைப் பார்க்கிறார்.

'அதுபோலப் பேசுவதை நிறுத்து, திலன். மாலியைப் போலவே பேசுகிறாய்.'

'அவன் எப்படிப் பேசுவான் என்று உங்களுக்கு எப்படித் தெரியும்? எப்போதாவது அவனுடன் பேசியிருக்கிறீர்களா?'

'அவன் திறமையுள்ளவன். அவன் எங்கே இருந்தாலும் பாதுகாப்பாக இருப்பான் என்று நம்புகிறேன். ஆனால் நாம் உண்மைகளைச் சந்தித்தாக வேண்டும், மகனே.'

'இதோ ஒரு உண்மை. 1989இல் கிரீன்பீஸ் அமைப்பினால் உருவாக்கப்பட்ட பட்டியலில் பெய்ரா வாவி உலகின் மிக

மாசுபட்ட வாவிகளில் நாற்பத்து ஆறாவது இடத்தைப் பிடித்துள்ளது.'

'மாலி புத்திசாலி இளைஞன். ஆனால் சிலசமயம் அளவுக்கு அதிகமான புத்திசாலித்தனம் நல்லதல்ல.'

'இலங்கை சுதந்திரம் அடைந்ததிலிருந்து தனது இருபது சதவீதக் காடுகளை இழந்துள்ளது. கடந்த பத்து வருடங்களாக இலங்கை தற்கொலை வீதத்தில் முதலிடத்திலுள்ளது. ஆனால் இவை எதுவும் தலைப்புச் செய்தியாக அல்லது விளையாட்டுச் செய்தி பக்கத்தில் கூட வருவதில்லை.'

'ஒருவேளை அவன் கைது செய்யப்பட்டிருந்தால், நான் கவலைப்படுவேன். எஸ்டிஎஃப் யாரையும் சிறைவாசிகளாக வைத்துக்கொள்வதில்லை.'

'அப்படியென்றால் உடல் எங்கே?'

ஸ்டான்லி வெகுநேரத்திற்குத் திலனை உற்றுப்பார்க்கிறார்.

'அப்பா, இது அபத்தமானது.'

'அமைச்சர் சிறில் விஜேரத்ன ஐநா தடயவியல் குழுவுடன் தொடர்பிலிருக்குமாறு என்னைக் கேட்டுக்கொண்டுள்ளார்.'

'என்ன செய்வதற்காக?'

'அவர்களது விசாரணைக்கு உதவுவதற்காக. அவர்கள் நெறிமுறைகளைச் சரியாகப் பின்பற்றுகிறார்கள் என்பதை உறுதி செய்வதற்காக.'

'இலங்கைக்கென நெறிமுறைகள் உள்ளனவா?'

'அவன் இறக்கவில்லையென்றால், ஒருவேளை தான் கண்டுபிடிக்கப்படுவதை விரும்பாமல் இருக்கலாம்.'

'அப்படியிருந்தால் உங்களுக்குப் பரவாயில்லையா?'

'உன்னால் எனக்கு உதவ முடியாதென்றால், நான் ஜக்கியைக் கேட்டுக்கொள்வேன்.'

டிடியின் அம்மா காலமானதிலிருந்து, அரிதாக, இந்த மேசையின் மூன்றாவது கதிரை ஆக்கிரமிக்கப்பட்டுள்ளது. ஜக்கி அமைதியாக அமர்ந்து நீந்துபவர்களையும், பணியாள்களையும்

பார்த்துக்கொண்டிருக்கிறாள். தன் மாமா ஸ்டான்லியைப் பார்த்துவிட்டு, அரக்கு நிறக் கைப்பையிலிருந்து மூன்று பொருள்களை எடுக்கிறாள். மோசமான கலைத் திட்டத்திற்காகச் சட்டமிடப்பட்ட எக்ஸ்-ரேக்களின் இரண்டு புகைப்படங்கள், மற்றொன்று மரத்தாலான பதக்கம் கொண்ட சங்கிலி. 'சரி, ' என்றபடி அவற்றை மேசையில் வைக்கிறாள்.

ஸ்டான்லி தன் மகனைப் பார்த்துவிட்டு மூச்சை உள்ளிழுக்கிறார்.

'திலன். உன் அம்மாவின் சங்கிலியை அவனிடம் கொடுத்திருக்கிறாய் என்பதை என்னால் நம்பவே முடியவில்லை. அதை அவள் இருபது வருடங்களாக அணிந்திருந்தாள்.'

டிடி நிமிர்த்து பார்த்துத் தனது தலையை அசைத்துக்கொள்கிறான். 'அது அவனல்ல.'

'அதில் பூசப்பட்டிருப்பது உன்னுடைய ரத்தமா இல்லை அவனுடைய ரத்தமா?'

யாலவில் செய்த ரத்தப் பிரமாணம் என்பது அவனது யோசனை, புதுயுகச் சகோதரத்துவ விடயம். ஹிந்து முறைப்படியான சடங்கொன்றில் அவன் தாயும் தந்தையும் அவ்வாறு செய்திருந்தனர். டிடி அதை ஜக்கி மற்றும் அவனது அப்பாவிடம் குறிப்பிட்டபோது, இருவரும் மகிழ்ச்சியடைந்தனர் என்று சொல்வதற்கில்லை. எனவே அவன் மீண்டும் அது குறித்துப் பேசவில்லை.

'உடல் பாகங்கள் அவனுடையதில்லை என்றால் அதைத் தெரிந்துகொள்வது நல்லது,' என்கிறாள் ஜக்கி.

'ஆமாம், சரிதான்,' என்கிறார் ஸ்டான்லி. டிடி, அவன் அணிந்திருந்த உன்னுடைய ரத்தம் அடைக்கப்பட்டுள்ள மரச் சங்கிலியைப் பயன்படுத்தப்படாத சாம்பற்கிண்ணத்தின் மீது வைத்துவிட்டு உடை மாற்றும் அறைகளுக்குப் புயலென விரைகிறான்.

***

சவச் சாலையில் மேசைகளைச் சுற்றிநின்று ஆவிகள் முனகிக்கொண்டிருக்கின்றன. எலும்புகள் நீளமான கண்ணாடிக் காகிதத்தில் வரிசையாக வைக்கப்பட்டு, இரண்டு குளிர்பதனப் பெட்டிகள் அறையை குளுமையூட்டுவதற்காகக்

கொண்டுவரப்பட்டுள்ளன, வெள்ளை மேலாடையணிந்த ஐந்து ஆண்கள் அவற்றின்மீது குனிந்து வெள்ளி நிறக் கருவிகளால் பிய்த்துக்கொண்டிருக்கிறார்கள். மூன்று அரசாங்க நோயியல் வல்லுநர்களும் அந்த அறையிலுள்ளனர், அநேகமாக நிபுணர்களிடமிருந்து கற்றுக்கொள்வதற்காக இருக்கலாம், அதே நேரத்தில் அவர்களை உளவு பார்க்கவும் இருக்கலாம்.

உயரமான கூரையின் மீதிருந்து மற்ற ஆவிகள் சுவரில் ஈக்கள்போல ஆங்காங்கு இருப்பதைப் பார்க்கிறாய். கருப்பின அடிமைகள் மூலையில் ஒடுங்கியிருக்கின்றன, இறந்த வேசிகள் தங்களது எலும்புகளுக்குமேல் மிதக்கின்றனர், பக்கவாட்டில் பற்கடித்தடம் கொண்ட சிறுவன் வெள்ளிநிறக் கருவிகளின் படைக்கலச் சாலையை எட்டிப் பார்த்துக் கொண்டிருக்கிறான், கசங்கிய வெள்ளைத் தொப்பியணிந்த ஆங்கிலேயர் ஒருவர் கொட்டாவி விட்டபடி மூலையில் அமர்ந்திருக்கிறார். இரண்டு மாணவர்களை அடையாளம் கண்டுகொள்கிறாய். அவர்களது கண்கள் ஊதா நிறத்தில் இருக்கின்றன, நாக்குகள் வெளியே தொங்கிக்கொண்டிருக்கின்றன.

'எல்லோரும் என்ன தேடிக்கொண்டிருக்கிறீர்கள்?' பரிச்சயமான குரல் ஒன்று கேலி செய்கிறது. சேன தளர்வான உள்ளங்கி மற்றும் கையில்லாத மேலங்கி அணிந்திருக்கிறான், அதன் நிறம் கருப்பு என்றாலும் அது குப்பைப் பையினால் ஆனதல்ல. 'முறையான சவ அடக்கம் உங்களுக்குக் கிடைக்கப்போகிறது என்று நினைக்கிறீர்களா? அல்லது இறப்புக்குப் பின்னான சர் பட்டமா?' என்று ஆங்கிலேயரைப் பார்த்தபடி கூறுகிறான்.

'நீங்கள் அனைவரும் எரியூட்டும் இயந்திரத்தில் கொட்டப்படுவீர்கள். அவ்வளவுதான்.'

'ஆனால் இப்போது அவர்களால் கார்பன் டேட்டிங் செய்து...' யாழ்ப்பாணத்தைச் சேர்ந்த விவசாயக் கல்லூரி மாணவன் கூறுகிறான்.

'செய்து எதைக் கண்டுபிடிப்பார்கள்? இந்தச் சிறுவன் ஐம்பது வருடங்களுக்கு முன்பாக முதலையால் தின்னப்பட்டவன் என்றா? உன் பெயர் என்ன மகனே?'

'வின்சென்ட் சால்கடோ,' காற்சட்டையணிந்த, தைரியமில்லாத இளைஞன் முணுமுணுக்கிறான்.

மூன்றாம் நிலவு ◈ 315

'வின்செண்ட் சால்கடோவுக்கு நினைவுச்சிலை வைக்கப்படும் என்று நினைக்கிறாயா?' சேன கேலி செய்கிறான். வீராப்பாக நடந்துசென்று வெள்ளை மேலாடையணிந்த மனிதர்களின் பின்புறத்தில் தன்னைத் தேய்த்துக்கொள்கிறான். தடயவியல் நிபுணர்கள் ஒவ்வொருவராகத் தங்களது கையை மேலாடைக்குள் நுழைத்துச் சொறிந்துகொள்கிறார்கள்.

'மாலி முதலாளி! நீங்களும் இங்கே இருக்கிறீர்களா? என்ன கருமம் இது, நான் கூறியது எதையுமே நீங்கள் கேட்கவில்லையா?'

ஏன் இங்கே இருக்கிறாயென்றோ அல்லது எதைப் பார்ப்பாயென்று நம்புகிறாய் என்பதையோ உன்னால் விளக்கமுடியவில்லை. நீ இங்கே ஈர்க்கப்பட்டாய், உன்னால் இங்கிருந்து செல்லமுடியவில்லை.

'ஒருவேளை அவர்கள் உன்னுடைய உறைந்த மண்டையோட்டை பெய்ராவில் கண்டுபிடித்தால் என்ன ஆகும்?'

'மறுபடியும் உள்ளே தூக்கி எறிந்துவிடுவார்கள்,' என்கிறான் சேன. 'அவர்கள் எலும்புகளை ஆவணங்களோடு ஒப்பிட்டுப் பார்ப்பதற்கான சாத்தியம்...'

'இணைந்த இரட்டையர்கள் பிறப்பதற்கான சாத்தியத்தை விடக்குறைவு, அதாவது 2,00,000இல் ஒன்று.' ரீடர்ஸ் டைஜஸ்டில் படித்த உண்மைகள்தான் மூளை கடைசியாக மறக்கும் விடயம்போல.

'ஒருவேளை நாம் செய்திகளில் வரலாம்,' என்று இறந்த கடலோடிகளில் ஒருவர் கூறுகிறார்.

'செய்தியை எங்கே பார்ப்பாய்?' என்று கேட்கிறாள் இறந்த வேசி.

'நவம் மாவத்தையிலுள்ள அடுக்கக வீடுகளின் ஜன்னல் வழியே பார்ப்பேன்,' என்று தனது தொப்பியைச் சரிசெய்தபடி கூறுகிறார். 'அங்கே தெளிவாகத் தெரிகிறது. நீயும் என்னுடன் வர விரும்புகிறாயா? ரூபவாஹினியில் 'மை ஃபேர் லேடி' காண்பிக்கப்போகிறார்கள்.'

'"இலங்கை அரசாங்கத்திற்கு ஐநா தடயவியல் ஆதரவு வழங்குகிறது",' என்கிறான் சேன. 'இது செய்தித்தாளின் கடைசிப் பக்கத்தில் சிறிய பத்தியில் முடியும். பெய்ராவில்

உடல்கள் கிடைத்தன என்பதை அவர்கள் ஒப்புக்கொள்வார்கள் என்றா எதிர்பார்க்கிறீர்கள்? கனவு கண்டுகொண்டே இருங்கள், முட்டாள்களே.'

இறந்த வேசி புன்னகைத்தவாறு தலையசைக்கிறாள்.

உன் பார்வை பக்கத்திலுள்ள ஒளிப்பெட்டி மற்றும் அதில் ஒட்டப்பட்டுள்ள எக்ஸ்-ரேக்கள் மீது விழுகிறது. சளி நிரம்பிய இரண்டு நுரையீரல்கள் மற்றும் கடைவாய்ப் பற்களின் வரிசைக்கு அடியில் புதைந்துள்ள மூன்று விவேகப் பற்களின் எக்ஸ்-ரேக்கள். இந்த எக்ஸ்-ரேக்களை விட அதிகவிலை கொண்ட சட்டத்திலிருந்து எடுக்கப்பட்டுள்ளது. குறுகியகாலமே நிலைத்திருந்த உனது கலை வாழ்க்கையை உனக்கு நினைவூட்டுவதற்காக அவற்றை வைத்திருந்தாய், நீ நேசித்த அதேசமயம் அதை அறிய முனையாமலிருந்த மற்றொரு விடயம்.

***

'இது இலங்கை ஒலிபரப்புக் கூட்டுத்தாபனத்தின் விசேட அறிக்கை. அடையாளம் தெரியாத பதினைந்து உடல்களின் எச்சங்கள் பெய்ரா வாவியின் கரையில் ஒதுங்கியுள்ளன. ஐக்கிய நாடுகள் சபையின் தடயவியல் குழுவொன்று இலங்கை அரசாங்க நோயியல் நிபுணர்களுடன் இணைந்து எலும்புக் கூடுகளை அடையாளம் காணும் முயற்சியில் ஈடுபட்டுள்ளது. இந்த உடல்கள் 1948ஆம் ஆண்டுக்கு முந்தையவை, தற்போதைய அரசியல் சூழலுக்கு எந்தத் தொடர்புமற்றவை என்று அரசாங்கச் செய்தித் தொடர்பாளர் கூறுகிறார்.'

அங்கீகரிக்கப்படாத செய்தியறிக்கைகளை வழங்கியதற்காக ஜக்கிக்கு முதல் எச்சரிக்கை கொடுக்கப்பட்டது. ஜக்கியின் அதிகாரியான திரு. சோம் வர்தன, அரசாங்க அமைச்சர் ஒருவரிடமிருந்து தனக்கு அழைப்பு வந்ததாக, 'இதுபோன்ற செயல்களைப் பொறுத்துக்கொள்ள முடியாது' என்று எஸ்எல்பிசியை அவர் கடுமையாகக் கண்டித்துள்ளதாகக் கூறினார்.

ஐநா நபர்கள் அறிக்கையைத் தாக்கல் செய்கின்றனர், உள்ளூர் ஆட்கள் அதை அமைச்சரிடம் கசியவிடுகிறார்கள், அவர் அதை இளைஞர் விவகார அமைச்சர் ஸ்டான்லி தர்மேந்திரனுடன்

பகிர்ந்துகொள்கிறார், அவர் அதைத் தனது மகனுடன் விவாதிக்கிறார், அவன் அதைத் தனது அறைத்தோழியிடம் காட்டுகிறான். அவர்கள் இருவரும் ஒரு மதியம் முழுக்க அழுதுவிட்டு பின்னர் அழுகையை நிறுத்துகிறார்கள். அடுத்த சில நாள்களுக்கு, ஜக்கி தான் வேலைநீக்கம் செய்யப்படுவதற்கான செயலைச் செய்ய முடிவெடுக்கும் முன் செய்தித்தாள்களை முழுவதுமாகப் பார்க்கிறாள்.

'பதினைந்து பேரில் இரண்டு உடல்கள் அடையாளம் காணப்பட்டுள்ளன. ஒன்று ஜனதா விமுக்தி பெரமுனவின் கம்பஹ அமைப்பாளர் சேன பதிரணவுடையது, மற்றொன்று கொழும்பைச் சேர்ந்த போர் புகைப்படக் கலைஞரான மலிந்த அல்மேதாவுக்குச் சொந்தமானது. இருவரும் அரசு கொலைக்குழுக்களால் கொல்லப்பட்டதாகச் சந்தேகிக்கப்படுகிறது. இந்த வருடத்தில் மட்டும் 874 அடையாளம் தெரியாத சடலங்கள் புதைக்கப்பட்டுள்ளதாகவும் 1,584 இலங்கைப் பிரஜைகள் காணாமல் போயுள்ளதாகவும் ஐ.நா கூறியுள்ளது. இது இலங்கை ஒலிபரப்புக் கூட்டுத்தாபனத்தின் விசேட அறிக்கை.'

அவள் இந்த அறிக்கையை உணர்ச்சியின்றி வாசிக்கிறாள், உன் பெயரைப் படிக்கும்போது அவளது குரல் தடுமாறவில்லை. அந்த இடத்திலேயே பணிநீக்கம் செய்யப்பட்டு, குறைந்த ஊதியம்பெறும் பாதுகாப்புக் காவலர்களால் எஸ்எல்பிசியிலிருந்து வெளியேற்றப்படுகிறாள். மூன்று சக்கர வாகனத்தை வாடகைக்கு எடுத்துக்கொண்டு காலி முக அடுக்ககத்திற்குச் சென்று படுக்கையில் படுத்து, சுழலும் மின்விசிறியைப் பார்த்து, உன் முகவரிப் புத்தகத்தைப் புரட்டியபடி அழுகிறாள். 'நன்றி, என் அன்பே,' என்று கிசுகிசுக்கிறாய். 'இப்போது அரசர் மற்றும் ராணியைக் கண்டுபிடி.'

அவளால் உன்னைக் கேட்கமுடியவில்லை. துயரார்ந்த இசையை ஒலிக்கவிட்டு தனது உற்சாக மாத்திரைகளில் இரண்டை விழுங்கிக்கொள்கிறாள்.

'படச்சுருள்கள் அரசர் மற்றும் ராணியிடம் இருக்கின்றன, சிறு பெண்ணே. இப்போது செய்யவில்லை என்றால் எப்போதும் முடியாது. போய் இசைத்தட்டுகளைக் கண்டுபிடி. எங்கே என்று உனக்குத் தெரியும்.'

கிசுகிசுக்கிறாய், சீறுகிறாய், முழங்குகிறாய், கத்துகிறாய் - அப்போதும் அவளால் கேட்க முடியவில்லை.

***

'கேள்விப்பட்டாயா? அவர்கள் மாலி அல்மேதாவைக் கொன்று விட்டார்கள்.'

'யார்? அரசாங்கமா?'

'எல்டிடிஈயாக இருக்கலாம். யாருக்குத் தெரியும்?'

'ஏன் புகைப்படக்காரனைக் கொல்லவேண்டும்?'

'விமர்சிப்பவர்கள் யாராக இருந்தாலும் புலிகள் கொல்வார்கள். குறிப்பாகப் பாதி-தமிழர்களை.

'அவன் ஜேவிபி என்று நினைத்தேன்.'

'யார் சொல்வது?'

'இந்நாள்களில், யார்தான் அதை உறுதியாகச் சொல்ல முடியும்?'

உன்னுடன் பணிசெய்த ஆனால் உன்னை அறியாத இரண்டு செய்தியாளர்கள் பத்திரிகையாளர் சங்கத்தில் பேசிக்கொள்கின்றனர். இருவருமே போர் செய்தியாளர்களாகக் கொழும்பு அலுவலகத்திலிருந்துகொண்டு அரசாங்கத்தின் செய்தி வெளியீடுகளைப் பிரதியெடுப்பவர்கள். நீ அவர்கள் மீது உமிழ்கிறாய், எச்சில் அவர்களது எண்ணெய் வழியும் தலையை அடையும் முன் ஆவியாகிவிடுகிறது. காற்று உன் பெயரை மீண்டும் ஒருமுறை கொண்டுவர, அந்த அரைகுறைகளை அவர்களின் சரிபார்க்கப்படாத அறிக்கைகளோடு விட்டுவிட்டு காற்றில் ஏறிச் செல்கிறாய்.

'பெருத்த அவமானம். அல்மேதா ஹெலிகாப்டரிலிருந்து பெய்ராவில் தூக்கி எறியப்பட்டிருக்கிறான்.'

'யார் கூறியது?'

'என் மச்சான் ராணுவத்தில் இருக்கிறான்.'

'உன் மச்சான் கூறுவது அத்தனையும் பொய். எந்த ஜனாதிபதியும் ஜேவிபியைக் கொல்ல ஹெலிகாப்டரை வீணாக்கமாட்டார்.'

மூன்றாம் நிலவு ◆ 319

‘அவன் ஜேவிபி அல்ல. பயங்கரவாதத்தைப் புகைப்படம் எடுத்தவன். நான் ஜனாதிபதி என்று சொல்லவில்லை. அசிங்கமான வேலைகளை இங்கே யார் செய்வார்கள் என்று நம் எல்லோருக்கும் தெரியும்.’

‘கல்லூரியில் ஹேம்லெட் நாடகத்தில் மலிந்த நடிப்பதைப் பார்த்தேன். ஆம்லெட் போல இருந்தது.’

‘சற்றே இடதுகை ஆட்டக்காரன் போலத் தெரிந்தான்.’

‘மோசமான காட்சிகள், இல்லையா?’

இதுவரையிலும் நீ சந்தித்திராத சில ஆண்கள் குளக்கரையில் பேசிக்கொண்டிருக்கின்றனர். அவர்களுக்கு உன்னைப் பற்றி எதுவும் தெரியாது, மேலும் அதைவிடக் குறைவாகவே தாங்கள் பேசுவதைப் பற்றித் தெரியும். இருப்பினும் நீ ஹேம்லட்டில் மோசமாக நடித்தாய் என்பது உண்மை. மற்றொரு காற்றில் தாவுகிறாய்.

பேசப்படுவதைக் காட்டிலும் பேசப்படாமல் இருப்பதே மோசமானது என்பார்கள். அது சிறையிலிருக்கும் அயர்லாந்து நாட்டு நாடக ஆசிரியர்களுக்கு வேண்டுமானால் பொருந்தலாம் ஆனால் கிழக்கே உள்ள இறந்த வழிகாட்டிகளுக்குப் பொருந்தாது. இருள் கவிந்ததும் உன்னால் கேட்க முடிந்ததெல்லாம் உனது பெயர் நாக்குகளில் உருட்டப்பட்டு எச்சில் உமிழப்படும் பேரொலி மட்டுமே.

இந்திய உயர் ஸ்தானிகராலயத்தில் நீ விவாதிக்கப்படுகிறாய், தூதுவர் ரா-பிரிவின் அவசரக்கூட்டத்தை நடத்துகிறார், அவர்களில் எவருடைய சம்பளப்பட்டியலிலேனும் நீ இருந்தாயா என்று கண்டறியப்படுவதற்காக இந்திய உளவாளிகளின் ஒன்றுகூடல். அனைவரும், ஐ.இ. குகராஜா தவிர, இல்லை என்று தலையசைக்கிறார்கள், சந்திப்புக்கூட்டம் ஒத்திவைக்கப்படுகிறது.

சூதாட்டவிடுதிகளைச் சுற்றி இன்னுமதிக சூதாட்டக்காரர்கள் தொடர்பின்றிப் பேசிக் கொண்டிருக்கிறார்கள். பெகாசஸ்ஸில் ஆறாவது தளத்தின் மேல்மாடம் கோழிக்கம்பி வலையால் மூடப்படுகிறது, மேலும் படிக்கட்டுகளில் உன்னோடு சீண்டல்களில் ஈடுபட்ட மதுமேசைப்பணியாள் முன்னறிவிப்பின்றி வீட்டுக்கு அனுப்பப்படுகிறான். லியோ விடுதியிலுள்ள ஆவிகள், உலகம் எந்த அளவுக்கு அவற்றின்மேல்

ஆர்வமின்றி இருக்கிறதோ அதேயளவுக்கு உன்மீது ஆர்வமின்றி இருக்கின்றன.

நீ பிரபலமாக வேண்டுமென்று எப்போதும் விரும்பியதில்லை. தந்தை என்பவர் இல்லாவிட்டாலும் தாய் அலட்சியமாக நடந்துகொண்டாலும் வாலிப வயதிலும் அந்தக் கற்பனை உன்னை மகிழ்வித்ததில்லை. நீ எப்போதும் பிரபலத்தை நாடியவனல்ல, இருப்பினும் போர்முனைகளில் எப்போதெல்லாம் அந்தச் சிவப்பு நிறக் கைக்குட்டையை அணிந்தாயோ அப்போதெல்லாம் அது உனக்குக் கிடைத்தது. நீ யாருக்கும் நண்பனாக இருக்க முயற்சிசெய்யவில்லை ஆனால் அனைவருக்கும் நண்பனானதில் அது முடிந்தது. இந்தச்செய்தி வடக்கு மற்றும் கிழக்கிற்குப் பயணித்திருக்குமா, அப்படியானால் அங்குள்ள எவரேனும் உன் பெயரைச் சொன்னால் அங்கே எடுத்துச் செல்லப்படுவாயா என்று வியக்கிறாய். மறுமை வாழ்வில் அனைத்தும் சுற்றெல்லை மற்றும் தடுப்பரணோடு வருகிறது.

'நீ அதை வானொலியில் அறிவித்தாயா? நாம் மாலியின் அம்மாவிடம் சொல்வதற்கு முன்பாகவா!' ஆத்திரத்தில் டிடி தனது அப்பாவின் தாளகதியை ஏற்றுக்கொண்டான். 'உன் மூளை எங்கே போயிற்று?'

'முகவரிப் புத்தகத்தில் ஆர்ட்டின் ஜாக்கி என்ற பக்கத்தில் ஒன்பது பெயர்கள் இருந்தன. அனைவரும் இது தவறான அழைப்பு என்று கூறிவிட்டனர். அவர்களில் சிலர், நான் மலிந்தவின் பெயரைச் சொன்னதும் கெட்ட வார்த்தைகளில் என்னைத் திட்டினர்.'

'நாம் இப்போதே அவரிடம் இதைச் சொல்வோம்.'

'அவர்கள் ஒருவரையொருவர் வெறுத்தனர்.'

'அவர்கள் உடலை விடுவிக்கமாட்டார்கள்.'

'அது வெறும் துண்டுகளாக இருக்கிறது என்று கேள்விப்பட்டேன்.'

ஜக்கி தன் உதட்டைக் கடித்து கேவல் ஒன்றை வெளியிட்டாள்.

'நினைவுச் சடங்கு ஒன்றை நடத்துவோம். விசாரணை வேண்டும் என்று கோரிக்கை வைப்போம். நாம் இதை முறையாகச் செய்யலாம்,' டிடி அவனால் ஒருபோதும் செய்ய முடியாத

மூன்றாம் நிலவு

விடயங்களின் பட்டியலைக் கூறும்போது எதையும் விடக் கவர்ச்சியாக இருப்பான்.

'முகவரிப் புத்தகத்தில் உள்ள கிளப் ராஜா என்ற எண்ணுக்கு மீண்டும் அழைத்தேன். முதலில் யாரும் எடுக்கவில்லை. பிறகு வெடுவெடுப்பான குரலொன்று. நான் சிறப்பு அதிரடிப் படையைச் சேர்ந்தவளா என்று கேட்டது.'

'எஸ்டிஎஃபா? ஏன் சிஐஏ இல்லையா? கேஜிபி இல்லையா? நீ என்ன செய்துகொண்டிருக்கிறாய் என்பதாவது உனக்குத் தெரிகிறதா?'

'நான் மாலியின் மண்டையோடு பெய்ராவில் எப்படிக் கிடந்தது என்று கண்டுபிடிக்க முயன்றுகொண்டிருக்கிறேன். யாருக்கும் அது குறித்து அக்கறை இருப்பதாகத் தெரியவில்லை.'

***

இந்தப் பெண் பஞ்சுமிட்டாய் என்று நினைத்து நெருப்போடு விளையாடிக்கொண்டிருக்கிறாள். அவர்கள் உன் அம்மாவின் வீட்டிற்கு வந்துவிட்டனர், உன் அம்மா நீளிருக்கையில் பரந்து கிடப்பதைப் பார்க்கின்றனர். அவர் இப்போதுதான் நீண்ட பணி நேரத்தை முடித்துவிட்டுத் தன்னுடைய மூன்றாவது கோப்பைத் தேநீரை அருந்தியிருந்தார். தகவல் சொல்லப்பட்டதும் அவரது கை நடுங்கத் தொடங்கியது.

'அதுதான் வாழ்க்கை,' என்கிறார். 'இது நடக்குமென்று எனக்குத் தெரியும். முட்டாள் பயல். ஒருபோதும் என் பேச்சைக் கேட்டதில்லை.'

'சரி,' என்கிறாள் ஜக்கி.

'அப்படிச் சொல்லாதீர்கள், ஆன்ட்டி,' என்கிறான் டிடி, தன் கழுத்திலுள்ள மற்றொரு எலும்புச் செதுக்கலுடன் விளையாடுகிறான். 'அவன் கொல்லப்பட்டிருக்கிறான். அப்பா விசாரணை மேற்கொண்டுள்ளார்.'

வெற்றுக் கோப்பையை வெறித்தபடி 'எதற்காக?' என்கிறார் உன் அம்மா. 'அவர்கள் யாரையும் பிடிக்கப்போவதில்லை. அவர்களால் அவனைத் திரும்பக் கொண்டுவர முடியாது.'

'அந்த உடல் அவனுடையதுதானா என்பதை நாம் உறுதி செய்துகொள்ள வேண்டும்.'

'மிகவும் சிறிய வயதிலிருந்து பொய் சொல்லத் தொடங்கிவிட்டான். வேலையாட்களைப் பற்றிச் சிறுபொய்களைச் சொல்லுவான். அவனுக்குப் பணம் தேவை எனும்போது என்னிடம் வந்து, "அப்பா உங்களைக் கருமி என்று கூறினார்" என்பான். அப்போது அவனுக்கு எட்டு வயது.'

உன் அம்மா அவர்களுக்குத் தேநீர் வழங்கவில்லை, அது அவரைப் பொறுத்தவரை அசாதாரணமானது. அவர் எப்போதும் கொதிகெண்டியை அடுப்பில் வைக்க வலியுறுத்துவார், குறிப்பாக அவர் வெறுக்கும் விருந்தினர்கள் வந்தால். ஒரு மிடறு அருந்திவிட்டு அவர்கள் இருவரையும் பார்த்துப் புன்னகைக்கிறார்.

'உங்களில் யார் அவனுடன் நெருக்கமாக இருந்தது?' ஜக்கியும் டிடியும் ஒருவரையொருவர் பார்த்துக்கொள்கின்றனர்.

'இவள்,' என்கிறான் டிடி.

'நானல்ல,' என்கிறாள் ஜக்கி.

'உங்கள் இருவரில் யாரிடமாவது தான் தற்கொலைக்கு முயற்சிசெய்ததைச் சொல்லியிருக்கிறானா?' நீ அவரிடம் டல்ரீன் சித்தியைப் பற்றிக்கூறியபோது செய்ததைப் போலத் தன் புருவத்தை உயர்த்தியபடி கேட்கிறார் லட்சுமி அல்மேதா.

உன் காதலனும் உன் தோழியும் ஒருவரையொருவர் பார்த்துக்கொண்டு பார்வையை விலக்கிக்கொள்கிறார்கள்.

'அவன் அப்பா விட்டுச் சென்றபோது அதற்காக என்னைக் குறைகூறினான். பெர்டி அவனை எந்தெந்த வகுப்புகளில் சேர்த்துவிட்டாரோ அனைத்திலிருந்தும் விலகினான். வாள்வீச்சு, பூப்பந்தாட்டம், இளம் சாரணர், ரக்பி. எங்கே எதில் தவறு நடந்தாலும் அதற்கு நான்தான் காரணம். பிறகு காலை உணவின்போது, "அம்மா, பீட்டில்ஸ் குழு சிதறிப் போனால் நான் தற்கொலை செய்துகொள்வேன்" என்றான்.

'பீட்டில்ஸா?' என்று கேட்கிறான் டிடி.

'அவனுக்கு தி ஸ்டோன்ஸ்தான் பிடிக்கும் என்று நினைத்தேன்,' என்கிறாள் ஜக்கி.

மூன்றாம் நிலவு 323

'அது அவனுக்கு நகைச்சுவை. "ஒருவேளை '71 புரட்சி தோற்றுப்போனால், நான் தற்கொலை செய்துகொள்வேன்" அல்லது "லிபர்ட்டி அரங்கம் இன்னும் ஒரு ஜெர்ரி லூயிஸ் படத்தைத் திரையிட்டால், நான் தற்கொலை செய்துகொள்வேன்." எப்போதும் கவனத்தை ஈர்க்க முயல்வான். எப்போதும் என்னைக் காயப்படுத்த நினைப்பான்.'

'அது உண்மையல்ல, ஆன்ட்டி. அவன் உங்களை நேசித்தான்,' டிடி மோசமான நடிகன், பொய் சொல்லும்போது இன்னமும் மோசமாகிவிடுவான்.

'அவன் என்னுடைய தூக்க மாத்திரைகளை விழுங்கிவிட்டான். ஆனால் வேலையைச் செய்துமுடிக்கப் போதுமான அளவு அல்ல. என்னை மோசமாகக் காண்பிக்கும் அளவுக்கு. மனச் சோர்வைத் தருகிற குழந்தையாக இருந்தான்.'

'நாம் அனைவருமே அதிர்ச்சியில் இருக்கிறோம், லக்கி ஆன்ட்டி. இப்போது இந்த விடயங்களைக் கிளறுவதில் எந்தப் பலனுமில்லை.'

'அவன் ஏன் அப்படிச் செய்தான் என்று நீங்கள் எப்போதும் கேட்கவில்லையா?'

ஜக்கி தேநீர்ப் பாத்திரத்தையும் அதன் பின்னாலுள்ள பயன்படுத்தப்படாத குவளைகளையும் வெறித்துப் பார்க்கிறாள்.

'அவன் ஏன் அதைச் செய்தான் என்று எனக்குத் தெரியும். ஏனென்றால் அவன் தந்தை அவனை விட்டுச் சென்றுவிட்டார், எங்களை மறந்துவிட்டார். நான் மட்டுமே அவனருகில் இருந்தேன். எனவே நான்தான் அவனது ஆத்திரத்தின் வடிகால்.'

தேநீர்ப் பாத்திரத்தைத் தூக்கி உன் தாயின் தலையிலடித்து, உடைந்த கூர்மையான துண்டை அவரது தொண்டையில் வைத்து அழுத்தி, அவர் கூறிய பொய்யைத் திரும்பப் பெறச் சொல்கிறாய். பிறகு உன் பகல்கனவிலிருந்து அதிர்ச்சியடைந்து மீண்டு, தொடப்படாத தேநீர் பாத்திரத்தையும் உன் தாயின் அழுத்தப்படாத கழுத்தையும் உற்றுப்பார்த்து, இனி மற்றவர்கள் உன் கதையைச் சொல்வார்கள், அதுகுறித்து நீ எந்த இழவும் செய்யமுடியாது என்பதை உணர்கிறாய். எனவே, சுவர்களின்மீது மோதிக்கொண்டு கத்துகிறாய்.

‘அவன் என்னைப்பற்றிப் பேசுவானா? நான் மோசமான தாயென்று சொல்வானா?’

‘அடிக்கடி பேசியதில்லை,’ என்று பொய் சொல்லியபடி ஜக்கி தனக்கொரு கோப்பையை எடுத்துக்கொள்கிறாள்.

‘உனக்குப் புதிதாகத் தயாரிக்கிறேன்,’ என்றபடி உன் தாய் எழுகிறார்.

‘நீங்கள் உங்களுடைய தேநீரில் ஜின் சேர்த்துக்கொள்வீர்கள் என்று சொல்லியிருக்கிறான்,’ என்றபடி ஜக்கி அதன் சுவையில் முகம் சுளிக்கிறாள். ‘அவன் பொய் சொல்கிறான் என்று நினைத்தேன். ஆனால் இல்லை.’

டிடி தன் முகத்தை உள்ளங்கையால் மூடிக்கொண்டிருக்கிறான். அவன் அழுது கொண்டிருக்கிறானா அல்லது உறங்கிக்கொண்டிருக்கிறானா என்பது தெளிவாக இல்லை. முடிவில் எழுந்து நின்று தரையைப் பார்க்கிறான்.

‘ஆன்ட்டி, உங்களிடம் இதைச் சொல்வதற்காகத்தான் வந்தோம். நீங்கள் நன்றாக இருப்பீர்கள்தானே? என்னால் இறுதிச் சடங்குகளுக்கான ஏற்பாடுகளைச் செய்யமுடியும்.’

‘புதைப்பதற்கு அதிகமில்லை என்று கேள்விப்பட்டேன்,’ உன் அம்மா மீண்டும் புருவத்தை உயர்த்தியபடி கூறுகிறார்.

‘அறிவியலுக்காகத் தன்னுடல் தானம் செய்யப்படவேண்டும் என்றான்,’ என்றபடி ஜக்கி தன் கோப்பையை வெறுமையாக்குகிறாள். ‘அதுதான் அவன் விரும்பியது.’

இனிமையான பெண், என்று நினைத்துக்கொள்கிறாய். இதை நினைவில் வைத்திருக்கும் ஒரே நபர்.

‘எரியூட்டுதல் அனைவருக்கும் ஏற்புடையதாக இருக்கும் என்று நினைக்கிறேன். அவன் மதப் பற்றுடையவனாக அல்லது வேறெதிலும் நம்பிக்கையுள்ளவனாக இருந்ததில்லை.’ என்கிறார் லக்கி.

நான் ஒருபோதும் கல்லறைச் சின்னம் வேண்டுமென்று கேட்டதில்லை, என்று நினைத்துக்கொண்டு ஒவ்வொரு மோசமான நாளுக்காகவும் உன் தாயைச் சபிக்கிறாய். உனக்கு ஆண்களை மட்டுமே பிடித்திருக்கிறது என்று உணர்ந்த நாளில்

மாத்திரைகளை எடுத்துக்கொண்டாய், இதில் அவளோ அல்லது அவனோ அல்லது எவருமோ எதுவும் செய்திருக்கமுடியாது. அனைத்தும் உங்களது மோசமான திருமணம் பற்றியது அல்ல, அன்பான தாயே.

கதவருகே நின்றுகொண்டு தவிர்க்கமுடியாத உரையாடலை நிகழ்த்துகிறார்கள். 'அவன் மூன்று மாதங்களுக்கு வன்னி சென்றது நினைவிருக்கிறதா, திலன்?'

டிடி தலையசைக்கிறான்.

'அவன் என்னை எப்போதும் நேசித்ததில்லை என்றும் அனைத்தும் என்னுடைய தவறுதான் என்றும் கூறினான்.'

டிடி என் தாயை அணைத்துக்கொள்கிறான். ஜக்கி தலையை மட்டும் அசைக்கிறாள்.

'உண்மையில் அவன் கருதாத பல மோசமான விடயங்களைச் சொல்வான்.'

'ஓ, அவன் அப்படித்தான் கருதினான்,' என்கிறார் உன் தாய்.

கதவை மூடியதும் உன் தாய் நீளிருக்கைக்குத் திரும்பி கமலா மற்றும் ஒமத் அருகிலில்லை என்பதை உறுதிப்படுத்திக்கொள்கிறார். ஜன்னல் வழியாக வெளியே பார்த்தபடி கண்களிலிருந்து கண்ணீர் வர அனுமதிக்கிறார். முதலில் ஒரு துளி, பிறகு கண்கள் நிறைய, பிறகு கேவல்களின் நீரூற்று. உன் தாய் உனக்கு முன்னால் அல்லது யாருக்கும் முன்னால் எப்போதும் அழுததில்லை.

முதலில், அவரைச் சங்கடப்படுத்தவேண்டும் என்ற நோக்கில் மட்டும் அவருக்கு முன்னால் தோன்ற விரும்பினாய். ஒரு விமான விபத்தில் தப்பிப்பதற்கு மற்றும் எஸ்டிஎஃபினால் காணாமல் ஆக்கப்பட்டவர்கள் உயிர் பிழைப்பதற்கான சாத்தியமும் ஒன்றே என அவரிடம் கூறவேண்டும்: அது முப்பத்தியெட்டு சதவீதம். ஆனால் பிறகு அதற்கு முற்றிலும் மாறானதைச் செய்ய முடிவெடுக்கிறாய். அப்போதே, அங்கேயே முடிவெடுக்கிறாய், உனது திடீர் மரணத்திற்குச் சில நாள்களுக்குப் பிறகு, அவரைத் தனியே விட்டுவிடுவது என. எப்போதுமில்லை என்பதைக் காட்டிலும் தாமதம் நல்லது.

***

காற்றைப் பயன்படுத்தக் கற்றுக்கொண்டுவிட்டாய் என்றாலும் இந்த இடைநிலை குறித்து உனக்கு மிகக் குறைவாகவே தெரியும். எல்லா ஆவிகளுக்கும் இதை எப்படிச்செய்வது என்று தெரிவதில்லை, அதனால்தான் அவற்றில் பல கற்பனை செய்துகொண்ட சுவர்களில் முட்டிக்கொண்டு குறுகிய இருட்டான அறைகளுக்குள் அடைந்து கிடக்கின்றன.

சரியான காற்றைப் பற்றிக்கொண்டால் அது உங்களைத் தேவையான இடத்திற்கு அழைத்துச்செல்லும். நீங்கள் விரும்பும் இடத்தின் வாசலுக்கு அரிதாகவே கொண்டுசெல்லும் என்றாலும்.

'மாலியைப் பற்றிக் கேள்விப்பட்டாயா?'

காற்று என்பது கூட்ட நெரிசலுடன் இருக்கும் பேருந்து என்றால் உங்கள் பெயர் உச்சரிக்கப்படுவதைக் கேட்பது ஒவ்வொரு வாசலாகச் செல்லும் டுக்-டுக் (ஆட்டோ) என்று எடுத்துக்கொள்ளலாம். கிட்டத்தட்ட டெலிபோர்ட்டர் போல ஆனால் ஸ்டார் டிரக் அல்லது ப்ளேக்ஸ் 7இல் வருவது போல் அல்ல. ஒரு கணம் நீங்கள் மரத்தின் மீது காற்றுக்காகக் காத்துக்கொண்டிருக்கிறீர்கள் அடுத்தகணம் உயர் ஸ்தானிகராலயத்தின் சந்தடி மிகுந்த அறையில் இருக்கிறீர்கள், அங்கே ஜோனி கில்ஹூல் பெரிய திரையில் கிரிக்கெட் பார்த்துக் கொண்டிருக்கிறார்.

'அவன் வந்துவிட்டானா?'

'அப்படியும் சொல்லலாம். அவர்கள் பெய்ராவில் தலை மற்றும் சில எலும்புகளைக் கண்டுபிடித்துள்ளனர்.

'யேசுவே.'

தொலைபேசியின் பரிணாம வளர்ச்சியாகக் கருதப்படும் செங்கல் போன்ற கருவியில் ஜோனி பேசிக்கொண்டிருக்கிறார், இருப்பினும் கதிரியக்கத்தை வெளியிடும் செங்கற்களை விருப்பத்தோடு பைகளில் சுமந்துசெல்வதை உன்னால் கற்பனைசெய்ய முடியவில்லை. அவருடன் அறையைப் பகிர்ந்துகொண்டிருக்கும் இரண்டு முதியவர்களை இதற்கு முந்தைய நாளிலிருந்து அடையாளம் கண்டுகொள்கிறாய். அவர்கள் விவாதத்தில் ஈடுபட்டிருப்பதுபோல் தெரிகிறது, ஆனால் அதை உன்னால் புரிந்துகொள்ள முடியவில்லை.

‘எனக்குத் தெரியும். இது மிக மோசமானது. நாம் அனைவரும் அதிர்ச்சியில் இருக்கிறோம்.’

ஜோனி தனது தொடையில், பாம்பு தன் வாலை விழுங்குவதுபோல் பச்சை குத்தப்பட்டுள்ள இடத்தில் சொறிந்துகொள்கிறார். தொலைபேசியின் காதுப்பக்கத்தில் நெருங்கிச் செல்கிறாய். மறுபக்கம் கேட்கும் குரல் இடைவெட்டுகொண்ட மெல்லிய ஏற்றத்தாழ்வுடன் இருக்கிறது, அடையாளம் காண்பதில் நீ தவறிழைக்க முடியாத குரல், போர்முனைகளில் வழிகாட்டிகளை நோக்கிக் குரைப்பதனால் மெருகூட்டப்பட்ட குரல்.

‘ஜோனி. இது நம் வேலையில்லை, அப்படித்தானே?’

‘முட்டாள்தனமாகப் பேசாதே பாப். கவனமாக இரு. தேவையென்றால் விடுமுறை எடுத்துக்கொள்.’

‘நானும் குறி வைக்கப்படுகிறேன் என்று நினைக்கிறாயா?’

‘கர்னல் மற்றும் மேஜர் உடனான உனது சிறிய உரையாடலை யாரேனும் கவனித்தார்களா?’

‘நிச்சயமாக இல்லை.’

‘மற்ற செய்தியாளர்களும் கூட கவனிக்கவில்லை.’

‘ஆன்டி மெக் கோவனா. வாய்ப்பே இல்லை.’

றொபர்ட் சட்வொர்த், ஏபியின் செய்தியாளர், ஓமந்தையில் துப்பாக்கிச்சூட்டின் தவறான வரம்புக்குள் மாட்டிக்கொண்டு புதருக்குள் உன்னுடன் நாற்பத்து-ஐந்து நிமிடங்களைக் கழித்தவர். கிராமத்துக் கன்னிப்பெண்கள் மீது ஆர்வம் காட்டுபவர் மற்றும் இந்தத்தீவில் கால் வைத்த ஒரு வருடமாக ஒரு செய்தியும் பிரசுரிக்கப்படாதவர்.

‘நான் குறிப்பிடுவது அவரையல்ல, பாப்.’

‘மாலி குறிவைக்கப்பட்டான் என்று நினைக்கிறாயா? யாரால்?’

உடனே ஆட்டோ ரிக்ஷா வந்துவிட்டது, ஆனால் அது நிறுவனத்தின் ஸ்காட்லாந்துக்காரனாலோ அல்லது லிபரேட்டரின் வில்லாவாலோ செலுத்தப்படவில்லை, அடுத்து ஒரு விடுதியின் அறையில் இருக்கிறாய், கருத்த நிறத்திலுள்ள இளம்பெண் போர்வைக்கு அடியில் குறட்டைவிட்டுக்

கொண்டிருக்க பாப் சட்வொர்த் இடுப்பில் துண்டுடன் அலங்கோலமாகப் போதை தெளியாத நிலையில் நிற்கிறார்.

'கவனமாக இரு, பாப். அவ்வளவுதான்.'

'இது அச்சுறுத்தலா ஜோனி?'

'உன்னுடைய தொழில் என்னுடைய தொழிலுக்கு இடையூறு செய்யாமல் பார்த்துக்கொள்.'

'என் தொழில் ஊடகவியல். உன் தொழில் என்ன?'

இந்த அறை எங்கே இருக்கிறது என்று உனக்கு உறுதியாகத் தெரியவில்லை, ஆனால் ஜன்னலிலிருந்து மத்திமமான தூரத்தில் சிவப்பு நிறக் கோபுரத்தைப் பார்க்கிறாய், அது லியோ விடுதி. சட்வொர்த் ப்ரிஸ்டோல் சிகரெட்டைப் புகைத்தபடி லயன் பீரைப் பருகிக்கொண்டிருக்கிறார். மறுமுனையிலுள்ள குரல் ஜோனியின் ஆசியத்தனப்படுத்தப்பட்ட ஜியோர்டி உச்சரிப்பு, அதன் பின்னணியில் இரண்டு முதியவர்கள் பறவைகளின் கீச்சுக்குரல் போல விவாதித்துக்கொண்டிருக்கிறார்கள்.

'பாப், நானொன்றும் குழந்தையல்ல. நீ இஸ்ரேலியர்களோடு மதிய உணவு அருந்திக்கொண்டிருக்கிறாய். புலிகளையும் சந்தித்துக்கொண்டிருக்கிறாய். மேலும் ஆயுதக் கடத்தல் பற்றிய செய்திகளையும் நீ பதிவு செய்வதில்லை என்பது என் யூகம்.'

'நீ ஏதேனும் கூறவிரும்புகிறாயா ஜோனி? மாலி நமது நண்பன்.'

'இல்லை என்று நான் சொல்லவில்லை.'

'நான் இங்கே வியாபாரம் செய்ய மட்டுமே வந்திருக்கிறேன்.'

'நீ பத்திரிகையாளன் என்று நினைத்தேன்.'

இணைப்பு துண்டிக்கப்பட்டது, றொபர்ட் சட்வொர்த் அவரது மேசையிலுள்ள பீரையும் போர்வைக்குள் படுத்திருக்கும் பெண்ணையும் பார்த்துவிட்டு இரண்டையும் தொடுவதைத் தவிர்க்க முடிவு செய்கிறார்.

***

அவர்கள் மரத்தால் இழைக்கப்பட்ட அலுவலகத்தில் இருக்கின்றனர், ஐ.தே.க.வைச் சேர்ந்த பிரதான நபர்களின்

புகைப்படங்கள் சுவர்களை அலங்கரித்திருக்கின்றன. டி.எஸ். சேன நாயக்கா, டட்லி சேன நாயக்கா, சர் ஜோன், ஜே.ஆர், கற்பனைத்திறனோ, இந்தத் தீவை புகழை நோக்கி அழைத்துச்செல்ல வேண்டுமென்ற எண்ணமோ இல்லாத, சிறப்புரிமை பெற்ற இழிந்தவர்களின் பழமையான தொகுப்பு. துர்நாற்றம் போல் அறையைச் சுற்றிச் சுழன்று சீமைநூக்கு மேசையில் அமர்கிறாய், இருவரையும் குத்த விரும்புகிறாய், ஆனால் அவர்களால் கேட்கமுடியாத சாபங்களைக் கக்குவதில் முடித்துக்கொள்கிறாய். மேசையில் கோப்புகள் மற்றும் உறைகள் உள்ளன, அவற்றுடன் அந்த அறையிலிருக்கும் யாருக்கும் சொந்தமில்லாத, உயிர்ப்புடனுள்ள காலணிப்பெட்டி.

'இது மலிந்த அல்மேதாவைப் பற்றியது என்று யூகிக்கிறேன்.'

'இது சிஎன்டிஆருக்குச் சொந்தமான புகைப்படங்கள் பற்றியது,' என்கிறாள் எல்ஸா மாதங்கி.

'நான் அந்தப் புகைப்படங்களைப் பார்த்தேன். நீ சிறைக்கு அனுப்பப்படாதது உன்னுடைய அதிர்ஷ்டம்.'

'எங்களுக்குச் சொந்தமானது மட்டுமே எங்களுக்கு வேண்டும், சார். மீதமுள்ளவற்றை நீங்களே வைத்துக்கொள்ளலாம்.'

'மிகவும் பெருந்தன்மையான செயல். யார் இவற்றைப் பிரசுரிக்கப் போவது?'

'நாங்கள் பத்திரிகைகாரர்கள் அல்ல.'

'இவை '83ஐச் சேர்ந்தவை என்பதாவது நமக்குத் தெரியுமா?'

'வேறு எந்தக் காலகட்டத்திலிருந்து வந்திருக்க முடியும்?'

'83 கலவரங்களைச் சுற்றியுள்ள பிரபலமான கட்டுக்கதைகள் என்னவென்றால், அவை வடக்கில் புலிகளால் கொல்லப்பட்ட பதிமூன்று வீரர்களின் இறுதிச்சடங்கின்போது பொரளை மயானத்தில் தொடங்கின, அக்காலகட்டத்தில் அது மிகப் பெரிய தாக்குதல். துரதிர்ஷ்டமான அந்தப் பதிமூன்று எனும் எண், அப்போதிருந்து உருவான பிணங்களின் ஆறுகளுடன் ஒப்பிடும்போது சிறுசண்டையாகத் தோன்றுகிறது. உண்மையில், கலவரம் கிட்டத்தட்ட இதுபோன்ற ஓர் அலுவலகத்தில் உருவானது, குடிபோதையிலிருக்கும் சாரோங்

அணிந்தவர்களுக்காகத் தேர்தல் படிவங்களைப் பிரதியெடுக்கும் சூட் அணிந்த கோபமான ஆண்களால்.

'உன்னிடம் மிகப் பெரிய புகைப்படத் தொழிற்கூடம் இருப்பதுபோல் தெரிகிறது. முகங்களையும் பிற விடயங்களையும் எப்படிப் பெரிதாக்கினாய்?'

'அதையெல்லாம் மலிந்த கவனித்துக்கொண்டான். அவனிடம் ஓர் இளைஞன் இருப்பதாகக் கூறினான்.'

'நான் குடுமி வைத்திருக்கும் சீனனல்ல. இதை ஏன் உன்னிடம் ஒப்படைக்க வேண்டும்?'

பெட்டியைத் திறந்து உறைகளைக் கையில் எடுக்கிறார். ஏஸ், ராஜா, ராணி, ஜாக், பத்து. வெவ்வேறானவை. ராயல் ஸ்ட்ரெய்ட்.

எல்ஸாவின் இப்போதுள்ள தோற்றம் உனக்கு முன்பே அறிமுகமானது. அவள் நல்லுறவைக் கருத்தில் கொள்கிறாள் ஆனால், அதற்கெதிராக முடிவெடுக்கிறாள்.

'ஜூலை '83க்கான பொறுப்பேற்றுக் கொள்ளல் இல்லை. விடயங்களை மறந்துவிடுவது அவற்றை அழிப்பதில்லை. ஒரு கொலையாளியையாவது நீதியின்முன் நீங்கள் நிறுத்தினால், தமிழர்களின் நம்பிக்கையை மீண்டும் வென்றெடுப்பீர்கள். அது இல்லாமல் இந்தப் போரில் நீங்கள் ஒருபோதும் வெற்றிபெற முடியாது.'

அமைச்சர் 'ஸ்பேட்ஸ் ராணி' என்று எழுதப்பட்ட உறையை எடுத்துத் தலைகீழாகக் கவிழ்க்கிறார். புகைப்படங்கள் அவள் முன் விழுகின்றன. ஃப்யூஜிகோடாக் கடையில் விரானால் நெருக்கத்தில் பிரதியெடுக்கப்பட்ட ஒவ்வொரு புகைப்படத்திற்கும் தாராளமான கட்டணம் மற்றும் பாராட்டும் வகையிலான வாய்மைதுனம் கொடுக்கப்பட்டது. நடனமாடும் சாத்தான், கட்டையை ஏந்திய மனிதன், பெட்ரோல் கேனுடன் இருக்கும் இளைஞன், பழுப்பு நிற வெட்டுக்கத்தியை ஏந்தியுள்ள மிருகம். கிட்டத்தட்ட அடையாளம் காணக்கூடிய வகையில் முகங்கள் பெரிதாக்கப்பட்டுள்ளன.

'இவை பொதுப் பார்வைக்கு வந்தால், இந்த நாடு மீண்டும் பற்றியெரியும். அதுதான் நீங்கள் விரும்புவதா?'

மூன்றாம் நிலவு

திரும்பக் கேட்கப்படமாட்டாது என்ற நம்பிக்கையில் எல்ஸா அவற்றைச் சேகரிக்கிறாள். மனிதர்கள் மற்ற மனிதர்கள் மீது தீவைக்கும் கருப்பு வெள்ளைப் புகைப்படங்கள் மேசையை நிறைக்கின்றன. எல்ஸா அவற்றைச் சேகரித்துக் கொண்டிருக்கும்போது அமைச்சர் அவற்றிலிருந்து இரண்டு புகைப்படங்களை எடுக்கிறார். தனது விலையுயர்ந்த கதிரையில் அமர்ந்து அவற்றை உயர்த்திப் பிடிக்கிறார்.

'இவை குறித்து என்ன திட்டம் வைத்திருக்கிறாய்?'

ஒன்று மற்றொன்றின் பெரிதாக்கப்பட்ட பிரதி. அசல் புகைப்படத்தில் நிர்வாணமாக இருக்கும் தமிழர் ஒருவரைச் சூழ்ந்திருக்கும் இளைஞர்கள் கட்டையால் தாக்குகின்றனர். பின்புறத்தில் ஒரு பென்ஸ் வண்டி, அதன் எண் பலகை தெளிவாக இல்லை, ஆனால் பின்னிருக்கையில் அமர்ந்திருக்கும் மனிதன் தெளிவாகத் தெரிகிறான். திறந்திருக்கும் ஜன்னல் வழியாக நடக்கும் வன்முறையைக் கவனித்துக்கொண்டிருக்கிறான். அவனது உணர்வுகள் புரிந்துகொள்ளும்படியாக இல்லை, வாய் இறுக மூடியிருக்கிறது. மற்றொன்று நெருக்கத்தில் பெரிதாக்கப்பட்ட அதே மனிதனின் மங்கலான புகைப்படம். அமைச்சர் சிறில் விஜேரத்ன அதைக் கையில் பிடித்தபடி சீறுகிறார்.

'இது குறித்து என்ன திட்டம் வைத்திருக்கிறாய்?'

புன்னகைத்து விடக் கூடாது என்ற புத்திசாலித்தனமான தேர்வுடன் 'அது நீங்கள்தான் என்று ஒப்புக்கொள்கிறீர்களா?' என்கிறாள் எல்ஸா.

'மிகவும் கவனமாகப் பேச வேண்டும் மிஸ். கும்பல்களை ஏற்பாடு செய்ததாக என்மீது குற்றம் சாட்டும் முதல் நபர் நீ அல்ல. ஏதோ நான் அவ்வளவு சக்தி வாய்ந்தவன் என்பதுபோல. இந்தக் கும்பல் வெறியிலிருந்தது, வருத்தத்திற்குரியதாகத் தமிழர்கள் பாதிக்கப்பட நேர்ந்தது. அவ்வளவுதான்.'

'அப்பாவித் தமிழர்கள்.'

'அது மிகவும் வருந்தத்தக்கது.'

'ஏன் நீங்கள் அதை நிறுத்த முயலவில்லை.'

'1983 உங்களவர்களின் தவறு, என்னுடைய தவறல்ல,' என்கிறார் அமைச்சர். 'உறங்கும் சிங்கத்தை எழுப்புவீர்களேயானால் அது உங்களைக் கடித்துக் குதறும். எப்போதும் அதை நினைவில் வையுங்கள்.'

'அந்தக் கும்பலுக்கு தமிழர்களது வீடுகள் எங்கே இருக்கின்றன என்பது எப்படித் தெரியும்?'

'நீ உன்னிடமிருக்கும் சீட்டுகளைச் சரியான முறையில் விளையாடவில்லை, மிஸஸ் மாதங்கி.'

'மிஸ்.'

'நான் இந்தப் புகைப்படங்களை உன்னிடம் கொடுக்க நினைக்கிறேன். நிச்சயமாக, இந்த இரண்டைத் தவிர.'

'நிச்சயமாக.'

'ஆனால் இவற்றின் படச் சுருள்கள் எனக்கு வேண்டும். எங்கே அவை?'

'மாலியின் பெண் தோழி மற்றும் ஆண் தோழனுக்குத் தெரிந்திருக்கலாம்.'

'அவர்கள் ஸ்டான்லியின் பிள்ளைகள். என்னால் அவர்களைத் தொட முடியாது.'

'அவர்களில் ஒருவரை உங்களால் தொடமுடியும்.'

'எனக்கு அந்தப் படச்சுருள்களைக் கொடுத்தாயென்றால் மற்ற இந்தப் புகைப்படங்களை நீயே வைத்துக்கொள்ளலாம்.'

'என்னிடம் படச்சுருள்கள் இருந்தால் எனக்கு இவை தேவையில்லை.'

'எனக்கு வேறொரு உதவியை உன்னால் செய்ய முடியும்.'

எல்ஸா அமைச்சரின் புன்னகையைப் படிக்க முயற்சி செய்துகொண்டு ரூபாய் மதிப்பு குறைவதற்குக் காத்திருக்கிறாள்.

***

உட்கூரையின் மேல் மிதந்துகொண்டு, இஸ்ரேலியத் தளவாடங்களை விற்கும் பிரித்தானிய ஆயுதத் தரகர் பற்றி

எல்ஸா மாதங்கியிடம் மந்திரி சிறில் கூறுவதைப் பார்க்கிறாய், அத்தரகரிடம் அரசாங்கம் பேச விரும்புகிறது. ஆனால் புதிய சீன ஒப்பந்தப்படி அவ்வாறு செய்ய முடியாது. அவற்றைப் பயன்படுத்திப் புலித்தலைமையை சுப்ரீமோவிடமிருந்து பறிக்கவேண்டும் என்ற நிபந்தனையோடு அந்த ஆயுதங்களை கர்னல் மஹத்தையாவிடம் கொடுக்கலாம் என்று அவளிடம் கூறுகிறார். ஆனால் மஹத்தையா ராணுவத்தையோ பிரித்தானியரையோ நம்பவில்லை. எனவே அரசுக்கு ஓர் இடைத்தரகர் தேவை.

'இதை உன் துணையான குகராஜாவிடம் சொல்லாதே. எங்களுக்குக் கிடைத்திருக்கும் தகவல்படி அவன் புலிகள் மற்றும் இந்திய உளவுத்துறையுடன் தொடர்பிலிருக்கிறான்.'

'இது எனக்குத் தெரியாது என்று நினைக்கிறீர்களா?'

'பதிலுக்கு உன்னுடைய புகைப்படங்கள் அனைத்தும் உனக்குக் கிடைக்கும், அதாவது இந்த இரண்டைத் தவிர. மேலும், நீ சிறைப்படுத்தப்பட மாட்டாய். உன்னுடைய சூழ்நிலையில் இருக்கும் ஒருவருக்கு இதுபோன்ற வாய்ப்பு கனவில் மட்டுமே கிடைக்கும். உனக்குக் கிடைக்கக் கூடிய ஆகச் சிறந்த வாய்ப்பு இது.'

'எனக்குக் கிடைக்கப்போவது என்னவென்றால் கொல்லப்படுவது மட்டுமே. உங்களால் அல்லது அவர்களால்.'

'நாங்கள் கெட்டவர்களை மட்டுமே கொல்கிறோம். அரசாங்கத்தை அச்சுறுத்தும் மனிதர்களே கெட்டவர்கள், அநேகமாக மிக மோசமானவர்கள்.'

"83இல் இறந்தவர்களின் நிலை என்ன?"

'1983 என்பது நீண்டகாலம் முன்பு என்று உனக்குத் தெரியும். அதை இப்போது பேசுவதில் மிகக் குறைந்த அளவு அர்த்தமே உள்ளது. அது மீண்டும் நடக்க வேண்டும் என்று நீ விரும்பினாலே தவிர.'

'ஒருவேளை நான் படச்சுருள்களைக் கனடாவுக்கு எடுத்துச் சென்று பத்திரிகைகளிடம் கொடுத்து இலங்கை அரசாங்கம் பயங்கரவாதிகளுக்கு ஆயுதங்களைக் கொடுக்கிறது என்று வெளிப்படுத்தினால் என்ன?'

‘ஆனால் நீ அதைவிடப் புத்திசாலி. இந்த அலுவலகத்தை விட்டு வெளியேறுமுன் எனக்கு உன் முடிவு தெரியவேண்டும்.’ அமைச்சர் ‘அப்படியாகில்’ என்ற சொல்லைப் பயன்படுத்தியிருக்கலாம், ஆனால், அதற்கான தேவையில்லை. மிரட்டல்களை வார்த்தையாக்காமல் தெரிவிப்பதுதான் அதிகாரம்.

‘ஒருவேளை சிஎன்டிஆர் இதற்கு ஒப்புக்கொண்டால், இந்தியா வெளியேறவேண்டும் என்று விரும்புகிறோம். மேலும் தமிழர்கள் பாதுகாக்கப்பட வேண்டும்.’

‘சிஎன்டிஆர் எல்லாம் இல்லை. நீ மட்டும்தான். அல்மேதாவை மறந்துவிட்டாய் போலத் தெரிகிறது. நாங்கள் அவனைக் கொல்லவில்லை. ஆனால், உன்னைப் பற்றி அல்லது உன் குகாவைப் பற்றி அப்படி எங்களால் உறுதியாகச் சொல்ல முடியாது.’

‘நாங்கள் அதுபோன்ற தொழிலில் இல்லை, சார்.’

‘சக ஊழியரை இழந்ததற்காக நீ வருத்தப்படுவது போல் தெரியவில்லை.’

‘நாங்கள் பல சக ஊழியர்களை இழந்திருக்கிறோம், சார். இதற்குப் பழகிவிட்டோம்.’

‘நானும் அப்படித்தான், என் அன்பே,’ என்கிறார் ஒரு பெரிய மனிதரின் மகனும் இறகினாலான மலைப்பாம்பு அணிந்த இளைஞனின் மாமாவும் ஆனவர். ‘அதை ஒருபோதும் மறந்து விடாதே.’

‘என்னால் இயன்றதை முயற்சி செய்கிறேன்.’ எல்ஸா ஒருபோதும் சீட்டு விளையாடியதில்லை, இருப்பினும் அவளதில் சிறந்து விளங்கியிருப்பாள்.

‘உனக்கு இந்த வார இறுதிவரை அவகாசம். அதுமட்டுமே உனக்குக் கிடைக்கும். எனக்குப் படச்சுருள்கள் வேண்டும், அதோடு ஞாயிற்றுக்கிழமை நடக்கின்ற சந்திப்பில் நீ இருக்கவேண்டும்.’

‘புகைப்படங்களை இப்போது எடுத்துக்கொள்ளலாமா?’

அமைச்சர் தொலைபேசியை எடுத்து ஓர் உத்தரவை உறுமுவதைப் பார்க்கிறாய். காவல்துறையினர் அல்லது ராணுவம் அல்லாத,

கருப்பு உடையிலிருக்கும் ஆயுதம் தாங்கிய நபர்கள் எல்ஸா மாதங்கியை அறையைவிட்டு அழைத்துச் செல்ல வருகிறார்கள். ஒருவன் மட்டும் பின்தங்கி உறைகளை எடுத்துவைக்கிறான். அறையைவிட்டு வெளியே தள்ளப்படும்போது எல்ஸா தனது புன்னகையைக் கைவிட்டு, தலையை அசைத்தபடி வெளியேறுகிறாள்.

அமைச்சர் தொலைபேசியை வைத்துவிட்டுத் தலையசைக்கிறார். 'நாற்பத்தெட்டு மணி நேரம். இப்போது தொடங்குகிறது. எனக்குப் படச்சுருள்களும் இப்போது உன் முடிவும் வேண்டும். அதுவரை புகைப்படங்களை வைத்திருப்பேன்,' என்கிறார்.

***

'இன்னும் ஒரு தொலைபேசியழைப்பு மாலி அல்மேதாவைப் பற்றி வந்தால் உன்னை, ஆமாம் உன்னைத்தான்-யாழ்ப்பாணத்திற்கு இந்தியர்களிடம் எடுபிடி வேலைசெய்ய அனுப்பிவிடுவேன்.'

கடிதத்தைத் திறப்பதற்குச் சமையலறைக் கத்தியைப் பயன்படுத்தி, விரலின் நுனியைக் கிட்டத்தட்ட வெட்டிக்கொண்டார்.

'நாசமாய்ப்போன தேவடியா மகன். அந்த ஹோமோவின் ஆவி என் நாளைக் கெடுப்பதற்காக இங்கே இருக்கும் என்று பந்தயமே கட்டுவேன்.'

அவருக்கு மட்டும் தெரிந்திருந்தால், என்று நினைத்துக்கொள்கிறாய். ஒருவேளை தெரிந்திருந்தால்.

'மெண்டிஸ், நான் சொல்வது கேட்கிறதா?'

'ஆமாம் சார்,' மூலையில் கோப்புகளை ஒழுங்கமைக்கும் பருமனான சிற்றலுவலரிடமிருந்து மருண்ட கீச்சுக்குரல் வருகிறது.

'பார்வையாளர்கள் இருப்பதாகச் சொன்னாயோ?'

'ஆமாம் சார். இரண்டு காவல்துறையினர்.'

'அவர்களை அனுப்பு. யாரென்று-உனக்கு-தெரிந்தாலே தவிர மற்ற நாசமாய்ப்போன தொலைபேசி அழைப்புகளை நிறுத்தி வை.'

'சரி, சார்.'

பருமனான அந்த மனிதன் கோப்புகள் வைக்கும் அலமாரிக்கு அருகேயுள்ள கதவு வழியாக வெளியேறுகிறான். நீள் சதுரமான அந்த அறை, கலைந்து கிடக்கும் கோப்புகள், வரைபடங்கள் மற்றும் ஆயுதங்கள் வைக்கப்பட்டிருக்கும் மேசைகளோடு குழப்பமாக இருக்கிறது. யூஸி, கலாஷ்னிகோவ், 38 பிரௌனிங், சில கையெறிகுண்டுகள் மற்றும் டம்டம் தோட்டாக்கள் ஆகியவை கண்ணாடிப்பெட்டியில் வைக்கப்பட்டு அதன் பூட்டில் சாவியுடன் அமர்ந்துள்ளன. மூலையிலுள்ள மேசையில் பல தொலைபேசிகள், 'மேஜர் ராஜா உடுகம்பொல' என்ற பெயர்ப்பலகை. முன்பு நீ இந்த மேசையில் அமர்ந்து உதவிகளைக் கேட்டு பதிலுக்கு உத்தரவுகளைப் பெற்றிருக்கிறாய்.

பருமனான மனிதன் இரண்டு காவல்துறை அதிகாரிகளுடன் திரும்புகிறான். ஒருவர் தடித்த உடலுடன் அமைதியாக இருக்கிறார், மற்றவர் ஒல்லியான உடலமைப்புடன் அதிகம் பேசுபவராக. மேஜர் தொடர்ந்து கத்தியை வைத்துக் கடிதங்களைத் திறந்தபடி அவர்களைப் பார்த்து முகம் சுளிக்கிறார்.

'ஏஎஸ்பி ரஞ்சகொட. புலனாய்வாளர் காசிம். சிபாரிசு செய்யப்பட்டதால் உங்களைத் தேர்ந்தெடுத்திருக்கிறேன். உங்களுக்கு அதிக வேலைகள் இருக்கின்றன.'

'சார்!'

அவர்கள் விறைப்பாக நின்றபடி பெரிய மனிதரின் பார்வையைத் தவிர்க்கின்றனர்.

'லியோவில் எவ்வளவு குப்பை மிச்சம் இருக்கிறது?'

'எழுபத்து ஏழு,' என்று கத்துகிறார்.

'பொய் சொல்லாதே. நாற்பத்து சொச்சம் என்று நினைத்தேன்.'

'கடந்த வாரம் இன்னும் நிறைய வந்திருக்கிறது, சார்,' என்கிறார் ரஞ்சகொட.

'ஊரடங்கு உத்தரவு வேண்டுமென்று கேட்டிருக்கிறேன். அமைச்சர் இப்போது தொலைபேசியில் அழைப்பார். நீங்கள் போக்குவரத்தை மேற்பார்வையிடுவீர்கள். இடுகாட்டில் எஸ்டிஎஃப் பொறுப்பேற்கும். போதுமான வாகனங்கள் உங்களிடமுள்ளதா?'

'எங்களிடம் மூன்று லொறிகள் இருக்கின்றன.'

'சை! போதாது. என்னால் சாரதிகளைப் பெறமுடியும். ஒருசில நடைகள் போய்வர வேண்டியிருக்கும். அதேசமயம் சில மோசமான கதைகளையும் கேள்விப்படுகிறேன்.'

'சார்?'

'நாம் குற்றவாளிகளை வேலைக்கு எடுக்கிறோம் என. உடல்களைப் பூனைகளுக்குத் தின்னக்கொடுக்கிறோம் எனப் பேச்சு நிலவுகிறது. அது பொய்யாக இருப்பது நல்லது.'

'குப்பை அள்ளுபவர்கள் கிடைப்பது சிரமம், சார். யாரையும் நம்பமுடியாது. நம்முடைய ஆட்கள் துறவிகள் அல்லதான், ஆனால் கொலையாளிகளோ அல்லது போதைமருந்து விற்பவர்களோ அல்ல.' ரஞ்சகொட பேசிக்கொண்டிருக்கும்போது காசிம் தரையை உற்றுப் பார்த்துக்கொண்டிருக்கிறார்.

'நல்லது.'

'பூனைகள் விடயம் பற்றி எனக்கு எதுவும் தெரியாது, சார்.'

'சரி, பார்ப்போம். வேலையை முடியுங்கள். இப்போது இங்கிருந்து வெளியேறுங்கள்.'

காவலர்கள் வெளியேறும்போது தொலைபேசிகளில் ஒன்று ஒலிக்கிறது. வெளியே வரவேற்பறையில் அஞ்சலுறைகளைப் பரிமாறிக்கொண்டிருப்பதான பகற்கனவிலிருந்து திடுக்கிட்டு வெளிவருகிறாய். இந்த அறைக்கு இரண்டுமுறை மட்டுமே அழைக்கப்பட்டிருக்கிறாய். ஒருமுறை உன் முயற்சிகளைப் பாராட்டுவதற்காக மற்றொருமுறை உன்னுடைய சேவை இனி தேவையில்லை என்று தெரிவிக்கப்படுவதற்காக.

தொலைபேசியருகே ஒரு விளக்கு மினுங்குகிறது, மேஜர் தொலைபேசியை எடுக்கிறார்.

'யெஸ்?'

'தயவுசெய்து, நான் மேஜர் ராஜா உடுகம்பொலவுடன் பேச முடியுமா?'

'யார் பேசுவது?'

'என் நண்பரின் முகவரிப்புத்தகத்தில் இந்த எண் இருக்கிறது.'

'யார் உனது நண்பன்?'

'மலிந்த அல்மேதா.'

க்ளிக்.

'மெண்டிஸ்!'

அவர் தொலைபேசியை அறைந்து வைத்துவிட்டு சிற்றலுவலர் நீண்ட தாழ்வாரத்தின் உள்ளே வருவதற்குக் காத்திருக்கிறார்.

'முட்டாள் குரங்கே! அழைப்புகள் வேண்டாம் என்றுதானே சொன்னேன்.'

'சார், அது உங்களது தனிப்பட்ட எண்.'

'ஆனால் யாருக்கும் இந்த எண் தெரியாது.'

தொலைபேசி அருகே மீண்டும் விளக்கு ஒளிர்கிறது.

'சரி வெளியே போ!'

அலுவலர் வெளியேறி கதவை மூடும்வரை காத்திருக்கிறார்.

'ஹலோ.'

'உங்களுக்கு மலிந்தவை எப்படித் தெரியும்?'

'மிஸ், இது இலங்கை ராணுவத்தின் தலைமையகம். இந்த எண் ரகசியமானது. உன்னைத் தேடிக்கண்டுபிடித்து காவலில் வைத்துவிடுவேன்.'

'ஏன் மாலி இந்த எண்ணை வைத்திருக்கிறான்?'

'நான் மேஜர் ராஜா உடுகம்பொல. நான் பத்திரிகையில் அறிக்கையொன்றை அளித்திருக்கிறேன். அல்மேதா ராணுவத்தில் புகைப்படக்காரனாக 1984 முதல் 1987 வரை இருந்தான். நான் தனிப்பட்டமுறையில் அந்த முட்டாளைச் சந்தித்ததே இல்லை. அவனுக்கு ராணுவத்தோடு கடந்த மூன்று வருடங்களாக எந்தத் தொடர்புமில்லை. நீ மறுபடியும் அழைத்தால், நான் உன்னைப் படுகொலை செய்வேன்.'

தொலைபேசியை அறைந்து வைத்துவிட்டு தனது மேசையை ஒழுங்குபடுத்துகிறார். கடிதங்களைத் தட்டில் வைத்து உறைகளைக் குப்பைத் தொட்டியில் திணிக்கிறார். உடனடியாகத் தொலைபேசி ஒளிர்கிறது. மேஜர் கெட்ட வார்த்தை ஒன்றைப் பயன்படுத்த இருந்து அதைச் செய்யாததற்கு மகிழ்ச்சி கொள்கிறார்.

தொலைபேசியின் மறுமுனையிலிருந்த குரல் தாழ்வாரம் முழுக்கக் கேட்கும் அளவிற்குச் சத்தமாக ஒலிக்கிறது.

'ஆஹ், ராஜா. நான் உனக்கு ஆதரவு தரவில்லை என்று சொல்லாதே, சரியா?'

'சார், இந்த உதவியை மிகவும் பாராட்டுகிறேன்.'

'உன்னுடைய ஊரடங்கு உத்தரவு உனக்குக்கிடைக்கிறது. நள்ளிரவு முதல் நள்ளிரவு வரை. அது போதுமானதாக இருக்க வேண்டும்.'

'ஆமாம், சார். போதுமானதை விட அதிகம். நன்றி, சார்.'

'ஜனாதிபதி என்னிடம் ஏனென்று கேட்டார்?'

'சார் என்ன சொன்னீர்கள்?'

'நான் அவரிடம் சொல்லிவிட்டேன்.'

'பிறகு?'

'அவர் "இருபத்து-நான்கு மணிநேரம் போதுமென்று உறுதியாகத் தெரியுமா" என்று கேட்டார்.'

சிரிப்பு ஓர் இசை என்பார்கள், ஆனால் அது நமக்கு நாமே ஊட்டிக்கொள்ளும் ஆயிரம் பொய்களில் ஒன்று. சில சிரிப்புகள் சுவையார்வம் மிக்கவை, சில வெறுப்பூட்டுபவை, சில இரத்தத்தை உறையவைக்கும். மேஜர் ராஜா உடுகம்பொல மற்றும் அமைச்சர் சிறில் விஜேரத்ன இருவரும் ஒருமித்த குரலில் கெக்கலிக்கும் சத்தம், சமீபத்தில் சோதிக்கப்பட்ட உன் காதுகளைத் தாக்கிய இசைகளிலேயே அசிங்கமானது.

'அப்புறம் இன்னொரு விடயம்.'

'சொல்லுங்கள் சார்.'

'மற்றொருவரை அழைத்துக்கொள்ள வேண்டும்.'

'உங்களிடம் பெயர் இருக்கிறதா, சார்?'

'எல்ஸா மாதங்கி. எங்கே இருக்கிறாள் என்றால்...'

'எனக்குத் தெரியும் சார். லியோ விடுதி.'

'அவளைக் கண்காணிப்பில் வை. நான் தொலைபேசியில் சொன்னதும் அவளை அழைத்துக்கொள்ளத் தயாராக இரு.'

'எவ்வகையான விருந்தினர் சார்?'

'அவளுக்கு ராஜ உபசரிப்பு கொடு.'

'விபரமா அல்லது தண்டனையா?'

'இரண்டும்.'

'அப்படியென்றால் முகமூடி அணிந்தவனைப் பயன்படுத்துகிறேன்.'

'எந்த அரக்கனை வேண்டுமானாலும் பயன்படுத்து. ஆனால் விடயத்தைக் கெடுத்துவிடாதே.'

கண்டு மகிழ்ந்து ரீங்காரமிட்டுக்கொண்டிருக்கும் ஈக்களால் காற்று அடர்த்தியாகிறது. வேலையில் ஈடுபட்டுள்ள ஆண்கள் கனமான முகமூடிகளை அணிந்திருக்கின்றனர், பெரும்பாலும் பழைய சாரோங்குகளைக்கொண்டு வழிப்பறிக் கொள்ளையர்கள் அல்லது கொலையாளிகள்போல வாய் மற்றும் மூக்கை மூடிக்கொண்டுள்ளனர், அவர்களில் கணிசமானவர்கள் அதுதான்.

உன் கேமரா உன்னிடம் இருந்திருக்க வேண்டுமென்று விரும்புகிறாய், படச்சுருள்களை உருத்துலக்க ஏதாவது இடம் இருக்கவேண்டும். படங்களைக் காட்ட யாராவது இருக்கவேண்டும் என்று நீ விரும்புவது போல, உனக்கு அதிகமான காலம் இருக்கவேண்டும், அக்கறைகொள்ள ஏதாவது வேண்டும் என்று விரும்புவதைப் போல. உன்னைக் கொன்றது யார் என்பது தெரிந்திருக்க வேண்டும் என்று நீ விரும்புவது போல. யாரும் சீருடையில் இல்லை, இருப்பினும் சிலர் சிப்பாய்களைப் போல நிமிர்ந்து, விரைவாக, சிறு உரையாடல்கள் அல்லது இடைநிறுத்தத்துடன் நகர்ந்து கொண்டிருக்கிறார்கள்.

வாயிலில், இரண்டு காவல்துறையினர் மற்றும் ராணுவமும் அல்லாத காவல்துறையும் அல்லாத இருவர், அடையாள அட்டைகளைச் சரிபார்த்து எழுதி வைத்துக்கொள்கிறார்கள். சக்கரப் படுக்கைகள் மற்றும் தள்ளுவண்டிகளின் பெருங்குழப்பத்திலும் ஒழுங்கு மற்றும் அமைப்பு இருப்பதற்கு இது தனியுதாரணம். சிலர் கையுறைகளை அணிந்திருக்கிறார்கள், மற்றவர்கள் பொலிதீன் பைகளை அணிந்திருக்கிறார்கள். சிலர் காலணிகளை, மற்றவர்கள் செருப்புகளை அணிந்திருக்கிறார்கள். உடல்கள் பலகைகளில் வைக்கப்பட்டு, சுடலைக் கோபுரங்களை நோக்கிச் செல்லும்போது முனகல்களைத் தவிர வேறெந்த உரையாடலும் இல்லை. முனகல்கள் உடலைச் சுமப்பவர்களிடமிருந்து, அவற்றைக் கவனித்துக்கொண்டிருக்கும் ஆவிகளிடமிருந்து வெளிப்படுகின்றன.

கருப்பு உடையில் இருப்பவர்கள் உத்தரவுகளைப் பிறப்பித்துக் கத்திக் கொண்டிருக்கிறார்கள், உடல்கள் நேராக அடுக்கப்பட்டிருக்கின்றனவா என்று சோதிக்கிறார்கள். ஒரு தள்ளுவண்டி கவிழ்ந்தால் அது பின்னால் வந்துகொண்டிருக்கும் இலங்கையர்களின் வரிசையை நிறுத்திவிடும்.

தற்போது வந்துள்ள பாரவண்டி வாகன நிறுத்தத்தில் சரக்குகளை இறக்கிக்கொண்டிருக்கிறது, இரண்டாவது வண்டியின் பாதி

சரக்குகள் தள்ளுவண்டியில் ஏற்றப்பட்டுவிட்டன, மூன்றாவது வண்டி சுடலையிலிருந்து காலியான சக்கரப்படுக்கைகளை நிரப்பிக்கொள்கிறது. மூன்றாவது பாரவண்டியை நோக்கி மூன்று நபர்கள் நடந்து கொண்டிருக்கின்றனர், அவர்களது பாதி முகங்கள் மறைக்கப்பட்டுள்ளன, மனிதர்கள் என்பதைக் காட்டிலும் அதிக கால்நடைத்தனமான, பொதுமனிதர்களைக் காட்டிலும் காட்டுமிராண்டித்தனமான அவர்களின் மெதுவான, வீறாப்பான நடையிலிருந்து மட்டுமே அவர்களை அடையாளம் காணமுடியும். பலால் மற்றும் கொத்து இருவரும் எருமைகளைப் போல் அசைந்து செல்கின்றனர்; சாரதிமல்லி தனது போலிக்காலுடன் தவ்வுநடை போட்டுக்கொண்டிருக்கிறான்.

பெருங்குழப்பத்தின் முனையில், அதிகாரிகள் ரஞ்சகொட மற்றும் காசிம் இருவரும் போக்குவரத்து விளக்குபோல நின்றுகொண்டு குழப்பத்தைக் கையாளும் முயற்சியில் அதற்குப் பங்களிப்பதில் வெற்றிபெற்றுக் கொண்டிருக்கின்றனர். பெரும்பாலான உடல்களின் மீது ஆவிகள் துயின்மோகினி போல் குந்தியமர்ந்திருக்கின்றன, துக்கத்திலிருக்கும் குழந்தையைப் போல் தலைகுனிந்து, மீண்டும் எப்படித் தன்னைக் கூட்டுக்குள் செலுத்திக்கொள்வது என்பதைக் கண்டுபிடிக்க முயன்று கொண்டிருக்கின்றன.

நட்சத்திரங்கள் பாராமுகமாய் இருக்கும், கடவுள்கள் செவிமடுக்க மறுக்கும் சொர்க்கத்தை நோக்கிக் கரும்புகையை உமிழ்ந்துகொண்டிருக்கும் ராட்சதப் புகைபோக்கியை நிமிர்ந்து பார்க்கிறாய். கொழும்புவின் காற்று இந்தப் புகையால் நிறைந்திருப்பதைப் பலமுறை பார்த்தது உனக்கு நினைவிருக்கிறது. இந்தச் சதைக் குவியலில் நீ இல்லை; அதை இப்போது உன்னிடம் இல்லாத எலும்புகளில் உணரமுடிகிறது. தள்ளுவண்டிகளும் சக்கரப் படுக்கைகளும் கோபுரத்தை நோக்கி, சுவரில் அமைந்துள்ள பெரியதுளையை நோக்கி உந்திச் செலுத்தப்பட்டு, உலையில் தள்ளி வெறுமையாக்கப்படுகின்றன. உலையின் நரகத் தீ உடல்களைச் சீறொலி மற்றும் ஏப்பத்துடன் ஏற்றுக்கொள்கிறது, ஒவ்வொரு ஆவியும் புலம்புவது, கேட்பதை நிறுத்தியவர்களுக்கு மட்டுமே கேட்கும்.

வெளியே டயர்களின் கிறீச்சிடலையும் குரலொன்று உரத்து ஒலிப்பதையும் கேட்கிறாய். மேஜர் ராஜா உடுகம்பொல திரளை நோக்கித் தனது கைகளை வீசிக்கொண்டு இருப்பதைப்

பார்ப்பதற்காகச் சுடலையிலிருந்து வெளியே பறந்துவருகிறாய். கிசுகிசுப்புகளால் ஈரப்பதத்துடன் இருக்கும் காற்று மேஜரின் ஏற்ற இறக்கமான குரைப்பொலியால் உடைகிறது.

'கழுதைகளே, என்ன செய்ய முயன்று கொண்டிருக்கிறீர்கள்?'

நீங்கள் கண்களை மூடிக்கொண்டு மேஜரின் உச்சத்தில் ஒலிக்கும் சொல்லுரு மாற்றங்களைக் கேட்டால் வேடிக்கையாகத் தோன்றலாம், பக்ஸ் பன்னிக்கு அவர் சிங்களத்தில் பின்னணிக் குரல் கொடுப்பதுபோல. குனிந்த ஒராங்குட்டான் போன்ற அவரது உடலமைப்பை நீங்கள் பார்க்கும்போதுதான் இந்தக் குரல் உங்கள் மார்பில் இரண்டு முஷ்டிகளாலும் எலும்புகள் நொறுங்கும் விதத்தில் குத்தமுடியும் என்பதை உணர்வீர்கள்.

'நாம் இரண்டு மணிநேரம் தாமதத்தில் இருக்கிறோம், தாயோளிகளே! என்னுடைய ஆட்கள் இதை இறக்கிக்கொள்வார்கள். மீதமிருக்கும் குப்பையை எடுத்து வாருங்கள். இப்போதே! அல்லது உங்கள் அனைவரையும் அந்த நெருப்பில் தள்ளிவிடுவேன்!'

ராணுவமோ காவல்துறையோ அல்லாத கருப்பு உடையணிந்தவர்கள் சாதாரண உடையிலிருக்கும் அதிகாரிகளைப் பார்த்து உறுமியதும் பரபரப்பு தொற்றிக்கொள்கிறது. ரஞ்சகொட, காசிம் இருவரும் பலால் மற்றும் கொத்து இருவரையும் நோக்கிக் கத்துகின்றனர், அவர்கள் சாரதிமல்லியை விரட்டுகின்றனர், அவன் அரசாங்கத்தைச் சபித்துக்கொண்டே அதன் உத்தரவுகளுக்குக் கீழ்படிகிறான். காவலர்கள் அலமலந்து சாரதியுடன் வாகனத்திற்குள் தாவுகின்றனர், குப்பை அள்ளுபவர்கள் வண்டியின் பின்பகுதியை நீரூற்றிக் கழுவுகின்றனர். சிவப்பு, பழுப்பு, மஞ்சள் மற்றும் நீலம் என இறந்தவர்களின் உள்ளூறுப்புகள் உண்டாக்கியிருக்கும் கலைடாஸ்கோப்பைக் கழுவிச் சுத்தம் செய்கின்றனர்.

'எங்கே போகிறோம், சார்?' எஞ்சினை முடுக்கியபடி சாரதிமல்லி கேட்கிறான்.

ரஞ்சகொட அவனைப் பார்த்துக் கூர்மையான பற்களைக் காட்டிப் புன்னகைக்கிறார். 'எங்கேயென்று நினைக்கிறாய்?'

புலனாய்வாளர் காசிம் அமைதியாக இருக்கிறார், ஏஎஸ்பி ரஞ்சகொடவால் அதற்குமேல் தாங்க முடியவில்லை. 'உன்

முகம் பிட்டுப் போல் இருக்கிறது. இவ்வளவு யோசிப்பதில் பயனில்லை. இவர்கள் அனைவரும் பயங்கரவாதிகள் மற்றும் குண்டர்கள்.

'ஆனால் அவர்கள் அப்படி இல்லையே.'

'பார்த்ததும் சொல்லிவிடுவாயா?'

'அவர்கள் இளைஞர்கள். எனக்கு இதில் உடன்பாடு இல்லை. எப்போதும் இருந்ததில்லை. சென்ற ஆண்டு இடமாற்றத்திற்காக விண்ணப்பித்தேன். இன்னமும் காத்துக்கொண்டிருக்கிறேன்.'

'ராணுவத்தை, பொலிஸாரை, அவர்களது குடும்பங்களை ஜேவிபி அச்சுறுத்தியது. நாம் நமது குடும்பங்களைப் பாதுகாக்கிறோம். ஒருவரைக் கொல்லும் வயது உனக்கு வந்துவிட்டது என்றால், இறக்கும் வயதும் வந்துவிட்டது என்றுதான் பொருள்.'

'அவர்களது குடும்பங்கள்? அவர்களை யார் பாதுகாப்பது?'

'தங்கள் குழந்தைகளை அவர்கள் நன்றாக வளர்த்திருக்க வேண்டும். சாரதிமல்லி, தாமதத்திற்கு என்ன காரணம்?'

'இலங்கை முற்றிலுமாக அழிக்கப்படும். முதலில் நெருப்பினால். பிறகு வெள்ளத்தால்,' சாரதிமல்லி தனது உண்மையான காலை நிதானமாக நகர்த்தியபடி முணுமுணுக்கிறான்.

'என்ன சொன்னாய்?'

'ஒன்றுமில்லை.'

பாரவண்டியின் முகப்பின்மேல் அமர்ந்துகொள்கிறாய், உனது பெயர் காற்றில் மிதந்து உன்னை வந்தடைகிறது, அதன் வழக்கமான நாடகத்தன்மை மழிக்கப்படும்போது உன்னால் அதை அடையாளம் காணமுடியவில்லை.

***

'மாலியின் உடலை அவனது குடும்பத்தாரிடம் ஒப்படைக்கும்படி செய்கிறேன்,' என்று ஸ்டான்லி தன் மகனிடம் கூறுகிறார்.

'உடல் என்று எதுவுமில்லை அப்பா,' டிடி தணிந்த குரலில், கண்கள் மினுமினுக்கக் கூறுகிறான்.

'யார் அப்படிச் சொன்னது?'

'ஜநாவின் தடயவியல்.'

'நீ அவர்களைச் சந்தித்தாயா?'

'அவர்கள் என்னைச் சந்தித்தனர்.'

'எங்கே?'

'கலை மைய மன்றத்தில்.'

'நீ அங்கே போகக்கூடாது.'

'ஏன்?'

'அது போதைமருந்து பித்தர்கள் மற்றும் தன்பாலினச் சேர்க்கையாளர்களின் இடம். அது சீக்கிரம் சோதனைக்குள்ளாகும்.'

உன் அப்பாவும் ஸ்டான்லியும் நன்றாக ஒத்துப்போயிருப்பார்கள். கொழுந்துவிட்டெரியும் ஓரினவிரும்பிகளின் உடல்கள் நிறைந்த தீப்பிடித்த வீடு போல. அவர்கள் அத்தைகளைப் போல் உடையணிந்து, ஜாதகங்களை ஒப்பிட்டு, தங்களுடைய மகன்களுக்குத் திருமண ஆடைகள் தேர்ந்தெடுப்பது போலக் கற்பனை செய்து பார்க்கிறாய்.

'நான் எர்த் வாட்ச் லங்கா வேலையை ராஜினாமா செய்யப்போகிறேன்,' என்கிறான் டிடி.

'அது புத்திசாலித்தனமான. முடிவென்று நினைக்கிறேன்,' என்கிறார் அவன் அப்பா. 'நீ நெருக்கமாக இருந்தவன். சிறிதுகால ஓய்வு உன் மனத்தைத் தெளிவாக்கும். நீ தயார் எனும்போது, எப்போது வேண்டுமானாலும் நிறுவனத்தில் சேர்ந்துகொள்ளலாம்.'

'நான் ஜநாவில் வேலையை ஏற்றுக்கொண்டுவிட்டேன்.'

'அப்படியா. இதுவும் சுற்றுச்சூழல் திட்டமா?'

'உடல்களை அடையாளம் காண்பதற்காக உள்ளூரில் தடயவியல் குழு ஒன்றை அமைக்கப்போகிறேன்.'

'அந்த ராஜபக்ச பயலோடு சேர்ந்தா?'

'இந்த அமைப்பு அரசியலற்றதாக இருக்கும்.'

'இந்த நாட்டில் எதுவும் அரசியலற்றதல்ல. நீ முதிர்ச்சியடைய வேண்டுமென்று விரும்புகிறேன், திலன்.'

ஸ்டான்லி முன்னால் குனிந்து தன் கைகளை மகனின் தோள்களில் வைக்கிறார். அவர் உள்ளே கொதித்துக்கொண்டிருக்கிறார். இன்று உனக்குத் தெரிகிறது, ஆனால் டிடியால் அதைப் பார்க்க முடியாது, மேலும் டிடியால் பார்க்க முடியாத அல்லது அறிய முடியாத அல்லது புரிந்துகொள்ள முடியாத விடயங்கள் மூலம் உன்னால் தேவாலயங்களையே கட்டியெழுப்ப முடியும். தந்தை ஆழமான பெருமூச்சு ஒன்றை வெளியிடுகிறார். பார்வைக்கு அவர்கள் இருவரும் ஒத்த உருவத்தோடு இரட்டையர் போல் இருக்கின்றனர்.

'இந்த நாட்டை நாம் சிறப்பானதாக்கவில்லை என்றால், வேறு யார் செய்வார்கள்?' என்கிறான் இளையவன்.

'நீ செய்ய வேண்டியதைச் செய் மகனே,' என்று பெருமூச்சு விடுகிறார் மூத்தவர். 'நீ செய்ய வேண்டியதைச் செய்.'

ஜக்கி சமையலறையிலிருந்து வெளியே வருகிறாள், அப்போதுதான் நீ இருப்பது காலி முக அடுக்ககம் என்பதைப் புரிந்துகொள்கிறாய். அறையில் என்ன வித்தியாசமாக இருக்கிறது என்று வியக்கிறாய், சுவரில் உனது படங்கள் தொங்கிக்கொண்டிருந்த இடங்களில் வெற்றிடத்தைப் பார்க்கிறாய்.

அவள் அப்பா-மகன் தருணத்தை ஊதுகொம்புடனிருக்கும் ஜேவிபிக்காரன் போல, வாக்காளர் பட்டியலுடன் இருக்கும் குண்டர்கள் போலக் கெடுக்கிறாள். முகவரிப் புத்தகம் மற்றும் ஐந்து சீட்டுகளின் பெயர்கள் எழுதப்பட்ட தாளை உயர்த்திப் பிடிக்கிறாள்.

'இவற்றைக் கண்டுபிடித்துவிட்டேன். என்னிடம் அனைத்துப் பெயர்களும் இருக்கின்றன.'

டிடி களைப்பாகவும் கவலையாகவும் தெரிகிறான்.

'என்ன பெயர்கள்? என்ன சொல்கிறாய்?'

'அந்த ஐந்து அஞ்சல் உறைகள், சீட்டுகளின் படங்கள் வரையப்பட்டிருந்ததே...'

'ஆமாம், ஆமாம். அதே சீட்டுகள் முகவரிப் புத்தகத்தில் சில எண்களுக்கு அடுத்ததாக வரையப்பட்டிருந்தன.

'அந்த எண்கள் யாருக்குரியவை என்று எனக்குத் தெரியும்,' என்கிறாள் ஜக்கி.

இதற்காக மகிழ்ச்சி கொள்வதா அல்லது ஜக்கிக்காக அச்சப்படுவதா என்று உனக்குத் தெரியவில்லை. அவர்களது முகங்களைப் பார்க்கும்போது அப்பா அல்லது மகன் இருவருக்கும் அது தெரியவில்லை என்றே தோன்றுகிறது.

ஜக்கி உன்னுடைய முகவரிப் புத்தகத்தில் குறித்து வைக்கப்பட்டிருக்கும் பக்கங்களைத் திறக்கிறாள். 'இதில் ஏஸ் டைமண்ட் இருக்கிறது. அந்த எண் ஜோனி கில்ஹூலிக்குச் செல்கிறது. தூதரகத்திலிருக்கும் ஏமாற்றுக்காரன்.' ஜக்கி தாளில் அந்த எண்ணை வட்டமிடுகிறாள். 'மாலி ஏபியில் வேலை செய்யும் றொபர்ட் சட்வொர்த் என்ற நபரையும் குறிப்பிடுகிறான்.'

'நான் ஏபி உடன்தான் வேலை செய்கிறேன். ஒருபோதும் சட்வொர்த் என்ற பெயரைக் கேள்விப்பட்டதில்லை. 'நீ அந்த விசித்திரமான ஆன்டி மெக்கோவனைப் பற்றி நினைக்கிறாய்.'

'சட்வொர்த்தா?' என்றபடி தலையை ஆட்டுகிறார் ஸ்டான்லி. 'லொக்கீட் சிஸ்டம்ஸுக்கு அந்தப் பெயரில் பிரதிநிதி ஒருவன் இருக்கிறான்.'

'அது என்ன?' என்று கேட்கிறான் டிடி.

'அவர்கள் பெரும்பாலான சார்க் அரசாங்கங்களுக்கு ஆயுதங்களை விற்பவர்கள்.'

'அடுத்து மாலி ஆயுத விற்பனை செய்துகொண்டிருந்தான் என்று சொல்வீர்கள்.'

'என்னால் உறுதியாகச் சொல்லமுடியவில்லை,' என்கிறார் ஸ்டான்லி. 'ஆனால் வாடகை கொடுப்பது ஆயுத வியாபாரிகளுக்குக் கடினமாக இருக்காது.'

அவர் தன் மகனைப் பார்க்க, அவன் பார்வையைத் திருப்பிக் கொள்கிறான்.

‘ஸ்பேட்ஸ் ராணி சினன்டிஆரில் இருக்கும் எல்ஸா மாதங்கிக்குச் செல்கிறது,’ என்கிறாள் ஜக்கி.

‘நீங்கள் விசாரித்தீர்களா, அப்பா?’ என்று கேட்கிறான் டிடி.

‘நான் ஏற்கெனவே சொன்னேன். இம்மானுவேல் குகராஜா இஆர்எஸ் (ஈழ புரட்சிகர மாணவர் இயக்கம்) போன்ற பல்வேறு எல்டிடிஈயின் பதிலி அமைப்புகளோடு தொடர்புள்ளவன். மற்றும் ரா என்கிற இந்திய உளவுத்துறையோடும் தொடர்பு உள்ளவன். யுகேவில் தாக்குதலுக்காகக் கைதுசெய்யப்பட்டான், ஆனால் குற்றச்சாட்டுகள் கைவிடப்பட்டன. எல்ஸா மாதங்கி ரொறன்ரோ பல்கலைக்கழகத்தில் புலிகளுக்காக நிதி திரட்டுபவளாகப் பணிசெய்தவள். சினன்டிஆர் நிறுவனம் கனடா மற்றும் நார்வே அரசாங்கங்களால் நிதியளிக்கப்படுவது. ஆனால் அதேசமயம் அமெரிக்காவின் அமைதிக்கான நிதியையும் பெறுகிறது.’

ஒன்று, ஸ்டான்லிக்கு இளைஞர் நல அமைச்சு தனது வேலையைச் சரியாகச் செய்வதனால் கிடைத்திருக்கிறது அல்லது ஏமாளியான தனது மகனுக்காகக் கதைகளை உருவாக்குகிறார்.

‘அமைதிக்காக என்று அமெரிக்கா நிதி ஒதுக்குகிறதா?’ என்று கேட்கிறான் டிடி.

‘அமெரிக்காவின் போருக்கான நிதி அளவுக்கு இதற்கும் ஒதுக்கீடு இருக்குமா?’ என்று ஜக்கி கேட்டதற்கு யாரும் புன்னகைக்கவில்லை.

‘ஒருவேளை சினன்டிஆர் அமைப்பு எல்டிடிஈக்கள் அல்லது ரா-வின் முகப்பு என்றால், மற்றதை நாம் யூகித்துக்கொள்ள முடியும்.’

‘அப்படி யூகிக்க முடியுமா?’ என்கிறான் டிடி.

‘இருவருமே தங்களது சொந்தப் பணியாளர்களை மௌனமாக்குவதில் தயக்கம் காட்டியதில்லை.’

ஓர் இடைநிறுத்தம் உருவாகிறது, ஜக்கி இருமுகிறாள். ‘ஆர்ட்டின் ஜாக்கி’யில் பின்வரும் பெயர்கள் இருக்கின்றன. பைரன், ஜார்ஜ், ஹட்சன், கின்னஸ், லிங்கன், பிராண்டோ, வைல்ட். பெரும்பாலானவர்கள் தவறான அழைப்பு என்று கூறிவிட்டனர்.

சிலர் அவன் பெயரைக் கேட்டதுமே தொலைபேசியைத் துண்டிக்கிறார்கள்.'

நீ ருசித்த சில ஆண்கள் அவர்களது எண்களை உனக்குக் கொடுத்தனர், அதை எழுதி வைத்தாலும் யாருக்கும் நீ அழைக்கவில்லை. அவர்கள் உன்னுடைய எண்ணைக் கேட்டபோது போலியான எண் ஒன்றைக் கொடுத்தாய், ஆனால் அவர்கள் தங்களைப் புகைப்படம் எடுக்க அனுமதித்த பிறகு.

'ஒருவேளை மற்ற ஜேவிபிக்காரர்களாக இருக்கும். உடலைப் பற்றிக் கேள்விப்பட்டிருப்பார்கள்,' என்கிறார் ஸ்டான்லி.

டிடி மறுப்பாகத் தலையசைத்து முடியைக் கோதிக்கொள்கிறான். 'மாலி அனைவரிடமும் நட்பாக இருந்தான். அது நமக்குத் தெரியும், ஜக்கி. ராஜா மற்றும் பத்து என்பது என்ன?'

'க்ளப்ஸ் ராஜா என்பது நேரடியாக மேஜர் ராஜா உடுகம்பொலவுக்குச் செல்கிறது.'

'உங்களுக்கெல்லாம் பைத்தியமா?' ஸ்டான்லியின் டை காற்றில் மடிகிறது. 'உடுகம்பொல எஸ்டிஎஃபின் தலைவர். அவரது தனிப்பட்ட எண்ணுக்கு அழைத்தாயா?'

'அந்த எண்ணுக்கு முயற்சி செய்தேன்.'

'தயவுசெய்து அவரோடு நீ பேசவில்லை என்று சொல்லிவிடு,' ஸ்டான்லியின் கை நடுங்குகிறது.

'இல்லை,' ஜக்கி தனது பொய்யை விரிவுபடுத்துகிறாள்.

ஸ்டான்லி கண்களைச் சுருக்கி அவளைப் பார்த்துவிட்டு அவள் கூறிய பொய்யை நம்புகிறார்.

'இது விளையாட்டல்ல, ஜக்கி. உடுகம்பொல ஒரு முரடன். அவனது படைப்பிரிவில் சிஐஏவால் பயிற்றுவிக்கப்பட்ட சித்திரவதையாளர்கள் இருக்கின்றனர். நீ முகமூடியைப் பற்றிக் கேள்விப்பட்டிருக்கிறாயா? ஒருவேளை மலிந்த அவரோடு சம்பந்தப்பட்டிருக்கிறான் என்றால் நாம் அமைதியாகப் பதுங்கியிருப்பதே நல்லது.'

'மாலியின் பெட்டிகள் நமக்குத் திரும்பக் கிடைக்குமா?'

'அமைச்சர் விஜேரத்ன எனக்கு உறுதியளித்திருக்கிறார்.'

‘சரி,’ என்கிறாள் ஜக்கி.

‘அந்தப் பெட்டிகளில் என்ன இருந்தது?’

‘நாங்கள் அனைவரும் அதைத் தெரிந்துகொள்ள விரும்புகிறோம். அங்கிள், நீங்கள் அவரை அழைத்தீர்களா?’

‘எத்தனை முறை சொல்வது? நீ நம்பவில்லையா? நான் இப்போதே அவருக்கு அழைக்கிறேன்.’

‘சரி,’ என்கிறாள் ஜக்கி.

ஸ்டான்லி தர்மேந்திரன் உள்ளே நடந்துசென்று தொலைபேசியை எடுத்துப் பார்க்காமலேயே எண்களைச் சுழற்றத்தொடங்குகிறார். அந்த எண்ணில் நிறைய பூஜ்ஜியங்கள், வட்டவடிவுள்ள எண்தட்டு அவரது விரலின் பொறுமையைப் பரிசோதிக்கிறது.

‘ஆக ஏஸ் என்பது ஜோனி, ராஜா என்பது எஸ்டிஎஃப், ராணி என்பது எல்ஸா, ஜாக்கிகள் அனைவரும் ஜேவிபிக்கள். பத்து என்பது என்ன?’

‘நான் உன்னிடம் முன்பே சொன்னேன். ஆர்ட்டின் பத்து என்பது நமது அடுக்கக எண்ணுக்கு அருகில் வரையப்பட்டுள்ளது.’

‘என்றால் அதன் பொருள் என்ன?’

‘ஒருவேளை அது நம்முடைய படமாக இருக்கலாம்?’ என்கிறாள் ஜக்கி.

‘அல்லது அது நீ மட்டுமாக இருக்கலாம்,’ என்றபடி டிடி ஜக்கியிடமிருந்து புத்தகத்தை வாங்கிப் பக்கங்களைப் புரட்டுகிறான்.

‘உன்னுடைய பெயர் ‘ஜே’வில் ஜக்கி என்று எழுதப்பட்டுள்ளது. அடைப்புக் குறிக்குள் திலன் சகோதரி என்று இருக்கிறது. இந்த முகவரிப் புத்தகம் எவ்வளவு பழையது?’

ஒருகாலத்தில் உன் மார்பு இருந்த இடத்தில் கடிக்கப்படுவது போன்ற வலி ஏற்படுகிறது, கண்ணுக்குத் தெரியாத உன் கைகள் வலிக்கின்றன. ’பத்துக்குப் பத்து’ என்று தலைப்பிடப்பட்ட உறையில் உள்ள அனைத்துப் படங்களையும் நினைத்துப் பார்க்கிறாய். உன்னைப் பொறுத்தவரை, அந்தப் படங்கள் திருடுமளவு மதிப்பற்றவை அதேசமயம் பாதுகாக்கப்பட

வேண்டிய அளவுக்கு முக்கியமானவை என்பதைப் புரிந்துகொள்கிறாய்.

உன் பலவீனம்

மீண்டும் ஓட்டர்ஸ் அக்வாடிக் க்ளப்புக்கு வந்திருக்கிறாய். முதல் மற்றும் கடைசி முறையாக நீ இங்கு வாரம் ஒருமுறை நடக்கும் தந்தை-மகன் உரையாடல்களுக்கு அழைக்கப்பட்டாய். அதுவும் ஜக்கியின் துணை என்பதாக, அதன்பிறகு நீ அழைக்கப்படவேயில்லை. இது முதல் ஆறுமாதங்களில் நடந்தது, அப்போது நீயும் ஜக்கியும் மதுவிடுதிகள் மற்றும் சூதாட்டவிடுதிகளுக்கு இணையர்களைப் போலச் சேர்ந்து சுற்றிக்கொண்டிருந்தீர்கள், படுக்கையறையைத் தவிர.

ஸ்டான்லி விருந்தளிப்பவர் என்ற முறையில் உள்ளன்புடன் சுறுசுறுப்பாகக் கவனித்துக் கொண்டார், இறக்குமதி செய்யப்பட்ட பீர் மற்றும் கணவாய் மீன்களால் நிறைக்கப்பட்ட தட்டுகளைக் கொண்டுவரப் பணித்தார். உன்னுடைய முதல் மற்றும் கடைசிப் பூப்பந்தாட்டத்தைக் கலப்பு இரட்டையராக விளையாடினாய்: டிடி மற்றும் ஜக்கி ஒருபுறம், நீயும் ஸ்டான்லியும் மறுபுறம். பாதி விளையாட்டு முடிந்தபிறகு ஜக்கி மோசமாக விளையாடுகிறாள் என்பது அனைவருக்கும் தெரிந்தது, முழு விளையாட்டும் முடிந்தபிறகு, நீ அதைவிட மோசம் என்பது தெளிவானது. ஆனால் விளையாட்டிலுள்ள குறைபாட்டை வேடிக்கையாகப் பேசுவதில் சமன்செய்தாய்.

'டிடி. உன்னுடைய பலவீனம் எது என்று அநேகமாகக் கண்டுபிடித்துவிட்டேன்.'

'என்ன?'

'பூப்பந்தாட்டம்.'

ஒவ்வொருமுறை நீ பந்தைத் தவறவிட்டு ஆட்டத்தை இழந்தபோதும் ஸ்டான்லி எதுவும் சொல்லவில்லை. ஆட்ட முடிவில் புள்ளிகளைச் சமநிலைக்குக் கொண்டுவரக் கிடைத்த வாய்ப்பில் நீ அற்புதமாகப் பந்தைத் திருப்பி வலைக்கு அனுப்பினாய், அப்போதுமட்டும் அவர் 'நாசமாய்ப் போக!' என்று அவ்வளவுநேரம் அடக்கிவைத்த ஆத்திரத்தை வெளிப்படுத்தும் விதமாக முணுமுணுப்பதைக் கேட்டாய்.

நீங்கள் மூவரும் பார்ப்பதற்கு அடிமையாகிவிட்ட பாட்ரிக் ஸ்வேஸ் நடித்த நார்த் & சவுத் என்ற அமெரிக்க சிறு-தொடர் பற்றிப் பேசத்தொடங்கினாய், ஸ்டான்லி கண்களில் பளபளப்புடன் போலியான புன்னகையோடு கவனித்துக் கொண்டிருந்தார். போர்க் காட்சிகள் எவ்வளவு உண்மையற்றதாக இருக்கிறது என்று நீ பேசிக்கொண்டிருந்தபோது பேச்சை மாற்றினார்.

'அவர்கள் ஒருமுறை என் கார்மீது கையெறிகுண்டை வீசினர். இங்கேதான் பக்கத்தில். புல்லர்ஸ் குறுக்குத் தெருவில்.'

தனது அப்பா எவ்வாறு 1987 சமாதான உடன்படிக்கைவரை புலிகளின் கொலைப்பட்டியலில் இருந்தார் என்பது குறித்து டிடி அதிகம் பேசினான். இன்றுவரை அவர்கள் தனித்தனி வாகனங்களில் பயணிக்கிறார்கள், ஓட்டர்ஸுக்கு வருவதாக இருந்தால்கூட.

'மலிந்த, உன் தாய் தமிழரா?'

'பாதி பரங்கியர், பாதி தமிழர்.'

'உன் அப்பா?'

'மூன்று வருடங்களுக்கு முன்பு இறந்துவிட்டார். அவர் சிங்களர்.'

'அதற்காக வருந்துகிறேன். எனில் நீ யார்?'

'ஓர் இலங்கையன்.'

'இளைஞர்கள் அப்படித்தான் கூறுவார்கள். உன்னுடைய தலைமுறையும் அப்படியே நினைக்கிறதென்று நம்புகிறேன். எங்களுக்குக் காலம் கடந்துவிட்டது.'

'இதெல்லாம் வெறும் பழங்குடி முட்டாள்தனம்,' என்கிறாள் ஜக்கி. 'நாட்டுக்கு முன்பு இனம் முக்கியம் என்பது.'

'பழங்குடித்தனம் என்பதில். உண்மை இருக்கிறது. என் அன்பே,' என்றார் ஸ்டான்லி. தமிழர்களைக் காட்டிலும் சிங்களர்கள் எண்ணிக்கையில் அதிகம். ஆனால் தமிழர்கள் சிங்களர்களைக் காட்டிலும் அறிவுக்கூர்மை உடையவர்கள். நாம் கடுமையாக உழைக்கிறோம். நாம் சிறந்து விளங்கவேண்டும். அதை மறைவாகவும் வைத்துக்கொள்ளவேண்டும். இல்லையென்றால் சிங்களன் பொறாமைப்படுவான்.'

‘இன்னமும் உங்களுக்கு உங்கள் பாதுகாப்பு குறித்த கவலை இருக்கிறதா, அங்கிள்?’ நீ அவரது கண்ணைப் பார்க்க முயற்சிசெய்தாய். ஆனால் அவரது மகன் நீச்சலுக்காக உடையைக் களைவதை அவ்வப்போது பார்த்துக்கொண்டாய். நீலநிற நீச்சலுடைக்காக வியர்வையில் நனைந்த டி-ஷர்ட் மற்றும் அரைக்கால்சராயைக் கழற்றினான்.

‘நான் எவ்வளவு விலகியிருக்க வேண்டுமோ அவ்வளவு விலகியிருக்கிறேன், எனது ஆளுமையைக் குறைத்துக் காட்டுகிறேன். சிக்கலான மசோதாக்களிலிருந்து தள்ளியிருக்கிறேன். நான் சிங்களர்களை எதிர்கொள்வதில்லை. அவர்களோடு வேலை செய்கிறேன். நம் எல்லோருக்கும் வாழ்க்கையில் அமைதிதான் தேவை. சரிதானே, மலிந்த?’

அதன்பிறகு ஸ்டான்லி உனக்குத் தமிழர்களின் பாரம்பரியத் தாயக நிலங்கள் குறித்து, எவ்வாறு தமிழர்கள் இடைக்கால வரலாறு மற்றும் காலனித்துவ காலம் முழுவதும், வடக்குப் பகுதியில் ராஜ்ஜியங்களைக் கொண்டிருந்தனர் என்பது பற்றி வகுப்பெடுத்தார். சிங்களர்கள் ஏன் இவ்வளவு பாதுகாப்பற்ற உணர்வைக் கொண்டிருக்கின்றனர் என்று ஜக்கி கேட்டாள், அமெரிக்க வெள்ளை இனத்தவர்கள் தாங்கள் ஒருகாலத்தில் அடிமையாக வைத்திருந்த கருப்பினத்தவரைக் கண்டு பயப்படும் அதே காரணம்தான் என்றார் ஸ்டான்லி, டிடி இரண்டுமுறை டால்ஃபின் போல நீந்திவிட்டு மல்லாந்து நீந்தத் தொடங்கினான்.

‘ஆனால் இனம் என்பது உண்மை கிடையாது, கற்பனை’ என்றாள் ஜக்கி. ‘அது மனிதனால் உருவாக்கப்பட்ட அசிங்கம். சிங்களர்களையும் தமிழர்களையும் யாரால் பிரித்து அடையாளம் காணமுடியும்?’

‘அது உண்மையல்ல,’ என்றார் ஸ்டான்லி. ‘கருப்பினத்தவர்களால் வேகமாக ஓடமுடியும், சீனர்கள் கடுமையாக உழைப்பவர்கள், ஐரோப்பியர்கள் அதிகமான கண்டுபிடிப்புகளை உருவாக்குகிறார்கள் என்பது உண்மை.’

பிறகு அவர் இயல்பு X வளர்ப்பு குறித்த தன்னுரையை வழங்கத் தொடங்கினார், அதற்குள் எப்படியோ தான் ‘50களில் ராயல் கல்லூரியில் நீச்சல் மற்றும் ஓட்டத்தில் இருந்ததைப் புகுத்திக்கொண்டார். இறுதியில், உங்கள் இனம், உங்கள் பள்ளி மற்றும் உங்கள் குடும்பம் என்பது, வாழ்க்கையின் பகடை

உங்களுக்காக எவ்வாறு உருளும் என்பதைத் தீர்மானிப்பது என்று முடித்தார்.

டிடி இடுப்பில் துண்டுடன் வந்து கணவாய் மீனைத் தின்றான், ஆனால் அதற்கு முன்பாக உன்னைப் பார்த்துப் புன்னகைத்தான். எப்போதும்போலத் தனது தந்தையின் விரிவுரைகளுக்குத் தலையை ஆட்டிக்கொண்டிருந்தான். ஆனால் நீயும் ஜக்கியும் அதைச் செய்யவில்லை.

கணவாய் மீன்கள் தீர்ந்ததும், ஸ்டான்லி ரசீதில் கையெழுத்துப் போட்டுவிட்டு, பூப்பந்து விளையாடியதிலிருந்து முதல்முறையாக உன் கண்களைச் சந்தித்தார்.

'நாம் படித்த, நடுத்தர வர்க்க கொழும்புத் தமிழர்கள். கவனத்தை ஈர்த்துவிடக் கூடாது என்பதில் கவனமாக இருக்க வேண்டும். உனக்குப் புரிகிறது, இல்லையா?'

பிறப்பெனும் லாட்டரி பற்றி, மற்றவை எவ்வாறு செல்வம் அல்லது இழைக்கப்படும் அநீதி போன்ற அனைத்தையும் நியாயப்படுத்திக்கொள்ள தன்முனைப்பு தனக்குத்தானே கூறிக்கொள்ளும் புராணங்கள், கதைகளாக இருக்கின்றன என்பதைப் பற்றி நினைத்துக்கொள்கிறாய். வாயைத் திறக்கவேண்டுமா என்று சிந்திக்கிறாய்.

'அங்கிள், இந்த நாடு தங்கள் பிள்ளைகளை பிரித்தானியப் பள்ளிகளுக்கு அனுப்பிய சாராயக் குடிகாரர்களுக்கு மரபுரிமையாகக் கிடைத்தது. அவர்கள் பெரும்பாலும் சிங்களர்கள்- அனைவருமல்ல. எல்லோரும் கொழும்பைச் சேர்ந்தவர்கள். ஆங்கிலம் பேசும் கொழும்புக்காரனாக இருப்பது நாட்டின் பிறபகுதிகள் அனுபவித்துக்கொண்டிருக்கும் துன்பங்களிலிருந்து நம்மை விடுவிக்கிறது.'

போலியான புன்னகையுடன் புறப்படுவதற்காக எழுந்துகொண்டு 'இந்த நாட்டில் இன்னமும் மார்க்சிஸ்ட்டுகள் மிச்சமிருக்கிறார்கள் என்பது எனக்குத் தெரியாது.' என்றார் ஸ்டான்லி. 'இதைச்சொல் மாலி, உன்னுடைய புகைப்படமெடுக்கும் வேலை உனக்கு எவ்வளவு கொடுக்கிறது?'

'அப்பா!' டிடி சங்கடமாக, மன்னிப்புக்கோரும் வகையில் திகைப்பாகப் பார்த்தான்.

‘பரவாயில்லை டிடி,’ என்றாய். ‘அந்தக் கேள்விக்கு நீங்கள் பதிலளிக்கத் தயாராக இருக்கும் பட்சத்தில் அதைக் கேட்பதில் தவறில்லை. சிக்கலான மசோதாக்களுக்கு ஓட்டளிக்காமல் இருப்பதன் மூலம் நீங்கள் எவ்வளவு சம்பாதிக்கிறீர்கள், அங்கிள்?’

‘இது பெரிய விவாதம். நான் கிளம்ப வேண்டும். பிறகொருமுறை பேசலாம்.’

தன் மகனுக்குமுன் முகமூடி கழன்றதால் ஸ்டான்லி எரிச்சலடைந்தவராகத் தெரிந்தார்.

‘சிக்கல் ஏதுமில்லை, அங்கிள். அதை வெளிப்படுத்துவதில் உங்களுக்குச் சங்கடம் இருக்குமானால், நீங்கள் அதைக் கேட்கக்கூடாது. ஆனால் உங்களிடம் அதைக்கூறுவதில் எனக்கு மகிழ்ச்சிதான்.’

‘எனக்கு அதில் ஆர்வமில்லை,’ என்றபடி ஸ்டான்லி ரசீதில் கையெழுத்திட்டார்.

‘உலகிலுள்ள அனைத்து மில்லியனர்களும் சம்பாதிக்காததை நான் சம்பாதிக்கிறேன்.’

ஸ்டான்லி ஒற்றைப் புருவத்தை உயர்த்துகிறார்.

‘எவ்வளவு அது?’

‘போதுமான அளவு.’

நீ புன்னகைத்தாய், ஸ்டான்லி அங்கிருந்து சென்றார், அந்த வசனத்தை ஏற்கெனவே கேட்டவள், ஆனால் உன் உதடுகள் வழியாக அல்ல என்பதால் ஜக்கி கண்களை உருட்டினாள்.

டிடி உன் தோள்மீது கைபோட்டு பக்கவாட்டில் உன்னை அணைத்துக்கொண்டான். சகோதரத்துவம் போலத் தோற்றமளிக்கக்கூடிய ஆனால் உனக்கு அப்படித் தோன்றாத செயல்.

‘அப்பாவுடன் வாதிடுபவர்களைப் பார்க்க எனக்கு மிகவும் பிடிக்கும். ஜக்கி, இவனை எங்கே கண்டுபிடித்தாய்?’

ஜக்கி தனது சிகரெட்டை அணைத்துவிட்டுத் தோள்களைக் குறுக்கிக்கொண்டாள். ‘அவன்தான் என்னைக் கண்டுபிடித்தான்,’

என்றாள். அவளது வாய் புன்னகைத்தாலும் கண்கள் புன்னகைக்கவில்லை.

***

மாதங்கள் கழிந்து, ஒருநாள் இரவுணவு மேசையில் அவனது தந்தை பற்றியும் யாழ்ப்பாணத்தில் பொதுமக்கள்மீது அரசாங்கம் நடத்திய எறிகணைத் தாக்குதலுக்கு அவர் கண்டனம் தெரிவிக்காமலிருந்தது குறித்தும் விவாதம் நடந்தது.

'அப்பா அனைத்து வன்முறைகளையும் கண்டிக்கிறார். எப்போதும் அப்படிச் செய்திருக்கிறார்.'

'அவர் எப்போதேனும் இதை நிறுத்த முயன்றிருக்கிறாரா? அல்லது குறைந்தபட்சம் கேள்வி எழுப்பியிருக்கிறாரா?'

'அவர் யாருக்கும் எதற்காகவும் கடன்பட்டவரில்லை. நம்மால் உலகத்தை மாற்றமுடியாது, மாலி. இங்கும் அங்குமாக, துண்டுதுண்டாக, சில பிரச்சினைகளை மட்டுமே நம்மால் தீர்க்க முடியும்.'

'சலுகைபெற்ற முட்டாள் போலவே பேசினாய்.'

'இதோ! பிறப்பென்ற லாட்டரி பற்றிய உரை தொடங்கப்போகிறது. மிசூரியிலிருந்து உன் அப்பா குற்றவுணர்வுடன் உனக்காகச் சொத்தெழுதி வைக்கும்போது நீதிமானாக இருப்பது சுலபம்.'

'உன்னிடம் இருக்கும் சிறப்புரிமையை மற்றவர்களுக்கு உதவப் பயன்படுத்தலாம் அல்லது அவர்களை விலக்கி வைக்கப் பயன்படுத்தலாம்.'

'சரி. நான் என்ன செய்யவேண்டும் என்கிறாய்?'

'ஒன்றுமில்லை. போய் அந்த மரங்களைக் காப்பாற்றிக் கொண்டிரு.'

'பிணங்களைப் புகைப்படம் எடுப்பதைக் காட்டிலும் அது மேலானது.'

'சரிதான் நீ என்னை வென்றுவிட்டாய். நாம் சான்பிரான்சிஸ்கோ செல்லலாம் வா, பணம் சம்பாதிக்கலாம், காதல் செய்யலாம், இந்த நாடு எரிந்து வீழ்வதை அனுமதிக்கலாம்.'

‘நீ புகைப்படம் எடுத்தாலும் எடுக்காவிட்டாலும் அது நடக்கும்.’

‘இல்லை, உண்மையாகவே சொல்கிறேன். நான் தயார்.’

‘நீ மிகப்பெரிய கோழை,’ என்றான் டிடி. ‘பேச்செல்லாம் பெரிய பேச்சு. ஒருபோதும் அப்படிச் செய்யமாட்டாய்.’

டிடி தனது தட்டையெடுத்துச் சற்றுநேரத்திற்கு முன் அதிக வெப்பத்தில் மிகக் குறைந்த எண்ணெயோடு அவன் கருக்கிய வாணலியுடன் சேர்த்து தொட்டிக்குள் போட்டான். அதன்பொருள் அவன் பிணங்கிக்கொண்டு, இன்றிரவு மீண்டும் பாத்திரங்களைத் துலக்கமாட்டான், வியாழக்கிழமை கமலா வரும்வரை அவற்றை அடுக்கிவைப்பான்.

‘எதைச் செய்ய வேண்டும்?’ வாசலில் நின்றபடி ஜக்கி கேட்டாள்.

***

டிடி தன் அப்பாவிடம் விடயத்தை வெளிப்படுத்தப்போவதாகக் கூறியபோது அது மோசமான யோசனை என்றாய், நீ சுய-வெறுப்புள்ள ஓரினச்சேர்க்கையாளனாக நடந்துகொள்வதாகக் குற்றம்சாட்டினான், மேலும் தனது பணியை ராஜினாமா செய்யப்போவதாக, டோக்கியோ சென்று முதுகலைப் பட்டத்திற்குப் படிக்கப்போவதாகக் கூறினான்.

அப்போது அவனிடம் கொஞ்சம் பணம் கடனாகப் பெற்றுக்கொள்ளலாமா என்று கேட்டாய், எவ்வளவு என்றான், இவ்வளவு என்று நீ கூறியதும் எதற்காக என்றான், வடக்கே வன்னியில் அகதிகள் முகாமில் ஒருமாதம் தங்கவேண்டியிருக்கிறது என்றாய் அவன் மீண்டும் எதற்காக என்றான், நீ மற்றுமொரு பொய்யைச் சொன்னாய்.

‘இதெல்லாம் எப்போதாவது நிற்குமா மாலி?’

‘உன்னால் பணம்தர முடியாதென்றால், சொல்லிவிடு. எனக்கு விரிவுரைகள் தேவையில்லை.’

‘இது அசோஸியேட்டட் பிரஸ்ஸுக்காகவா? அல்லது ராணுவத்திற்கா?’

‘அதை என்னால் சொல்லமுடியாது.’

‘அப்படியென்றால் நான் பணம் தரமுடியாது.’

‘நல்லது. என்னை நேசிப்பதாகக் கூறிக்கொள்ளாத வேறு எவரிடமிருந்தாவது கடன் வாங்கிக்கொள்கிறேன்.’

‘நீ ஏன் ஜக்கியிடம் சொல்லக்கூடாது?’

‘அவள் என்னைவிட மோசமான நிலையிலிருக்கிறாள்.’

‘நம்மைப் பற்றி.’

‘நம்மைப் பற்றி என்ன?’

‘அவள் உன்னிடமிருந்துதான் இதைக் கேட்கவேண்டும். தடவிக் கொடுக்கப்படக் காத்திருக்கும் நாய்க்குட்டிபோல உன்பின்னால் வந்துகொண்டே இருக்கிறாள். அருவருப்பாக இருக்கிறது.’

ஜக்கியிடம் கூறுவதாக வாக்களித்துவிட்டு வெளியேறினாய், ஆனால் செய்யவில்லை. பணம் கொடுக்கமுடியாது என்று கூறிவிட்டு அவன் வெளியேறினான், ஆனால் கொடுத்தான். அதன் சிறுபகுதியை ரௌலட் மேசையில் இழந்தாய், மற்றொரு பகுதியை அனுராதபுரத்தில் வாய்மைதுனம் வாங்கச் செலவழித்தாய், மீதமுள்ள பகுதியை வவுனியாவின் எறிகணைத் தாக்குதலிலிருந்து தப்பித்து வெளியேறிக்கொண்டிருந்த குடும்பத்திற்குக் கொடுத்தாய்.

***

பிரபலமான ஏதோவொரு ரஷ்யரின் நாடகத்தில் ஜக்கி நடிப்பதைப் பார்க்க - அதில் செய்தி வாசிப்பாளரான ராதிகா பெர்னான்டோவும் நடித்திருந்தாள் - நீங்கள் சென்றுகொண்டிருக்கும்போது அந்த உரையாடல் நிகழ்ந்தது. தான் பெண்களுடன் மட்டுமே பழகியிருப்பதாக, நீ அவனது ஒன்றுவிட்ட சகோதரியுடன் பழகிக்கொண்டிருக்கிறாய், இதில் எந்த அர்த்தமுமில்லை, இது தெரிந்தால் அவனது அப்பா திகிலடைந்துவிடுவார், அவனுக்கு இந்தச் சிக்கல் தேவையில்லை என்று உன்னிடம் கூறினான். நீ சரியென்று சொல்லிவிட்டு, உன் விரல்களை அவனது மடியில் நெளியவிட்டாய். பிற்பாடு, ஜக்கியிடம் அவளது சக நடிகையோடு அவளுக்குச் சிறந்த புரிதல் இருப்பதாகக் கூறினாய், ஒருவேளை தனக்கு அந்தப் பெண் மீது ஈர்ப்பிருக்கலாம் என்று அவள் கூறினாள், நீ சிரித்தாய், அவள் ‘மிகச் சரி, நீ இது குறித்துக் கவலைப்பட மாட்டாய் என்று எனக்குத் தெரியும்’ என்றாள்.

***

வன்னியிலிருந்து திரும்பிவந்து ஒருவாரம் வரை இரண்டு அறைகளையும் இணைக்கும் கதவு பூட்டப்பட்டிருந்தது. விரான் உன்னுடைய படச்சுருள்களைப் புகைப்படங்களாக்கிக் கொண்டிருந்த நேரத்தில் நீ சூதாட்ட விடுதியில் நாள்களைக் கழித்தாய். அவன் ஃப்யூஜிகோடாக் கடை மூலம் புதிய உபகரணங்களைத் தருவித்து உன்னுடைய புகைப்படங்களுடன் அவற்றையும் வீட்டிற்கு எடுத்துச் சென்றான்.

எவ்வளவு புகைத்தாலும் சூதாட்டத்தில் தொடர் வெற்றிகளைப் பெற்றாலும் நிறுத்தமுடியாத ரீங்காரம் தொடர்ந்து காதில் இருந்தது. கண்களை மூடும்போது, பதுங்கு குழிகளில் குழந்தைகள் ஒருவரையொருவர் பற்றியபடி, சிறிய தலைகளைச் சிறிய முழங்கைகளுக்கடியில் புதைத்து, அகலத்திறந்த, வெறுமையான கண்களோடிருப்பதை மட்டுமே கண்டாய்.

பிறகு அலுவலக விருந்தொன்றில் குடித்துவிட்டு வந்தவன், நீ நீளிருக்கையில் அமர்ந்து ஒளிநாடாவில் பதிவுசெய்யப்பட்ட க்ரௌன் கோர்ட் தொடரின் அத்தியாயங்களைப் பார்த்துக்கொண்டிருப்பதைப் பார்த்ததும் உன்னை உன்னுடைய படுக்கைக்கு இழுத்துச் சென்றான், ஜக்கி அவளது அறையில் இருந்திருக்கலாம், அவள் வீட்டிலிருக்கும்போது அல்லது விழித்திருக்கும்போது நீ எதுவும் செய்ததில்லை.

மிகஆவேசமான மற்றும் வியர்வை நிறைந்த முயக்கத்தின்போது, நீ உன்னுடைய பணப்பையிலிருந்து ஆணுறையை வெளியே எடுத்ததும் கோபமடைந்தான், உனக்கு எய்ட்ஸ் இருக்கிறதா என்று கேட்டான், நீ இல்லையென்றாய் ஆனால் பரிசோதித்துக் கொள்ளப்போவதாகக் கூறினாய், வன்னியில் வேறு யாருடனும் உறவுவைத்துக் கொண்டாயா என்று அவன் கேட்டதற்கு இல்லையென்றாய். ஏனெனில் வாய்மைதுனம் உடலுறவில் சேராது, மேலும் அந்த மற்றொரு நபரின் முகத்தையே பார்க்கவில்லை எனும்போது அது உடலுறவல்ல, அதோடு அத்தருணத்தில் நீ அவனை நினைத்துக்கொண்டிருந்ததால் அது கணக்கில் சேராது.

அவன் மிகவும் ரசித்த செயலை அவனுக்குச் செய்துமுடித்துக் களைப்புடன் கலைந்து கிடக்கும் படுக்கையில் படுத்தாய், உன் தாடியைப் பிடித்திழுத்து, இன்னமும் விலையுயர்ந்த மதுவின் நாற்றத்தைக்கொண்டிருக்கும் தன் முகத்தை உன்

முகத்தருகே கொண்டுவந்தான். ‘இதை வேறு யாருடனாவது நீ செய்தால், நான் உன்னைக் கொன்றுவிடுவேன். வேடிக்கையாகச் சொல்கிறேன் என்று நினைக்காதே,’ என்றான்.

முன்கதவு திறக்கப்பட்டு ஜக்கி உள்ளே நுழையும் ஓசை கேட்டதும் திடுக்கிட்டாய், அவளுடன் வேறு யாரோ இருப்பதுபோல் தெரிந்தாலும் அவள் தன்னுடன் பேசிக்கொண்டிருக்கக்கூடும், சிலசமயம் அவள் அப்படிச் செய்வாள்.

அவன் உன்னைப் பார்த்துக் கண்களைச் சிமிட்டினான், நீ அவனது காகதாளி நிறச் சருமத்தை விலையுயர்ந்த மட்டக் குதிரையின் ரோமமென வருடினாய். ‘இதுபற்றி ஜக்கிக்குத் தெரிந்தால், நம் இருவரையும் கொன்றுவிடுவாள்.

புளிக்கவைத்த திராட்சையின் சுவை கொண்டிருந்தாலும் செழிப்பாக இருந்த அவன் வாயில் முத்தமிட்டாய். ஜக்கி தனது அறைக்குள் நுழையும், கற்பனையான அல்லது உண்மையான விருந்தினரோடு அரட்டையடிக்கும் சத்தம் கேட்டது, பிறகு கதவை மூடித்தாளிடும் சத்தம். தன்னுடைய அறைத் தோழர்களைப் படுக்கையில் வைத்துப் படுகொலை செய்வதைக் காட்டிலும் செய்வதற்குச் சிறப்பான விடயங்கள் அவளுக்கிருந்தன.

இரண்டாம் அமாவாசை

மாசுபட்ட வாகன நிறுத்தம், பரபரப்பான சுடுகாடு மற்றும் கோபமான ஆவிகள் நிறைந்த கல்லறை ஆகியவற்றிலிருந்து அவரைப் பாதுகாப்பது போல அமைச்சரின் கண்ணாடி சூரிய ஒளியில் நிறம் மாறுகிறது, அவரது தொண்டையிலிருக்கும் குரல் கொடுத்த கட்டளையின் பேரில் பலர் அங்கு அனுப்பப்பட்டுள்ளனர்.

‘ஸ்டான்லி, இந்தப் புகைப்படங்கள் மலிந்த அல்மேதாவால் எடுக்கப்பட்டவை என்பதற்கு எவ்வித ஆதாரங்களுமில்லை. பிறகெப்படி இவை அவனுடைய சொத்து என்றாகும்?’

உன்னுடைய பயணம் என்பது ஸ்டார் டிரக் அல்லது ப்ளேக்ஸ் 7 திரைப்படங்களில் காண்பிக்கப்படும் எதையும்விட வேகமானதாக மாறிவிட்டது. உன் பெயர் உச்சரிக்கப்பட்டதும் நீ தொலைபேசிக் கம்பிகளில் பயணிப்பதுபோல் தெரிகிறது, அடுத்து

விலையுயர்ந்த பென்ஸ் காரில் பருமனான மனிதனுக்கருகில் அமர்ந்திருக்கிறாய், மாண்புமிகு வருந்தத்தக்க நீதித்துறை அமைச்சர். அவரது இறந்த மெய்க்காப்பாளன் வாகனத்தின் முகப்பில் அமர்ந்து, கொலையாளிகளுக்காகச் சுற்றுப்புறத்தைக் கூர்ந்து கவனித்துக்கொண்டிருக்கிறது. முன்னிருக்கையில் சாரதி மற்றும் ஒரு குண்டர்; இருவரும் கருப்பு உடையுடன் தலைக்கவசம் அணிந்துள்ளனர்.

மக்கள்தொகையில் பாதிக்கும் குறைவானவர்களே தங்களது வீட்டில் தொலைபேசி வைத்திருக்கும் நாட்டில் அமைச்சரின் காரில் தொலைபேசி உள்ளது. அவர் அந்தச் செங்கல்லை வைத்துப் பேசிக்கொண்டிருக்க, மறுபக்க உரையாடலை நீ கேட்கவேண்டிய தேவை இருக்கவில்லை.

"... எனக்குத் தெரியும், எனக்குத் தெரியும். ஆனால் நான் இதை உணர்ச்சிவசப்படாமல் பார்க்கிறேன். முழுமையாகச் சட்டத்தின் பார்வையிலிருந்து. இந்த விடயத்தில் நீங்கள் நெருக்கமாகச் சம்பந்தப்பட்டிருக்கிறீர்கள், தர்மேந்திரன். ஒருவர் எதையும் பாரபட்சமற்று அணுகவேண்டும். நாட்டின் நலனுக்கு முக்கியத்துவம் கொடுங்கள்.'

'... ஆம் ஸ்டான்லி, ஐ.நா. அந்த உடல்கள் என்று அழைக்கப்படுபவற்றை இன்னும் வைத்துள்ளது. அறிவற்ற முட்டாள்தனம். அவற்றைத் திரும்பப் பெற கோரிக்கை வைத்துள்ளோம். அவற்றைப் பெற்று சரியான முறையில் அடையாளம் காண்போம்.'

'... அந்தப் பெட்டியில் சில அதிர்ச்சி தரத்தக்க புகைப்படங்கள் உள்ளன. எனது சட்டத்தரணியர் குழு அவற்றை ஆய்வு செய்துவருகிறது. இதில் ஏமாற விரும்பவில்லை. அவற்றில் சில ரகசியமாக்கப்பட்ட ராணுவ விடயங்கள். அவற்றை வெளிப்படுத்துவது நாட்டுக்கு நல்லதா என்று தெரியவில்லை.'

'...'83ஆ? ஆமாம், அந்த ஆண்டிலிருந்து சில புகைப்படங்கள் உள்ளன. இந்த நேரத்தில் அதையெல்லாம் வெளிக்கொண்டு வருவது பயனுள்ளதாக இருக்கும் என்று நான் நினைக்கவில்லை. நீங்களும் அதை ஒப்புக்கொள்வீர்கள் என்று எனக்குத் தெரியும்.'

'... பாருங்கள் ஸ்டான்லி, எனக்கு வேலை இருக்கிறது. புகைப்படங்கள் திரும்பக் கிடைத்ததும், உங்களுடன்

ஒரு சந்திப்பை ஏற்பாடு செய்வேன், நாம் ஒவ்வொரு புகைப்படத்தையும் விவாதிப்போம், என்ன செய்ய வேண்டும் என்பதை நீங்கள் சொல்லுங்கள்.'

'... உங்களுக்குக் கிடைக்கும் தகவல்களும் எங்களுக்குத் தேவை, ஸ்டான்லி. இது சிங்களர்களின் நாடாக இருக்கலாம், ஆனால் நாங்கள் அனைவரையும் கவனித்துக்கொள்கிறோம். அதற்குத்தான் முன்னுரிமை. அனைத்துப் பெரிய நாடுகளும் இரும்புக் கரங்களால் மட்டுமே ஆளப்பட்டுள்ளன. பிரிட்டன், பிரான்ஸ், ஜப்பான், ஜெர்மனி, இப்போது சிங்கப்பூரைப் பாருங்கள்.'

'... நான் இப்போது வேலையாக இருக்கிறேன். இதில் ஒரு முடிவுக்கு வந்தவுடன் உங்களைத் தொடர்பு கொள்கிறேன். இது என் வாக்குறுதி.'

'... உங்களுக்குத் தெரியும், ஸ்டான்லி. இது இலங்கையின் மோசமான காலகட்டம். எனது ஜோதிடர் ஒரேமாதத்தில் இது இரண்டாம் அமாவாசை என்கிறார். ராகுகாலம் அல்லது கெட்டநேரம். ஐநா இங்கே வந்து நமக்கு போதனைகள் செய்யலாம் ஆனால் கிழக்கு ஆப்பிரிக்கா அல்லது பாலஸ்தீனம் அல்லது சிலியில் அவர்கள் என்ன செய்துகொண்டிருக்கிறார்கள்? வேறு எவரும் நம்முடைய சிக்கல்களைச் சரிசெய்ய முடியாது, நான் சொல்வது சரிதானே?'

மயானத்தின் வாகன நிறுத்தம் வழியாக பென்ஸ் நகர்ந்து, ராட்சதப் புகைபோக்கிக்குச் சற்று தொலைவிலுள்ள நிழலில் குடியேறுகிறது. கருப்பு உடையிலிருக்கும் நபர்கள் வெளியே வந்து இரண்டு கதவுகளையும் திறக்கின்றனர், அது உனக்கு வித்தியாசமாகப்படுகிறது. அமைச்சர் இரண்டு கதவுகள் வழியாகவும் வெளியேவரும் யோசனையில் இருக்கிறாரா? சாரதி உள்ளே கைவிட்டு இருக்கையிலிருக்கும் பெட்டியை எடுக்கிறான், அமைச்சர் இடதுபுறமாக இறங்குகிறார். எதனருகில் மிதந்து கொண்டிருந்தாய் என்பதை நீ கவனிக்கவில்லை.

'... எனக்குச் சிலவேலைகள் இருக்கின்றன, ஸ்டான்லி. விடயம் தெரிந்ததும் உடனே உங்களுக்கு அழைக்கிறேன்.'

இராணுவமோ அல்லது காவல்துறையோ அல்லாத பாதுகாவலர், காரின் பின்பக்கத்தைத் திறந்து சாக்குப்பையை

வெளியே எடுக்கிறார், உன் கல்லறையின்மேல் யாரோ நடந்துசென்று அதன்மீது மலங்கழிப்பது போன்ற உணர்வைப் பெறுகிறாய். உனக்குப்பின்னால் சேன, மொறட்டுவையைச் சேர்ந்த பொறியியல் மாணவன், யாழ்ப்பாணத்தைச் சேர்ந்த விவசாயக்கல்லூரி மாணவன், சில இறந்த புலிகள் மற்றும் உன்னால் அடையாளம் காணமுடியாத இன்னும் சிலர். உன்னை இவ்வளவு சீக்கிரம் இங்கு அழைத்து வந்தது உன் பெயர் மட்டுமல்ல, சாக்கில் இருந்த உனது எலும்புகளும்தான்.

உங்களுடைய இறுதிச்சடங்கிற்கு இப்படித்தான் உடையணிவீர்களா?' என்று கேலி செய்கிறான் சேன. இப்போது முன்பைவிட நீளமான ஆடையணிந்திருக்கிறான், தலைமுடியில் கூர்முனைகள், பற்கள் ரம்பத்தைப்போல இருக்கின்றன. 'வாருங்கள், துக்கத்தில் இருப்பவர்களுடன் சேர்ந்துகொள்வோம்.'

அமைச்சரின் இருபுறமும் கருப்பு உடையணிந்த அவரது இரு அதிகாரிகள் மற்றும் நிழலிலுள்ள பிசாசு. அவர்களில் ஒருவரிடம் சாக்குப்பை உள்ளது, மற்றவனிடம் சிதையும் நிலையிலுள்ள பெட்டி, ஏஸ் வரிசை குறிக்கப்பட்டது. வழக்கமாக வெற்றியைத் தரக்கூடிய வரிசை ஆனால் அநேகமாக இப்போது இல்லை.

அப்போதுதான் கட்டுப்பாட்டை இழந்து அமைச்சரின் முகத்தில், தொண்டையில், கழுத்தின் பின்புறம் நகத்தால் கீறுகிறாய். அமைச்சரின் அருகிலுள்ள பிசாசு உனக்கும் அதன் எஜமானருக்கும் இடையில் நின்று உன்னைத் தள்ளிவிடுகிறது. பென்ஸின் மீது பறந்து சென்று சேனவின் கரங்களில் வீசப்படுகிறாய், அவனது தழுவல் குளிர்ச்சியாக, விநோதமான முறையில் ஆறுதலளிக்கும் விதமாக இருக்கின்றன. அமைச்சர் நிறுத்தி வைக்கப்பட்டுள்ள மூன்று பாரவண்டிகளை, அதைச் சுத்தம் செய்துகொண்டிருக்கும் சாரோங் அணிந்த ஆண்களைக் கடந்து செல்கிறார்.

'உங்கள் கொலையாளிகளைக் கொல்ல என்னால் உங்களுக்கு உதவமுடியும்,' என்று உன் காதில் கிசுகிசுக்கிறான் சேன.

சுடுகாட்டின் வாயிலில் நிற்கும் ரஞ்சகொட மற்றும் காசிம் அமைச்சருக்கு சல்யூட் செய்கிறார்கள்.

'எல்லாம் சுத்தமாகிவிட்டதா?' என்று கேட்கிறார் சிறில்.

'ஆமாம் சார்,' என்கிறார் காசிம்.

‘ஆமாம் சார். கிட்டத்தட்ட,’ என்கிறார் ரஞ்சு.

‘ஊரடங்கு சீக்கிரமே முடிந்துவிடும்,’ என்கிறார் அமைச்சர் சிறில். ‘வேலையை முடியுங்கள்.’

காற்றில் புகை குறைவாக உள்ளது, இப்போதிருப்பது தசைகள் எரியும் நாற்றமல்ல, ஆனால் அதை மறைப்பதற்காகப் பயன்படுத்தப்படும் ரசாயனப் பீப்பாய்களின் நாற்றம். எழுபத்தேழு உடல்களில் எஞ்சியிருப்பது உள்ளூர எரிந்து கொண்டிருக்கும் கங்குகள், மங்கிக்கொண்டிருக்கும் துர்நாற்றம் மற்றும் உயிருடன் இருப்பவர்கள் யாரும் பார்க்கமுடியாத நிழல். உலையின் திறப்புக்கு முன்னால் சக்கரப்படுக்கை உள்ளது. கருப்பு நிற உடையணிந்தவன் சாக்குப் பையை அதன்மேல் வைக்கிறான். மற்றொருவன் பெட்டியை வைக்கிறான். பிறகு பெட்டி மற்றும் சாக்கை அடுக்கிவைக்கிறான். அவை உலையினுள்ளே கவிழ்த்துவிடப்படுவதைப் பார்க்கிறாய்.

உனது எலும்புகளும் புகைப்படங்களும் உலைக்குள்ளே விழும்போது அமைச்சர் பெருமூச்சு விட்டுவிட்டு, திரும்பி தனது காரைநோக்கி நடக்கிறார். அமைச்சரின் பிசாசு வண்டியின்மீது ஏறி அமர்ந்துகொண்டு தோள்களைக் குறுக்கிவிட்டு உனக்கு சல்யூட் செய்கிறது.

மூன்று எலிகள்

எவ்வளவுநேரம் புகையை வெறித்துப் பார்த்தபடி அங்கே நின்று கொண்டிருந்தாயென்று தெரியவில்லை. நீ மட்டும் தனியாக இல்லை. மிகநீண்ட நேரமாக அல்ல. எழுபத்தேழு ஆவிகள் ஒருகாலத்தில் தங்கள் ஆன்மாவை வைத்திருந்த கங்குகள் மற்றும் சாம்பலைப் பார்க்கின்றன; சாய்கதிரையில் அமர்ந்து உங்கள் வீடு எரிவதை நிதானமாகப் பார்ப்பது போல. ஓலங்கள் இறந்துபோய் இப்போது வௌவால்களும் காகங்களும் கூட மௌனமாக இருக்கின்றன.

பெரும்பாலான கிசுகிசுப்புகள் விரும்புவதுபோல் அது உன் காதுகளுக்கிடையில் தாக்குகிறது. சேன அவன் தலையை உன் தோளிலும் அவனது குரலை உன் காதுமடலிலும் வைத்திருக்கிறான்.

‘உங்கள் இழப்புக்கு வருந்துகிறேன்.’

'இங்கிருந்து ஓடிப் போ.'

'அவர்கள் இதிலிருந்து தப்பிவிடுவார்கள். ஏனென்றால் கர்மவினை என்பது அபத்தம்.'

உனக்குள் நடுக்கம் பயணிப்பதை உணர்கிறாய். அவனது குரல், உச்சசுருதியில் இரட்டிப்பாக்கப்பட்டு, சண்டையிடும் இரண்டு அதிர்வெண்கள் வழியே அனுப்பப்பட்டதுபோல முறிவொலியைக் கொண்டுள்ளது.

'இன்னொரு உரையைக் கேட்கப்போகிறேனா?'

'கர்ம வினையிலுள்ள சிக்கல் என்னவென்று தெரியுமா, முதலாளி?'

'சேன, நான் கேட்கும் மனநிலையில் இல்லை.'

'அனைத்தும் சரியான இடத்தில் இருக்கின்றது என்பதே அனுமானம். எனவே, நாம் எதுவும் செய்யாமல் கர்மவினை அதன்போக்கைத் தீர்மானிக்க அனுமதிக்கிறோம். அது 'இன்ஷா அல்லாஹ்' என்று கூறுவதைப் போலவே அர்த்தமற்றது.'

'அவர்கள் உன் பிணத்தையும் நெருப்பில் வாட்டினார்களா?'

'இந்தப் பற்றின்மை சலுகை பெற்றவர்களுக்கு மட்டுமே சேவைசெய்கிறது. அந்த ஊனமுற்றவன், முந்தைய பிறவியில் ஒருவருடைய கால்களை உடைத்திருக்கிறான். சரியாக சேவைசெய்கிறது. அந்த விவசாயிகள் முந்தைய பிறவியில் வீண்செலவு செய்பவர்களாக இருந்தனர், எனவே இப்போது அவர்கள் பட்டினி கிடக்கிறார்கள். அந்த இடர்காப்பு நிதி மேலாளர் ஒருகாலத்தில் தாராளமனம் படைத்த போதிசத்துவராக இருந்தவர். எனவே அவர் அத்தனை வீடுகள் வைத்திருப்பதற்குத் தகுதியானவர். நான் அவரது போர்ஷேவை மெருகேற்றினால் ஒருவேளை அவரது வரம் எனக்கும் கொஞ்சம் ஒட்டிக்கொள்ளும்.'

'என்னிடம் பேசாதே. நான் உயிருடன் இருப்பவர்களிடம் கிசுகிசுக்கவோ அல்லது யாரையும் என் படச்சுருள்கள் இருக்குமிடத்திற்குச் செல்ல வைக்கவோ அல்லது என் கொலையாளியைக் கண்டுபிடிக்கவோ முடியாது. நீ மற்றுமொரு பெரும்பேச்சு பேசுபவன்.'

சேனவின் உடலிலுள்ள சிராய்ப்புகளும் தழும்புகளும் பச்சை குத்துபவனால் சரி செய்யப்பட்டதுபோல அழகாகிக் கொண்டிருக்கின்றன.

'பௌத்தம் ஏழைகளை அவர்கள் இருக்குமிடம் அவர்களுக்கானது என்று நம்பும்படி கட்டாயப்படுத்துகிறது. இந்தப் படிநிலை இயற்கையானதாகத் தோன்றும் வகையில் அமைக்கப்பட்டிருக்கிறது. உண்மையில் சுயநலம் என்கிற அசிங்கம்தான் ஏழைகளை நோயில் வைத்திருக்கிறது.'

'அவர்கள் என் புகைப்படங்களை எரித்துவிட்டனர், சேன. இனி என்ன மிச்சமிருக்கிறது?'

இதுவரை இல்லாத நேர்த்தியுடன் அவன் மிதப்பதைக் கவனிக்கிறாய். இதைத் தவிரவும் அவனிடம் ஏதோவொரு மாற்றம், அதைக் கண்டுபிடிக்க உனக்கு ஒருகணம் ஆகிறது, பிறகு கண்டுகொள்கிறாய். அவன் இப்போது உன்னை 'சார்' என்று அழைப்பதில்லை.

'அனைத்து மதங்களும் ஏழைகளை அடிபணிய வைக்கவும் செல்வந்தர்களது அரண்மனையில் வைத்திருக்கவும்தான் இருக்கின்றன,' என்கிறாய். 'அமெரிக்க அடிமைகள் கூட படுகொலைகளைப் பாராதிருந்த ஒரு கடவுள்முன் மண்டியிட்டனர்.'

'என்ன சொல்ல வருகிறாய்?' என்று கேட்கிறாய்.

'நான் சொல்ல வருவது என்னவென்றால், திரு மாலி அவர்களே, கர்மா விடயங்களைச் சமநிலைப்படுத்துவதில்லை. இப்போது நல்லது செய்யுங்கள், பிறகு நல்லதைப் பெறுங்கள். நீங்கள் விதைப்பதை அறுவடை செய்யுங்கள். மற்றவர்களுக்கு உதவுங்கள். எல்லாம் முட்டாள்தனம்.'

'நாத்திக கம்யூனிஸ்ட், எத்தனை கவர்ச்சிகரமானது.'

'வேறென்ன?'

'சோவியத்துகள், சீனர்கள் மற்றும் கெமர் மக்கள் கடவுளின்றிதான் இருந்தனர். ஒருவேளை, கடவுள் நம்பிக்கை இல்லாமலிருப்பது அசுரர்களாக மாற அனுமதிக்கிறது போலும்.'

‘கடவுள் அல்லது கர்மாவில் நம்பிக்கை வைப்பது உங்களைக் கருணையாளனாக மாற்றும் என்பது போல இருக்கிறது.’

‘நான் ஒப்புக்கொள்கிறேன், காம்ரேட் பதிரண. எதன்முன் மண்டியிட்டாலும் நாம் அனைவருமே காட்டுமிராண்டிகள்தான்.’

’இதுவே நான் கூற விரும்பும் கருத்து. பிரபஞ்சம் என்பது தன்னைத்தானே திருத்திக்கொள்ளும் முறையைக் கொண்டுள்ளது. ஆனால் அது கடவுளோ, சிவனோ, கர்மாவோ அல்ல.’

சத்தமிடும் பாரவண்டியின் மீது குதிக்கிறான்.

‘அது நாம்தான்.’

***

நீ அவனைப் பின்தொடர வேண்டும் என்று சேன எதிர்பார்க்கிறான், நீ அதைச் செய்கிறாய். வண்டி கழுவப்பட்டிருந்தாலும் இன்னமும் இறைச்சியின் நாற்றத்தோடிருக்கிறது. சாரதிமல்லி ஸ்டியரிங்மீது சாய்ந்திருக்கிறான், அவனது தோள்களில் இரண்டு கூளிகள் அமர்ந்து காதில் கிசுகிசுத்துக்கொண்டிருக்கின்றன. அவன் எஞ்சினை முடுக்கியதும் பலால் மற்றும் கொத்து இருவரும் வண்டியில் ஏறிக்கொண்டு கந்தலான மெத்தை விரிப்பில் படுத்துக்கொள்கின்றனர். இருவரும் பெருமூச்சு விட்டுக்கொண்டு கண்களை மூடி தொந்தியிலிருக்கும் கொழுப்பையும் பையிலுள்ள பணத்தையும் தட்டிக்கொடுத்துக் கொள்கின்றனர்.

‘நம்மைக் கொன்றவர்களை தண்டிக்கத் தயாரா?’

‘அவர்கள் அனைத்தையும் எரித்துவிட்டனர். நான் செய்த அத்தனை வேலைகளையும். நான் பார்த்த அனைத்தையும். எல்லாம் போய்விட்டது.’

‘இந்தப் புகையிரத வண்டியை நிறுத்த புகைப்படங்களைக் காட்டிலும் அதிகமானது தேவைப்படும், மகனே. உங்களது சுயவிரக்கக் கொண்டாட்டத்தை நிறுத்துங்கள், சகோதரரே. நாம் ஏன் கீழே இருந்தோம் என்று சிந்தியுங்கள்? எது நம்முடைய நோக்கம்? அது வெறுமே சூதாடுவதும் புகைப்படம் எடுப்பதும் ஆண்குறிகளைப் பிழிந்துகொண்டிருப்பதுமா?’

‘நான் சாட்சியாக இருந்தேன். அவ்வளவுதான். அத்தனை சூரிய உதயங்கள், அத்தனை படுகொலைகள், அனைத்தும் இருப்பிலிருந்ததன் காரணம் நான் அவற்றைப் படமெடுத்தேன் என்பதால். இப்போது, அவையும் என்னைப் போலவே இறந்தவை.’

‘நீங்கள் அழுது கொண்டிருக்கலாம். அல்லது செயல்படலாம்.’

வண்டி மீது எழுவர் மிதந்துகொண்டிருக்கிறீர்கள், நீங்கள் இருவர், இரண்டு மாணவர்கள், யாழ்ப்பாணத்திலிருந்து ஒருவன், மொறட்டுவையிலிருந்து ஒருவன் மற்றும் மூன்று கோரமான உருவங்கள், அவற்றை உற்றுப் பார்க்கக் கூடாதென்று முயற்சிசெய்கிறாய், இருந்தாலும் வழக்கம்போலப் பார்க்கிறாய். ஒன்றின் முகத்தில் கத்திக்குத்து காயம், அதிலிருந்து புழுக்கள் நெளிந்துகொண்டிருக்கின்றன, இன்னொன்றுக்கு உடைந்த கைகால்கள், மற்றொன்றுக்கு நீரில் மூழ்கியதால் வரும் வெளிறிய சாம்பல்நிறத் தோற்றம்.

அனைவரும் ஜேவிபியை ஒடுக்குவதற்கான கடந்த பன்னிரண்டு மாத பயங்கரவாதத்தால் பாதிக்கப்பட்டவர்கள். அனைவரும் சேனவைப் பின்பற்றுவது போல் தெரிகிறது.

‘என்னடா பார்க்கிறாய், பொட்டை?’ புழுக்கள் நெளியும் முகத்துடன் அது கேட்கிறது.

இருபது வருடங்களாக இளைஞர்களோடு விளையாடிக் கொண்டிருந்தபோது சந்தித்ததைக் காட்டிலும் அதிகமாக மறுமையில் ஓரினச் சேர்க்கையாளர்களுக்கு எதிரான வெறுப்புணர்வை எதிர்கொள்கிறாய்.

சேன தனது உரையை வழங்க எழுந்து நிற்கிறான்.

‘காம்ரேடுகளே. உணர்வுகளைக் கட்டுப்பாட்டில் வையுங்கள். அவர்கள் நம்மைக் கொல்ல முயன்றனர், ஆனால் நாம் இதோ இருக்கிறோம். நாம் பரந்துவிரிந்த ஒன்றின் பகுதி. நமக்கு நிகழ்ந்த அநீதியின் ஆற்றல் இந்நிலத்தையே துடைத்தெறியும். இந்த இடைநிலை என்பது கீழே இருப்பதைக் காட்டிலும் வேறுபட்டதல்ல, ஒளி என்பதும் வேறுபட்டதல்ல. வண்ணத்துப் பூச்சிகளை அல்லது புத்தர்களை அல்லது நியாயமானதை எந்த ஆற்றலும் ஆட்சி செய்வதில்லை. பிரபஞ்சம் என்பது ஒழுங்குபடுத்தப்படாத குழப்பம். அது அரசற்றது. அது

ட்ரில்லியன்கள் மற்றும் ட்ரில்லியன்கள் கணக்கிலான அணுக்கள் ஒன்றையொன்று தள்ளிக்கொண்டு இடத்தைக் காலிசெய்ய முயற்சிப்பதே.'

ஊரடங்குச் சட்ட இரவின்மீது மழைபொழிகிறது, காற்று, ஆவிகள் மற்றும் தனியாகச் செல்லும் இந்தப் பாரவண்டி தவிர வேறெந்த அசைவுமில்லை. கூட்ட நெரிசலிலிருக்கும் கட்டடங்கள், நிரம்பிவழியும் சாலைகள் அனைத்தும் வெறுமையாக, அமைதியாக இருக்கின்றன. சேன தலைநிமிர்ந்து, திறந்து கொண்டிருக்கும் சொர்க்கங்களைப் பார்த்துச் சிரிக்கிறான்.

'இந்தப் பிரபஞ்சமும் நம்முடன் இருப்பதாகத் தெரிகிறது! எனது போராளிகளே, தயாராக இருக்கிறீர்களா?'

மாணவர்கள் தலையசைக்கின்றனர், கோர உருவங்களும் தலையசைக்கின்றன, நீ தோள்களைக் குறுக்குகிறாய்.

'மாலி சகோதரா, நீங்கள் உறங்கிக்கொண்டிருக்கும்போது நாங்கள் பரபரப்பாக இயங்கிக்கொண்டிருந்தோம். காக்கை மாமா உங்களைப் பற்றிக் கேட்டுக்கொண்டிருக்கிறார். அநேகமாக இது விழித்துக்கொள்ள வேண்டிய நேரம், சரிதானே?'

'விழித்து என்ன செய்யப்போகிறோம்?' என்று பதிலளிக்கிறாய். 'இன்னுமதிக உரைகளை வழங்கப்போகிறோமா?'

'நாம் எவ்வாறு இறந்தோம் என்பதல்ல முக்கியம். அவர்கள் எவ்வாறான வாழ்க்கையை நம்மை வாழவைத்தனர் என்பதே. இன்றிரவு தராசுத் தட்டுகளைச் சமநிலைக்குக் கொண்டு வருவோம்.'

'தராசுத் தட்டுகள் ஒருபோதும் சமநிலைக்கு வருவதில்லை என்று நினைத்தேன், காலப் போக்கிலும் கூட,' என்கிறாய்.

நீ வாயைத் திறக்கும் ஒவ்வொரு முறையும் ஒருகாலத்தில் பொறியியல் கல்லூரி மாணவர்களாக இருந்த போராளிகள் முகம் சுளிக்கிறார்கள்.

'காக்கை மாமா எனக்கு உத்திகளைக் கற்றுக்கொடுத்தார். ஆனால் நான் அவரை விடச் சிறந்த ஆசிரியரைக் கண்டுபிடித்து விட்டேன்.'

'மஹாகாளியிடம் சேர்ந்துவிட்டாயா?'

நான்காம் நிலவு ◆ 375

‘நமக்கு உதவக்கூடிய எவரோடும் கூட்டணியில் இருப்போம்.’

அடுத்து நடந்தது, மிக விரைவாக நடக்கிறது, துப்பாக்கி வெடிப்பு அல்லது மாரடைப்பு போல. வெகுநேரத்திற்குப் பிறகு, வாகை மரமொன்றில் அமர்ந்திருக்கும்போது இயங்கு பாகங்களை மீண்டும் இணைத்துப் பார்க்கிறாய். மாணவர்கள் வாகனத்தின் முகட்டில் பதுங்கி இறங்க, கோர உருவங்கள் பார வண்டிக்கு இணையாக ஓடி சாரதிமல்லியின் கண்ணைப் பற்றுகின்றன.

சேன தன்முகத்தை உனக்கெதிரே வைக்கிறான். அவன் உன்னை உதட்டில் முத்தமிடப் போகிறானா அல்லது உன் மூக்கை விழுங்கப்போகிறானா என்பது தெளிவாகத் தெரியவில்லை.

‘அனைவரும் சமாதானவாதிகளே. எல்லோரும் அகிம்சையை விரும்புகின்றனர். கொசுக்கள் அல்லது எலிகள் அல்லது கரப்பான்கள் அல்லது தீவிரவாதிகள் என்று வரும்போது மட்டும் அப்படியல்ல. அப்போது, கொல் அல்லது கொல்லப்படு என்பதாகிவிடும். சிலரது உயிர் பிறரைவிட மேலானது என்பதுபோல, உண்மையில், நிச்சயமாக அது அப்படித்தான். கொசுக்கள் மனித குலத்தில் பாதியைக் கொன்றிருக்கின்றன. எனக்கு *DDT*-யைப் பயன்படுத்துவதில் எந்தச் சிக்கலுமில்லை. என்னைக் கேள்விகேட்கும் எந்தக் கடவுளுக்கும் என்னால் பதில்சொல்ல முடியும்.’

சேன, சாரதி இருக்கைக்குத் தாவி, சாரதிமல்லியின் காதில் உறுமுகிறான். அவனது பேச்சு கந்தகத் திராவகம் போன்று, தரமான சிங்களக் கெட்டவார்த்தைகள் தூவப்பட்டு, சாரதியின் புருவங்களை நெறிய வைக்கிறது. உடல்கள் வைக்கப்பட்டிருக்கும், ரகசியங்கள் புதைக்கப்பட்டிருக்கும் லியோ விடுதிக்குச் செல்லக்கூடிய அந்தச் சாலையில் பார வண்டியின் வேகம் அதிகரிக்கிறது. வண்டி அவ்வளவு தூரம் போய்ச்சேரப் போவதில்லை.

கோர உருவங்கள் சாலையின் நடுவே நின்று தங்களது கழுத்தைச் சுற்றியுள்ள எலும்புகளைப் பற்றிக்கொள்கின்றன. உன்னால் புரிந்துகொள்ள முடியாத வகையில் எதையோ ஓதுகின்றன, இருப்பினும் அது பாலி, சமஸ்கிருதம், தமிழ் மற்றும் பிசாசு மொழியின் கலவையாக இருக்கலாம் என்று சந்தேகிக்கிறாய்.

சாரதிமல்லி கண்களைச் சுருக்கிப் பார்த்துவிட்டுத் தலையை உலுக்கிக்கொள்கிறான்.

தன் காதிலிருந்து வாய்க்குக் கடத்தப்படும் சொற்களை உச்சரிக்கிறான். 'என்னைக் கேள்விகேட்கும் எந்தக் கடவுளுக்கும் என்னால் பதில்சொல்ல முடியும்.'

அவன் தன் கண்களைத் தேய்த்துக்கொண்டு, சாலை நடுவே அந்தரத்தில் மிதக்கும் கோர உருவங்களால் கண்களை அகலத்திறக்கிறான். அவன் வண்டியின் திசையை மாற்றினாலும் பிரேக்குகள் செயல்படவில்லை, ஏனெனில் பொறியியல் கல்லூரி மாணவன் தன்னை பிரேக்கைச் சுற்றிப் பொதிந்து கொண்டிருக்கிறான், எனவே பாரவண்டி சீறிப் பாய்ந்து மின்சார டிரான்ஸ்பார்மரை அடுத்துள்ள பேருந்து நிறுத்தத்தை நோக்கிச் செல்கிறது, நிறுத்தத்தில் மனிதர்கள் அமர்ந்திருப்பதைப் பார்த்ததாக நினைக்கிறாய், அதற்குள் வண்டி டிரான்ஸ்பார்மரை இடித்து சர்வ வல்லமை உள்ளவரின் பெரும் சத்தத்தை உருவாக்குகிறது, சர்வ வல்லமை உள்ளவர் முழந்தாள்களில் உதைக்கப்படும்போது எழும் சத்தம். பிறகு அது உடைந்து அருகிலுள்ள பேருந்து நிறுத்தம் மற்றும் அங்கு காத்திருக்கும் வரிசையின்மீது விழுகிறது.

சாரதிமல்லியின் முகம் ஸ்டியரிங்கில் மோத, அரைத் தூக்கத்திலிருக்கும் குண்டர்கள் கூரைக்குப் பறந்து இருமல் ஒலி எழுப்பியபடி விழிக்கிறார்கள். பிறகு ஏதோ தீப்பிடிக்கிறது, அதன்பிறகு வெடிக்கிறது, பிறகு வண்டியின் உள்பகுதியிலிருந்து அலறல்கள் எழுகின்றன. சேன மற்றும் அவனது கோபக்கார ஆண்கள் குழு தீக்கொழுந்துகளுக்கிடையே நடனமாடியபடி சாபங்களையும் அவமதிப்புகளையும் ஓதும் சமயத்தில், பாரவண்டியின் உள்ளே மூன்று எலிகள் எரிந்து கொண்டிருக்கின்றன.

சுற்றுமுற்றும் பார்க்கிறாய், வண்டியிலிருந்த எலிகளுக்குச் சொந்தமில்லாத உடல் உறுப்புகள் தென்படுகின்றன. ஊரடங்கின்போது பேருந்து நிறுத்தத்தில் எத்தனைபேர் இருந்தனர்? மூன்றா? ஐந்தா? பிறகு நீ போர்முனையிலிருந்து ஒரு தாய் மற்றும் குழந்தையை, தெறிகுண்டின் ரவைகள் பொதிந்த முதியவர் மற்றும் இறந்த நாயைப் பார்க்கிறாய். உன்னால் கேட்கமுடியாத ஒன்றை அவர்கள் உன்னிடம் கூறுகிறார்கள்.

உன்னால் கொடுக்கமுடியாத ஏதோவொன்றைக் கேட்கிறார்கள். பிறகு அந்த நாய் பேசுகிறது, அடுத்து நீ நிகழ்காலத்திற்குத் திரும்பி சேனவும் அவனது அழிக்கும் குழுவினரும் மேலதிகக் குழப்பமான செயலொன்றைச் செய்வதைப் பார்க்கிறாய்.

விபத்தை ஏற்படுத்தி அதன் தீப்பிழம்புகளில் நடனமாடியவர்களுக்கு விசித்திரமான செயல். அவர்கள் சாரதியின் பக்கமுள்ள கதவை இழுக்கிறார்கள், அதன் கீல்கள் நசுங்கியுள்ளபோதும் அது திறக்கிறது. சாரதிமல்லி முனகிக்கொண்டே அதிலிருந்து வெளியே ஊர்ந்து வருகிறான், அதேநேரத்தில் தீப்பிழம்புகள் அவனது செயற்கைக் காலை நக்குகின்றன. ஆவிகள் அதை மெல்லத்தட்டிவிட்டு, எரியும் பாரவண்டியைப் பார்த்துக் கோஷமிடுகின்றன. சாரதிமல்லி மயக்கமுற்றதும் அவன் மீதிருந்த தீப்பிழம்புகள் மறைந்துவிடுகின்றன.

பேரழிவு எங்கு நடந்தாலும் கூட்டம் விரைவாகக் கூடுகிறது, அதே காரணத்திற்காகத்தான் மூக்கைச் சிந்திவிட்டு கைக்குட்டையைப் பார்க்கிறீர்கள். ஊரடங்கு உத்தரவைப் புறக்கணித்து, சாலையோரக் கடைகளிலிருந்து மக்கள் வெளியேறி, எரியும் பாரவண்டியைப் பார்த்து எட்ட நின்றபடி அலறுகின்றனர். சிலர் சாரதிமல்லியின் மீதுள்ள தீயை அணைக்கத் தண்ணீர் வாளிகளைக் கொண்டு வருகின்றனர், அவனைப் படுகொலை நிகழ்ந்த இடத்திலிருந்து வெளியே இழுக்கிறார்கள். மக்கள் தரையில் ரத்த வெள்ளத்தில் ஓலமிட்டுக்கொண்டிருக்கின்றனர். சிலரிடம் அசைவில்லை.

அசைவற்றவர்களின் பின்னால் வெள்ளுடையில் உருவங்கள் நிற்கின்றன. இந்த ஊரில் ஆம்புலன்ஸை விட உதவியாளர்கள் வேகமாக வருவதுபோல் தெரிகிறது. இறந்தவர்கள், உனக்கு நன்கு அறிமுகமான குழப்பமான முகத்துடன் அழைத்துச் செல்லப்படுகிறார்கள்.

எரியும் பாரவண்டியிலிருந்து இரண்டு உருவங்கள் ஊர்ந்து வெளிப்படுகின்றன, சேனவும் அவனது கூளிகளும் அவர்கள்மீது பாய்கின்றன. பலாலும் கொத்துவும் பொறியியல் மாணவர்களால் கைப்பற்றப்பட்டு சாலையை ஒட்டியிருக்கும் வெளியை நோக்கி அழைத்துச் செல்லப்படுகின்றனர். அவர்கள் எதிர்ப்பு தெரிவிக்கவில்லை. எரிந்துகொண்டிருக்கும் பாரவண்டி மற்றும்

அழன்று எரியும் தங்களது உடலை மட்டுமே வெறித்துப் பார்க்கின்றனர்.

சேனவும் அவனது கும்பலும் குப்பை அள்ளுபவர்களைச் சமமற்ற மண்கரடு வழியாக அழைத்துச் செல்லும்போது பாடுகின்றனர். அங்கு முடிகளின் பரிவாரம் மற்றும் மண்டை ஓடுகளின் சங்கிலியுடன் நிற்கும் உருவத்தைப் பார்க்கிறாய். அதன் தோலில் பொறிக்கப்பட்டிருக்கும் முகங்களைக் காணுமளவு நீ நெருக்கத்தில் இல்லை, இருக்கவும் விரும்பவில்லை. சேன உன் பக்கம் திரும்பி பின்தொடரும்படி சைகை செய்கிறான். அவனது கண்கள் சிவப்பு மற்றும் கருப்பு நிறங்களின் கலவையாக இருக்கின்றன. பிரபஞ்சத்தின் விளிம்பிலுள்ள ரீங்காரம் பரிசோதிக்கப்பட்ட உன் காதுகளை நிரப்புகிறது. நீ அவனைப் பின்தொடர்ந்து செல்லவில்லை.

முகமூடி

நீ அமர்ந்திருக்கும் மரத்தின் பெயர் என்னவென்று உனக்குத் தெரியவில்லை, அதற்குத் தடிமனான இலைகள் இருக்கின்றன, அது காற்று மற்றும் கிசுகிசுப்பை பற்றிக்கொள்வதாகத் தெரிகிறது. தூரத்துக் கூரைகள் மீதிருந்து புகை வெளிப்படுவதைப் பார்க்கிறாய், எரிக்கப்படுவது மனிதர்களா அல்லது புகைப்படங்களா என்று சிந்திக்கிறாய்.

உன்னுடைய பெயர் கிழக்கிலிருந்து சுமந்து வரப்படுகிறது, முடிந்தவரை அதைப் புறக்கணிக்கிறாய். நீ என்னவெல்லாமாக இருந்தாயோ என்னவெல்லாம் செய்தாயோ அவை இப்போது மண்ணாகிப் போய்விட்டன. யாரும் உன்னுடைய படச்சுருள்களைக் கண்டுபிடிக்கப் போவதில்லை, பூச்சிகளைத் தவிர. அவை படச்சுருள்களின் கருப்பு வெண்மையாகும் வரை மென்று தின்னும். சீக்கிரமே உனது பெயரைக் கேட்பது நின்றுவிடும், அதோடு எல்லாமும் முடிந்தது.

'நான் சொல்வதெல்லாம் ஒரு நிமிடம் சிந்தித்துப் பார் என்பது மட்டுமே. இந்த மலிந்தவின் விடயம் உன்னைப் பதட்டத்திற்குள்ளாக்குகிறது.'

'இல்லை. அமைச்சரின் விடயம்தான் என்னைப் பதட்டப்படுத்துகிறது, குகா. நீ சிஎன்டிஆருக்கு வேலை

செய்யவில்லை என்பது எனக்குத் தெரியும். அது என்னைப் பதட்டத்திற்குள்ளாக்குகிறது.'

பெயரற்ற மரத்திலிருந்து நீங்கி லியோ விடுதியின் ஏழாவது தளத்திலுள்ள அறைத் தொகுதியில் இருப்பதை உணர்கிறாய். சிஎன்டிஆரின் தலைமையகம் அட்டைப்பெட்டிகள் மற்றும் குப்பைப் பைகளாகச் சுருங்கியிருக்கின்றன. சுவர்களில் முன்பு புகைப்படங்கள் இருந்ததன் அடையாளமாக வெற்றுச் சதுரங்கள்.

குகராஜா ஜன்னலுக்கருகே நின்று புகைத்துக்கொண்டிருக்கிறான், எல்ஸா மாதங்கி சூட்கேஸில் கோப்புகளை அடுக்கிக் கொண்டிருக்கிறாள்.

'சுங்கச் சோதனையில் தடுத்து நிறுத்தினால் என்ன கூறுவாய்?'

'நான் வேலை செய்யும் கனடியத் தூதரகத்தின் கோப்புகள் என்று சொல்வேன்.'

'நாம் இதைப் பற்றிச் சற்று விவாதித்துக்கொள்ளலாமா?'

'வெளியே வேன் நிற்கிறதா?'

குகா ஜன்னல் திரையை விலக்கி அடிமைத்தீவை பறவைப் பார்வையால் பார்க்கிறான். சிகரெட்டை சுவாசித்துவிட்டு மறுப்பாகத் தலையசைக்கிறான்.

'இன்னமும் ஊரடங்கு நீடிக்கிறது. கீழே மூன்று வேன்கள் இருக்கின்றன. ஒரு ஜீப் இருக்கிறது. தெரிந்துகொள்வதற்காகக் கேட்கிறேன். இப்போதைக்கு நடப்பவற்றோடு சேர்ந்து பயணித்தால் என்ன? குறைந்தபட்சம் புகைப்படங்கள் கிடைக்கும் வரை. அரசாங்கம் உனக்குக் கடன்பட்டிருக்கிறது என்றால், அது மோசமான விடயமல்ல.'

'மூளையைப் பயன்படுத்து. அமைச்சர் புகைப்படங்களை நம்மிடம் தரப்போவதில்லை. இது எப்படி முடியும் என்று நினைக்கிறாய்? மஹத்தையா அரசாங்கத்தோடு தொடர்புகொள்ள நான் உதவுகிறேன் என்பது புலிகளுக்குத் தெரிந்துவிட்டால் என் கழுத்தை முறித்துவிடுவார்கள்.'

'புலிகள் உன்னைக் காயப்படுத்தமாட்டார்கள். அதற்கு நான் உறுதியளிக்கிறேன்.'

'ஆனால் நீ காயப்படுத்துவாய், செய்வாய்தானே?'

'உன்னை ஒருபோதும் ஆபத்தில் வைக்கமாட்டேன்.'

'அப்படியென்றால் கர்னல் மஹத்தையாவுடன் ஒப்பந்தம் ஏற்படுத்த நீ ஏன் முன்வரவில்லை?'

எல்ஸா பெட்டியின் பற்பிணையை இழுத்து மூடியபடி சுற்றிலும் உள்ள குழப்பங்களைப் பார்வையிடுகிறாள். அட்டைப்பெட்டிகள் பசை நாடாக்களால் வாய் மூடப்பட்டிருப்பதைப் பார்த்து அவை செல்வது தூதரகத்திற்கா அல்லது எரியடுப்புக்கா என்று சிந்திக்கிறாய்.

'நான் மாலின் போல சூதாடியல்ல. ஒருவேளை அவன் வெளியே இருக்கலாம். படச் சுருள்களை இஸ்ரேலியர்களுக்கு விற்றுக்கொண்டிருக்கலாம்.'

'அவன் கதை முடிந்துவிட்டது.'

'அவனைக் கொன்றது யாரென்று உனக்குத் தெரியுமா?'

'உனக்குத் தெரியுமா?'

'அவன் புகைப்படங்களுக்காகக் கொல்லப்பட்டான் என்றால், நமக்குப் பாதுகாப்பு இல்லை.'

'சரி. விமான முன்பதிவைச் செய்கிறேன். கனடாவுக்கா, நார்வேக்கா அல்லது லண்டனுக்கா?'

'அதை நான் செய்துகொள்கிறேன், நன்றி. நான் இங்கிருந்து வெளியேற நீ உதவினால் போதும்.'

இரண்டு காதலர்களும் ஒருவரையொருவர் வட்டமிடுவதைப் பார்க்கிறாய். எல்ஸா தனது சக்கரம் வைத்த பெட்டியை வாசலுக்கு இழுத்துச் செல்கிறாள். அவர்களிடம் காசோலையைப் பெற்றதும் நீ ராஜினாமா செய்தது உனக்கு நினைவிருக்கிறது, ஏன் என்பது உனக்கு நினைவில்லை என்றாலும்.

'பெட்டிகளை நீ கவனித்துக்கொள்கிறாயா?'

'அவை நாளைக் காலை ஒழுங்கு செய்யப்பட்டுவிடும். சிஎன்டிஆர் என்ன சொல்கிறது?'

‘இந்த நாட்டை விட்டு வெளியேறும் வரை நான் யாருக்கும் அழைக்கப்போவதில்லை. உனக்கு மட்டும்தான் சொல்லியிருக்கிறேன், இத்தனைக்கும் நான் உன்னை நம்பவில்லை.’

‘ஆக, அவ்வளவுதான். இல்லையா? தோல்வியை ஏற்றுக் கொள்கிறாயா?’

‘தமிழர்களுக்கு உதவுவதற்காக இங்கே வந்தேன். என் பிணம் யாருக்கும் உதவப்போவதில்லை.’

குகா அவளுக்கு அருகில் சென்று கையை உயர்த்துகிறான். முகத்திலுள்ள மயிர்க் கற்றையை அவன் சரி செய்யும்போது எல்ஸா படபடக்கிறாள்.

‘உன்னோடு வந்துவிடும்படி என்னைக் கேட்கவேயில்லை.’

‘அப்படியென்றால் என்னோடு வா.’

‘நான் செய்யவேண்டிய வேலை இன்னும் ஒன்று இருக்கிறது.’

‘அதனால்தான் நான் கேட்கவில்லை.’

‘உன்னுடைய திட்டம் என்ன?’

‘இன்று மதியம் ஹில்டன் விடுதியிலிருந்து பேருந்து நிறைய ஜெர்மானியர்கள் புறப்படுகிறார்கள். உன்னால் என்னை அந்தப் பேருந்தில் இருக்கும்படி செய்ய முடியுமா?’

‘அநேகமாக இரண்டு வெளியேறும் வழிகளிலும் நோட்டமிட்டுக் கொண்டிருப்பார்கள்.’

‘ஆனால் சேவை மின்தூக்கியைக் கவனிக்கமாட்டார்கள்.’

குகா புன்னகைத்துக்கொண்டே தொலைபேசியை எடுக்கிறான். ‘உனக்கு ஒரு துப்பு கிடைத்திருப்பதாக, ஞாயிற்றுக்கிழமை இரவுக்குள் படச்சுருள்கள் கிடைத்துவிடும் என்று எதிர்பார்க்கிறாய் என அமைச்சரிடம் சொல்.’

‘உன்னால் என்னை அந்தப் பேருந்தில் இருக்கச்செய்ய முடியுமா?’

‘உன்னை எப்போதேனும் கைவிட்டிருக்கிறேனா?’

எல்ஸா ஆழ்ந்து மூச்சை உள்ளிழுத்துவிட்டு, தொலைபேசியை வாங்கி அவள் என்ன செய்யவேண்டுமோ அதைச்

செய்கிறாள். உன்னுடைய கடைசி இரவில் அவள் உன்னிடம் இந்நகரத்திலுள்ள மிதவாதிகள் விமானத்திலோ அல்லது கற்காரைப் பலகைகளிலோ சென்று முடிகிறார்கள் என்று கூறினாள்.

இருபத்து நான்கு மணிநேர ஊரடங்கு சாலைகளைச் சுத்தம் செய்து காற்றைப் புத்துணர்ச்சி பெற வைத்துள்ளது. சுவாசத்தின் துர்நாற்றத்திலிருந்து சுத்தம்பெற்று காற்று சுதந்திரமாக வீசி அவ்வப்போது புகை மற்றும் தூசியைக் கொண்டு வருகிறது. விடுதிக்கு எதிரே நிறமூட்டப்பட்ட ஜன்னல்களுடன் கருப்புநிற டெலிகா வேன், பின்னிருக்கையில் ஏஎஸ்பி ரஞ்சகொட தூக்கமின்றி கோபமாகக் காணப்படுகிறார், அவரது களைப்பான கண்கள் விடுதியின் நுழைவாயிலை நோக்கியிருக்கின்றன.

அருகில் ஒரு ஜீப் வந்து நிற்கிறது, ஜன்னல்கள் கீழே இறக்கப்படுகின்றன. பானை வயிறுடன் சாரதி இருக்கையில் உள்ள மனிதன் நிறமூட்டப்பட்ட கண்ணாடி மற்றும் அறுவைசிகிச்சை முகக்கவசம் அணிந்துள்ளான். அவனுக்கருகில் மேஜர் ராஜா உடுகம்பொல நடைபேசியைப் பிடித்தபடி அமர்ந்திருக்கிறார்.

அவர் பார்த்ததும் ரஞ்சகொட நிமிர்ந்து உட்கார்ந்து, முகத்தை அட்டென்ஷனில் வைக்கிறார். 'இரண்டு நுழைவாயில்களையும் கவனிக்க வேண்டும். அவள் வெளியேறும்போது என்னிடம் சொல். அவளைப் பின்தொடர்ந்து செல், அவளை விட்டுவிடாதே. நான் கட்டளையிட்டதும், அவளை அழைத்துக் கொள். தெளிவாகப் புரிந்ததா?'

'புரிந்தது சார்' என்கிறார் ரஞ்சகொட.

மேஜர் நடைபேசியை வாய்க்கருகே வைக்கிறார். 'எந்த அசைவும் இல்லை. ஆனால், கண்காணிப்பில் இருக்கிறோம்.' நடைபேசியில் கொரகொரவெனச் சத்தம் கேட்கிறது. மேஜர் தனது புருவத்தை உயர்த்தியபடி கேட்கிறார். 'மாளிகையில் எப்போதும் இடமிருக்கிறது, சார்.' இன்னும் கொரகொரவெனச் சத்தம், மேஜர் ரஞ்சகொடவைப் பார்க்கிறார். 'இல்லையென்றாலும் இடத்தை ஏற்படுத்துவோம்.'

இறுதியாக வந்த கொரகொரப்புச் சத்தத்திற்கு மேஜர் பதில் சொல்லவில்லை. நடைபேசியைக் கீழே வைத்துவிட்டு

ஏஎஸ்பியிடம் மெதுவாகப் பேசுகிறார். 'நீ என்னிடம் அந்தப் பெண்ணை அல்லது படச்சுருள்களைக் கொண்டு வரவேண்டும். இரண்டையும் சேர்த்துக் கொண்டுவந்தால், நான் உனக்கு மிகைநேரப் பணிக்கான தொகையைக் கொடுப்பேன். இரண்டில் ஒன்றுடன் வந்தால், மகிழ்ச்சி அடைவேன். இரண்டையும் கொண்டு வரவில்லை என்றால் எனக்கு மகிழ்ச்சியில்லை.'

'நான் இதைத் தனியாகச் செய்ய வேண்டுமா, சார்?'

'பயமா? அய்யோ, அழகு. கவலைப்படாதே குழந்தை. என் நண்பன் உன்னருகே அமர்ந்து உன் கைகளைப் பிடித்துக் கொள்வான்.'

முகமூடி அணிந்தவன் ஜீப்பிலிருந்து கீழே இறங்குகிறான், அவனது கண்களும் வாயும் வெளியே தெரியவில்லை என்றாலும் அவன் சிரிக்கிறான் என்பது தெளிவாகிறது.

மாளிகை

மேஜர் ராஜா உடுகம்பொல மேசைச் சிப்பாய்; நீ அவரை ஒருமுறை மட்டுமே களத்தில் பார்த்திருக்கிறாய். 87இல் அக்கரைப்பற்றில். முதலில், கிராமங்களைப் புதைக்கும் அளவுக்குப் பெரிய புதைகுழிகளைத் தோண்ட மண்ணள்ளும் இயந்திரங்களுக்கு உத்தரவிட்டார், பிறகு படைவீரர்களை வைத்து இறந்த உடல்களுக்குப் புலிகளின் சீருடை அணிவித்துக் காட்சிப்படுத்திய பின், உன்னையும் லேக் ஹவுஸ் பத்திரிகையின் அரைகுறைச் செய்தியாளர்களையும் புகைப்படம் எடுக்கவைத்தார். பிறகு, உன் படச்சுருளைப் பறிமுதல் செய்தார்.

மற்ற எந்தப் புகைப்படக்காரரும் இரண்டு படுகொலைகளுக்கு மேல் நீடிக்கவில்லை. பெரும்பாலானவர்களால் அந்த ரத்தக் களறியை ஜீரணிக்க முடியவில்லை, இன்னும் பலர் அதிலுள்ள அதிக ஆபத்து மற்றும் மிகக் குறைந்த ஊதியத்தால் விருப்பமின்றி விலகினர். ஆனால் நீ இருந்தாய்.

ஏனெனில், முட்டாள்தனமான பழைய உனது கூற்றுப்படி, கொழும்பு, லண்டன் மற்றும் டில்லியில் உள்ளவர்கள் இங்குள்ள பயங்கரத்தின் முழு அளவை அறியவில்லை. புத்திசாலித்தனமான இளைஞனான நீ போருக்கெதிரான கொள்கை வகுப்பாளர்களை

மாற்றக்கூடிய புகைப்படத்தை எடுக்கக்கூடும். வியட்நாமின் நேபாம் சிறுமி செய்ததை இலங்கையின் உள்நாட்டுப் போருக்கு நீ செய்யலாம்.

சுப்ரீமோ எங்கே மறைந்திருக்கிறார் என்ற தகவல் எப்போதேனும் கிடைத்தால், ராணுவத்துடன் இணைக்கப்பட்ட செய்தியாளர்கள் தனக்கு நேரடியாகத் தகவல் தெரிவிக்கலாம் என்று மேஜர் உத்தரவிட்டார். ஆறிலக்க எண்ணைப் பகிர்ந்து, தன்னைப் பிரபாகரனின் இருப்பிடத்திற்கு வழிகாட்டுபவர்களுக்கென ஆறிலக்கப் பரிசுத்தொகையையும் அறிவித்தார், இம்முறை பரிசுத்தொகை ரூபாய்களில் இல்லை.

இது போரின் ஆரம்பக்கட்டத்தில், ராணுவம் சுப்ரீமோவைக் கைதுசெய்து போரை முடிவுக்குக் கொண்டுவந்து விடலாமென்று முட்டாள்தனமாக நம்பிக்கொண்டிருந்தபோது. மேஜர் ராஜாவைப் பொறுத்தவரை செய்தியாளர்கள், அவரது முதலாளிகள் பிரிட்டனிலிருந்து வாங்கித்தரும் தோட்டாக்களை விட மதிப்பு குறைந்தவர்கள். பலர் விலகிக்கொண்டதற்கு இது மற்றுமொரு காரணம்.

நினைவு இருமல் வடிவில் வரும். மூளையில் வலியேற்படுத்தி உன்னை முன்புறம் குனியவைக்கும் தொடர் இருமல். இப்போது உன்னிடம் இல்லாத நரம்புகளின் நுனிகளைக் கருக்கி, அறை மற்றும் தாழ்வாரமாக இருந்த இடத்திற்கு உன்னைச் செலுத்துகிறது. சுவர்களில் வரிசையாகக் கோப்புகளை அடுக்கிவைக்க மற்றும் பொருள்களைக் காட்சிப்படுத்த பயன்படும் அலமாரிகள். யூஸி இயந்திரத் துப்பாக்கிகள், பிரௌனிங் கைத்துப்பாக்கிகள், டம்டம் தோட்டாக்கள் மற்றும் பூம்-பூம் கையெறி குண்டுகள், இவையனைத்தும் கோபத்திலோ அல்லது பயத்திலோ ஒருபோதும் ஆயுதங்களைப் பயன்படுத்தாத மேஜருக்குச் சொந்தமான ராணுவ அருங்காட்சியகத்தில் கண்ணாடிகளுக்குக் கீழே பாதுகாக்கப்பட்டுள்ளன.

அந்தப் பெரிய மனிதரின் வழுக்கைத் தலையைப் பார்த்தபடி மேசைக்கருகே நின்றுகொண்டிருந்தாய். தொண்டையைச் செருமிக்கொள்ளும் முயற்சியில் ஈடுபட்டபோது தொடர் இருமலை வரவழைத்தது, மற்றுமொரு எதிர்பார்த்ததை விடத் தீவிரமான இருமல். மேஜர் ராஜா உடுகம்பொல என்கிற அரசர் ராஜா உன்னை வெறுப்புடன் பார்த்தார்.

‘மருத்துவரைப் பார்க்க வேண்டுமோ?’

‘இல்லை சார். இது வெறும் புகைபிடிப்பதால் வரும் இருமல்.’

‘இதை அப்படித்தான் அழைக்கிறாயா? ஹோரமோக்களின் இருமல் என்றில்லையா?’

அவர் உன்னைப் பார்த்துக்கொண்டிருக்க வெகுநேரம் அசையாமல் நின்றாய். உனக்குமுன்னால் காலியான கதிரையொன்று இருந்தபோதும் அவர் உன்னை அமரும்படி சொல்லவில்லை என்பதால் நின்றுகொண்டே இருந்தாய். மேசையில் உன் பெயர் எழுதப்பட்ட கோப்பு, அதனுள் போர்முனையில் உன்னால் எடுக்கப்பட்ட புகைப்படங்கள் - கருப்பு வெள்ளை, பதினெட்டுக்கு ஐந்து அங்குல அளவில், மேட் ஃபினிஷ். அது வல்வெட்டித்துறையில் நடந்த எறிகணைத் தாக்குதல், பீரங்கிகள் எரியும் உடல்களைத் தென்னை மரங்களின் மீதிருத்தின. புகைப்படங்களின் அடுக்கில் அது உள்ளது, அதில் ஒவ்வொன்றையும் நினைவில் வைத்திருக்கிறாய். மாதாந்திரப் படுகொலைகளின் காலம் அது. இரு தரப்பினரும் மாறி மாறி கடந்த மாதம் நடந்த படுகொலைகளுக்கு ஈடாகக் கிராமங்களைக் கொன்று குவித்தபோது. மேஜர் புலிகளின் அட்டூழியங்களை மட்டுமே புகைப்படம் எடுக்க உத்தரவிட்டார். கொக்குளாய், கென்ட் பண்ணை, டாலர் பண்ணை, அபரணை, அனுராதபுரம். அரசால் நடத்தப்படும் படுகொலைகளைப் புகைப்படம் எடுப்பது அரிதாகவே தேவைப்படுகிறது.

‘நீ செய்திருப்பது நல்லவேலை. இவற்றை நாம் ஆவணப்படுத்த வேண்டும். அப்பாவிப் பெண்கள், குழந்தைகள் மற்றும் சிசுக்களை புலிகள் என்ன செய்கிறார்கள் என்பதை. இல்லையென்றால், இவை நடக்கவேயில்லை என்று தமிழர்கள் கூறுவார்கள்.’

எங்களிடையே கனத்த மௌனம் நிலவியது.

‘ஆனால் மற்ற விடயத்தைப் பற்றி யோசித்தால், என்னவொரு அவமானம், இல்லையா?’

‘சார்?’

‘மலிந்த அல்பர்ட் கபலான,’ என்று குனிந்து உன் கோப்பைப் பார்த்தபடி கூறினார். ‘உன்னுடைய ஒப்பந்தத்தை நாங்கள் இன்றிலிருந்து புதுப்பிக்கப் போவதில்லை.’

‘என்னுடைய ஒப்பந்தம் 1990 வரை காலாவதியாகாது.’

‘சரிதான். ஆனால் உன்னுடைய நடத்தை, தண்டனைச் சட்டம் 1883ஐ மீறிவிட்டது.’

‘அதுபற்றி எனக்கு அறிமுகம்...’

‘ராணுவ வீரர்களிடம் இயற்கைக்கு மாறான உறவுகள் உனக்கு இருக்கிறது. இது போர்க் காலத்தில் பொறுத்துக்கொள்ள முடியாதது. அல்லது எந்தக் காலத்திலும். நீ ஏற்கெனவே எச்சரிக்கப்பட்டிருக்கிறாய்.’

போர்முனையில் எந்த உறவும் இயற்கைக்கு மாறானதே. நட்புகள் வலுக்கட்டாயமானவை மற்றும் நோய்ம்மையானவை. பயங்கரம், சலிப்பு மற்றும் தனிமை, விநோதமான உடன்பாடுகளை உருவாக்கலாம், முற்றிலும் அந்நியமான கரங்களில் ஆறுதல் கிடைக்கலாம். சீருடையிலோ அல்லது சாரோங்கிலோ அல்லது தேசிய உடையிலோ இருந்தாலும் அழகான ஆண்களை விரும்பும் அழகான இளைஞர்களை எவ்வாறு அடையாளம் காண்பதென்பது உனக்குத் தெரியும். அவர்கள் பேருந்துப் பயணத்தில் புன்னகைத்தாலும் அல்லது தம் மனைவியுடன் வாதம் செய்துகொண்டிருந்தாலும் சரி. அமைதியாக இருப்பவர்கள், கிராமத்து இளைஞர்கள், குழப்பத்தில் தனிமையில் இருப்பவர்கள், தனக்கென்று இரைந்துபேச யாரும் இல்லாதவர்களோடு மட்டுமே விளையாடினாய், அல்லது அப்படியென்று நினைத்துக்கொண்டாய்.

மேஜர் எழுந்து, மெதுவாக மேசையைச் சுற்றி நடந்து உனது பக்கவாட்டில் வந்து நின்றுகொண்டார். அவர் சிறிதுநேரம் உன்னைப் பார்த்துக்கொண்டிருக்க நீ உன் பார்வையை முன்னால் வைத்திருந்தாய். அவரது கையால் உன் கன்னத்தைத் தேய்த்தார், பிறகு விரல்களால் உன் கழுத்தை வருடினார். ‘நீ பொட்டையா?’

‘இல்லை, சார்.’

அவரது விரல்கள் உன் கழுத்தைச் சுற்றி இருந்தவற்றை வருடிக் கடந்தன, அப்போதெல்லாம் மூன்றுக்கும் மேற்பட்டவற்றை அணிந்திருந்தாய். மரச் சிலுவை, ஓம், அடையாளவில்லை, குப்பிகள், ரத்தமடைக்கப்பட்ட குப்பி என வயிற்றிலிருந்து இடுப்புக்குக் கீழே வரை நீண்டிருக்கும். அவர் தனது விரல்களின் பின்புறத்தால் தேய்த்தார், அழுத்தவில்லை, அதேசமயம்

அவ்வளவு மென்மையாகவுமில்லை. மெல்லிய தசைகளுக்குப் பின்னால் ஒளிந்திருக்கும் படச்சுருள்களைத் தேடுவது போல. அவரது கைகள் காய்த்திருந்தன ஆனால் தொடுதல் மிருதுவாக இருந்தது. நீ நிமிர்ந்து, உணர்வுகளை வெளிப்படுத்தாமல் தளர்வாக நின்றுகொண்டிருந்தாய்.

'இந்த ஒரு பிரச்சினை மட்டுமல்ல என்று உனக்குத் தெரியும்.'

அவரது விரல்கள் உனது சுருக்கம் விழுந்துகொண்டிருக்கும் இடுப்புப் பகுதியில் உலவும்போது உறைந்து நின்றுகொண்டிருந்தாய்.

'நீ நோயுற்றிருப்பதாக வதந்தி. உன்னைத் தொட்டால் எனக்கும் எய்ட்ஸ் வருமா?'

அவர் தனது கையை உன்னிடமிருந்து விலக்கிக்கொண்டார், தனது மேசைக்குப் பின்னால் நடந்து, சுவரில் ஆணியில் மாட்டியிருந்த தொப்பியை எடுத்துக்கொண்டார்.

'வா போகலாம்.'

***

ஜீப்பை ஓட்டியது செயற்கைக் கால் வைத்திருந்த இளம் படைவீரன் ஒருவன், அவன் உன்னைப் பார்க்கவே இல்லை. மேஜர் உடுகம்பொல உனக்கெதிரே அமர்ந்திருந்தார், அவரது முழங்கால் உன்னுடையதற்கு இடையிலுள்ள இடத்தில் அத்துமீறி நுழைந்திருந்தது. அவர் முன்னால் குனிந்தால் உன்னுடைய விதைகளைத் தனது முழங்காலால் திணறடிக்க முடியும். 'உன்னை நீயே முட்டாளாக்கிக்கொள்ளாதே. உன்னைவிடச் சிறந்த புகைப்படக்காரர்கள் எங்களிடமுண்டு,' என்றார். 'விசுவாசத்தோடு இருப்பவர்கள். தங்களது மக்களின் பக்கம் நிற்பவர்கள். பெரும்பேச்சு பேசாதவர்கள்.'

'சார், நாம் எங்கே போய்க்கொண்டிருக்கிறோம்?'

'வீரர்கள் அதை அரசமாளிகை என்றழைக்கின்றனர். ஒருவேளை என் பெயரால் இருக்கலாம். அரசரின் வீடு. மாளிகை. வேடிக்கையான பயல்கள். அதன் வடிவமைப்பில் நான் உதவினேன்தான். நாங்கள் ஏன் உன்னைப்போக அனுமதிக்கிறோம் என்பதைக் கூறட்டுமா?'

'நான் மற்றவர்களுக்கும் வேலை செய்யலாம் என்று ஒப்பந்தத்தில் இருக்கிறது.'

'அனுமதியுடன் மட்டுமே. றொபர்ட் சட்வொர்த் புலிகளின் கர்னலைச் சந்திக்க அனுமதி பெற்றாயா?'

'நான் அசோஸியேட்டட் பிரஸ்சுக்கு வழிகாட்டி. றொபர்ட் சட்வொர்த் அவர்களின் ஆள்.'

'அவரது மெய்க்காப்பாளன்?'

'பாப் சட்வொர்த் எவர்மீதும் நம்பிக்கையில்லாதவர்.'

'கேளம் சர்வீசஸ்சிலிருந்து வந்த கூலிப்படைக்காரன். அனுமதியற்ற போர் செய்பவனை போர்முனைகளுக்கு அழைத்துச் சென்றிருக்கிறாய்.'

'அவர்களது ஆவணங்கள் முத்திரையிடப்பட்டிருந்தன.'

'என்னால் அல்ல. நீ ஏபியை வன்னி ராணுவ முகாமுக்கு அழைத்துச் செல்லவே அனுமதி கொடுக்கப்பட்டது. ஆயுத விற்பனையாளர்களை எதிரிகளோடு உணவுண்ண அழைத்துச் செல்வதற்கல்ல.'

'ஆயுத விற்பனையாளர்களா?'

'நான் சட்வொர்த்தை ஒருமுறை சந்தித்திருக்கிறேன், குறிப்பாகச் சொல்வதென்றால், வன்னியில்.'

'அப்படியா?'

'அப்படியாவா? நீயும் அங்கிருந்தாய்.'

'நானும் அங்கிருந்தேனா?'

'முகாமைத் தாக்கிய பிறகு. கர்னலைச் சிறைபிடித்தோம். உனக்கு நினைவில்லையா?'

'நான் துப்பாக்கிச் சண்டையில் காயம்பட்டிருந்தேன். எனக்கு எதுவும் நினைவில்லை.'

'என்ன காயங்கள்?'

'நான் செய்யக்கூடாத எதையும் செய்ததாகத் தெரியவில்லை.'

'ஐயோ பாவம். அப்பாவிப் பையன்.'

அவர் முன்னால் குனிந்ததும் அவரது முழங்கால் உன் கால்களுக்கிடையே உரசுகிறது. 'நீ எந்தப் பக்கம் இருந்தாய் என்பது தெரிந்தால் உதவியாக இருக்கும்.'

'நல்ல பத்திரிகையாளர்கள் எந்தத் தரப்பையும் சார்ந்திருப்பதில்லை.'

'உண்மை. ஹோமோ புகைப்படக்காரர்கள் எப்படி?'

'என்ன?'

'உன்னால் பாலியல் தொல்லைக்காளானதாக ஏழு படைவீரர்கள் கொடுத்த புகார்கள் என்னிடமுள்ளன.'

நிறமேற்றப்பட்ட ஜன்னல் வழியாக வெறிச்சோடிக் கொண்டிருக்கும் தெருக்களைப் பார்த்தாய், ஊரடங்குச் சட்டம் அறிவிக்கப்பட்டுள்ளதா என்று வியந்தாய். உன்னால் எதையும் நிரூபிக்கமுடியாது என்று நினைத்துக்கொண்டாய். வெறும் ஏழா என்றும் நினைத்துக்கொண்டாய். அதில் பாலியல் தொல்லை ஏதுமில்லை, உங்கள் இருவருக்குமே அதுதெரியும். பாலியல் தொல்லை என்பது சிலகணங்களுக்கு முன்பு மேஜரின் அலுவலகத்தில் நடந்தது. முப்பத்துநான்கு வருடங்களாக உன்னைத் தப்புவித்த அதே மந்திரத்தை மீண்டும் கூறினாய்.

'நான் ஓரினச்சேர்க்கையாளன் அல்ல. எனக்குப் பெண்தோழி இருக்கிறாள்.'

'பொய்களை நிறுத்து. புகார்கள் வந்திருக்கின்றன. நீ ராணுவத்தோடு பயணிக்க வேண்டுமென்றால் ராணுவத்தின் சட்டங்களைப் பின்பற்றவேண்டும். ஓர் இளம் படைத்துறை அலுவலர், விஜயவின் படைப்பிரிவு மருத்துவப் பரிசோதனையில் அவனுக்கு ஹெச்ஐவி இருப்பதாகத் தெரியவந்துள்ளது. என்னால் உன்னைப் போன்றவர்களை இங்கே வைத்துக்கொள்ள முடியாது.'

'எனக்கு எந்தப் படைத்துறை அலுவலரையும் தெரியாது.'

'வாயைமூடு. உன்னை வேலைக்குச் சேர்த்தவன் நான். ராணுவத்திற்குள் நோயை அனுமதிக்கமாட்டேன்.'

'எனக்கு எந்த நோயுமில்லை.'

'அதனால்தான் செஞ்சிலுவைச் சங்கத்தின் ஆணுறைகளைப் பயன்படுத்துகிறாயா? உன்னுடைய இருமலைப் பார்த்துக்கொண்டுதான் இருக்கிறேன். உன் சருமத்திலுள்ள அடையாளங்களையும் என்னால் பார்க்கமுடிகிறது. இது சரிவராது.'

ஜீப் ஹேவ்லாக் சாலையில் வலதுபுறம் திரும்பி இலைகளடர்ந்த நிழற்சாலையில் உறுமிச்சென்றது, மிகப்பெரிய வீடுகள், உயரமான சுவர்கள், தெருக்களில் குப்பைகள் இல்லை. சாலை இரண்டுமுறை திரும்பியது, சாரதி குறுக்குத்தெருவொன்றில் வாகனத்தைத் திருப்பினான்.

'இன்னமும் கவலை தரக்கூடிய வேறு வதந்திகளும் உள்ளன. என்னால் நிரூபிக்கமுடியாதவை. இரண்டு முனைகளில் போரை நடத்திக்கொண்டிருக்கிறோம். கேமராக்களுடன் இருக்கும் பால் புதுமையரைத் துரத்திக்கொண்டிருக்க எனக்கு நேரமில்லை.'

முட்டுச்சந்தின் அடிவாரத்தில் மிகப்பெரிய இரும்புக் கதவு, தொலைக்கட்டுப்பாட்டில் திறக்கப்பட்டு இயந்திரத் துப்பாக்கிகளுடன் இருக்கும் இரண்டு காவலர்களை வெளிப்படுத்துகிறது, இருவரும் சல்யூட் செய்கிறார்கள்.

'இந்த இடம் இன்னும் முழுவதுமாகச் செயல்பாட்டுக்கு வரவில்லை. ஆனால் வந்துவிடும்.'

படைவீரர்கள் உனது கேமரா மற்றும் பணப் பையைப் பறிமுதல் செய்தனர். ஆனால் நீ அச்சப்படவில்லை. கண்ணிவெடிகள் நிறைந்த இடத்தில் கால்வைக்கவும், புலிகளோடு படகுகளில் ஏறிக்கொள்ளவும் அச்சப்படாததுபோல. எந்தக் கெடுதலும் உன்னை நெருங்காது என்று நம்பினாய், ஏனெனில் நீ பாதுகாக்கப்பட்டிருந்தாய், தேவதைகளால் அல்ல, ஆனால் நிகழ்தகவின் விதிகளால், அது மிகமோசமான விடயங்கள் அடிக்கடி நடப்பதில்லை என்கிறது, அவை நடக்கும் சமயங்கள் தவிர.

முதல்பார்வையில் அது போதை மருந்துகள் புழங்கும் விடுதியை ஒத்திருக்கிறது, நீ வென்றெடுத்த நடுத்தர-வர்க்கத்தினரை அழைத்துச்செல்லும் இடம். இளைஞர்களை இவ்வகை விடுதிகளுக்குள் கடத்திச்செல்ல வழக்கமாக நீ கையாளும்

வழி, அக்கரைப்பற்று அருகே எரிந்துகொண்டிருந்த கிராமத்தில் துணி காயவைக்கும் கொடியில் கண்டெடுத்த புர்க்காவை அவர்களுக்கு அணிவித்து அழைத்துச் செல்வது. கவனத்தை ஈர்க்காமல் வரவேற்பு மேசையைத் தாண்டிச்செல்வதற்கான ஒரேவழி.

அந்தக் கட்டடம் வெளிப்புறக் கதவுக்கு முதுகைக்காட்டியபடி அமைந்திருந்தது, படைவீரர்கள் சாரமமைத்து அதற்கு பச்சைவண்ணம் பூசிக்கொண்டிருந்தனர். அந்தப் பாதை நிறுத்தப்பட்ட பாரவண்டிகள், கைவிடப்பட்ட தள்ளுவண்டிகளைக் கடந்து, கட்டிமுடிக்கப்படாத கற்காரைப் படிக்கட்டுகளுக்குச் சென்றுசேர்ந்தது. மொத்தம் மூன்று தளங்கள் இருந்தன, ஒவ்வொன்றிலும் ஏழு அறைகள். அறைகளனைத்தும் நிறமேற்றி மெருகூட்டப்பட்ட பெரிய ஜன்னலுடன் அமைந்திருந்தன, போதைமருந்து விடுதிகளில் காணக்கிடைக்காத அமைப்பு. அனைத்து அறைகளும் ஒரேமாதிரியான அமைப்பைக் கொண்டிருந்தன என்பதைக் கவனித்தாய். மரமேசை, வாளி, கயிறு, விளக்குமாறு, பிவிசி குழாய், முள்கம்பிச் சுருள், சுவரின் ஒருபக்கம் தண்ணீர்க்குழாய், மறுபக்கம் மின்சார இணைப்பு.

'இதைச் சொல்வதற்காகத்தான் உன்னை இங்கே கொண்டுவந்தேன்.'

மேஜர் உனக்குப் பின்னால் நடந்தபடி தன்னுடைய குறுந்தடியை உறையிலிருந்து எடுத்தார். அதுவரையில் நீ அப்படைவீரரின் இடுப்புப்பட்டையில் தொங்கிக்கொண்டிருந்த விடயங்களைக் கவனிக்கவில்லை.

'ராணுவத்திலிருந்து வெளியே அனுப்பப்பட்ட பலர், நீ பார்த்த விடயங்களைப் பார்த்தவர்கள், சமூகச் செயல்பாட்டாளர்களாக மாறத் துணிகின்றனர். தங்களது தரப்பை மாற்றிக்கொள்கிறார்கள். அது நல்ல யோசனையல்ல.'

முதல் தளத்தின் வெறுமையான அறைகளில் ஆவிகள் எதையும் நீ பார்க்கவில்லை, ஆனால் அவற்றை உணர்ந்தாய். இது ஆவிகள் இருப்பதை நீ அறிவதற்கு முன்னால். போர்க்களத்தில் ஒரு தோட்டா எவ்வளவு எளிதாக ஓர் ஆன்மாவை அழிக்க முடியும் என்பதைப் பார்த்த பிறகு, சுவாசிக்கும் உயிரினங்கள் உன் கண்களுக்கு முன்பாக அழுகிய இறைச்சியாக மாறுவதைப்

பார்த்தபிறகு உன்னிடம் நம்பிக்கைக்கு இடமில்லை. ஆனால் அது மாளிகைக்குச் சென்று, சிலிர்க்கும் அச்சத்தை துர்நாற்றம் நிறைந்த காற்றில் உணர்ந்து, நிழலில் கிசுகிசுப்புகளைக் கேட்கும் வரை.

படிக்கட்டில் ஏறியதும் மலம் மற்றும் சிறுநீரின் நாற்றம் தாக்கியது. இரண்டாவது தளத்திலுள்ள அறைகள் முதல்தளத்தை ஒத்திருந்தன, ஒரே வித்தியாசம் இதில் மனிதர்கள் இருந்தனர். ஒவ்வொரு அறையிலும் ஒருவர், அனைவரும் இளைஞர்கள், அனைவரும் கருப்பு நிறங்கொண்டவர்கள், அனைவரும் காயப்பட்டிருந்தனர். ஒருசிலர் அமர்ந்து தங்களது முழங்காலைக் கட்டிக்கொண்டிருந்தனர், சிலர் ஜன்னல் வழியாக வெறித்தபடி நீங்கள் கடந்துசெல்வதைக் கவனிக்காமல் இருந்தனர்.

'அந்த ஜன்னல்கள் என்னுடைய நிதித்திட்டத்தில் பாதியை எடுத்துக்கொண்டு விட்டன,' என்று குறுந்தடியை தனது முழங்காலில் தட்டியபடி மேஜர் கூறினார். 'அவை ஒலி-புகாத, ஒரு-வழிக் கண்ணாடிகள். அவற்றை தியேகோ கார்சியாவிலிருந்து தருவித்தேன்.'

கடைசி அறையிலிருந்த இளைஞன் உன்னை ஜன்னல் வழியாகப் பார்த்து வாயைத் திறந்து கண்களை அகல விரிக்கிறான். அவன் ஒலி-புகா ஜன்னலைப் பார்த்து அலறிக்கொண்டிருக்கிறான் என்பதை உணர உனக்குச் சில நொடிகளானது. தியேகோ கார்சியா குதிரை-லாட வடிவில் இலங்கைக்குத் தெற்கே அமைந்துள்ள தீவு, நெப்போலியப் போர்களுக்குப் பிறகு பிரித்தானியர்களால் ஆளப்பட்டது, அவர்கள் அங்கிருந்த இரண்டாயிரம் பூர்வகுடிகளை அப்புறப்படுத்தி, அமெரிக்காவுக்குக் குத்தகைக்குக் கொடுத்தனர். '80கள் வாக்கில் அது ராணுவத்தளமாகி ஒலி-புகா கண்ணாடிகளைக் காட்டிலும் அதிகமான விடயங்களை ஆசியாவிலுள்ள மேற்கத்திய நாடுகளின் நேசசக்திகளுக்கு ஏற்றுமதி செய்தன.

'அவர்கள் என்னுடைய விசாரணையாளர்களுக்குப் பயிற்சியளிப்பதற்காகப் பயிற்சியாளர்களை அனுப்புகிறார்கள். எனக்கு அதிக நிதி ஒதுக்கீடு அளிக்கவும்கூட அரசாங்கத்தை வற்புறுத்தியிருக்கிறார்கள்.'

மூன்றாவது தளம் கீழேயுள்ள இரண்டு தளங்களை ஒத்திருந்தது. நீள்சதுர அறைகள், நிறமேற்றப்பட்ட ஜன்னல்கள், குறைவான

மரச் சாமான்கள், சகித்துக்கொள்ள முடியாத துர்நாற்றம். ஆனால் இந்த அறைகளில் ஒன்றுக்கும் மேற்பட்டவர்கள் இருந்தனர்.

முதல் அறையில் இருவர் முகமூடி அணிந்து ஓர் இளைஞனைக் குழாய்களால் அடித்துக்கொண்டிருந்தனர். இரண்டாவது அறையில் ஓர் இளைஞன் படுக்கையில் கட்டிப் போடப்பட்ட நிலையில் வீறிட்டுக்கொண்டிருந்தான். மூன்றாவது அறையில் இரண்டு இளைஞர்கள் தலைகீழாகத் தொங்கவிடப்பட்டு, அவர்கள் தலையில் பை கட்டப்பட்டிருந்தது. நான்காவது அறையில் அறுவை சிகிச்சை முகமூடியும் நிறமேற்றப்பட்ட கண்ணாடியும் அணிந்த ஒருவன் கதிரையில் அமர்ந்திருந்த மற்றொருவன் முன்பு குனிந்துகொண்டிருந்தான்.

'அவன்தான் முகமூடி. அரண்மனைக்கு வரும் அனைத்து விருந்தினர்களும் அவனையே முதலில் சந்திப்பார்கள்.'

ஐந்தாவது அறையில் நிர்வாண நிலையிலிருக்கும் பெண் முழங்காலிட்டு அழுதுகொண்டிருக்க சட்டையில்லாத ஆண் ஒருவன் அவளைச் சுற்றிவந்து கொண்டிருந்தான். ஆறு மற்றும் ஏழாவது அறையில் இளைஞர்கள் மேசையில் படுத்தபடி அசைவின்றியிருந்தனர்.

மேஜர் ராஜா உடுகம்பொல உன் தோளைப்பற்றி சற்றுத் தள்ளியிருந்த சுவரில் வைத்து அழுத்தினார். அவருக்குப் பின்னாலிருந்த ஜன்னலில் மேசைகளில் வைக்கப்பட்டிருந்த உடல்கள் தெரிந்தன.

'என்னைச் சங்கடத்திற்குள்ளாக்கும் முன் உன்னை அனுப்பிவிடுகிறேன்.'

நீ உன் கைகளை அவரது இடுப்புக்குக் கீழே வைத்துத் தேய்த்தாய். அவர் தனது பிடியைத் தளர்த்தி மூச்சை உள்ளிழுத்துக்கொண்டார், பிறகு உன் கைகளை விலக்கி அவற்றைச் சுவரில் வைத்து அழுத்தினார்.

'ஆனால் நீ என்னைச் சங்கடப்படுத்தினால், வேலையை இழப்பதைக் காட்டிலும் மோசமான விடயங்கள் நடக்கக்கூடும்.'

உன் கன்னத்தில் முத்தமிட்டார், பிறகு உன் வாயில். பிறகு பலமாக இருமுறை உன்னை அறைந்தார். அடுத்து தனது புருவத்தைச் சொறிந்துகொண்டுவிட்டு கையை இறுக்கி

உன் வயிற்றில் ஓங்கிக் குத்தினார். காற்று உன் குடலை விட்டு வெளியேறியதை உணர்ந்தாய், மற்றொரு அடிக்கு உன்னைத் தயாராக்கிக் கொண்டபோது கண்கள் பார்வையை இழந்துவிட்டதாகத் தோன்றியது, ஆனால் அடுத்த அடி விழவில்லை.

அதன்பிறகு உன்னைச் செல்ல அனுமதித்தார்.

இறந்த சமயகுருவுடன் உரையாடல் (1962)

காலிமுக வீதியிலிருந்து ஒருபோதும் மீண்டும் செல்லமுடியாது போன இடத்திற்கு மிதந்து செல்கிறாய். இருண்டதொரு இரவு உன்னை அழைத்துக்கொண்டதற்கு வெகுகாலம் முன்பு, பல இருண்ட இரவுகளில், மறுபடியும் அங்கே கேமராவோடு சென்று தெருவுக்குப் பின்னாலிருக்கும் மாமரத்தில் அமர்ந்து புலிட்சரை வெல்லக்கூடிய புகைப்படங்களை எடுக்கமுடியுமா என்று யோசித்ததுண்டு.

நீ திரும்பி வரமாட்டாயென்று மேஜருக்குத் தெரியும் என்பதால் அவர் உன் கண்களைக் கட்டவில்லை. மாளிகையின் இருபத்தோரு அறைகளும் கடந்த வருட பயங்கரவாதத்தின்போது முழுவதுமாக நிறைந்திருக்கும் என்பதில் உனக்குச் சந்தேகமில்லை. '65இல் இந்தோனேசிய அரசு ஒரு மில்லியன் கம்யூனிஸ்ட்டுகளைக் கொன்றுகுவித்த அளவுக்கு, சந்தேகத்திற்குரிய அரசின்மைவாதிகளின் படுகொலை செழிப்பாக இல்லை, எனவே யாரும் அதைக் கணக்கிடுவதில் அக்கறை காட்டவில்லை. சிலர் ஐயாயிரம் என்றும், சிலர் இருபதாயிரம் என்றும், யாரோ ஒரு லட்சம் என்றும், பிறர் அவ்வளவு இல்லை என்றும் கூறிக்கொண்டனர்.

தவிரவும் புலிட்சர் அமெரிக்கர்களுக்கு மட்டுமே கிடைக்கும். யாருடைய சிஐஏ இந்தோனேசியப் படுகொலைகளுக்கு நிதியளித்ததோ, யாருடைய கடற்படைத்தளம் மாலத்தீவின் தெற்கிலிருக்கிறதோ, யார் விசாரணைப் பயிற்சியாளர்களைச் சொர்க்கம் என்றறியப்படும், இங்குள்ள மாளிகை என்றறியப்படும் இடத்திற்கு அனுப்பினார்களோ, அந்த அமெரிக்கர்களுக்கு மட்டும்.

மாளிகையிலிருந்து எவரும் உயிருடன் திரும்பியதில்லை என்பது உனக்குத் தெரியும் என்பதால் நீ மீண்டும் இங்கு வரவில்லை.

சடலங்கள் இங்கிருந்து கொண்டுவரப்பட்டு, பொலிஸ் நிலையங்களிலும் இராணுவ முகாம்களிலும் பலகைகளில் காட்சிப்படுத்தப்படுவதைப் பார்த்திருக்கிறாய். கொல்லப்படும் 'சந்தேகத்திற்குரிய நபர்கள்' எப்போதும் கிளர்ச்சியாளர்கள், கலகக்காரர்கள், குற்றவாளிகள் மற்றும் பயங்கரவாதிகளுக்கு எதிரான போராட்டத்தின் பிரச்சாரத்திற்குப் பயனுள்ளவர்கள். அவர்களில் பெரும்பாலோர் அவ்வாறானவர்கள் இல்லை என்றாலும். எப்போதேனும் ஒரு பத்திரிகையாளரையோ பேராசிரியரையோ சிறையறை ஒன்றில் பார்ப்பாய், தெரிந்த முகம் அடையாளம் தெரியாத அளவுக்குச் சிதைக்கப்பட்டிருக்கும். கூடுதலாக ஒரு புகைப்படத்தை எடுத்து உன் பெட்டிக்குள் மறைத்து வைப்பாய், அதன் படச்சுருளைக் கத்தரித்து உனது மறைவிடத்தில் சேகரிப்பாய், அது நல்ல காதுகள் கொண்ட எவரும் தேடாத இடம்.

மாமரத்தில் நீ அமர்ந்திருக்கும் இடத்திலிருந்து இரண்டாவது தளத்தில் விளக்குகளின் மினுக்கம் தெரிகிறது, அலறல்கள், தேம்புதல்கள், மின்சாரத்தின் சரசரப்புகள் கேட்கின்றன. காற்றில் பித்தத்தின் வாசனை மிதக்கிறது. வேறொருவரது வாந்தியின், வலுக்கட்டாயமாக ஊட்டப்பட்ட கெட்டுப்போன உணவின், பீதியின் மணங்கொண்ட வியர்வையின் விரும்பத்தகாத துர்நாற்றம். இன்னும் அதிக அலறல்களோடு இன்னும் அதிக விளக்குகள் எரிகின்றன. மூக்கில் ஊற்றப்படும் தண்ணீரா, இடுப்புப் பகுதியில் பாய்ச்சப்படும் மின்சாரமா, பாதத்தில் செருகப்படும் ஆணியா, என்னவாக இருக்கும்?

நீ மீண்டும் இங்கே வராததற்கு, எதைப்பார்க்க வேண்டுமோ அதுகுறித்த பயமும், நீயும் ஓர் இருண்ட அறைக்குள் அடைக்கப்படுவாயோ என்ற பயமே காரணம். இப்போது, அனைத்துத் தீமையான விடயங்களும் நடந்து முடிந்துவிட்ட நிலையில்கூட உன்னால் தோட்டத்தின் குறுக்காக மிதந்து மினுங்கும் விளக்குகள் இருக்குமிடத்திற்குச் செல்ல உன்னைத் தயார்படுத்திக் கொள்ள முடியவில்லை.

'அருகில் வா,' என்கிறது கரகரப்பான குரல். 'நீ பார்க்க விரும்பவில்லை என்றால் பார்க்க வேண்டாம்.'

கூரைமீது அந்த நிழலைப்பார்க்கிறாய். அது மிகப்பெரியதாக, உருவமற்றதாக இருக்கிறது, அதற்குக் கண்களே இல்லை,

சிவப்புநிறத்தில் இருப்பவைகூட இல்லை. புகைபோக்கி எதுவும் இல்லை என்றாலும் கருநிறப் புகை கூரை மீதிருந்து நீள்கிறது. கருந்திரளுக்கு உணவளிக்கும் கொடிச் சுருள்கள்போல் அவை நீள்கின்றன. அந்தக் குரலால் அழைக்கப்பட்டு நீ அதை நோக்கி மிதந்துசெல்கிறாய்.

'இது அத்தனையும் மிகமிகத் தவறு. நான் சமயகுருவாக இருந்தேன் தெரியுமா.'

'பௌத்தமா?' என்று கேட்கிறாய். 'அல்லது கத்தோலிக்கமா?'

'அது முக்கியமா என்ன? நான் உலகத்தின் இருண்ட இதயத்தைப் பார்த்திருக்கிறேன். நான் இன்னும் என்னைப் படைத்தவரைச் சந்திக்கவில்லை.'

'ஏன் இங்கே உட்கார்ந்து கொண்டிருக்கிறீர்கள்?'

அந்த உயிரி உருவம் கொள்கிறது, அதன் கருப்புநிறப் பற்கள், கருப்புநிற கண்கள் மற்றும் வளைந்திருக்கும் முதுகின் வெளிவரையைப் பார்க்கிறாய்.

'இங்கே ஆற்றல் இருக்கிறது. வந்து என்னோடு உட்கார். பின்பற்றக்கூடிய கடவுள் எதுவுமில்லை. அச்சம் கொள்ளவேண்டிய சாத்தான் இல்லை. இருப்பதெல்லாம் ஆற்றல் மட்டுமே.'

'நீங்கள் இங்கேதான் வாழ்கிறீர்களா?' என்று, அது அவ்வளவு துல்லியமான வினைச்சொல் அல்ல என்று தெரிந்தும் கேட்கிறாய். நீ கூரைமீது ஏறவில்லை.

'நான் சமயகுருவாக இருந்தபோது, நாத்திகர்கள் என்னோடு வாதம் செய்வதுண்டு. கடவுள் தீமையைத் தடுத்துநிறுத்த விரும்புகிறாரா அல்லது இல்லையா. கடவுளால் தீமையை தடுத்துநிறுத்த முடியுமா அல்லது முடியாதா.'

'நான் இந்த நகைச்சுவையை முன்பே கேட்டிருக்கிறேன்.'

திடீரென மருத்துவர் ராணியை நினைத்துக்கொள்கிறாய், ஏன் அவரை உன்னால் பார்க்க முடியவில்லை என்று வியக்கிறாய். நீ சேனவோடு இருந்தது, அவன் சற்று முன்பு சில எலிகளைத் தண்டிப்பதற்காக ஐந்து பொதுமக்களைக் கொன்றுவிட்டான் என்பது அவருக்குத் தெரியுமா? இன்னுமதிகக் குழப்பத்திலுள்ள

ஆன்மாக்கள், நிரப்பப்படாத படிவங்கள், காதுப் பரிசோதனைகள், ஒளிக்கு எதிரான வாதங்களில் மூழ்கி இருக்கிறாரா? அல்லது நல்ல நோக்கத்துடன் தொடங்கி இழந்துவிட்ட மற்றொரு விடயம் என்று உன்னை நிராகரித்துவிட்டாரா?

'நாம் கூரையில் அமர்ந்துகொண்டிருக்கும் இந்தக் கட்டடத்தை விடப் பயங்கரமானதென்று ஏதாவது இருக்கிறதா?' என்று இறந்துவிட்ட சமயகுரு கேட்கிறார்.

'ஒவ்வொரு அறையிலும் வயதான ஆண்கள் அச்சத்திலிருக்கும் குழந்தைகளுடன் விளையாடும் கட்டடங்களும் இருக்கின்றன.'

'நான் அந்த அறைகளுக்குச் சென்றிருக்கிறேன். அந்த அலறல்களையும் உணவாக்கியிருக்கிறேன்.'

'நீங்கள் அந்த அலறல்களை ரசிக்கிறீர்களா?'

'ஒன்று கடவுள் வலிமையற்றவர் அல்லது தீய எண்ணம் கொண்டவர் என்று எபிகியூரஸ் கருதினார். ஏனென்றால், அவர் தீமையைத் தடுக்க நினைக்கிறாரெனில் ஏன் செய்யவில்லை? ஆனால் அந்த அற்புதமான கிரேக்கரால் ஆராயப்படாத மற்றொரு சாத்தியமுள்ளது.'

அந்த நிழல் பெரிய உடல் மற்றும் பெரிய தலையாக உருக்கொள்கிறது. அந்த உயிரிக்கு விலங்கின் தலை அல்லது வடிவமற்ற ஆப்பிரிக்கப் பின்னலிட்ட தலை.

'கடவுள் இங்கில்லை என்பதையா?'

'இல்லை.'

'கடவுளின் கவனம் திசை திருப்பப்பட்டுவிட்டதா?'

'இல்லை! கடவுள் திறமையற்றவர். அவர் தீமையைத் தடுக்கவே விரும்புகிறார். ஆனால் அவர் சரியான முறையில் ஒழுங்கமைத்துக்கொள்ளவில்லை.'

'நீங்கள் சொல்வது, அவர் நம்மைப் போலவே சிந்தனையில் நேரத்தைக் கடத்துகிறார்.'

'நான் சொல்வது, அவர் எப்போதும் தாமதத்திலிருக்கிறார், எதற்கு முன்னுரிமை கொடுப்பதென்று அவருக்குத் தெரியவில்லை.'

ரத்தத்தை உறைய வைக்கும், செல்களைச் சிதறடிக்கும் குளிர்ச்சியை உணர்கிறாய். இது எப்போதும் உன்னை அச்சத்திலாழ்த்திய ஒன்று, உன்னால் பெயர் குறிப்பிட முடியாத ஏதோ ஒன்று.

'உன்னால் அதை உணர முடிகிறது, இல்லையா. ஆற்றல். அதுதான் எல்லாமும். ஆல்ஃபா மற்றும் ஒமேகா. அது நேர்மறையானதா அல்லது எதிர்மறையானதா என்பது குறித்துப் பிரபஞ்சத்திற்குக் கவலையில்லை. உட்கார மாட்டாயா?'

முகத்துவாரத்திலிருந்து வீசும் காற்றினால் துணிவுகொள்கிறாய், ஒருவேளை அந்தக் கொடிகள் உன்னை நெருங்கினால் அதில் தாவிக்கொள்ளலாம்.

'நான் சித்திரவதை செய்யப்படவில்லை. நான் துன்புறுத்தப்படவில்லை. நான் கொலை செய்யப்பட்டிருக்கலாம், ஆனால் அதை என்னால் உறுதியாகச் சொல்ல முடியவில்லை. கீழே இருப்பவர்களைப் போல உங்களால் என்னை உணவாக்கிக் கொள்ள முடியாது.'

'உனக்கு உறுதியாகத் தெரியுமா?'

வெளிவரை உருமாறுகிறது, இப்போது அது சமயகுருவைப் போன்ற தோற்றத்தில் இல்லை. வேட்டை நாயைப் போல் பதுங்குகிறது, அதன் கழுத்திலிருந்து ஏதேதோ தொங்கிக் கொண்டிருப்பதைப் பார்க்கிறாய். 'நான் அந்த மரத்தில் உன்னைப் பார்த்திருக்கிறேன், புகைப்படக்காரனே. இதில் எந்த ஒழுங்குமில்லை என்பது உனக்குத் தெரியும். அதை நீ எப்போதும் அறிந்திருக்கிறாய்.'

திடீரெனக் குளிர்ச்சி நன்கு அறிமுகமான ஏதோவொன்றாகப் பரிணமிக்கிறது. ஏதோவொன்றாக அல்ல, ஒருவேளை ஒன்றின் இல்லாததன்மை, தொடுவானம்வரை நீளும் வெறுமை, உன்னை என்றென்றைக்குமாக அறிந்துவைத்திருக்கும் சூன்யம். உன் அப்பா பிரிந்துசென்ற பிறகு ஒவ்வொருநாள் இரவிலும் உறங்க முயற்சிசெய்யும்போது பல்வேறு சூழ்நிலைக்காட்சிகளை நினைத்துப்பார்ப்பாய். ஒருவேளை அவர் நீ பால் புதுமையர் என்பதை உணர்ந்திருக்கலாம், ஒருவேளை நீ அவராக இருக்கவேண்டுமென்று விரும்பியிருக்கலாம், ஒருவேளை நீ அவருக்கு அவளை நினைவுபடுத்தியிருக்கலாம், ஒருவேளை நீ

இன்னமும் மதிப்புமிக்கவனாக இருப்பாயென நம்பியிருக்கலாம். ஒவ்வொரு கடுகடுத்த சொல்லையும் வெடுவெடுப்பான பார்வையையும் ஒவ்வொரு அவமானத்தையும் ஒவ்வொரு தாழ்ச்சியையும் மார்பு வெறுமையாகும் வரை மீண்டும் மீண்டும் வாழ்ந்திருக்கிறாய்.

'உன்னால் உணரமுடிகிறது, இல்லையா? அதுதான் ஆற்றல்.'

அந்த வெறுமை, அந்த வெறுப்பு முற்றிலும் விரும்பத்தகாததாக இல்லை. நம்பிக்கையின்மை என்பது நீ சலிப்புடனிருக்கும்போது கொறிக்கும் நொறுக்குகளாக இருந்து பின் மூன்று வேளையும் உண்ணும் உணவாக மாறியது.

'இந்தக் குழப்பங்களுக்கு யாரைக் குற்றம்சொல்வாய்? பல நூற்றாண்டுகளாக நம்மைப் புணர்ந்துகொண்டிருந்த காலனித்துவவாதிகளையா? அல்லது இப்போது நம்மைப் புணர்ந்துகொண்டிருக்கும் வல்லரசுகளையா?'

கீழிருந்து பயங்கரமான அலறல் ஒன்று வெளிப்படுகையில் கூரை கருப்பு நிற நிழலை உமிழ்கிறது, இறந்த சமயகுரு அதைப் பெரிய குழல்போன்ற தோற்றமுள்ள ஒன்றின் மூலம் உறிஞ்சுகிறார்.

'யார் நம்மைப் புணர்ந்தது?'

'போர்த்துக்கீசியர்கள் நம்மைக் கிடைமட்டநிலையில் வைத்துப் புணர்ந்தார்கள். டச்சுக்காரர்கள் பின்னாலிருந்து புணர்ந்தனர். பிரித்தானியர்கள் வருவதற்குள் நாம் ஏற்கெனவே முழந்தாளிட்டு, கைகளைப் பின்னால் கட்டிக்கொண்டு, வாயைத்திறந்து தயாராக வைத்திருந்தோம்.'

'நாம் பிரித்தானியர்களால் காலனித்துவப்படுத்தப்பட்டதில் நான் மகிழ்ச்சிகொள்கிறேன்.'

'பிரெஞ்சுக்காரர்களால் படுகொலை செய்யப்படுவதைக் காட்டிலும் மேலானது,' என்கிறார் சமயகுரு.

'அல்லது பெல்ஜியர்களால் அடிமைப்படுத்தப்படுவதை விட.'

'அல்லது ஜெர்மனியர்களால் விஷ வாயுவுக்கு உட்படுத்தப்படுவதை விட.'

'அல்லது ஸ்பானியர்களால் வல்லுறவு செய்யப்படுவதை விட.'

'சிலசமயம் இந்த நாடு இருக்கும் குழப்பத்தை நினைத்துப் பார்க்கையில், சீனர்கள் அல்லது ஜப்பானியர்கள் நம்மை விலைக்கு வாங்க அனுமதிப்பது நல்லதென்று நினைக்கிறேன், வெள்ளையர்களும் சோவியத்துக்களும் நம் சிந்தனைகளை எடுத்துக்கொள்ளட்டும், அல்லது, நம்முடைய போர்த்துக்கீசியர் பிரச்சினையை டச்சுக்காரர்கள் கவனித்துக்கொண்டதுபோலத் தமிழர் பிரச்சினையை இந்தியர்கள் கவனித்துக்கொள்ளட்டும்.'

இப்போது நீ நிழல்களில் அமர்ந்து வெறுமையை சுவாசித்துக் கொண்டிருக்கிறாய். இறந்த சமயகுரு உனக்கெதிரே இருளில் கிசுகிசுத்துக்கொண்டிருக்கிறார்.

'இந்தத் தீவு எப்போதும் தொடர்புகளோடே இருந்திருக்கிறது. வரலாற்றுப் புத்தகங்கள் கண்டுபிடிக்கப்படுவதற்கு வெகுகாலம் முன்பிருந்தே ரோம் மற்றும் பெர்சியாவுடன் நறுமணப் பொருள்கள், ரத்தினங்கள் மற்றும் அடிமைகளை வியாபாரம் செய்திருக்கிறோம். நம் மக்களும்கூட எப்போதும் வியாபாரம் செய்யக்கூடியவர்களாகவே இருந்திருக்கிறார்கள். இன்றைய நிலைமையைப் பார். வசதி படைத்தவர்கள் தங்கள் குழந்தைகளை லண்டனுக்கு அனுப்புகிறார்கள், வசதியில்லாதவர்கள் தங்கள் மனைவிகளை சவுதிக்கு அனுப்புகிறார்கள். ஐரோப்பிய சிறார் புணர்ச்சியாளர்கள் நமது கடற்கரையில் சூரியக்குளியல் செய்கிறார்கள், கனடிய அகதிகள் நம் பயங்கரவாதத்திற்கு நிதியளிக்கிறார்கள், இஸ்ரேல் பீரங்கி வாகனங்கள் நம் இளைய தலைமுறையைக் கொல்கின்றன, ஜப்பானிய உப்பு நம் உணவை விஷமாக்குகிறது.'

அப்போதுதான் நீ வேறெங்கோ இருக்கவேண்டும் இங்கல்ல என்பதை உணர்கிறாய். இதற்குமேலும் தாமதித்தால் இங்கே ஏன் வந்தாய் என்பதை மறந்துவிடுவாய்.

'பிரித்தானியர்கள் நமக்குத் துப்பாக்கிகளை விற்கிறார்கள், அமெரிக்கர்கள் நமது சித்திரவதை செய்பவர்களுக்குப் பயிற்சியளிக்கிறார்கள். நமக்கு என்னதான் வாய்ப்புள்ளது?'

சமயகுரு தசைமுறுக்குடன் வளர்ந்து, பேசிக்கொண்டே உன்னை நோக்கி வருகிறாள். அவளுடைய குரல் இரட்டிப்பாகி, மும்மடங்காகிப் பின் பன்மடங்காகிறது. அந்த நடையையும்

உறுமலையும் அடையாளம் காண்கிறாய். நிழலிடமிருந்து விலகிச் செல்கிறாய், ஆனால் அது உன்வழியை மறிக்கிறது.

'பிரித்தானியர்கள் நம்மிடம் மெருகூட்டப்படாத முத்து ஒன்றை விட்டுச் சென்றனர். ஆனால் நாம் நாற்பது வருடங்களாக அந்தச் சிப்பியை மலத்தால் நிறைத்துக்கொண்டிருக்கிறோம்.'

அது இப்போது உன் முகத்திற்கெதிராகத் தனது முகத்தை வைத்துள்ளது, அது அவனா அல்லது அவளா என்பது உனக்கு உறுதியாகத் தெரியவில்லை. உனக்குள்ளாகக் குளிர் மற்றும் வெறுமை உறுமுவதை உணர்கிறாய். அவனுடைய கண்கள் வெவ்வேறு ஆயிரம் கண்களால் ஆனது, அவளுடைய குரல் ஆயிரம் குரல்களால். கேட்பின் விளிம்பிலுள்ள அந்த ரீங்காரம் அவளோ, அவனோ, அதுவோ, அல்லது அவர்களோ கூட அல்ல. அது வெறுக்கத்தக்க இரைச்சல்.

'இதோ நாற்றமடிக்கும் ஓர் உண்மை, இதன் வாடையை நன்றாக உள்ளிழுத்துக்கொள். அதை நாமே புணர்ந்தோம், நாமே கெடுத்தோம்.'

மஹாகாளியின் கரங்கள் உன்னைச் சுற்றி இருக்கின்றன, வேறொருவரின் கரங்கள் உன்னைச் சுற்றி இருக்கின்றன, அனைவரின் கரங்களும் உன்னைச் சுற்றியே இருக்கின்றன.

'அதை இன்னொருமுறை சொல். சத்தமாக, மெதுவாக.'

அதன் பற்கள் அதன் கண்கள் அளவுக்கே கருமையாக உள்ளன, அதன் வாய் அளவில் பெரியதாகும்போது அதன் கருப்பான நாக்கை, அதன் தொண்டைக்குள்ளிருந்து எட்டிப் பார்க்கும் கண்களைப் பார்க்கிறாய்.

'அதை நாமே புணர்ந்தோம். நாமாகவே அதைச் செய்தோம்.'

ஐந்தாம் நிலவு

என்னை நோக்கிக் கூப்பிடு,
அப்போது நான் உனக்குப் பதில் கொடுத்து,
நீ அறியாததும் உனக்கு எட்டாததுமான
பெரிய காரியங்களை உனக்கு அறிவிப்பேன்.

எரேமியா 33:3

நான் கனவுகளில் நடக்கிறேன்

சுழலுக்குள் நீ சென்றுகொண்டிருப்பது கௌவிப்பலகையுடன் இருக்கும் பெண்ணால் தடைபடுகிறது. உன்னைச்சுற்றி காற்று தசையாகிவிட்டது. சுற்றிலும் மரணத்தை இரைஞ்சும் முகங்கள்; அவற்றின் உணர்வு வெளிப்பாடுகள் கலவியின் உச்சநிலையிலிருந்து வலிவரை மாறுகின்றன. நீ மயக்கமடைவதற்கு முன்பு ஓர் ஒலி உன்னை உலுக்குகிறது.

'மன்னிக்கவும்! இவன் தனது ஐந்தாம் நிலவில் இருக்கிறான். நீ அவனை எடுத்துக்கொள்ள முடியாது. இது உனக்குத் தெரியாதது போல் நடிக்க வேண்டாம்.'

மருத்துவர் ராணியின் குரல் ஐஸ்கிரீம் வண்டியைப் போலக் கிறீச்சிடக் கூடியது, அதற்குப் பதிலளிக்கும் விதமாகத் தாழ்வாரத்தில் விளையாடிக்கொண்டிருக்கும் குழந்தைபோல ஆகிறாய். அந்த நிழலின் பிடியிலிருந்து தாவியதும் மருத்துவரின் கைகளில் சென்றுசேர்க்கிறாய், நெருப்பிலிருந்து தப்பி வாணலிக்கு.

'அவனது ஏழு நிலவுகள் வரை நீ அவனைத் தொடமுடியாது. அதுவே விதிமுறை. நீ என்ன செய்கிறாய் என்பது எனக்குத் தெரியும், எங்களுக்கு அச்சமில்லை. உன்னாலும் கூட மீறமுடியாத விதிகள் இருக்கின்றன.'

அந்த உயிரியிடமிருந்து தப்பி மாமரத்தை நோக்கிச் செல்கிறாய். மருத்துவர் ராணி உன்னை ஒரு கிளையை நோக்கித் தள்ளுகிறார். திரும்பிப் பார்க்கும்போது மஹாகாளி மீண்டும் நிழலாகியிருக்கிறாள். நிழலின் பாம்புகள் மற்றும் கருப்பு நிறக் கொடிகள் கட்டடத்திலிருந்து நீண்டு அந்த வடிவத்திற்கு உணவளிக்கின்றன.

'போய் உன் மேலேயே மூத்திரம் அடித்துக்கொள்.' ஒரு டஜன் சமய குருக்கள் ஒத்திசைக்க முயல்வது போன்ற

குரலில் பேசுகிறது. பிறகு சிரிப்புச் சத்தம், அதன்பிறகு எச்சில் உமிழ்வதன் ஆலங்கட்டி மழை.

மருத்துவர் ராணி மரத்தின் உச்சிக்குப் பாய்ந்து உன்னை ஒரு காற்றுக்குள் இழுக்கிறார், மீண்டும் கூரைகளின் மீது வழுக்கிச் செல்கிறாய்.

'படையோடு வந்து உன்னை இந்த இடத்திலிருந்து விரட்டுவேன்,' காற்று உங்கள் இருவரையும் அழைத்துச் செல்லும்போது மருத்துவர் ராணி விடைபெறும் விதமாக உறுமுகிறார். எல்டிடிஈக்கள் விடயத்தில் இவ்வளவு துணிச்சலாக இருந்தாரா என்று சிந்திக்கிறாய். அவர்கள் அவரைத் தாக்குவதற்கு முன் எச்சரித்தனரா என்று வியக்கிறாய்.

'இது உனது ஐந்தாவது நிலவு, மலிந்த. நாளைக் கழித்து உனக்கென்று எதுவும் என்னால் செய்யமுடியாது போகும்.'

'ஏன் எனக்குத் தலைவலி வருகிறது?'

'உன்னை "தொலைந்தவர்கள்" என்பதன் கீழ் பதிவுசெய்து கொள்வார்கள், நீ அதன் குடலில் சென்று முடிவடைவாய். உனக்குத் தலை என்று எதுவுமில்லை. அந்த வலி உன் முட்டாள்தனம் தப்பிக்க முயல்வதால் உருவாவது.'

'அது மஹாகாளி என்று எனக்குத் தெரியாது.

'இல்லை, உனக்குத் தெரியும். இந்த இடம் நரக உயிரிகளால் நிறைந்திருக்கிறது. அவை இந்தச் சித்திரவதைகளை உணவாக்கிக் கொள்கின்றன. சேன அதற்காக வேலை செய்கிறான் என்பதும் உனக்குத் தெரியும். அவன் ஏன் உன்மீது ஆர்வம் காட்டுகிறான் என்று நினைக்கிறாய்?'

'அவன் எனக்குக் கிசுகிசுக்கக் கற்றுக்கொடுப்பதாகக் கூறினான். நான் அவனுடன் சேர்ந்தால் செய்வான்.'

காற்று வழக்கத்தை விட அதிக உயரத்திற்கு உன்னை இழுக்கிறது. மேற்கூரைகள் மற்றும் மரங்களின் உச்சிகள் அங்குலத் தொலைவே உள்ளன, உன்னுடைய குமட்டல் களிப்புநிலையாகிறது. பூமியின் கூரைக்கு உயர்கிறாய் நகரம் ஓர் அஞ்சலட்டையாக மாறுகிறது. வளிமண்டலம் குளிர்ச்சியுடன், புத்துணர்வூட்டும் விதமாக இருக்கிறது, காற்று எல்லாப் பக்கங்களிலிருந்தும் வீசுகிறது. இந்த உயரத்திலிருந்து பார்க்கையில்

கொழும்பு குழப்பமானதாகத் தெரியவில்லை. மரங்கள் மற்றும் விளக்குகளால் அலங்கரிக்கப்பட்டு நிழல்களில் உறங்குகிறது. பெய்ரா வாவி கூடச் சற்று கவரும்படி காட்சியளிக்கிறது.

'நீ கிசுகிசுக்க விரும்பினால் என்னால் உதவ முடியும்.'

'ஒளியைத் தேர்ந்தெடுத்த ஆன்மாக்களுக்கு மட்டுமே இதை வழங்குவேன். நீ என்னை விதிகளை வளைக்கும்படி செய்கிறாய். விதிகளை வளைப்பதை வெறுக்கிறேன்.'

'என்னை அங்கிருந்து வெளியேற்றியதற்கு நன்றி.'

'நான் நன்றிக்காக எதையும் செய்வதில்லை.'

ஒரு மேகத்தின் விளிம்புக்கு வந்து சேர்கிறீர்கள், உன்னுடைய வியப்பு கோமாளித்தனமாக இருந்திருக்க வேண்டும், ஏனெனில் அவர் உன்னைத் திட்டுவதை நிறுத்திவிட்டுச் சிரித்துக் கொண்டிருக்கிறார்.

இதற்குமுன் 747-களில் மேகத்தைவிட உயரத்தில் பறந்ததுண்டு, ஆனால் இந்தக் காட்சி உன்னிடமிருந்து தப்பிவிட்டது. அதன் நிறம் நீச்சல்குளத்தின் நீலம், வித்தியாசம் என்னவென்றால் இங்கே நீர் என்பது நீராவியாலானது, வெதுவெதுப்பாக, அடிமட்டமின்றி இருக்கிறது. தலையை மேலே வைத்துக்கொள்ளும் அளவுக்கு மிதந்துகொண்டிருக்கிறாய்.

உன்னைச் சுற்றிலுமுள்ள மேகத்தின் கடலைப் பார்க்கிறாய், ஒவ்வொன்றிலும் நடுவில் நீலப்பச்சை நிறத்தில் அலைவரிகளுடன் ஒரு குளம், கீழேயிருக்கும் தொலைதூர உலகத்தின் கண்ணுக்குத் தெரியாதது.

'கனவுகள் இங்குதான் இருக்கின்றன. நான் இங்கே பலமுறை வந்திருக்கிறேன். அவரையும் என் பெண்களையும் பார்ப்பதற்காக.'

'அவரா? அதாவது கடவுளா?'

அவர் சிரிக்கிறார்.

'இல்லை, என் குழந்தாய். என் கணவர். என் குழந்தைகளின் தந்தை.'

'பேராசிரியரா?'

ஐந்தாம் நிலவு ◆ 407

'என்னோடு உடன்படாவிட்டாலும் என்னை விட்டுக் கொடுத்ததில்லை. நான் இறந்தபிறகு அவர் அனைத்து அரசியலிலிருந்தும் விலகிவிட்டார். அவர் இன்னும் கீழே இருக்கிறார். என் மகள்களைக் கவனித்துக்கொள்கிறார். அவர் ஓர் அன்பான தந்தை. இயன்றபோதெல்லாம் அவரது கனவில் சென்று அதைக் கூறுவேன்.'

உன்னால் மேக நீலத்திலிருந்து பார்வையை விலக்கிக்கொள்ள முடியவில்லை.

'நாம் மற்றவர்களின் கனவில் தோன்றமுடியுமா?'

'நீ அதில் தொலைந்து போகாத வரை,' என்கிறார்.

'எவருடைய கனவிலும் தோன்றமுடியுமா?'

'உறங்கிக்கொண்டிருப்பவர் அனுமதியளிக்கும் வரை.'

'எப்படி நாம் அதை...'

'என் கையைப் பற்று. அந்த நபரை நினைத்துக்கொள். பிறகு...'

அவர் உன்னைக் கீழே இழுக்க மேகத்தாலான குளத்தில் மூழ்குகிறாய்

**

சுவரிலிருக்கும் சுவரொட்டிகள் மற்றும் சோகத்தின் வாசனையைக் கொண்டு நீயிருக்கும் படுக்கையறையை அடையாளம் கண்டுகொள்கிறாய், இவ்வளவுகாலமாக அந்த வாசனை சுகந்திப்பூவின் மணமென்று நினைத்துக்கொண்டிருந்தாய், எப்படி இதைத் தவறவிட்டாய் என்பது உனக்குப் புரியவில்லை. ஜக்கி குறட்டைவிட்டுக் கொண்டிருக்கிறாள். முழங்கால் வரை நீளும் ஜாய் டிவிஷன் டி-ஷர்ட் அணிந்து, உயிர்த் தியாகம் செய்த கிறிஸ்துவைப் போலக் கைகளைப் பரப்பி வைத்திருக்கிறாள்.

'அவளது சுவாசத்தோடு உன் சுவாசம் ஒத்திசையட்டும்,' மருத்துவர் ராணியின் குரல் உன் காதில் ஒலிக்கிறது, என்றாலும் உன்னால் அந்த இருண்ட அறைக்குள் அவரைப் பார்க்க முடியவில்லை. நுரையீரலே இல்லாத ஒருவனிடம் இப்படிச்சொல்வது கேலிக்குரியதாக இருந்தாலும் அவர் கூறியபடி செய்கிறாய். ஜக்கியின் நாசி அசைவுக்கேற்ப மூச்சை

உள்ளிழுத்து வெளிவிடுகிறாய். தேன் கரடி, ஸ்ட்ராபெரி வயல், பவளத்தோட்டம் ஆகியவற்றின் காட்சிகள் தோன்றுகின்றன. பிறகு, அது நின்றுவிடுகிறது.

ஜக்கி கண்விழித்து, ஏழு மழைக்காலங்கள் நீ அவளுடன் பகிர்ந்துகொண்ட கழிவறையை நோக்கித் தடுமாறியபடி செல்கிறாள். அவள் உறக்கத்தில் நடக்கவில்லை இருப்பினும் முழுமையாகவும் விழித்திருக்கவில்லை. தண்ணீர் வழிந்தோடும் சத்தத்தைக் கேட்கிறாய், பிறகு அவள் தவறான கதவு வழியாக வெளியேறி தற்செயலாக, வேண்டுமென்றே உன்னுடைய பழைய படுக்கையில் விழுந்து உறங்கத்தொடங்குகிறாள். தலையணைகளை அணைத்துக்கொண்டு படுக்கை விரிப்பில் சுவாசிக்கிறாள். அறை நீ விட்டுச்சென்ற நிலையில் வெறுமையாகவும் சுத்தமாகவும் உள்ளது. அவள் மீண்டும் லயத்துடன் குறட்டைவிடத் தொடங்க அவளுக்கருகில் படுத்துக்கொள்கிறாய்.

சிரிப்பொலி கேட்கிறது, ஸ்ட்ராபெரிப் புதர்களின் புதிர்வழியில் டிடி ஜக்கியைத் துரத்திக்கொண்டிருப்பதைப் பார்க்கிறாய், அந்த விடுதி மற்றும் தோட்டத்தை நுவரெலியா என்று அடையாளம் காண்கிறாய். கேமராவோடு நீ அவர்களைத் துரத்திச்செல்ல அனைவரும் புதிர்வழியின் மத்தியில் குவியலாக விழுகிறீர்கள். அவர்கள் தரையில் புரள்வதை நீ படம் எடுக்கிறாய், டிடி ஜக்கியைக் கவனிக்கும்படி, அவளைப் புறக்கணிக்கவேண்டாம் என்று கூறுகிறான், நீ அப்படிச்செய்யவில்லை என்கிறாய், பிறகு அவளுடன் பேசுவதற்காகவே வந்தாய், ஆனால் இன்னமும் பேசவில்லை என்பதை உணர்கிறாய், எனவே பேசுகிறாய்.

'ஜக்கி, எனதன்பு ஜக்கி, என் செல்லமே. உனக்குத் தேவையான அனைத்தும் மறைத்து வைக்கப்பட்டிரு...'

'நேரடியாகச் சொல்லாதே. அது மறக்கப்பட்டுவிடும்.' மருத்துவர் ராணியின் குரல் உன் காதுகளுக்குப் பின்னால் கேட்கிறது. 'மறைமுகமாகப் பேசு. காட்சிகள் மூலமாக, வார்த்தைகளால் அல்ல.'

காலை நேரங்களில் நீ காணாமல் போய்விடுவதை அவள் கவனிக்கும்வரை ஜக்கியுடன் ஒரே படுக்கையில் படுத்திருந்தாய். சிறிது நாள்களுக்குப் பிறகு, அவள் உன்னை முத்தமிட முயற்சிசெய்வதை நிறுத்திக்கொண்டாள், இன்னும்

சிறிது நாள்களுக்குப் பிறகு நீ பதிலுக்கு அணைப்பதை நிறுத்திக்கொண்டாய். நீ எப்போதும் அதுகுறித்துப் பேசியதில்லை, அவள் கேட்டதுமில்லை, இன்னும் சிறிது நாள்களுக்குப் பிறகு, நீ கூறும் காரணங்கள் பலவீனமானவையாக மாறியது. பிறகு, உபரிஅறைக்கு மாறிக்கொண்டாய், அதன்பிறகு விடயங்கள் எளிதாகின.

உனவட்டுன கடற்கரையில் நீ டிடிக்கு மசாஜ் செய்வதை ஜக்கி பார்த்துக் கொண்டிருக்கிறாள். டிடி உன்னைப் பார்க்கிறான், 'போய் ஜக்கிக்கும் மசாஜ் செய். அல்லது அவள் மீண்டும் என்னுடைய ஐஸ்கிரீமில் உப்பைப் போட்டுவிடுவாள்.'

இது யாருடைய கனவு என்று வியக்கிறாய். நீ என்னுடைய டிடியா அல்லது ஜக்கி கனவு காணும் டிடியா? ஏன் இந்தக் கடற்கரையிலிருக்கும் மனிதர்கள் என்னை வெறித்துப் பார்த்துக் கொண்டிருக்கிறார்கள்?

'கனவில் தோன்றும் மனிதர்கள் ஒருபோதும் அவர்கள் யாராகத் தோன்றுகிறார்களோ அவர்கள் அல்ல,' என்கிறார் மருத்துவர் ராணி. 'குறிப்பாக மற்றவர்களின் கனவில் தோன்றும் மனிதர்கள்.'

ஜக்கிக்கு மசாஜ் செய்தபடி அவளது காதில் கிசுகிசுக்கிறாய்.

மருத்துவர் ராணி உனக்கு மீண்டும் நினைவுபடுத்துகிறார். 'நினைவில் வை, காட்சிகள் சிறந்தவை. வார்த்தைகள் அல்ல. உனக்கு விருப்பமென்றால் ஒரு பாடலைப் பாடு.'

மருத்துவர் ராணியின் காதில் யார் கிசுகிசுக்கிறார்கள், மேலும் அவர்களின் காதில் யார் கிசுகிசுக்கிறார்கள், நம்முடைய எண்ணங்களில் பிற மனிதர்களின் கிசுகிசுப்புகள் எந்தளவுக்கு இருக்கும் என்று வியக்கிறாய்.

'ராஜா மற்றும் ராணி. ராஜா மற்றும் ராணியைக் கண்டுபிடி. அவர்களை யாருமே கேட்பதில்லை. அவர்கள் எங்கே இருக்கிறார்கள் என்று உனக்குத் தெரியும்.'

மீண்டும் இன்னொரு படுக்கை அறையில் இருக்கிறாய், அதன் நாற்றம் மற்றும் ஒழுங்கற்றதன்மையைப் பார்த்ததும் அது யாருடையது என்று தெரிகிறது.

'நான் பால் புதுமையராக இருக்கமுடியாது. நான் எவ்வளவு ஒழுங்கின்றி இருக்கிறேன் பார். பால் புதுமையர்கள் ஒழுங்கோடு இருப்பவர்கள்.'

'அந்த வார்த்தையைப் பயன்படுத்தாதே, பையா. உன்னை முட்டாளாகக் காட்டுகிறது.' நீங்கள் இருவரும் ஆடையின்றி இருக்கிறீர்கள், நீ படுக்கை விரிப்பின் அடியிலிருக்கிறாய். அவன் உனக்கு முதுகைக் காட்டியபடி இருக்க, அவனது தலைமுடியில் மூச்சுவிட்டுக்கொண்டிருக்கிறாய், உனது கைகள் அவன் சருமத்தில் பயணித்துக் கொண்டிருக்கின்றன. 'நான் ஓரினச் சேர்க்கையாளனோ அல்லது நீ பால் புதுமையரோ அல்லது நாம் பொட்டையோ அல்ல. நாம் அழகான ஆண்களை நேசிக்கும் அழகான இளைஞர்கள்,'

'ஜக்கியிடம் சொல்லிவிட்டாயா?,' என்று கேட்கிறான்.

'சொல்லுவேன்,' என்கிறாய்.

'இந்தக் கேடுகெட்ட நாட்டை வெறுக்கிறேன். நாம் இங்கே பேசுவதெல்லாம் அடுத்தவர்களைப் பற்றித்தான்.'

'வேறெதைப் பற்றிப் பேசவேண்டும்?'

'ஹாங்காங்.'

முதலில் அது ஹாங்காங்காக இருந்தது. பிறகு டோக்கியோவானது. அழகான இளைஞர்களை விரும்பும் மனிதனாக இருப்பதில் வசதியாகத் தன்னை உணரத் தொடங்கிய பின் சான் பிரான்சிஸ்கோவானது.

யாலவில் இருக்கிறாய், ஜக்கி மேலும் இரு பெண்களுடன் கூடாரத்தில் குறட்டை விடுகிறாள், நீயும் டிடியும் மர வீடொன்றில் மறைவாகக் குறும்பில் ஈடுபட்டுக்கொண்டிருக்கிறீர்கள்.

'கொழும்பு ஒருபோதும் வடக்குப்பகுதியில் நடப்பது குறித்துச் சிந்திப்பதில்லை, ஏன் தெரியுமா?'

'ஏனெனில் மனிதர்களுக்குத் தாங்களல்லாத பிறருக்குக் கெடுதலான விடயங்கள் நடப்பது ஏற்புடையதே.'

அவனது காது மடல்களை மென்றபடி உறுமுகிறாய். 'ராஜா மற்றும் ராணியைக் கண்டுபிடிக்க ஜக்கிக்கு உதவு.' அவன்

யாரென்பதை அவன் ஏற்றுக்கொண்டுவிட்டால் இன்னமும் மகிழ்ச்சியாக இருக்கலாம், ஒருவேளை அவன் அலமாரிக்குள் வாழவேண்டி வந்தால் கூட என்று அவனை ஒப்புக்கொள்ள வைத்தாய். நிறுவனச் சட்டத்திலிருந்து சுற்றுச்சூழல் சட்டத்திற்கு மாறிக்கொள்ள அவனைச் சம்மதிக்க வைத்தாய். மன்னாரிலிருந்து உன் படச்சுருள்கள் பறிமுதல் செய்யப்பட்டு, உன் சம்பளப் பணம் நிறுத்தப்பட்டு, சுளுக்கு விழுந்த கணுக்காலுடன் திரும்பிவந்ததும் அவன் உனக்கு விளையாட்டுகளுக்கான மசாஜ் செய்தபடி கூறினான். 'ஒருநாள், இந்த நாளை ஏக்கத்துடன் நினைத்துக்கொள்வாய். இந்த மோசமான நாளைத் திரும்பிப் பார்த்து அதெல்லாம் பொற்காலம் என்பாய்.'

அவன் எப்போதும் சரியானதைப் பேசுபவனல்ல, ஆனால் இதைச் சரியாகக் கூறிவிட்டான். மீண்டும் குளத்திற்குத் திரும்புகிறாய், மற்றவர்கள் நீந்திக்கொண்டிருக்கின்றனர். மருத்துவர் ராணி உயரமான, வெள்ளி நிறத்தில் தலைமுடி உடைய மனிதரின் அணைப்பிலிருக்கிறார்.

'கனவுகள் முடியத்தொடங்கிவிட்டன. கூறவேண்டிய அனைத்தையும் கூறிவிட்டாயா?'

ஒரு வார்த்தை கூடப் பேசவில்லை என்பதை உணர்ந்து மீண்டும் மூழ்குகிறாய். இம்முறை குளம் ஆழமாகிச் சுழலுடன் இருக்கிறது, புகைப்படங்களாலான நதியின் கரையில் ஒதுங்குகிறாய். நீ ஒதுங்கிய கரையில் உடல்கள் கிடக்கின்றன, சிலர் உறங்குகிறார்கள், சிலர் பூனைகளால் முகரப்பட்டுக்கொண்டிருக்கிறார்கள். சிவப்புக் கம்பள விரிப்பு ஒன்றின்மீது ஊர்ந்து செல்கிறாய், அது அரியணையில் அமர்ந்திருக்கும் பெண்ணுள்ள கூடாரம் வரை செல்கிறது, அங்கே சிலர் வேடிக்கையான உடையணிந்து முக்காலியில் அமர்ந்திருக்கின்றனர், ஓர் இசைக்குழு ஜிம் ரீவ்ஸின் பாடலை இசைத்துக்கொண்டிருக்கிறது.

சிகிரியா குகை ஓவியங்களின் பாணியில் அந்தச் சபை சுவரோவியங்களால் மூடப்பட்டுள்ளது. ஆனால் இவை மேலாடையற்ற பெண்களின் ஓவியங்கள் அல்ல, வெளிப்புறத்தில் அமர்ந்திருக்கும் காமக் கிழத்திகளின் பிரபலமான ஓவியங்களும் அல்ல. இவர்கள் கைகள் கட்டப்பட்ட நிலையிலிருக்கும் பத்திரிகையாளர்கள், கிழிந்த சட்டைகளுடன் இருக்கும்

சமூகச் செயற்பாட்டாளர்கள், மூக்கு உடைக்கப்பட்ட செய்தி வாசிப்பாளர்கள். காவலில் உள்ள பிரபலமான மனிதர்கள், அவர்களது உடல்கள் ஒருபோதும் கண்டுபிடிக்கப்படவில்லை. அவை ராஜாவுக்காக நீ எடுத்த புகைப்படங்கள், அவற்றின் படச்சுருள்களை அவர் தன்னிடமே வைத்துக்கொண்டார், அதற்கான தொகையையும் உனக்குக் கொடுக்கவில்லை. மேஜர் ராஜா உடுகம்பொல உனது மற்ற ஊழியர்களான ராணி எல்ஸா மற்றும் ஜானி ஏஸ் ஆகியோரைப் போலவே தவறான கருத்தைக் கொண்டவர். உனது நிக்கான் முப்பத்தியிரண்டு எண்ணிக்கை கொண்ட படச்சுருள்களுக்குப் பதிலாக முப்பத்தியாறு படங்களுள்ள சுருளைப் பயன்படுத்தியது அவர்களில் யாருக்கும் தெரியாது. இதன் பொருள் நீ ஒவ்வொரு படச்சுருளிலிருந்தும் நான்கு புகைப்படங்களை வைத்துக் கொள்ளலாம், அதோடு அதன் படச்சுருள்களையும் வெட்டியெடுத்துக் கொள்ளலாம், ஒருபோதும் அவர்களுக்குத் தெரியப் போவதில்லை.

அரியணையில் அமர்ந்திருக்கும் பெண் லட்சுமி அல்மேதா கபலான, உன் அன்பான தாய். அவரது மடியில் பஞ்சுபோன்ற விலங்கைப்போல ஏதோ அமர்ந்திருக்கிறது, ஆனால் அது தேநீர்க்குடுவை. சுற்றிலுமுள்ள சபையின் உறுப்பினர்களைப் பார்க்கிறாய். ஹவாய் சட்டைகள் அணிந்த மூன்று ஐரோப்பிய சுற்றுலாப் பயணிகள்மீது உன்பார்வை நிலைக்கிறது. கசங்கிய நிலையில் அழுக்கடைந்திருக்கும் உனது மேலங்கியைக் குனிந்து பார்க்கிறாய், ஆனால் அது பல நிறங்கள் கொண்ட அங்கியாக மாறியிருக்கிறது. உன் கையில் கோமாளியின் கைத்தடி.

‘கனவில் வரும் பெரும்பாலான மனிதர்கள் உன்னைப்போன்ற ஆவிகள்,’ மருத்துவர் ராணியின் குரல் சரியான தருணத்தில் ஒலிக்கிறது. ‘சிலர் இங்கேயே கனவுநிலத்தில் தொலைந்து போகின்றனர், மற்றவர்களது உறக்கத்தின் உள்ளும்புறமுமாக அலைந்துகொண்டிருக்கின்றனர்.’

அரியணையை நெருங்கும்போது, நீ உயிருடன் இருக்கையில் ஒருபோதும் செய்யாததைப்போல உன் தாய் கதறியழுகிறார். அவரது மடியில் இருப்பது, பஞ்சு போன்றதோ அல்லது விலங்கோ அல்லது தேநீர்க் குடுவையோ அல்ல. கடிதங்களின் கட்டு.

‘இவற்றைத் தூக்கியெறிந்துவிட்டீர்கள் என்று நினைத்தேன்.’

'அப்படித்தான் செய்தேன்,' என்று கூறிவிட்டு, பூ வேலைப்பாடுள்ள கைக்குட்டையில் சளியைச் சிந்துகிறார். அவர் சோர்வுடன் நகர்ந்தபடி வீட்டில் அணிந்திருக்கும் உடுப்புகளை விட அரச உடுப்பு அவருக்குப் பொருத்தமாக இருக்கிறது. 'நான் அவற்றைத் திறக்கக் கூட இல்லை.'

'எனக்கு அவை தேவைப்படும் என்று நீங்கள் நினைக்கவில்லையா?'

'உனக்கு அவர் தேவை என்பது அவருக்குத் தெரியும். ஆனாலும் விட்டுச் சென்றுவிட்டார். அதன்பிறகு கடவுள் அவரை அழைத்துக்கொண்டார், அதன்பிறகு கடவுள் உன்னையும் அழைத்துக்கொண்டார்.'

'நான் ஒருபோதும் அவரைச் சந்திக்கவில்லை. நான் உங்களிடம் பொய் சொன்னேன். எனக்குக் கிடைத்ததெல்லாம் மூன்று தொலைபேசி அழைப்புகள் மற்றும் ஒரு கடிதம் மட்டுமே.'

பெர்டி கபலான, அவரது இரண்டாவது மனைவி டல்ரீன், உன்னுடைய கடிதத் தோழிகளாக இருந்த அவர்களது இரண்டு பெண்கள் ஆகியோரை மிசூரியில் நன்றி தெரிவிக்கும் நாளன்று இரவுணவில் சந்தித்ததாக அவரிடம் பொய் சொல்லியிருந்தாய். உன் அம்மா எந்தளவுக்குச் சோர்வூட்டும் பெண்ணாக இருந்தார் என உன் தந்தை சொல்ல நீங்கள் அனைவரும் வான்கோழி மற்றும் கிரான்பெர்ரி சாஸ் உண்டபடி எவ்வாறு கொக்கரித்துச் சிரித்தீர்கள் என்று கூறினாய். அது காயப்படுத்தும் நோக்கில் புனையப்பட்ட கதை. ஏனெனில் நீ விமானத்திலிருக்கும்போதே அவர் இறந்துவிட்டார் என்றும் துக்கத்திலிருந்த அவரது குடும்பத்தினருக்கு உன்னிடம் பேச விருப்பமில்லை என்றும் நீ கூறியிருந்தால் உன் அம்மா மீண்டும் கடவுளின் விருப்பம் குறித்த புனிதமான கூச்சலைத் தொடங்கியிருப்பார்.

'73இல் உன்னைப் பிரிந்ததிலிருந்து உன் அப்பா வருடத்திற்கு இரண்டு கடிதங்கள் எழுதியிருக்கிறார். 1984இல் ஒரு கடிதத்தை சில தேயிலைப் பைகளுக்குக் கீழே குப்பைத் தொட்டியில் கண்டெடுத்தாய், பிற்பாடு உன் அம்மா தான் கவனக்குறைவாக இருந்ததை ஒப்புக்கொண்டார்; வழக்கமாக அவற்றை அவர் பணிசெய்த பயண நிறுவனத்திலேயே தூக்கியெறிந்துவிடுவார்.

'சுயநலம் பிடித்த அந்தத் தேவடியா மகனை நினைவுபடுத்த,' அவரது மடியிலிருந்த கடிதங்களின் கட்டு மறைகிறது. 'என்னிடம்

இருந்தது நீ மட்டும்தான்.' உன் அம்மா ஒருபோதும் கெட்ட வார்த்தைகளைப் பேசுவதில்லை, உன் அப்பாவைப் பற்றிப் பேசும்போது தவிர.

'அது என்னுடைய தவறா?'

'அவன்தான் போனான். நான் போகவில்லை.' ராணி தனது குரலை உயர்த்தும்போது சபையில் உறுமல்கள் உருவாகின்றன. 'உன்னை வளர்ப்பது சுலபமாக இல்லை. ஆனாலும் நான் சோர்ந்து விடவில்லை. அவன் உன்னை விட்டுச் சென்றபின், உன் பிறந்தநாளுக்கு வாழ்த்தட்டை அனுப்புவன் மூலம் அவன் கதாநாயகனாக மாறிவிடக்கூடாது.'

பதிநான்கு, பதினைந்து மற்றும் பதினாறாவது பிறந்தநாள்களின் போது தொலைபேசியின் அருகிலமர்ந்து மிசூரியிலிருந்து அழைப்புவரக் காத்திருப்பாய். பதினேழாவது வயதில் அதுகுறித்த சிந்தனையே இல்லாமல், அழகான இளைஞன் ஒருவனால் விடுதியறை ஒன்றில் முத்தமிடப்பட்டுக்கொண்டிருந்தாய்.

'நீயும் அவனைப் போலவே ஆகிக்கொண்டிருப்பதை அவன் பார்க்கக்கூடாது,' என்று கத்துகிறார் உன் தாய். சபையும் சேர்ந்து ஆர்ப்பரிக்கிறது, நீ கிசுகிசுப்பு ஒன்றைக் கேட்கிறாய்.

'உண்மையைச் சொல்லுங்கள் அம்மா. ஒரு கேவலமான திருமணத்தைப் பாதுகாக்க வேண்டியே குழந்தை பெற்றுக்கொண்டீர்கள். மற்றவையெல்லாம் புராணக் கதைகள்.'

'கனவுகள் முடிகின்றன. மேற்பரப்புக்குத் திரும்பு.'

பிறகு மேகக் குளத்தின் விளிம்பிலிருக்கிறாய், மருத்துவர் ராணி இரண்டு பதின்ம வயதுப் பெண்களுக்கும் வெள்ளிநிறத்தில் தலைமுடி உடைய மனிதருக்கும் விடைகொடுத்துக் கொண்டிருக்கிறார். ஜிம் ரீவ்ஸால் பாடப்பட்ட 'இட்ஸ் நௌ ஆர் நெவர்' என்ற பாடல் காற்றில் ஒலிக்கிறது. இந்தப் பாடல் ராஜா மற்றும் ராணியால் சிறப்பாகப் பாடப்பட்டது என்று உனக்குத் தெரியும், பிறகு திடீரென நீ எங்கே ஆரம்பித்தாயோ அதே படுக்கையறையில் இருக்கிறாய்.

'கனவு நிலத்தில் எங்கிருந்து நுழைந்தாயோ அங்கிருந்தே வெளியேறுவது நல்ல பழக்கம். அது பின் தொடர்பவர்களுக்கும் கனவு காண்பவர்களுக்கும் மரியாதை காண்பிக்கும் செயல்.'

ஜக்கி ஒருநொடியில் உன் படுக்கையிலிருந்து விழித்தெழுந்து கொள்கிறாள். 'இட்ஸ் நெள ஆர் நெவர்' பாடலை முணுமுணுத்துக் கொண்டிருக்கிறாள், ஆனால் அது எல்விஸ் அல்லது ஜிம் ரீவ்ஸ் பாடிய பதிப்பல்ல, பிரபலமான அந்தப் பாடலின் 'பி' பக்கத்திலுள்ள ஃப்ரெட்டி மெர்குரி பாடியது. பிறகு, படுக்கைக்கு அடியிலிருந்து ஒரு பெட்டியை இழுத்து எல்விஸ்ஸின் 'ஹிஸ் ஹேண்ட் இன் மைன்' மற்றும் குயீனின் 'ஹாட் ஸ்பேஸ்' இசைத் தட்டுகளை வெளியே எடுக்கிறாள், இரண்டும் சிறந்த கலைஞர்களால் உருவாக்கப்பட்ட மோசமான இசைத் தொகுப்புகள்.

புத்தகம் போலத் திறக்கக் கூடிய அவற்றின் உறைகளைத் திறந்து, உன் கையெழுத்தில் எழுதப்பட்ட குறிப்புகளையும் பரிசுப்பொதி பெரிய கருப்புச் சதுரங்களாக உடைந்து கொட்டுகிறது. படச் சுருள்கள் அவளது மடியில் கருப்பு நிறத்தில், கூர்மையான முனைகளுடன் மழையெனப் பொழிகின்றன. அவற்றில் சில வித்தியாசமான தோற்றங்களில் வெள்ளை நிறப் பேய்கள் போன்ற உருவங்களைக் கொண்டுள்ளன. அவளால் உணரமுடியாத ஓர் அணைப்பைத் தந்துவிட்டுக் கடைசியாக ஒரு கட்டளையை அவள் காதில் கிசுகிசுக்கிறாய். 'ஜக்கியோ, எல்லாவற்றிற்காகவும் நான் வருந்துகிறேன். தயவுசெய்து இவற்றை ஆயிரம் பிரதிகள் எடுத்துக் கொழும்பு முழுவதும் ஒட்டு'.

பிசாசுகளுக்கு என்ன வேண்டும்

மருத்துவர் ராணி கனவு நிலத்தின் விளிம்பில் சுற்றுகிறார். தனது கூந்தலை கொண்டையிட்டபடி மினுங்கும் கண்களை மறைக்க முயற்சிசெய்கிறார். ஆவிகள் மனிதர்களின் உறக்கத்திற்குள் லாவகமாக உள்நுழைந்து வெளிவருகின்றன. அவை அனைத்து வடிவம், அளவு மற்றும் கண்களின் நிறத்திலும் இருக்கின்றன.

'இப்போது மகிழ்ச்சியா? கிசுகிசுக்க விரும்பியதெல்லாம் முடிந்ததா? வா பிறவி நதிக்குச் செல்லலாம். இன்னும் உனது ஏழாவது நிலவுக்கு முன்தான் இருக்கிறாய்.'

'எனக்கு இன்னமும் இரண்டு நிலவுகள் இருக்கின்றன.'

'இன்னமும் ஒன்றரை நிலவுதான் இருக்கிறது.'

‘என்னால் வரமுடியாது. இப்போது அல்ல. ஜக்கி விரானைக் கண்டுபிடிக்க வேண்டும். நான் எனது கொலையாளியைக் கண்டுபிடிக்க வேண்டும். எனது நண்பர்களை அந்த அரக்கர்களிடமிருந்து பாதுகாக்க வேண்டும்.’

‘எப்போதும் செய்வதற்கு விடயங்கள் இருந்துகொண்டே இருக்கும். அவற்றில் பெரும்பாலானவை அர்த்தமற்றவை.’

‘ஜக்கி நான் கூறுவதைக் கேட்டாள் என்று நினைக்கிறேன்.’

‘நீ கொலை செய்யப்பட்டாய் என்று உனக்கு உறுதியாகத் தெரியுமா?’

‘காக மனிதன் அப்படித்தான் கூறினார். உங்களது காதுகளைப் படிப்பவர்களும் அதையே கூறினார்கள்.’

‘ஆமாம், ஆனால் நீ அதில் உறுதியாக இருக்கிறாயா?’

‘எனக்குத் தெரிந்திருந்தால் உங்களிடம் சொல்லியிருப்பேன்.’

‘அந்தக் காக மனிதன் ஏமாற்றுக்காரன். பிரேதங்கள் எல்லா நேரத்திலும் சரியாகச் சொல்வதில்லை.’

‘தெளிவாக, நான் மற்றவர்களைக் கொலை செய்திருக்கிறேன் என்றனர்.’

‘அநேகமாகக் கொலை செய்திருக்கலாம். அப்படித்தான் கூறினார்கள்.’

‘மஹாகாளிதான் இருப்பதிலேயே சக்தி மிக்க அரக்கவுருவா? மஹாகாளிக்குத் தலைவர் என யாரும் உண்டா?’

அந்த நல்ல மருத்துவர் மீண்டும் மீண்டும் தலையை ஆட்டிக்கொண்டே இருக்கிறார். ‘உனக்கு உணவும் உடையும் தந்த தேசம் குறித்து எதுவுமே தெரியாதா?’

மருத்துவர் ராணி இந்நாள்களில் என்னவாக இருந்தாலும் அதனுடன் வகுப்பறையில்லாத ஆசிரியராகவும் இருக்கிறார். இவர்களைப் போன்றவர்கள் வெகுஎளிதாகப் பாடம் எடுக்கத் திசை திருப்பப்படுகிறார்கள். ‘நாம் அழிக்கவேண்டிய சாத்தான் ஒன்றே ஒன்று மட்டும் இல்லை. நூற்றுக்கணக்கான சாத்தான்களும் ஆயிரக்கணக்கான பிசாசுகளும் ஒவ்வொரு சாலையிலும் ஒவ்வொரு தெருவிலும் திரிந்துகொண்டிருக்கின்றன.’

அவர் கூறுவது சரிதான். இங்கே நல்லது X கெட்டது என்றில்லை. தீயவை பல்வேறு அளவுகளில், கொடியவற்றின் கூட்டங்களுடன் சண்டையிடுகின்றன.

'ஒவ்வொரு மோசமான நோய்க்கும் இந்நாட்டில் ஒரு பிசாசு இருக்கிறது.' கருப்பு இளவரசன் கருச்சிதைவுகளை ஏற்படுத்தக்கூடியது மற்றும் மாதவிடாய் வலிகளை உண்டாக்குவது. மோகினி தனியாக இரவில்வரும் சாரதிகளை மயக்கக்கூடியது, ரிரி பிசாசு புற்றுநோயைப் பரப்புவது. திரிசூலத்துடன் இருக்கும் துறவி உண்மையில் ஓர் ஆவி, ஆனால் அதன் கோபம் அதற்கு நகங்களையும் பிசாசு என்ற நிலையையும் அளித்திருக்கிறது.

'ஆவி, கூளி, பிரேதம், சாத்தான், பிசாசு, அரக்கவுரு. படிநிலையைச் சரியாகச் சொல்கிறேனா?'

'இந்தப் பெருங்குழப்பத்திற்குப் படிநிலைகள் ஏதுமில்லை, குழந்தாய். பிரேதங்களும் கூடத் தீங்கு செய்யக்கூடியவை.'

பிரேதங்களில் பலவகை உண்டு என்கிறார். மள பெரேத்த (பிரேதம்) உணவிலிருந்து சுவையைத் திருடிக்கொள்ளும், கெவள பெரேத்த உங்கள் மலத்தின் திடத்தன்மையை எடுத்துக்கொள்ளும், அவற்றில் பெரும்பாலானவை காதுகள் மற்றும் பசிகளைப் படிப்பதில் நிபுணத்துவம் வாய்ந்தவை.

இவற்றைக் கேட்பது சோர்வளிப்பதாக இருக்கிறது, ஆனால் குறைந்தபட்சம் அவர் உனது தேய்ந்துகொண்டிருக்கும் நிலவுகள் குறித்த விடயத்தை மீண்டும் பேசவில்லை.

இந்த இடைநிலையில் சுற்றித் திரியும் அனைத்து அரக்கவுருக்கள் குறித்தும் பேசுகிறார். 'எண்ணிக்கை வைத்துக்கொள்ள முடியாத அளவுக்குப் பல ஆன்மாக்களைப் பிசாசுகளிடம் இழந்திருக்கிறேன்.'

'பிசாசுகளுக்கு வேண்டியது என்ன?'

பெரும்பாலானவை தசையின்பங்கள் மீது வெறிகொண்டவை என்கிறார். ஒரு உணவு கெட்டுப்போகிறதென்றால் அதன் காரணம் பிசாசு அதன் சத்துகளை விழுங்கிவிட்டது. உடலுறவில் ஈடுபாடு இல்லாமல் போகிறதென்றால் பிசாசுகள் அந்த இன்பத்தைத் திருடிக்கொண்டுவிட்டன. அவை உயிரோடு இருப்பவர்களைச் சுற்றி நின்று கவனித்துக்கொண்டிருக்கின்றன,

நம்மில் முட்டாள்தனத்துடன் இருப்பவர்கள் அவற்றை வரவேற்கிறோம்.

'பிசாசுகளால் பல அரிய செயல்களைச் செய்யமுடியும், ஒளிக்குள் நுழைவது அல்லது மீண்டும் மனிதனாகப் பிறப்பது என்பதைத் தவிர' என்கிறார் நல்ல மருத்துவர். 'அவற்றால் தீமை செய்ய முடியும், காயப்படுத்த முடியும், தீயவற்றைப் பரப்ப முடியும். ஆனால் நீ அவற்றை அழைத்தால் மட்டுமே. ஏழு நிலவுகளுக்கு முன்பாக அல்ல. மஹாகாளி கூட உன்னைத் தொட முடியாது, நீ அனுமதித்தாலே தவிர.'

நாகதேவதைகள் பாம்பின் தலையும் அழகான முகங்களும் கொண்டவை, அவற்றால் 1983ஐ மறக்கமுடியாது என்கிறார். கொட்டப் பிசாசு பூனைமீது சவாரி செய்யும், முத்துகளை அணிந்திருக்கும் கையில் போர்-மழு வைத்திருக்கும். பைரவ தேவதை சீதையின் அலறலிலிருந்து பிறந்தது, கடவுள்கள் போரிடும்போது அல்லது சூரியனில் ரத்தம் கசியும்போது மட்டுமே அவை எழும்.

'ஆனால் நீ கூறியது சரிதான். அவற்றில் மிகவும் அச்சந்தரத்தக்கது மஹாகாளி. உன்னுடைய ஏழாவது நிலவுக்குப் பிறகு என்னால் அதனிடமிருந்து உன்னைப் பாதுகாக்க முடியாது.'

'என்னுடைய புகைப்படங்களை வெளியே கொண்டுவர எனக்கு இன்னும் ஒரு நிலவு போதுமானது.'

'போதும். வந்துவிடு. கீழேயுள்ள விடயங்களில் உன்னை ஈடுபடுத்திக்கொள்வது உனக்கோ, அவர்களுக்கோ உதவப்போவதில்லை.'

'சேன சொல்கிறான்...'

'நீ சேனவைக் குறிப்பிடப் போகிறாய் என்றால், கிளம்பு. என் நேரத்தை வீணடிக்காதே. மஹாகாளியால் என்ன செய்ய முடியும் என்பதைப் பார்த்துவிட்டாய்.'

மருத்துவர் ராணியின் கண்கள் பெரும்பாலும் வெள்ளை நிறம் கொண்டவை, ஆனால் அதில் மஞ்சள் மற்றும் பச்சைநிறப் புள்ளிகளைப் பார்க்கிறாய்.'

'உனக்கு இன்னும் இரண்டு சூரிய அஸ்தமனங்கள் உள்ளன. கருப்பு நிறக் கண்கள் கொண்டவற்றில் இருந்து விலகி இரு.'

ஐந்தாம் நிலவு

'சேனவின் கண்கள் கருப்பு நிறத்தில் இல்லை.'

'இப்போதைக்கு இல்லை. யாரும் பிசாசாகப் பிறப்பதில்லை.'

'அது உண்மையாக இருக்க முடியாது.'

பிசாசுகள் உருவாக்கப்படுபவை, பிறப்பவையல்ல, ஒவ்வொன்றுக்கும் ஒரு கதை உண்டு. ஆனால் அவை அவற்றைப் பகிர்ந்துகொள்வதை நிறுத்தியிருக்கும். நரமாமிசம் உண்ணும் மாமா புறக்கோட்டை குண்டுவெடிப்பில் பலியானவர். விலங்கியல்புள்ள குழந்தை புலிகளுக்காகத் தனது மாமாக்களைக் கொல்ல வேண்டியதாயிற்று. கடல்பேய் பல்கலைக்கழகத்தில் சிதைத்துக் கொல்லப்பட்டவன். நாத்திகக் கூளி ஜே.வி.பி.யால் கொல்லப்பட்ட மாகாண சபை உறுப்பினர். கருப்புப் புடவை பெண்மணி போரில் தன் ஐந்து குழந்தைகளை இழந்தவள்.

பிசாசுகள் பயங்கரமான சூதாடிகள், பெரும்பாலான சூதாட்ட எலிகளைப் போலவே கடன் எனும் சாக்கடைக்குள் விழுந்தவை, வேலைகளைச் செய்வதன்மூலம் அந்தக் கடனைத் திருப்பிச் செலுத்துகிறார்கள். 'உன் சேனவும் மஹாகாளிக்குக் கடன்பட்டிருக்கிறான். அரக்கவுருக்கள் ஆவிகளைத் தங்களுக்கு ஆன்மாக்களைக் கொண்டுவந்து கொடுக்கச் செய்யும். இது அவ்வளவு சிக்கலானதல்ல.'

பேசுவதை நிறுத்திவிட்டு தலையை அசைத்துக்கொள்கிறார். அவரிடம் இருந்த அம்புகள் அனைத்தையும் பயன்படுத்தினாலும் ஒன்றுகூட இலக்கைத் தைக்கவில்லை. கௌவிப் பலகையிலிருந்து ஒரு தாளைக் கிழித்து அதைக் கசக்குகிறார்.

'எனக்கு உதவி செய்தமைக்கு மீண்டும் நன்றி. நான் உங்களுக்கு வாக்குறுதி அளிக்கிறேன், மருத்துவர் ராணி. என்னுடைய ஏழாவது நிலவுக்கு முன்பாக உங்களுடைய ஒளிக்கு வருவேன்.'

'வரமாட்டாய்.'

'எங்கே வரவேண்டும்?'

'பிறவி நதிக்கு. பெய்ராவிலிருந்து பலவீனமான காற்றில் பயணிக்க வேண்டும். மூன்று மருதமரங்கள் வரும்வரை கால்வாயைப் பின்பற்று.'

'நான் வாக்குறுதி அளிக்கிறேன்.'

'இரண்டு வாக்குறுதிகள் ஒன்றின் மதிப்பை விடக் குறைவானவை.'

'நான் நேசித்த இளைஞன் ஒருவன் இவ்வாறான விடயங்களைக் கூறுவான்.'

'நீ வாக்குறுதிகளைக் காப்பாற்றினாயா?'

'ஒன்றைக் கூட இல்லை.'

'அவன் கோபப்பட்டானா?'

'நான் அதைக் கவனித்ததில்லை.'

'அவன் உன்னைக் காயப்படுத்தியிருக்கிறானா?'

கேமராவின் வழியாகப் பார்க்கிறாய், எந்தப் பதிலும் கிடைக்கவில்லை. தலையைச் சொரிந்துகொண்டு உனது ஒற்றைக் கால் செருப்பைப் பார்க்கிறாய்.

'நான் அதற்குத் தகுதியானவன் என்று எனக்கு உறுதியாகத் தெரியும். விடைபெறுகிறேன், டாக்டர்.'

கடலில் இருந்து ஒரு காற்று வீசுகிறது, அதன்படிகளில் தொற்றிக் கொள்கிறாய். 'நான் காப்பாற்ற வேண்டிய வாக்குறுதி ஒன்று உள்ளது.'

காற்று உன்னைக் கொண்டு செல்வதை அவர் நிமிர்ந்து பார்க்கிறார். கவலையாகவும் ஏமாற்றத்துடனும் காட்சியளிக்கிறார், ஆனால் வியப்படையவில்லை.

ஃபியூஜிகோடாக் கடை

படச்சுருள்கள் பிளாஸ்டிக்கில் சுற்றப்பட்டு பசைநாடாவால் குயீனின் ஹாட் ஸ்பேஸ் மற்றும் எல்விஸின் ஹிஸ் ஹாண்ட் இன் மைன் -இல் ஒட்டப்பட்டிருக்கின்றன. செயல்படக்கூடிய ஜோடிக் காதுகளைக் கொண்ட எவராகயிருந்தாலும் இந்த இசைத்தட்டுகளே தொகுப்பிலிருந்து எடுக்கப்படுவதற்குக் குறைவான சாத்தியம்கொண்டவை என்று உனக்குத் தெரியும். இருந்தாலும் மோசமான இரண்டு இசைத் தொகுப்புகளில் ஒட்டப்பட்டிருக்கும் துண்டுப் படச்சுருள்களைக் கண்டுபிடித்தவர்கள் அனைவருக்கும் அவற்றை என்ன செய்வதென்று தெரிந்திருக்க வாய்ப்பில்லை. எனவே

தெளிவுபடுத்த அதன் உள்பக்கத்தில் குறிப்பொன்றை எழுதி ஒட்டியிருந்தாய்.

தயவுசெய்து கவனமாகக் கையாளவும்.
கண்டெடுக்கப்பட்டால், மலிந்த அல்மேதாவிடம் ஒப்படைக்கவும்,
பிளாட், 4/11 காலி முகத் திடல், கொழும்பு 2.
ஒருவேளை மலிந்த இல்லையென்றால்,
39, திம்பிபிரிகஸ்யாய சாலையிலுள்ள
ஃபியூஜிகோடக் கடைக்குச் சென்று
விரானிடம் ஒப்படைக்கவும்.

ஜக்கி இசைத்தட்டுகளைக் கையிலெடுத்துக்கொண்டு டிடியின் அறையை நோக்கி ஓடுகிறாள்.

'வேண்டாம் முட்டாள் பெண்ணே,' என்று கத்துகிறாய். ஆனால் வழக்கம்போல அவளால் கேட்கமுடியவில்லை.

டிடி கெல்வின் க்ளெய்னுடன் உறங்கிக்கொண்டிருக்கிறான், இடுப்புப் பகுதியில் சிறிது சதை போட்டிருக்கிறான், கால்சராயின் முன்பகுதியில் காலைநேர வீக்கம், காரணம் உன்னைக் குறித்த கனவு, என்று நம்புகிறாய்.

'ஐயோ! அவனை எழுப்பாதே,' என்று கத்துகிறாய்.

ஜக்கி தன் சகோதரனின் தோளைத்தொட்டு அவன் கண்விழிக்கும்வரை உலுக்குகிறாள்.

'யார், என்ன?'

'யாரிந்த இழவெடுத்த விரான்?' என்று கேட்கிறாள்.

***

டெலிகா வேன் லேன்சரை அவ்வளவு ரகசியமல்லாத தூரத்திலிருந்து பின்தொடர்கிறது. தும்முல்ல சுற்றுச் சந்தியில் ஜக்கி அதைப் பார்க்கிறாள். மூன்றுமுறை பார்த்தபோதும் ஜீப் அதேவேகத்தில் வருகிறது. மீண்டும் திம்பிரிகஸ்யாயவுக்குச் சென்றபோதும் பின்தொடர்கிறது. மீண்டும் அரைவட்டத் திருப்பத்தை மேற்கொள்கிறாள்.

'என்ன நடக்கிறது?' பயணியர் இருக்கையில் அமர்ந்திருக்கும் டிடி கேட்கிறான். சதுரவடிவத் தாடையின் மேல் கருங்காலி

நிறத் தோல், இந்த இரண்டும்கெட்டான் நேரத்தில் கூடத் தலைமுடி கூர்மையாக, நேர்த்தியாக உள்ளது.

'அவர்கள் சீருடையில் இல்லை. மோசமான அறிகுறி.' பார்வையைச் சாலையில் வைத்து, நாக்கை உதடுகளுக்கிடையில் வைத்துக்கொள்கிறாள்.

டிடி திரும்பிப்பார்க்கிறான். 'அது சாதாரண வேன், ஜக்கி. அவர்களைக் கடந்துசெல்ல விடு.'

போக்குவரத்தில் பின்னால்வரும் வாகனங்கள் சேர்ந்திசைபோல ஹாரன்களை ஒலிக்க ஜக்கி வேகத்தைக் குறைக்கிறாள் ஆனால் ஜீப் அவர்களைக் கடந்துசெல்லவில்லை. எச்சரிக்கை அல்லது சமிக்ஞையின்றி ஜக்கி, லாங்டனின் புதிர்வழிக்குள் வாகனத்தைத் திருப்புகிறாள்.

'அவர்களுக்கு நம்மைக் கடந்துசெல்வதில் ஆர்வமில்லை.'

'அது சாதாரணமான வேன். போதுமான அளவு தூங்கினாயா? நான் ஓட்டட்டுமா?'

'சரி,' என்றபடி ஜக்கி பெடலை அழுத்தி புதிர்வழியின் திருப்பங்களில் வேகமாகத் திரும்புகிறாள். உங்கள் மூவரில் அவள்தான் திறமையான சாரதி, அதன் காரணமாகவே மிகவும் பொறுப்பற்ற சாரதி. திம்பிரிகஸ்யாயவின் தொப்புளுக்குள் புகுந்து பம்பலப்பிட்டியவின் நாசித்துளை வழியாக வெளியேறுகிறாள். கார்கள் மற்றும் ரிக்ஷாக்கள் சமிக்ஞையின்றிப் பாதைமாறி, அவளது வழியிலிருந்து விலகியோடி ஹாரன்களைக் கதறவிடுகின்றன.

சாலைப் புகையால், புகையை உண்டாக்குபவர்களால், வேலைசெய்யாத பிரேக் விளக்குகளால் நிறைந்திருக்கிறது. ஜீப் கண்ணுக்குத் தெரியவில்லை. கார் சோதனைச்சாவடிகளைக் கடந்து செல்லும்போது, டிடி சிகரெட்டைப் பற்றவைக்காமல் வாயில் வைத்திருக்கிறான். அதன்பொருள் பல மாதங்களுக்கு முன்பு அவன்வைத்த பந்தயத்தில் இன்னமும் தோற்கவில்லை.

அதிசயமாக ஃபியூஜிகோடாக் கடையின் முன்பாக வண்டியை நிறுத்த இடம்கிடைக்கிறது. டெலிகா வேனின் சுவடே இல்லை.

கடையின் உள்பகுதி ஆசியர்களின் நம்பமுடியாத வண்ணமயமான சிரிப்புகளால் நிறைக்கப்பட்டிருக்கிறது.

ஐந்தாம் நிலவு ◆ 423

கேமராக்கள் நிறைந்த அலமாரி மற்றும் படச்சுருள்களின் காட்சிப்படுத்தல். ஃபியூஜிபிலிமின் பச்சை மற்றும் வெள்ளை ஒட்டுப்படங்கள், சுவரொட்டிகள். சிறிய ஒட்டுப்படங்கள் மற்றும் சுவரொட்டிகள் கோடாக்கின் மஞ்சள் மற்றும் சிவப்பில் இருக்கின்றன.

முகப்பிற்குப் பின்னால் இரண்டு பெண்கள் நிற்கிறார்கள்; ஒருத்தி படச்சுருள்களைப் பெற்றுக்கொள்கிறாள், மற்றவள் உறைகளை விநியோகிக்கிறாள். ஆச்சரியப்படத்தக்க ஒழுங்குடன் இருக்கிறது, வாடிக்கையாளர்களுக்கு வரிசையில் எப்படி நிற்கவேண்டுமென்று தெரிந்திருக்கிறது. சலுகையுடன் பிறந்ததாக எண்ணிக்கொள்ளும் நபர்கள் மட்டுமே செய்வதுபோல மூன்றுபேர் நீளம்கொண்ட வரிசையை மீறிச்சென்று டிடி கேட்கிறான்: 'விரான் எங்கே?'

அந்தப் பெண் தனக்குப் பின்னாலிருக்கும் கதவைச் சுட்டிக்காட்டுகிறாள். ஜக்கி மற்றும் டிடி இருவரும் விளக்குகள் மற்றும் திரைகள் நிறைந்த ஸ்டுடியோவைக் கடந்து, குட்டையாக, கண்ணாடியணிந்து படச்சுருள்களின் சிறுபிரதிகள் மீது குனிந்திருக்கும் இளைஞன் இருக்குமிடத்திற்கு வருகிறார்கள்.

'விரானா?'

'ஆமாம்.'

'மலிந்த கூறியதால் வந்தோம்.'

அந்த இளைஞன் ஜக்கியிடம் பேசிக்கொண்டிருந்தாலும் பார்வை டிடி மேல் நிலைத்திருக்கிறது.

'அவர் போய்விட்டாரா?'

'அப்படித்தான் தெரிகிறது.'

இளைஞன் தரையைப் பார்த்தபடி தலையை அசைத்துக்கொள்கிறான்.

'வெளிநாட்டுக்கா அல்லது கைது செய்யப்பட்டுவிட்டாரா?'

டிடி பெருமூச்சுடன் பேசுகிறான்.

'அவன் இறந்துவிட்டதாகக் கூறுகின்றனர். யாரும் உடலைப் பார்க்கவில்லை.'

விரானின் முகம் வாடுகிறது. கண்ணாடியைச் சட்டையால் துடைக்கிறான்.

'அப்படியென்றால் ஒருவேளை அவர் ஒளிந்துகொண்டிருக்கலாம்.'

'நீங்கள் மாலியின் நண்பரா?'

'அவரைப் பல வருடங்களாக எனக்குத் தெரியும். அவர் தனது படச்சுருள்களை இங்கேதான் பிரதியெடுப்பார்.'

ஜக்கி இசைத் தட்டுகளை மேசைமீது வைக்கிறாள். ராணியுடைய இசைத்தொகுப்பின் அட்டை கந்தலாகியிருக்கிறது, ராஜாவின் அட்டையுடைய வாய் பசைநாடா கொண்டு ஒட்டப்பட்டுள்ளது.

'இவற்றை என்ன செய்யவேண்டுமென்று உங்களுக்குத் தெரியும் என்று சொல்லப்பட்டுள்ளது.'

'நீங்கள் தனியாகத்தான் வந்தீர்களா?'

'நாங்கள் மட்டும்தான்.'

'யாரும் பின்தொடரவில்லையே?'

'நிச்சயமாக இல்லை.'

'உறுதியாகத் தெரியுமா?'

'எங்களுக்குப் பின்னால் ஒரு வேன் வந்தது. ஆனால் அதிலிருந்து தப்பி வந்துவிட்டோம்.'

'எனில் இதை விரைந்து முடிக்கவேண்டும். நீங்கள் கலை மைய மன்றத்திற்குச் செல்லுங்கள். அங்கே திரு கிளரந்தவிடம் பேசுங்கள். முதல் தொகுப்புப் பிரதிகளை இப்படித்தான் செய்யவேண்டுமென்று மாலி விரும்பினார்.'

'முதல் தொகுப்பா?'

'புகைப்படங்களின் இரண்டு தொகுப்புப் பிரதிகளை உருவாக்கச் சொல்லியிருந்தார். ஒன்று திரு கிளரந்தவுக்கு, இன்னொன்று வேறொருவருக்கு.'

'வேறொருவரா?'

எதிர்பாலின ஈர்ப்புகொண்ட இணையர் கலவியில் ஈடுபட்டுக்கொண்டும், ஆண்களைத் தழுவிக்கொண்டிருக்கும்

ஆண்களும் பார்த்துக்கொண்டிருந்த, ரோஜர் மூர், டெலி சவாலாஸ் மற்றும் ஸ்டெஃபனி பவர்ஸ் நடித்த எஸ்கேப் டு அதீனா திரைப்படத்தின் காலை 10 மணித் திரையிடலின்போது, நியூ ஒலிம்பியா திரையரங்கில் விரானைச் சந்தித்தாய். அவன் ஐந்தடி இரண்டங்குலம் ஆனால் முக்கியமான இடத்தில் ஏழங்குலம் இருந்தான். அதோடு பழைய கேமராக்களில் ஆர்வம் மற்றும் ஃபியூஜிகோடாக்கில் வேலை மற்றும் களனியில் தனது மாமாவிடமிருந்து பெற்ற முக்கியமான கருவிகளுடனுள்ள புகைப்படம் கழுவும் அறை ஆகியவற்றையும் கொண்டிருந்தான். நுட்பமானவன், திறமையானவன், சோப்பு மற்றும் முகப்பூச்சுப் பவுடரின் மணம் கொண்டவன், அரசியலில் ஆர்வமற்றவன். அசோஸியேட்டட் பிரஸ்ஸுக்காக நீ எடுத்த ஜேவிபி புகைப்படங்களைப் பார்க்கும்வரை.

ஓர் அழகான பையனும் பெரிய தலைமுடி கொண்ட பெண்ணும் எல்விஸ் மற்றும் குயீனின் இசைத்தட்டுகளை எடுத்துக்கொண்டு என்றேனும் அவனிடம் வந்தால், படச்சுருள்களை வீட்டிற்கு எடுத்துச்சென்று, குறைந்த வெளிச்சம் மற்றும் கூடுதல் வேறுபாட்டுடன் எட்டுக்குப் பத்து அளவுள்ள பிரதிகளை அவர்களுக்கு உருவாக்கித் தரவேண்டுமென்று அவனிடம் கூறியிருந்தாய்.

***

இரண்டாவது தொகுப்பு ட்ரேசி கபலானவுக்கு, உன் அப்பாவின் இளைய மகள், உன் அப்பா தனது தாயகத்திற்கு வந்த அரிய சந்தர்ப்பமொன்றில், ஒருகாலத்தில் பதினோரு வயதிலிருந்த அவள் உன் புகைப்படங்களைப் பாதுகாப்பதாக உனக்கு உறுதியளித்தாள். இப்போது வாக்களிக்கும் வயதை நெருங்கியிருப்பாள், அந்த வாக்குறுதியை இன்னமும் நினைவில் வைத்திருப்பாள் என்று உன்னால் உறுதியாக நம்பமுடியவில்லை, அதுவும் அவளது தந்தையின் இதயத்தை உண்மையில் உடைத்தவன் நீ எனும்போது.

பத்திரிகையாளர்கள் சங்கத்திற்கு வெளியே அசோசியேட்டட் பிரஸ் செய்தி நிறுவனத்தின் சில புகைப்படக்காரர்கள் தாக்கப்படுவதில் தொடங்கியது, பிறகு ஆன்டி மெக்கோவனின் படச்சுருள் பறிமுதல் செய்யப்பட்டது, அதன்பிறகு செய்தியாளர் ரிச்சர்ட் டி சொய்சா கடத்தப்பட்டுக் கொலைசெய்யப்பட்டார்.

சூதாட்ட விடுதியில் ஓர் ஓரினவிரும்பி இராணுவத்திடமிருந்து மயிரிழையில் தப்பித்த சம்பவத்திற்குப் பிறகு நீ ஏற்பாடுகளைச் செய்துகொண்டாய். இருப்புப் பாதைகளுக்கருகே விரான் உன்னுடன் விளையாடிக்கொண்டிருந்தபோது அவனுக்கு விளக்கினாய், உன் வீட்டில் நடந்த பின்-விருந்தின்போது கொடுத்த வாக்குறுதியை கிளரந்தவுக்கு நினைவூட்டினாய். குடிபோதையில் கொடுத்த வாக்குறுதிகளை மதிக்கும் அரிய ஆத்மாக்களில் மாமா கிளரந்தவும் ஒருவர்.

உன்னை கொள்ளுப்பிட்டி சந்திப்புக்கு அழைத்துச் செல்லும் காற்றில் தொற்றிக்கொள்கிறாய். கருப்பு நிற டெலிகா வேனின் கூரையைத் தாண்டி வெள்ளிநிற லேன்சரில் இறங்குகிறாய். பெரும்பாலான நகரங்களைப் போலவே இந்த நகரத்திலும் போக்குவரத்தை விடக் காற்று வேகமாக நகரும். டிடி கேள்விகள் கேட்கும்போது ஜக்கி ஸ்டியரிங்கைப் பற்றியிருக்கிறாள்.

'இதுபற்றி உன்னிடம் கூறியிருக்கிறானா?'

'பின்-விருந்து ஒன்றின்போது கூறினான். கிளரந்த மாமாவும் உடனிருந்தார். அவன் நாடு கடத்தப்பட்டால் அவனது புகைப்படங்களை என்ன செய்யவேண்டுமென்று கூறினான். உனக்கு நினைவில்லையா?'

'நான் குடித்திருந்தேன். நீ தூங்கிக்கொண்டிருந்தாய்.'

'அப்படியென்றால் உனக்கு நினைவிருக்கிறது.'

மதுவிடுதி திறந்திருக்கவில்லை. கதிரைகள் தலைகீழாக மேசைமீது வைக்கப்பட்டிருந்தன, துப்புரவுப் பணியாளர்கள் வேலைப்பாடு மிகுந்த தரையைத் துடைத்துக்கொண்டிருந்தனர். கிளரந்த மதுமேசையில் புகைபிடித்தபடி செய்தித்தாளை வாசித்துக்கொண்டிருந்தார். தனது நாற்பதுகளில் மூன்று மாரடைப்புகளைப் பார்த்துவிட்ட கொழுத்த நாடக ராணி அவர். சிறிய பெயர்கொண்ட பெரியநோய் அவரைத் தாக்கிவிட்டதாக வதந்தி உண்டு. நீ அதை அவரிடம் கேட்டதில்லை, ஆனால் இறப்பு குறித்த அளவுக்கதிகமான பின்னிரவு அரட்டைகள் உன்னை வியப்பிலாழ்த்தின.

'வா ஜக்கி, டிடி என்றவாறு செய்தித்தாளை மடித்து வைத்தார் கிளரந்த. 'மன்னிக்கவும், மதுவிடுதி மூடப்பட்டுவிட்டது.'

'ஃபியூஜிகோடாக்கிலிருக்கும் விரான் எங்களை இங்கே அனுப்பினார்.'

கிளரந்த தயங்கி செய்தித்தாளைக் கீழே வைக்கிறார். 'நான் அதைக் கேட்க விரும்பவில்லை. இயேசுவே. மாலி எங்கே?'

'நாங்கள் உடலைப் பார்க்கவில்லை,' என்கிறான் டிடி. 'எங்களுக்குத் தெரியாது.'

'அப்படியென்றால் அவன் தப்பியிருக்கலாம்,' என்கிறார் கிளரந்த மாமா.

'இல்லை,' என்கிறாள் ஜக்கி. அவள் அவரை உற்றுப்பார்த்து தலையை அசைக்கிறாள், அவர் முகம் வாடுவதைப் பார்க்கிறாள்.

தானியல் இசைப்பெட்டியை இரண்டு ஆவிகள் சுற்றிக் கொண்டிருக்கின்றன, பழங்காலத்து இயந்திரமான அது இலங்கையின் முதுபெரும் மெல்லிசைப் பாடகர் ஒருவரால் லாஸ்வேகஸிலிருந்து கொண்டுவரப்பட்டு அன்பளிப்பாக அளிக்கப்பட்டது. நாடக அரங்கிற்குச் சொந்தமான அறக்கட்டளையிடமிருந்து கலை மையத்தை மீண்டும் விலைக்கு வாங்குவதற்காக அதை விற்பனை செய்யப்போவதாகப் பேச்சு இருந்தது. இரண்டு ஆவிகளும் பொத்தான்களைத் தங்களது முஷ்டியால் அழுத்தி சில மின்சாரப்பொறிகளை உருவாக்குகின்றன.

'இதைச் செய்வதற்கு இது ஆபத்தான நேரம்' என்கிறார் கிளரந்த.

'எங்களுக்குப் புரிகிறது' என்கிறான் டிடி.

'உலகத்தை மாற்றக்கூடிய நாடகங்களை எழுத விரும்பினேன்,' என்கிறார் கிளரந்த. 'பதிலாக, இசைநாடகங்களை உருவாக்கினேன்.'

'இசைநாடகங்களால் உலகை மாற்ற முடியும்,' என்கிறாள் ஜக்கி.

'வாயை மூடு ஜக்கி' என்கிறான் டிடி.

'நான் வாக்குறுதியளித்தேன். அதைக் காப்பாற்றுவேன்,' என்கிறார் கிளரந்த. 'அந்த விரான் பயலால் எவ்வளவு சீக்கிரம் புகைப்படங்களைத் தரமுடியும்?'

'நாளைக்கு.'

'இது நம்பமுடியாதது. எப்படி?'

'அவனிடம் சொந்த பிரதியெடுக்கும் அமைப்பு இருக்கிறது. அப்படித்தான் அவன் கூறினான்.'

'ஓர் இரவுக்குள் அனைத்துப் புகைப்படங்களையும் கொடுத்து விடுவானா?'

'அப்படித்தான் கூறினான்.'

'என்னிடம் இருபது சட்டகங்கள்தான் இருக்கின்றன. ஏன் இவ்வளவு அவசரம்? எத்தனை புகைப்படங்கள்?'

'கிட்டத்தட்ட ஐம்பது.'

'இது அபத்தம்! எனக்கு உதவி தேவைப்படும். உன் அலுவலகத்தில் உதவியாளர்கள் உண்டா?'

'நான் கேட்டுப்பார்க்கிறேன்.'

ஆவிகள் ஐரோப்பியர்களைப் போல, சற்று பரிச்சயமானவர்களைப் போல இருக்கின்றன. இரண்டும் ஹவாய் சட்டைகள் மற்றும் கடற்கரையில் அணியும் கால்சராய் அணிந்திருக்கின்றன. சற்று பருமனான உருவமுள்ளது ஆற்றலைத் திரட்டி இசைப்பெட்டியைக் குத்துகிறது. ஓர் அதிர்வு உருவாகி, கொண்டி விழுமோசை கேட்கிறது, பிறகு எல்விஸ்ஸின் 'இட்ஸ் நௌ ஆர் நெவர்' பாடல் ஒலிக்கிறது.

டிடி வியப்படைய ஜக்கி மிரள்கிறாள். ஆனால் கிளரந்த வெறுமே தோளைக் குலுக்குகிறார்.

'இது எப்போதும் நடப்பது. ஐரிஸ் என்று ஒரு ஆவி இருக்கிறது,' என்று சிரிக்கிறார். 'அவளாக இருக்கலாம்.'

ஜக்கி சோக இசையின் அரசனைக் கேட்டபடி சிந்தனையில் ஆழ்ந்திருக்கிறாள், அது உன்னைப் பற்றியதாகத்தான் இருக்கும்.

'அவன் நாட்டைவிட்டுத் தப்பவில்லை என்று உனக்கு உறுதியாகத் தெரியுமா?' கிளரந்த கேட்கிறார்.

'யாருக்குத் தெரியும்?' என்கிறான் டிடி. 'மாலியைப் பற்றிய எதுவும் என்னை வியப்பில் ஆழ்த்துவதில்லை.'

ஐந்தாம் நிலவு ◆ 429

‘சரி,’ என்று கூறிவிட்டு ஜக்கி எழுந்து தனது பையை எடுத்துக்கொண்டு அறையை விட்டுச்செல்கிறாள்.

***

ஜக்கி கலை மைய மன்றத்திலிருந்து வெளியேறி, லியோனல் வென்ட் கலைக்கூடத்தைக் கடந்து சாலைக்குச் செல்கிறாள். காரில் ஏறுவதற்கு முன், டெலிகா வேன்களுக்காகச் சாலையோரத்தை மற்றும் ராணுவம் அல்லது பொலிஸ் இல்லாத ஆட்களுக்காக நடைபாதையை உற்றுப் பார்க்கிறாள்.

லேன்சரை முடுக்கி கில்ட்ஃபோர்ட் கிரசன்ட் சாலை வழியே செல்கிறாள். கார் வேகம் கூடி, தவறான திருப்பத்தில் திரும்புகிறது. இதன்பொருள் அவள் காலி முகத்திடலுக்குச் செல்லவில்லை, மேலும் இந்தச்சாலை எங்கு செல்கிறது என்பது உனக்குத் தெரியும், தயக்கத்துடன் அதை ஏற்றுக்கொள்கிறாய். லியோ விடுதிக்கு வெளியே தெருவில் காரை நிறுத்தும்போது, உன்னைப்போலவே யாரேனும் தன்னைப் பின்தொடர்கிறார்களா என்று பார்க்கிறாள். தூங்கிக் கொண்டிருக்கும் பாதுகாவலரைக் கடந்து உள்ளே சென்று ஆறாவது மாடிக்கு மின்தூக்கியில் செல்கிறாள்.

மிதப்பதில் மேல்பாய்வை ஏற்படுத்தி மற்றொரு தளத்தைக் கடந்து, ஏழாவது தளத்திலுள்ள தொகுப்பறையின் ஜன்னலுக்குள் எட்டிப் பார்க்கிறாய். வெறுமையான சுவர்கள், காலியான பெட்டிகள், திறந்திருக்கும் ஒரு கதவு ஆகியவற்றைப் பார்க்கமுடிகிறது ஆனால் குகா அல்லது எல்ஸா அல்லது நிகானால் எடுக்கப்பட்டு, விரானால் பிரதியிடப்பட்டு, சட்டத்தில் வைக்கப்பட்டிருந்த புகைப்படங்களைக் காணவில்லை. காலி முகத்திடலில் உள்ள உனது அடுக்ககம் போன்று இந்த அறை சூறையாடப்படவில்லை, ஆனால் அவ்வளவு நல்ல மனநிலையில் இல்லாத யாரோ ஒருவரால் திரைச்சீலைகள் கிழிக்கப்பட்டு மேசைகள் கவிழ்க்கப்பட்டுள்ளன.

மீண்டும் பெகாசஸுக்குச் சென்று, ஜக்கி ப்ளாக்ஜாக் மேசையில் அன்றைய இரவுப் பொழுதுக்காக அமர்ந்திருப்பதைக் கவனிக்கிறாய், ஜின்களைக் கொண்டுவரப் பணித்துவிட்டு, அன்பளிப்பாகக் கொடுக்கப்படும், நீ சுவைக்க விரும்பும் சிகரெட்டுகளைப் புகைக்கிறாள். அவளிடம் கிசுகிசுக்க முயற்சி செய்கிறாய், ஆனால் நீங்கள் இருவரும் இப்போது கனவு

காணவில்லை. நீ அவளுக்குக் கற்றுக்கொடுத்தது போலவே, ஆனால் மோசமாக, சாத்தியங்களைக் கணக்கிட்டுச் சீட்டுகளை அவள் எண்ணும்போது, அவளுடைய எண்ணங்களை யூகிக்க முயற்சி செய்கிறாய்.

சீட்டுக்கட்டு மேசையை நோக்கி நகர்கிறாய், அங்கே கராச்சி சிறுவன் இஸ்ரேலியர்களுடன் அதிகமான பந்தயப் பணத்தில் விளையாடிக்கொண்டிருக்கிறான். இளைஞன், சற்றே பருத்தவுடல், மழிக்கப்பட்ட தலை, தனது சில்லுகளில் தாராளத்தைக் கடைப்பிடிப்பான், அதிகப் பந்தயமுள்ள விளையாட்டுகளை நீ விளையாடிய தருணங்களில் உனக்குதவ தனது சில்லுகளைப் பயன்படுத்துவான். கொடுத்த கடனுக்கான கணக்கை வைத்திருந்து ஒவ்வொருமுறை நீ மேசையில் உட்காரும்போதும் அதை நினைவுபடுத்துவான்.

'இங்கே கேமரா வைக்கப்பட்டுள்ளதா?' என்று கூரையைப் பார்த்தபடி கேட்கிறான். பிறகு சுவர்களைப் பார்க்கிறான்.

'ஏன் இங்கே கேமரா இருக்கப்போகிறது?' என்கிறார் யாஎல் மெனாஹெம். 'இருந்தால் உன் முட்டாள்தனமான தொப்பியில்தான் இருக்கவேண்டும்.'

யாஎல் மெனாஹெமுக்குக் கொழுத்த உடல், உரக்கப்பேசினார்; அவரது வியாபாரக் கூட்டாளியான கோலன் யோரம் ஒல்லியான உடலுடன் அதிகம் பேசாதவராக இருந்தார். மேசையில் இரண்டு சீனர்களும் இருந்தனர், ஆங்கிலம் தெரியாதவர்கள் போலக் காட்டிக்கொள்பவர்கள். அவர்கள் சூதாட்டவிடுதியின் முதலாளி ரோஹன் சாங்கின் உறவினர்கள், உயர் பந்தயம் வைப்பவர்களை உளவு பார்க்கிறார்கள் என்று சிலர் கூறுவதுண்டு. நீ மூச்சுடன் இருந்த கடைசி இரவில் அவர்களுடன் விளையாடினாய். ஆனால் வென்றாயா அல்லது தோற்றாயா என்பதை நினைவுகூர முடியவில்லை.

'வெளியே போகலாம்' என்கிறான் கராச்சி சிறுவன். 'இங்கே ஒரே சோயா சாஸ் வாசனை.'

மேசையில் இருக்கும் சீனர்கள் தாக்கும் விதமாக ஒருவரையொருவர் விஞ்சிப் பந்தயம் கட்டுவதில் மிகவும் மும்முரமாக இருக்கிறார்கள். இஸ்ரேலியர்களும் பாகிஸ்தான்காரர்களும் தங்கள் பானங்களை மொட்டைமாடிக்கு

ஐந்தாம் நிலவு ♦ 431

எடுத்துச் செல்கிறார்கள். 'சமீபத்திய பட்டியலைப் பார்த்தோம்,' என்றபடி கோலன் யோரம் சிகரெட்டைப் பற்றவைக்கிறார்.

'பிறகு?'

'எழுபது சதவீதத்தை முன்பணமாகக் கொடுத்தால்போதும், பட்டியலிலுள்ள அனைத்தையும் வாங்கிக்கொடுப்போம்.'

'அனைத்தையுமா?'

'உனக்கு ஸ்கட் ஏவுகணை வேண்டுமா? எங்களால் வாங்கித்தர முடியும், சகோதரா.'

மேசையில் சாம்பல் கிண்ணத்தை வைக்கும் பணியாளரை மெனாஹெம் உறுத்துப் பார்க்கிறார். தனது அடுத்த கேள்வியை முணுமுணுக்கிறார். 'கர்னல் மஹத்தையாவிடம் இதற்கு முன் வியாபாரம் செய்திருக்கிறாயா?'

'நண்பரே, இந்நாட்டில் துப்பாக்கி வைத்திருக்கும் அனைவரும் என்னோடு வியாபாரம் செய்திருக்கிறார்கள்,' என்று தனது ஆரஞ்சு பானத்தை உறிஞ்சுகிறான் கராச்சி சிறுவன். 'நீங்கள் என்னை நம்பலாம்.'

'சுவாரசியம்தான்,' என்கிறார் மெனாஹெம். 'நாங்கள் படத் தயாரிப்பில் இருந்தவர்கள். இதெல்லாம் எங்களுக்குப் புதிது.'

'நீங்கள் அடக்கமாகக் கூறுகிறீர்கள்.'

'ஆமாம். நான் எப்போதும் அடக்கமானவன் அல்ல. உன் விலைகள் எனக்குப் பிடிக்கவில்லை. எங்களுக்கு முன்பணமாக எண்பது சதவீதம் தேவைப்படும்.'

'உங்களது நிஞ்சா திரைப்படத்தை மிகவும் ரசித்தேன்.'

'எந்தப் படம்? என்டர் த நிஞ்சாவா அல்லது நிஞ்சா 3: தி டாமினேஷனா?'

'நிஞ்சா யூஎஸ்ஏ?'

'அது என்னுடைய படமல்ல,' என்றார் மெனாஹெம்.

'உண்மையில், அது என்டர் த நிஞ்சா என்று நினைக்கிறேன். அற்புதம். சிறந்த சண்டைக்காட்சிகள்.'

‘அது ஒரு கேவலமான படம். ஆனால் பணம் சம்பாதித்துக் கொடுத்தது, நான் சொல்வது சரிதானே?’

‘அது ஓரளவுக்கு ஓடியது,’ என்றார் யோரம்.

கராச்சி சிறுவன் அவரிடம் ஒரு தாளைக் கொடுக்கிறான், யோரம் அதைக் கவனமாகப் பார்த்துவிட்டுப் பிறகு தலையை அசைக்கிறார்.

‘இந்த விலைக்குக் கொடுக்கமுடியாது. இந்த விலைப்பட்டியல் எங்கே கிடைத்தது?’

‘இது சந்தை விலை.’

‘இவை ஹிஸ்புல்லா மற்றும் ஹமாஸ்சின் விலைகள். இந்த விலைக்கு உடைந்த ரஷ்யக் குப்பைகள்தான் கிடைக்கும். இந்த விலைக்கு நிகராகுவாவின் குப்பையும் கிடைக்கும். நீ உன்னுடைய பட்ஜெட்டை உயர்த்து அல்லது என்னால் முடியாது, மன்னித்துவிடு.’

‘எனது வாடிக்கையாளருக்குச் சான்றாதாரங்கள் தேவைப்படும், நிச்சயமாக.’

‘இதை எனது சான்றாதாரமாக வைத்துக்கொள்,’ என்று மெனாஹெம் நடுவிரலை உயர்த்திக் காட்டுகிறார்.

‘உரிய மரியாதையுடன் உங்களிடம் இதைக் கேட்கலாமென்று நினைக்கிறேன். நீங்கள் இந்தச் சந்தையில் ஏற்கெனவே வியாபாரம் செய்திருக்கிறீர்களா?’

‘நிச்சயமாகச் செய்திருக்கிறேன்.’

‘அரசாங்கத்திற்கா?’

‘இருக்கலாம்.’

‘புலிகளுக்கா?’

‘இருக்கலாம்.’

‘ஜேவிபி.’

‘ஒருபோதுமில்லை.’

‘காணாமல் போன நமது சூதாட்டத் தோழனுக்கு?’

'யார்?'

'யாரென்று உங்களுக்குத் தெரியும்.'

'அவன் ஒரு ஹிப்பி மற்றும் பொட்டை. ஹிப்பிகளும் பொட்டைகளும் சாவார்கள். இதில் நாம் செய்ய ஏதுமில்லை.'

'இதைக் கேட்பதில் மகிழ்ச்சி,' என்கிறான் கராச்சி சிறுவன்.

இறந்த தற்கொலையாளர்களுடன் உரையாடல் (1986, 1979, 1712)

லியோ விடுதியின் கூரைப்பகுதிக்கு மிதந்து சென்றிருந்தாய், இரவு மூப்படைந்து இருக்க, சூதாட்ட விடுதி இன்னமும் திறந்திருந்தது. இரவு அமைதியற்றதாக இருந்தது, நிறுத்தப்படும் கார்கள், உறுமும் தெருவிலங்குகள், சூதாடிகள் மதுவிடுதியில் இன்றைய இரவுதான் தாங்கள் சூதாட்ட விடுதியை வெல்லப்போகும் இரவென்று தங்களுக்குள் கூறிக் கொள்கின்றனர். எப்போதும் நீ தேய்வழக்கு போலத்தான்-வாழ்க்கையைப் போலவே இறப்பிலும்.

தாங்கள் இறந்த இடத்திலேயே சுற்றிக்கொண்டிருப்பதுதான் ஆவிகள் எப்போதும் செய்வது. கல்லறைகளைச் சுற்றிக்கொண்டிருப்பது அல்லது உங்களது பழைய வீட்டில் அலைந்து கொண்டிருப்பது போன்றே இது வெளிப்படையானது. அர்த்தமற்றதும் கூட.

ஜக்கி மேசையில் தனியாக அமர்ந்திருக்கிறாள், எருதைப் போலத் தோற்றம் கொண்ட மேசைப் பணியாள், மூச்சுடன் இருந்த கடைசி இரவில் நீ சுவைத்தவன், அவளுக்கு ஆரஞ்சுச் சாற்றைப் பரிமாறுகிறான். தான் தனியாக இருப்பதாக அவள் நினைத்துக்கொள்கிறாள், உன்னையோ அல்லது கூரையை நிறைத்து நிலவை வெறித்துப் பார்த்துக்கொண்டிருக்கும் தற்கொலையாளர்களின் சுருக்கையோ அவளால் பார்க்க முடியவில்லை.

லியோ விடுதியின் கூரை அதிகாலை 3 மணிக்கு அமைதியாக இருந்தது, அதன் விளிம்பில் தொங்கிக் கொண்டிருக்கும் தற்கொலையாளர்களைத் தவிர. முதலில் இருப்பது பெண்-உடையாளன், நடுத்தர வயதுள்ள மனிதன், கண்டிப் புடவையணிந்து, வளையல்கள், சங்கிலிகள் மற்றும் கட்டியான முகப் பூச்சு அணிந்திருந்தான்.

'நான் துயரத்தில் இருந்ததால் இதைச் செய்தேன். நம்மில் பலர் அப்படித்தான் இருக்கிறார்கள். ஆனால் நான் பௌத்தமதத்தைச் சேர்ந்தவன் என்பதாலும் இதைச் செய்தேன். மீண்டும் பிறப்பது பால்மாற்று அறுவை சிகிச்சையைக் காட்டிலும் மலிவானது.'

'ஏன் நீ ஒளிக்குள் செல்லவில்லை?'

'நான் இந்த இடைநிலையிலேயே என் வாழ்க்கை முழுவதுமாக இருந்திருக்கிறேன்,' என்கிறாள் அவனாக இருந்த அவள். 'ஒருவேளை நான் இருக்கவேண்டிய இடம் இதுதான் போல.'

புடவை மனிதன் ஓரத்தில் பூனைநடை நடந்துசென்று, விளிம்பில் குந்தியமர்ந்து, காற்றின் வேகத்தைப் பொறுத்து வாகன நிறுத்துமிடத்திலோ அல்லது குப்பைத் தொட்டியிலோ வீழ்த்தக்கூடிய பிரமிக்கத்தக்க ஆழத்தைப் பார்க்கிறான். கூரையில் ஆவிகள் நிரம்பி வழிகின்றன, பெரும்பாலானவை இங்கிருப்பவை அல்ல, மேலும் கணிசமானவை தற்கொலையாளர்கள், அதற்குச் சாட்சியமளிக்கும் விதமாக மஞ்சள், பச்சைக் கண்கள் மற்றும் இடைவிடாத முணுமுணுப்பு. ஒன்றிரண்டை சில நிலவுகளுக்கு முன்னால் சேன மற்றும் மருத்துவர் ராணி உன்னுடைய பயனற்ற ஆன்மா குறித்து விவாதித்துக் கொண்டிருந்த இடத்திலிருந்து நினைவு கூர்கிறாய்.

டை அணிந்த, துர்நாற்றம் அடிக்கும் தோல் கொண்ட இளம்பெண், புவனேகபாகு மன்னன் காலத்திலிருந்து கடல்நீரில் சுண்ட வைக்கப்பட்டதுபோலத் தோற்றத்துடன் கூன்விழுந்த உருவம் ஆகியவை அருகே விவாதித்துக்கொண்டிருக்கின்றன. வெறுக்கத்தக்க அளவில் ஈரப்பதத்துடன் இருக்கும் காற்றில் மிதந்து அருகேசென்று ஒட்டுக் கேட்கிறாய். இந்த நாள்களில் நீ மிகவும் திறமைபெற்றுள்ள விடயம் இது. எந்தவொரு சலிப்படைந்த கூட்டமும் கடைகளைப் பற்றிப் பேசிக்கொண்டிருப்பது போல இந்தத் தற்கொலையாளர்கள் தற்கொலைகுறித்துப் பேசிக் கொண்டிருக்கிறார்கள்.

'ஏன் இலங்கை தற்கொலைகளில் முதலிடத்தைப் பிடித்திருக்கிறது?' தடிமனான கண்ணாடிகள் வழியாகப்பார்த்தபடி அந்த இளம்பெண் கேட்கிறாள். 'நாம் அந்த அளவுக்கு சோகத்தில் இருக்கிறோமா அல்லது உலகின் மற்றபகுதிகளைக் காட்டிலும் வன்முறையோடு இருக்கிறோமா?'

ஐந்தாம் நிலவு

இரட்டைச்சடை பெண் விளிம்பிலிருந்து தனது உயரம் தாண்டுதலை நிகழ்த்தும்போது, 'அது எப்படியிருந்தாலும் யாருக்கு என்ன அக்கறை?' என்கிறது கூன்முதுகு உருவம்.

'அது ஏனென்றால் உலகம் கொடூரமானது என்பதைப் புரிந்துகொள்ளும் அளவுக்குப் போதுமான கல்வியறிவு நம்மிடமுள்ளது,' என்கிறாள் பள்ளிப்பெண். 'அதேபோல அதற்கெதிராகப் போராடச் சக்தியற்றவர்களாக நம்மை உணரச்செய்யப் போதுமான அளவு சுரண்டலும் சமத்துவமின்மையும் இருக்கின்றன.'

'களைக்கொல்லியும் நமக்கு எளிதில் கிடைக்கக்கூடியதாக உள்ளது,' என்கிறது கூன்முதுகு.

***

சுற்றிலும் மிதந்துசென்று மேலும் ஒட்டுக்கேட்கிறாய். புலிகளமைப்பைச் சேர்ந்த ஐந்து குழந்தைப் போராளிகளைச் சந்திக்கிறாய், அவர்கள் கொழும்புக்கு மறுவாழ்வு மற்றும் விசாரணைக்காக அழைத்து வரப்பட்டவர்கள். சிறைவளாகத்தில் கருஊமத்தைச் செடியைக் கண்டுபிடித்து அதிலிருந்து ஐவருக்கும் தேநீர் தயாரித்துக்கொண்டனர். அவர்களுக்கு மறுமை மிகவும் பிடித்திருக்கிறது ('எங்களுக்கு உரத்துக் கட்டளையிடுபவர்கள் யாருமில்லை'), குறுநடைபோடும் குழந்தைகளின் மகிழ்ச்சியுடன் விளிம்பிலிருந்து குதிக்கின்றனர்.

கூரையிலிருக்கும் கும்பலை வைத்துப் பார்த்தால் இலங்கையின் செழிப்பான தற்கொலை விகிதாச்சாரத்தை சந்தேகப்படுவது சிரமம்: இளையோர், முதியோர், நடுத்தர வயதினர், ஆண், பெண் மற்றும் இடையிலுள்ள அனைத்தும்; கைவிடப்பட்ட காதலர்கள், திவாலாகிப்போன விவசாயிகள், சரியாகத் திட்டமிடப்படாத புரட்சிகளின் அகதிகள், வல்லுறவால் இறந்தவர்கள், தேர்வில் தோல்வியுற்ற மாணவர்கள், சிலர் என்பதற்கும் குறைவாக வெளிப்படுத்திக்கொள்ளாத ஓரின விரும்பிகள். அனைவரும் விளிம்பில் மிதந்து பின் குதிக்கின்றனர்.

தன்னை வெளிப்படுத்திக்கொள்ளாத ஓரின விரும்பி உன்னிடம் பேச வருகிறான். ஆனால் அழகில்லாத இளைஞர்களிடம் உனக்கு ஆர்வமில்லை, மேலும் நீ இப்போது அழகான ஆணும்

இல்லை. கூன்முதுகு கொண்ட உருவம் உன்னைப் பார்ப்பதைக் கவனித்து அதை நோக்கி மிதந்து செல்கிறாய்.

'போர்த்துக்கீசியர்கள் எனது கப்பலை எரித்தபோது கொழும்பு துறைமுகத்தில் தூக்கிட்டுக் கொண்டேன். என் நிலத்தை இழந்தபோது தியவன்னா ஓயாவில் என்னை மூழ்கடித்துக்கொண்டேன். உன்னிடம் பணமில்லையென்றால் வாழ்க்கை வாழத் தகுதியற்றது. என்னால் இயலுமென்றால் மீண்டும் என்னைக் கொன்றுகொள்வேன். இதையெல்லாம் முடிப்பதற்காகவேனும்.'

'ஏன் இவை எதுவும் ஒளிக்குள் செல்வதில்லை?'

அவர் அவமதிப்பாக உணர்ந்ததுபோல் தெரிகிறார், வெற்றிலை எச்சிலை விளிம்பைத் தாண்டி வீசுகிறார். அது காற்றில் மறைவதைப் பார்க்கிறாய்.

'நீ ஏன் செல்லவில்லை?'

'நான் தற்கொலை செய்துகொள்ளவில்லை?'

'உனக்கு உறுதியாகத் தெரியுமா?'

'எனக்குப் பதினான்கு வயதிருக்கும்போது முயற்சிசெய்தேன். அதில் தோல்வியுற்றதும் பிறகு மீண்டும் முயற்சிசெய்யவில்லை.'

'தற்கொலைக்குக்கூட விடாமுயற்சி தேவைப்படுகிறது.'

'வெளிப்படையாக, ஒளி உங்களையும் உங்களது பாவங்களையும் சுத்தப்படுத்தி புதியதொரு தொடக்கத்தைப் பெற அனுமதிக்கிறது.'

'நீ உதவியாளனா? அப்படியென்றால் தொலைந்து போ.'

எவருடைய முகத்தை உன்னால் சரியாகப் பார்க்க முடியவில்லையோ, எவருடைய கதையை உன்னால் புரிந்துகொள்ள முடியவில்லையோ அந்த அந்நியரிடம் நீ இறந்ததிலிருந்து கேட்கமுடியாதிருந்த கேள்வியைக் கேட்கிறாய்.

'இறக்கவிரும்பும் ஒருவருக்கு உதவினால், நான் கொலைகாரனா?'

'அவர்கள் இறக்க விரும்புகிறார்கள் என்று உனக்கெப்படித் தெரியும்?'

'அவர்களது வேதனையைப் பார்த்தேன். எனக்குத் தெரியும்.'

'இந்தப் பூமியில் உலவும் பெரும்பாலான உயிரிகள் ஒருபோதும் இங்கே வாழ்ந்திராமல் இருந்தாலே நல்லது.'

'எனவே சிலரது வேதனையைக் குறைப்பதற்கு உதவியிருந்தால் ஒளி எனக்கு வெகுமதியளிக்க வேண்டும், சரிதானே?'

கூன் விழுந்த உருவம் உன்னை உற்றுப் பார்த்துவிட்டுச் சிரிக்கிறது. 'ஒருவேளை நீ ஆறுதலைத் தேடுகிறாயென்றால் தவறான இடத்திற்கு வந்திருக்கிறாய், முட்டாளே.' அதோடு அவர் தன்னை விளிம்பிலிருந்து எறிந்துகொண்டு, பலமாகச் சிரிக்கிறார், ஆனால் தரையில் மோதவில்லை.

***

ஜக்கி இப்போது தனியாக அமர்ந்திருக்கவில்லை என்பது உன்னை ஆச்சரியப்படுத்தவில்லை. அவளோடு இணைந்திருக்கும் பெண் செய்தி வாசிப்பாளரான ராதிகா பெர்னாண்டோ என்பதே உன்னை ஆச்சரியத்திற்குள்ளாக்குகிறது. அவர்களது பானங்கள் ஜின்னிலிருந்து ரம்முக்கு நகர்கிறது, சூரியன் உதிக்கும் நேரத்தில் அவர்கள் கைகளைக் கோத்துக்கொண்டு விளிம்பில் நின்றபடி புகைத்துக்கொண்டிருக்கின்றனர்.

ஆறு தளங்களுக்குக் கீழே டெலிகா வேன் ஒன்று நிறுத்தப்பட்டிருப்பதை, அதன் பின்பகுதியில் அறுவைசிகிச்சை முகமூடி அணிந்த மனிதன் காவலர் ஒருவரைக் கடிந்து கொண்டிருப்பதைப் பார்க்கிறாய். முகமூடி அணிந்திருப்பவனின் உடைகள், காவலரின் கசங்கிய சீருடை போல் அல்லாமல் இஸ்திரியிடப்பட்டு மடிப்புடன் இருக்கின்றன. நிச்சயமாக அந்த மனிதன் கடந்த இரவை வேனில் கழிக்கவில்லை.

'"போய்விட்டாள்" என்றால் என்ன அர்த்தம்?'

'சிஎன்டிஆர் அலுவலகங்கள் காலியாக இருக்கின்றன; அங்கே யாரும் இல்லை. எல்லாப் பொருட்களும் அப்புறப்படுத்தப்பட்டுள்ளன,' என்கிறார் ஏஎஸ்பி ரஞ்சகொட. அவரது கண்களைச் சுற்றியுள்ள வளையம் அவருக்குத் தவளை போன்ற தோற்றத்தைத் தருகிறது.

'ஆனால் இந்த இடத்தைக் கடந்த இரண்டு நாள்களாக நமது பாதுகாவலர்கள் கவனித்துக் கொண்டிருக்கின்றனர். கட்டடத்திற்குள் தேடிப் பார்த்தாயா?'

நடைபேசி கொரகொரக்கிறது, முகமூடி சபித்தபடி அதைக் காதுக்கருகில் வைத்துக்கொள்கிறான். கரகரப்பான ஓசையுடன் வார்த்தைகள் சீற்றமாக ஒலிக்கின்றன. 'முட்டாள்களே. எல்ஸா மாதங்கி நேற்றிரவு றொரன்றோவுக்கு விமானம் ஏறிவிட்டாள். ஜெர்மன் சுற்றுலாப் பயணிகள் இருந்த பேருந்து மூலம் சென்றிருக்கிறாள்.'

'எப்படி நடந்தது?' என்கிறார் ரஞ்சகொட. 'அவள் வெளியேறியதை நாம் பார்க்கவில்லையே.'

'அந்த மர்மத்தை மெதுவாகக் கண்டுபிடித்துக்கொள். இப்போது எனக்கு ஒரு தீர்வு வேண்டும். மேஜர் படச்சுருள்கள் வேண்டுமென்று கேட்கிறார்.'

ஏஎஸ்பி ரஞ்சகொட மேல் மாடத்தை நிமிர்ந்து பார்த்துவிட்டு உதிக்கும் சூரியனை வெறிக்கிறார். அதற்கெதிரே உருவரையாக இரண்டு பெண்கள் புகைத்துக்கொண்டிருப்பதைப் பார்க்கிறார்.

'என்னிடம் ஒரு யோசனை இருக்கிறது,' என்கிறார் ரஞ்சகொட.

முகமூடி அவரது பார்வையைத் தொடர்ந்துவிட்டுத் தலையசைக்கிறான்.

'நமக்கு யோசனைகள் தேவை. உன்னிடம் என்ன யோசனை இருக்கிறது?'

ரஞ்சகொட கையுறை பெட்டியைத் திறந்து சாக்கு மற்றும் ஒரு சிறிய புட்டியை வெளியில் எடுக்கிறார்.

'மேஜரோ அல்லது அமைச்சரோ உன்னுடைய யோசனையை அனுமதிப்பார்களா என்று எனக்குத் தெரியாது. ஆனால் நான் அனுமதிப்பேன்.'

மேல்மாடத்தை நிமிர்ந்து பார்க்கிறாய், அங்கே ராதிகா பெர்னாண்டோ விளிம்பில் சாய்ந்துகொண்டு ஜக்கியின் கூந்தலுடன் விளையாடிக்கொண்டிருக்கிறாள். அவளுக்கு முத்தமிட்டுவிட்டு விடைபெறுகிறாள், இரண்டையும் அவள் செய்தவிதம் விடைபெறல் வாழ்த்துபோல் தோன்றுகிறது.

ஏழாவது தளத்தில் கவனத்தைச் செலுத்துகிறாய், இப்போது வெறுமையாக உள்ள அந்த இடத்தில்தான் எல்ஸாவிடம் அனைத்தையும் நிறுத்திக்கொள்ளப் போவதாகக் கூறினாய்.

உன்னுடைய கடைசி விளையாட்டை விளையாடி அத்தனை சில்லுகளையும் பணமாக மாற்றிக்கொண்ட சூதாட்ட விடுதியின் நிறமேற்றப்பட்ட ஜன்னல் கண்ணாடிகளில் கவனத்தைச் செலுத்துகிறாய்.

ரெட்டை ஜாக்கிகள்

நீயும் ஜக்கியும் ப்ளாக்ஜாக் மேசையை பிஜே மேசை என்று கிளுகிளுப்புக்காக அழைப்பதுண்டு, இருப்பினும் அந்த மேசையில் அமர்ந்திருக்கும்போது நீயோ அல்லது அவளோ அதைக் கொடுத்ததோ அல்லது பெற்றதோ இல்லை. ப்ளாக்ஜாக் விளையாட்டில் சதவீதங்களைக் கவனித்து, சீட்டுகளின் ஓட்டத்தைக் கணக்கெடுத்து விளையாடினால், உங்களால் சீரான ஆதாயத்தை நேரப் போக்கில் பெறமுடியும். பெகாசஸ் சூதாட்டவிடுதியில் இரண்டு கட்டுகள் கொள்ளளவுள்ள ஷூக்கள் மட்டுமே இருந்தன என்பதால் உன்னைப் போன்ற சிறிய மூளை கொண்டவனுக்கும் அது சுலபமாக இருந்தது.

சூதாட்டத்தளம் நுழைவாயிலில் உள்ள பஃபேவைச் சுற்றி அரை வட்டத்தில் அமைக்கப்பட்டிருக்கிறது, அதிர்ஷ்டத்தை உறிஞ்சும் குதிரை லாடம் போல. *'U'*-இன் இரு முனைகளிலும் உள்ள ரௌலட் சக்கரங்கள் அதிக இரைச்சல் உண்டாக்குபவை, ப்ளாக்ஜாக் மற்றும் பேக்கரட் மேசைகள் அதிகக் கூட்டம் சேரும் இடங்கள், மேலும் *'U'* இல் இருக்கும் வளைவிலுள்ள சீட்டாட்ட மேசைகள் இருப்பதிலேயே வெளிச்சம் குறைவான பகுதிகள்.

சீட்டாட்டத்தில் விடுதியைத் தோற்கடிப்பதற்கான சூத்திரங்கள் உன்னிடம் இருந்தன, போர்க்களத்தில் தோட்டாக்களிடமிருந்து தப்பிப் பிழைப்பதற்கான வழிமுறைகள் உன்னிடம் இருந்தன, முட்டாள்தனங்களைக் கண்டுபிடிக்கும் நுட்பங்கள் உன்னிடம் இருந்தன. பிளாக் ஜாக்கில், சீட்டு விநியோகிப்பவனை மட்டுமே வெல்லவேண்டும், அவனுடைய நடத்தையை உன்னால் கணிக்க முடியும். போர்க்களத்தில், யார் குண்டுகளை வீசுகிறார்கள், எங்கு அடியெடுத்து வைக்கக்கூடாது என்பதைத் தெரிந்துகொள்ள வேண்டும். முட்டாள்களுக்கு உன்னிடமிருந்து என்ன தேவை என்பதைக் கண்டுபிடிக்க வேண்டும்.

படமுள்ள சீட்டுகள் உன்னிடம் அடுத்தடுத்து வந்துகொண்டிருந்தன, சீட்டை விநியோகிப்பவன் தொடர்ந்து தோற்றுக்கொண்டிருக்க, உன்னுடைய முதல் சந்திப்புக்கு இரண்டு மணிநேரங்களும் இரண்டாவது சந்திப்புக்கு மூன்று மணிநேரங்களும் இருக்கின்றன என்பதைக் கவனித்தாய். டிடியின் பூப்பந்து மட்டைமீது எழுதி வைத்துவிட்டு வந்த குறிப்பை நினைத்துக்கொண்டாய்:

இன்றிரவு 11 மணிக்கு லியோ மது விடுதிக்கு வா.

என்னிடம் ஒரு செய்தி இருக்கும்.

காதலுடன், மால்.

வடக்கே உன்னுடைய கடைசிச் சுற்றுப்பயணத்தில், ஷெல்வீச்சிலிருந்து தப்பித்தால், இதிலிருந்து வெளியேறுவாய் என்று உனக்கு நீயே கூறிக்கொண்டாய், மேலும் யார் அதைக் கேட்டுக்கொண்டிருந்தாலும் அவர்களிடமும் கூறினாய். உன்னுடைய சில்லுகளைப் பணமாக்கிக் கொண்டு, டிடிக்கு மட்டுமே உண்மையாக இருந்து, அவன் எங்கு செல்ல விரும்பினாலும் அங்கெல்லாம் அவனைப் பின் தொடர்ந்து செல்வாய். இரண்டு வாக்குறுதிகளை விடக் குறைவான மதிப்புள்ள ஒரே விடயம் மூன்று வாக்குறுதிகள் மட்டுமே.

எல்ஸா மற்றும் குகாவை விட்டுவிலகியது நிம்மதியாக இருந்தது. படச்சுருள்களை அவர்களிடம் கொடுத்து விடுவதாக வாக்களித்ததும் அவர்கள் உனக்கு மிகப்பெரிய தொகைக்கான காசோலையைக் கொடுத்திருந்தனர். அந்த வாக்குறுதியைக் காப்பாற்றும் மனநிலையில் இருந்தாய். சீக்கிரமே அனைவரையும் விட்டு விலகிவிடுவாய், அல்லது அப்படி நம்பினாய்.

உன்னுடைய கொழுத்த காசோலையை ப்ளாக்ஜாக் மேசையின் சீட்டு விநியோகிப்பவனிடம் கொடுத்தாய், பிறகு வெற்றி பெற்றவற்றை எடுத்துக்கொண்டு உனக்கு மிகப் பிடித்தமான மேசைக்குச் சென்றாய், அங்கேயே குதிரைலாடம் போலத் திரும்பியவுடன். அதிக மதிப்புள்ள சீட்டாட்டம், பணக்கார இளைஞர்கள், காமத்தரகு வேலை பார்ப்பவர்கள், ஆயுத வியாபாரிகள் மற்றும் பொருளாதார அடியாட்கள் ஒருவரிடமிருந்து ஒருவர் திருடிக்கொள்ளும் இடம்.

‘நீ எனக்குப் பணம் தரவேண்டியுள்ளது, எனது ஹிப்பி நண்பனே,’ என்றான் கராச்சி சிறுவன், நாற்பது பெரிய சில்லுகளுடன் அமர்ந்திருந்தான். குளிர்கண்ணாடி அணிந்து, வோட்கா அருந்திக் கொண்டிருந்தான், சொல்லப்போனால் மேசையில் இரண்டையும் செய்யக்கூடாது. மறுப்பாயென்று தெரிந்தும் உனக்கொரு கோப்பை கொடுத்தான். ‘ஆனால் பரவாயில்லை, இன்று விளையாடுவோம்.’

அது ஆறு-கை விளையாட்டு. பாகிஸ்தான்காரனுக்கு அடுத்து இரண்டு சீனன்கள்- ஒருவன் குட்டையானவன்-மற்றவனுக்குப் பருத்த உருவம், அவர்களுக்கு அடுத்து குடிபோதையிலிருக்கும் இலங்கை மாமா, அவருக்கருகில் இரண்டு மாலத்தீவுப் பெண்கள். மேசைக்காலருகில் யாஎல் மெனாஹெம் இருந்தார், அறுபது சில்லுகள் கொண்ட அடுக்குடன், தெளிவாகச் சில்லுகளின் தலைவர்.

மேசையில் அமர்ந்திருக்கும் இரண்டு ஆயுத வியாபாரிகளும் ஒருவரையொருவர் தெரிந்ததுபோல் காட்டிக்கொள்ளவில்லை. பெரிய சீனாவும் சின்ன சீனாவும் பெரும்பாலும் அமைதியாகவே இருந்தனர், இரண்டு ஆட்டங்களுக்கு இடையே மாண்டரினில் நகைச்சுவைகளைப் பரிமாறிக்கொண்டு சிரித்துப் பேசிக்கொள்வதைத் தவிர, ஆனால் மற்றவர்களோடு அதைப் பகிர்ந்துகொள்ளவில்லை. இஸ்ரேலியர் அந்த மேசையிலேயே அதிகம் பேசுபவராக, அதிகத் திறமை வாய்ந்தவராக இருந்தார்.

அனைவரும் போதையில் இருக்கும் இலங்கை மாமாவிடமிருந்து திருடுவதாகத் தெரிந்தது, அவர் மோசமான சீட்டுகளுக்கு அதிகப்பந்தயம் கட்டி, வெல்லமுடியாத ஆட்டங்களில் உள்ளிழுக்கப்பட்டார். இரண்டு ஏஸ்கள் வந்ததும் மொத்தப் பணத்தையும் வைத்து கராச்சி சிறுவன் ஸ்ட்ரெயிட் மூலம் அதை வெல்வதைப் பார்த்துக் கொண்டிருந்தார். பிறகு, மாலத்தீவுப் பெண்கள் அவருடன் சேர்ந்து கொள்வார்கள் என்ற நம்பிக்கையில் பஃபே உணவு இருக்குமிடத்திற்குத் தடுமாறியபடி சென்றார், ஆனால் அவர்கள் அப்படிச் செய்யவில்லை.

‘உன்னிடம் ஸ்ட்ரெயிட் இருக்கிறது என்று எனக்குத்தெரியும்,’ என்று இஸ்ரேலியர் கராச்சி சிறுவனிடம் கூறினார். ‘நீ மீன்பிடிக்கும் முயற்சியில் இருந்தால் இறுக்கமாகவும், பொய் சொல்லும்போது தளர்வாகவும் இருப்பாய்.’

பாகிஸ்தான்காரன் நேராகப் பார்த்தபடி சூயிங்கத்தை மென்றுகொண்டிருந்தான்.

சின்ன சீனா தோல்வியுறக்கூடிய சீட்டை நிமிர்த்தியதும் சுற்றுப்புறம் சத்தம் மிகுந்ததாக மாறியது, யாஎல் மெனாஹெம் தன்னுடைய சில்லுகளில் பாதியைத் தூக்கியெறிந்தார். சின்ன சீனா ஒன்றுமில்லாத சீட்டுகளை நிமிர்த்தி ஃபுல் ஹவுஸ் வைத்திருந்தவரைத் தோற்கடித்தார், இஸ்ரேலியர் ஆவேசமடைந்தார்.

'யார் இவர்கள்? இவர்களெல்லாம் சீட்டு விளையாடுபவர்கள்தானா? ஜாக்கி மற்றும் மூன்றை வைத்துக்கொண்டு யார் ஆட்டத்தை முடிப்பார்கள்?'

சூதாட்டமேசைப் பணியாளரைக் கெட்டவார்த்தையில் திட்டிவிட்டு தன்னுடைய சில்லுகளுடன் அங்கிருந்து சென்றார். பெரிய சீனாவும் சின்ன சீனாவும் திருட்டுத்தனமான பார்வையால் அவரைப் பின்தொடர்ந்து, தங்களுக்குள் மாண்டரினில் நகைச்சுவையைப் பகிர்ந்துகொண்டனர்.

நீயும் கராச்சி சிறுவனும் கடும்போட்டியில் மௌனமாக விளையாடிக்கொண்டிருந்தீர்கள். சில ஆட்டங்களில் நீ வெற்றிபெற்றாய் ஆனால் நீ நிமிர்த்துவதற்கு முன்பாக மற்றவர்கள் சீட்டைக் கவிழ்த்துவிட்டனர். முதல் சந்திப்புக்கு இன்னமும் அரைமணி நேரத்திற்கும் குறைவான நேரமே இருந்தபோது விளையாட்டை நடத்த முடிவுசெய்தாய்.

கராச்சி சிறுவன் ஓட்காவைக் கவிழ்த்துக்கொண்டு மொத்தச் சில்லுகளையும் நடுப்பகுதிக்கு நகர்த்தினான். 'இன்றிரவு யார் யாருக்குப் பணம் கொடுக்கப் போகிறார்கள் என்று பார்த்துவிடுவோம். இவர்களெல்லாம் சுன்னி சிறுத்த பயல்கள். கையில் ஏஸ் இருந்தால் கூட சீட்டைக் கவிழ்ப்பார்கள்.'

மாண்டரினில் முணுமுணுப்பு எழுந்தது, இம்முறை நகைச்சுவை இல்லை, இருவரும் பாகிஸ்தான்காரனை உற்றுப்பார்த்தனர். ஒருவன் தூண்டிலைக் கடிக்க மற்றொருவன் கவிழ்த்தான். அனைவரது சில்லுகளும் நடுவிலிருக்க, ஆட்டம் உன்பக்கம் வந்தது. திரைப்படமாக இருந்தால், மேசையில் கூட்டம் கூடியிருக்கும், மெலிதான நல்லொழுக்கமுள்ள பெண்கள் அதிகப் பந்தயம் கட்டுபவன்மீது படர்ந்துகொள்வார்கள்,

பாதுகாவலர்கள் பாதுகாப்பு-வார்த்தைகளை நடைபேசிகளில் உச்சரிப்பார்கள் மற்றும் குடிகாரர்கள் ஊஹ் மற்றும் ஆஹ் என்று தடுமாறுவார்கள். ஆனால் இந்த இறுதிமோதல் மங்கலான வெளிச்சத்தில் சூதாட்ட மேசைப் பணியாளர் மற்றும் கீழிருக்கும் நரகத்தை சாட்சியாகக் கொண்டு நடந்தது.

சூதாடும்போது அல்லது போர்க்களத்தில் அடியெடுத்து வைக்கும்போது அல்லது தசையைச் சுவைக்கும்போது அல்லது யாரையாவது காதலிப்பதாகக் கூறும்போது நீ ஒருபோதும் பிராத்தனை செய்ததில்லை. சாத்தியங்களைக் கணக்கிட்டு, வாய்ப்புகளை முன்வைத்து, அதன்பிறகு விளையாட்டை ஆடுவாய்.

கூடுதல் கால்விரல்களுடன் பிறப்பதற்கான சாத்தியம் ஆயிரத்தில் ஒன்று, விமானி குடிபோதையில் இருப்பதற்கான சாத்தியக்கூறு 117இல் ஒன்று, சிலரது கூற்றுப்படி, கொலையிலிருந்து தப்பிப்பதற்கான சாத்தியம் மூன்றில் ஒன்று.

மோசமானதை எதிர்பார்த்திருந்தாய். குண்டுகள் எங்கிருந்து வீசப்படலாம் என்று யூகித்தாய். இளைஞனை ஆணுறை அணியச் செய்தாய். நிகழ்தகவின் விதிகளை உன்பக்கமாக ஊசலாடக் கேட்டுக்கொண்டாய், அது கண்ணுக்குத் தெரியாத கடவுளைப் பிரார்த்திப்பதற்குச் சமமாகாது. அல்லது ஆகுமா?

நீ இந்தக் கணக்குகளைச் செய்வது ஜக்கிக்கு மிகவும் பிடிக்கும். லண்டனில் படிக்கும்போது இரண்டுமுறை அந்தப் பாடத்தில் தோல்வியுற்றிருக்கிறாள் எனும்போதும், தன்னுடைய மாற்றாந்தந்தை குறித்து அம்மாவிடம் கூறியதற்கு அடுத்து நடந்தது. இப்போது அவள் அங்கிருப்பதாகப் பாவனை செய்து கொண்டாய்.

'ஓ ஜக்கியோ. வெறும் ஆர்ட்டின் இரண்டுகூட உன்னுடைய ஜாக்கிகளைத் தோற்கடித்துவிடும். இவ்வளவு அதிகமான பந்தயத்தில் நான் என் சீட்டைக் கவிழ்த்துவிடுவேன்.'

மேசையில் மூன்று ஆர்ட்டின்கள் இருந்தன, உன் கையில் இரட்டை ஜாக்கிகள். உனது மொத்தச் சில்லுகளையும் மேசையின் நடுவில் நகர்த்தினாய்.

ரிவரில் ஒன்பது க்ளப்ஸ் வந்தபோது, யாரும் உற்சாகக் கூச்சலிடவில்லை.' கராச்சி, ராஜாவின் ஹை-ஸ்ட்ரெயிட்

ஒன்றை எறிந்தான், சின்ன சீனா சிரித்தது, பெரிய சீனா அனைவருக்கும் ஆர்ட்டின் ஏஸையும் விரலையும் காட்டியது. அவன் ஏதோ மாண்டரினில் கூறினான், நிச்சயமாக அது, 'நன்றாக விளையாடினாய், நண்பா' என்றிருக்கப் போவதில்லை, உன்னை உற்றுப்பார்த்தான்.

உன்னுடைய இரட்டை ஜாக்கிகளை ஒன்பதின் ஜோடி மற்றும் ஆர்ட்டின் ஜாக்கிக்கு அருகில் வைத்துவிட்டுத் தோள்களைக் குலுக்கிக்கொண்டாய். கவனிக்கப்படாத புல் ஹவுஸ் எப்போதும் வெளிப்படையான ஃப்ளஷ் சீட்டுகளை வாரத்தின் எல்லா நாளிலும் ஜெயித்துவிடும், ஞாயிற்றுக்கிழமைகளில் இருமடங்கு. மேசையை விட்டுக் கிளம்பும்போது சொல்லிவிட்டுச் செல்ல ஏதேனும் ஒற்றை-வரி இருந்திருக்க வேண்டும் என்று விரும்பினாய், ஆனால் உன்னிடம் இருந்ததெல்லாம் கலைமயமான ' 'தப்பித்தவனின் இளிப்பு' மட்டுமே. நடுவில் இருந்த சில்லுகளை அள்ளி எடுத்துப் பணம் வாங்கும் இடத்திற்குக் கொண்டு வரும்போது உன்னுடைய இரு முழங்கைகளின் வளைவுகளை நிறைத்தது. பெரிய சீனா தனது உச்சந்தலையில் கைகளை வைத்து, மூன்று ஜாக்கிகள் மற்றும் இரட்டை ஒன்பதுகளை வெறித்துப் பார்த்தான்.

'திரு கராச்சி, இன்றிரவு இறுதியாக எனது கடனை முடிக்க முடியுமென்று நினைக்கிறேன்.'

***

கராச்சி சிறுவனை மது விடுதிக்கு அழைத்துச்சென்றாய், அங்கே அவன் தன்னுடைய பெயர் டோனல்ட் டக் என்றும், தான் கட்டுமான நிறுவனம் ஒன்றை நடத்தி வருவதாகவும் கூறினான். அவனுக்கு எவ்வளவு பணம் தரவேண்டியுள்ளது என்று கேட்டாய், தன்னுடைய ஜீன்ஸிலிருந்து நோட்டுப்புத்தகம் ஒன்றை வெளியிலெடுத்தான். உன்னை 'பெகாசஸ் ஹிப்பி' என்று குறிப்பிட்டிருந்தான், அதில் எழுதியிருந்த தொகையை அவனிடம் கொடுத்துவிட்டு மீதத்தை வைத்துக்கொள்ளச் சொன்னாய். 'இன்று மது என் செலவில்!'

மூன்று மேசைப் பணியாளர்களுக்கும் தரவேண்டிய கடனைக் கொடுத்துவிட்டு வெகுமதியும் சேர்த்துக்கொடுத்தாய், சூதாட்டத்தள மேலாளருக்குக் கடனில் வாங்கியிருந்த சில்லுகளுக்கான தொகை மற்றும் தோல்விக்குப் பிறகு

மது விடுதியில் உடைத்த மதுப் புட்டிக்கான தொகையைச் செலுத்தினாய். பிறகு கட்டுமஸ்தான உடலுடன் இருக்கும் இளம் மதுமேசைப் பணியாளைச் சென்று பார்த்தாய், அவனுக்கு எருதைப்போல உடற்கட்டு முகமும் அதுபோலவே, அவனிடம் வாங்கியிருந்த ஆயிரத்தைத் திருப்பிக்கொடுத்தாய்.

'கீழே ஒரு தொகையை வென்றேன். இதை வைத்துக்கொள்.'

'பிரச்சினை இல்லை. அண்ணா, நான் அதை மறந்துவிட்டேன்.' மழலையாகப் பேசினான், அவனிடமுள்ள பால் புதுமையர்களுக்கான ஒரே அறிகுறி அதுமட்டும்தான்.

'நான் உன்னை மறக்கவில்லை. உனக்குப் புகைபிடிப்பதற்கான இடைவேளை எப்போது? ஹாஹா.'

'எப்போது வேண்டுமானாலும், அண்ணா.'

'எனக்கு இப்போது ஒரு சந்திப்பு இருக்கிறது. அதற்குப் பிறகு சந்தித்துக்கொள்ளலாமா?'

'ஏன் அதற்கென்ன?'

இதுதான் கடைசி, என்று உனக்கு நீயே கூறிக்கொண்டாய். உடனடியாக இதை நிறுத்தப் போவதற்கு முன்பாகக் கடைசியாக ஒருமுறை. தொலைபேசிக்காகச் சில்லறை மாற்றிக்கொண்டு இரண்டு அழைப்புகளைச் செய்தாய். முதல் அழைப்பு உன் காதலனுக்கு. காவல்துறையினரிடம் அழைப்பு எதுவும் வரவில்லை என்று அவன் கூறிய அழைப்பு.

'ஹேலோ,' டிடி உறக்கத்தில் பேசினான்.

'நான் எழுதிய குறிப்பு கிடைத்ததா?'

'இப்போதுதான் பூப்பந்து விளையாடிவிட்டு வந்தேன்.'

'அதை உன்னுடைய மட்டையின் மீதுதான் வைத்தேன்.'

'சரி.'

'அப்படியென்றால், வருகிறாயா?'

'எங்கே?'

'லியோவிலுள்ள மதுவிடுதிக்கு. இரவு 11 மணிக்கு?'

‘மாலி, நான் மிகவும் களைப்பாக இருக்கிறேன். நாளைக்காலையில் சந்திப்புகள் இருக்கின்றன.’

‘இது முக்கியமானது. என்னிடம் பெரிய செய்தி இருக்கிறது.’

‘யேசுவே, மாலி. நாம் வாரக்கணக்கில் பேசவில்லை. இப்போது விருந்துக்கு அழைக்கிறாய்.’

‘விருந்தெல்லாம் இல்லை. நான் உன்னையே நினைத்துக் கொண்டிருந்தேன்.’

‘நான் களைத்திருக்கிறேன், மால். நாளை பேசுவோம்.’

க்ளிக்.

மீண்டும் அழைக்க முயற்சிசெய்தாய் ஆனால் மணி தொடர்ந்து ஒலித்துக்கொண்டே இருந்து தொடர்பு அறுபட்டது. இரண்டாவது அழைப்பைச் செய்ய நீ திட்டமிட்டிருக்கவில்லை, ஆனால் உன்னுடைய ஐந்து வயதில் உன் அப்பா மனப்பாடம் செய்யவைத்த எண்களை உனது விரல்கள் சுழற்றின, இரவு வெகுநேரம் ஆகியிருந்தாலும் கூட அந்த அழைப்பு ஏற்கப்படுமென்று உனக்குத் தெரியும்.

‘யெஸ்?’

‘அம்மா, நான் மலிந்த.’

‘என்ன நடந்துவிட்டது?’

‘ஒன்றுமில்லை. இப்போது நாம் பேச வேண்டிய நேரம் என்று நினைத்தேன். சில விடயங்களை யோசித்துக்கொண்டிருந்தேன். மதிய உணவுக்கு வரட்டுமா?’

‘எனக்கு வேலை அதிகமாக இருக்கிறது, மலிந்த.’

‘அப்படியென்றால் இரவுணவுக்கு வரட்டுமா?’

‘சண்டை போடுவதற்கு வருகிறாய் என்றால், எனக்கு நேரமில்லை.’

‘சண்டை ஏதும் இல்லை அம்மா. உங்களோடு பேச வேண்டும். இரவுணவுக்கு வரவா?’

‘வேண்டாம், மதிய உணவாகவே இருக்கட்டும். கமலாவை சமைக்கச் சொல்கிறேன்.’

விடைபெறுதல் அல்லது எச்சரித்தல் இன்றி, வழக்கமாகச் செய்வதுபோல அழைப்பைத் துண்டித்தார், உன்னிடமிருந்து ஏதேனும் குரூரமான வார்த்தைகள் வரும்முன் இணைப்பைத் துண்டித்துவிடுவது அவர் வழக்கம்.

இரண்டு உறுதியான விரல்கள் உன்னுடைய பின்பகுதியை கிள்ளுவதை உணர்ந்தாய்.

'யாரை அழைக்கிறாய், நான்சி பாய்?'

ஜோனி கில்ஹூல் அரைக்கைச் சட்டையும் ப்ளேசரும் அணிந்திருந்தார்; பாப் சட்வொர்த் டி-ஷர்ட் அணிந்து அரைக்காற் சட்டையுடன் இருந்தார்.

'உன்னைச் சந்தித்ததில் மகிழ்ச்சி,' என்றார் பாப்.

லியோ விடுதியில் உன்னுடைய கடைசி இரவில் வெளிநாட்டுக்காரர் ஒருவரைச் சந்தித்ததை நீ நினைவில் கொள்ளாததற்குக் காரணமுள்ளது. ஏனென்றால், அங்கு இருவர் இருந்தனர்.

***

நீ தொழிலைவிட்டுச் செல்கிறாய் என்றதும் இருவரும் மகிழ்ச்சியடையவில்லை. மதுவிடுதியில் கூட்டம் அதிகரித்திருந்தது, நீயும் பாப்பும் ஒருவர் மாற்றி ஒருவர் ஆறாவது தளத்திலுள்ள மொட்டைமாடிக்குப் புகைப்பிடிக்கச் சென்றுகொண்டிருந்தீர்கள்.

பணத்தைக் காகிதக் கைக்குட்டையில் சுற்றி மலிவான ஜின் புட்டிக்கு முன்னால் வைத்திருந்தாய். 'அடுத்த வேலைக்காகப் பெற்றுக்கொண்ட முன்பணம். இதைத் திருப்பித் தருகிறேன்.'

'யாருக்கோ இன்று அதிர்ஷ்டம் அடித்திருக்கிறது,' ஜோனி புருவத்தை உயர்த்தியபடி கூறுகிறார்.

'உன்னுடைய பெரிய திட்டம் என்ன, இளைஞனே?'

'நானும் டிடியும் சான் பிரான்சிஸ்கோவுக்குக் குடிபெயரப் போகிறோம். இந்த மலக்குழிக்குள் இனி இருக்க விரும்பவில்லை.

ஜோனி சிரித்தார்.

'நிச்சயமாக, வளைகுடாப் பகுதிக்குச் சென்றுபார். ஆனால் ஏன் உன் மனைவியையும் அழைத்துச் செல்கிறாய்?'

'உங்களை அழைத்துச்செல்ல வேண்டுமா, ஜோனியா?'

'நான் பயணம்செய்த காலங்கள் முடிந்துவிட்டன, இளைஞனே.'

'அப்படியென்றால் நீங்கள் எங்கிருந்து வந்தீர்களோ அங்கேயே திரும்புங்கள்.'

'நான் இந்த நாட்டை அதனிடமிருந்தே பாதுகாத்துக் கொண்டிருக்கிறேன்.'

'புலிகளுக்கு ஆயுதம் விற்பனை செய்தா?'

இதைச் சொல்லும்போது பாப் சட்வொர்த்தைப் பார்த்தாய், அவர் குனிந்து தனது பானத்தைப் பார்த்தார்.

'நீ பேசலாம். நீ சிஎன்டிஆருக்கு வேலை செய்பவன். அவரது செலவுகளை யார் ஏற்கிறார்கள் என்று யூகி பார்க்கலாம்?'

'இப்போதுதான் அந்த வேலையை விட்டேன். விட்டுவிலகுவதில் நான் சிறந்தவன் என்று சொல்வார்கள்.'

'உன்னுடைய கடைசிச் சுற்றுப் பயணத்தில் என்ன நடந்தது?'

'நடந்தது என்னவென்றால் எல்லோரும் வழிகாட்டியாக இருக்க எனக்குப் பணம் கொடுக்கிறார்கள். ஆனால் என்னை உளவாளியாக இருக்கச் சொல்கிறார்கள்.'

'நாங்கள் நடந்தது குறித்து வருந்துகிறோம்,' என்கிறார் பாப்.

'நாங்கள் என்றால் யார்?'

பாப் தலையசைத்துவிட்டு புகைபிடிக்க எழுந்து சென்றார். எவரேனும் அவரிடத்தில் அல்லது அவரது அரசியலில் ஆர்வம் காட்டுகிறார்களா என்பதை உறுதிப்படுத்திக்கொள்ளும் விதமாக ஜோனி மதுவிடுதியைச் சுற்றுமுற்றும் பார்த்துக்கொண்டார். மதுமேசைக்கு அருகிலிருந்த மேசையில் சூதாட்டத்தள மேலாளர் முன்பதிவு செய்யப்பட்டது என்ற அறிவிப்பை வைத்து அமர்ந்து காத்திருந்தார். அவரது பார்வை உன்மீது பட்டதும் தலையசைத்தார்.

‘பாப் அசோசியேட்டட் பிரஸ்ஸுக்காக வேலை செய்கிறார். நான் பிரிட்டிஷ் உயர் ஸ்தானிகராலயத்தில் வேலை செய்கிறேன். நீ சிஎன்டிஆரில் வேலை செய்கிறாய். மேஜர் சிறிலுக்காக வேலை செய்கிறார். ஜே.ஆர் கட்டிய வீட்டில் நாம் வசிக்கிறோம்.’

‘நீங்கள் ஓர் அரசாங்கத்திற்கு ஆயுதங்களை விற்க, அவர்கள் அதைத் தீவிரவாதிகளுக்கு விற்கிறார்கள், அவர்கள் அதை இந்தியர்கள்மீது பயன்படுத்துகிறார்கள். இப்போது நீங்கள் பிளவுக் குழு ஒன்றிற்கு ஆயுதம் தர விரும்புகிறீர்கள். இதெல்லாம் எங்கே சென்று முடியுமென்று நினைக்கிறீர்கள்?’

‘அங்கே என்ன நடந்தது, மாலி?’

‘எப்போதும் நடக்கும் அதே விடயம்தான். நீங்கள் யாரென்பதை உணர்ந்துவிட்டேன். இதெல்லாம் என்ன என்பதையும். எனவே போதுமென்று முடிவெடுத்துவிட்டேன்.’

பாப் தனது சிகரெட்டை முடித்துவிட்டுத் திரும்பிவந்தார், ஜோனி கழிவறைக்கு எழுந்து சென்றார். பணம் மேசையிலேயே இருந்தது.

‘எனக்குப் புரிகிறது. போதுமான அளவு அனுபவித்துவிட்டாய். இப்போது நீ விலகவேண்டும், நீ செல். நான் உன்னை அதிகம் நினைப்பேன், மாலி.’

‘இல்லை, மாட்டீர்கள்,’ என்றாய்.

‘வேறு யார் எனக்கு மேஜர் உடுகம்பொல மற்றும் கர்னல் கோபல்லஸ்வாமியின் நேர்காணல்களுக்கு ஏற்பாடுசெய்து தரமுடியும்?

‘நாம் தொடங்கியதிலிருந்து இதுவரை எத்தனை கட்டுரைகளை அனுப்பியிருக்கிறீர்கள் பாப்? நான் இதுவரை ஒன்றைக்கூடப் பார்த்ததில்லை.’

‘மொத்தம் ஏழுகட்டுரைகள் வரிசையிலுள்ளன. அனைத்திற்கும் சட்ட அனுமதி பெறவேண்டியுள்ளது.’

‘மஹத்தையாவுடனான மற்றொரு நேர்காணலை நான் உங்களுக்கு ஏற்பாடு செய்யப்போவதில்லை. உங்களுக்காக அவரது பதுங்கு குழியைப் புகைப்படம் எடுக்கப் போவதில்லை.

மாட்டிக்கொண்டால், சிவப்பு நிறக் கைக்குட்டை என்னைக் காப்பாற்றும் என்றா நினைக்கிறீர்கள்?'

'ஷெல்வீச்சில் நீ மாட்டிக்கொண்டதை நினைத்து வருந்துகிறேன். யாரும் அதற்காகத் திட்டமிடவில்லை. குறைந்தபட்சம் நாங்கள் உன்னை அங்கிருந்து தப்புவித்தோம்.'

'நீங்கள் செல்லும் ஹெலிகாப்டருக்குக் கையசைக்கும்படி என்னை விட்டுவிட்டுச்சென்றீர்கள். நான் பேருந்தில் ஏறிவந்தேன்.'

'அதற்கும் நாங்கள் பணம் கொடுத்தோம்.'

'அற்புதம்.'

'இதோ பார்...'

'ஷெல்வீச்சை விடுங்கள். இறந்தவர்களைப் புகைப்படம் எடுத்துக் களைத்துவிட்டேன்.'

பாப் ஆழமாக மூச்சை இழுத்துவிட்டுத் தனது ஞானத்தின் பகுதியை வெளிப்படுத்தத் தயாரானார். உன்னுடைய ஆன்மாவைத் தளரச்செய்யக்கூடிய மற்றும் அவரது மனசாட்சிக்கு ஆறுதல் தரக்கூடிய ஏதோவொன்று. மதுமேசையிலிருந்த மல்லி உன்னைப் பார்த்துவிட்டுத் தனது கைக்கடிகாரத்தைச் சுட்டிக்காட்டினான். கழிவறையிலிருந்து திரும்பிவந்த ஜோனி பணத்தை எடுத்துக்கொண்டார், மதுவுக்குப் பணம் தருகிறேன் என்று கூறவில்லை.

'அவனை விட்டுத்தள்ளு, பாப்,' என்றார். 'வா போகலாம்.'

அவர்கள் அப்படியே செய்தனர்.

***

அதுவே யாழ்ப்பாணத்தில் உன்னுடைய கடைசிப் பணி. அது பாதுகாப்பாக இருக்கும் என்று எல்லோரும் உனக்கு உறுதியளித்தனர், அது அப்படி இல்லை என்பதை நிரூபித்தது. அது முடிந்ததும், உன்னைப் பேருந்தில் வீட்டுக்கு அனுப்பினர். பதிமூன்று மணிநேரப் பயணம் உனக்குச் சிந்திக்க நிறைய நேரம் கொடுத்தது, ஆனால் நீ செய்ததெல்லாம் ஒரேயொரு காட்சியை மீண்டும் மீண்டும் நினைத்துக்கொண்டிருந்ததே.

கடைசி ஷெல் விழுந்து ஒருமணி நேரமாகியும், காற்று இன்னமும் புகை மற்றும் துர்நாற்றத்துடனிருந்தது. நீ புழுதிக்குள் தடுமாறியபடி ஓலத்தைக் கண்டாய். உன்னால் அதைக் கேட்கமுடியவில்லை, ஏனெனில் உன் காதுகள் உலகின் முடிவிலிருந்து ஒலித்த மெல்லிய ரீங்காரம், ஆவிகள் சுழலும் அதிர்வெண், ஆயிரம் அலறல்களின் வெள்ளை இரைச்சல் ஆகியவற்றால் நிறைந்திருந்தது. ஆனால் உன்னைச்சுற்றிலும் ஓலத்தைப் பார்த்தாய். மக்கள் ஓடுவதை நிறுத்திவிட்டு அந்தந்த இடத்திலேயே வேரூன்றி வானத்தை, உறுமலை வெறித்துக் கொண்டிருந்தனர். ஒரு பெண் இறந்துபோன குழந்தையை ஏந்திக்கொண்டிருந்தாள், ஒரு முதியவர்மீது மிளகு தூவப்பட்டதுபோல் தெறிகுண்டு ரவைகள், உடைந்த பனைமரத்தின் அடியில் ஒரு தெருநாய் நடுங்கிக்கொண்டிருந்தது. விண்ணுலக விரலொன்று ஒலியின் பொத்தானை விடுவித்ததும் அலறல்கள் உன் காதுகளுக்கு வெளிப்படுத்தப்பட்டன. உதவிக்கு மருத்துவர்களோ, உதவிப் பணியாளர்களோ, ராணுவ வீரர்களோ, விடுதலைப் போராளிகளோ, கிளர்ச்சியாளர்களோ, பிரிவினைவாதிகளோ இல்லை. ஏழை கிராமவாசிகள் மற்றும் ஒரு பரிதாபமான வழிகாட்டி மட்டுமே அங்கிருந்தனர். இறந்த குழந்தையைப் பற்றியிருந்த பெண் உன்னைப் பார்த்ததும், கத்துவதை நிறுத்திவிட்டு, உன் கண்களுக்கிடையே ஆழமாகப் பார்த்து, உன் கழுத்திலிருந்த பொருள்களைச் சுட்டிக்காட்டினாள். டிடியின் இரத்தமடங்கிய மரச்சிலுவை, பஞ்சாயுதத்துடன் உள்ள சங்கிலி மற்றும் புலிகளின் சயனைடு குப்பிகள் கொண்ட கயிறு. நீ பிடிபட்டால் உதவும், அது யாரால் என்பது முக்கியமில்லை என்று மேஜர் உடுகம்பொலவின் ஆயுதக்களஞ்சியத்திலிருந்து அவற்றை எடுத்தபோது நீ கூறிக்கொண்டாய். அரசாங்கம் உன்னைத் துரோகியாகக் காட்டும்; புலிகள் உளவாளியாகக் காட்டுவார்கள். உன்னிடம் பதிலில்லாத விடயங்களை அவர்கள் உன்னிடம் கேட்பதற்கு முன்பு நீ இவற்றை விழுங்குவாய். குப்பிகள் பார்வைக்கு மறைவாக இருக்கவேண்டியவை, உன் கழுத்திலுள்ள மற்ற பொருள்களுக்குப் பின்னால் மறைத்து வைக்கப்பட்டிருந்தன, ஆனால் ஷெல் தாக்குதலால் வெளிவந்த பலவிடயங்களில் அவையும் ஒன்று. அவளது குரல் திகைப்புடன் வெளிவந்தது, அவள் கழுத்திலுள்ள குப்பிகளைச் சுட்டிக்காட்டினாள், அவளது இறந்த மகன் சாக்குப்பைபோலத் துவள்வதைப் பார்த்தாய், இரண்டை

எடுத்து அவளிடம் நீட்டினாய், உதடுகளுக்கிடையில் அவள் அதைத் திணித்துக்கொள்வதைப் பார்த்துவிட்டு அங்கிருந்து விலகிச்சென்றாய், நடுங்கிக்கொண்டிருக்கும் முதியவரின் உடலில் மரத்துண்டு துளைத்து நீட்டிக்கொண்டிருந்தது, அவரது வாயில் இரண்டை வலுக்கட்டாயமாகத் திணித்தாய், பிறகு துடித்துக்கொண்டிருந்த நாயின் அருகே அமர்ந்து, நடுங்கும் அதன் உடலைத் தடவிக்கொடுத்து, அதன் நாக்கின் கீழ் இரண்டை வைத்து அதன் தாடையை மூடினாய்.

***

உன்னுடைய கடைசி இரவில் நீ உறங்கச் செல்வதைத் திட்டமிடவில்லை. ஜக்கி தனது பின்னிரவு நிகழ்ச்சியைச் செய்துகொண்டிருந்தாள், வழக்கம்போலக் காலையில் அவளை அழைத்துக்கொள்ள விரும்பினாய். சூரிய உதயத்தைப் பார்த்துவிட்டு மயங்கும் வரை காஃபியில் மூழ்குவது. இந்தமுறை அவளிடம் உண்மையைத் தவிர வேறெதையும் நீ சொல்லப் போவதில்லை.

நீயும் மதுமேசைப்பணியாளும் ஆறாவது தளத்திலுள்ள மொட்டைமாடிக்குச் சென்று சிகரெட்டைப் புகைத்தீர்கள், அவன் உனது இடுப்புக்குக் கீழே வருடிக்கொண்டிருந்தபோது பல வருடங்களுக்குப் பிறகு இன்று எவ்வாறு பெரிய தொகையை வென்றாய் என்பதைக் கூறினாய். அவன் உன் கழுத்தில் முத்தமிட்டு, வாழ்க்கையில் அனைத்து இழப்புகளும் மறைந்துபோக ஒரேயொரு பெரிய வெற்றி போதுமானது என்றான். அவனது ஜீன்ஸுக்கு அடியில் அணிந்திருந்த *Y* வடிவத்திறப்புள்ள உள்ளாடையின் இடைவெளிக்குள் விரல்களைச் செலுத்தி அவனது ஆர்வமான தசையுடன் விளையாடினாய்.

கைக்கடிகாரத்தைப் பார்த்துக்கொண்டாய், அப்போது மணி இரவு 11:10, டிடி வருவதாக இருந்தால் இந்நேரம் வந்திருக்கவேண்டும். இது கடைசிமுறை என்பதால் மகிழ்ச்சியுடன் முடித்தாய். ஆனாலும் அவனது நாக்கு உன்னுடைய தசையைச் சீண்டியபோது உன்னுடைய விருப்பம் குறைவதை உணர்ந்தாய். இது ஒருவேளை உன்னுடைய அலைந்துதிரியும் நாள்கள் முடிந்துவிட்டன என்பதன் அறிகுறியாக இருக்கலாம். முழந்தாளிட்டிருந்தவனைத் தூக்கிவிட்டு ஜிப்பை மேலே இழுத்துக்கொண்டு மற்றொரு

கோல்டு லீஃபைப் பற்றவைத்துக்கொண்டாய், அதன்பிறகே நிழலிலிருந்து ஓர் உருவம் வெளிப்படுவதைப் பார்த்தாய். தாவல் நடையை அடையாளம் கண்டுகொள்கிறாய், அந்த நடையை நன்கறிவாய். நீச்சல் வீரனின் உடல், நடனக் கலைஞன் போன்ற அசைவு.

அவன் கையில் நீ குறிப்பெழுதிய இளஞ்சிவப்பு நிறத்தாள். மதுமேசைப் பணியாள் மொட்டைமாடியில் ஓடுவதைப் பார்த்தான். அவன் தலை திரும்பியது, உன்னுடைய கைகளுக்குள் வந்துசேர்ந்து, எல்லாவற்றையும் விட்டுவிட்டு அவனோடு வருகிறாய் என்று சொல்வதைக் கேட்பதற்குப் பதிலாக, மதுமேசைப் பணியாளை நோக்கிப் பாய்ந்தான், அந்நேரம் மேகங்களிலிருந்து நிலவு வெளிப்பட்டது, அவன் முகத் தோற்றத்தைப் பார்த்தாய்.

ஆறாம் நிலவு

நாம் என்னவாக நடிக்கிறோமோ அதுவாகவே இருக்கிறோம், எனவே என்னவாக நடிக்கிறோம் என்பதில் கவனமாக இருக்க வேண்டும்.

கர்ட் வோனே, *மதர் நைட்*

எறும்புண்ணி

உன் எண்ணங்கள் தொடர்ச்சியான தூண்டுதல் ஒன்றால் குறுக்கிடப்படுகின்றன, காற்றில் மிதக்கும் உன் பெயரைக் கேட்கிறாய். இது காற்றில் மிதந்து வரும் மெல்லிய முணுமுணுப்பு, கையறு நிலையில் இருக்கும் காதலனின் உதடுகளிலிருந்து வரும் முணுமுணுப்பு. உனது சிறந்த புகைப்படங்களை நீ பெட்டிகளில் வைப்பதற்குப் பல காரணங்கள் உள்ளன. அவை திருடப்படுவதையோ அல்லது அழிக்கப்படுவதையோ அல்லது அதைவிட மோசமாக விமர்சிக்கப்படுவதையோ தடுக்க விரும்பினாய். ஆனால் இப்போது அவை பார்க்கப்பட வேண்டும். நீ உற்சாகமாக அதேசமயம் அச்சத்திலும் இருக்கிறாய்.

'நீ இறந்திருக்க முடியாது, மாலி. நான் அதை நம்ப மாட்டேன்.'

கலை மையத்தின் கதவில் 'மூடப்பட்டுள்ளது' என்ற அறிவிப்பு தொங்கிக் கொண்டிருக்கிறது. கீழே லியோனல் வென்ட் கலைக்காட்சிக் கூடத்தில் ஐந்து நபர்கள் எட்டுக்குப் பத்து அளவுள்ள புகைப்படங்களை அட்டைப் பலகைச் சட்டங்களில் திணித்துக்கொண்டிருக்கிறார்கள். சரியாகச் சொன்னால் நான்கு நபர்கள், ஐந்தாவது நபர் புகைப்படங்களைப் பார்த்து தலையை அசைத்தபடி வேதனையில் உன் பெயரை உச்சரிக்கிறார். அவர்கள் அமைதியாக, வேகத்துடன் வேலைசெய்து கொண்டிருக்கிறார்கள். விரான் உன்னுடைய கையெழுத்திலுள்ள பட்டியலைச் சரிபார்த்துப் புகைப்படங்களைக் கிளரந்தவிடம் கொடுக்கிறான், அவரதில் புகைப்படத்தை வைத்து, டிடியின் அலுவலகத்திலிருந்து வந்துள்ள உதவியாளர்களிடம் கொடுக்கிறார். ஒருவர் சுவரில் ஆணிகளை அறைய மற்றவர் அதில் படங்களைத் தொங்கவிடுகிறார்.

டிடி சட்டமிடப்படும் மேசைக்குப் பின்னால் அமர்ந்தவாறு நிராகரிக்கப்பட்ட புகைப்படங்களின் குவியலை ஆராய்ந்து கொண்டிருக்கிறான், அவை உன்னுடைய பட்டியலில் இடம்பெற

முடியாத புகைப்படங்கள். கஞ்சியிடப்பட்ட முழுக்கைச்சட்டை அணிந்திருக்கிறான், அதன்பொருள் இரவை அவன் தந்தையின் இடத்தில் கழித்திருக்கிறான். அவ்வகைச் சட்டைகளை அவன் அலமாரியிலிருந்து தடைசெய்திருந்தாய்.

யால மற்றும் வில்பத்துவில் எடுக்கப்பட்ட கானுயிர் புகைப்படங்களைப் பார்த்துக்கொண்டிருக்கிறான், அவை எடுக்கப்படும்போது உடனிருந்தான். அந்தப் புகைப்படங்கள் 'பத்துக்குப் பத்து' என்று குறிக்கப்பட்ட உறைகளில் இருந்தவை, ஐந்து உறைகளில் இது மட்டும்தான் அருவெறுப்பான புகைப்படங்களைக் கொண்டிருக்கவில்லை.

சூரியன் மறையும் பின்னணியிலுள்ள நாரைகள், விடியலின்போது யானைகள், மரத்தில் அமர்ந்திருக்கும் சிறுத்தை, புல்லில் இருக்கும் பாம்பு, மற்றும் தவிர்க்கமுடியாத மயிலின் புகைப்படம். அதனுடன் விடியற்காலையில், நீ விழித்துக்கொண்டு டிடியை வருடிக்கொண்டிருக்க, ஜக்கி குறட்டைவிட்டு உறங்கிக்கொண்டிருந்த நேரத்தில் உங்களின் தங்குமிடத்தில் திரிந்த எறும்புண்ணிகளின் ஒரு டஜன் புகைப்படங்கள். எறும்புண்ணிகள் இரவில் விழித்திருந்து வேட்டையாடும் உயிரினம், ஈயை எதிர்கொண்டால்கூட பந்துகள்போலச் சுருண்டுகொள்ளும், ஆனால் இந்தப் பயல் தன்னுடைய படுக்கை நேரத்தையும் தாண்டி ஜக்கி எடுத்துவைக்க மறந்த பலாப்பழச் சுளைகளை மென்றுகொண்டிருந்தான்.

இந்த விநோத உயிரினத்தின் நெருக்கத்தில் எடுக்கப்பட்ட புகைப்படங்கள் உன்னிடமிருந்தன, வாத்து- மூக்கு கொண்ட பிளாட்டிபஸ்ஸைக் கூடச் சாதாரணமாக ஆக்கிவிடும் பரிணாமக் கலப்பினம். செதில்கள்கொண்ட பாலூட்டி, குரங்கின் வால், கரடியின் நகங்கள் மற்றும் எறும்புண்ணியின் மூக்கு. பாதி டைனோசர், பாதி வீட்டுப் பூனை.

நமக்கென்று தேசிய உயிரினம் ஒன்று வேண்டுமென்றால், அது ஏன் எறும்புண்ணியாக இருக்கக் கூடாது, அசலான நாம் சொந்தம் கொண்டாடக்கூடிய ஒன்று. பெரும்பாலான இலங்கையர்களைப் போலவே, எறும்புண்ணிகளுக்கும் நீளமான நாக்குகள், தடித்த தோல்கள், சிறிய மூளைகள் உண்டு. அவை எறும்புகள், எலிகள் மற்றும் தம்மை விடச் சிறியதாக உள்ள எதையும் தேர்வுசெய்து உண்ணக்கூடியவை,

தொல்லைப்படுத்துபவர்களை எதிர்கொண்டால் பீதியில் மறைந்துகொள்ளும், ஆபத்து விலகிவிட்டால் மீண்டும் எழுந்து குறும்புத்தனத்தைத் தொடரும். நூறாயிரக் கணக்கான ஆண்டுகள் பழமையானவை, அழிவைநோக்கிச் சென்றுகொண்டிருப்பவை.

சோர்வான சூரியனின் அடர்ந்த கதிர்களில் குளித்துக் கொண்டிருக்கும், மனிதர்கள் இனிமேல் மாசுபடுத்தப்போகும் காடுகளின் புகைப்படங்களை டிடி ஒவ்வொன்றாகப் பார்த்துக்கொண்டிருக்கிறான். உஸ்ஸங்கொட செம்மண் மலையிலிருக்கும் எருமை வாவியில் நீங்கள் மூவரும் எடுத்துக்கொண்ட புகைப்படங்களில் அவனும் ஜக்கியும் இருக்கும் படத்தைப் பார்த்ததும் இமைத்துக் கண்ணீரைத் தடுக்கிறான். பிறகு, ஓடையினருகே சட்டைகளைக் கழற்றிவிட்டு, கண்களால் சிரித்துக்கொண்டு, வேடிக்கையான விதத்தில் அவனும் நீயும் மட்டும் இருக்கும் புகைப்படங்கள். டிடி ஓசையில்லாமல் அழுகிறான், முகம்கோணி, உதடுகள் சுருண்டு; உள்ளங்கைகளுக்குள் நடுங்குகிறான். விரான் மற்றும் கிளரந்த இருவரும் நிமிர்ந்து பார்த்துவிட்டு மீண்டும் தலைகுனிந்து வேலையைத் தொடர்கிறார்கள்.

யாலவில் இருக்கும்போது சான்பிரான்சிஸ்கோ பல்கலைக் கழகத்தில் தன்னுடைய விண்ணப்பம் ஏற்றுக்கொள்ளப்பட்டு விட்டதாகவும் அங்கு செல்லலாம் என்று சிந்தித்துக் கொண்டிருப்பதாகவும் கூறினான். அவனது மாதாந்திரப் பாடல். அவ்வப்போது இங்கிருந்து ஓடிப்போவது குறித்துப் பேசுவான், இலங்கையில் இளைஞனாகவும் தமிழனாகவும் இருப்பது ஆபத்தானது என்பான், ஆனால் முதல்முறையாக ஏதாவது ஒன்றைநோக்கி ஓடுவது குறித்துப்பேசினான்.

'சான்பிரானில் நாம் நாமாக இருக்கலாம். என்னவாக இருக்கக் கட்டாயப்படுத்தப்படுகிறோமா அதுவாக அல்ல.

'யாரும் யாரையும் கட்டாயப்படுத்தவில்லை. நான் நான்தான். நீயும் அப்படித்தான். நீ வீட்டைவிட்டு ஓடவேண்டியதில்லை.'

'நான் ஒருபோதும் இங்கே சுதந்திரமாக இல்லை. காரணமே இல்லாமல் நான் சிறைக்குள் தள்ளப்படலாம். அப்பா இருந்தாலும் அல்லது அப்பா இல்லாவிட்டாலும். நான் இங்கே இருந்தால் திருமணம் செய்துகொண்டு நிறுவனத்தில் சேர்ந்து

வேறொருவனாகத்தான் இருக்கமுடியும். உன்னால்தான் நான் இங்கே இருக்கிறேன்.'

கலை மற்றும் பேகல் ரொட்டிகள் நிறைந்த, தெருக்களில் முத்தமிட்டுக் கொள்ளக்கூடிய, பொதுவெளியில் நடனமாடக் கூடிய, ஒளிந்துகொள்ள வேண்டிய தேவையில்லாத வாழ்க்கை பற்றிக் கூறினான், நட்சத்திரங்கள் மரங்களின் வழியாக மினுங்கிக் கொண்டிருந்த அவ்வேளையில் அவன் கூறுவதைக் கிட்டத்தட்ட நம்பினாய். ஒருவாரம் கழித்து, பாப் சட்வொர்த்துடன் இரண்டுமாதப் பணியாக யாழ்ப்பாணம் செல்லவேண்டி வந்தது, உன்னால் அதை நிராகரிக்க முடியவில்லை, ஆனால் சான் பிரான்சிஸ்கோ பல்கலைக்கழக விடயத்தில் டிடி அதைச்செய்தான்.

அதே முட்டாள்தனமான நடனம். டிடி தனக்கு ஏதாவது வாய்ப்பு கிடைத்திருப்பதாகக் கூறுவான், நீயும் மகிழ்ச்சியடைவாய். தன்னோடு வரும்படி கூறுவான், நீ மறுப்பாய் ஏனெனில் இங்கே யாரும் செய்யாத செயலைச் செய்துகொண்டிருக்கிறாய் அங்கே நீ யாருமற்றவனாகிப் போவாய். எப்படியிருந்தாலும் தான் செல்லப்போவதாகக் கூறுவான், சரி செல்வதானால் செல் என்பாய், அவன் செல்லமாட்டான். இது மீண்டும் மீண்டும் நடந்துகொண்டே இருக்கப்போவது என்று நினைத்தாய், ஆனால் ஒருநாள் அது அப்படியாக இல்லை.

உன் மனத்தில் புகைப்படங்கள் மற்றும் நீ அவனை விட உன் நிகானை நேசிக்கிறாய் என்று டிடி கூறியது, ஒருவேளை அவன் சொன்னது சரியாக இருக்கலாம் என்று நீ பதிலளித்தது எதிரொலிகளாகப் பெருக்கெடுக்கிறது.

***

கிளரந்த, விரான் இருவரும் உன்னுடைய கானுயிர் புகைப்படங்களில் சிறந்தவற்றைச் சட்டமிட்டு கொக்கியில் பொருத்திக்கொண்டிருக்கின்றனர். உனது பட்டியலின்படி அவர்கள் டிடி மற்றும் ஜக்கியின் படங்கள், 1988ஆம் ஆண்டுப் பருவமழையின் காட்டுப்பூக்களின் படங்கள் ஆகியவற்றைத் தவிர்த்துவிட்டனர். நீயும் டிடியும் ஜகரந்த மரத்தினடியில் அமர்ந்து, மழையில் முத்தமிட்டு, இன்னுமொரு வருடம் இணைந்திருப்பதற்கு ஒப்புக்கொண்டீர்கள். அவன் இலங்கையின் இயற்கையழகைப் பாதுகாப்பான், நீ மனிதனால்

ஏற்படுத்தப்பட்ட அதன் அசிங்கங்களை வெளிப்படுத்துவாய். போரின் கொடூரங்களை வெளிப்படுத்துவதன் மூலம் அதன் முடிவைத் துரிதப்படுத்துதல். பருவமழையும் முழுநிலவுகளும் அனைத்து உயிர்களையும் முட்டாளாக்கிவிடுகின்றன, குறிப்பாகக் காதலில் இருக்கும் முட்டாள் இளைஞர்களை.

டிடி ராணுவத்தளவாடங்களின் புகைப்படங்களை ஒவ்வொன்றாகப் பார்க்கிறான். 'அரசர்' என்று தலைப்பிடப்பட்ட உறையிலிருந்த புகைப்படங்கள். ராஜா உடுகம்பொலவுக்காக நீ எடுத்த பெரும்பாலான சிறந்த படங்கள் வெளியிடப்படவே இல்லை.

கைப்பற்றப்பட்ட புலிகளின் கையெறிகுண்டுகள், ராக்கெட் லாஞ்சர்கள், சுழல் துப்பாக்கிகள் மற்றும் ஹீப்ரு, அராமிக் மொழியில் முத்திரையிடப்பட்ட பெட்டிகளிலிருக்கும் மூடு காலணிகள். போர்முனைகளில் அச்சத்தில் பதுங்கியிருக்கும் சீருடையணிந்த இளைஞர்கள். வல்வெட்டித்துறையில் சிதையில் குவிக்கப்பட்டிருக்கும் உடல்கள். பன்றியிறைச்சி உண்பதை நீ நிறுத்தியதற்குக் காரணமான பெரும் எரியூட்டல், ஏனெனில் மனிதத் தசை எரியும்போது வரும் புகைநாற்றம் நெருப்பில் வாட்டப்படும் பன்றியிறைச்சியின் மணத்திலிருந்து வேறுபட்டில்லை.

பிடிபட்ட பயங்கரவாதிகள் மரக்கட்டையில் பிணைக்கப் பட்டிருப்பது, மிதவாதத் தமிழ் அரசியல்வாதியின் ஹெலிகாப்டர் சிதைவுகளின் புகைப்படம், காட்விக் விமான நிலையத்திலிருந்து புறப்பட்ட எயர்லங்கா 512 விமானத்தின் நொறுங்கிய உடற்பகுதி, அதிலிருந்த ஜெர்மனிய, பிரித்தானிய, பிரெஞ்சு மற்றும் ஜப்பானிய சுற்றுலாப் பயணிகளின் உடல்கள் அப்புறப்படுத்தப்படுவதற்கு முன்பாக எடுக்கப்பட்ட படம், ஆகியவற்றை விரான் அழகான கருப்பு வெள்ளையில் பிரதியெடுத்துக் கொண்டு வந்திருந்தான்.

அதன்பிறகு அரசர் ராஜாவுக்காகச் செய்த கடைசிப் பணி. 1987லிருந்து அவர் உன்னைப் பார்க்கவில்லை என்பது உண்மைக்குப் புறம்பானது; ராணுவ வீரர்களுக்கு உண்மையை வளைப்பதில் எந்தச் சிக்கலுமில்லை, அவர்கள் எப்போதும் தங்களுக்கே அதைச் செய்துகொள்வதுண்டு. மூன்று மாதங்களுக்கு முன்னால், உயிருடன் அவர்களது பிடியிலிருந்த

ஜேவிபியின் தலைவர் ரோஹண விஜேவீரவைப் புகைப்படம் எடுப்பதற்காக அவர் உன்னை மாளிகைக்கு அழைத்தார். இலங்கையின் அழகற்ற சேகுவேரா உன்னோடு சேர்ந்து சிரித்து, ராணுவ வீரர்களிடம் அரட்டையடித்துக் கொண்டிருந்தார். தாடி மற்றும் தொப்பியில்லாமல் பள்ளிக்கூடத்து இசைஆசிரியர் போல இருந்தார். மூன்று நாள்கள் கழித்து அவரது சிதைக்கப்பட்ட பிணத்தைப் புகைப்படம் எடுப்பதற்காக மீண்டும் அழைக்கப்பட்டாய்.

துண்டிக்கப்பட்ட படச்சுருள்களிலிருந்து பிரதியெடுக்கப்பட்ட புகைப்படங்களும் இருந்தன, அவை இருப்பது அரசருக்குத் தெரியாது. மன்னாரைச் சேர்ந்த ஆங்கிலிகப் பாதிரியாரும் மனித உரிமை ஆர்வலருமான தந்தை ஜெரோம் பால்தசார், கைகால்கள் கட்டப்பட்டு, துணியால் வாய் அடைக்கப்பட்டு பொலிஸ் காவலில் இறந்து கிடந்தார், அவர் ஒரு படகை இந்தியாவிற்கு எடுத்துச்சென்றதாக அதிகாரிகள் கூறினர். சிலோன் வானொலி ஊடகவியலாளர் டி.பி.பிள்ளை, தனது வாராந்திர ஒலிபரப்பில் உயிரிழப்புகளைத் துல்லியமாகத் தெரிவித்த குற்றத்திற்காக பொலிஸ் காவலில் இருக்கும்போது சுடப்பட்டு கடற்கரையில் வீசப்பட்டார். தமிழ் இளைஞர்களின் சடலங்கள் நிறைந்த, எரியும் காரின் புகைப்படம் மேஜர் ராஜா உடுகம்பொலவின் தனிப்பட்ட கோப்புகளுக்காக எடுக்கப்பட்டது, ஆனால் உனக்காக என்றும் வைத்துக் கொண்டாய்.

இவையனைத்தும் இப்போது வென்ட்டின் சுவரில் தொங்கிக் கொண்டிருக்கின்றன, நீ எப்போதும் நம்பியிருந்தது போலவே. நாடுகடத்தப்பட்ட பிறகு வெளியிலிருந்து இதை ஏற்பாடு செய்வதே உனது திட்டமாக இருந்தது; பதிலாக இதைக் கல்லறைக்கப்பாலிருந்து காட்சிப்படுத்தியிருக்கிறாய். அற்புதம்.

'இதற்குப் பிறகு எங்கே செல்லப்போகிறாய், மகனே? கிளரந்த விரானைக் கேட்கிறார். அவர் விரானின் முதுகைத் தடவிக் கண்களைச் சிமிட்டுகிறார். விரான் தனது முதுகுத்தண்டை வளைத்து, புன்னகைத்தபடி கொக்குளாய் படுகொலையில் உயிர் பிழைத்தவர்களது குழுப்படத்தை ஜன்னலுக்கருகே முளையாணியில் மாட்டுகிறான்.

'எங்கே செல்வது, மாமா?'

‘நான் மனைவியுடன் நாளைகாலை பாங்காக் செல்கிறேன். நீயும் காணாமல் போய்விடவேண்டும். நீங்கள் எல்லோரும்தான்!’ உதவியாளர்கள் இருவரிடமும் கூறுகிறார்.

‘எங்கேபோவது, சார்?’

‘வீட்டுக்குச் செல்லுங்கள். விடுமுறை எடுத்துக்கொள்ளுங்கள். உங்கள் சம்பளத்தை நான் அனுப்புவேன்.’

பிடிபட்ட புலிகளின் கழுத்திலிருந்து சேகரிக்கப்பட்ட சயனைடு குப்பிகளின் புகைப்படத்தை டிடி கையில் வைத்திருக்கிறான். இடியாப்பத்தின் மீது வைக்கப்பட்ட செவ்வவரைப் போல நூலிழையில் கோக்கப்பட்டு சவக்கிடங்கிலிருந்த தட்டில் உட்கார்ந்திருக்கும். அதிலிருந்து ஒரு கைப்பிடி அள்ளி சஃபாரி ஜாக்கெட்டின் பைக்குள் திணித்துக்கொண்டது உனக்கு நினைவிருக்கிறது, இருப்பினும் அந்தக் காலகட்டத்தில் எதற்காக அதைச் செய்கிறாயென்று உனக்குத் தெரியவில்லை.

***

சிஎன்டிஆருக்காக எடுக்கப்பட்ட புகைப்படங்கள் இப்போது சட்டமிடப்பட்டு சுவரில் இருக்கின்றன. ஏறக்குறைய அனைத்துப் படங்களும் மேலே இருக்கின்றன, உண்மைகள் நிலைநிறுத்தப்பட்டதாக அதேசமயம் பதட்டமாக உணர்கிறாய். ‘89இல் இந்தியா வடக்கே நிகழ்த்திய நாகரிகமற்ற செயல்கள், ‘87இல் தமிழர்கள் செய்த கொடூரம், ‘83இல் சிங்களர்கள் தென்கோடியில் நிகழ்த்திய காட்டுமிராண்டித்தனம் அனைத்தும் உள்ளன.

மிகக் கோரமான படங்கள் கூட - அவை ஏராளமாக இருக்கின்றன - உன் பார்வையை விலக்கிக்கொள்வதைத் தடுக்கும் விதத்தில் ஏதோவொன்றைக் கொண்டிருக்கின்றன. விரான் ஒளியை வெளிக்கொணர்வதில் விளையாடியிருந்தான், மேலும் சிலபடங்களை அவனே கத்தரிப்பும் செய்திருந்தான், நீ விரும்பினாலும் அவற்றைக் குறைசொல்ல முடியாது. அவனது கைத்திறம் உனது சாதாரணமான படத்தைக்கூட எதிர்பாராத ஒன்றாக மாற்றியிருந்தது.

பிரதியிடப்பட்ட படச்சுருள்களில் கடைசியாக ஒன்று உள்ளது, நீ திகிலடையும் விதமாக, இளைஞர்கள் அவற்றைச் சட்டங்களில் ஒட்டிக்கொண்டிருப்பதைப் பார்க்கிறாய். அவை

காட்சிப்படுத்தலுக்கானவை அல்ல. தனிப்பட்ட பார்வைக்காக மட்டுமே இருந்தது. விரானுக்கும் இது தெரியும், ஆனால் கலைஞர்களின் பிரச்சினை இதுதான்: அவர்கள் விரும்புவதை மட்டுமே கேட்கிறார்கள். டிடி மேலேயுள்ள பிரதிகளை எடுக்கும்போது, அடுத்து நிகழப்போவது என்னவென்று உனக்குத் தெரிகிறது. இந்தப் பேரழிவைத் தடுக்க உதவக்கூடிய ஆவிகள் ஏதேனும் இருக்கிறதா என்று சுற்றுமுற்றும் பார்க்கிறாய். ஆனால் அரங்கிலிருந்து மிதந்து உள்ளே வருபவை இளையவர்கள் முதியவர்களுக்கு எந்த அளவுக்குக் கவனம் கொடுப்பார்களோ அந்தளவே உன்னைக் கவனிக்கின்றன. டிடி ஒவ்வொரு படமாகப் பார்க்கும்போது உன்னால் செய்ய முடிந்ததெல்லாம் வரப்போகும் தாக்குதலுக்குப் பதுங்குவது மட்டுமே.

அவை வெவ்வேறு ஆண்களின் படங்கள், சில உடையணிந்தவை, சில சட்டையில்லாமல், ஒருசில எந்த உடையும் இல்லாதவை. ஒருவேளை லியோனல் வென்ட்டின் ஆவி இங்கே இருக்குமானால் அவர் டிடியின் தோள்வழியாக எட்டிப்பார்த்து ஒப்புதலாகத் தலையசைப்பார். அவர்களில் சிலரைப் பெயரால் அறிந்திருக்கிறாய், மற்றவர்களைப் புனைபெயரால்.

கொட்டாஞ்சேனையைச் சேர்ந்த லார்ட் பைரன், நீண்ட தலைமுடி மற்றும் எண்ணெய் வடிந்த முகம், பேருந்தில் மைதுனம் செய்யும்போது அறிமுகமாகிப் பொதுக்கழிவறையில் சட்டையின்றி புகைப்படம் எடுக்கப்பட்டான்.

இளைஞன் ஜார்ஜ், விஹாரமஹாதேவி பூங்காவின் மரத்தடியில் புகைப்படம் எடுக்கப்பட்டான், முகப்பூச்சு அணிபவன், மகிழ்ச்சியைப் பெற்றுக்கொண்டிருக்கும்போது அமரதேவாவின் பாடல்களை முணுமுணுத்தான்.

டிடியின் மூச்சு கடினமாகிறது ஏனெனில் அந்த இளைஞர்களின் முகத்திலிருக்கும் பார்வையை அவனால் அடையாளம் காணமுடிகிறது. கூடலுக்குப் பின் கலைந்த நிலையில் பரவசம் குறைந்துகொண்டிருக்கும் மிருகத்தனமான கண்கள். உன்னை அவன் அரிதாகவே பார்க்க அனுமதிக்கும் பார்வை.

புகையிரதப் பாதைகளுக்கருகே இருந்த ஆபிரகாம் லிங்கன் உன்னைக் குத்திவிட்டுக் கேமராவைப் பறிக்க முயற்சி செய்தான்.

லியோ விடுதியிலுள்ள மதுமேசைப் பணியாள், மணிக்கணக்கில் வாடகைக்கு எடுத்த நான்காவது தளத்திலுள்ள அறையில் விடியற்காலையில் எடுத்துக்கொள்ளப்பட்டவன்.

டிடி படத்திலுள்ள இருவரை அவர்கள் முகம் மறைக்கப்பட்டிருந்தாலும் அடையாளம் கண்டுகொள்கிறான், உன்னுடைய தோள்பையில் ஆணுறைகள், சீட்டுக்கட்டுகள், படச்சுருள் மற்றும் சிவப்புநிறக் கைக்குட்டையுடன் எப்போதும் இருக்கும் ஒருபொருள்: சிறிய சாத்தான் முகமூடி. ஆர்ட்டின் ஜாக்கி என்ற தலைப்புள்ள பெட்டியில் கடைசியாகச் சேர்க்கப்பட்ட இரண்டு புகைப்படங்களில் உள்ளவர்களை மட்டுமே பெயரால் அறிந்திருக்கிறாய்.

ஃபியூஜிகோடாக் கடையிலுள்ள இளைஞன் விரான், காலி முகத் திடலிலுள்ள வீட்டில் உனது படுக்கையில் படுத்திருக்கிறான், சாத்தான் முகமூடி கால்களுக்கிடையில் வைக்கப்பட்டுள்ளது, டிடி ஸ்டான்லியுடன் ஜெனிவாவுக்குச் சென்றிருந்த வாரத்தில் இது நடந்தது.

ஜோனி கில்ஹூல் சட்டையில்லாமல் குளியல் தொட்டியில் அமர்ந்து, தன்னுடைய சீனப் பச்சைகளைக் காண்பிக்கும் படம். சாத்தான் முகமூடி கண்களை மறைத்திருக்கிறது.

டிடி விரானை நோக்கி வேகமாகச் சென்று, அவனைச் சுவரை நோக்கித் தள்ளி பலமாக அறைகிறான். டிடியின் திறந்த உள்ளங்கை சாட்டைபோல ஒலியெழுப்புகிறது, விரானின் கண்ணாடி பறந்து செல்ல, அவன் கன்னத்தில் நான்கு இளஞ்சிவப்பு விரல் அடையாளங்கள் உருவாகின்றன, அவனது கண்கள் கண்ணீரால் நிரம்பி வழிகின்றன.

டிடி அவன் கழுத்தைப் பிடிக்கிறான், எல்லோரும் திகைத்து நிற்க, விரானின் கண்களில் அச்சம் நிறைகிறது, டிடியின் கண்கள் கருமை கொள்கின்றன. அவனை மேலும் இருமுறை அறைகிறான், டிடி அவன் தொண்டைக் குழியைப் பற்றிக் கீழே அழுத்த விரான் மூச்சுத் திணறுகிறான். தனது முஷ்டியை உயர்த்துகிறான். பின்னர் டிடியின் கண்களிலிருந்த கருமை வடிகிறது, புகைப்படங்களையும் விரானையும் கைவிட்டு வெளியேறுகிறான். கோபத்திலும் கூட நடனக் கலைஞனைப் போல் வழுக்கிச் செல்கிறான்.

தொலைபேசியில் நீ சத்தம்போட்டுக் கொண்டிருந்த போதுதான் உன் தந்தை இறந்தார் என்று டல்ரீன் சித்தி சொன்னபோது அடைந்த உணர்வு மீண்டும் உனக்குள் நிறைகிறது.

சிதறிய புகைப்படங்களைக் கையிலெடுத்து, ஏக்கத்துடன் அநேகமாகச் சற்று பொறாமையுடனும் பார்க்கிறார். ராக் ஹட்சன், அனுராதபுரத்தில் பல்பொருள் அங்காடி ஒன்றில் அறிமுகமாகி கோவிலின் வேலியருகே புணரப்பட்டவன். கேப்டன் மார்லன் பிராண்டோ, முல்லைத்தீவின் ராணுவமுகாமுக்குள் உன்னை அழைத்துச்சென்றவர். அவரையும் அளவான அவரது உறுப்பையும் அவர் உறங்கும்போது படமெடுத்தாய்.

அவர் விரானைப் பார்த்து, இரட்டை வாழ்க்கை நடத்துபவர்களால் மட்டுமே செய்யமுடிந்த செயல்போல, மெதுவாக அதேசமயம் ஏளனமாகத் தலையசைத்துக்கொள்கிறார். ‘இவை அழகாக இருக்கின்றன.

‘அவை காட்சிப்படுத்த அல்ல. தனிப்பட்ட பார்வைக்கானவை.’

‘தனிப்பட்ட பார்வை என்பதே எனக்கு அலுத்துவிட்டது. இவற்றையும் காட்சிப்படுத்தலாம். மாலி புரிந்துகொள்வான்.’

டிடி நல்லநிலையில் இருக்கிறானா என்பதைப் பார்ப்பதற்கு நீ அவன் பின்னால் செல்லவில்லை. இறப்பிலும் வாழ்க்கையைப் போலவே. வெளியே ஜல்லிக் கற்கள் மீது அவனது காலடி உருவாக்கும் ஓசையை, பிறகு ஸ்டான்லியின் மிட்சுபிஷி லான்சர் வேகவரம்பை மீறும் ஓசையைக் கேட்கிறாய்.

***

‘இவற்றை என்ன செய்வது? இவை பட்டியலில் இருக்கின்றன என்று உறுதியாகத் தெரியுமா?’ கிளரந்த ஆறு படங்களைக் கையில் வைத்தபடி கேட்கிறார்.

‘ஆமாம், அவை இருக்கின்றன. நான் மூன்றுமுறை சோதித்துவிட்டேன்,’ என்கிறான் விரான். அவனது குரல் கன்னத்தின் வீக்கத்தால் மறைக்கப்பட்டு வெளிவருகிறது; கொட்டாவியை அடக்குவதால் அவனது தாடை கடினமாகியிருக்கிறது. காட்சிக்கூடம் திறப்பதற்கு இன்னும் அரைமணி நேரமே உள்ள நிலையில், கடைசிப் புகைப்படங்கள் மாட்டப்பட இருக்கின்றன.

இரண்டு உதவியாளர்களும் வாயிலில் கையால் எழுதப்பட்ட அறிவிப்பை வைக்கின்றனர். அதன் கீழே மோசமான முறையில் நகலெடுக்கப்பட்ட, சிறுத்தை மயிலைக் கொல்லும் படம்.

'கானகத்தின் சட்டங்கள். ஒளிப்பதிவு மஅ.'

கிளரந்த தனது ஏழு தொலைபேசி அழைப்புகளைச் செய்து முடித்திருந்தார். எப்போது நிகழ்ச்சி இருக்கிறதோ அப்போதெல்லாம் கொழும்புவின் ஆகப்பெரிய புறம்பேசிகளில் எழுவரை அழைப்பார், பிறகு அவர்களிடமிருந்து நூற்றுக்கணக்கான நபர்களுக்கு விடயம் பரவி அவர்கள் காட்சிக்கூடத்தின் வாயிலில் நிறைவர்.

கையிலுள்ள ஆறு புகைப்படங்களை உயர்த்திப் பிடிக்கிறார். இரண்டு படங்கள் மங்கலாகும்வரை பெரிதாக்கப்பட்டுள்ளன, இரண்டில் பார்வைக்கு இடையூறாக மரம் உள்ளது மற்ற இரண்டும் தெள்ளத் தெளிவாக உள்ளன.

பெரிதாக்கப்பட்ட புகைப்படங்கள் '83 கலவரத்தில் அமைச்சர் சிறில் இடம் பெற்றுள்ளதைக் காட்டுகிறது. காட்டில் எடுக்கப்பட்ட புகைப்படங்களில், சிறிய ஓலைக்குடிசையில் மரமேசையைச் சுற்றி மூன்று மனிதர்கள் அமர்ந்திருப்பதைக் காட்டுகிறது. அவர்களில் ஒருவர் சீருடையில் இருக்கிறார், ஒருவர் கசங்கிய உடையில், மற்றவர் இரத்தக் கறை படிந்த சட்டையில். தெளிவாக இருக்கும் புகைப்படங்கள் அரசாங்கம் கைது செய்யவில்லை என்றும் மறுக்கும் இறந்துவிட்ட பத்திரிகையாளர்களைத் தெளிவாகக் காட்டுகின்றன. கடைசிப் புகைப்படத்தை மாட்டும்போதுதான் கிளரந்த புகைப்படத்திலுள்ள முகத்தை அடையாளம் கண்டுகொள்கிறார்.

'மாலி, வடிகட்டிய முட்டாளே,' என்று பெருமூச்சு விடுகிறார்.

அந்த மனிதனை அணைத்து 'நன்றி' என காதில் கிசுகிசுக்கிறாய். காட்சிக்கூடம் உன்னால் எடுக்கப்பட்ட ஆகச்சிறந்த புகைப்படங்களால் நிறைந்திருக்கிறது. நீ சாட்சியாக இருந்தாய். உன்னாலியன்ற அனைத்தையும் செய்துள்ளாய். சீக்கிரமே அனைவரும் அவற்றைக் காண்பார்கள். சீக்கிரமே அனைவருக்கும் தெரிந்துவிடும்.

கிளரந்த விரானின் இடதுகையைப் பற்றிக்கொண்டு அவனது வலது புட்டத்தை அழுத்துகிறார். 'இப்போது, நீ வெளியூர்

சென்று இரண்டு வாரங்கள் காத்திரு. மிகப்பெரிய பரபரப்பு உருவாகப்போகிறது, கேள்விகளுக்குப் பதில் சொல்லுமிடத்தில் நாம் இல்லாமல் இருப்பதே நல்லது. உனக்குப் புரிகிறதா?'

விரான் கிளரந்தமீது சாய்ந்து மிருதுவான முத்தமொன்றை முதியவரின் காதில் பதிக்கிறான். அவன் திறமை வாய்ந்த புகைப்படப் பிரதியெடுப்பாளன் மற்றும் வெட்கமற்ற இளைஞன்.

'என்னையும் உங்களோடு பாங்காக் அழைத்துச் செல்லுங்கள். உங்கள் மனைவியை விட்டு விடுங்கள்.'

'அன்புக்குரியவனே, நாற்பது வருடங்களாக அது குறித்துதான் சிந்தித்துக்கொண்டிருக்கிறேன்.'

அவர்கள் முன்வாசல் வழியாக வெளியேறுகின்றனர். காட்சிக்கூடத்தில், உன் வாழ்நாள் முழுவதும் நீ செய்த வேலைகள் உன்னைச் சுற்றிலுமிருக்க, அமர்ந்து காத்திருக்கிறாய். எறும்புண்ணிகள் மற்றும் படுகொலைகளின் காட்சிகளால் அலங்கரிக்கப்பட்ட சுவர்களைப் பார்க்கிறாய். உண்மை உங்களை விடுவிக்கும் என்பார்கள், இருப்பினும் இலங்கையில் உண்மை உங்களைக் கூண்டுக்குள் தள்ளக்கூடும். உண்மை, கூண்டுகள், கொலையாளிகள் அல்லது சிறப்பான தோலைக் கொண்ட காதலர்களால் இனி உனக்கு எந்தப் பயனுமில்லை. உன்னிடம் எஞ்சியிருப்பது உனது பேய்களின் புகைப்படங்கள் மட்டுமே. அதுவே போதுமானதாக இருக்கலாம்.

இறந்த நாய்களுடன் உரையாடல் (1988)

உன்னுடைய கண்காட்சி திறக்கப்படுவதற்கு முன் இன்னும் சில மணிநேர இருள் மிச்சமுள்ளது, இருப்பினும் இறந்த நாய்களின் ஆவிகள் இரண்டு கண்காட்சியின் முன்னோட்டத்தை பார்க்கும் விதமாக நுழைவாயிலுக்கு வருகின்றன. இரண்டும் நன்கு உணவளிக்கப்பட்டு வளர்ந்த நாட்டுநாய்கள், இரண்டுக்கும் உன்னுடைய வாழ்நாள் வேலைகுறித்து எவ்வித அக்கறையும் இருந்ததாகத் தெரியவில்லை. அதோடு அவற்றினூடாக ஒளி கடந்துசெல்கிறது; இரண்டு நாய்களும் இறந்துவிட்டன மற்றும் வழிதவறியிருக்கின்றன என்பது தெளிவாகிறது. வாயில்பகுதியைச் சட்டம்போலக் கொண்டு அவற்றைப் புகைப்படம் எடுக்கிறாய்.

'மன்னிக்கவும் சார், பிறவி நதி எங்கே இருக்கிறது என்று கூறமுடியுமா?' ஓநாய்போன்ற காதுகளைக் கொண்டது கேட்கிறது.

நீ துணுக்குறுகிறாய். 'மன்னித்துவிடு, உங்ககளால் பேசமுடியும் என்பது எனக்குத் தெரியாது.'

'குரங்குகளால் கேட்கமுடியும் என்பதும் எங்களுக்குத் தெரியாது,' ஊசலாடிக்கொண்டிருக்கும் மார்பகங்களைக் கொண்டது கூறுகிறது. 'மிகக் கருணையான பேச்சு,' என்று தன் இணையிடம் கூறுகிறது.

மருத்துவர் ராணி கூறியது உன் நினைவுக்கு வருகிறது. 'கால்வாயை ஒட்டி வரும் பலவீனமான காற்றைக் கண்டுபிடி. அது உன்னை நதிக்குக் கொண்டுசெல்லும். மூன்று மருத மரங்களைக் கண்டுபிடி.'

'நன்றி,' என்கிறது பெண்-நாய். 'இதைவிடத் தெளிவில்லாமல் உன்னால் பேசமுடியுமா?'

'அமைதியடை, பிங்கி,' என்கிறது ஓநாய்-நாய்.

'என்னை அப்படி அழைக்க வேண்டாமென்று சொல்லியிருக்கிறேன்.'

'விலங்குகள் ஆவிகளாகும் என்பது எனக்குத் தெரியாது,' என்கிறாய்.

ஓநாய்-நாய் தலையை அசைத்துக்கொள்கிறது, காட்சிக்கூடத்தை விட்டு வெளியேறுவதற்கு முன் பெண்-நாய் உன்னை உறுத்துப் பார்த்து மூன்று குரைப்புகளைத் தருகிறது.

அவளது பிரியும்போதான வார்த்தைகளைக் கேட்கிறாய். 'ஒருவேளை நான் மனிதனாகப் பிறந்தால், எனது கொப்பூழை நானே விழுங்கிவிடுவேன்.'

ஓநாய்-நாய் தனது ஒப்புதலைக் குரைத்துத் தெரிவிக்கிறது. லியோனல் வென்ட் கலைக்காட்சிக் கூடத்துக்கு வெளியே உள்ள பெயர் தெரியாத மரம், பட்டை உரியும் கிளைகள், அதன்மீது ஓர் இறந்த சிறுத்தை அமர்ந்திருக்கிறது. உன்னால் அதனூடாகப் பார்க்க முடிகிறது என்பதாலும், அதன் கண்கள் வெண்மையாக இருப்பதாலும் அது இறந்துவிட்டது என்பது

உனக்குத் தெரியும். அது உன்னை நேராகப் பார்த்து தலையை அசைக்கிறது.

நேர்த்தியான கரகரத்த குரல், இருப்பினும் அதன் உதடுகள் அசைவதாகத் தெரியவில்லை. 'வேட்டையாடும் ஒருவனைப் பிடிக்க சுற்றுச்சூழல் ஆர்வலர் வைத்த வலையில் நான் சிக்கினேன். வருத்தமடைந்த அந்த ஆர்வலர் எனது உடலைக் கொழும்பு பல்கலைக்கழகத்திற்குக் கொண்டு வந்து சேர்த்தார், பிறகு தற்கொலைக்கு முயன்றார். நான் வியப்படைந்தேன். முதல் முறையாக, சில மனிதர்களுக்கு உண்மையில் ஆன்மா இருக்கிறது என்று உணர்ந்தேன்.'

இறந்த நாய்கள் கனைப்பதைப் போல் சிரிக்கின்றன, இறந்த சிறுத்தை பெயர் தெரியாத அந்த மரத்தின் கீழே மறைகிறது.

இறந்த சுற்றுலாப் பயணிகளுடன் உரையாடல் (1987)

படிகளின் வழியாகக் கீழே வருபவர்கள் மூவரும் ஹவாய் சட்டைகள் அணிந்திருக்கிறார்கள்- ஒருவர் சிவப்பு, ஒருவர் மஞ்சள், மற்றொருவர் நீலம். சிவப்பு மற்றும் நீலத்தைக் கலை மைய மன்றத்தின் தானியல் இசைப்பெட்டியால் நினைவில் வைத்திருக்கிறாய். மஞ்சள் உடையணிந்திருப்பது நடுத்தர-வயதுப் பெண், இருப்பதிலேயே ஆகக் குட்டையான கால்சராய் அணிந்திருக்கிறாள். முதுகுப் பைகள் மற்றும் கேமராக்களோடு படபடத்தபடி உன்னுடைய புகைப்படங்களைச் சுற்றிப் பார்க்கிறார்கள்.

அனைவரும் பார்ப்பதற்கு ஐரோப்பியர்கள் போலத் தெரிகிறார்கள். தானியல் இசைப்பெட்டியின் அருகே இருந்தவர்கள் பருமனான உடலும் இளஞ்சிவப்பு நிறமும் கொண்டவர்கள், நீல உடையணிந்தவர் கருப்புநிறமும் ரக்பி விளையாட்டில் முன்வரிசை விளையாடுபவர்களின் உடலமைப்பும் கொண்டவர். அரசர் ராஜாவுக்காகவும் ஜோனி த ஏஸுக்காகவும் நீ எடுத்த பரப்புரைப் படங்களான, உனது சிறந்த போர்முனைப் புகைப்படங்களைக் கடந்து செல்லும்போது பாராட்டும் விதமான முணுமுணுப்பும் அதைத் தொடர்ந்து அருவருப்பின் உறுமலும் அவர்களிடமிருந்து எழுகிறது. சோதனைச் சாவடிகள், போர்க்களங்கள், குண்டுவெடிப்புகள். கேட்விக்கிலிருந்து புறப்பட்ட எயர்லங்கா 512 விமானத்தின்

சிதிலங்களின் படத்தினருகே வந்ததும் அனைவரும் திகைக்கின்றனர். பிறகு பேசத் தொடங்குகின்றனர்.

‘இதோ பார்! இதோ பார்! இது ஃப்ரீதா. தெரிகிறதா?’

‘முட்டாள்தனம்!’

‘ஹேய், பார். ஃப்ரீதா. இது நீதான்.’

‘இது எனக்கு வேடிக்கையான விடயமாகத் தோன்றவில்லை, லியோன்.’

அவர்கள் ஆராய்ந்துகொண்டிருக்கும் படத்தினருகே மிதந்துசென்று, அவர்களின் தலைக்குமேல் சுற்றுகிறாய். புகைப்படம் விமானத்தின் வால் அதன் உடற்பகுதியிலிருந்து பிரிந்திருப்பதை, உடல்கள் தார்ச்சாலை முழுதும் சிதறிக்கிடப்பதைக் காட்டுகிறது. உறைந்த முகங்களை உனக்கு முன்னால் மின்னும் முகங்களுடன் ஒப்பிடுகிறாய். தாக்குதல் நடக்கும்போதெல்லாம் அரசர் ராஜா உனக்குப் பேஜரில் அழைத்தகாலம் அது. அன்றுகாலை நீர்க்கொழும்பில், க்ளென் மெடிரோஸைப் போன்றிருந்த பழுப்பு நிறப் பையனுக்கருகில் கண்விழித்தாய். அதனால் முதல் ஆளாக அந்த இடத்திலிருக்க, உடல்களை அப்புறப்படுத்துவதற்கு முன்பு புகைப்படமெடுக்க உன்னால் முடிந்தது.

‘இதெல்லாம் நீ எடுத்ததா?’ மஞ்சள் நிறச் சட்டையில் இருப்பது கேட்கிறது. ஜெர்மானியர்களின் சந்தப் பாடலைப்போல உயர்ந்திறங்கும் குரல் அவளுக்கு, தயாராக இருக்கும் புன்னகை. நீ தலையசைத்து தோள்களைக் குறுக்க மற்ற இருவரும் புருவமுயர்த்துகிறார்கள்.

‘காலை 7 மணிக்கு மாலத்தீவுகளுக்குச் செல்லத் திட்டமிட்டிருந்தோம். விமானம் தாமதமானது. வெடிகுண்டு வானில் பறக்கும்போது வெடிக்கும் வகையில் அமைக்கப்பட்டிருந்தது.’ ”சுதந்திரம், சமத்துவம், சகோதரத்துவம்” கொண்ட நிலத்திலிருந்து வந்த, நீலநிறப் பூக்கள் கொண்ட சட்டை அணிந்திருக்கும் அரக்க உருவம் கூறுகிறது.

‘அவர்கள் வெளிநாட்டுக்காரர்கள் முதலில் ஏற அனுமதித்தனர். ஏயர்லங்காவின் தனித்துவமாக வழக்கம்போலத் தாமதம். தாமதமாக வந்த உள்ளூர்வாசிகள் அனைவரது உயிரும்

காப்பாற்றப்பட்டது. அதிர்ஷ்டமிக்க அந்தத் தேவடியாப் பயல்கள் அனைவரும் நிலையத்தில் ஓய்வாக, சுங்கவரியற்ற மதுவுடன் அமரவைக்கப்பட்டனர்.' சரளமான கிழக்கு லண்டன் உச்சரிப்பைக் கொண்டிருந்த சிவப்புச்சட்டை கூறுகிறது. 'சரியான நேரத்தில் வந்த பரிதாபமான நாங்கள் மூன்று மணிநேரம் தார் சாலையில் உட்கார்ந்திருந்தோம், வெடிகுண்டுடன்.'

அனைவரும் ஒருமனதாகத் தலையசைக்கின்றனர்.

எயர்லங்கா வெடிகுண்டு விபத்தில் இறந்த இருபத்தோரு நபர்களில் பெரும்பாலானோர் வெளிநாட்டவர்கள், தங்களோடு இலங்கையின் சுற்றுலாத்துறையில் எஞ்சியிருந்தவற்றைத் துடைத்து எடுத்துச்சென்றனர். தாக்குதலுக்கு யாரும் பொறுப்பேற்கவில்லை. தமிழ்க் குழுக்களுக்கும் அரசாங்கத்திற்கும் இடையிலான சமாதானப் பேச்சுகளை நாசப்படுத்த முயற்சி செய்வதாக அனைத்து விரல்களும் எல்டிடிஈயை நோக்கி நீண்டன. இருப்பினும் அந்தக் குழுக்களில் யாரேனும் புலிகளைப் பலியாடாக்க முயற்சி செய்திருக்கலாம். ரஞ்சகொட மற்றும் காசிம் போன்றவர்கள் புலன்விசாரணை செய்ய இருக்கும்வரை இதுபோன்ற மர்மங்கள் நீடித்திருக்கும்.

'உங்களில் மற்றவர்கள் எங்கே?'

'யார்?'

'இருபத்தோரு பேரில் மீதமுள்ளவர்கள்.'

'இந்தக் கோமாளிகளில் பெரும்பாலானோர் தங்கள் உடல்களோடு வீட்டுக்குச் சென்றுவிட்டனர். சிலர் ஒளிக்குள் போய்த் தொலைந்தனர். நாங்கள் இங்கேயே தங்கிவிடுவதென்று முடிவெடுத்தோம்,' என்கிறது பிரித்தானிய ஆவி.

'ஏன்?'

'நான் இந்த விடுமுறைக்காக எவ்வளவு காசு செலவழித்தேன் தெரியுமா?' என்கிறார் பிரெஞ்சுக்காரர். 'எவ்வளவு சேமித்தேன்? என் மனைவி தன் உடலோடு வீட்டிற்குச் செல்ல முடிவெடுத்தாள். போ என்று சொல்லிவிட்டேன்.'

'இந்தத் தீவு ஓர் அற்புதம்,' உனது கானுயிர் புகைப்படங்களைக் கவனமாகப் பார்வையிட்டபடி ஜெர்மானியர் கூறுகிறார். 'மிகவும் விரும்பத்தக்க இடம். பார்க்க நிறைய இருக்கிறது.'

‘எப்படிப் பயணிக்கிறீர்கள்?’ என்று கேட்கிறாய். ‘உங்கள் உடல்கள் ஒருபோதும் விமானநிலையத்தை விட்டு வெளியேறவில்லையே.’

‘விமானநிலையங்கள் யாருக்குத் தேவை? அல்லது உடல்கள்? என்கிறார் அவர். ‘நாங்கள் பருவக்காற்றில் பயணிக்கிறோம், நண்பரே. உங்களது தேசத்தைக் கனவுகளில் சுற்றிப் பார்க்கிறோம்.’

‘இலங்கை மிக அழகான தீவு,’ என்கிறார் திருவாளர் பிரெஞ்சு.

அங்குதான் இதற்குமுன் அவர்களைப் பார்த்திருக்கிறாய். நுவரெலியாவின் புதிர்வழிகளில் ஜக்கியைத் துரத்திக்கொண்டிருந்தபோது அவர்கள் ஸ்ட்ராபெரியை மென்று கொண்டிருந்தனர். டிடியின் தோள்களை மசாஜ் செய்தபோது அவர்கள் உனவட்டுன கடற்கரையில் படுத்துக்கொண்டிருந்தனர். யால பற்றிய டிடியின் ஈரப்படுத்தும் கனவுகளில் அவர்கள் வழிகாட்டியின்றிக் காட்டுக்குள் திரிந்துகொண்டிருந்தனர்.

அவர்களைப் புகைப்படமெடுக்கக் கேட்டதும் மகிழ்ச்சியோடு சம்மதிக்கின்றனர். பிறகு கண்காட்சி முழுவதும் தலையை அசைத்து, முணுமுணுத்தபடி சுற்றிவருகின்றனர்.

‘அழகான நாடு உன்னிடம் இருக்கிறது. ஏன் இந்த அசிங்கங்களைப் படம் பிடித்துக்கொண்டிருக்கிறாய்?’ என்று கேட்கிறாள் ஜெர்மானியப் பெண்.

‘எவ்வளவு காலம் மற்றவர்களின் கனவில் சுற்றிப் பார்ப்பதாக திட்டமிட்டிருக்கிறீர்கள்?’

‘என்ன நண்பரே, நாங்கள் இப்போதுதான் இங்கே வந்திருக்கிறோம்,’ என்கிறார் நடுத்தர வயதுள்ளவர்.

‘மனிதர்களின் கனவிலுள்ள இடங்கள் உண்மையான இடங்களைக் காட்டிலும் அழகாக இருக்கிறது,’ என்கிறார் ஜெர்மானியப் பெண். ‘இது நிரூபிக்கப்பட்ட உண்மை.’

‘ஏழாம் நிலவைத் தவறவிட்டுவிட்டாலும் தொண்ணூறு நிலவுகளுக்குப் பிறகு ஒளி மீண்டும் வருமென்று அந்தக் கோமாளி உதவியாளர்களில் ஒருவன் கூறினான். எங்களுக்கு நேரமிருக்கிறது,’ என்கிறார் லண்டன்வாசி. எயர்லங்கா வெடிகுண்டு விபத்து நடந்தது ஆயிரம் நிலவுகளுக்கு முன்னால் என்ற விடயத்தை அவர்களிடம் கூறவேண்டாமென்று முடிவுசெய்கிறாய்.

அவர்கள் எறும்புண்ணியின் புகைப்படங்களை ஆர்வத்துடன் பார்த்துவிட்டு, மங்கலான முகங்கள் கொண்ட, திருமண வயதை எட்டிய இளைஞர்களின் படங்களை வேகமாகக் கடந்துசெல்கின்றனர். நீ கேட்டுக்கொண்டபடி தூணுக்குப் பின்னால் வைக்கப்பட்டிருக்கும் கடைசிப் புகைப்படங்களைப் பார்க்கின்றனர்.

'எனக்குப் புரியவில்லை, யார் இவர்களெல்லாம்?' என்கிறார் பிரெஞ்சு நாட்டவர்.

கிளரந்த வியந்த ஆறு புகைப்படங்கள் அவை. உன் சேகரிப்பின் முத்துகள். அனைத்தும் போரின் வெப்பத்தில் இயற்றப்பட்டவை, குழப்பமான கோணங்களைத் துல்லியம் ஈடுசெய்தது. இரண்டு புகைப்படங்கள் '83 கலவரத்தின் முகங்களைக் காட்டுகின்றன, இரண்டு காவலில் நிகழ்ந்த மரணங்களை. மற்ற இரண்டும் மனிதர்களை, மற்றவரின் சந்திப்பை நாடுவதற்கு எந்த நல்ல காரணமும் இல்லாதவர்கள், வன்னியில் ஒரு குடிசைக்குள் நுழைந்து வெளியேறுகிறார்கள். லென்ஸ் கும்பலைத்தாண்டிக் குவிந்து அமைச்சர் ஒருவரின் சலிப்பைப் படம்பிடித்திருக்கிறது. உயிரற்ற பாதிரியார் மற்றும் இறந்த பத்திரிகையாளர் ஆகியோரைப் படம்பிடிக்கையில் மென்மையாகிறது. மரங்கள் மற்றும் ஜன்னல் கம்பிகளைத் தாண்டி மேசையில் உள்ள ஆவணங்களைப் படம்பிடிக்க ஊடும்பாவுமாகச் செல்கிறது. அதுதரும் முடிவுகள் அழகாக இல்லாமல் இருக்கலாம், ஆனால் அவை பொய் சொல்வதில்லை.

'உன்னுடைய சிறந்த வேலைகளில் ஒன்றல்ல, நண்பரே,' சிவப்பு உடையிலிருக்கும் நடுத்தர வயதுள்ளவர் கூறுகிறார்.

'ஹ்ம்ம், இதில் சுவாரசியமாக எதுவுமில்லை,' நீலச் சட்டையிலிருக்கும் திருவாளர் பிரெஞ்சு முணுமுணுக்கிறார்.

மேலும் பல ஆவிகள் படிவழியாக மிதந்து வருவதைப் பார்க்கிறாய், சில முன் வாசலையும் பயன்படுத்துகின்றன.

'திரு புகைப்படக்காரரே,' மஞ்சள் சட்டையணிந்த ஜெர்மானியப் பெண் பேசுகிறாள். 'இந்தப் புகைப்படங்கள்தான் நீங்கள் கொலை செய்யப்பட்டதற்குக் காரணமா?'

உன் கேமராவைப் பார்க்கிறாய். நிகான் விரிசல் கண்டு, நெளிந்து, சேறு மற்றும் ரத்தக்கறை படிந்துள்ளது. அதை வலது கண்ணுக்கு நேராகப் பிடித்து நினைவுகூர முயற்சி செய்கிறாய்.

அரக்கர்களைக் கொல்லுதல்

மயானம் வழக்கத்திற்கு மாறாக அந்த மதியநேரத்தில் அமைதியாக இருக்கிறது: இறுதி ஊர்வலங்கள் இல்லை, பாம்புகள் இல்லை, அமைதியற்றுத் திரியும் இறந்தவர்களின் தொடரியக்கம் இல்லை. பிசாசுகள் மதிய உறக்கத்தில் இருக்கின்றனபோல, காற்றுகூட அமைதியாக இருக்கிறது.

'நாசமாய்ப் போக. எங்கே போனீர்கள்? உங்கள் பெயரை எத்தனைமுறை கூப்பிடுவது?' சேன வாகை மரத்தினடியில் அமர்ந்து தனது நகங்களால் சிறிய கிளையைக் கூர்மைப்படுத்திக் கொண்டிருக்கிறான்.

'அவை அம்புகளா?'

'இல்லை. எனக்குத் தேவைப்படும்போது குத்துவதற்காகப் பயன்படுத்தும் பொருள்கள்.'

'அப்படிச் செய்வாயா?'

'நீங்கள் இறந்து ஆறு நிலவுகள் ஆயிற்று, இல்லையா?' என்று கேட்கிறான்.

'அதையெல்லாம் கணக்கு வைத்துக்கொள்ளவில்லை.'

'நீங்கள் செய்யவேண்டியது குறித்து நினைத்தீர்களா?'

'என்னுடைய புகைப்படங்கள் காட்சிக்கு வைக்கப்பட்டிருக்கின்றன. அதுதான் விடயம்.'

'சேவை செய்வதற்குத் தயாராக இருக்கிறீர்களா?'

'யாருக்கு?'

'பயனுள்ள எதையேனும் செய்யத் தயாராக இருக்கிறீர்களா?'

'அதில் என்ன பயனிருக்கிறது?'

சேன தலையை அண்ணாந்து சிரிக்கிறான், கருமையான அவனது சருமத்தின் கீழ் தசைகள் எவ்வாறு புரள்கின்றன என்பதைக்

கவனிக்கிறாய். அவனது தழும்புகள் பச்சை குத்தியதைப் போல் எவ்வாறு மாறியிருக்கின்றன, எவ்வாறு அவனுடைய தசை பார்வைக்கு இனிமையானதாக மாறியிருக்கிறது. அவனது பற்கள் மின்னுகின்றன, அவனது கண்கள் கருஞ்சிவப்பு மற்றும் காகதாளிக் கருமையின் கலவையாக மின்னுகின்றன. சிரிப்பு மரங்களின் வழி எதிரொலித்து அமைதியான கல்லறைகள் மீது பட்டுத்திரும்புகிறது, அந்தக் கணத்தில் அவை அமைதியாக இருப்பதை நிறுத்திக்கொள்கின்றன.

'நீங்கள் தற்கொலையாளர்களுடன் லியோ விடுதியிலிருந்து பிணங்கிக்கொண்டிருக்கலாம். அல்லது, பயனுள்ளவராக இருக்கலாம்.'

வார்த்தைகளை மறந்துவிட்டதுபோல் பூமி முணுமுணுக்கிறது, பி-ஃப்ளாட் மற்றும் பி விசைகளுக்கு நடுவே உள்ள தாழ்சுருதியின் ரீங்காரம், நீ சீழ்க்கையடிக்கச் சிரமப்படும் அதிர்வெண்ணில். முணுமுணுப்பு உறுமலாக மாறுகிறது, கல்லறைகளின் பரப்பிலிருந்து புகை வெளிப்பட்டு, முகங்களைப் பார்க்கிறாய், பிறகு கண்களை. எத்தனை ஜோடிக் கண்கள் என்பதைச் சொல்வது கடினம். இருபது இருக்கலாம், அல்லது அதன் இருபது மடங்காக இருக்கலாம். நீ பார்ப்பவற்றில் சிவப்புகள், கருப்புகள், மஞ்சள்கள், மற்றும் பச்சைகள் இருக்கின்றன. சிலவற்றின் தழும்புகள் சேனவைப் போலவே மிளிர்கின்றன, அனைத்தின் கையிலும் வெவ்வேறு நீளத்தில் ஈட்டிகள். உனக்கு விருப்பமான இறந்த அரசின்மைவாதி கடைசியில் ஒரு படையை உருவாக்கிவிட்டான் என்று தெரிகிறது.

நீ இடைநிலையில் சுற்றிக்கொண்டிருந்தபோது சேன பதிரண ஆள்சேர்ப்பு நடத்திக்கொண்டிருந்திருக்கிறான். அவனது குழுவில் பெரும்பாலும் இறந்த ஜேவிபிக்காரர்கள், இறந்த புலிகள் மற்றும் இருவரில் யாராகவேனும் இருப்பார்கள் என்று சந்தேகிக்கப்பட்டுக் கொல்லப்பட்ட அப்பாவிகள். மொரட்டுவை மற்றும் யாழ்ப்பாணத்தைச் சேர்ந்த மாணவர்களைப் பார்க்கிறாய், அவர்களது உடல்களும் நீரில் புதைக்கப்பட்டு, உனது உடலுடன் சேர்த்து எரிக்கப்பட்டது. அவர்கள் உன்னை அடையாளம் கண்டுகொண்டதாகத் தெரியவில்லை.

படுகொலை செய்யப்பட்ட செய்தியாளர்கள், வல்லுறவு செய்யப்பட்ட அழகுராணிகள், சித்திரவதை செய்யப்பட்ட

புரட்சியாளர்கள், கொலைசெய்யப்பட்ட மனைவியரும் இருக்கிறார்கள். காலனித்துவ கால அடிமைகள், குண்டுவெடிப்பில் இறந்தவர்கள், குடிகாரர்களால் கொலைசெய்யப்பட்ட பிச்சைக்காரர்கள் மற்றும் கூரைகளிலிருந்து நீ அடையாளம் கண்டுகொள்ளும் குழந்தைப்போராளிகளும் இருக்கிறார்கள்.

எதிர்பார்த்தது போலவே, குழுவினர் அற்பவிடயங்களுக்கு வாதிட்டு, புகார் செய்து, சபித்துக் கொண்டிருக்கிறார்கள், ஆனால் சேன ஓர் உத்தரவைப் பிறப்பித்ததும், அவர்கள் அமைதியாக, கீழ்ப்படிதலுடன் நடந்துகொள்கிறார்கள். காற்றில் துல்லியத்துடனும் வேகத்துடனும் பறக்கிறார்கள், படைவீரர்களுக்குத் தகுதியற்றதல்ல.

நுகேகொடையில் குழு முன் தீர்மானிக்கப்பட்ட இடங்களுக்குப் பரவுகிறது. நீ சேனவுடன் சேர்ந்துகொள்ளும்படி சொல்லப்படுகிறது, அவன் கொட்டாஞ்சேனையில் உள்ள தங்கும் விடுதிக்கு மிதந்து செல்கிறான்.

‘எங்கே சென்றுகொண்டிருக்கிறோம்?’

அது நான்கு மாடிகள் கொண்ட பாழடைந்த வீட்டுத் தொகுதி. சிறுநீர் நாற்றம் வீசும் படிக்கட்டு வழியாக நுழைந்து ஈரமான பிளைவுட் பலகைக் கதவு வழியாக மிதக்கிறாய். நொதித்த வெங்காயத்தின் வாசனையோடு சோறும் பருப்பும் வைத்திருக்கும் உலோகத் தட்டு தரையில் வைக்கப்பட்டுள்ளது, அதற்கடுத்து ஒரு செயற்கைக் கால் சுவரில் சாய்த்து வைக்கப்பட்டுள்ளது. அணில்கள் சோற்றை மென்று தரையில் சிதறடிக்கின்றன. மாளிகையின் அறைகளைவிட இந்த அறை சிறியது. அறைக்குள் ஒரு மெத்தை, சிறிய அளவிலான தொலைக்காட்சி, தரையில் சிதறிக்கிடக்கும் செய்தித்தாள்கள், இவற்றோடு வியர்வை மற்றும் கண்ணீரின் வாசனை.

சாரதிமல்லி சாரோங் அணிந்து மெத்தையில் அமர்ந்திருக்கிறான், துண்டிக்கப்பட்ட கால் தலையணையில் இருக்க அவனது நல்ல கால் கீழே மடிந்துள்ளது. கையில் கட்டு மற்றும் மொட்டையடிக்கப்பட்டுள்ள உச்சந்தலையில் தீக்காயங்கள். போர்ட்டெல்லோவின் பிளாஸ்டிக் பாட்டிலில் இருந்து குடிக்கிறான். அதில் உள்ள நீர்மக்கரைசல் திரிந்து பிளாஸ்டிக் பாட்டிலில் ரத்த ஊதா நிறத்தில் கறை படிந்துள்ளது. தொலைக்காட்சியில் பாலிவுட் நடனம், நடிகை கழுத்தில்

மண்டை ஓடுகளுடன் இந்து தெய்வம் போல உடை அணிந்துள்ளார். அறையில் உள்ள நேர்த்தியான ஒரே விடயம் இஸ்திரிப் பலகையில் வைக்கப்பட்டுள்ள ராணுவச் சீருடை. அதன் கீழே உள்பக்கத்தில் டிஎன்டி உறைகளுடன் காக்கி நிற ஜாக்கெட்.

'அடே என் அணில் இளவரசர்களே!' என்று கத்துகிறான் சாரதிமல்லி. 'பிசாசுகள் திரும்பி வந்துவிட்டதாகத் தெரிகிறது.'

ஒரு அணில் மட்டும் தன் தலையை உயர்த்துகிறது, மற்றவை மெல்வதைத் தொடர்கின்றன. சாரதிமல்லியின் கெட்டுப்போன உணவுக்குப் பழகியதைப் போலவே அவனது கூச்சல்களுக்கும் பழகியிருக்கின்றன.

'இம்முறை எத்தனை பேர் இருக்கிறீர்கள்? கடந்த முறை மூன்று எண்ணினேன்.'

சாரதிமல்லி நிமிர்ந்து நேராக நீயும் சேனவும் மிதந்து கொண்டிருக்கும் இடத்தைப் பார்க்கிறான். சேன மெத்தையில் ஊர்ந்து சென்று அவன் காதில் சீறுகிறான். 'நாங்கள் உனக்காகத்தான் இங்கே வந்திருக்கிறோம். உனக்கு அமைதியைத் தேடித் தருவோம்.'

சாரதிமல்லி முகம்கோணி உடல் நடுங்கத் தொடங்குகிறான். 'தயவுசெய்து என்னிடமிருந்து விலகிப்போ.'

சேன மீண்டும் ஜன்னலின் விளிம்புக்கு வந்து உன்னிடத்தில் கிசுகிசுக்கிறான். 'அதிகம் பேசாமல் இருப்பது நல்லது. அது அவர்களை பீதியடையச் செய்யும். மேலும், என்னால் ஒருநாளைக்கு நான்கு முறைதான் கிசுகிசுக்க முடியும், எனவே அவற்றை வீணடிக்காமல் இருப்பது நல்லது.'

கதவு தட்டப்பட்டு தணிந்த குரல் அழைக்கிறது, 'தம்பி.'

'திறந்திருக்கிறது,' என்று சத்தமிடுகிறான் சாரதிமல்லி. அவனது பார்வை தொலைக்காட்சியிலிருந்து ஜன்னலுக்கு, அணில்களுக்கு, இஸ்திரிப் பலகைக்கு மற்றும் கம்பிகள் கொண்ட ஜாக்கெட்டுக்குச் செல்கிறது.

'நீ இங்கே இருக்கிறாய் என்று எனக்குத் தெரியும்,' என முணுமுணுக்கிறான் சாரதிமல்லி, பார்வை அறை முழுக்கச்

சுழல்கிறது. 'நீ இங்கிருந்து வெளியேற வேண்டும் என்று விரும்புகிறேன்.'

ரோமங்கள் கொண்ட தசைகள் மற்றும் அடர்த்தியான மீசையுடன் கருத்த நிறமுள்ள மனிதன் அறைக்குள் நுழைகிறான். அவன் அணில்களைத் துரத்த அவை கம்பியிடப்பட்ட ஜன்னல் வழியாக ஓடுகின்றன. இஸ்திரிப் பலகைக்கு அருகிலிருந்து கதிரையை இழுக்கிறான்.

'மறுபடியும் உனக்கு நீயே பேசிக்கொண்டிருக்கிறாயா, தம்பி?' என்கிறான் குகராஜா.

***

குகராஜாவிடம் மூன்று புகைப்படங்கள் இருக்கின்றன. படுகொலை நிகழ்ந்த கிராமங்களில் ஒன்றின் புகைப்படம், மாலபே வீதியோரத்தில் கிடந்த சடலங்களில் ஒன்று மற்றும் படுகொலை செய்யப்பட்ட மாகாண சபை உறுப்பினர் ஒருவரின் புகைப்படம். எல்லாம் நீ எடுத்தது.

'நீ மிகப் பெரிய காரியத்தைச் செய்கிறாய் தம்பி. சிறில் விஜேரத்தினவின் கொலைக்குழு இதுபோல ஆயிரக்கணக்கான நபர்களைக் கொன்றுள்ளது. நீ உண்மையான கதாநாயகன்.'

'அவர்கள் அனைவரும் அதைத்தான் சொல்கின்றனர்.'

'மீண்டும் குரல்களைக் கேட்கிறாயா? நான் கொடுத்த மாத்திரைகளை எடுத்துக்கொண்டாயா?'

'என்னால் அவற்றைப் பார்க்க முடியவில்லை,' என்றபடி சாரதிமல்லி தனது ஊன்றுகோலை எடுத்துக்கொண்டு எழுந்து நிற்கிறான். 'ஆனால் அவற்றைக் கேட்கிறேன். அவை இப்போது இங்கே இருக்கின்றன. குறைந்தது இரண்டு.'

நீ மேற்கூரைக்கு விரைய சாரதிமல்லி தலையை உயர்த்திப் பார்த்துவிட்டு, நீ உருவாக்கிய காற்றினால் உடல் நடுங்குகிறான்.

'உன் கை எப்படி இருக்கிறது?'

'சிலசமயம் அது வலிக்கிறது என்பதை மறந்துவிடுகிறேன். போர்டெல்லோ உதவுகிறது. அந்த மாத்திரைகள் உதவுவதில்லை.'

'நான் யாருக்கேனும் செய்தி சொல்ல வேண்டியிருக்கிறதா, தம்பி? குடும்பம்?'

'என் குடும்பம் சாம்பலாகிவிட்டது.'

'உனக்கு ஏதேனும் வேண்டுமா? சீன உணவு? ரஷ்யப் பெண்கள்?'

'எனக்குப் பெண்களை ஏற்பாடு செய்வீர்களா?'

'அது விதிமுறைக்கு எதிரானது. ஆனால் உனக்காகச் செய்வேன். உனக்கு என்ன வேண்டும்?'

சாரதிமல்லி தனது செயற்கைக்காலை மாட்டிக்கொண்டு ஜாக்கெட்டைப் பார்க்கிறான். 'அது நிற்க வேண்டுமென்று விரும்புகிறேன்.' என்கிறான்.

'சந்திப்பு எத்தனை மணிக்கு?' என்று கேட்கிறான் குகராஜா.

'இன்று மாலை.'

'திட்டத்தை மீண்டும் ஒருமுறை பார்த்துவிடுவோமா?'

***

சேன உன்னுடைய கேள்விகளுக்குப் பதில் சொல்லவில்லை, ஆனால் ஆழமான, இருண்ட தெஹிவளையின் பகுதிகளுக்குள் அவனைப் பின்தொடரும்படி உன்னை வலியுறுத்துகிறான், விலங்குக்காட்சி சாலை மற்றும் மருத்துவமனையைக் கடந்து இலைகளடர்ந்த முட்டுச்சந்து ஒன்றிற்கு வருகிறான், அங்கே பூந்தோட்டங்களுடன் வீடுகள், சிறுவர்கள் காலியான தெருக்களில் கிரிக்கெட் விளையாடிக்கொண்டிருக்கின்றனர். விக்கெட் கீப்பராகவும் அம்பயராகவும் இருக்கும் வழுக்கை மனிதனைப் பின்தொடர்கிறான்.

'வெகுநாள்களாக மிகவும் சிரமப்பட்டு இந்த மலத்துணுக்கைத் தேடிக் கண்டுபிடித்தேன். அவனுக்கு நாம் கொடுக்கப்போகும் வலியைப் பாருங்கள்.'

'இந்த கிரிக்கெட் மாமாவையா?'

'இவன்தான் நாம் அடுத்துக் கொல்லப்போகும் அரக்கன்.'

அந்த மனிதன் டென்னிஸ் பந்தைத் தலைக்கு மேலாக உயர்த்தி வீசுவதைப் பார்க்கிறாய், ஒரு சிறுவன் அதைத்

தென்னைமரத்தை நோக்கி அடிக்கிறான். அந்த மனிதனிடம் அரக்கத்தனமாகத் தெரிவது வழுக்கையை மறைக்கும் முயற்சியில் சீவப்பட்ட தலைமுடி மற்றும் துருத்திக்கொண்டிருக்கும் தொந்தி மட்டுமே. இடுப்பளவு நீண்ட கூந்தல் மற்றும் சிரித்த முகத்துடன் உள்ள மனைவியால் பரிமாறப்படும் சோறு மற்றும் கறியுடன் கூடிய மதிய உணவைக் குடும்பம் நிதானமாக உண்கிறது. ஐந்து ஆவிகள் வீட்டிற்குள் நுழைந்து வெவ்வேறு அறைகளுக்குப் பிரிந்துசெல்கின்றன. விளக்கு அமைப்புகள், கூரைகள், மேசையில் வைக்கப்பட்டிருக்கும் குழம்புகள் ஆகியவற்றைச் சோதிக்கின்றன, பிறகு உணவுமேசையில் நடக்கும் கேலிப்பேச்சுகளைச் செவிமடுக்கின்றன.

அந்த மனிதன் சட்டையை மாற்றிக்கொண்டு பேருந்து நிறுத்தத்தை நோக்கி நடக்கிறான். சிகரெட் கடையிலுள்ள இளைஞனிடம் நகைச்சுவையாகப் பேசிவிட்டு கொழும்புக்குள் செல்லும் 134ஆம் எண் பேருந்தில் ஏறிக்கொள்கிறான். ஒரு முதியவளுக்குத் தன்னுடைய இருக்கையை விட்டுக்கொடுக்கிறான், கிருலப்பனையில் ஏறும் பள்ளிப் பெண்களிடம் எவ்விதச் சீண்டலிலும் அவன் ஈடுபடவில்லை. சேனவும் அவனது படையும் பேருந்தின் கூரையில் ஏறி சவாரி செய்யும்போது ஒரு கணத்திற்கு நீ கவலைகொள்கிறாய்.

'பேருந்து முழுக்க மக்கள் இருக்கிறார்கள். இதைக் கவிழ்த்தால் அனைவரும் இறந்துவிடுவார்கள்.'

சேனவின் படை சிரிக்கிறது.

'நிதானம் அடையுங்கள், முதலாளி. இதற்குமேல் எந்தக் கார் விபத்தையும் நாம் ஏற்படுத்தப் போவதில்லை. மிகவும் குழப்பமானது. இப்போது நாங்கள் விற்பன்னர்களாகிவிட்டோம்.'

'பலால் மற்றும் கொத்து இருவரும் எங்கே?'

'மஹாகாளியுடன் இருக்கிறார்கள்.'

'அவர்களுக்கு ஏழு நிலவுகள் கிடையாதா?'

'உதவியாளர்கள் இவர்களைப் போன்ற இழிபிறவிகளுக்காக விரலைக்கூட உயர்த்தமாட்டார்கள்.'

'கார் விபத்தில் மற்றவர்கள் எத்தனை பேர் இறந்தனர்?'

‘அவ்வளவு அதிகமில்லை. நாம் அரக்கர்களைக் கொலை செய்கிறோம். அப்பாவிகள் இறப்பதை யாரும் விரும்பவில்லை. ஆனால் பலரைக் காப்பாற்ற சிலரைப் பலிகொடுக்க வேண்டியிருக்கிறது. போர் என்றால் அப்படித்தான் நடக்கும்.’

‘ராணுவத்தில் இருப்பவன் போல் பேசுகிறாய்.’

‘நீங்கள் குழந்தையைப் போல் பேசுகிறீர்கள்.’

அந்த மனிதன் ஹேவலாக் டவுனில் இறங்கி, நடக்கும்போது சிகரெட்டைப் பற்றவைத்துக் கொள்கிறான். உயர்-மதில்களைக் கொண்ட வீடுகளின் நீண்ட தெருவில் அவன் நுழைந்ததும், அவன் எங்கே செல்கிறான் என்பதை உன்னால் யூகிக்க முடிகிறது. மாளிகையின் வாயிலில் காவலுக்கு நிற்பவனிடம் பற்றவைத்த ப்ரிஸ்டோல் சிகரெட்டைக் கொடுத்துவிட்டுப் பின்கதவு வழியாக உள்ளேநுழைந்து செல்கிறான். இங்கே உனது கடைசி வருகையிலிருந்து இரண்டு நிலவுகள் ஆகிவிட்டன. அறைகள் கல்லறைகளைக் காட்டிலும் அமைதியாக இருக்கின்றன. இயந்திரங்களின் அல்லது அலறல்களின் சத்தம் இம்முறை இல்லை. கூரையில் நிழலைப் பார்க்கிறாய், இன்னமும் மஹாகாளி அங்கேதான் இருக்கிறதா என்று சிந்திக்கிறாய், அது அங்கிருந்து செல்வதற்குக் காரணங்கள் ஏதுமில்லை என்று தெரிந்தாலும்.

சேனவின் படை மதில்களுக்குமேலே மிதந்து ஜன்னல்கள் வழியாகப் பார்க்கின்றன. ஜன்னல்கள் பெரிய அளவில் அமைக்கப்பட்டுத் திறந்து வைக்கப்பட்டிருக்கின்றன, இரண்டுமே சிறையறைகளுக்கு வழக்கமில்லாதது. அவற்றின் வழியாகக் கைகால்களைப் பரப்பிக்கிடக்கும் உருவங்களைப் பார்க்கிறாய், பெரும்பாலானவை உடல் மெலிந்தவை, சில அசைவின்றி, சில நடுங்கிக்கொண்டு. அவர்களின் வயது என்ன என்பதை அறிவது கடினம், அவர்களின் இனத்தைத் தீர்மானிப்பது சாத்தியமற்றது. இதற்கு நேர்மாறாக அனைத்துப் பேச்சுகளும் பேசப்பட்டாலும், சிங்களவர், தமிழர், முஸ்லிம்கள் மற்றும் வெள்ளையர்களின் நிர்வாண உடல்கள் பிரித்தறிய முடியாதவை. நாம் அனைவரும் துன்புறுத்தப்படும்போது ஒன்றுபோல இருக்கிறோம்.

ஒருதளத்திற்குக் கீழே, தெஹிவளையைச் சேர்ந்த, அமைதியான குணமுள்ள மூன்று குழந்தைகளின் தந்தை, கறைபடிந்த சட்டைக்கு மாறிக்கொள்கிறான். அறுவை சிகிச்சை முகமூடி

அணிந்து, பிவிசி குழாயை எடுத்துக்கொண்டு, இளைஞன் ஒருவன் கயிற்றில் தொங்கிக்கொண்டிருக்கும் அறைக்குள் நுழைகிறான். மூக்கின் நுனிக்குத் தனது நிறமூட்டப்பட்ட கண்ணாடியைச் சரித்து, குழாயைத் தூக்கி, தொங்கிக் கொண்டிருக்கும் இளைஞனின் பாதங்களில் வேகமாக இறக்குகிறான். அந்த இளைஞனுக்குக் கத்துவதற்குக் குரல் இல்லை. அவன் மூச்சுத்திணறி அசைவதை நிறுத்துகிறான்.

'இவன்தான் கொலைகாரன். முகமூடியணிந்த மனிதன். அரசாங்கத்தின் திறமை வாய்ந்த சித்திரவதையாளன். இவனது விரல்களால் நூற்றுக்கணக்கானோர் இறந்துள்ளனர். வெகுவிரைவில் இவன் நம்மால் இறப்பான்.'

முகமூடியணிந்த மனிதன் படிகளில் ஏறி, அப்போதுதான் கண்விழித்திருக்கும், நடுக்கத்திலிருக்கும் இளைஞனின் அறைக்குச் செல்கிறான். அடுத்து நடக்கவிருப்பதை நீ பார்க்க விரும்பவில்லை. படைப்பிரிவில் உனது வெறுப்பைப் பகிர்ந்துகொள்ளும் பலர் சுவரிலிருந்து தள்ளி மிதந்து செல்கிறார்கள். சேன அனைவரையும் மாமரத்திற்கு வழிநடத்திச் சென்று சீற்றத்துடன் பேசுகிறான்.

'காம்ரேடுகளே. இந்த இடம் உங்களைத் துன்பத்திற்குள்ளாக்குகிறது. உங்களில் சிலர் இங்கே இறந்திருக்கிறீர்கள். சிலரது நண்பர்கள் இங்கே சிக்கிக்கொண்டிருக்கிறார்கள். மஹாகாளி இதன் கூரையிலமர்ந்து இந்த அழுகலை உண்கிறாள்.'

'காம்ரேட் சேன, நான் எனது இரண்டாவது நிலவில் இருக்கிறேன். யாரும் இதற்குப் பதிலளிக்கவில்லை. யார் இந்த மஹாகாளி?' கந்தலான நிலையிலிருக்கும் மாணவன் முறையிடுகிறான். 'யார் அவள்?'

'நடமாடும் மிருகம்,' என்கிறார் முதுகுமுழுக்கச் சவுக்கடியின் தழும்புகள் கொண்ட காலனித்துவகால அடிமை. 'ஆயிரம் முகங்கள் கொண்ட சாத்தான்.'

'மண்டையோடுகளை வைத்திருப்பவள்,' உடைந்த கழுத்துடனிருக்கும் சித்திரவதை செய்யப்பட்ட புரட்சியாளர் கூறுகிறார்.

'இலங்கையின் இருண்ட இதயம்,' தலையில் துளையுடனிருக்கும் கொல்லப்பட்ட சோதனைச் சாவடிக் காவலர் கூறுகிறார்.

'இந்த முட்டாள்தனமான கட்டுக்கதைகளை என்னிடம் கூறவேண்டாம்,' என்கிறான் சேன, அவனது பற்கள் நிலவொளியைப் பிரதிபலிக்கின்றன. 'இந்த இடைநிலையின் அதிக சக்தியுள்ள உயிரி மஹாகாளி. அவள் துன்பப்படுபவர்களுக்கு ஆறுதல் அளிப்பவள். அவர்களது வலியை அவள் உறிஞ்சிக் கொள்கிறாள். நம்முடைய அடுத்த திட்டத்திற்கு மஹாகாளி உதவுவதாக ஒப்புக்கொண்டிருக்கிறாள். அதை நாம் குவேனி செயற்திட்டம் என்று அழைக்கிறோம், கைவிடப்பட்டுவிட்ட இலங்கையின் தாய் நினைவாக'

மதில்சுவர் மீது ஈட்டிகள் மோதும் ஒலி எழுகிறது, படைப்பிரிவினரினிடையே ஒப்புதலைக் குறிக்கும் விதமாக முணுமுணுப்புகள். மேல்தளத்திலுள்ள தண்ணீர் தொட்டியினருகே நிழல்களிலிருந்து உறுமும் ஒலி கேட்டதும் அனைவரும் அமைதியாகின்றனர்.

'அச்சம் கொள்ளவேண்டாம், காம்ரேடுகளே. நம்முடைய விதிமுறைகளை முன்வைக்கப் போகிறேன். விருப்பமுள்ளவர்கள் என்னுடன் வரலாம்.'

மொத்தப் படைப்பிரிவும் தங்களது உரிமையை அவனுடன் செல்லாமலிருக்கப் பயன்படுத்திக்கொள்கிறது, சேன மேல்தளத்திற்கு மிதந்து, உறுமல் ஒலி மற்றும் நிழலை நோக்கிச் செல்கிறான். நீ இறந்த குழந்தைப் போராளியிடம், உன்னுடைய கேள்வி நகைப்புக்கிடமானாலும் பரவாயில்லை என்று கேட்கிறாய்.

'தம்பி, நான் எனது ஆறாவது நிலவில் இருக்கிறேன். குவேனி செயற்திட்டம் என்பது என்ன?'

***

'அது அற்புதமான திட்டம், பாஸ். காம்ரேட் சேனவின் திட்டம்.'

'முட்டாள்தனம்,' என்கிறார் கொல்லப்பட்ட செய்தியாளர். 'இந்தத் திட்டத்தைத் தீட்டியது இறந்த புலிகளில் ஒருவன்.'

'இந்தத் திட்டம் எழுபது நிலவுகளாக இருக்கிறது, மாமா,' என்கிறான் குழந்தைப் போராளி. 'இது தொடங்கப்பட்டது எப்போதென்றால்...'

வெள்ளவத்தையைச் சேர்ந்த இளம் புலிப்போராளி ஒருவனின் கதையை அந்தச் சிறுவன் கூறத் தொடங்கினான். அவன் இலங்கை ராணுவத்தைச் சேர்ந்தவனாக வேடமிட்டுச் சீருடையில் பாரவண்டியின் பின்னாலமர்ந்து கொழும்பு வந்தான். அந்த இளைஞன் சமீபத்தில் வவுனியாவில் நடந்த வான்வழித் தாக்குதலில் தனது பெற்றோரையும் இரண்டு சகோதரர்களையும் இழந்திருந்தான். லியோ விடுதியிலுள்ள பெகாசஸ் சூதாட்டத்தளத்தின் மேலாளரான ரோஹன் சாங்கிடம் சாரதியாகப் பணிக்குச் சேர்ந்தான். ரோஹன் சாங், மேஜர் ராஜா உடுகம்பொலவுக்கு மறைவான பணிகளுக்காக ஆள் அனுப்புபவன்.

அந்த ஊழியனின் பெயர் குலவீரசிங்கம் வீரகுமாரன், இருப்பினும் அவனது போலி அடையாள அட்டை குலரத்ன வீரகுமார என்றது. தமிழ்ப்பெயரைச் சிங்களப் பெயராக்குவது எளிது, கடைசியிலிருக்கும் மெய்யெழுத்தைத் துண்டித்தால் போதும். இருப்பினும் அவை ஒரு பொருட்டில்லை. ஏனெனில் அவனுடன் பணிசெய்பவர்களும், மேலதிகாரிகளும் அவனை சாரதிமல்லி என்றழைத்தனர். வட்டாரச் சாயல்களின்றி சிங்களம் பேசுவான், கடுமையாகப் பலமணி நேரங்கள் உழைப்பான். அவ்வப்போது அவன் பேசும் போரொழிப்புக் கொள்கை கொண்ட ஆரவாரப் பேச்சுகளைத் தாண்டி அவனது செயற்கைக் கால் அனைவரையும் அவனை விரும்பவைத்தது. அந்த ரகசிய புலிப்போராளி அரசாங்கத்திற்குச் சொந்தமான வாகனங்கள் இருக்கும் வாகனக்கொட்டிலில் இருந்தான்.

'நாடு கடனில் இருந்தாலும், போர்கள் தொடர்ந்து நடந்துகொண்டிருந்தாலும், பயிர்களை வெள்ளம் மூழ்கடித்தாலும், வறட்சி விதைகளை அழித்தாலும், ஜிடிபி குறைந்து பணவீக்கம் அதிகரித்தாலும், ஒவ்வொரு அமைச்சருக்கும் மூன்று சொகுசுக் கார்கள் கொடுப்பதற்கு பட்ஜெட் இருக்கிறது,' என்கிறார் கொல்லப்பட்ட செய்தியாளர்.

வீரகுமார லியோ விடுதிக்காக வேன்களையும் மேஜர் உடுகம்பொலவுக்காகப் பாரவண்டிகளையும் அமைச்சர் சிறில் விஜேரத்ன மற்றும் அவரது பரிவாரங்களுக்காகச் சொகுசுக் கப்பல் போன்ற மெர்சிடிஸ் பென்ஸ் சலோன்-களையும் ஓட்டினான்.

பேருந்து நிறுத்தத்தில் சமீபமாக நடந்த மிக மோசமான கார் விபத்தில் சாரதிமல்லி சிக்கியதிலிருந்து அவனுக்கு மருத்துவ விடுப்பு வழங்கப்பட்டுள்ளது. இரண்டாம் நிலை தீக்காயங்களிலிருந்து தேறிக்கொண்டிருக்கும் அவன் அடுத்தவாரம் பணியில் சேர்வான். வாகனமோட்டும் பணியிலிருந்து விடுவிக்கப்பட்டு கார்களின் பராமரிப்புப் பணிக்கு அனுப்பப்படஉள்ளான்.

சேன, மஹாகாளியின் நிழலிடமிருந்து கீழே இறங்கி குழுவினரின் முணுமுணுப்புக்கருகில் வருகிறான். அவர்கள் அனைவருக்கும் தலைவணங்கி, 'செய்து முடித்தாயிற்று,' என்கிறான், மகிழ்ச்சிக் கூச்சல் எழுகிறது.

***

கடுமையான மதிய வெயிலிலும் மாளிகை அச்சுறுத்தும் விதமாக இருக்கிறது. கருப்பு நிறத் திரைச்சீலைகள் ஒலிபுகா ஜன்னல்களை மறைக்கின்றன, தாழ்வாரங்கள் நிழல் மற்றும் அமைதியால் நிரம்பியுள்ளன.

பொதுக் கழிப்பறை, மனிதக் கழிவுகள், தொழிற்சாலை இரசாயனங்கள் மற்றும் வண்டற்சேறு ஆகியவற்றின் துர்நாற்றம். ஆனால், வெயில் சுட்டெரிக்கும் நாளிலும் கூட அந்த அமைதிதான் நடுக்கத்தைத் தருகிறது.

சேன இன்றைய செயற்திட்டத்திற்கான குழுவினரைத் தேர்ந்தெடுத்து, அவர்களை மாளிகைக்கு வெளியே உள்ள வாகை மரத்திற்கு இறுதியான விளக்கவுரைக்காக அழைத்துச் செல்கிறான். 'இங்குதான் நான் இறந்தேன். அவர்கள் என்னைக் கொன்றபோது என் நினைவில் இருந்ததெல்லாம் வலிமட்டுமே. அதன்பிறகு நான் இதே மரத்தில் அமர்ந்திருந்தேன், எத்தனை நிலவுகள் என்று எனக்குத் தெரியாது. அந்த வலி, நான் பள்ளியால், சமூகத்தால், சட்டத்தால், என் சொந்த நாட்டினால் கொடுமைப்படுத்தப்பட்டபோது அனுபவித்த வலி. உங்களைக் காட்டிலும் வலிமையான ஒன்று எப்போதும் இருந்து கொண்டிருக்கிறது, அது எப்போதும் உங்களுக்கு எதிரானது என்பதை அறியும்போது வரும் வலி.'

ஆவிகளின் குழு முணுமுணுக்கிறது, கிளைகளின் ஊடாகக் காற்று வீசுகிறது.

'சரி, எல்லோரும் பேசிக்கொண்டிருக்கும் அந்தத் திட்டம் என்ன?'

'போர்களில் சிப்பாய்களைக் கொல்ல சிப்பாய்களை அனுப்புவார்கள். இந்தப் போரில் மந்திரிகளை, குதிரைகளை, ராஜாக்களைக் கொல்லும் வாய்ப்பு சிப்பாய்களுக்கு அமைந்திருக்கிறது, மேஜர் ராஜா அமைச்சர் சிறிலை இன்று சந்திப்பான். அடுத்த சந்திப்பு இன்னும் சில மணிநேரங்களில் நடக்கவிருக்கிறது. முகமூடியும் அங்கே இருப்பான். மிகச் சரியான தருணம். அப்பாவிகள் யாரும் அருகில் இல்லை. காவலர்கள் மட்டுமே.'

'இம்முறை மட்டும்!' என்று கூச்சலிடுகிறாய், பேய்கள் தலையைத் திருப்பிப் பார்க்கின்றன.

'எங்கள் திட்டத்தில் யாருக்கேனும் சிக்கல் இருந்தால், அவர்கள் இங்கிருந்து போய்த்தொலையலாம். மாலி அல்மேதா போன்ற இரத்தம் சிந்தும் இதயங்களால் இந்தப் போர் என்றென்றைக்குமாக நடந்து கொண்டிருக்கப் போகிறது.'

'எதுவும் என்றென்றைக்குமாக இருக்கப்போவதில்லை. இந்த ஒரு விடயத்தை புத்தன் சரியாகப் புரிந்துகொண்டுவிட்டான்,' என்று இறந்த குழந்தைப் போராளியிடம் கூறுகிறாய், அவன் உன்னைக் கவனிக்கவில்லை.

'நமக்குக் கோழைகளும் ஷாம்பெயின் சோஷலிசவாதிகளும் தேவையில்லை. நம்மிடம் காதுகளில் கிசுகிசுக்கக்கூடிய இறந்த புலிகள் இருக்கிறார்கள். கனவுகளில் பேசக்கூடிய ஜேவிபி தியாகிகள் இருக்கிறார்கள். மின்சாரத்தைச் சரியான வழியில் திருப்பும் இறந்த பொறியியலாளர்கள் இருக்கிறார்கள். சாரதிமல்லியிடம் ஜாக்கெட் சென்று சேர்ந்துவிட்டது. அதை நாளை பயன்படுத்துவான்.'

இறந்த வாவிகள் பிணங்களுடன் நிரம்பி வழிவதை, பணக்காரர்கள் ஏழைகளை அடைத்து வைக்கும் காவல் நிலையங்களை, உத்தரவைப் பின்பற்றுபவர்கள் அதைப் பின்பற்ற மறுப்பவர்களைச் சித்திரவதை செய்யும் மாளிகைகளை நினைத்துப் பார்க்கிறாய். கலக்கத்திலிருக்கும் காதலர்களை, கைவிடப்பட்ட நண்பர்களை மற்றும் இல்லாமல்போகும் பெற்றோரை நினைத்துப் பார்க்கிறாய். காலாவதியாகிப்போன

ஆறாம் நிலவு ◆ 487

ஒப்பந்தங்கள், எந்தச் சுவரில் தொங்கிக்கொண்டிருந்தாலும் பார்த்துவிட்டு மறந்து போகப்படும் புகைப்படங்கள் குறித்தும் நினைக்கிறாய். இந்த உலகம் நீ இல்லாமலும் எவ்வாறு இயங்கிக்கொண்டிருக்கிறது, எவ்வாறு அது நீ இருந்தாய் என்பதையே மறந்துபோகும் என நினைத்துப் பார்க்கிறாய். அந்தத் தாயை, முதியவரை மற்றும் நாயை, உன்னை நேசித்தவர்களுக்கு நீ செய்த செயல்களை, அல்லது செய்யத் தவறியவற்றை நினைத்துக்கொள்கிறாய். தீய மற்றும் மதிப்புள்ள நோக்கங்களை நினைத்துக்கொள்கிறாய். எவ்வாறு வன்முறை, வன்முறையை முடிவுக்குக் கொண்டு வருவதற்கான சாத்தியக்கூறு பூஜ்ஜியத்தில் ஒன்று, ஒன்றுமற்றதில் ஒன்று, எதுவுமற்றதில் ஒன்றாக இருக்கிறது என்று நினைக்கிறாய்.

மஹாகாளியின் இருப்பிடத்தைத் தவிர்த்து, மாளிகையின் கூரைக்கு இறங்குகிறாய். சேன நீ செல்வதைப் பார்த்தும் தனது உரையைத் தொடர்கிறான். கீழே தரையிலிருந்து, அடையாளம் காணக்கூடிய குரல்களைக் கேட்கிறாய். நீ இதுவரை இந்தத் தளத்திற்கு வந்ததில்லை. மேஜர் ராஜா வழிகாட்டியாக இருந்த சுற்றுப்பயணங்களிலோ அல்லது மரணத்திற்குப் பின்பான உனது வருகைகளிலோ அல்ல. சுவர்கள் சற்று சுத்தமாகத் தெரிகின்றன, தரையிலிருந்து துர்நாற்றம் வீசவில்லை. நடைபாதையில் புலனாய்வாளர் காசிம், ஏஎஸ்பி ரஞ்சகொட மற்றும் முகமூடி, அவனது கண்ணாடிகள் பழுப்பு நிறத்தில் நிறமேற்றப்பட்டுள்ளன, அவனது முகமூடி அறுவை சிகிச்சை முகமூடியின் நீலநிறத்தில் உள்ளது. புலனாய்வாளர் காசிம் தனது உள்ளங்கைகளை நெற்றியில் வைத்துள்ளார், பிரார்த்தனை செய்வது போல முன்னும் பின்னுமாக அசைகிறார். ஆனால் அவர் செய்வது அதுவல்ல - உண்மையில், அதற்கு நேர்மாறானது. அவர் சபித்துக்கொண்டிருக்கிறார்.

'இது சட்டத்திற்கு உட்பட்டதல்ல, சொல்லிவிட்டேன்!' என்று வெடிக்கிறார் காசிம். 'நான் இதற்கு சாட்சியாக இருக்க மாட்டேன். அப்பாவிகளைக் கொடுமைப்படுத்துவது என் மதத்திற்கு எதிரானது.'

'பிரார்த்தனை செய்ய வேண்டுமென்றால் மசூதிக்குப் போ. நிச்சயமாக இந்த இடம் அதற்கானதல்ல,' முகமூடி திறந்திருக்கும் ஜன்னல் வழியாகப் பார்த்துக்கொண்டு தனது கண்ணாடியைக கழற்றிச் சுத்தம் செய்கிறான். அவனது கண்கள் தெளிவாக

மற்றும் கூர்மையாக, கிரிக்கெட் விளையாட்டுக்கும் குடும்ப மதிய உணவிற்கும் முன்பாக ஆழ்ந்த இரவு உறக்கத்தில் இருந்ததுபோல இருக்கின்றன.

காசிம் வேகமாகத் தாழ்வாரத்தில் இறங்கி கிட்டத்தட்ட உனக்குள் கடந்துபோகிறார்.

'அவன் போகட்டும்,' என்கிறார் ஏஎஸ்பி ரஞ்சகொட. 'அவன் தனது அறிக்கையை எழுதட்டும், பிறகு அமைதியடைவான், அதன்பிறகு அதைக் கிழித்துப்போடுவான். இது வழக்கமாக அவன் நடத்தும் நாடகம்.'

'அவன் இதுகுறித்து எந்த அறிக்கையும் எழுதக்கூடாது,' என்றபடி மீண்டும் கண்ணாடியை மாட்டிக் கொள்கிறான் முகமூடி.

அறைக்குள் எட்டிப் பார்க்கிறாய். ஒரு படுக்கையும் ஒற்றை விளக்கும் இருக்கிறது, சில பிவிசி குழாய்கள், கயிறுகள் உத்தரத்திலிருந்து தொங்கிக்கொண்டிருக்கின்றன. தரையில் அணில் போலச் சுருண்டு, புதர் போன்ற கூந்தலை முழுவதுமாக மறைக்க முடியாமல் மாட்டப்பட்டிருக்கும் சாக்குப் பைக்குள் இருப்பது, புலிப் பிரிவினைவாதியோ, ஜேவிபி மார்க்சிஸ்ட்டோ, தமிழ் மிதவாதியோ அல்லது பிரித்தானிய ஆயுத விற்பனையாளரோ அல்ல. அது உன் நெருங்கிய தோழி ஜக்கி, உன் வாழ்வின் மற்றுமொரு பெரிய காதல்.

ஏழாம் நிலவு

'கடவுளின் பரிசு,' என்றார் வார்டன், 'அவனது வன்முறை...
கடவுள் வன்முறையை விரும்புகிறார்.
நீ அதைப் புரிந்துகொள்கிறாய், இல்லையா?'
...'இல்லையெனில் ஏன் அது இவ்வளவு அதிகமாக இருக்கிறது?
அது நமக்குள் இருக்கிறது. நம்மிலிருந்து வெளிப்படுகிறது.
சுவாசிப்பதைக் காட்டிலும் வெகு இயல்பாக நாம் செய்வது அது.
தார்மீக ஒழுங்கு என்று எதுவுமே கிடையாது.
இருப்பது ஒன்று மட்டுமே - என் வன்முறை உன்னுடையதை வெல்ல
முடியுமா?'

டென்னிஸ் லெஹேன், *ஷட்டர் ஐலண்ட்*

கெட்ட நண்பர்கள்

‘இப்போது அவளைக் கேள்விக்குட்படுத்த எனக்கு நேரமில்லை,’ என்கிறான் முகமூடி. ‘நீ இன்னுமதிக மயக்க மருந்தைப் பயன்படுத்த வேண்டியிருக்கும்.’

அருகில் சென்று ஜக்கி மூச்சுவிடுகிறாளா என்று பார்க்கிறாய். அவளது மார்பு மெதுவாக எழுந்து வேகமாகத் தாழ்கிறது. அவளது மூச்சில் மயக்கமருந்தின் மணம், பாகில் கலக்கப்பட்ட நகப்பூச்சு போல. சுவர்களை, வெளியில் நிற்கும் மனிதர்களை நோக்கிக் கத்துகிறாய். யாரிடமோ அழுது முறையிடுகிறாய், அவர்கள் உனக்கு மௌனத்தை, வராமையை அனுப்புகின்றனர்.

‘சந்திப்புக்குப் பிறகு அவளைக் கேள்விக்கு உட்படுத்துவேன்,’ என்கிறான் முகமூடி. ‘படச்சுருள்கள் எங்கே இருக்கிறது என்று அவளுக்குத் தெரிந்தால், அவளை விடுவித்துவிடலாம். ஆனால் அவள் பார்வையில் பட்டுவிடாதே.’

ஏன்?’

‘அவள் உன்னைப் பார்த்துவிட்டாள் என்று சொல்லாதே.’ என்கிறான் முகமூடி.

‘இல்லை,’ என்கிறார் ரஞ்சகொட. ‘அவளைப் பின்னாலிருந்து பிடித்தேன். குளிர்கண்ணாடி அணிந்திருந்தேன்.’

‘அடடே! மாறுவேடங்களின் விற்பன்னன்! உண்மையைச் சொல்கிறாய் என்று நம்புவோம். அவள் நம்மைப் பார்த்துவிட்டாள் என்றால், அவளை விடுவிக்க முடியாது.’

காசிம் போன வேகத்தில் திரும்பி வருகிறார்.

‘இது ஸ்டான்லி தர்மேந்திரனின் மருமகள். அமைச்சர் நம் குடலை உருவிவிடுவார்,’ என்று சீறுகிறார்.

‘அந்த எல்ஸா பெண்ணைத் தப்பவிட்டுவிட்டோம்,’ என்கிறார் ரஞ்சகொட. ‘நமக்குப் படச்சுருள்கள் வேண்டும். இந்தச் சின்னப் பெண்ணுக்கு அவை எங்கே இருக்கின்றன என்பது தெரியும்.’

‘எல்ஸாவைத் தப்பவிட்டது நீ,’ உறுமுகிறார் காசிம். ‘அதில் எனக்கு எந்தச் சம்பந்தமும் இல்லை.’

ரஞ்சகொடவின் காதில் கெஞ்சுகிறாய். ‘அவளை விட்டு விடுங்கள். படச்சுருள்கள் இருக்கும் இடத்திற்கு நான் அழைத்துச் செல்கிறேன். தயவுசெய்து, தயவுசெய்து, தயவுசெய்து அவளை விட்டுவிடுங்கள்.’ அவருக்கு எதுவும் கேட்கவில்லை.

முகமூடி, காசிம் அருகே நடந்து வந்து அவரது தோளில் கை வைக்கிறான்.

அவர்கள் கிட்டடத்தட்ட ஒரே உயரம், ஆனால் முகமூடி கழுத்திலிருந்து சற்று உயரம் கூடுதலாகத் தோற்றமளிக்கிறான்.

‘இதில் நான், என் அல்லது நீ என்பதெல்லாம் இல்லை, புலனாய்வாளர் காசிம். நாம் மட்டுமே இருக்கிறது. இப்போது நீயும் இந்தக் குழுவில் ஒருவன்.’

‘அப்படியென்றால் நான் மேலே சென்று எனது ராஜினாமாவைத் தட்டச்சு செய்கிறேன்.’

முகமூடி அவரது தோள்பட்டை எலும்பை நசுக்க காசிம் வலியால் குனிகிறார்.

‘நான் என்ன தட்டச்சு செய்யச் சொல்கிறேனோ அதைத்தான் நீ தட்டச்சு செய்ய வேண்டும். இங்கே இருந்து இந்தத் தளத்திற்கு யாரும் வராமல் பார்த்துக்கொள். தெளிவாகப் புரிந்ததா?

‘புரிகிறது, சார்.’

‘எனக்குப் பெரிய அதிகாரியுடனும் உயர் அதிகாரியுடனும் சந்திப்பு இருக்கிறது. ரஞ்சகொட, நீயும் அங்கே இருக்க வேண்டும். காசிம், இவள் அசைந்தால் இன்னமும் ஜூஸைக் கொடு. விழிப்பாக இரு.’

இருவரும் தாழ்வாரத்தில் சிகரெட்டைப் பற்றவைத்துக் கொள்கின்றனர். ரஞ்சகொட திரும்பி தனது சகாவைப் பார்த்துத் தோள்களைக் குலுக்குகிறார்.

காசிம் கதிரையில் அமர்ந்து, சாக்குப்பையால் தலை மூடப்பட்டிருக்கும் பெண்ணை ஜன்னல் வழியாகப் பார்க்கிறார். தோள்களையும் வியர்த்து வழியும் கழுத்தையும் தேய்த்துக் கொள்கிறார். உன்னிடம் இருப்பதையெல்லாம் திரட்டி அவரது காதில் கிசு கிசுக்கிறாய்.

'அவள் அப்பாவி. தயவுசெய்து, தயவு செய்து அவளை விடுவியுங்கள். உங்களுக்கு இதில் சம்மதம் இல்லை, புலனாய்வாளர் காசிம். எப்போதும் இருந்ததில்லை. இது உங்கள் மதத்திற்கு எதிரானது.'

அவர் ஒரு கணம் தயங்கி, சுற்றுமுற்றும் பார்த்துவிட்டு, முகத்தைக் கைகளால் மூடி உறுமலை வெளிப்படுத்துகிறார். அது இறந்தவர்களை எழுப்புவதற்குப் போதுமான அளவு சத்தம் கொண்டது, ஆனால் ஜக்கியிடம் அசைவில்லை. உடன் பணிபுரிபவர்கள் அவரை ஆச்சரியத்துடன் பார்த்துவிட்டு அவரது திசை நோக்கிப் புகையை ஊதுகின்றனர்.

மருத்துவர் ராணியை அழைக்கிறாய். மௌனம் மற்றும் இராமையின் தேவதைகள். உன்னை ஒளிக்குள் அழைத்துச் செல்லும்படி கேட்கிறாய், உனக்குமுன் வைக்கப்படும் எந்தவொரு ஓலையிலும் கையெழுத்திடத் தயாராக இருப்பதாகச் சொல்கிறாய். இதற்குமுன் பிரார்த்தனை செய்யாத அளவுக்குப் பிரார்த்திக்கிறாய். காகமனிதனின் மாந்திரீகத்திற்கு, நீ வெறுக்கும் கடவுளுக்கு, மின்சாரம் எனும் மாயத்திற்கு மற்றும் பகடையை உருட்டும் கைக்கு. பதிலாகப் பிரபஞ்சத்தின் விளிம்பிலிருந்து வரும் அமைதியான ரீங்காரத்தைக் கேட்கிறாய், அதைத்தொடர்ந்து கனத்த மௌனம்.

உனக்குள்ள வாய்ப்புகளைக் கணக்கிட்டுப் பார்த்து ஒரேயொரு வாய்ப்புதான் இருக்கிறது என்பதை உணர்கிறாய். அவனை எங்கே பார்க்கலாம் என்பது உனக்குத் துல்லியமாகத் தெரியும் என்பதால் சேனவைத் தேடிச் செல்கிறாய்.

***

வாகை மரத்திலிருந்த ஆவிகள் போய்விட்டன, இருந்தாலும் சேன ஒரு கிளையின்மேல் மிதந்தபடி தனது ஈட்டியைக் கூர்மைப்படுத்திக் கொண்டிருக்கிறான். எதையோ முணுமுணுத்துக் கொண்டிருக்கிறான். அது மந்திரமாக அல்லது

தமிழ் ராப் பாடலாக இருக்கலாம். உனக்குக் கிடைத்த காற்றுகள் அத்தனையையும் பயன்படுத்தி அவன்மீது பாய்கிறாய்.

'பாழாய்ப்போன உன்னுடைய படையில் நான் சேர்ந்து கொள்கிறேன். உன்னுடைய குவேனி அல்லது ஏதோவொரு செயல்திட்டத்திலும் சேர்கிறேன்.'

'இன்னொரு பேருந்தும் தவறிவிட்டது திரு மாலி. என்னுடைய குழுவினர் அனைவரும் அவரவர்க்குரிய இடத்தில் தாக்குதலுக்குத் தயாராக இருக்கின்றனர். கொலைக்குழு இன்று வறுபடும்.'

'அமைச்சரிடம் அவரைப் பாதுகாக்க ஒரு பிசாசு இருக்கிறது. நீ என்ன திட்டம் தீட்டி இருக்கிறாய் என்பதை என்னால் அதனிடம் கூற முடியும். மஹாகாளியுடன் மல்யுத்தம் செய்வதற்குப் போதுமான வலிமை அதற்கு இருக்கிறது.'

சேன கூர்மைப்படுத்துவதை நிறுத்திவிட்டு உற்றுப்பார்க்கிறான். 'உங்களுக்கு அவ்வளவு தைரியம் கிடையாது.'

'என் தோழி மாளிகையில் இருக்கிறாள். நான் காதுகளில் கிசுகிசுக்க வேண்டும். நீ எனக்கு உதவ வேண்டும்.'

'காக மனிதனால் மட்டுமே அந்தச் சக்தியை அளிக்க முடியும்.'

'எனில் என்னை அவரிடம் அழைத்துப் போ.'

***

வலிமையான காற்று உன்னைக் காக மனிதனின் குகைக்கு அழைத்துச் செல்கிறது. அது விரைவாக அங்கு சென்று சேர்கிறது, அங்கே சேர்ந்ததும் அழுதுகொண்டிருப்பதை உணர்கிறாய். அச்சம் மட்டுமே எஞ்சியிருக்கும் வரை நினைவுகள் சளியைப் போல உன்னிலிருந்து கொட்டுகின்றன. இலங்கையில் காணாமல் போவதன் முதல்படி கடத்தப்படுவது. பேசக்கூடிய ஒரு நபரை விடுவிப்பதை விட, உடலை அப்புறப்படுத்துவது குறைவான ஆபத்துள்ளது, குறிப்பாக அதிகாரத்துடன் தொடர்புடைய ஒருவரை. அவர்கள் கேட்க விரும்புவதைச் சொன்னாலும் ஜக்கியை அவர்கள் விடப்போவதில்லை.

காற்று உன்னைக் காக மனிதன் இருக்கும் குகையின் கூரைக்கு இழுத்துச்செல்கிறது, மேலிருந்து தசைக்குள் மாட்டிக்கொண்ட

விலங்குருவ நீர்த்தாரை போலப் பறவைக்கூண்டுகள் வழியாகப் பார்க்கிறாய். ரீங்காரமிடும் ஈக்களாய் உன் காதுகளை வட்டமிட்டுக்கொண்டிருக்கும் ஓலங்களோடு காதற்கிளிகள் மற்றும் சிட்டுக்குருவிகளின் கிறீச்சொலி சேர்ந்துகொள்கிறது. மேலிருந்து காக மனிதனின் மழுங்கச் சிரைக்கப்பட்ட தலையையும் அவருக்கு முன்னாலிருக்கும் மேசையையும் பார்க்கிறாய். உனக்கு நன்கு பழக்கப்பட்ட மரச்சிலுவையை மேசைமீது பார்க்கிறாய். பிறகு உனக்குப் பரிச்சயமான குரலைக் கேட்கிறாய்.

'என் மகனுக்குப் பாதுகாப்புவேண்டும். முன்பைக் காட்டிலும் அதிக ஆபத்திலிருக்கிறான்.'

'இன்று வீட்டைவிட்டு எங்கேயும் செல்லவேண்டாம்,' என்கிறார் காக மனிதன். 'காற்றில் புனிதமற்ற விடயங்கள் இருக்கின்றன. பெரிய விடயமொன்று நடக்கப் போகிறது.'

'சென்றமுறை நீங்கள் இப்படிக் கூறியபோது சிறிய விடயம்கூட நடக்கவில்லை.'

'நான் உங்களைப் பாதுகாக்கவில்லையா, சார்? என்னால் முடிந்த அதிகபட்சத்தை கொடுத்திருக்கிறேன். ஆனால் உங்கள் மகனின் கெட்டநேரம் மிகமிக மோசமாக இருக்கிறது. அவரை வெளிநாட்டுக்கு அனுப்பும்படி அறிவுரைப்பேன்.'

'அப்படியான திட்டம் இருக்கிறது,' ஆயிரம் ரூபாய் நோட்டுகளின் கட்டு ஒன்றைக் கையளித்தபடி கூறுகிறார் வாடிக்கையாளர்.

'இன்னமும் கெட்ட நண்பர்களுடன் தொடர்பு வைத்திருக்கிறாரா?'

'இப்போது இல்லை,' என்கிறார் ஸ்டான்லி, பை நிறையச் சங்கிலிகள் மற்றும் தாயத்துகளை எடுத்து வைத்துக்கொள்கிறார். 'கெட்ட நண்பர்களுடன் இப்போது தொடர்பில் இல்லை.'

***

குருவிப் பையன் மெழுகுவர்த்திகள் உருவாக்கும் நிழல்கள் கொண்ட மூலையில் அமர்ந்திருப்பதைப் பார்க்கிறாய், வடிவங்களைத் தாள்களில் வரைந்துகொண்டிருக்கிறான். பாலி, சமஸ்கிருதம் மற்றும் தமிழ்ச் சிறுவனின் கைமூலம் மை வழியாக இறங்குகிறது. பறவைக் கூண்டுகளைத் தாண்டி அவன் அமர்ந்திருக்கும் முக்காலியை நோக்கிச் செல்கிறாய், நீ

ஏழாம் நிலவு   497

உருவாக்கும் காற்று, திரிகளை அலைய வைத்து நிழல்களைச் சிதறடிக்கிறது. காக மனிதன் காற்றை முகர்ந்துவிட்டு முகத்தைச் சுளிக்கிறார்.

'ஜக்கி மாளிகையில் இருக்கிறாள். ஸ்டான்லியிடம் சொல்லுங்கள். சீக்கிரம்!' என்று கத்துகிறாய். 'உடனே அவரிடம் சொல்லுங்கள்.' உன் குரல் எதிரொலிப்பதுபோல் உணர்கிறாய்.

குருவிப் பையன் எழுதுவதை நிறுத்திவிட்டு நீ இருக்கும் திசையை உற்றுப் பார்க்கிறான். அவனது கண்கள் மங்குகின்றன.

உன்னையோ அல்லது ஸ்டான்லியையோ குறிப்பாகப் பார்க்காமல் 'இந்த அறையில் வரவேற்கப்படாத ஆவிகள் இருக்கின்றன,' என்கிறார் காக மனிதன். 'தயவுசெய்து இங்கிருந்து சென்றுவிடு.'

உறுமல் ஒலி எழுப்பியபடி காக மனிதன் மீது பாய்கிறாய். உன்னுடைய ஒற்றைச் செருப்பு மேசையில் இருக்கும் பணத்தைச் சிதறடிக்கிறது. நீ உருவாக்கும் காற்று ஒரு பொருளை நகர்த்துவது இதுவே முதல்முறை. ஆனால் அதைக் கொண்டாடுவதற்காக நீ நிற்கவில்லை.

'நீ ஏமாற்றுக்காரன். நீ கூறிய வேலைகளையெல்லாம் நான் செய்தேன். என்னுடைய சிவப்புக் கைக்குட்டை உன்னுடைய கோவிலில் இருக்கிறது. ஏன் என்னால் கிசுகிசுக்க முடியவில்லை?'

'கிசுகிசுக்கும் சக்தி தகுதியானவர்களுக்கு மட்டுமே வரும். வெளிப்படையாக, நீ தகுதியானவன் அல்ல.

'மன்னிக்கவும். நீங்கள் என்னுடன்தான். பேசுகிறீர்களா?'

ஸ்டான்லியின் டை காற்றில் படபடக்கிறது. அவர் கையில் தைலப்புட்டி ஒன்றை வைத்திருக்கிறார், பாம்புக்கு விற்கப்பட்டுள்ள பாம்புத் தைலம், கண் பார்வையற்ற மனிதனை நிமிர்ந்து பார்க்கிறார்.

காக மனிதன் தன்னுடைய உள்ளங்கையை மரத்தட்டிலிருந்து எடுத்த வண்ணத் தூசியால் நிரப்புகிறார். செங்கல் நிறம், சூரிய மஞ்சள் மற்றும் பெண்ணுடையாளனின் ஊதா நிறத்தில் மர்மப் பொடிகள். அவற்றை உன் திசை நோக்கி ஊதியதும் கறியின் நறுமணத்தாலும் ஊதா நிறத்தின் துர்நாற்றத்தாலும் மிளகாயுடன் மஞ்சள் மற்றும் சுகந்திப்பூ கலந்திருப்பதை

உணர்கிறாய். அந்தப்பொடி உன் கண்களைக் கடுக்கவைத்து குருவிப் பையன் அருகே மூலைக்குத் தள்ளுகிறது.

'மன்னியுங்கள் சார். காற்றைச் சுத்தப்படுத்தினேன். நாம் தொடங்கலாம்.'

உன்னிடம் இருப்பவற்றையும் அதற்கு மேலும் திரட்டி, ஒருகாலத்தில் உன்னிடம் இருந்த உடல் மற்றும் நீ ஒருபோதும் நம்பாத ஆன்மா, மீண்டும் கத்துகிறாய். 'ஜக்கி மாளிகையில் இருக்கிறாள். இதை உடனே ஸ்டான்லியிடம் சொல்!'

'என் மகனைச் சுற்றி ஓர் இருப்பு உள்ளதாக உணர்கிறேன்,' என்று காக மனிதனிடம் ஸ்டான்லி கூறுகிறார். 'சிலசமயம் என்னைச் சுற்றியும் அதை உணர்கிறேன்.'

'என்ன மாதிரியான இருப்பு?' என்று அங்கி அணிந்திருக்கும் கண் தெரியாதவர் கிளிகளுக்கு ரொட்டித் துணுக்குகளை அளித்தபடி கேட்கிறார். அவருக்குப் பின்னால் குருவிப்பையன் ஒவ்வொரு சன்னதியிலும் விளக்குகளை ஏற்றிவிட்டு மீண்டும் மூலையில் அமர்ந்து உன்னால் படிக்க முடியாத எழுத்துகளை எழுதத் தொடங்குகிறான்.

'அது காற்றைப்போல இருக்கிறது. அருவருப்பான ஒரு குளிர்ச்சி. என் மகனுக்கருகில் இருக்கும்போதெல்லாம் நடுக்கத்தை உணர்கிறேன்.'

'உங்கள் மகனுக்குக் கெடுதல் நினைக்கும் யாரேனும் இருக்கிறார்களா?'

'ஆமாம்.'

'அவர்கள் உயிரோடு இருக்கிறார்களா?'

'இப்போது இல்லை.'

காக மனிதன் தன்னுடைய பார்வையற்ற கண்களால் உன்னைப் பார்க்கிறார்.

'இந்த நபருக்கு முன்பு சொந்தமாக இருந்த பொருள் ஏதேனும் உங்களிடம் இருக்கிறதா?'

எழுதப்பட்டுள்ள இளஞ்சிவப்பு நிறக் காகிதம் ஒன்றை ஸ்டான்லி கொடுக்கிறார், அதோடு ஒரு கயிறு, அதன் கழுத்திலிருந்து நசுங்கிய சயனைடு குப்பிகள் தொங்கிக்கொண்டிருக்கின்றன.

'எனக்குக் கிசுகிசுக்கக் கற்றுக்கொடு. இல்லையென்றால் உன்னுடைய கோவிலை எரித்துவிடுவேன்!' என்றபடி கண்களில் இருந்து மிளகாய்ப் பொடியைத் தேய்த்துக்கொண்டு குருவிப் பையனின் பின்னால் மிதக்கிறாய்.

'அழிப்பதை நோக்கமாகக் கொண்டவர்கள் தங்களைத் தாங்களே அழித்துக்கொள்கிறார்கள்,' என்கிறார் காக மனிதன், மந்திரவாதியாக நடித்துக்கொண்டிருக்கும் வேடிக்கை காட்டுபவன், மலிவான தந்திரங்களை மீமெய்யியலில் மறைப்பவன்.

காக மனிதன் உரலிலிருந்து அரைத்தெடுத்த சாற்றை சிறிய கண்ணாடிப்புட்டியில் ஊற்றுகிறார், அந்தக் கண்ணாடிப் புட்டி கால்பங்கு சாராயத்தை வைத்திருப்பதற்காக வடிவமைக்கப் பட்டது. அதற்குள்ளிருக்கும் திரவம் கொல கெந்த (இலைக்கஞ்சி) தோற்றத்தில் இருக்கிறது. கொல கெந்த என்பது ஏழு வருடங்களாக உன் அம்மா தினமும் காலையில் உன்மீது சுமத்திய, வாந்தியின் தோற்றம்கொண்ட பச்சைநிற மருந்துக் கஞ்சி.

'இதை உங்கள் மகன் உறங்குமிடத்தில் பூசுங்கள். ஒவ்வொரு இரவிலும் இதைக் கொடுங்கள்.'

காக மனிதன் நீ இருக்குமிடத்தைப் பார்த்துவிட்டுத் தலையசைத்துக்கொள்கிறார்.

'அதன் இருப்பை இங்கே உணர்கிறீர்களா?'

'அப்படித்தான் நினைக்கிறேன்,' என்கிறார் ஸ்டான்லி, புட்டியைச் செய்தித்தாளில் சுற்றித் தனது பையில் பாம்புத் தைலத்தோடு சேர்த்து வைத்துக்கொள்கிறார்.

காக மனிதன் உன்னுடைய இளஞ்சிவப்பு நிறக் குறிப்பு, சயனைடு குப்பிகள் மற்றும் சங்கிலிகளைப் பித்தளை விளக்கினுள்ளே வைக்கிறார். கற்பூரக்கட்டி ஒன்றைப் பற்றவைத்து உள்ளே எறிகிறார். ஒரே தொனியில் எதையோ பாடுகிறார், அது ஜக்கி தன் இருண்ட அறையில் ஒலிக்கவிடும் கோத்திக் இசைக்குழுவை உனக்கு நினைவுபடுத்துகிறது. நெருப்பு

புகையை வெளியிடுகிறது, நுரையீரல் இல்லாவிட்டாலும் புகை உனக்கு இருமலை வரவழைக்கிறது.

காக மனிதன் தனது மேசையில் அமர்ந்து எழுதுவதில் மும்முரமாக இருக்கும் குருவிப்பையனை அழைக்கிறார். விளக்கு பொருத்தப்பட்டிருக்கும் குச்சி ஒன்றைச் சுட்டிக்காட்டுகிறார். பையன் அதை எடுத்து ஆட்டியவாறு அறை முழுவதும் புகையும் விஷத்தைப் பரவவிடுகிறான். ஸ்டான்லி மேலும் ஆயிரம் ரூபாய் தாள்களை வெற்றிலையின் மேல் வைப்பதைப் பார்க்கிறாய், அடர்பச்சை நிறத்தின்மேல் இளம்பச்சை நிறம். பிறகு புகையின் மணல் மூட்டையொன்று உன் குடலை நிறைக்கிறது, குகையிலிருந்து வெளியே தூக்கியெறியப்படுகிறாய்.

இருமல் மற்றும் திவலைத் தெறிப்புகளுடன் சாக்கடையில் விடப்பட்டிருக்கிறாய், அது கிளிநொச்சி, எறிகணை வீச்சு மற்றும் நாக்கில் சயனைடுடன் கிடந்த மூன்று சடலங்களை நினைவுபடுத்துகிறது. உன் கழுத்தைச் சுற்றியுள்ள விடயங்களைப் பார்க்கிறாய். டிடியின் இரத்தத்துடன் மரச்சிலுவை, தங்கப் பஞ்சாயுதம் மற்றும் வேலை செய்யாத நிகான். சயனைடு குப்பிகளைக் காணவில்லை.

'ஜக்கி மாளிகையில் இருக்கிறாள்! அவளுக்கு உதவுங்கள்!' மீண்டும் ஒருமுறை யாராயினும் மற்றும் யாருமற்றவர்களை நோக்கிக் கத்துகிறாய். ஸ்டான்லி குகை அருகிலுள்ள சுரங்கப்பாதை வழியாகக் கொட்டாஞ்சேனை குடிசைப்பகுதிக்குள் செல்கிறார், ஒவ்வொரு மாதமும் நூற்றுக்கணக்கானோர் மண்டியிடும் சன்னதியைக் கடந்து செல்கிறார். மங்கிக்கொண்டிருக்கும் பூக்கள் மற்றும் அழுகிய பழங்களின் குவியல்களுக்கு மத்தியில் அழுகும் அன்னாசிப்பழத்தில் ஒரு சிவப்புக் கைக்குட்டை சுற்றப்பட்டிருப்பதை அவர் கவனிக்கத் தவறிவிட்டார்.

சந்நிதியின் தலைப்பகுதியில், கீழேயுள்ள மெழுகுவர்த்திகள் மற்றும் விளக்குகளைப் பார்த்தவாறு ஓர் ஓவியம், மலிவான காகிதத்தில் செப்பமற்ற முறையில் வரையப்பட்ட ஓவியம், லேமினேட் செய்யப்பட்டுச் சட்டமிடப்பட்டது, அதன் ஓரங்களில் பாலி, சமஸ்கிருதம் மற்றும் தமிழ் எழுத்துகள், உனக்குப் பழக்கமான கையால் எழுதப்பட்டது. அந்த ஓவியம் நிழலால் ஆன மிருகத்தினுடையது. கரடியின் தலை மற்றும் பருமனான பெண்ணின் உடலுடன். அதன் தலைமுடி

ஏழாம் நிலவு ◆ 501

பாம்புகளால் ஆனது, அதன் கண்கள் ஒரு மூலையிலிருந்து மறு மூலை வரை கருப்பு நிறம் கொண்டவை. தன் கோரைப் பற்களை வெளிப்படுத்துகிறது, பனிமூட்டத்தை ஏப்பமாக வெளியிடுகிறது. உனது உள்பகுதியை வெறுமையாக உணர்கிறாய்.

அந்த உருவம் மண்டையோடுகள் கொண்ட மாலை மற்றும் துண்டிக்கப்பட்ட விரல்களாலான இடுப்புப்பட்டை அணிந்துள்ளது. வயிறு மறைக்கப்படாமல், சதைகளாலான கச்சையைத் தாண்டித் தொங்குகிறது. அதனுள் அகப்பட்ட ஆன்மாக்களின் மனித முகங்கள் தோலில் பொறிக்கப்பட்டுள்ளன.

மீண்டும் ஒருமுறை எப்படி அங்கு வந்தாய் என்று தெரியாமலேயே மண்டியிட்டிருப்பதை உணர்கிறாய்.

மூன்று கிசுகிசுப்புகள்

'நீ கிசுகிசுக்க விரும்பினால், அதை வேண்டினாலே போதும்.'

அந்தக் குரல் கோவிலிலிருந்து வருகிறது, ஆனால் அது ஒற்றைக் குரல் அல்ல, எறும்புகளின் கூட்டம் சுருதிதப்பிப் பாடுவது. செப்பமற்ற முறையில் வரையப்பட்ட ஓவியத்திலிருந்து ஒரு மிருகம் வெளிப்படுகிறது, பாம்புகளின் தலைமுடியைத் தொடர்ந்து மண்டையோட்டு மாலை. தனது பிட்டத்தில் அமர்ந்து கொள்கிறது, அதன் நிழல் உன்னைக் குளிப்பாட்டும் வகையில் உன்னைவிட உயரமாக இருக்கிறது. உடல் முழுக்க உனக்கு அறிமுகமான ஆனால் படிக்க முடியாத எழுத்துகள் பச்சை குத்தப்பட்டுள்ளன.

எழுத்துகள் முகங்களாக மாறி ஒருமித்த குரலில் உன்னோடு பேசுகின்றன.

'நீ கிசுகிசுக்க விரும்பினால், இந்தக் கோவிலின் முன் மண்டியிடு. உன்னுடைய ஏழாவது நிலவுக்குப் பிறகு எதுவெல்லாம் நீயோ அவை எனக்குச் சொந்தமாகும். வேகமாக முடிவெடு. உனக்கு நேரமில்லை.'

அதன் தோலிலிருக்கும் முகங்களைப் பார்க்கிறாய். அவற்றில் எது மனிதன் எது மிருகம் என்று பிரிப்பது கடினம், இரண்டை மட்டும் அடையாளம் காண்கிறாய். பலால் மற்றும் கொத்து இருவரும் மீனின் கண்களுடன் உன்னை வெறித்துப்

பார்க்கின்றனர், இருவரும் மஹாகாளியின் சதைப்பற்றுமிக்க தொடையில் பொறிக்கப்பட்டுள்ளனர்.

'நான் உனக்கு மூன்றுமுறை கிசுகிசுக்கும் சக்தியைக் கொடுப்பேன். உன் விருப்பப்படி அவற்றைப் பயன்படுத்தலாம். மேலும், இன்றைய செயற்திட்டத்தில் நீ இணைந்துகொள்ள வேண்டும். விலகிச் செல்ல நீ முயற்சி செய்யக்கூடாது.'

தலைகள் அனைத்தும் ஜக்கியின் குரலைப் போலப் பேசுகின்றன. நிலவு எழுந்துகொண்டிருப்பதும் கடிகாரம் நகர்ந்து கொண்டிருப்பதும் உனக்குத் தெரியும். ஒளி என்பது உனக்குள் மேலும் பதில்களற்ற கேள்விகளையே தரும் என்பதும் உனக்குத் தெரியும். அதோடு சில உயிர்கள் மற்றவர்களைவிட மதிப்பு வாய்ந்தவை, ஒவ்வொன்றும் வெவ்வேறு நிறத்தில் இருக்கும் சீட்டாட்டச் சில்லுகள். உன்னுடைய வாழ்க்கை பெகாசஸ்ஸில் தரப்படும் பிளாஸ்டிக்கினால் ஆன பத்து ரூபாய் சில்லு, ஜக்கியுடையது வேகஸில் கொடுக்கப்படும் தங்கமுலாம் பூசப்பட்ட தகடு.

தலைவணங்கி நிழலைச் சுவாசிக்கிறாய். 'உடனே செய்யுங்கள்.'

'திரு புகைப்படக்காரரே, உன்னுடைய அனைத்து நிலவுகளையும் இழக்கத் தயாராக இருக்கிறாயா?'

'எடுத்துக்கொள்ளுங்கள். சீக்கிரம்.'

'நீ ஒளியைக் கைவிடத் தயாரா?'

'நான் எதையும் கைவிடத் தயார். இப்போதே செய்யுங்கள்.'

முன்பு உன் எலும்புகள் இருந்த இடத்தில் சங்கிலிகளை உணர்கிறாய், பிணைந்திருக்கும் கண்ணிகள் உன் முதுகெலும்பில் ஓடுகின்றன. மெல்ல நகரும் அந்த உணர்வு உன் கழுத்துவரை சென்று மறைகிறது.

'செய்து முடிக்கப்பட்டது,' என்கின்றன குரல்கள்.

அரசு நிதியில் வாங்கப்பட்ட பிஎம்டபிள்யூவில் ஸ்டான்லி ஏறும்போது கோவிலில் இருக்கும் செப்பமற்ற அந்த ஓவியத்தை வரைந்த ஓவியன் சுரங்கப்பாதையை விட்டு வெளியேறுகிறான். சாரதி இருக்கையில் அமர்ந்திருப்பது டிடி, உனக்கு முதன்முதலில் காஃபி தயாரித்துக் கொடுத்து பூர்வீகக் காடுகளைப் பற்றிப்

பேசிக் கொண்டிருந்தபோது இருந்தது போலவே எட்டாத நிலையில் இருக்கிறான்.

ஸ்டான்லி ஒரு பச்சைநிறப் புட்டி, ஒரு களிம்புப்புட்டி மற்றும் சாம்பல் அடங்கிய ஜாடியை மடியில் வைத்திருக்கிறார். சிறிது சாம்பலை எடுத்துத் தனது மகனின் நெற்றியில் அவர் பூசுவதை ஏதோ ஒன்றை டிடியின் கழுத்தில் கட்டுவதைப் பார்க்கிறாய். காரைக் கிளப்பும்படி டிடியிடம் கூறுகிறார்.

பிஎம்டபிள்யூ முன்னகர்ந்து உடனே அவசரமாக பிரேக் பிடித்து நிற்கிறது. வழியை மறித்து வண்டியின் முன்பகுதியில் சாய்ந்து குருவிப்பையன் நிற்கிறான். அவர்களைப் பார்த்தபடி கையில் இருக்கும் குறிப்பை உயர்த்திக் காட்டுகிறான். 'என்ன இழவு இது,' என்றபடி டிடி ஜன்னல் கண்ணாடியை இறக்குகிறான். பையன் சுற்றிவந்து ஜன்னல் வழியாகக் குனிந்து டிடியைத் தாண்டி அந்தத் தாளை ஸ்டான்லியின் முகத்திற்கு முன்னால் ஆட்டுகிறான்.

ஸ்டான்லி அதை வாங்கிப் பிரிக்கிறார். ஆங்கிலத்தில் சமஸ்கிருதத்தின் வளைவுகளுடன் எழுதப்பட்டுள்ளது. பேனாவால் பொறிக்கப்படும் முன் அந்தச் சிறுவனின் காதில் கிசுகிசுக்கப்பட்ட ஏழு சொற்கள்.

'ஜக்கி மாளிகையில் வைக்கப்பட்டு இருக்கிறாள். அவளை உடனே காப்பாற்றுங்கள்.'

அவர் குருவிப் பையனைப் பார்க்கிறார், அவன் 'நண்பன்' என்ற வார்த்தையை மௌனமாக உச்சரிக்கிறான்.

'மாளிகை என்பது என்ன?' தனது தந்தையின் தோள்வழியாக எட்டிப்பார்க்கும் டிடி ஆர்வமற்ற, சலிப்பான குரலில் கேட்கிறான். 'அது ஏதேனும் கிளப்பா?'

ஸ்டான்லியின் கண்கள் சிவக்கின்றன; அவரது பழுப்பு நிறத்தோல் கருஞ்சிவப்பாகிறது. 'அது கிளப் அல்ல. வண்டியை எடு. திம்பிரிகஸ்யாய வீதி.'

'சாலைகள் அனைத்தும் மூடப்பட்டுள்ளன. ஊரடங்கு தொடங்குவதற்குள் நாம் வீட்டுக்குச்செல்ல வேண்டும்.'

'ஜக்கி எங்கே?"

'நேற்று இரவு வெளியே போனாள். அநேகமாகத் தூங்கிக் கொண்டிருப்பாள்.'

'நீ. அவளை. பார்த்தாயா?'

'இல்லை.'

'வண்டியை எடு.'

போக்குவரத்து நிறைந்த மூடிய சாலைகளை நோக்கி கார் செல்வதைப் பார்க்கிறாய். உன்னிடம் ஒரு ஜோடி ஐந்துகள் உள்ளன, மேஜையில் கருப்பு ராஜாக்கள் உள்ளன. அந்த மாளிகை வாயிலைக் கடந்து செல்ல ஸ்டான்லியின் அனைத்துச் செல்வாக்கும் போதுமானதாக இருக்குமா என்று சிந்திக்கிறாய். அது ஜக்கியின் அறையை அடைந்து பூட்டைத் திறக்கப் போதுமானதா?

நீ அதிகம் ஏமாற்றிய தோழியைக் காப்பாற்ற இந்த வாய்ப்பில் எல்லாவற்றையும் பந்தயம் வைத்துவிட்டாய். சுதந்திரத்தின் கடைசிக் கனத்தை அனுபவித்துவிட்டு, பிறகு மஹாகாளியை எதிர்கொள்கிறாய்.

***

பிசாசுகளைக் கண்டு அச்சம் கொள்ளத் தேவையில்லை, நாம் அஞ்சவேண்டியது உயிரோடு இருப்பவர்களைத்தான். ஹாலிவுட் அல்லது மறுமை முன்னிறுத்தக் கூடிய எதையும் மனித பயங்கரங்கள் தோற்கடிக்கவல்லது. காட்டுவிலங்கை அல்லது அலைந்து திரியும் ஆவியை எதிர்கொண்டால் எப்போதும் இதை நினைவில்கொள்ளுங்கள். அவை உங்கள் அளவுக்கு ஆபத்தானவையல்ல.

ஆவிகள் மற்ற ஆவிகளைக் கண்டு அஞ்சுகின்றன. உங்களைக் கண்டும். முடிவில்லாத ஒன்றுமற்றதைக் கண்டும். அதனால்தான் அவை தவறான செயல்களைச் செய்கின்றன. ஆனால் அது மட்டுமே காரணமல்ல.

அவற்றால் இனி சுவைக்கவோ அல்லது பேசவோ அல்லது புணரவோ முடியாது என்பதால் அச்செயல்களைச் செய்கின்றன. தங்களுடைய வாழ்வைத் திருடிக் கொண்டவர்கள் மீது, தங்களைப் பதிலீடு செய்தவர்கள் மீது, தங்களுடைய பெயரைச்சொல்ல மறந்தவர்கள் மீது அவை கோபம் கொள்கின்றன. ஏனெனில்

அவற்றுக்கு நீங்கள் அறிந்தவையும், நீங்கள்-அல்லாத-அனைத்து-நீங்கள் அறிந்தவையும் தெரியும். முடிவில் உங்கள் கதையைக் கூற ஒருவரும் மிச்சமிருக்கப் போவதில்லை. உங்கள் கேள்விகளுக்குப் பதிலளிக்க யாரும் இருக்கப் போவதில்லை. உங்கள் பிரார்த்தனைகளைக் கேட்பதற்கும் யாரும் இருக்கப் போவதில்லை.

எங்கோ, மருத்துவர் ராணி தலையசைத்தபடி உன்னுடைய கோப்பைக் கிழித்து வீசுகிறார். எங்கோ அலுவலகங்களில் இருக்கும் மனிதர்கள் குடிசைகளிலிருக்கும் குழந்தைகள் மீது வான்வழித் தாக்குதலுக்கு உத்தரவிடுகின்றனர். மாளிகையை நோக்கி ஒரு கூரையிலிருந்து மறுகூரைக்குத் தாவிச் செல்லும் மஹாகாளியின் முதுகில் சவாரி செய்கிறாய். அதன் தோல் செதில்களாக இருக்கிறது, தலையில் இருக்கும் பாம்புகள் காற்றில் சீறுகின்றன. சூரிய வெளிச்சம் தங்க நேரத்தை அடையவிருக்கிறது, கீழே இருக்கும் நின்றுவிட்ட போக்குவரத்து கூட அழகாகக் காட்சியளிக்கிறது. அரசு நிதியால் வாங்கப்பட்ட ஸ்டான்லியின் பிஎம்டபிள்யூ பேருந்து மற்றும் பாரவண்டிக்கிடையே நுழைந்து தன்வழியில் விரைகிறது. அனைத்துச் சில்லுகளும் மேசையின் நடுவில் வைக்கப்பட்டுவிட்ட பின் உன்னுடைய கடைசிச் சீட்டுகள் என்னவாக இருக்கும்?

மஹாகாளியின் முதுகில் எழுத்துகளும் முகங்களும் பொறிக்கப்பட்டுள்ளன. மாளிகையை நெருங்கும் நேரத்தில் முகங்கள் உன்னிடம் பேசத் தொடங்குகின்றன. அனைத்தும் ஒரே நேரத்தில், ஆனால் இம்முறை ஒருமித்த குரலில் அல்ல. பெரும்பாலான ஆன்மாக்கள் அச்சத்திலிருக்கின்றன, அவை அறிந்ததைக் காட்டிலும் நீண்டகாலமாக இங்கே அடைபட்டுள்ளன. அனைத்தும் மனிதர்கள் அல்ல.

முதலில் அந்த வெண்ணிரைச்சல் பிணத்தின்மீது ஒலிபெருக்கிகளுடன் ஊர்ந்துகொண்டிருக்கும் எறும்புகளைப் போலக் கேட்கிறது. பிறகு முரட்டுத்தனமான குழந்தைகளால் அசைக்கப்படும் கூழாங்கற்கள் நிறைந்த பிளாஸ்டிக் பெட்டிகளைப் போல. பிறகு ஒரேநேரத்தில் போர்த்துக்கீசியம், டச்சு மற்றும் தமிழைப் பேசுவதாக, பின் வெவ்வேறு வேகத்தில் ஒலிக்கும் வார்த்தைகளாக, நாக்குகள் ஒன்றுடன் ஒன்று இடறுவதாக, பெருமூச்சுகளால் மறைக்கப்படும் அலறல்களாக, சாபங்களாக மாறும் சரணடைதல்கள் போலக் கேட்கின்றன.

… என் பேத்தியைக் காப்பாற்றினால், என் ஆன்மாவை உனக்குத் தருவேன்.

… பணக்காரர்களிடம் மட்டுமே இந்த நகரத்தின் சாவி இருக்கிறது. என்னைப் போன்ற கழிவுகளிடம் இல்லை.

… பல பிறவிகளில் நான் அலைந்து திரிந்தேன், இந்த வீட்டைக் கட்டியவரைத் தேடியும் கிடைக்கவில்லை.

ஒவ்வொரு குரலும் விசும்பில் ஒலிக்கிறது, பிரபஞ்சத்தை நோக்கிப் பயன்படுத்தப்பட்ட அதிர்வெண்களில் உக்காரமிடுகிறது. சபிக்கும் கெஞ்சும் ஆவிகளால் காற்றலைகள் ஸ்தம்பிக்கின்றன. குழம்பியவர்கள், பொறாமை கொண்டவர்கள், கோபம் மற்றும் பயம் நிரம்பியவர்கள், குறும்பு செய்யும் சிலர், கருணை தேடும் சிலர்.

… இருவரும் ஒன்றாகப் போவோம் என்றான், பிறகு என்னை மட்டும் குதிக்கவிட்டான்.

… இது வேலைக்கு ஆகாது. நாங்கள் ஏற்கனவே இறந்துவிட்டோம்.

… அழுகை இறந்தவர்கள் நம்மை விட்டுச் செல்வதைத் தடுக்கும் என்றார்கள். அதனால் நான் கண்ணீர் சிந்தவில்லை.

மஹாகாளி கொழும்பு குடியிருப்பில் மறைந்திருக்கும் ஒரு சுழற்பாதையில் நுழைகிறாள், பசுமையான மரங்கள் செறிந்து, எதிர்பாராத முட்டுச்சந்துகள் நிறைந்துள்ளன. இந்தப் புறநகரின் புதிர்ப்பாதை வழியாகச்செல்ல அந்த உயிரி வேகத்தைக் குறைக்கிறது. உனக்குக் கீழே உள்ள தோட்டங்கள் பெரிதாகி, சுவர்கள் உயரமாகி, பாதைகள் மனித நடமாட்டமின்றி வெறுமையாக இருக்கின்றன.

அமைச்சரின் பென்ஸ் நான்குமாடிக் கட்டடத்திற்கு அருகில் நிறுத்தப்பட்டிருப்பதைப் பார்க்கிறாய், அது ஒருகாலத்தில் இப்போது இல்லாத பேரரசின் ஆளுநர் தங்கியிருந்தது போல் தெரிகிறது. உன்னைச் சிறைப்பிடித்தது வாகன நிறுத்தத்தைக் கடந்து, வாயில்களில் காவலர்கள் உள்ள, உனக்குப் பழக்கமான கட்டடத்திற்கு இரண்டு சந்துகளைத் தாண்டி வந்து சேர்கிறது. பிறகு மாளிகையின் மேற்கூரைக்குப் பாய்கிறது, அதன் தோலில் உள்ள முகங்கள் வேதனையில் கோணி அலறலை

வெளியிடுகின்றன. மிருகம் உன்னைத் திரும்பிப் பார்த்துப் புன்னகைக்கிறது. கவரும் பொருட்டு உடையணிந்த அழகிய பெண் போலத் தெரிகிறது.

'இப்போது உன் கிசுகிசுப்புகளைப் பயன்படுத்து. பிறகு அங்குள்ள வாகன நிறுத்தத்திற்கு வா. நீ எங்களுக்குப் பிறகு தேவைப்படுவாய். தயவுசெய்து ஓடுவதற்கு முயற்சி செய்யாதே. ஓடுபவர்கள் எப்போதும் வெகுதூரம் சென்றதில்லை.'

***

காசிம் தனது மேசையில் மந்தநிலையில் அமர்ந்து, தலையைக் கைகளில் வைத்திருக்கிறார், தட்டச்சு செய்யப்பட்டுக் கொண்டிருக்கும் அறிக்கை நாடா மீது சுருண்டு கிடக்கிறது. கீழே ஒலிபுகாத ஜன்னல்களில் இருந்து தப்பித்து வெளியேறும் முனகல்களிலிருந்து மாளிகையின் செயல்பாடு மீண்டும் தொடங்கிவிட்டதாகத் தெரிகிறது.

மேசையில் ஜக்கியின் அரக்குநிறக் கைப்பை திறந்த நிலையில், வழக்கம்போல ஒழுங்கற்று உள்ளது என்பதால் அது சோதனையிடப்பட்டதா என்பதை அறிய முடியாது. ஆனாலும் தெளிவாக, அது சோதனையிடப்பட்டுள்ளது.

காசிமின் தோளுக்கு மேல் மிதந்துசென்று அறிக்கையைப் படிக்கிறாய். காலிமுகத்திடல் கொழும்பு 3ஐச் சேர்ந்த ஜாக்குலின் வைரவநாதன், வயது இருபத்தைந்து, அரசாங்க ரகசியத் தகவல்களைத் தேசிய வானொலியில் கசியவிட்டதாக, ஜேவிபி தீவிரவாதி என்று சந்தேகிக்கப்படும் மலிந்த அல்மேதாவுடன் நெருங்கிய கூட்டாளியாக இருந்ததாக, போதை மருந்துகள் வைத்திருந்ததாக அதில் குறிப்பிடப்பட்டிருக்கிறது.

மேசைமீது வைக்கப்பட்டிருக்கும் குப்பியில் இரண்டு உற்சாக மாத்திரைகள். மஞ்சள் லேமினேட் செய்யப்பட்ட ஜக்கியின் தேசிய அடையாள அட்டை அதனருகில் வைக்கப்பட்டிருப்பதைப் பார்க்கிறாய். காசிம் உதட்டைக் கடித்தவாறு விண்வெளியை வெறித்துப் பார்க்கிறார். நீ அவருக்கருகில் குனிந்து, அவருடைய காதில் வார்த்தைகளை உமிழ்கிறாய்.

'அவளைக் கொன்றுவிட்டு இந்த அறிக்கையைத் தட்டச்சு செய்தவர்மீது பழி சுமத்துவார்கள். அவர்கள் அவளைக்

கொன்றுவிட்டு, இந்த மலக்குவியலில் உங்களை விட்டுவிடுவார்கள். இப்போது அவளை வாயிலுக்கு அழைத்துச் செல்லுங்கள்.'

திடுக்கிட்டு எழுந்து அறையைச் சுற்றிப் பார்க்கிறார். வானொலி இயங்கிக்கொண்டிருக்கிறதா என்று சோதித்துவிட்டுக் கூர்ந்து அமைதியைக் கவனிக்கிறார். இந்தக் கிசுகிசுக்கும் வாய்ப்பை நீ இழந்துவிடக்கூடும் என்பதால் இடைநிறுத்தாமல் பேசுகிறாய்.

'நீங்கள் லஞ்சம் வாங்கிவிட்டதாகச் சொல்வார்கள். நீங்கள் விதிகளுக்குக் கட்டுப்படாத காவலர் என்பார்கள். ஆனால் நீங்கள் இதையெல்லாம் விடச் சிறந்தவர். ஸ்டான்லி இப்போது இங்கே வந்துகொண்டிருக்கிறார். நீங்கள் அவளைக் காப்பாற்றினால், அவர் உங்களுக்கு வெகுமதி அளிப்பார். நீங்கள் விரும்பும் பணியிடமாற்றம் உங்களுக்குக் கிடைக்கும். ஏனெனில் நீங்கள் இந்தக் கொலைக் குழுக்களுடன் உடன்படவில்லை. எப்போதும் உடன்பட்டதில்லை.'

காசிம் எழுந்து அறைக்குள் நடக்கிறார். அவர் என்ன நினைக்கிறார் என்று உனக்குத் தெரியாது. மற்றவரின் எண்ணங்களைத் தெரிந்துகொள்ள மஹாகாளிக்கு எதை விற்கவேண்டும் என்று யாருக்குத் தெரியும்? மூலையில் வைக்கப்பட்டிருக்கும் முதுகுப்பை ஒன்றில் தெளிவான திரவம் அடங்கிய புட்டியும் சில கட்டுத்துணிகளும் உள்ளன. அதற்குக் கீழே ஒரு பெட்டி அறுவை சிகிச்சை முகமூடிகள், ஒரு தொப்பி, வெள்ளைச் சட்டை மற்றும் கருப்புக் காற்சட்டை. ராணுவமோ அல்லது காவல்துறையோ அல்லாத நபர்களுக்கு வழக்கமாக வழங்கப்படுவது.

புலனாய்வாளர் காசிம் ஒரு கட்டுத்துணியை மடித்து அதைத் திரவத்தில் நனைக்கிறார். அதை அவர் தனது பைக்குள் மடித்து வைக்கும்போது நகப்பூச்சு மற்றும் வெல்லப்பாகின் மணத்தை நுகர்கிறாய். பிறகு மனம் மாறுகிறார். கட்டுத்துணியை மீண்டும் முதுகுப் பையில் எறிந்துவிட்டு ஜக்கியின் அறையை நோக்கி நடக்கிறார்.

***

காசிம் அங்கு சென்றதும் மூச்சடைத்துப் போகிறார். ஜக்கி விழித்து, கைகள் பின்னால் கட்டப்பட்ட நிலையில் தன்

தலையிலிருந்து சாக்கை எடுக்கத் தீவிரமாக முயற்சி செய்து கொண்டிருக்கிறாள். உடலை அசைத்து, முன்னோக்கி உருண்டு முனகுகிறாள். காசிம் கதவைத் திறந்து அறைக்குள் முன்காலால் நடக்கிறார். ஜக்கி சத்தம் கேட்டு சுவரோரம் ஒதுங்குகிறாள்.

'யாரது? இது எந்த இடம்?'

'தயவுசெய்து தலையிலுள்ள சாக்கை எடுக்காதீர்கள். நீங்கள் எங்களைப் பார்த்துவிட்டால், அவர்கள் உங்களை இங்கிருந்து அனுப்பமாட்டார்கள்.'

'அவர்கள் என்றால் யார்?'

'உங்களிடம் படச்சுருள்கள் இருக்கின்றனவா?'

'என்ன?'

'மாலி அல்மேதாவின் படச்சுருள்கள். நாசமாய்ப்போன இந்தக் குழப்பங்கள் அனைத்தையும் அந்தப் பெட்டியில் உள்ள விடயங்கள்தான் தொடங்கி வைத்தன.'

'என்னிடம் இல்லை.' என்று கண்ணாமூச்சி ஆடுகிறாள் ஜக்கி. 'நம்புங்கள், அவை என்னிடம் இல்லை. அவற்றை எல்ஸா மாதங்கிக்கு விற்றுவிட்டேன். அவளிடம் இருக்கும். தயவுசெய்யுங்கள், நான் என் மாமாவை அழைக்க முடியுமா?'

'கண்கட்டை அவிழ்க்க வேண்டாம்.'

'நான் ஸ்டான்லி தர்-'

'நீங்கள் யாரென்று எனக்குத் தெரியும்.'

'எனக்குக் கொஞ்சம் தண்ணீர் கிடைக்குமா?'

காசிம் அறையை விட்டு வெளியேறி கதவைப் பூட்டுகிறார். நீ ஜக்கியிடம் மிதந்து செல்கிறாய், உன் கைகளால் அவளைச் சுற்றி அணைத்துக்கொண்டு, உன்னால் முடிந்தளவு மூர்க்கமான கிசுகிசுக்கள் மற்றும் மூச்சுத் திணறல்களாக அவளிடம் வெளிப்படுத்துகிறாய். 'நீ கைது செய்யப்பட்டிருக்கிறாய், ஜக்கி. அமைதியாக இரு, தைரியமாக இரு, நீ காப்பாற்றப்படுவாய். உனக்காக ஸ்டான்லி மாமா வருகிறார். புலனாய்வாளர் காசிமிடம் இப்படிச் சொல்...'

புலனாய்வாளர் தேநீர்க் கோப்பை மற்றும் பிளாஸ்டிக் பாட்டிலில் தண்ணீருடன் திரும்புகிறார். பையைக் கழற்றுவதற்கு முன் அவளை எச்சரிக்கிறார்.

'தண்ணீரைக் குடியுங்கள். என் முகத்தைப் பார்க்க வேண்டாம். நான் உங்களுக்கு உதவ விரும்புகிறேன். ஆனால் நான் உங்களை நம்பவில்லை.'

அவர், அவளது முக்காடை விலக்கிக் கைகளை அவிழ்க்கும்போது அவள் தலை குனிந்து கீழே பார்க்கிறாள். கண்களை மூடியவாறு இருக்கிறாள், வாய்ப்பைப் பயன்படுத்திக்கொள்ளவோ அல்லது அவளைச் சிறைப்பிடித்தவரைப் பார்க்கவோ முயற்சி செய்யவில்லை. மரத்துப்போன கைகளால் கோப்பையைப் பற்றிக் கொண்டு, தண்ணீரைச் சிந்தாமலிருக்க முயற்சி செய்கிறாள்.

அவள் குடிப்பதை அவர் கவனித்துக்கொண்டிருக்கிறார்.

'நீங்கள் படச்சுருள்களை என்னிடம் கொடுத்தால், இப்போதே உங்களை விடுவித்துவிடுவேன்.'

ஜக்கி தண்ணீரைக் குடித்து முடித்துத் தரையைப் பார்த்தபடி இருக்கிறாள். உடல் வலுவற்று, குழப்பத்துடன் இருப்பவள் உன்னுடைய கிசுகிசுப்புகளைத் தன்னுடைய சிந்தனையென்று எண்ணிக்கொள்கிறாள். பின்னர், என்ன சொல்லப்பட்டது அல்லது யாரிடம் என்பதே அவள் நினைவில் இருக்கப் போவதில்லை.

'எங்கள் அடுக்கக வீட்டைச் சோதனையிட்டது நீங்கள்தான் என்று எனக்குத் தெரியும். இந்த விடயத்தில் உங்களைக் குறைசொல்ல முடியாது என்பதும் எனக்குத் தெரியும்.'

நீ கிசுகிசுக்க அவள் பேசுகிறாள். உன்னுடைய வார்த்தைகள், அவளது காதிலிருந்து உதடுகளுக்கு. என்ன பேசிக் கொண்டிருக்கிறோம் என்ற கேள்வி அவளுக்குள் வரவில்லை.

காசிம் அமைதியாக இருக்கிறார்.

'ஸ்டான்லி மாமா உங்களுக்கு வெகுமதி தருவார். ஸ்டான்லி மாமா இன்றிரவே உங்களைப் பணியிடமாற்றம் செய்து விடுவார். என்னை விடுவித்தால் நீங்கள் விடுவிக்கப்படுவீர்கள். நான் உங்களுக்கு வாக்குறுதி அளிக்கிறேன்.'

காசிம் சாய்ந்தமர்ந்து கைகளைக் கட்டிக்கொள்கிறார். 'என்னுடைய பணியிடமாற்றம் குறித்து உங்களுக்கு எப்படித் தெரியும்?'

'நீங்கள் நல்ல புலனாய்வாளர் என்பது எனக்குத் தெரியும். நீங்கள் இங்கிருப்பவர்களை விடச் சிறந்தவர் என்பதும் எனக்குத் தெரியும். மேலும் நீங்கள் சரியானதைச் செய்வீர்கள் என்பதும் எனக்குத் தெரியும்.' உனக்கு மூச்சு வாங்குகிறது, அப்படியொன்று உன்னிடம் இல்லை என்றாலும். எட்டு மாடிகள் ஏறி உச்சியிலிருந்து குதித்ததைப் போல் உணர்கிறாய்.

'அமைச்சர் தர்மேந்திரனால் இதைச் செய்ய முடியுமா?'

'அவரால் முடியும், நிச்சயம் செய்வார். தயவு செய்யுங்கள் புலனாய்வாளரே, நாம் இங்கிருந்தால் இருவரும் தொலைந்தோம். இருவருமே. எனக்கு உதவுங்கள். நாங்கள் உங்களுக்கு உதவுவோம்.'

அயர்ச்சி மற்றும் களைப்புடன் அறையின் மூலைக்குச் சென்று கவனிக்கிறாய். இவை உன்னுடைய இரண்டு கிசுகிசுப்புகள் என்றால், மூன்றாவதை என்ன செய்யப் போகிறாய்?

காசிம் அவளை மேலும் இரண்டு கோப்பைகளைக் குடித்து முடிக்க அனுமதிக்கிறார், பின்னர் அவளைத் தூக்கி நிற்க வைக்கிறார். அவளது கால்கள் பின்ன, அவரது தோளைப் பிடித்துக்கொள்கிறாள், அவர், அவளைத் தாழ்வாரம் வழியாக இழுத்துச் செல்கிறார். அலுவலகக் கதிரையில் அவளை அமரவைத்து, தட்டச்சுப் பொறியிலிருந்து தன் அறிக்கையை எடுத்துக் கசக்கித் தனது பைக்குள் வைத்துக்கொள்கிறார், நாடாவில் புதிய தாளைச் சொருகி ஆவேசத்துடன் தட்டச்சு செய்யத் தொடங்குகிறார்.

புலனாய்வாளர் காசிம் தாளை வெளியிலெடுத்து மையினால் கையொப்பமிடுகிறார். எழுந்து அவளிடம் அறுவை சிகிச்சை முகமூடிகள் உள்ள பெட்டி மற்றும் சீருடையைக் கொடுக்கிறார்.

'இந்த முகமூடியை அணிந்துகொள்ளுங்கள், அத்தோடு தொப்பி மற்றும் சீருடையையும் அணிந்துகொள்ளுங்கள். உங்களை விடுவிப்பதற்கான படிவங்களில் நான் முத்திரையிடுகிறேன். காவலர்கள் உங்கள் முகத்தைப் பார்த்துவிடக்கூடாது. சீக்கிரம்!'

அந்தக் கடிதத்தை முத்திரையிட்டு அஞ்சலுறையில் வைப்பதற்காக அலுவலகத்திற்குள் செல்கிறார். அவர் திரும்பி வரும்போது ஜக்கி உடைமாற்றித் தயாராக இருக்கிறாள், பழைய உடைகள் அவளது பைக்குள் திணிக்கப்பட்டிருக்கின்றன. கருப்புக் கால்சராய் சரியாகப் பொருந்துகிறது, ஆனால் வெள்ளைச்சட்டை அவளது தோள்களில் தனியாக நிற்கிறது.

அவர்கள் வாயிற்காவலர்களை அடைந்த நேரத்தில் ஜக்கியால் நேராக நிற்கமுடிகிறது. வாயிற்காவலன் காசிம் கொடுத்த போலியான அமைச்சரின் கடிதத்தைக் கண்களைச் சுருக்கிப் பார்க்கிறான்.

'சீக்கிரம், சீக்கிரம். எங்களுக்கு இப்போது ஒரு சந்திப்பு இருக்கிறது. அமைச்சர் சிறில் இதில் கைச்சாத்திட்டிருக்கிறார். அவரிடம் உறுதிப்படுத்திக்கொள்ள வேண்டுமா?'

வாயிற்காவலன் மறுப்பாகத் தலையசைத்துத் தாளை மடித்து வைத்துக்கொள்கிறான், காசிம், ஜக்கியை மாளிகையை விட்டு வெளியே அழைத்துச் செல்லும்போது அவன் கண்டு கொள்ளவில்லை.

பிஎம்டபிள்யூ அமைதியான அந்தச் சாலையில் வேகமாகச் சென்று சறுக்கி நிற்கிறது. ஸ்டான்லி வாகனம் உருவாக்கிய தூசியின் மேகத்தில் தடுமாறியபடி இறங்கி காசிமின் தோளிலிருந்து சரியும் ஜக்கியைத் தாங்கிக்கொள்கிறார். டிடியிடம் சாவியைக் கொடுக்கும்போது அவர் போலீஸைப் பார்த்து முறைக்கிறார்.

'இவள் காயப்பட்டிருக்கிறாளா?'

'இல்லை, சார்.'

'எவ்வளவு நேரமாக இங்கிருந்தாள்?'

'சில மணி நேரங்கள், சார்.'

'அவளுடைய பெயர் எந்தப் பட்டியலிலாவது இருக்கிறதா?'

'இல்லை, சார்.'

'நிச்சயமாகத் தெரியுமா?'

'ஆமாம், சார்.'

'திலன்! இவளை நம் வீட்டுக்கு அழைத்துச்செல். யாருக்காகவும் கதவைத் திறக்காதே.' ஸ்டான்லி காசிமைப் பார்க்கிறார். 'நீ அவர்களுடன் செல். நான் திரும்பி வரும்வரை என்னுடைய வீட்டில் இரு.'

டிடி குழப்பமாக இருக்கிறான், ஆனாலும் ஜக்கியைப் பின்னிருக்கையில் இருத்த உதவுகிறான், அவள் சாய்ந்து விழுந்து அழத் தொடங்குகிறாள். நீண்ட இடைநிறுத்தங்களுடன் நீண்ட கேவல்கள்.

'அவளை அழைத்துச் செல்.'

'நீங்கள் எங்கே செல்கிறீர்கள்?'

ஸ்டான்லி குரலைத் தணித்து புலனாய்வாளரிடம் கேட்கிறார். 'அலுவலகத்தில் யார் இருக்கிறார்கள்?'

'சார், அமைச்சரும் மேஜரும் சந்தித்துக்கொள்கிறார்கள்.'

'அந்த மற்றொரு கட்டடத்தில், மேல்தளம், இல்லையா?'

'அப்படித்தான் நினைக்கிறேன்.'

'நீ இவர்கள் இருவருடனும் செல்,' என்கிறார் ஸ்டான்லி. 'அவர்களைப் பாதுகாப்பாக வீட்டிற்கு அழைத்துச் செல். யாரிடமும் பேசக்கூடாது. இதைப்பற்றி எதையும் சொல்லக்கூடாது. எனக்கு வாக்குறுதி அளிக்கிறாயா?'

'நிச்சயமாக, சார்.'

ஸ்டான்லி காக மனிதனுக்குக் கொடுத்தது போக என்ன இருக்கிறதோ அதை அப்படியே காசிமின் கைகளில் திணிக்கிறார்.

'நீ வாயைத் திறந்தால், உன் சட்டையைக் கழற்றிவிடுவேன்.'

'வேண்டாம், வேண்டாம், சார். எனக்குப் பணம் தேவையில்லை. இருக்கட்டும், சார்.'

'இதை வாங்கிக்கொண்டு கிளம்பு,' வெடிக்கிறார் ஸ்டான்லி.

'சார் அந்தப் பணியிடமாற்றம் பற்றி.'

'என்ன?'

'மேடம் சொன்னார்கள்... பரவாயில்லை, சார். நாம் பிறகு பேசிக்கொள்ளலாம்.'

'என்ன?'

'ஒன்றுமில்லை, சார்.'

அரசு நிதியால் வாங்கப்பட்ட பென்ஸ் கார் அரசு நிதியால் உருவாக்கப்பட்ட வாகன நிறுத்துமிடத்தில் நிற்க, ஸ்டான்லி இரண்டு தெருக்களுக்கு அப்பாலிருக்கும் நான்குமாடிக் கட்டடத்தை நோக்கி வேகமாக நடக்கத் தொடங்குகிறார்.

***

டிடியின் திகிலை அதிகரிக்கும் விதமாகப் புலனாய்வாளர் காசிம் பயணியர் இருக்கையில் அமர்கிறார், 'என்ன இழவு இது? அப்பா எங்கே போகிறார்?'

ஜக்கி சட்டைக்கையால் கண்களைத் துடைத்துக்கொண்டு தலையை அசைக்கிறாள்.

'பயங்கரமான கனவு கண்டேன். பிறகு என் தலை பையால் மூடியிருக்கக் கண் விழித்தேன்,' என்கிறாள் ஜக்கி. ' கண்காட்சி நடக்கிறதா?'

'எனக்கு அதுபற்றிக் கவலையில்லை,' என்கிறான் டிடி.

'அவருக்கு ஒரு சந்திப்பு இருக்கிறது,' என்கிறார் புலனாய்வாளர் காசிம். 'வண்டியை எடுங்கள். இந்த இடத்தைப் பார்த்ததை மறந்துவிடுங்கள், என்னைப் பார்த்ததையும்.'

டிடி முட்டுச்சந்தின் முடிவில் வண்டியைத் திருப்பி, அலறல்கள் அவ்வளவு எளிதில் புறக்கணிக்கப்படாத போக்குவரத்து விளக்குகள் உள்ள சாலைகளை நோக்கிச் செல்கிறான். ஜக்கியையும் பொலிஸ்காரரையும் தனது தந்தையின் வீட்டிற்கு அழைத்துச் செல்கிறான், உன் கனவுகள், உன் அச்சங்கள் மற்றும் உன் அரைக்கால் சராய் ஆகியவற்றைப் பகிர்ந்துகொண்ட காலி முகத்திடலில் உள்ள அடுக்குமாடிக் குடியிருப்பிலிருந்து விலகி, முட்டுச்சாலையில் மறைந்திருக்கும் இந்த நிலவறையிலிருந்து விலகிச் செல்கிறான். பிஎம்டபிள்யூ திருப்பத்தில் திரும்பி சாலையில் மறைகிறது, டிடி, ஜக்கி மற்றும் காசிம்- ஏஸ்கள், ஆர்ட்டின்கள் மற்றும் ஆறுகளை வாழ்த்துகிறாய்.

'பத்திரமாகச் செல்லுங்கள் அன்பர்களே' என்று முணுமுணுக்கிறாய். 'ஒவ்வொரு ரௌலட் சக்கரமும் உங்களிடம் கனிவாக இருக்கட்டும்.'

பிறகு மரங்கள் உறைந்து, காற்று நின்றுவிடுகிறது. உன் காதுகளுக்கிடையே குரல் ஊர்ந்து செல்ல, அழுகும் ஆன்மாக்களின் துர்நாற்றம் மூக்கை அடைக்கிறது. பிரபஞ்சம் உன் மூலம் சுவாசிக்கிறது ஆனால் பல் துலக்க மறந்துவிட்டது போல் தோன்றுகிறது.

'உன் வேலை முடிந்ததா, திரு புகைப்படக்காரரே?'

மஹாகாளியைத் திரும்பிப் பார்க்கிறாய், நோய் தொற்றிய நாளங்களைப் போல அதன் தோலில் முகங்கள் துடிப்பதைப் பார்க்கிறாய். அது தன் முதுகில் ஏறும்படி சைகை செய்கிறது, கீழ்படியாமை என்பது இனி விருப்பத் தேர்வில் இல்லை என்பதை உணர்கிறாய், சமூகமாக இருந்தாலும் சரி அல்லது வேறு எதுவாக இருந்தாலும் சரி. தலையசைத்து 'அப்படித்தான் நினைக்கிறேன்,' என்கிறாய்.

'எனில் உன்னுடைய சேவை தொடங்கிவிட்டது. வா, சேவை செய்.'

அந்த விலங்கின் முதுகில் ஏறிக்கொண்டு, ஸ்டான்லி சாலையில் தன் வேகத்தை அதிகரிக்க மறந்த மாரத்தான் ஓட்டக்காரன் போல நடந்து செல்வதைப் பார்க்கிறாய்.

***

ஸ்டான்லி சாலையில் திருப்பத்தைக் கடந்து உயரமான சுவர்களுக்குப் பின்னாலுள்ள அலுவலகக் கட்டடத்தை நோக்கிச் செல்வதை வானத்திலிருந்து பார்க்கிறாய்.

அது நான்கு மாடிகள் உயரம் கொண்டது, கட்டடக் கலையில் குறிப்பிட்டுச் சொல்ல முடியாதது. கற்காரைப் பெட்டிகள் சாம்பல் வண்ணம் பூசப்பட்டு வானத்தை நோக்கி அடுக்கி வைக்கப்பட்டுள்ளன. நிறமேற்றப்படாத ஜன்னல்கள் வெனிஸ் திரைச் சீலைகளால் மூடப்பட்டுள்ளன.

மஹாகாளி நின்றவுடன், அதன் முதுகிலிருந்து கீழே குதிக்கிறாய், அது அசிங்கமான அந்தக் கட்டடத்தின் நிழல்களில் உருகி மறைவதைப் பார்க்கிறாய்.

அடிப்பகுதியில் ஒரு திரிபூனையின் முகம் இருக்கிறது. இறந்த விலங்குகள் அனைத்தும் உனக்குத் தரும் அதே கேவலமான பார்வையைத் தருகிறது.

'என்னடா பார்க்கிறாய், அசிங்கமே?'

'இதோ பார், எனக்குப் புரிகிறது. விலங்குகளுக்கும் ஆன்மா உண்டு. நீங்களும் கனவு காண்கிறீர்கள், நீங்களும் மகிழ்ச்சிக்காகச் சில விடயங்களைச் செய்கிறீர்கள், உங்களுக்கும் மகிழ்ச்சி, சோகம் உண்டு. உங்களுக்கும் வலி, வேதனை, காதல், குடும்பம், நட்பு ஆகியவற்றைத் தெரியும், மனிதர்கள் இதைக் கருதுவதில்லை, ஏனெனில் அப்படியிருந்தால்தான் சுவையாக இருப்பவற்றை எளிதாகக் கொல்ல முடியும். நீங்கள் அப்படி இல்லை, ஆனால் அது முக்கியம் இல்லை. இவற்றுக்காக நான் மிகவும் வருந்துகிறேன்.'

திரிபூனை வியப்பு அல்லது பசி அல்லது எரிச்சல் அடைகிறது, அல்லது அது என்னவென்று உனக்குத் தெரியவில்லை, அது திரிபூனை.

'உன் மன்னிப்பை நீயே வைத்துக்கொள்,' என்றபடி மஹாகாளியின் தசைக்குள் மறைகிறது.

மனிதர்கள் இறந்தாலே தவிர விலங்குகளைப் புரிந்துகொள்ள முடியாமல் இருப்பதற்குச் சரியான காரணங்கள் இருக்கின்றன. ஏனெனில் விலங்குகள் புகார் செய்வதை நிறுத்துவதில்லை. அது அவற்றைப் படுகொலை செய்வதைக் கடினமாக்கும். அதிருப்தியாளர்கள், கிளர்ச்சியாளர்கள், பிரிவினைவாதிகள் மற்றும் போர்களைப் புகைப்படம் எடுப்பவர்களுக்கும் இதையே கூறலாம். அவர்கள் எவ்வளவு குறைவாகக் கேட்கப்படுகிறார்களோ, அவ்வளவு சுலபமாக மறக்கப்படுகிறார்கள்.

கொழும்பின் மீது சூரியன் இறங்கிக்கொண்டிருக்கிறது, ஒரு மேகம்கூடக் கண்ணுக்குத் தென்படவில்லை. சீக்கிரமே உன்னுடைய கடைசி நிலவு வானத்தை அடையும்.

***

பலால் மற்றும் கொத்து இருவரும் மஹாகாளியின் கால்களிலிருந்து உன்னைப் பார்க்கின்றனர்.

‘நாங்கள் செய்தவற்றுக்காக எங்களை மன்னித்துவிடுங்கள்,’ என்கிறான் கொத்து.

‘நீங்கள் என்ன செய்தீர்கள்?’

‘புனிதமற்ற விடயங்கள்,’ என்கிறான் கொத்து.

‘ஆனால் செய்யவேண்டிய கட்டாயத்தினால்தான் செய்தோம்,’ என்று சேர்த்துக்கொள்கிறான் பலால்.

‘ஆகச் சிறந்த மன்னிப்புக் கேட்பு,’ என்கிறாய், மஹாகாளி காற்றில் வழுக்கி வாகை மரம் ஒன்றின்மீது அமர்ந்துகொள்கிறது.

‘நாங்கள் குப்பை அள்ளுபவர்கள்,’ என்கிறான் பலால். ‘நாங்கள் குப்பையை உருவாக்குவதில்லை. அதைச் சுத்தம் மட்டுமே செய்தோம்.’

‘உள்ளே இருப்பது எப்படியிருக்கிறது?’ என்று கேட்கிறாய்.

‘எங்கே இருப்பது?’ என்கிறான் கொத்து.

‘சீக்கிரமே உங்களுக்கும் தெரியும்,’ என்கிறான் பலால்.

‘உங்கள் பணத்தை உங்களுக்குத் திருப்பித் தரவேண்டுமா?’ என்று கேட்கிறான் கொத்து.

‘என்ன பணம்?’ என்று கேட்கிறாய்.

உள்ளே மூலையில் மாளிகையைப் போல விரிவான பாதுகாப்பு ஏற்பாடுகள் இல்லை, அது கதவுகள் வழியாகக் குதித்து படிக்கட்டுகளில் ஏறும்போது நிச்சயமாகக் காவலர்கள் யாரும் மஹாகாளியையும் அது சுமந்து செல்லும் ஆன்மாக்களையும் பார்க்கப்போவதில்லை. பேரழிவை எதிர்கொள்ளும்போது பெரும்பாலான மனிதர்கள் இருப்பதைப்போல அதனுடன் கொண்டு செல்லப்படுகிறாய். வெடிகுண்டு இருக்கும் திசை நோக்கி இந்த அதிகாரத்தின் தாழ்வாரங்களில் செல்லும் மஹாகாளியைத் தடுக்க யாருமில்லை.

குவேனி செயற்திட்டம்

அம்மிருகத்திற்கு இந்தக் கட்டடம் நன்கு பழகிய இடம் என்று தெரிகிறது. முதல் தளம் வரை சென்று, பிறகு ஜன்னல் வழியாக வெளியேறி கட்டடத்தின் பக்கவாட்டில் மேலேறி மூன்றாவது

தளத்திற்குச் சென்று அதன்பிறகு நான்காவது தளத்திற்கு படிவழியாகச் செல்கிறது, அங்கே பெரிய அறை ஒன்றின் வெளியே அமைச்சரின் செயலாளர் அமர்ந்திருக்கிறாள். பருமனான உடல் கொண்ட அந்தப் பெண்மணியின் மேசையில் அவளது சாயலைக் கொண்ட மூன்று பருமனான பதின்ம வயதினரின் புகைப்படம்.

முகப்பறையில் உள்ள பலகையில் 'நீதித்துறை நிர்வாகக் கிளை' என்று எழுதப்பட்டுள்ளது. முதல் தளத்தில் புடவை அணிந்த பெண்களின் குறுவறைகள், தட்டச்சுப்பொறிகளில் கொத்திக் கொண்டிருக்கின்றனர், நான்காவது மாடியில் கோப்புகளை எடுத்துச் செல்லும் டை அணிந்த ஆண்கள். வரைபட விளக்கம் மின்தூக்கிக்கு வெளியே கணக்கியல், நிதி, பதிவுகள் மற்றும் அலுவலகப் பணியாளர்களுக்கு ஒரு தளத்தை ஒதுக்குகிறது.

தீவைச் சுற்றிலும் இதுபோன்ற கட்டடங்கள் உள்ளன, இருப்பினும் பெரும்பாலானவை தலைநகரைச் சுற்றியுள்ளவை. நட்டத்தில் இருக்கும்போதும் லாப அறிக்கைகளைத் தாக்கல் செய்யும் கட்டடங்கள். சித்திரவதையாளர்களுக்கான வரவு செலவுத் திட்டங்களை ஒதுக்குவது, கடத்தல்காரர்களுக்கு ஓய்வூதியத் திட்டங்களை ஏற்பாடு செய்வது, கொலையாளிகளுக்கு வீட்டுக் கடன்களை அனுமதிப்பது போன்றவை இங்குதான் நடைபெற வேண்டும். உன் அப்பா சொன்ன ஒரு விடயம் உனக்கு நினைவிருக்கிறது, அது உன்னை அச்சத்தில் ஆழ்த்த வில்லை, ஆனால் பத்துவயதுச் சிறுவனிடம் அது ஏன் பகிர்ந்து கொள்ளப்பட்டது என்பது தெளிவற்றது.

'மாலின், நன்மைக்கும் தீமைக்கும் இடையிலான போர் ஏன் ஒருதலைபட்சமாக இருக்கிறது தெரியுமா? ஏனெனில் தீமை சிறப்பாக ஒழுங்கமைக்கப்பட்டுள்ளது, சிறப்பாக ஆயத்தப்படுத்தப்பட்டுள்ளது மேலும் அதற்குச் சிறந்த ஊதியம் வழங்கப்படுகிறது. நாம் அஞ்ச வேண்டியது அசுரர்களுக்கோ, பிசாசுகளுக்கோ, பேய்களுக்கோ அல்ல. நீதிமான்களின் வேலையைச் செய்வதாகக் கருதிக்கொள்ளும் தீயசெயல்களைச் செய்பவர்களின் ஒழுங்கமைக்கப்பட்ட கூட்டு, அதுதான் நம்மை நடுங்க வைக்கவேண்டும்.'

காத்திருப்பு அறையில் சாரதிமல்லி தனது செயற்கைக் காலுடன் தூணில் சாய்ந்து நிற்கிறான். வியர்த்து, சீரற்ற சுவாசத்துடன்

இருக்கிறான். கீழே உள்ள மாடிகளில் காகிதத்தை நகர்த்தும் நபர்களைப் பற்றி நினைக்கிறாய், ஸ்டான்லி நுழைவாயிலில் உள்ள பாதுகாப்பைக் கடந்து செல்ல முயற்சி செய்வது குறித்து நினைத்துக்கொள்கிறாய். வெடிகுண்டைப் பற்றி நீ சொல்லக்கூடிய ஒரு நல்ல விடயம் என்னவென்றால், அதற்கு இனவெறி அல்லது பாலினப்பாகுபாடு அல்லது வர்க்கத்தைப் பற்றிய அக்கறையில்லை.

பனிபடர்ந்த கண்ணாடிக் கதவுகள் கொண்ட கூடத்தின்வழி சாரதிமல்லியைப் பின்தொடர்ந்து பெரிய ஜன்னல்கள் கொண்ட மிகப்பெரிய அறைக்குள் செல்கிறாய். அங்கு நீ பார்ப்பது மனதைக் கவரக்கூடியதாகவும் திகிலூட்டுவதாகவும் இருக்கிறது.

***

நீதித்துறை நிர்வாகக் கிளையின் நான்காவது மற்றும் ஐந்தாவது தளங்களில் இருபத்து-மூன்று உயிர்கள் பறிபோனதற்கு இட்டுச்சென்ற சம்பவங்கள் பின்னாளில் துரதிர்ஷ்டம் மற்றும் கெட்ட செய்வினை என்று கூறப்பட்டது, காக மனிதன் அதன் ஒருபகுதி தன்னால் நிகழ்ந்தது எனக் கூறினார். ஆனால் அது சேன மற்றும் அவனது இறந்தவர்களின் படையினரது வேலை, காற்றுடன் விளையாடி, விதியை மாற்றினர். இருப்பினும் இறுதிமுடிவு உன்னால் நிகழ்ந்தசெயல். இருப்பினும் உனது இறுதி நிலவில், குறைந்தபட்சம் ஓர் உயிரைக் காப்பாற்றியதில் உனது பங்கு இருப்பதாக நீ கூறிக்கொள்ளலாம்.

மனிதர்கள் தங்கள் சிந்தனையைத் தாங்களே உருவாக்குவதாக, தங்களுக்கென சொந்தவிருப்பம் இருப்பதாக நினைக்கிறார்கள். இது பிறப்பிற்குப் பின் நாம் விழுங்கும் மற்றொரு மருந்துப்போலி. சிந்தனைகள் நமக்கு உள்ளிருந்தும் வெளியிலிருந்தும் வரும் கிசுகிசுப்புகள், காற்றைவிட அதிகமாக அவற்றைக் கட்டுப்படுத்த முடியாது. உங்கள் மனதில் எந்நேரமும் கிசுகிசுப்புகள் வீசிக்கொண்டே இருக்கின்றன, நீங்கள் நினைப்பதைக் காட்டிலும் அதிகமாக அவற்றுக்கு அடிபணிகிறீர்கள்.

குற்றவுணர்வு அல்லது புவியீர்ப்புவிசை அல்லது மின்சாரம் அல்லது சிந்தனைகள்போல ஆவிகள் சுவாசம் இருப்பவர்களின் கண்ணுக்குத் தெரியாதவை. ஒவ்வொரு வாழ்க்கையின் போக்கையும் ஆயிரக் கணக்கான, கண்ணுக்குத்தெரியாத கைகள்

வழிநடத்துகின்றன. வழிநடத்தப்படுபவர்கள் அதைக் கடவுள் அல்லது கர்மவினை அல்லது குருட்டு அதிர்ஷ்டம் அல்லது மற்ற குறைவான துல்லியத்துடன் உள்ள பெயர்களுடன் அழைக்கின்றனர்.

ஐந்தாவது தளத்திலுள்ள பெரிய அறையில், சேன தனது படையை நமது ராணுவம் இதுவரை கண்டிராத நுட்பத்துடன் நிறுத்தியிருக்கிறான். மூலையிலிருக்கும் ஜன்னலுக்கருகில் மஹாகாளி அமர்ந்திருக்கிறது, இந்தப் திரைப்பட அரங்கமைப்பின் தயாரிப்பாளர் மற்றும் இந்தத் திரைப்படத்தின் இயக்குநர்.

அமிலத்-தழும்புடைய பெண் ரஞ்சகொடவின் காதுகளில் கிசுகிசுத்து அவரது சிந்தனைகளைக் குழப்பி, சாரதிமல்லி அறைக்குள் நுழையுமுன் அவனைச் சோதிக்க மறந்துவிடுவதை உறுதிப்படுத்துகிறாள்.

வெடிகுண்டு விபத்தில் பலியான ஒருவர் அங்கியின் மின்சுற்றுகளைச் சரிபார்த்து அதன் கம்பிகள் வழியாக மின்னோட்டம் பாய்வதை உறுதிசெய்கிறார். வல்லுறவு செய்யப்பட்ட அழகுராணி முதலில் வந்து இறந்த மெய்க்காப்பாளரை, அதாவது அமைச்சரின் அரக்கவுருவை, அவளது துயர்நிறைந்த முடிவுக்கு முன்னால் அழகிப்போட்டிக்காகப் பயிற்சிசெய்த நடனத்தின் மூலம் திசைதிருப்புவாள்.

இறந்த தாய் சரியான நேரத்தில் வெடிகுண்டை வெடிக்கச்செய்ய சாரதிமல்லியைத் தூண்டும் பணியை மேற்கொள்கிறாள். சேன இலங்கையில் எங்குமில்லாத அளவுக்குச் சரிபார்ப்புகள் மற்றும் சமநிலைகளை மிகக் கவனமாக ஒழுங்கமைக்கிறான். எதுவும் சாத்தியங்களின் பால் விட்டுவிடப்படக் கூடாது. இன்று இந்த, இறந்த-அரசின்மைவாதிகள், இறந்த- பிரிவினைவாதிகள், இறந்த-அப்பாவிகள் மற்றும் இறந்த தாங்கள்-யாரென்று-நினைவுகூர-முடியாதவர்களின் படை ஒரே வீச்சில் கொலைக்குழுவை அழிக்கப்போகிறது. அதை மஹாகாளியின் தோளிலிருந்து பார்க்கப்போகிறாய்.

***

‘பெய்ரா வாவியை இந்த உயரத்திலிருந்து பார்க்க முடியும் என்பது எனக்குத் தெரியாது,’ அமைச்சர் பச்சைநிற நீரின்மீது

மிதந்துகொண்டிருக்கும் கோவிலை ஜன்னல் வழியாகப் பார்த்தபடி கூறுகிறார். 'கனவு போல் இருக்கிறது.'

'உங்களால் அதன் நாற்றத்தை உணரமுடியாத வரை,' என்று குறிப்பிடுகிறார் மேஜர். இருவர் அமரக்கூடிய அமைச்சரின் சாய்கதிரையில் அவருக்கு அடுத்து வழுக்கைத் தலையுடனுள்ள மனிதன் அருவருப்பான புன்னகையுடன் கைகளைக் கட்டிக்கொண்டு இருக்கிறான். எஸ்டிஎஃபின் ஆகச்சிறந்த விசாரணையாளன் என்று அறிமுகப்படுத்தப்படுபவனை அவனது முகமூடி இல்லாமலும் அடையாளம் கண்டுகொள்கிறாய்.

அமைச்சரின் அரக்கவுரு படிக்கப்படாத சட்டப் புத்தகங்கள் கொண்ட அலமாரியின் மீது படுத்து, வல்லுறவு செய்யப்பட்ட அழகுராணியின் கோட்டை மற்றும் டிஸ்கோ காலகட்ட நடன அசைவுகளைப் பார்த்துக்கொண்டிருக்கிறது. அவள் அதன் கண்களை நேராகப் பார்த்து முதுகை வில்லாக வளைக்கிறாள். அவளது தோள்கள் உருளுகின்றன, மணிக்கட்டுகள் சுழல்கின்றன, அவளது மார்புகள் அசையாமல் இருக்க இடுப்பு மட்டும் வட்டமாக சுழல்கிறது. வெளிப்படையாக, காக மனிதனின் குகையில் அவளுக்கிருக்கும் சந்நிதியில் கிடைத்த வரங்களைத் தன்னுடைய கண்களிலும் நடன அசைவுகளிலும் முதலீடு செய்திருக்கிறாள். உடலின் மூடிகள் படபடக்க அவளது உதடுகள் முத்தங்களைப் பறக்கவிடுகின்றன.

'இந்த இரண்டு சந்திப்புகளிலும் நீங்கள் இருக்கவேண்டுமென்று விரும்புகிறேன், மேஜர்.'

'நிச்சயமாக, சார்.'

'இது விநோதமான காலகட்டம், மேஜர். நம்மீது படையெடுக்குமாறு இந்தியர்களை அழைக்கிறோம். தமிழ்த் தீவிரவாதிகளிடம் ஒப்பந்தம் செய்கிறோம். நமது சொந்தச் சிங்கள இன மக்களைக் கொலைசெய்கிறோம். இதுவரை இல்லாத அளவுக்கு நிலைமை மோசமாகியிருக்கிறது.'

'இன்னும் மோசமாகும், சார்.'

'நீங்களும் காக மனிதனிடமிருந்து தாயத்துகள் பெறுகிறீர்களோ?'

மேஜர் முகம்சிவந்து தன்னுடைய சட்டையின் கைப்பட்டைக்குக் கீழேயுள்ள ஆரஞ்சு நிறக் கயிறைப் பிடித்திழுக்கிறார். இன்னொரு முறை இழுத்தவுடன் அறுந்துபோகிறது.

'என் மனைவி கொடுத்தாள். நான் இதுபோன்ற முட்டாள்தனங்களில் நம்பிக்கை வைப்பதில்லை.' அதைச் சாம்பற் கிண்ணத்தில் போடுகிறார்.

அமைச்சர் தனது வெள்ளை நிறக் கைப்பட்டையைப் பின்னுக்கிழுத்து அதேபோன்ற கயிறை வெளிப்படுத்துகிறார். மேஜர் தனது மணிக்கட்டிலிருந்த கயிறைச் சாம்பலிலிருந்து மீட்டு பைக்குள் வைத்துக்கொள்கிறார்.

'அதிகமான இறுமாப்புடன் இருக்கவேண்டாம். நம்மைப் போன்ற வேலைகளில் ஈடுபடுபவர்கள் அனைத்துத் தரப்பிலிருந்தும் நமக்குக் கிடைக்கக்கூடிய பாதுகாப்புகளை ஏற்றுக்கொள்ள வேண்டும். ஏய், பாதுகாவலர்கள் எங்கே போனார்கள்?'

இன்று பணியிலிருக்கவேண்டிய காவலர்கள் இருவரும் உணவு நச்சுத்தன்மை காரணமாக ஆறாகப் பெருக்கெடுக்கும் வயிற்றோட்டத்தால் கழிவறைக் கிண்ணத்தோடு பிணைக்கப்பட்டிருக்கிறார்கள் என்பது அவருக்குத் தெரியாது. அவரது செயலாளர் வேகமாக உள்ளே வருகிறாள். அந்த இளம்பெண் மிகச் சமீபமாக மீன்வளத்துறை அமைச்சகத்திலிருந்து மாற்றப்பட்டவள், அமைச்சர் சிறில் விஜேரத்னவின் பணிவைப் பார்த்தால் இன்னமும் அவர், அவள்மீது கைவைக்கத் தொடங்கவில்லை என்று தெரிகிறது.

அவள் கதவைத் திறந்து அறிவிக்கிறாள். 'சார், உங்களை 5:00 மணிக்குச் சந்திக்க வேண்டியவர்கள் வந்துவிட்டார்கள்.'

சாரதிமல்லி உள்ளே நுழைகிறான், உயரமான, கருத்த உருவம், பதட்டத்துடன் இருக்கிறான், அவனுடன் ஆர்வத்திலுள்ள ஏஎஸ்பி ரஞ்சகொட. இருவருக்கும் நேர்த்தியாகத் தோற்றமளிப்பதிலும் அனைவரது கண்களையும் நேராகச் சந்திப்பதைத் தவிர்ப்பதிலும் விவேகமுண்டு.

'ஆஃபீஸர், அந்தப் பாழாய்ப்போன பாதுகாவலர்கள் வரும்வரை வெளியில் நில்லுங்கள். சாரதிமல்லி நீ தயவுசெய்து அங்கே நில்.'

காவல்துறையினர் வெளியேற சாரதிமல்லி நேராக நிற்கிறான், அவனது காலணிகள் பளபளக்கின்றன, அவனது உருமறைப்பு நீண்டு மெலிந்த உடலில் தொங்கிக்கொண்டிருக்கிறது.

இறந்த தாய் அந்த இளைஞனுக்குப் பின்னால் சென்று திரைச்சீலையில் கலந்துவிடுகிறாள். அமைச்சரின் அரக்கவுரு சாரதிமல்லியைப் பார்த்துவிட்டுப் பின் மீண்டும் நடனமாடுபவளைக் கவனிக்கத் தொடங்குகிறது. அதன் தலைவன் பல சந்தர்ப்பங்களில் சிப்பாய்களைக் கடுமையாகப் பேசுவதைப் பார்த்திருக்கிறது என்பதால் இப்போது மிஸ் கதிர்காமம் 1970இன் கதகளி மற்றும் எலக்ட்ரிக் போகியின் இணைவு நடனத்தில் ஆர்வம் காட்டுகிறது.

அமைச்சரும், மேஜரும் அறையிலிருக்கும் மூன்றாவது மனிதனைப் பார்க்கிறார்கள், தலையில் முடியோ அல்லது முகமூடியோ இல்லாத மனிதன். எந்த வேலையைச் செய்ய அவன் அழைத்து வரப்பட்டிருக்கிறானோ அதற்காகக் காத்திருக்கிறார்கள். விசாரணையாளன் சாரதிமல்லியை நோக்கி நடந்துசென்று அவனது காதில் வார்த்தைகளை உமிழ்கிறான்.

'ஏன் மருத்துவமனையிலிருந்து வெளியே வந்தாய்?'

'நான் நன்றாகிவிட்டதாக உணர்கிறேன், சார்.'

'உன்னைப் பார்த்தால் நன்றாகிவிட்டதாகத் தெரியவில்லையே,' இளைஞனின் லேசான தீக்காயங்கள் உள்ள உச்சந்தலை மற்றும் தழும்பாகிவிட்ட கன்னங்களைப் பார்த்தபடி வழுக்கைத்தலை கூறுகிறான்.

'மற்ற இருவரும் எரிந்துபோனபோது நீ மட்டும் எப்படி நெருப்பிலிருந்து தப்பித்தாய்?'

அமைச்சர் மேஜரைப் பார்க்க அவர் தோளைக் குறுக்குகிறார். விசாரணையாளன் சாரதிமல்லியின் காதுக்குப் பின்னாலிருக்கும் சதையைப் பிடித்திழுக்கிறான். ஒரு சிட்டிகை அளவே என்றாலும் அது ரத்தத்தை வரவழைக்கிறது.

'எனக்கு நினைவில்லை, சார்.' என்கிறான் சாரதிமல்லி. 'தயவு செய்யுங்கள், வலிக்கிறது.'

'நீ சற்று பருமனாகிவிட்டாய், இல்லையா?' விசாரணையாளன் கையை உயர்த்துகிறான், அடுத்து நடக்கவிருப்பதற்கு

அறையிலுள்ள ஒவ்வொரு ஆவியும் தயாராகிறது, சாரதிமல்லியைத் தவிர, ஆனால் அவன் அந்தச் சிப்பாயை வயிற்றில் குத்தவில்லை.

'எப்படி?'

விசாரணையாளன் குனிந்து தனது முழங்காலைச் சொறிந்துகொண்டு, எறும்பின் வரிசை தன்காலில் ஏறிக்கொண்டிருப்பதைக் கவனிக்கிறான். சபித்தபடி தனது முழந்தாளைத் தட்டுகிறான். அவனால் சித்திரவதை செய்யப்பட்டு இறந்த ஜேவிபியைச் சேர்ந்தவன் எறும்புகளைத் தனது காலுக்கு அனுப்பிக்கொண்டிருப்பதை அவனால் பார்க்க முடியவில்லை.

அமைச்சர் நேர்காணலைக் கையிலெடுத்துக்கொள்கிறார்.

'அந்த வேனை எப்படி டிரான்ஸ்ஃபார்மர் மீது மோதினாய்?'

'என்னால் நினைவுகூர முடியவில்லை, சார்.'

'குடித்திருந்தாயா?'

'நான் குடிப்பதில்லை, சார். செவ்விளநீர் மட்டும்தான் குடிப்பேன்.'

'இப்போதே செய்!' என்று சீறுகிறான் சேன.

'இப்போதே செய்!' இறந்த தாய் சாரதிமல்லியின் காதில் கிசுகிசுக்கிறாள். அதற்கான பொத்தான் சாரதிமல்லியின் பைக்குள் இருக்கிறது, அவனது கை அதைச்சுற்றி வந்தாலும் அவனால் அழுத்தமுடியவில்லை. அறையில் மூன்று மின்விசிறிகள் சுழன்று கொண்டிருக்கின்றன என்றாலும் அவனுக்கு வியர்க்கிறது.

'ஏதாவது விடயமா, மகனே?'

அமைச்சர் எழுந்து அவனை நோக்கி வருகிறார்.

'இப்போதே செய்!' நீளிருக்கையில் அமர்ந்திருக்கும் அமிலத் தழும்புடைய பெண் சீறுகிறாள். விசாரணையாளன் கடைசி எறும்பை வெளியேற்றிய பிறகு, மிகக் குளிர்ச்சியான காற்று இதயத்தைத் தாக்குவதை உணர்ந்து முகம்சுளித்தபடி மின்விசிறியைப் பார்க்கிறான்.

'இப்போதே செய்!' என்று இறந்த தாய் சாரதிமல்லியின் காதில் கூறுகிறாள். அவன் உதடுகள் நடுங்குகின்றன, வெடித்து அழுதுவிடுவதுபோல் இருக்கிறான். இருப்பினும் அவன் கைகள் அசையவில்லை.

அறையின் மறுமூலையைப் பார்க்கிறாய், அமைச்சரின் அரக்கவுரு புத்தக அலமாரிக்கு அருகில் குறட்டைவிட்டுக் கொண்டிருக்க, வல்லுறவு செய்யப்பட்ட அழகுராணி அதன் கூரான காதுகளுக்கிடையே இருக்கும் தலைமுடியை வருடிக்கொண்டிருக்கிறாள். அமைச்சர், மேஜர், விசாரணையாளன் மற்றும் சாரதி அனைவரும் ஒரேஅறையில் இருக்கின்றனர். அனைத்துத் தற்செயல் நிகழ்வுகளும் இதைப்போல மிக நுணுக்கமாக ஏற்பாடு செய்யப்பட்டதா என்று ஆச்சரியப்படுகிறாய்.

மருத்துவர் ராணி மற்றும் அவரது இலங்கை கொலைக் குழுக்கள் குறித்த கோட்பாட்டை, கேட்காமல் அவர் பயன்படுத்திக்கொண்ட புகைப்படங்களை நினைத்துக்கொள்கிறாய். 1970களில் லத்தீனமெரிக்கச் சர்வாதிகாரங்களால் உருவாக்கப்பட்டதற்குப் பிறகு, நவீன கொலைக்குழுக்களை உருவாக்கிய முதல் ஜனநாயகம் இலங்கைதான் என்று கூறினார். அவரது புத்தகத்தில் அவர் கண்டனம் செய்த விடயங்களை அவரறியாமலேயே நியாயப்படுத்திய வாக்கியங்களுக்கு இடையே மறைத்து வைக்கப்பட்டிருந்த சரிபார்க்கப்படாத பல கூற்றுகளில் ஒன்று: தொழிற்சாலை-போல வன்முறையை நிர்வகிப்பதற்கான ஓர் ஒழுங்கமைக்கப்பட்ட படிநிலையை உருவாக்குவதென்பது பண்பாடற்ற செயலாக மட்டும் இருக்காது, அது வெளிப்படையாகக் காட்டுமிராண்டித்தனத்தில் ஈடுபடும் பகுத்தறிவுள்ள மனிதர்களின் செயலாக இருக்கும்.

'செய்!' என்று மஹாகாளி கிசுகிசுத்ததும் அதன் வயிற்றிலுள்ள ஒவ்வொரு ஆன்மாவும், அந்த அறையிலுள்ள ஒவ்வொரு ஆவியும் அமைதியாகின்றன.

'சார், எனக்குக் குரல்கள் கேட்கின்றன,' என்று சாரதிமல்லி ஒப்புதல் வாக்குமூலம் அளிக்கிறான்.

'உடனே செய்!' என்று சேன, அமிலத் தழும்புடைய பெண், வல்லுறவு செய்யப்பட்ட அழகு ராணி மூவரும் சீறுகின்றனர்.

இறந்த ஜேவிபிக்கள் விசாரணையாளனின் உடல் முழுவதும் அரிப்பை உண்டாக்குகின்றனர்.

***

இந்த அசிங்கமான கட்டடத்திற்குள் நுழைந்ததிலிருந்து உனக்குள் குமிழ்த்துக்கொண்டிருந்த ஓர் உணர்வு இப்போது உன் உடைந்த கழுத்தின் அடிப்பகுதியில் திரண்டு உன் புலன்களில் வெள்ளமெனப் பாய்கிறது. உன்னுடைய இறுதி நிலவு ஒரு காதலன் துரோகத்துக்குள்ளாவதை, சிறந்த தோழி படுகுழியில் தொங்கவிடப்படுவதைப் பார்த்துவிட்டது, இப்போது தீயவர்களைக் கொண்டுசெல்லும் வெடிப்புடன் முடிவடையப் போகிறது. எனில் ஏன் உன் கண்கள் வேதனையோடு இருக்கின்றன, ஏன் உன் காதுகள் வெண்ணிரைச்சலால் நிரம்புகின்றன?

கேமராவை எடுத்து அறையைச் சுற்றி உயிர் வாழ்பவர்களின் முகங்களைப் பார்க்கிறாய். காவலர், குண்டர், சிப்பாய், அரசியல்வாதி. அறையைத் தூள் தூளாக மாற்ற ஆவிகள் ஆயத்தமாக இருப்பதைப் பார்க்கிறாய். மஹாகாளி ஜன்னலின் விளிம்பில் நின்று மகிழ்ச்சியுடன் இந்தக் காட்சியைப் பார்த்துக் கொண்டிருப்பதைக் காண்கிறாய்.

'இதை நிறுத்து!' என்று கத்துகிறாய். 'இதை உடனே நிறுத்து!'

'என்ன செய்கிறீர்கள், திரு மாலி?' சேன திரைச்சீலைக்குப் பின்னாலிருந்து வெளிவருகிறான். அமைச்சரின் அரக்கவுரு அழகு ராணியின் பாடலுக்கு ஏற்ற தாளகதியில் குறட்டை விட்டுக்கொண்டிருப்பதைப் பார்த்துக்கொள்கிறான்.

'கீழே நிறைய மனிதர்கள் இருக்கிறார்கள். அலுவலகப் பணியாளர்கள். மூன்று தளங்கள் நிறைய இருக்கிறார்கள். தன்னுடைய மூன்று குழந்தைகளின் புகைப்படத்தை மேசையில் வைத்திருக்கும் செயலாளர் இருக்கிறாள். என் நண்பனின் அப்பா கீழ்த்தளத்தில் இருக்கிறார், அவர் பகட்டான முட்டாள், ஆனால் இதில் அவருக்கு எந்தப் பங்கும் இல்லை. மேலும் ஏமாற்றப்பட்ட இந்த முட்டாள் வேறு இருக்கிறான்,' என்று சாரதிமல்லியைச் சுட்டுகிறாய். 'இன்று எத்தனை பேர் இறப்பார்கள்? அதைக் கணக்கிட்டாயா?'

சேன உன் மீது பாய்ந்து உன்னைச் சுவரோடு வைத்து அழுத்துகிறான். 'இந்தப் போரை முடிவுக்குக் கொண்டு வரும் கட்டத்தில் இருக்கிறோம், உனக்குப் பணியாளர்கள் குறித்து கவலையாக இருக்கிறதா? இந்த அரக்கர்களை அதிகாரத்தில் வைத்திருப்பதற்காகத் தாள்களில் முத்திரையிடுபவர்கள் அவர்கள். செத்து ஒழியட்டும்.'

'அப்பாவிகள் யாரும் இறக்க மாட்டார்கள் என்றாய்.'

'இந்தக் கட்டடத்தில் அப்பாவிகள் யாருமில்லை. உன் நண்பனின் தந்தைகூட அப்பாவியல்ல. இந்த அமைப்புக்காக வேலை செய்பவர்கள் தங்களின் தலைவிதிக்குத் தகுதியானவர்களே.'

'சார், எனக்குக் குரல்கள் கேட்கின்றன,' என்று வாக்குமூலம் அளிக்கிறான் சாரதிமல்லி, இருப்பினும் யாரும் அவனைக் கவனிக்கவில்லை.

மாலை 5 மணிக்கு, ஒவ்வொரு அரசாங்க அலுவலகமும் போக்குவரத்து நெரிசலில் இருந்து தப்பிப்பதற்காக தினசரிப் பயிற்சியின் பகுதியாக வெளியேறிவிடும், தங்கள் மேசையில் என்ன இருக்கிறது மற்றும் என்ன செய்ய வேண்டியிருக்கிறது என்பதைப் பொருட்படுத்தாமல் வெளியேறும். மேல்தளத்தில் தற்கொலை குண்டுதாரி இல்லாத அலுவலகங்கள் கூடச் சரியாக ஐந்து மணிக்குத் தங்கள் கடைகளை மூடிவிடுவார்கள்.

இதை எவ்வளவு தாமதிக்கிறாயோ, அவ்வளவு குறைவான உயிரிழப்புகள். சில சமயங்களில் வைக்கும் பந்தயம் முக்கியமல்ல, ஆனால் அதை வைக்க எவ்வளவு நேரம் எடுத்துக்கொள்கிறாய் என்பதே முக்கியம்.

நீயும் சேனவும் ஒருவரையொருவர் அவமதித்துக்கொண்டிருக்கும் நேரத்தில் சாரதிமல்லி தனக்குத்தானே ஏதோ முணுமுணுத்துக் கொள்கிறான் ஆனால் அது உனக்குப் புரியவில்லை.

முதுகுத்தண்டில் முஷ்டியை, தொண்டையில் கத்தியை உணர்கிறாய்.

'பைலா பாடியது போதும், திரு மாலி அவர்களே. மஹாகாளி உங்களிடம் இன்னுமொரு. கிசுகிசுப்பு மீதமுள்ளதாகக் கூறுகிறாள். ஒழுங்காக அதைப் பயன்படுத்துங்கள். இப்போதே.'

'மூன்றையும் ஏற்கெனவே பயன்படுத்திவிட்டேன்.'

'மஹாகாளி இரண்டை மட்டுமே கேட்டதாகக் கூறுகிறாள். உங்களுடைய கிசுகிசுக்கும் சக்தியை இப்போதே பயன்படுத்துங்கள்.'

'கீழே இருக்கும் செயலாளர் மற்றும் கணக்காளர்கள் என்ன ஆவார்கள்? எல்டிடிஈகள் பொதுமக்களை வெடிகுண்டு வைத்துக் கொல்வதற்கும், அரசாங்கம் ஜேவிபிகளைப் படுகொலை செய்வதற்கும் இதற்கும் என்ன வித்தியாசம்? இந்த முட்டாள்தனத்தால் என்ன கிடைக்கப்போகிறது?'

சேன உன்னை சாரதிமல்லிக்கு முன்னால் தள்ளிவிடுகிறான், அறையிலுள்ள ஆவிகள் கோஷமிடுகின்றன, 'இப்போதே செய்!'

***

சாரதிமல்லியின் முகத்திலுள்ள தழும்புகளைப் பார்க்கிறாய். உன்னில் எஞ்சியிருக்கும் அனைத்தையும் மஹாகாளி விழுங்குமுன் நீ செய்யும் கடைசிச் செயல் இதுவாக இருக்குமா? புகைப்படக் கலை, இதழியல் மற்றும் இந்த மொத்தக்குழப்பம் குறித்தும் சிந்திக்கிறாய். முடிவில், அவற்றில் ஈடுபட்டதில் ஏதேனும் பெறுமானமுள்ளதா?

அதற்கான பதில் இல்லை என்பதாக இருக்கலாம், ஆனால் உனது ஏழாவது நிலவின் கடைசி சில மணி நேரங்களில், உனது குரலில் எஞ்சியிருப்பதைப் பயன்படுத்த முடிவு செய்கிறாய். 'சாரதிமல்லி. நான் உன்னுடன் பயணம் செய்து நீ யார் என்பதை தெரிந்துகொண்டிருக்கிறேன். நீ இப்போது இருக்கும் இடத்தில் நானும் இருந்திருக்கிறேன். என்னை உனக்குத் தெரியும்.'

சாரதிமல்லி ஒரு கணம் நிமிர்ந்து பார்த்துவிட்டு மீண்டும் தனது பாதத்தைப் பார்க்கிறான். 'உன்னால் என்னைப் பார்க்கமுடியாமல் இருக்கலாம் ஆனால் என்னைக் கேட்க முடியுமென்று எனக்குத் தெரியும். இந்த மனிதர்கள் அனைவரும் இறப்பதற்குத் தகுதியானவர்கள். ஆனால் சற்று நேரத்திற்கு முன் உனக்கு தேநீர் தயாரித்துக் கொடுத்த பெண்? கீழ்த்தளத்தில் உள்ள அனைத்து மனிதர்கள்? நீ?'

'என்ன செய்கிறாய்?' சேன கலக்கமடைகிறான். அவனது குழுவினர் சிலர் தங்களது ஈட்டியால் உன்னைக் குத்த முயல்கின்றனர். மூலையில் உறங்கிக்கொண்டிருக்கும் அரக்கவுருவுக்குப் பின்னால் மஹாகாளி நிழல்களை உள்ளிழுக்கிறாள். அதன்

தோலிலிருக்கும் முகங்கள் சிலுவைகளாகவும் அம்பின் நுனிகளாகவும் மாறிவிட்டதைக் காண்கிறாய்.

'அரசர்களைக் கொல்லச் சிப்பாய்களை அனுப்புகிறோம். ஆனால் மோசமான அரசர்கள் மிக மோசமான அரசர்களால் ஈடு செய்யப்படுகிறார்கள், பிறகு இன்னுமதிகச் சிப்பாய்கள் இறப்பதற்காக அனுப்பிவைக்கப்படுகிறார்கள்,' உன்னுடைய கருத்துகளை அறையிலுள்ள அனைத்து உயிரிகளின் முன்னாலும் வைக்கிறாய்.

சாரதிமல்லி வியர்த்து நடுங்குகிறான். அவன் தன்னைச் சுற்றிச்சூழலும் குரல்களை, அவனது பாதிக்கப்படாத கால்மீது கிலோ கணக்கிலான கம்பிகள் செலுத்தும் எடையைப் புறக்கணிக்க முயற்சி செய்கிறான். ஐ.ஈ.குகராஜாவால் அவனுக்கு ஊட்டப்பட்டு, தனது அணில்களுக்கு அவன் உணவளிக்கும்போது மனப்பாடம் செய்த வரியைக் கூறுகிறான்.

'எதிரிப் போராளிகள் அனைவரும் உடந்தையாக இருப்பவர்கள். அனைவரும் மரணத்திற்குத் தகுதியானவர்கள்.'

'இவர்கள் போராளிகள் அல்ல மல்லி. உன்னைப்போன்ற இளைஞர்கள் தங்களைத் தாங்களே வெடிக்கச்செய்து கொள்கிறார்கள். ஆனால் என்ன மாறுகிறது? இந்த அசிங்கத்திற்காகத் தியாகம் செய்ய உன் உயிர் தகுதியானதா? அவளுடையது? அவர்களுடையது?'

சேன உன்னைப் பிடித்து, உன் முகத்தின்மீது விஷத்தை உமிழ்ந்து, உன் கழுத்தைப் பற்றி மஹாகாளியை நோக்கி உன்னைச்சுமந்து செல்கிறான். 'அது உன்னுடைய கடைசி வாய்ப்பு திரு மாலி. மஹாகாளி ஆயிரம் நிலவுகளுக்கு உன்னைத் தன்னிடம் வைத்திருப்பாள்.'

***

ஆனால் அவனது சாபங்கள் கதவுக்கருகில் ஏற்படும் குழப்பத்தால் மூழ்கடிக்கப்படுகிறது. மலிவான ஒட்டுப்பலகைக் கதவு அதன் கீல்களில் ஊசலாடியதும் அறையிலுள்ள ஆவிகள் துள்ளிக் குதிக்கின்றன.

'சந்தல்!' என்று வெடிக்கிறார் அமைச்சர். 'கதவைத் தட்டமாட்டாயா?'

ஆனால் அறைக்குள் நுழைந்தது சிறில் விஜேரத்னவின் செயலாளரல்ல. அது ஸ்டான்லி தர்மேந்திரன்.

மதிய ஒளி அவரை வாசலில் உருவரையாகக் காட்டுகிறது. அவரது பருத்த தோள்களும் அளவெடுத்ததுபோன்ற நடையும் அவருடைய மகனை உனக்கு நினைவூட்டுகிறது, அவர் பேசத் தொடங்கும் வரை.

'அமைச்சரே. உங்களோடு பேசவேண்டும். இப்போதே.'

'நாங்கள் வேலையாக இருக்கிறோம். தர்மேந்திரன்...'

'என் சகோதரியின் மகள். மாளிகைக்குக் கொண்டு செல்லப்பட்டிருக்கிறாள். இதில் எனக்கு விளக்கம் தேவை.'

அமைச்சர் மற்றும் மேஜர் இருவரும் அதிர்ச்சியடைந்து முகமூடியைப் பார்க்கின்றனர். முகமூடி தலையசைத்தபடி தாழ்வாரத்தில் நிற்கும் ஏஎஸ்பி ரஞ்சகொடவைப் பார்க்கிறான்.

தனியே வியர்த்து நடுங்கிக்கொண்டிருக்கும் இளைஞனிடமிருந்து குழுவினர் மற்றும் ஆவிகளின் கவனம் திசைதிரும்புகிறது.

'நாங்கள் அனைவரையும் கேள்விக்கு உட்படுத்த வேண்டியுள்ளது, தர்மேந்திரன்,' என்கிறார் அமைச்சர். 'தொடர்புகள் உள்ளவர்களை விளக்க முடியாது.'

'அதனால் அவளை மாளிகைக்கு அழைத்துச் செல்வீர்களா?'

'மன்னித்து விடுங்கள் தர்மேந்திரன், ஆனால் இப்போது இதற்கான நேரம்...'

சேன தனது பிடியை இறுக்குகிறான். அவனைத் தள்ளி, அவனது மணிக்கட்டில் கடிக்கிறாய். கத்தி தரையில் விழுகிறது, முன்பு ஐந்து நிமிடங்களுக்கு விளையாடிய ரக்பியில் உதைத்தது போல் உன்னுடைய வெறுங்காலால் அதைக் குறிவைத்து உதைக்கிறாய், கத்தி பறந்து சென்று அதன் கூர்மையற்ற முனை அமைச்சரது அரக்கவுருவின் வயிற்றில் சென்று மோதுகிறது, அது முனகி பிறகு உறுமலுடன் கண் விழிக்கிறது.

ஆவிகள் திகைப்புறுகின்றன, சேன கத்துகிறான், மஹாகாளி ஜன்னலருகே மிதந்துகொண்டிருக்கிறாள், அவளது கண்கள் மின்னுகின்றன, முகங்கள் விழித்திருக்கின்றன. சாரதிமல்லி

அறையிலுள்ள அனைவருக்கும் கேட்கும்படி பேசுகிறான். ‘உன் கேள்விக்கான பதில்... எனக்குத் தெரியாது. நான் நீண்ட நேரம் யோசித்தேன், என்னிடம் பதில் இல்லை. இப்போது இது மட்டுமே உள்ளது. இந்தக் கணம் மட்டுமே இருக்கிறது.’

அறை தன் மூச்சை நிறுத்திக்கொள்கிறது. அமைச்சரின் அரக்கவுரு மெதுவான இயக்கத்தில் தனது எஜமானன் அமர்ந்திருக்கும் இடத்திற்குத் தாவுகிறது. சாரதிமல்லி தனது வரியை மீண்டும் மீண்டும் கோரி தனது எண்ணத்தை முடிக்கிறான்.

’எதிரிப் போராளிகள் அனைவரும் இதற்கு உடந்தையாக இருப்பவர்கள். அனைவரும் மரணத்திற்குத் தகுதியானவர்கள். ஒருவேளை எனது பயனற்ற வாழ்க்கை இறுதியாகப் பயனுள்ளதாக மாறும். இல்லையென்றால், எல்லாவற்றுக்கும் என்ன பொருள்?’

அதோடு தனது இரு கைகளையும் பைக்குள் நுழைக்கிறான்.

ஆயிரம் நிலவுகள்

மிகவும் சக்திவாய்ந்த ஆற்றல்கள் அனைத்தும் கண்ணுக்குத் தெரியாதவை. காதல், மின்சாரம், காற்று. மற்றும் குண்டுவெடிப்பைத் தொடர்ந்து வரும் அலைகள். முதலில் வருவது வெடிப்பலை, இதில் காற்று அழுத்தத்திற்கு உள்ளாகி உடையும், அதில் உருவாகும் காற்றுப் பைகள் வெளிப்புறமாக உந்தப்பட்டு ஒலியைவிட வேகமாகப் பயணித்துத் தங்கள் வழியிலுள்ள அனைத்தையும் சிதறடிக்கும். இந்த அலை மேஜரை மூன்று துண்டுகளாக்குகிறது, விசாரணையாளனைச் சுவரோடு மோதுகிறது, அவ்வகையில் தங்களது பல கைதிகளுக்கு அவர்கள் அளிக்காத உடனடி மரணத்தை அவர்களுக்கு அளிக்கிறது.

அடுத்து வருவன அதிர்ச்சியலைகள், இவையும் ஒலிவிரைவு கடந்த அலைகள் மற்றும் வெடிப்பின் ஒலியைக்காட்டிலும் அதிக ஆற்றலை உள்ளடக்கியவை, அது இனிதான் வரும். அவை ரஞ்சகொடவைக் குத்திக்கிழித்து கதவின் மேல் கழுவேற்றுகின்றன.

கட்டடம், அதன் தரை குலுங்குவதையும் அதன் சுவர்கள் விரிசல் விடுவதையும் உணர்கிறது. பீதியடைந்த அரசு ஊழியர்கள்

ஒருவரையொருவர் தள்ள்ளிக்கொண்டு கட்டடத்திற்கு வெளியே ஓடுவதால் படிக்கட்டுகள் நிரம்பியுள்ளன. வாகன நிறுத்தத்திலிருந்த ஓட்டுநர்களும் காவலர்களும் குண்டுவெடிப்புச் சத்தத்தைக் கேட்டு ஐந்தாவது மாடியின் ஜன்னலிலிருந்து புகை வெளியேறுவதைப் பார்க்கிறார்கள்.

அலைகள் அறையிலுள்ள மரச்சாமான்களைப் பறக்கும் கைத்தடி மற்றும் குத்துவாளாக மாற்றுகின்றன, அது ஸ்டான்லியின் அச்சத்தால் குறுங்கிய உடலைத் தாக்கிச் சிதைக்கிறது. சாரதிமல்லியின் மண்டையோடு குளியலறையின் தரையில் சென்று விழ, அவனது மீதம் சுவர்கள்மீது தெளிக்கப்படுகிறது. அதன்பிறகு அறை தீப்பற்றிக்கொண்டு வெடிப்பின் காற்றுகள் ஜன்னலை உலுக்குகின்றன. அவை மின்விசிறிகளைக் கூரையிலிருந்தும் கற்காரைகளைச் சுவரிலிருந்தும் இடம் மாற்றுகின்றன.

கீழே தரைத்தளத்தில், தாள் எடைகள் மற்றும் கோப்புகளின் தட்டுகள் கையெறி குண்டுகள் மற்றும் பீரங்கிக் குண்டுகளாக மாறுகின்றன, அஸ்திவாரங்கள் அதிர காற்று புகை மற்றும் பயங்கரத்தின் கர்ஜனைகளால் நிரம்புகிறது. வாகன நிறுத்துமிடம் பீதியடைந்த மக்களால் நிரம்புவதைப் பார்க்கிறாய். முதலில் வெளியேறுபவர்கள் ஓலமிட்டபடி தங்கள் பைகளைப் பிடித்துக்கொண்டிருக்க, இரண்டாவதாக வெளியேறுபவர்கள் தூசி மற்றும் ரத்தத்தால் மூடப்பட்டுள்ளனர், மூன்றாவதாக இருப்பவர்கள் மற்றவர்களால் சுமக்கப்பட வேண்டும்.

வெடிப்பின் காற்றுகள் ஆவிகளைச் சிதறடித்து, அறையிலிருந்து வெளியே தாழ்வாரம் வழியாகத் தூக்கியெறிகிறது. அவை தங்களைத் தூசு தட்டிக்கொண்டு நெருப்புக் கொழுந்துகளினூடே நடனமாடுகின்றன. இறந்த புலிகள் கொல்லப்பட்ட ஜேவிபிக்களுடன் கைகுலுக்கிக்கொள்கின்றனர். மின்தூக்கிக்கு அருகே குந்தியமர்ந்து அலுவலகத்திலிருந்து புகை வெளியேறுவதைப் பார்த்தபடி காத்திருக்கின்றனர்.

அறைக்குள்ளே, நெருப்பு ஜன்னலை நோக்கி ஊர்ந்து செல்கிறது. குளியலறை மற்றும் சமையலறையை மட்டும் அது சேதப்படுத்தவில்லை. குளியல் தொட்டியில் முறிந்த முழங்கையுடன் அமைச்சர் சிறில் விஜேரத்ன இருமிக்கொண்டிருக்கிறார். சாரதி பேசத் தொடங்கியதும்

குளியலறைக்குத் தாவியது மட்டுமே அவருக்கு நினைவிருக்கிறது. தான் சாரதிமல்லியின் கண்களில் எதையோ கண்டதாகத் தனக்குத்தானே கூறிக்கொள்கிறார், ஆனால் அடியாழத்தில் அரிக்கும் இடங்களில், மனிதரல்லாத ஏதோவொரு சக்தி தன்னைக் குளியலறைக்குள் தள்ளியதை அவர் அறிவார்.

அமைச்சரின் அரக்கவுரு தன் தலைவனைக் கன்னத்திலறைந்து கண்விழிக்க வைக்கிறது. சேன புகைக்குள்ளிருந்து வெளிப்படும்போது உன்னைப் பார்த்துப் புன்னகைக்கிறது.

'அந்த வேசிமகனை எழுப்பிவிட்டாய், மாலி.' சேன உன் தலைமுடியைப் பிடித்து அறையிலிருந்து இழுத்து வருகிறான். அமைச்சர் குளியலறையிலிருந்து தவழ்ந்தபடி வெளியே வருகிறார். 'இந்த அசிங்கம் இன்னமும் சுவாசித்துக் கொண்டிருப்பதற்கு நீதான் காரணம்.'

சேனவைப் பார்த்தவுடன் ஆவிகள் ஆர்ப்பரிக்கின்றன, அவன் முஷ்டியை உயர்த்தித் தலையசைக்கிறான்.

'மூவரை முடித்துவிட்டோம், ஒருவன் தப்பிவிட்டான்,' என்று புன்னகையுடன் அறிவித்துவிட்டு உன் தலைமுடியிலுள்ள பிடியை இறுக்குகிறான்.

சுவராக இருந்த இடிபாடுகளுக்கடியில் புதையுண்ட குதியுயர் காலணிகளணிந்த கால்களைப் பார்க்கிறாய். ஒரு டையுடன் ஸ்டான்லியின் சிதைந்த உடல் இணைந்திருப்பதைக் காண்கிறாய்.

'உனக்கு மூன்றைவிட அதிகம் கிடைத்துவிட்டது, முட்டாளே,' என்று துப்புகிறாய்.

'திரு புகைப்படக்காரன் எனக்குச் சொந்தமானவன்,' என்று புகையிலிருந்து குரல் வெளிப்படுகிறது. மஹாகாளி வெளியே வருகிறது, இரண்டுகால்கள் கொண்ட எருது. அது உன்னைச் சுட்டுகிறது. 'நீ ஓட முயற்சி செய்யாமல் இருப்பது நல்லது. ஓடுபவர்கள் வெகுதூரம் சென்றதில்லை.'

சேன உன் தலைமுடியைப்பிடித்து இழுத்தபடி அந்த மிருகத்தை நோக்கிச்செல்கிறான். நீ உன்னை விடுவித்துக்கொள்ள முயற்சிசெய்கிறாய் ஆனால் மூச்சுவிடும்போது இருந்ததைப் போலவே பலவீனமாக இருக்கிறாய். நீ காதலன், போராளியல்ல.

‘என்னை மன்னித்துவிடு, மாலி,’ என்கிறான் சேன. ‘ஒருவேளை, ஆயிரம் நிலவுகளுக்குப் பிறகு நான் உன்னைச் சந்திக்கலாம். அல்லது சந்திக்காமலேகூடப் போகலாம். எது நீண்டதோ அது.’

மஹாகாளி உன்னைக் கூரியநகம் கொண்ட கையால் பற்றித் தனது தோலிலிருக்கும் முகங்களை நோக்கி இழுக்கிறது. நீ கூக்குரலிடுகிறாய், ஆனால் உன் ஓலங்கள் அழுகைகளால் மூழ்கடிக்கப்படுகின்றன.

அழுகைகள் நெருப்பிலிருந்து வெளிப்பட்டு புகையிலிருந்து ஊர்ந்து வருகின்றன. மேஜர் ராஜா உடுகம்பொல, முகமூடி மனிதன், ஏஎஸ்பி மற்றும் ஸ்டான்லி தர்மேந்திரன். அவர்களது உடல்கள் ரத்தம் தோய்ந்து கந்தலாகியிருக்கின்றன, அவர்களது கால்கள் தரையைத் தொடவில்லை.

ஆவிகள் அவர்கள்மேல் கவிகின்றன, பெரிய போராட்டம் நடக்கிறது, அந்நேரம் அமைச்சரின் அரக்கவுரு திரளை விலக்கிக்கொண்டு வந்து மஹாகாளி மீது பாய்ந்து அதன் பிடியிலிருந்து உன்னை விடுவிக்கிறது. உன்னைப்பார்த்து ஒரு முத்தத்தைப் பறக்கவிட்டு, ‘நான் உனக்குக் கடன்பட்டிருந்தேன். இனி அந்தக்கடன் தீர்ந்தது,’ என்கிறது.

மஹாகாளியின் பாம்புகள்கொண்ட தலையை சுவரோடு அழுத்துகிறது. ‘நான் பாதுகாத்துக் கொண்டிருந்தவரைப் பாதுகாத்ததற்கு நன்றி. இப்போது நம்மிடையே உள்ள கடன் தீர்ந்தது. முட்டாளே, ஓடு!’

மஹாகாளி அமைச்சரது அரக்கவுருவின் தொண்டையைப் பிடிக்கிறாள். இறந்த மெய்க்காப்பாளன் அந்த மிருகத்தின் வயிற்றில் குத்துகிறான். முகங்கள் வெவ்வேறு சுருதிகளில் அலறுகின்றன.

‘நீ மஹாகாளி இல்லை. உன் அங்கி இல்லாமல் உன்னை அடையாளம் காணமுடியாது என்று நினைக்கிறாயா? தல்துவ சோமராம★! ஒருமுறை நீ என்னைத் தாண்டிச் சென்றுவிட்டாய். மீண்டும் முடியாது!’ மேலும் அரக்கவுருவின் முஷ்டி மஹாகாளியின் முகத்தில் மோதுகிறது.

★ எஸ்.டபிள்யூ.ஆர்.டி.பண்டாரநாயக்காவை சுட்டுக் கொன்ற இலங்கை பௌத்த மதகுரு.

காற்று தீப்பிழம்புகளிலிருந்து அவசரகால படிக்கட்டுகள் வழியாகப் பயணித்து மூன்றாம் தளத்தின் ஜன்னல்களை எட்டுகிறது. நீ அதைத் தாண்டி படிக்கட்டுகளில் கை, கால்களை அகல விரித்துக் கிடக்கும் அமைச்சரைத் தாண்டிச்செல்கிறாய். மூன்று மற்றும் நான்காவது தளத்தில் அசைவற்ற உடல்களைக் காண்கிறாய். அதிகமாக இல்லையென்றாலும் போதுமான அளவு இருக்கிறது.

***

காற்று உன்னைத் தெருக்கள் வழியாக அழைத்துச் செல்கிறது, சாலையோரத்தில் ஆவிகளைப் பார்க்கிறாய், சிலவற்றோடு நீ பேசியிருக்கிறாய், சிலவற்றை நீ தவிர்த்திருக்கிறாய்.

மங்கலாகிக்கொண்டு வரும் கூரைகளின் மேல் மிதக்கிறாய் உனது ஏழாவது நிலவு மேகத்தின் பின்னால் ஒளிந்துகொண்டு சூரியன் மறைவதற்குக் காத்திருப்பதைப் பார்க்கிறாய். பழைய தேவாலயங்கள், மோசமான நிலையில் உள்ள மேல் மாடங்கள், கிசுகிசுக்கும் மரங்கள் மற்றும் பாதியளவு கட்டப்பட்டுள்ள வானளாவிய கட்டடங்களை ஊடும்பாவுமாகப் பின்னியிருக்கும் மின்சாரக் கம்பிகள் வழியாகப் பறக்கிறாய். உனக்குப் பின்னால் கூரையிலிருந்து தெருவுக்குத் தாவி வரும் மஹாகாளியின் கூர்மையான அலறல் கேட்கிறது.

சேன வேகமான காற்றில் ஏறி, உன் குதிகாலுக்கருகே வந்து திட்டுகிறான். நீ ஓடிக்கொண்டே, உன் பாதையின் குறுக்கே வரும் ஆவிகள்மீது மோதுகிறாய்.

கால்வாய்களை நெருங்கும்போது, இறந்த நாத்திகர் உனக்கு சல்யூட் செய்வதை, பாம்புப் பெண்மணி தனது கும்பலோடு சேர்ந்து சிரிப்பதைப் பார்க்கிறாய். பேருந்து நிறுத்தத்தில் இருந்து இறந்த நாய்கள் ஊளையிடுவதை, இறந்த தற்கொலையாளர்கள் கூரையிலிருந்து குதிப்பதை, பெண்ணுடையாளன் குதிப்பதன் நடுவே உனக்குக் கையசைப்பதைப் பார்க்கிறாய். கலங்கிய நீரை நோக்கிப் பயணித்து, வலுவற்ற காற்றுக்காகக் காத்திருக்கிறாய்.

மஹாகாளி உன்னைப் பின்தொடர்ந்து இங்கே வரவில்லை என்று நம்புகிறாய், ஆனால் கிசுகிசுப்புகளை உணர்கிறாய், கடக்கும் ஒவ்வொரு மரத்தின் பின்னாலிருந்தும் அது வெளிப்படும் என்று எதிர்பார்க்கிறாய். ஆக வலுக்குறைந்த காற்றில் குதித்து,

அது உன்னைக் கால்வாயருகே மெதுவாகக் கொண்டு செல்ல அனுமதிக்கிறாய், மேலே தொங்கும் கிளைகளில் ஈட்டிகள், கோரைப் பற்கள் தெரிகிறதா என்று பார்த்தபடி செல்கிறாய்.

காற்று உன்னைப் பெய்ராவைக் கடந்து நதிக்கு அழைத்துச் செல்கிறது, மூன்று மருத மரங்களைத் தேடுகிறாய். மஹாகாளி உன்னைப் பின்தொடர்வது உனக்குத்தெரியவில்லை, ஆனால் ஒவ்வொரு மரத்தின் பின்னாலும் கிசுகிசுப்புகள் கேட்கின்றன, அது உன்முன் தோன்றி தன்னுடைய தசைக்குள் மீண்டும் ஒருமுறை உன்னை இழுத்துக்கொள்ளக் காத்திருக்கிறாய்.

வானம் மேகங்களைக் கலைத்ததும் சூரியன் அமைதியாகச் செம்மஞ்சள் நிறத்தில் முகப்பருபோல வெளிப்படுகிறது. அது இன்னும் மறையவில்லை என்பதைக் கண்டதும் மகிழ்ச்சியடைகிறாய். உன்னுடைய ஏழாவது நிலவு மேகங்களுக்கிடையில் எட்டிப் பார்த்துக்கொண்டு தலையை உயர்த்தவிருக்கிறது. அங்கே கரையில் ஒரு மருத மரம் இருக்கிறது. மருத்துவர் ராணி, ஹீ-மேன் மற்றும் மோசே மூவரும் சமயகுருவின் உடையில் உன்னைப் பார்த்துக் கையசைக்கின்றனர். அவர்கள் இரண்டாவது மருத மரத்தைச் சுட்டிக்காட்டுகின்றனர், பிறகு மூன்றாவது மரத்தைத் தாண்டியுள்ள குறுக்கு ஓடையை.

அதன் பின்னாலிருந்து மஹாகாளி வெளிப்படுகிறது. கண்கள் ஒளிர விரல்கள் புகையை வெளியேற்றிக்கொண்டிருக்கின்றன. குண்டுவெடிப்பையும் அதில் இறந்தவர்களையும் விழுங்கிவிட்டு இப்போது இனிப்புக்குத் தயாராக இருப்பதுபோல் தெரிகிறது.

‘நீருக்குள் குதித்து விடு!’ என்று தனது கிறீச்சிடும் ஸ்டீராய்டு குரலில் கத்துகிறான் ஹீ-மேன். ‘அதால் உன்னைப் பின்தொடர முடியாது.’

மஹாகாளி மரத்திலிருந்து தாவுகிறது, நீ நீர்ச்சுழலுக்குள் குதிக்கிறாய். கடைசியாக, கூரிய நகம் உன் முதுகுத்தண்டில் கீறுவதை உணர்ந்தாய்.

நீரை நோக்கி விழுந்துகொண்டிருக்கும்போது பல கண்கள் உன்னைக் கவனிப்பதைப் பார்க்கிறாய், முன்பு உனக்குச் சொந்தமாக இருந்த கண்கள், குறைந்தபட்சம் இப்போதைக்கேனும் அவை வெண்மைநிறத்தில் இருக்கின்றன. நீர் உறைபனிக்

குமிழ்களின் வெண்ணிறத்திலிருக்கிறது. நீர்ப்பரப்பைத் தொட்டதும் கண்ணாடி உடையும் ஒலியைக் கேட்கிறாய். உன் புகைப்படங்கள் பார்க்கப்படுகின்றனவா அல்லது இல்லையா என்பது குறித்த கவலை இப்போது உனக்கில்லை. ஏனெனில் ஜக்கி மற்றும் டிடி மூவரும் இன்னமும் சுவாசித்துக் கொண்டிருக்கிறார்கள், இந்த மொத்த அலங்கோலத்திற்கும் அது ஈடாகாது எனினும் குறிப்பிடத்தகுந்தது. சந்தேகமின்றி அதுதான் வாழ்க்கை குறித்து நீ கூறக்கூடிய கருணைமிக்க விடயம். அது ஒன்றுமற்றது என்றல்ல.

பிறவிகளின் நதி

இந்த நதி ஓட்டர்ஸிலிருக்கும் நீச்சல்குளத்தின் அளவுக்கே அகலமானது, ஆனால் இதன் முடிவில் குதிபலகைகள் இல்லை. ஆஸ்திரேலியப் பாலைவனங்கள் அல்லது அமெரிக்கச் சோளவயல்கள் போல முடிவற்று நீண்டது, அவற்றை நீ நேஷனல் ஜியோகிராபிக்கில் பார்த்திருக்கிறாய் என்றாலும் நேரில் பார்த்ததில்லை. நதி தென்னந்தோப்புகள் மற்றும் நெல்வயல்கள் வழியாக நீண்டு தொலைவிலிருக்கும் மலையின்கீழ் மறைவதைப் பார்க்கிறாய். நீ செய்ய முடியாமல் போன வேறு விடயங்களைப் பற்றியும் நினைத்துப்பார்க்கிறாய்.

மருத்துவர் ராணி கூறியபடி பெய்ரா வாவியின் ஆக வலுக்குறைந்த காற்று உன்னை இங்கே கொண்டுவந்தது, பிசாசுகள் இப்போது கண்ணில் படவில்லை. நதியில் ஆழம் அதிகமில்லை; உன் கால் விரல்களால் அடிப்பகுதியை உணரமுடியும். அது சேறு நிறைந்ததாக, பாறைகளின் கண்ணிகள் கொண்டதாக உள்ளது. சூரியன் மறைந்து நிலவு வானத்திலிருக்கிறது. காற்று எந்தளவுக்குக் குளிர்ச்சியாக இருக்கிறதோ நீர் அந்தளவுக்கு வெதுவெதுப்பாக இருக்கிறது. நதியில் நீ மட்டும் தனியாக இல்லை; உன்னைச் சுற்றிலும் நீந்துபவர்கள் நீரோட்டங்களை எதிர்கொண்டும் கரைகளை அணைத்துக்கொண்டும் இருக்கின்றனர்.

நீந்துபவர்கள் ஒவ்வொருவரையும், அவர்களது கண்கள் மற்றும் இடைவிடாத பேச்சு, அனைவரும் ஒரேசமயத்தில் எவ்வாறு பேசுகின்றனர், சிலர் மற்றவர்களிடம், சிலர் தங்களிடமே பேசுகின்றனர் என்பதைக் கவனித்தபடி கடக்கிறாய். உனக்குத் தெரியுமென்று உனக்கே தெரியாத மொழிகளில் முணுமுணுத்துக் கொண்டிருப்பதை உணர்கிறாய். 'நீ என்பது நீ நினைப்பது

போன்ற நீ அல்ல.' 'நீ சிந்தித்த, செய்த, இருந்த, பார்த்த அத்தனையும் சேர்ந்ததே நீ.'

மற்ற நீந்துபவர்கள் உன்னைப் பார்க்கிறார்கள் மற்றும் உன் வழியாகப் பார்க்கிறார்கள், ஒருவரையொருவர் பார்க்கிறார்கள் மற்றும் ஒருவருக்கொருவர் மூலமாகவும் பார்க்கிறார்கள். அவர்களுக்கு உன் முகம், இருப்பினும் சிலருக்குக் கலைந்த தலை, சிலர் பெண்கள், சிலருக்குப் பாலினம் என்பது இல்லை.

அடிவானத்தை நோக்கி நீந்துகிறாய், ஒரு தமிழ் தோட்டத் தொழிலாளி கண்டிய பிரபுவுடன் வாக்குவாதம் செய்து கொண்டிருப்பதைக் கடந்து செல்கிறாய், டச்சுப் பள்ளி ஆசிரியர் அரபு மாலுமியுடன் அரட்டை அடிக்கும் இடத்தைக் கடக்கிறாய். ஒரே மாதிரியான முகங்கள், ஒரே மாதிரியான காதுகள்.

எனவே இதுதானா? இதுதான் ஒளியா? பிசாசுகள் பின்தொடர முடியாத இடம் இதுவா? தண்ணீர் உன்மீது செல்ல அனுமதித்து, மேற்பரப்பின் கீழே மூழ்குகிறாய். உன் மூச்சை நீ அடக்க வேண்டியதில்லை, உன்னை அடக்க உனக்கு மூச்சும் இல்லை.

அடிப்பகுதிக்கு மூழ்குகிறாய், அங்கேதான் இருக்கிறது. இத்தனை நிலவுகளாக உன்னிடமிருந்து தப்பிக்கொண்டே இருந்த விடயம். நீ கடைசியாகச் செய்த செயல், கடைசியாக உனக்குச் செய்யப்பட்ட செயல், நீ நினைவுகூர மறந்த விடயம். நீ பார்க்காமல் தவிர்த்த உண்மை, நீ மிகவும் அச்சம் கொண்ட பதில்.

தூய்மையான நீரில் சுவாசிக்கிறாய், உனது லென்ஸில் இருக்கும் சேற்றைத் துடைக்கிறாய், மலிந்த அல்மேதா கபலானவாக நீ உள்ளிழுத்த கடைசி மூச்சை நினைவு கூர்கிறாய்.

உனது விலை

மொட்டை மாடியின் நிழலிலிருந்து அவ்வுருவம் வெளிப்பட்டபோது, ஸ்டான்லி தர்மேந்திரன் தன் மகனை எந்தளவுக்கு ஒத்திருக்கிறார் என்பதை உணர்ந்தாய். சாய்வான நடை, சமச்சீரான மண்டையோடு, கருத்த சருமம், வெள்ளைப் பற்கள், நடையிலுள்ள துள்ளல், இடுப்பிலுள்ள அசைவு. அந்த மதுமேசைப் பணியாளிடம் சுருக்கமாக ஆனால் தீவிரமாக

ஏதோ கூறினார், சற்றுமுன் நீ தொட்டுக்கொண்டிருந்த எருதுப் பையன், பிறகு உன்னை நோக்கித் திரும்பினார்.

நிழலிலிருந்து இரண்டு நபர்கள் பிளாஸ்டிக் மேசையொன்றை எடுத்து வந்தனர், பிறகு இரண்டு கதிரைகள். அந்த நபர்களை நீ அறிவாய். அவர்கள் மேசைப் பணியாளர்களோ அல்லது மதுவிடுதிப் பணியாளர்களோ அல்ல; சூதாட்டவிடுதியை வென்றவர்களை அடித்துத் துவைக்கவும் தோற்றவர்களிடமிருந்து வசூல்செய்யவும் சூதாட்ட விடுதியால் நியமிக்கப்பட்டவர்கள்.

ஸ்டான்லி உன்னிடம் அமரும்படி சைகை செய்தார், உன்னிடம் இரண்டு வாய்ப்புகள் இருந்தன, கொழும்பைப் பார்த்து அமர்வது அல்லது மாடிப்படியை மற்றும் நிழலில் மறைந்திருக்கும் குண்டர்களைப் பார்த்து அமர்வது. ஆபத்தை எதிர்கொள்ளத் தேர்ந்தெடுத்து முதுகுப் பக்கமாகக் கொழும்புவின் நிலக்காட்சிகள் இருக்கும்படி அமர்ந்துகொண்டாய். ஸ்டான்லி கதிரையில் சாய்ந்தமர்ந்துகொண்டார், அவரது கையில் இளஞ்சிவப்பு நிறக் குறிப்புக் காகிதம் உன் கையெழுத்தில் இருந்ததைப் பார்த்தாய்.

இன்று இரவு 11 மணிக்கு லியோ மது விடுதிக்கு வா.

என்னிடம் ஒரு செய்தி இருக்கும்.

காதலுடன், மால்.

அந்தக் குறிப்பை டிடியின் பூப்பந்து மட்டையின் மீது வைத்துவிட்டு வந்தாய், டிடி அதைப் படித்தபின் தன்னுடைய அப்பாவிடம் கொடுத்திருக்க வாய்ப்புண்டு, அதற்கான சாத்தியக்கூறு ஏழில் ஆறு, அவன் அப்பா அதை முதலில் பார்த்திருப்பதற்கான சாத்தியக்கூறு ஏழில் ஒன்று.

'குடிப்பதற்கு ஏதேனும் வேண்டுமா, மலிந்த?'

'உண்மையில் நான் 11 மணிக்கு டிடியைச் சந்திக்க இருக்கிறேன்.'

'நான் கிளம்பும்போது அவன் படுக்கையிலிருந்தான். அவன் வருவானென்று எனக்குத் தோன்றவில்லை.'

'அவனுக்கு என்னுடைய செய்தி கிடைக்கவில்லையா?'

'நீ தவறான மட்டையில் வைத்துவிட்டாய்.'

'ஆனால் நான் அவனுடன் பேசினேன்.'

'அப்படியா? "யேசுவே, மாலி. நாம் வாரக் கணக்கில் பேசவில்லை. இப்போது விருந்துக்கு அழைக்கிறாய்."'

ஸ்டான்லி பேசும்போது உயிரொலிகளை நீட்டித்துப் பேசினார், அதனால் அவருடைய உச்சரிப்பு டிடி பொதுவெளியில் காண்பித்துக்கொள்ளும் பிரித்தானியப்பள்ளியின் ஆடம்பரத்தை ஒத்திருந்தது. தந்தைக்கும் மகனுக்கும் ஒரே மாதிரியான நடை, ஒரே மாதிரியான சருமம், ஒரே மாதிரியான மிட்டாய்க் குரல்.

'என் மகனிடம் என்ன சொல்லவிருந்தாய்?'

'அது உங்களுக்குச் சம்பந்தமில்லாத விடயம். ஸ்டான்லி மாமா.'

'சரிதான். நான் இதற்கு அதிகநேரம் எடுத்துக்கொள்ளப் போவதில்லை,' என்றார் ஸ்டான்லி. 'நான் உன்னிடம் ஒரேயொரு விடயம்தான் கேட்கவந்தேன்.'

கீழ்த்தளத்திலுள்ள மதுவிடுதி அமைதியாகிவிட்டதைக் கவனித்தாய், எனவே யாரும் மொட்டைமாடியில் அத்துமீறி நுழைய வாய்ப்பில்லை, திருட்டுத்தனமாக முத்தமிட்டுக்கொள்ள வந்தாலே தவிர.

'நான் வழக்கமான வசனத்துக்காகக் காத்திருக்கிறேன், மாமா.'

'அந்தக் குறிப்பில் ஏதோ செய்தி இருப்பதாகக் கூறியிருந்தாய். எனக்கு அந்தச் செய்தியில் விருப்பமில்லை. எனக்கு ஒரேயொரு விடயம்தான் தெரிய வேண்டும். உன்னுடைய விலை என்ன?'

'விலை என்றால்?'

'திலனின் வாழ்க்கையிலிருந்து விலகுவதற்கு உனக்கு எவ்வளவுவேண்டும்?'

'அநேகமாக, ஒரு மில்லியன் டாலர்கள்,' என்று புன்னகைத்தபடி கூறுகிறாய். 'அல்லது அமைச்சரவையில் சேர அவர்கள் உங்களுக்குக் கொடுத்த தொகை. எது பெரியதோ அது.'

ஸ்டான்லி காயப்பட்டதாகத் தெரியவில்லை.

'யதார்த்தமான ஒரு தொகை இருக்கவேண்டும்.'

'ஒருவேளை டிடி அவனது வாழ்க்கையிலிருந்து என்னை வெளியேற்ற விரும்புகிறானென்றால் அதை அவனே நேரடியாகச்

சொல்லலாம். எப்படியும் பெரும்பாலான நாள்கள் நான் அவனருகே இருப்பதில்லை.'

'எங்கே இருந்தாய்?'

'வடக்குப் பகுதியில் ஐபிகேஎஃப் குறித்த செய்தி சேகரிப்பிலிருந்தேன்.'

'யாருக்காக?'

'அது உங்களுக்குத் தேவையில்லாதது, ஸ்டான்லி மாமா.'

'ராணுவத்திற்காக என்று திலன் நினைக்கிறான். ஆனால், நீ அவர்களுக்காக வேலைசெய்து பல வருடங்களாயிற்று.'

'விஜேவீர பிடிபட்டதைப் படமெடுக்க அழைத்தார்கள்.'

'உனக்கு ஹெச்ஐவி பாஸிட்டிவ் என்பதால் அங்கிருந்து வெளியேற்றப்பட்டதாகக் கூறுகிறார்கள்.'

'அது உண்மையல்ல.'

'நீ சோதித்துக் கொண்டாயா?'

'எனக்கு எய்ட்ஸ் இல்லை என்பதில் பாஸிட்டிவாக இருக்கிறேன்.'

பழைய வசனம், ஸ்டான்லியின் தொனியுடன் கூறினாய்.

'திலன் நல்ல பையன். புத்திசாலி. ஆனால் திசை திருப்பப்பட்டிருக்கிறான். அவன் சரியான விடயங்களில் கவனம்செலுத்துவது நல்லதென்று நினைக்கிறேன். நீ என்ன நினைக்கிறாய்?'

'அதாவது அவன் உங்களது நிறுவனத்தில்சேர்ந்து பணக்காரத் திருடர்களுக்காகப் பணத்தை ஒளித்துவைக்க வேண்டுமா?'

ஸ்டான்லி மாமா சிகரெட்டைப் பற்றவைத்துக்கொண்டு பெட்டியை உன்னிடம் கொடுக்கிறார். நிச்சயமாக, அவர் பென்சன் அண்ட் ஹெட்ஜஸ்தான் புகைக்கிறார், கோல்ட் லீஃப் மற்றும் ப்ரிஸ்டோல் தயாரிக்கப்படும் அதே தொழிற்சாலையில்தான் தயாரிக்கப்படுகிறது என்றாலும் ஏகாதிபத்தியத்தின் சுவை கொண்டிருப்பது. சிகரெட் ஒன்றை எடுத்துப் பற்றவைத்துக் கொள்கிறாய், நுனி இழைபோல் எரிந்துபின் அடங்கிக்கரியாகிறது. தீப்பெட்டியை வைத்துக்கொண்டு நீ தடுமாறுவதை அவர்

பார்த்தாலும் தன்னுடைய லைட்டரை உனக்குத் தரவில்லை. டிடி தன் அப்பா ஒருநாளைக்கு இரண்டு பொதிகள் வீதம் பிடித்துக்கொண்டிருந்த சிகரெட்டைத் தன் தாயின் மரணத்திற்குப் பின்னால் விட்டுவிட்டார் என்று பெருமையாகக் கூறிக்கொள்வான் மேலும் அவனது பேச்சைக்கேட்டால் நீயும் அந்தப் பழக்கத்தை விட்டுவிடலாம் என்பான்.

'நீங்கள் விட்டுவிட்டீர்கள் என்று நினைத்தேன்.'

'உன்னைச் சந்திக்கும்வரை திலன் புகைபிடித்ததில்லை. அவன் அம்மாவுக்குப் புற்றுநோய் வந்ததற்கு நானே காரணம் என்று குற்றம் சுமத்தினான். நாங்கள் கடினமான காலங்களைக் கடந்து இப்போது நல்ல நிலையில் இருக்கிறோம். எனக்கு இருப்பது அவன் மட்டும்தான். நீ இதைப் புரிந்துகொள்ள வேண்டும்.'

புகையை உள்ளிழுத்து வெளியே விட்டபடி இந்தப் பேச்சிலிருந்து எப்படி வெளியேறுவது என்று சிந்தித்தாய். கழிவறைக்குச் செல்லவேண்டும் என்று கேட்கலாம்.

'அந்தப் பணியாளிடம் இயற்கைக்கு மாறான செயலைச் செய்துகொண்டிருந்தாய், இல்லையா? அதை என் மகனிடமும் முயற்சி செய்தாயா?'

ஸ்டான்லி முன்னால் குனிந்து கைகளைக் குவளை போல் வைத்தபடி பென்சனைப் புகைத்துக்கொண்டிருந்தார்.

'ஏன் அது இயற்கைக்கு மாறானது?

'இது என் மகனைப் பற்றியது, பன்றியே. நான் அவனைக் கேம்பிரிட்ஜுக்கு அனுப்பியது இங்கே வந்து பால் புதுமையரிடமிருந்து எய்ட்ஸைப் பெறுவதற்காக அல்ல.'

மூலையில் நின்றிருக்கும் மெய்க்காப்பாளர்களும் புகைத்துக்கொண்டிருக்கிறார்கள். ஸ்டான்லியின் குரல் உயர்ந்ததும் முன்னே அடியெடுத்து வைக்கிறார்கள், அவரது கை உயர்ந்ததும் மீண்டும் பின்னால் செல்கிறார்கள்.

'இந்த மண்ணைப் பற்றியோ அல்லது அதன் மக்களைப் பற்றியோ எதுவும் தெரியாத முட்டாளை வளர்த்திருந்தீர்கள். நான்தான் அவன் கண்களைத் திறந்தேன்.'

ஏழாம் நிலவு 543

'உபதேசிப்பது மலிந்த கபலானவுக்கு எளிதாக இருக்கலாம். உன்னுடைய அரசியலில் தமிழ் இளைஞன் ஒருவனை உள்ளிழுத்தால் என்ன ஆகுமென்று உனக்குத் தெரியும்.'

'டிடியை ஒருபோதும் ஆபத்தில் சிக்கவைக்க மாட்டேன்.'

'அதனால்தான் அவனை யாழ்ப்பாணத்திற்கு அழைத்தாயா?'

'நான் அவனைக் கவனமாகப் பாதுகாத்திருப்பேன்,' என்றாய்.

'இந்தக் குறிப்பில் "காதலுடன்" என்று எழுதியிருக்கிறாய். இது இயற்கையானதல்ல.'

'திருமணம் என்பது இயற்கையானதல்ல. உண்பதற்கான கரண்டிகள் இயற்கையானதல்ல. மதமும் அப்படித்தான். அனைத்தும் மனிதனால் உருவாக்கப்பட்ட குப்பைகள்.'

'உனக்குக் காதலைப் பற்றி என்ன தெரியும்?'

'உங்களைவிட அதிகமாக அவன்மீது அக்கறைகொள்கிறேன்.'

'அப்படியென்றால். இந்தப் பணத்தை எடுத்துக்கொள்வாய். இங்கிருந்து சென்றுவிடுவாய்.'

மேசையில் வைக்கப்பட்டிருந்த பையையும் அதன்மீதிருந்த ரூபாய் நோட்டுகளையும் பார்த்தாய்.

'நீங்கள் என்னுடைய அதிர்ஷ்டமான இரவில் என்னைச் சந்தித்திருக்கிறீர்கள். இன்று நான் கடனாற்றவனாகிவிட்டேன். என்னுடைய வாடிக்கையாளர்களுக்கும் அனைவரிடமிருந்தும் விலகிவிட்டேன். டிடி எங்கே செல்லவிரும்புகிறானோ அங்கே செல்வதற்குத் தயாராக இருக்கிறேன். சான் பிரான்சிஸ்கோ, டோக்கியோ, டிம்பக்டு. இந்த மலத்துளையில் இதுவரை இருந்ததுபோதும் என்றாகிவிட்டது. அவன் வெளிநாட்டில் பாதுகாப்பாக இருப்பான்.'

ஸ்டான்லி அமைதியாகப் புகைபிடித்தபடி உன் முகத்தைப் பார்த்துக்கொண்டிருந்தார். உங்கள் இருவருக்கும் இடையே சதுரங்கப் பலகையைக் கற்பனை செய்துகொண்டாய், அவருடைய மந்திரிக்கு எதிராக உன்னுடைய குதிரை, இருவரும் உன்னுடைய சிப்பாயை ராணியாக மாற்றத்திட்டமிடுகிறீர்கள். ஆனால் மேசையிலிருந்தது என்னவோ கிட்டத்தட்டக்

காலியாகிவிட்ட பென்சன்ஸ் பொதி மற்றும் மிக அதிக மதிப்பிலான ரூபாய் நோட்டுகளின் கற்றை.

'அவனை முனைவர் படிப்பிற்கு அனுமதிப்பாயா?'

'அவன் என்ன விரும்புகிறானோ அதைச் செய்யலாம்.'

'நீ என்ன செய்வாய்?'

'திருமணங்கள் மற்றும் பார்-மிட்ஸ்வா†க்களைப் புகைப்படம் எடுப்பேன். அநேகமாக மீண்டும் காப்பீட்டு முகவராகலாம். எதுவேண்டுமானாலும்.'

'உன் சூதாட்டப் பழக்கம்?'

'அது முடிந்தது,' இம்முறை உனக்கது பொய்யாகத் தோன்றவில்லை.

'மதுமேசைப் பணியாளர்களிடம் இயற்கைக்கு மாறான செயல்களைத் தொடர்ந்து செய்வாயா?'

ஒரு கணம் இடைநிறுத்தி அதுகுறித்துச் சிந்தித்துவிட்டுப் பெருமூச்சுவிட்டாய்.

'இல்லை சார். நான் டிடிக்கு உண்மையானவனாக இருப்பேன். வேறு யாருக்குமல்ல.'

ஸ்டான்லி கடைசி சிகரெட்டை நசுக்கிவிட்டுப் புன்னகைத்தார்.

'நான் கேட்கவிரும்பியது அவ்வளவுதான், மகனே.' அவர் கையை உயர்த்தியதும் இருளிலிருந்து இரண்டு நிழல்கள் வெளிப்படுகின்றன.

அவர்கள் யார் என்று தெரிவதற்கு முன்பே அவர்களைப் பலமுறை சூதாட்ட விடுதியைச் சுற்றிப்பார்த்திருக்கிறாய். 1983க்குப் பிறகான வருடங்களில், பலால் அஜித் தனது தாடியை மழித்துவிட்டான், கொத்து நிஹாலுக்குத் தொந்தி வளர்ந்துவிட்டது, எனவே கருப்பு ராணி மற்றும் அழகான ஜாக்கி இருவரது கட்டளையின் பேரில் புகைப்படங்களைப் பெரிதாக்கியபின் அவர்களை உன்னால் அடையாளம் காணமுடியவில்லை, வெட்டுக்கத்தியுடன் இருக்கும் மிருகம், நெருப்பை மூட்டும் மனிதன், அவர்கள் உன் தோளைப்பற்றி

† யூதச் சிறுவர்கள் மற்றும் சிறுமிகள் 12 அல்லது 13 வயதை அடையும்போது நடத்தப்படும் வயதுக்கு வரும் விழா.

உன்னைக் கீழே அழுத்தியபோது அமைச்சரவையின் ஒரே தமிழர் '83 கலவரத்தில் ஈடுபட்ட இரண்டு குண்டர்களுடன் சேர்ந்து வேலைசெய்வது எவ்வளவு விநோதமானது என்று நினைத்துக்கொண்டாய். உன்னுடைய ஜீன்ஸிலிருந்து ரூபாய் நோட்டுகள் கீழே விழுந்தன. கொத்து அதையெடுத்து தன் பைக்குள் திணித்துக்கொண்டான், அதேசமயம் பலால் உன் கழுத்திலிருந்தவற்றை இழுத்தான். சங்கிலிகள் உன் கழுத்தின் பின்புறத்தை அறுப்பதை உணர்ந்தாய், ஒவ்வொன்றும் எவ்வாறான உணர்வை ஏற்படுத்தின என்பது உனக்குத் தெரியும். பஞ்சாயுதத்தில் இருந்த கருப்புக் கயிறு கரடுமுரடானது, மரச்சிலுவை இருந்த வெள்ளிச்சங்கிலி குளிர்ச்சியாக இருந்தது, சயனைடுக் குப்பிகள் கோத்திருந்த கயிறு ரத்தத்தை வரவழைத்தது. உன்னுடைய தோல் இறுக்கப்படும்போது, அவர்கள் உன்னை முடுக்க விரும்பினால் அடுத்த முனையிலிருந்து இழுக்கவேண்டும் என்று நினைத்துக் கொண்டாய்.

'உன்னுடைய அத்தனை சங்கிலிகளையும் சபிக்கப்படுவதற்காகப் புனிதமான மனிதர் ஒருவரிடம் கொண்டுசென்றேன். அப்போதுதான் இந்தக் குப்பிகளைப் பார்த்தேன். நீ தீவிரவாதியல்ல என்றால் ஏன் இந்தக் குப்பிகளைக் கழுத்தில் அணிந்திருக்கவேண்டும்? நீ சாகத் தயாராக இருந்திராவிட்டால் ஏன் விஷத்தை மாலையாக அணியவேண்டும்?'

நீ பிடிபட்டால் அது தேவைப்படும் என்பதால் அப்படிச் செய்தாய், வேறு எவருக்கேனும் அது தேவைப்படலாம் என்பதால் அப்படிச் செய்தாய், நாம் அனைவரும் இருளில் தொலைந்துபோவதற்கு ஒரு தொலைபேசி அழைப்பு தூரத்தில்தான் இருக்கிறோம் என்று உனக்கு நினைவுபடுத்திக்கொள்ள அப்படிச் செய்தாயென்று ஸ்டான்லிக்கு விளக்கம் தந்திருக்க முடியும். ஆனால் ஸ்டான்லி உன்னைக் கன்னத்தில் அறைந்து, மூக்கில் குத்தி, அதிலுள்ள திரவத்தை உன் வாயில் பிழிந்தார். நீ அதைத் துப்ப முயற்சிசெய்யும்போது உன்னுடைய தாடையை அவரது கைகளால் அழுத்திப் பிடித்துக்கொண்டார். நீ அவரது விரலைக் கடித்ததும் அலறியபடி உன்னுடைய கழுத்தில் இருந்த நிக்கான்3எஸ்டியைப் பிடித்திழுத்து அதை உன் முகத்தில் இறக்கினார். உன் கண் சிதறித் தலை பின்னால் சாய்ந்தது. ஒரு கணத்திற்குக் கொத்து மற்றும் பலாலைப் பார்த்தாய். இருவரும் உன்னளவுக்கே ஆச்சரியத்துடன் பார்த்துக்கொண்டிருந்தனர்.

கேமரா இன்னும் இருமுறை முகத்தில் அறைந்தது. பிறகு உன் வயிற்றில் விழுந்த உதை உன்னை மூச்சுத்திணறி விழுங்கவைத்தது.

'எனக்கு இருப்பதெல்லாம் திலன் மட்டும்தான். மற்றவர்கள் நாசமாய்ப் போகட்டும். உனக்குப் புரிகிறது, இல்லையா?'

உன்னால் சுவாசிக்க முடியவில்லை, உனக்குக் காற்று தேவைப்பட்டது அப்போதுதான் வாந்தியெடுக்க முடியும், உன் தலையில் உளி ஒன்று இறங்கியது, நெஞ்சில் சுத்தியல் மற்றும் வயிற்றில் ஊசிகள். அதன்பிறகு 'நீ' என்பது யாராக இருந்தாய், 'நீ' என்று சொல்லப்படும் நபர் யாரென்று நீ சிந்திக்கவில்லை. ஏனெனில் இருவரும் நீயாக, இருவரும் நீயாக இல்லாமல் இருந்தீர்கள்.

'இதைச் சுத்தம் செய்வீர்களா?' காகிதக் கைக்குட்டையால் கையைத் துடைத்தபடி ஸ்டான்லி கேட்டார்.

'நிச்சயமாக சார்,' என்றான் பலால். 'தயவுசெய்து இதை மேஜரிடம் சொல்லவேண்டாம்.'

'சார், இதை நாங்கள் எதிர்பார்க்கவில்லை,' என்றான் கொத்து. 'கடத்திப் போவதற்காகவே வந்தோம். இப்போது இந்த நிலையில் உடலை எப்படிக் கீழே கொண்டுசெல்வது?'

'நானும் இதை எதிர்பார்க்கவில்லை,' என்றார் ஸ்டான்லி. 'அவன் எனக்கு வேறு வாய்ப்புகள் எதையும் விட்டுவைக்கவில்லை.'

பலால் ஆமோதிப்பாகத் தலையசைக்க, கொத்து மறுப்பாகத் தலையை அசைத்துக்கொள்கிறான்.

'சார், இந்தக் குப்பையைச் சுத்தம் செய்ய அதிகம் செலவாகும்.'

'மேசையிலிருக்கும் பணத்தை எடுத்துக்கொள்ளுங்கள்.'

'வீணாய்ப்போனது சார். நீங்கள் எங்களிடம் சொல்லியிருந்தால் இவனை இன்னமும் வசதியான இடத்திற்குக் கொண்டு சென்றிருப்போம்.'

'நல்லிரவு.'

தூசுபடிந்த மொட்டை மாடியின் தரையில் மெருகேற்றப்பட்ட அவரது காலணிகள் நடந்து செல்லும் ஓசையைக் கேட்டாய், அவரது அழகான மகனைப்போலவே பாதத்தை இழுத்து

ஏழாம் நிலவு ◇ 547

நடக்கிறார். நீ பார்வையை இழந்து நடுங்கிக்கொண்டிருந்தாய். உனது மொத்த வாழ்க்கையும் உன் கண் முன்னால் வந்து போகக் காத்திருந்தாய். ஆனால் நீ பார்த்ததெல்லாம் நிழல் மற்றும் மேகம். நீ கேட்டதெல்லாம், அப்பா உன்னுடைய நல்ல பாதத்தை முன்வைத்துச் செல்லச் சொல்வதும் அம்மா பிணங்கிக்கொண்டு இருப்பதை நிறுத்தச்சொல்வதும் முட்டாள்தனமான இளைஞன் தன் தந்தையுடன் பேசும்படி கூறுவதும் கவலை நிறைந்த இளம்பெண் சரி என்று சொல்வதும் மட்டுமே. கண்களைத் திறந்ததும் மொட்டைமாடிக்கு மேலே மிதந்து கொண்டிருப்பதை உணர்ந்தாய், உன்னால் ஒவ்வொரு தளத்தையும் பார்க்கமுடிந்தது.

உன் பார்வை லியோ விடுதியில் சுவர்களை எக்ஸ்-ரே போலக் கடந்துசெல்கிறது, இறப்பு உன்னை சூப்பர்மேனாக ஆக்கிவிட்டது போல. ஐந்தாவது தளத்தில் சூதாடிகளை, நான்காவது தளத்தில் காமத் தரகர்களை, கீழேயுள்ள அங்காடியில் வேசிகள் தேநீர் அருந்திக்கொண்டிருப்பதை, எல்ஸா மற்றும் குகா இருவரும் ஒன்றுவிட்ட சகோதரன் சகோதரி போல எட்டாவது தளத்திலுள்ள அறையில் வாக்குவாதம் செய்துகொண்டிருந்ததைப் பார்த்தாய். பிறகு ஆறாவது தளத்தில் இரண்டு குண்டர்கள் வளையமாகச் சுருண்ட டயர்களைத் தூக்குவதை, அதை விளிம்பிலிருந்து எறிவதைப் பார்க்கிறாய். அவர்கள் மனிதர்களை எரிக்கப் பயன்படுத்தியது போன்ற டயர்கள், ஒரே வித்தியாசம் இந்த டயர் அவிழ்ந்து தன்னை உடலாக வெளிப்படுத்திக்கொண்டது. அதனுடன் சேர்ந்து கீழே பறந்தாய், மன்னிப்புகளை, காரணங்களை, இனி ஒருபோதும் அவற்றைக் கேட்கமுடியாத மனிதர்களை நினைத்தாய்.

உடல் கட்டடத்தின் பக்கவாட்டில் மோதியபோது, கருஞ்சிவப்பு மற்றும் கரும்பளிங்குப் பாறையின் நிறத்தில், ஒண்சிவப்பு மற்றும் காகதாளியின் நிறத்தில் தடங்களை ஏற்படுத்திச் செல்கிறது, ஆயிரம் அலறல்கள் உன்னைக் கடந்து விரைவதை உணர்ந்தாய். ஆறுதலாக இல்லாத அதேசமயம் விரும்பத்தகாததாக இல்லாத உணர்வை அடைந்தாய். கண்ணுக்குத் தெரியாத மற்றும் உண்மையான ஏதோ ஒன்று, இந்தப் பிரம்மாண்டமான வீணடிக்கப்பட்ட வெளியில் மிக நுண்ணியதான புள்ளியின் புறத்தோற்றத்தின் சாயல்.

டிடியின் முகத்தை, அது அவனது அப்பாவின் முகத்திலிருந்து எவ்வளவு வேறுபட்டிருக்கிறது என்பதைப் பார்த்தாய், அவன் விமானத்தில் இருப்பதை, அந்த விமானம் மிதமான வெயிலிருக்கும் இடத்தில் தரையிறங்குவதைப் பார்த்தாய், நஞ்சாக்கப்பட்ட கிணறுகளை அவன் தூய்மையாக்குவதைப் புகைப்படமெடுத்தாய், அவன் புன்னகைப்பதைப் பகல்கனவு கண்டாய். உன்னைப்போலவே அவனும் அர்த்தமற்ற காரணத்திற்குத் தன்னுடைய வாழ்க்கையைக் கொடுப்பதாகக் கனவுகண்டாய், அது உன்னை மகிழ்ச்சிக்குள்ளாக்கியது. நாம் அனைவருமே வாழ்வதற்கு அர்த்தமற்ற காரணங்களைக் கண்டுகொள்ளவேண்டும், இல்லையெனில் ஏன் சுவாசிக்க வேண்டும்?

ஏனெனில், பிரதிபலிப்பில் உங்களது சொந்தமுகத்தை நீங்கள் பார்த்தால், உங்கள் விழியின் நிறத்தை உணர்ந்தால், காற்றைச் சுவைத்து, மண்ணை நுகர்ந்திருந்தால், தூய்மையான நீரூற்றுகளிலிருந்தும், ஆக அசுத்தமான கிணறுகளிலிருந்தும் நீர் அருந்தியிருந்தால், அதுவே வாழ்க்கை குறித்து நீங்கள் சொல்லக்கூடிய கருணைமிக்க விடயம். அது ஒன்றுமற்றதல்ல.

***

உன் உடல் தரையில் மோதியபோது எந்த ஒலியையும் எழுப்பவில்லை, அல்லது குறைந்தபட்சம் நகரத்தின் இரைச்சல் மற்றும் பூமியின் முடிவிலிருந்து ஒலிக்கும் ரீங்காரத்தைத் தாண்டி எதுவும் கேட்கவில்லை. உன்னுடைய சுயம் நான் மற்றும் நீயாக, பிறகு பல நீயாக, அதன்பிறகு இதற்குமுன் நீ இருந்த, மீண்டும் இருக்கப்போகிற எண்ணற்ற நான்களாகப் பிரிந்தது. முடிவற்று நீளும் காத்திருப்பறையொன்றில் கண்விழிக்கிறாய். சுற்றுமுற்றும் பார்க்கிறாய். அது கனவு. முதல்முறையாக, அது கனவென்று உனக்குத் தெரிகிறது, அது முடியக் காத்திருப்பதில் உனக்கு மகிழ்ச்சி. அனைத்தும் கடந்துசெல்லக் கூடியவையே, குறிப்பாகக் கனவுகள்.

அனைவரும் கேட்கும் கேள்விக்கான விடையுடன் நீ கண்விழிக்கிறாய். ஆம் என்பதே அதற்கான விடை. 'இங்கிருப்பது போலவே, ஆனால் இன்னும் மோசமாக' என்பதே அந்த விடை. நீ பெற்ற நுண்ணறிவென்பது அவ்வளவுதான். எனவே மீண்டும் உறங்கச் செல்வதென்று முடிவெடுத்தாய்.

ஒளி

தேனீக்கள் அதை முதலில் அறிந்தன
பிறகு பனி.
பின் மரங்கள்.
அதன்பிறகு உலகின் அனைத்துத் தாய்களும்.

டெஸ் கிளேர்
ட்விட்டர் வழியாக

ஐந்து பானங்கள்

நீர் கண்களை உறுத்தவில்லை. உண்மையில் அது, பணக்காரர்களுடன் நீ அவ்வப்போது செல்லும் தெற்குப் பகுதியிலுள்ள விடுதிகளில் அளிக்கப்படும் எலுமிச்சைப் புல் மற்றும் லவங்கப்பட்டையில் தோய்க்கப்பட்ட வெதுவெதுப்பான துண்டுபோல இதமாக இருக்கிறது. நீரானது நீல நிறத்திலோ அல்லது பச்சை நிறத்திலோ அல்லது நீல-பச்சை நிறத்திலோ இல்லை, வெள்ளை நிறத்திலிருக்கிறது.

ஒருகாலத்தில், லேடிபேர்ட் புத்தகம் உனக்குச் சொன்ன நிறமாலையின் ஒவ்வொரு நிறத்தாலும் உருவாக்கப்பட்ட வெள்ளை. இருப்பினும் கலை வகுப்புக்குச் சென்றபோது கிடைத்த அத்தனை நிறங்களையும் கலந்துபார்த்தபோது உனக்குக் கிடைத்தது கருப்பு மட்டுமே.

நீர் ஓட்டத்தில் சுழலாகி உன்னை அதன் ஆழத்திற்கு, விலாங்குகளின் ஆழமற்ற பகுதியைக் கடந்து, மீன் கூட்டங்கள் மற்றும் பாசிகள் மூடிய பாறைகளைக் கடந்து இழுத்துச் செல்கிறது. தண்ணீருக்கடியில் கற்கள் விநோதமான வடிவங்களில், ஒளி ஆதாரங்களைத் தனக்குள் மறைத்துக் கொள்ளும் பிளவுகளை வெளிப்படுத்துகின்றன. மழைத்துளிகள் உனக்கு மேலேயுள்ள மேற்பரப்பைத் துளைத்து, குமிழிகளைக் குளத்தின் அடிப்பகுதிக்குச் செலுத்துகின்றன. நீ ஆழ மூழ்கி, உருளும் நீர் மற்றும் கூர்மையான முனைகள் கொண்ட பாறையால் பாதுகாக்கப்பட்ட குகையின் முகப்பில் இருக்கக் காண்கிறாய்.

சுவர்கள், கூரைகள் மற்றும் தரைகள் கலக்கிய-முட்டை-மஞ்சள் நிறம், ஒளி உன் கண்களை அகலத்திறக்க வைக்கிறது. முன்னோக்கி நகர்கிறாய், ஏனெனில் இருக்கும் ஒரே திசை அதுதான். உன் பக்கவாட்டில் சுவர்கள், காலடியில் சலசலக்கும் நீரோடை, முன்னால் ஒளி. சுவர்கள் மற்றும் கூரைகள்

கண்ணாடிகளாக மாறுகின்றன, ஒவ்வொரு வளைவும் மற்றொன்றின் மீது ஒளியைப் பிரதிபலிக்கின்றன. நீங்கள் மெதுவாக நடந்து சரியான கோணத்தில் தலையைச் சாய்த்தால், உங்கள் பிரதிபலிப்பைப் பாக்கலாம். உங்கள் கண்கள் பச்சை நிறத்திலிருந்து நீலநிறமாகிப் பின் பழுப்பு நிறமாக மாறும். ஆனால் உங்கள் காதுகள், அவை மாறுவதில்லை.

'சரியான நேரத்திற்கு வந்துவிட்டாய், மால்,' என்கிறார் மருத்துவர் ராணி. 'அனைத்தையும் கடைசி நிமிடத்தில்தான் செய்யவேண்டும், இல்லையா?'

மண்பாண்டங்கள் வைக்கப்பட்டிருக்கும் மெல்லிய மேசையில் அமர்ந்திருக்கிறார், ஒருவருக்கு மட்டும் அளிக்கப்படும் விருந்து என்பதுபோல.

'அவர்கள் உங்களைக் கொன்றுவிட்டார்கள் என்று நினைத்தேன்?'

'ஏற்கெனவே இறந்ததைப் பிசாசுகளின் அம்புகளும் கூடக் கொல்லமுடியாது.'

'ஒளி என்பது வெறும் கண்ணாடிகள்தானா? சொர்க்கம் அல்லது கடவுள் அல்லது தாயின் பிறப்புவழி இல்லையா?'

'நீ இதைச் சாதிப்பாயென்று நான் நினைக்கவேயில்லை, மகனே,' என்கிறார். 'நீ இங்கே இருப்பதில் மகிழ்ச்சி.'

'இப்போது என்ன?'

'நீ அருந்தவேண்டும்.'

'எனக்குத் தாகமில்லை.'

'உட்கார்.'

மேசையிலுள்ள கதிரையில் அமர்ந்துகொள்கிறாய். வெறும் குவளைகள் மட்டுமே இருக்கின்றன, ஒவ்வொன்றும் வெவ்வேறு அளவில் மற்றும் நிறத்தில். மொத்தம் ஐந்து இருக்கிறது. தங்கநிற திரவத்துடன் தேநீர்க்கோப்பை, ஊதா நிறத் திரவத்துடன் குவளை, நிமிளை நிற மதுபானமுள்ள மிடறுக்குவளை, உறிஞ்சு குழலுடன் செவ்விளநீர் மற்றும் ஒரு கிண்ணம் வல்லாரைக் கீரைக் கஞ்சி, சளி, இருமல், சிராய்ப்பு மற்றும் பூச்சிக்கடி

போன்றவற்றுக்கு சர்வரோக நிவாரணியாக, பல இலங்கை அம்மாக்களால் உதவியற்ற குழந்தைகள்மீது சுமத்தப்படுவது.

அவர் உன்னைப் பார்த்துப் புன்னகைக்கிறார், முதல்முறையாக கௌவிப் பலகையையோ அல்லது புருவத்தையோ உயர்த்தவில்லை.

'அனைத்தையும் மறக்கவேண்டும் என்று நினைத்தால் இந்தத் தேநீர். நினைவில் வைத்துக்கொள்ள விரும்பினால் போர்ட்டெல்லோ ரக திராட்சை பானம். உலகத்தை மன்னிக்க விரும்பினால் இந்த மது. இதை நான் பரிந்துரைக்கிறேன். நீ மன்னிக்கப்பட விரும்பினால் செவ்விளநீர். கொல கெந்த நீ எந்த இடத்திற்கு அதிகம் பொருத்தமானவனோ அங்கே செல்ல.'

'ஒவ்வொன்றிலும் ஒரு மிடறு அருந்தும் வாய்ப்பு கிடைக்காது என்று யூகிக்கிறேன், சரிதானே?'

'உன்னுடைய யூகம் சரி.'

'ஆக இவ்வளவுதானா? ஒருவேளை நான் காஃபி குடிப்பவனாக இருந்தால்?'

'நீ அப்படி இல்லையே.'

'நான் போர்டெல்லோவைத் தேர்ந்தெடுக்கிறேன் ஆனால் மன்னிக்கப்படவும் விரும்புகிறேன் என்றால்?

'நீ சார்பெதிர்வுகளை யோசிக்க வேண்டுமென்றால் ஏழாவது நிலவு வரை காத்திருந்திருக்கக் கூடாது?'

'நான் பல விடயங்களுக்குச் சார்பாக இருந்திருக்கிறேன். என் வாழ்க்கை எதிர்மறையானதாகவே இருந்திருக்கிறது.'

'உன்னுடைய முட்டாள்தனமான நகைச்சுவைகளுக்கும் நேரமில்லை.'

'அப்படியென்றால் நான் எவ்வாறு தேர்ந்தெடுப்பது?'

'உனக்குத் தெரியுமென்று நினைக்கிறேன்.'

உன்னைச் சுற்றிலுமுள்ள பிரதிபலிக்கும் கண்ணாடிகளை, வெள்ளை அங்கியிலிருக்கும் பெண்ணைப் பார்க்கிறாய். அவர்

அருகே சென்று ஒருபோதும் உன் தாயை அணைத்துக்கொள்ளாத விதத்தில் அணைத்துக்கொள்கிறாய்.

'உங்கள் குழந்தைகள் நீண்டகாலம் வாழுமென்று நம்புகிறேன். நீங்களும் உங்கள் கணவரும் இரட்டை ஆன்மாக்களாக என்றென்றும் வாழ்வீர்களென்று நம்புகிறேன்.' ஏன் அப்படிக் கூறினாய் என்று உனக்குத் தெரியாது, ஆனால் அதை உள்ளன்போடு கூறினாய் என்பது மட்டும் நிச்சயம்.

'மிகவும் அன்புமிக்க செயல், மால். இப்போது அருந்து.'

உன் செருப்பைக் கழற்றித் தரையில் வைக்கிறாய். மரச்சிலுவை, பஞ்சாயுதம் மற்றும் கயிறில் கோக்கப்பட்ட நசுங்கிய குப்பிகள் ஆகியவற்றைக் கழற்றி மேசைமீது வைக்கிறாய். கேமராவை உன் சிவப்பு நிறக் கைக்குட்டையால் துடைத்துவிட்டு அதைச் சங்கிலிகளுக்கு அருகில் வைக்கிறாய். பிறகு உன் கேமராவைக் கீழே வைக்கிறாய்.

அது ஒருபோதும் போட்டியென்று இல்லை. போதையேற்றிக் கொள்ள உன்னிடம் நேரமில்லை, தணித்துக்கொள்ள உனக்குத் தாகமில்லை அல்லது இனிப்பைச் சுவைக்கவும் விருப்பமில்லை. புதிதாகத் தயாரிக்கப்பட்ட கொல கெந்த கெட்டுப்போன கொல கெந்தவிலிருந்து வேறுபடுத்திப் பார்க்க முடியாதது. பழைய நகைச்சுவை. பச்சை நிறக் கஞ்சியை எடுத்து உணவுக் குழலில் ஊற்றுகிறாய். மூக்கை மூடி மூச்சை உள்ளே நிறுத்தி நீ இருக்கவேண்டிய இடத்திற்கு அது உன்னை அழைத்துச்செல்லக் காத்திருக்கிறாய்.

கேள்விகள்

ஒரே உண்மையான கடவுளின் முன் கண்விழிக்கிறாய். உனக்கு அவளைத் தெரிகிறது, இருப்பினும் அவளது பெயர் மறந்துவிட்டது.

நீ கண்விழிக்கவில்லை, நீ கண்விழிக்கவில்லை என்பது உனக்குத் தெரியவில்லை. மறதி என்பதில் ஆக இனிமையான விடயம் என்னவென்றால் அதை உணரமுடியாது என்பதே.

உன் தாயின் பிறப்புவழியில் கண்விழிக்கிறாய், ஒளியை நோக்கி நீந்துகிறாய், அதை அடைந்தவுடன் ஏமாற்றத்தில் கத்துகிறாய்.

ஆடையின்றி டிடிக்கருகில் கண்விழிக்கிறாய், அது என்ன நாளென்று உன்னால் நினைவுகூர முடியவில்லை.

மேலே கூறிய எதுவுமில்லை.

வெள்ளைநிற மேசைக்கு அருகில் நின்றுகொண்டிருக்கிறாய், இருப்பினும் உன்னுடைய பாதம் உடலின் எடையை அல்லது ஆன்மாவின் எடையைச் சுமக்கவில்லை. மேசையில் வட்டவடிவிலான எண்தட்டுள்ள தொலைபேசி மற்றும் பேரேட்டுப் புத்தகம். வெள்ளைநிற அங்கி மற்றும் கழுத்தைச் சுற்றி ஓம் அணிந்திருக்கிறாய், உனக்கு முன்னால் மனிதர்களின் கூட்டநெரிசல், அனைவரும் உன்னைநோக்கிக் கத்திக்கொண்டிருக்கின்றனர், உன்னால் அவர்களைக் கேட்கமுடியவில்லை.

காதுகளை மூடிக்கொண்டு கண்களை இமைக்கிறாய், ஒலி எதிர்பாராத காற்றைப்போலப் பெருவேகத்தில் தாக்குகிறது. அனைவரும் உன்னை நோக்கிக் கேள்விகளை உமிழ்ந்து கொண்டிருக்கின்றனர், உன்னிடம் பதிலில்லாத கேள்விகள்.

'நான் இங்கே இருக்கக்கூடாது. எப்படி வெளியேறுவது?'

'நான் என் குழந்தைகளைப் பார்க்கவேண்டும். அவர்கள் எங்கே?'

'உங்கள் தவறென்று சொல்லவில்லை, ஆனால் தவறுகள் நடந்துவிடுகின்றன, இல்லையா? உங்களால் என்னைத் திருப்பியனுப்ப முடியுமா?'

மீண்டும் இமைக்கிறாய், ஒலிகள் கேட்காமலாகின்றன. சுற்றுமுற்றும் பார்க்கிறாய், உனக்கு இந்த இடத்தைத் தெரியும். அலறிக்கொண்டிருக்கும் ஆன்மாக்களாலும் அவர்களுக்கு உதவமுடியாத வெள்ளுடையணிந்த முட்டாள்களாலும் முடிவற்ற தொலைவு நிரம்பியிருக்கிறது. இப்போது அந்த முட்டாள்களில் நீயும் ஒருவன் என்று தோன்றுகிறது.

தொலைபேசி ஒலிக்கிறது. பரிச்சயமான குரல், இருந்தாலும் அதற்குப் பெயர்கொடுக்க முடியவில்லை.

'புத்தகத்தைத் திற. உனக்குப் பதில்கள் வேண்டுமென்றால், புத்தகத்தைத் திற.'

க்ளிக்.

ஒளி

அட்டையில் அரசிலை வடிவமைப்புடனுள்ள பேரேட்டுப் புத்தகம் உனக்கு முன்னால் வைக்கப்பட்டுள்ளது. அதைத் திறக்கிறாய். நான்கு சிறிய சொற்கள் மட்டுமே உள்ளன, கோடிட்ட தாளில் கையால் எழுதப்பட்டவை, கையெழுத்தை உன்னுடையதென்று அடையாளம் கண்டுகொள்கிறாய். பிரபஞ்சம் முதன்முதலில் ஆய்வு செய்யப்பட்ட காலத்தின் நுண்ணறிவை, ஆயிரக்கணக்கான ஆண்டுகளின் ஞானத்தை, இந்த வார்த்தைகள் வடிகட்டி வைத்திருக்கின்றன.

அந்த வார்த்தைகள் கூறுவது: 'ஒரு நேரத்தில் ஒருவர் மட்டும்.'

கூட்டத்திலிருக்கும் முகங்களைப் பார்க்கிறாய், முதியவர்கள் மற்றும் பதின்மவயதினர், புடவை மற்றும் மருத்துவமனை அங்கியணிந்தவர்கள், கண்களுக்குக் கீழே நிழலும் உதடுகளில் அழுகையும் கொண்ட மனிதர்கள். அதன்பிறகு உனக்குத் தெரிந்த ஒருமுகம். அவரைப் பார்த்து இமைக்கிறாய், அவரது குரல்மட்டும் கேட்கிறது. அதேசமயம் கூட்டத்தின் கூச்சல்கள் ஒலியற்றுப் போகின்றன.

'ஒவ்வொரு பௌர்ணமிக்கும் இங்கே வருகிறேன்,' என்கிறார் இறந்த நாத்திகர். 'உங்களிடம் புதிதாக வழங்குவதற்கு ஏதேனும் உள்ளதா என்று பார்க்க.'

'பெயர்?'

துண்டிக்கப்பட்ட தலையை அவர் சேவை முகப்பில் வைக்கிறார், அதை மேல்நோக்கிச் சாய்த்து, தனது பளிங்குக் கண்களால் உன்னைப் பார்த்து, தனது கொக்கி மூக்கால் உன்னைப் பார்த்து ஏளனம் செய்கிறார்.

'வழக்கமான கேள்விகளை விட்டுவிடு.'

'நான் எவ்வகையில் உதவமுடியும்?'

'என் பிள்ளைகள் தற்போது பதின்ம வயதிலிருக்கிறார்கள். அருவருப்பானவர்களாக வளர்ந்திருக்கிறார்கள். இனி அவர்களைப் பார்த்து நான் மகிழ்ச்சிகொள்ளப் போவதில்லை.'

'எனவே இப்போது ஒளிக்குள் செல்ல விரும்புகிறீர்களா?'

‘அந்தப் பக்கத்தில் என்ன இருக்கிறது? ஒவ்வொரு பௌர்ணமியன்றும் கேட்கிறேன், உங்களில் எந்த முட்டாளாலும் இதற்கு விடைகூற முடியவில்லை.’

ஏழு நிலவுகளுக்கு முன்னால் உன்னிடம் முதலில் பேசிய ஆவி அவர்தான். நிலவுகள் அவரிடத்தில் கருணையோடில்லை என்று தெரிகிறது.

‘அது ஒவ்வொருவருக்கும் வேறுபடும் என்று கூறுகிறார்கள்.’

‘நான் இதை ஏற்கெனவே கேட்டிருக்கிறேன்.’

‘ஆனால் அடிப்படையில், அது ஒரு சூதாட்டவிடுதி,’ என்கிறாய். ‘நீங்கள் தேர்ந்தெடுக்கவேண்டும், பானங்களில் ஒன்றை அல்லது சீட்டுகளில் ஒன்றை அல்லது மோதிரங்களில் ஒன்றை அல்லது...’

‘அல்லது கன்னிப்பெண்களில் ஒருவரையா? நான் என்னுடைய கன்னிப்பெண்கள் குறித்த கோட்பாட்டை உன்னிடம் கூறியிருக்கிறேனா?’

‘அடிப்படையில் அடுத்து நீங்கள் எங்கே செல்லவேண்டும் என்பதை நீங்களே தேர்ந்தெடுக்கிறீர்கள்.’

‘நீ இதைத் தேர்ந்தெடுத்தாயா?’

‘அது என்னைத் தேர்ந்தெடுத்தது.’

‘அபத்தமாகத் தெரிகிறது.’

‘உங்களுக்குப் பிடிக்காமல் போனதற்கு வருந்துகிறேன்.’

‘இதைச் சொல்லவேண்டுமென்று உன் புத்தகம் கூறுகிறதா?’

‘ஆமாம்.’

‘நான் ஜேவிபிக்களால் சுடப்பட்டு இறந்தது ஈடு செய்யப்படுமா?’

எதிரிலுள்ள மனிதரைப் பார்த்துவிட்டு, உன் முன்னாலிருக்கும் பேரேட்டுப் புத்தகத்தைப் பார்க்கிறாய், மற்றொரு பக்கத்தைத் திறக்க வேண்டாமென்று முடிவெடுக்கிறாய்.

‘சக்கரத்தைச் சுழற்ற உங்களுக்கு வாய்ப்பு கிடைக்கும். ஏனெனில் மொத்த விளையாட்டு என்பதே அதுதான். இலங்கை ரௌலட். உங்களைக் கொன்ற ஜேவிபிக்கள் எப்போதோ இறந்துவிட்டனர்.

அடுத்துவரும் ஆயிரம் நிலவுகளை அவர்களைச் சபித்தபடி கழிக்கலாம். அல்லது சுழற்றுவதைத் தேர்ந்தெடுக்கலாம். நீங்கள் எதைத் தேர்ந்தெடுக்கப்போகிறீர்கள்?'

ஓர் அதிசயத்தை விளக்கமுயலும் சந்தேகம்கொண்ட நபர்போல அவர் முகம்சுளித்து தலையைச் சொறிந்துகொள்கிறார்.

'நாசமாய்ப்போ,' என்று கூறிவிட்டு அங்கிருந்து செல்கிறார்.

***

முதல் நிலவன்று தடுமாற்றமான தொடக்கத்தில், எட்டு ஆன்மாக்களை ஒளிக்குள் அனுப்புகிறாய், பதிமூன்றுபேரை காது பரிசோதனைக்கு அனுப்பிவைக்கிறாய். உனது வரிசையை நிர்வகிக்கும் மோசே மற்றும் ஹீ-மேன் இருவரும் ஒத்திசைவுடன் தலையசைக்கிறார்கள், இருப்பினும் ஆலோசனை அல்லது பாராட்டு என்கிற வகையில் மிகக்குறைவாகவே அளிக்கிறார்கள். உன்னிடம் வரும் அனைவரும் இறந்தவர்கள் மற்றும் சேதமுற்றவர்கள், அவர்கள் உனக்கு எல்லையோரக் கிராமங்களிலிருக்கும் பெண்கள் மற்றும் குழந்தைகளை, தங்களது வீடுகள் எரிக்கப்பட்டபோது குந்தியமர்ந்து கதறியவர்களை நினைவுபடுத்துகின்றனர். பெரும்பகுதி பேரேட்டுப் புத்தகத்தைப் பின்பற்றுகிறாய், இருப்பினும் சில சமயங்களில் எழுதப்பட்டிருப்பவற்றிலிருந்து விலகியும் செல்கிறாய்.

ஒருமுறை பொறியியலாளர்கள் அணியும் தலைக்கவசம் அணிந்த பெண் கேட்டது போல, '83 படுகொலைகளில் இருந்து நூற்றுக்கணக்கான தமிழ்த் தொழிலாளர்களைக் காப்பாற்றிய நான் புலிகளின் குண்டுவெடிப்பில் ஏன் இறக்கவேண்டும். வாழ்நாள் முழுவதும் கடினமான தலைக்கவசங்களை அணிந்திருந்தவள் ஏன் தலையில் ஏற்பட்ட காயத்தால் இறக்கவேண்டும். நீ புத்தகத்தைத் திறக்கிறாய், அது இவ்வாறு கூறுகிறது:

> *கர்மவினை என்பது பலபிறவிகளின் அடிப்படையில் நேர்செய்யப்படுவது. அநீதி இழைக்கப்பட்டவர்கள் ஒளியை அடைந்தால், அவர்கள் மேலான ஓரிடத்திற்கு அனுப்பி வைக்கப்படுவார்கள்.*

மேலான ஓரிடம் என்பது புத்தகத்தை அதிகம் பயன்படுத்தும் இடக்கரடக்கல். மதநாட்டம் கொண்டவர்களிடம், இறப்பிற்குப் பிறகு அது வியக்கத்தக்க வகையில் மிகவும் குறைவு என்றாலும்,

இறையியல் விவாதங்களைத் தவிர்க்கும் பொருட்டு அவ்வாறு கூறப்படுகிறது என்று மோசே விளக்குகிறார்.

பொறியியலாளர்களின் தலைக்கவசம் அணிந்த பெண்ணிடமும் அவளது தலைக்கவசத்திடமும் விரும்பினால் அவள் இதுகுறித்து புகார் அளிக்கலாம் அல்லது ஒளிக்குள் செல்லலாம், ஆனால் இரண்டிலும் விளைவு என்பது ஒன்றே என்றாய்.

'அது அப்படித்தான் வேலைசெய்கிறது. உங்கள் துயரங்களை நீங்கள் மறந்து நீண்டகாலம் ஆனபிறகே மட்டுமீறிய செல்வத்தை அடைவீர்கள். மற்றும் மறுதலையாக. நீங்கள் செய்யக்கூடியது பொறுமையாக இருப்பது மட்டுமே.'

அவள் உன் கையைக்குலுக்கிப் புன்னகைத்தாள்.

'என் தலைக்கவசத்தை வைத்துக்கொள்ள முடியுமா?'

'ஏழுநிலவுகளாக என் கழுத்தைச் சுற்றிக் கேமராவை வைத்துக் கொண்டு அலைந்தேன். அது தேவையற்ற சுமை.

'என் தலையில் ஏதாவது விழுந்தால் என்ன ஆவது?' என்று கேட்கிறாள்.

'எப்போதும் ஏதாவது தலையில் விழத்தான் செய்யும்,' என்று பதிலளிக்கிறாய்.

'நான் கண்டியிலுள்ள கட்டுமான இடங்களில் வேலை செய்திருக்கிறேன்,' என்கிறாள். 'இதை நீ எனக்குச் சொல்ல வேண்டியதில்லை.'

'அது நடந்தபோது புவியீர்ப்பை அல்லது மலைகளைக் குறைசொன்னாயா?'

'உனக்கு எல்லாமும் ஒன்றுதான் என்றால், நான் கவசத்தை வைத்துக்கொள்ளலாம் என்று நினைக்கிறேன்,' என்கிறாள்.

***

மருத்துவர் ராணி உன்னுடைய எண்ணிக்கைக்காக உன்னைப் பாராட்டுகிறார். அதைக் கொண்டாடுவதற்காக ஹீ-மேன் மற்றும் மோசேவை காலிமுகத் திடலின் விளிம்புக்கு அழைக்கிறார், நீ முன்பு வசித்த இடத்திலிருந்து சாலையைக் கடந்ததும் உள்ள இடம். சூரிய உதயம் மற்றும் குளிர்ந்த காற்றுடன்

கொண்டாடுகிறாய். கீழே இருப்பதைப் போலவே இங்கு மேலேயும். பாராட்டுகளை உதறிவிடுகிறாய்.

‘இது வெறும் குருட்டு அதிர்ஷ்டம். நான் ஆட்சேர்ப்பு செய்யவில்லை. நான் கொல கெந்தவை அருந்தவில்லை.’

‘அது உண்மையல்ல,’ என்கிறார் அந்த நல்ல மருத்துவர்.

‘நான் இங்கே வந்து முடிந்தது நகைச்சுவையா?’

‘நீ எங்கே சென்று முடிந்தாலும் அது நகைச்சுவை இல்லையா?’ என்கிறார் மோசே.

‘முடிவதென்று எந்தவிடயமும் இல்லை,’ என்கிறான் ஹீ-மேன். ‘இப்போதிருக்கிறாய். விரைவில் இருக்கமாட்டாய்.’

‘நாம் பணி நேரத்தில் இல்லையென்று நினைத்தேன்,’ என்கிறாய். ‘போதனை செய்தது போதும்.’

‘உன்னுடைய முன்னேற்றத்தில் நாங்கள் மகிழ்ச்சி கொள்கிறோம்,’ என்கிறார் மருத்துவர் ராணி.

‘நான் மீண்டும் சென்று வேறொரு பானத்தைத் தேர்வுசெய்ய முடியுமா?’ என்று கேட்கிறாய்.

‘நீ விரும்பினால்,’ என்கிறார் மருத்துவர். ‘அது மீண்டும் சூதாட்ட விடுதிக்குச் சென்று அதே சீட்டுகள் மறுபடியும் வேண்டும் என்று கேட்பதுபோல.’

சாரதிமல்லி உன்னுடைய சேவை முகப்புக்கு வருகிறான், பார்ப்பதற்குச் செயற்கை மனிதனைப் போல் இருக்கிறான். அவனது தலை உடலிலிருந்து துண்டிக்கப்பட்டுள்ளது, அதுபோலவே அவனது கை, கால்களும் நடுவுடலிலிருந்து. நீ யாரென்று அவனுக்குத் தெரியவில்லை. அவனுக்கு எப்படித் தெரியும்? தன்னுடைய ஓலையைச் சமர்ப்பிக்கிறான், நீ அவனை நாற்பத்து-இரண்டாவது தளத்திற்கு அனுப்புகிறாய். முன்னைக் காட்டிலும் அதிக மனஉளைச்சலுக்கு ஆளானவனாகத் திரும்பிவருகிறான், பேரேட்டுப் புத்தகம் கூறியபடி அவனை மஞ்சள் நிறக் கதவு வழியாக அனுப்புகிறாய்.

அவன் தலையை அசைத்துக்கொண்டு, தாழ்வாரத்தின் விளிம்புக்குச் செல்கிறான், அங்கு, கருப்புக் குப்பைப் பை

அணிந்த ஒரு பழக்கமான உருவம் தலையசைத்துச் சிரிக்கிறது. சேனவின் பக்கவாட்டில் ஆடையணிந்த கூளிகள், சாரதிமல்லி அவர்களை அடையும்போது, இழந்த சகோதரனைப் போல வரவேற்கிறார்கள், வெகுநிச்சயமாகச் சாரதிமல்லி அப்படித்தான். நீ பாதுகாவலர்களை எச்சரிக்கிறாய், ஆனால் ஹீ-மேன் அங்கு வருவதற்குள் சேன மற்றும் கூளிகள் வெளியேறிவிடுகின்றனர், சாரதிமல்லியை அவர்களின் புதிய ஆட்சேர்ப்பாக எடுத்துக் கொள்கிறார்கள். இதைப் பிரச்சினையாக ஆக்கினால் அது உன் சிக்கலாக இருக்கும். எனவே விட்டுவிடுகிறாய்.

இறந்த காதலர்கள் கைகோத்தபடி வந்து, உன்னைப் பார்த்ததும் புன்னகைக்கிறார்கள்.

'நீ எங்களது வசிப்பிடத்தில் இருந்தாய், இல்லையா?'

'வெகுகாலத்திற்கு முன்பு.'

அவன் அவள் பக்கம் திரும்பிப் பார்த்துவிட்டு உன்னைப் பார்த்துத் தலையசைக்கிறான்.

'நினைவிருக்கிறதா டாலி. இவன் அந்தக் கருத்த இளைஞனை ஓத்துக்கொண்டிருந்தவன்.'

இன்று அவள் இளஞ்சிவப்பு நிற ஷிஃபான் அணிந்திருக்கிறாள், அழுதுகொண்டிருந்தது போலத் தெரிகிறாள்.

'எங்களுக்குள் பெரிய சண்டை,' என்கிறாள். 'நாங்கள் பிரிவதற்கான நேரம் வந்துவிட்டது என்று நினைக்கிறோம். ஐம்பது வருடங்களுக்குப் பிறகு எங்களது தேன்நிலவு முடிவுக்கு வந்துவிட்டதென்று தோன்றுகிறது.'

'அது வருத்தமானது,' என்கிறாய்.

'குடைக்குள் இருக்கும் இணையர்களைப் பார்த்துக் களைத்துவிட்டோம். அவர்கள் செய்வதெல்லாம் துளாவும்போது ஒருவருக்கொருவர் பொய் சொல்வது மட்டுமே,' என்கிறாள்.

'நாங்கள் தற்கொலையாளர்கள் என்பதற்காகத் தண்டிக்கப்படுவோமா?' என்று கேட்கிறான்.

பேரேட்டுப் புத்தகத்தைத் திறந்து அதிலிருப்பதைப் படிக்கிறாய்:

'பிரபஞ்சத்திற்கு நீங்கள் உங்களுடைய மாமிச உடையை என்ன செய்கிறீர்கள் என்பது குறித்த அக்கறையில்லை.'

அதை அவர்களிடம் திரும்பச் சொல்கிறாய்.

'உண்மையாகவா?'

'மாமிசத் தட்டுப்பாடு ஏதுமில்லை.' என்கிறாய்.

'அப்படியென்றால் நாங்களும் ஒளிக்குள் செல்லமுடியுமா?' என்று கேட்கின்றனர்

'அது உங்களது தேர்வு.'

'ஆனால் காலி முகத்தின் மேல்தளத்திலிருந்து சூரியன் மறைவதைப் பார்ப்பதைக் காட்டிலும் சிறப்பான இடம் ஏதாவதிருக்கிறதா?' என்று கேட்கிறான்.

நயாகரா அருவி, பாரிஸ், டோக்கியோ, சான் பிரான்சிஸ்கோ மற்றும் டிடியுடன் நீ ஒருபோதும் செல்லாத இடங்களை நினைத்துப் பார்க்கிறாய். அதற்கான பதில் உன்னிடம் இல்லை, என்றாலும் தெரிந்தது போல் காட்டிக் கொள்கிறாய். இல்லையென்று தலையசைத்துவிட்டு அவர்கள் புன்னகைப்பதைப் பார்க்கிறாய்.

***

டிடி தன் தந்தையின் இறப்புக்குப் பிறகு ஹாங்காங் சென்றுவிடுகிறான். இறுதிச்சடங்கின்போது கண்ணாடி அணிந்திருக்கும் வெள்ளை இளைஞன் ஒருவனுடன் வருகிறான், வியக்கத் தகுதியில்லாத விடயங்களை நினைத்து வியக்கிறாய். ஆனால் விநோதமாகப் பெருமையை ஒத்திருக்கும் ஒன்றை உணர்கிறாய், நீ பூமியில் இந்த அழகான இளைஞன் தன்னை வெளிப்படுத்திக் கொள்வதற்காக அனுப்பப்பட்டிருந்தாய் என்றால், அனைத்தும் வீணென்று சொல்லமுடியாது.

லக்கி அல்மேதா அன்னையர் முன்னணியில் சேர்ந்து காணாமல்போன குழந்தைகளின் தாய்மார்களுக்காகப் பிரச்சாரம் செய்கிறார். நீ அவரது கனவில்சென்று, எல்லாம் சரிதானென்றும் நீ அவரைக் குற்றம் சொல்லவில்லை என்றும், நடந்தவற்றிற்காக நீ வருந்துகிறாய் என்றும் கூறுகிறாய்.

ஜக்கி செய்தி வாசிப்பாளர் ராதிகா பெர்னாண்டோவுடன் குடியேறி, அற்புதமான புணர்ச்சியை அனுபவிக்கிறாள், ஒருமுறைகூட உன்னை அழைப்பதில்லை.

இலங்கை சிதறுகிறது. போர் தொடர்ந்து நடந்துகொண்டிருக்கிறது. மக்கள், நடப்பிலுள்ள ஆட்சி பலவகைகளில் மோசமாக இருந்தாலும் சென்ற ஆட்சி அளவுக்கு மோசமானதல்ல என்று தங்களைத் தேற்றிக்கொள்கின்றனர்.

இருபத்து மூன்று பேர் இறந்த குண்டுவெடிப்பு அரசாங்க அலுவலகத்தில் நடந்தது என்பதை அரசாங்கம் மறுக்கிறது. காயங்களுடன் உயிர்பிழைத்த அமைச்சர், அந்தக் கட்டடம் ஆசிய மீன்வள நிறுவனத்திற்குச் சொந்தமானது என்கிறார், அங்கு கடல் ஏற்றுமதி பற்றி விவாதிக்க அழைக்கப்பட்டதாகச் சொல்கிறார். அவர் தனது மருத்துவர், தனது நலம் விரும்பிகள் மற்றும் தனது ஜோதிடருக்கு நன்றி தெரிவிக்கிறார்.

மஹத்தையா அணி சுப்ரீமோவால் கண்டுபிடிக்கப்பட்டு விடுகிறது, அவரது கோபம் மிகக்கொடூரமானதாக இருக்கிறது. துரோகிகளின் இரண்டு படைப்பிரிவுகள் வாகரையருகே உள்ள குகைகளில் கட்டிவைக்கப்பட்டு அலைகள் அவர்களை மூழ்கடிக்கும்வரை சித்திரவதை செய்யப்படுகின்றனர். எல்டிடிஈக்கள் கர்னல் கோபல்ல ஸ்வாமியுடன் தொடர்பில் இருந்தவர்களைக் குறிவைக்கிறது. அவர்களுள் கொழும்புவில் அமைந்துள்ள சிஎன்டிஆர் என்ற நிறுவனமும் ஒன்று, லியோ விடுதியிலுள்ள அதன் அலுவலகத்தில் யாரும் இல்லையென்றாலும் குண்டுவைக்கப்படுகிறது.

***

மருத்துவர் ராணியிடம் நீ மீண்டும் பிறக்கவிரும்புகிறாய், ஆனால் இப்போதல்ல என்று கூறுகிறாய். இருந்ததற்கும் இருக்கப்போவதற்கும் இடையிலுள்ள ஓய்வை அனுபவித்துக் கொண்டிருக்கிறாய். உனக்கென கல்லறை இல்லாவிட்டாலும் அமைதியிலிருக்கிறாய். உன் தாய் கடந்துசெல்லும்வரை இருக்க விரும்புவதாக நீ கூறியதும் அது நல்ல யோசனை என்று அவர் கருதுகிறார்.

நீ மகிழ்ச்சியுடன் அனுபவிக்கும், எதிர்நோக்கும் செயல்முறையை அமைத்துக்கொண்டுவிட்டாய். சிறு குழந்தைகளையோ

அல்லது காதலரை விட்டுவிட்டு வந்தவர்களையோ செயல்முறைக்குள்ளாக்கும் வருத்தமான நாள்களிலும், ஒவ்வொரு மரணமும் முக்கியமானது என்பதை உணர்கிறாய், ஒவ்வொரு வாழ்க்கையும் அவ்வாறு இல்லாவிட்டாலும் கூட.

உன் தந்தையை அழைப்பதை நிறுத்திக்கொண்டுவிட்டாய். ஏனென்றால் அவர் அருகில் எங்குமில்லை, இருக்கப் போவதுமில்லை. ஒருவேளை அவர் உன் அழைப்பைக் கேட்டாலும், ஒருவேளை அவர் வந்தாலும், அவருக்கு உன்னை அடையாளம் தெரியப்போவதில்லை. ஏனெனில் அவரது வாழ்க்கையில் நீயொரு துணைக் கதாபாத்திரம் கூட இல்லை, வெறும் உதிரி. பிறகு சந்திக்கலாம், அப்பா. நம்மால் ஒரு ஹலோ கூட சொல்லிக்கொள்ள முடியவில்லை.

இறுதியாக அவர் வந்தபோது, கலைந்த தலையுடன், குழப்பத்தோடு வருகிறார். ஆனால் அவர்மீது உனக்குக் கோபம் வரவில்லை, கவலை மட்டுமே இருந்தது. தான் அறிந்துகொள்ளாத மகனைப் பாதுகாக்க நினைத்த தந்தை அவர். இல்லாத நாட்டுக்காகப் போராடிக்கொண்டிருந்தவர்.

அவரது இறுதிச்சடங்கின்போது அணிவிக்கப்பட்ட சூட் அணிந்திருக்கிறார், அவரது கண்கள் பச்சை மற்றும் மஞ்சளில் இருக்கின்றன, முகம் தூசுபடிந்து கவலையோடிருக்கிறது. ஸ்டான்லி தர்மேந்திரன் உன்னைப் பார்த்ததும் திகைக்கிறார், பிறகு உன் கண்களைப் பார்த்துத் தலைவணங்குகிறார்.

'நான் உண்மையிலேயே வருந்துகிறேன்,' என்கிறார். 'நான் ஏன் அப்படிச் செய்தேனென்றால்--'

'அது முக்கியமில்லை,' என்கிறாய்.

'திலன் நலமாக இருக்கிறான், கடவுளுக்கு நன்றி.'

'உண்மை. யாராயினுமுக்கு நன்றி கூறுங்கள்.'

'நான் அவனோடு பேச முடியுமா?'

'அதற்கு உங்கள் பழைய நண்பர் காக மனிதனோடு வியாபாரம் பேச வேண்டும். தனிப்பட்ட முறையில் நான் அதைப் பரிந்துரைக்க மாட்டேன். 36 ஆவது தளத்தில் நடக்கும் கனவில் வரும் பயிற்சியில் உங்களைச் சேர்கிறேன். இருப்பினும் விளைவுகள் மாறக்கூடியவை.'

‘அவனுக்குப் புதிய வெளிநாட்டு நண்பன் இருக்கிறான். அவர்கள் உடலுறவில் ஈடுபடுகிறார்கள்.’

‘தகவலுக்கு நன்றி.’

‘அவர்கள் சான் பிரான்சிஸ்கோ சென்றுவிட்டால் என்ன செய்வது? இந்த இடம் முழுக்க எய்ட்ஸ் இருக்கிறது.’

‘ஸ்டான்லி மாமா, கீழே நடக்கும் விடயங்களில் உங்களால் எதுவும் செய்ய முடியாது. அதை நீங்கள் எவ்வளவு சீக்கிரம் ஏற்றுக்கொள்கிறீர்களோ அவ்வளவு நல்லது.’

‘சரி பிறகு என்ன?’

‘அப்படியென்றால்?’

‘இப்போது அடுத்தது என்ன?’

‘இப்போது நான் உங்களை மன்னிக்கிறேன்.’

‘நான் வழி தவறியிருக்கிறேன்.’

‘அப்படியென்றால், ஸ்டான்லி மாமா,’ அவருக்கே உரித்தான இடைநிறுத்தத்தை மேற்கொள்கிறாய். ‘நீங்கள். சரியான இடத்திற்கு. வந்திருக்கிறீர்கள்.’

லியோனல் எங்கே சென்றார்?

உன்னுடைய புகைப்படங்கள் என்ன ஆனது? அவை உலகை உலுக்கினவா? அவை கொழும்பு எனும் குமிழியை வெடிக்கச் செய்ததா?

வெடிகுண்டு விபத்துக்குப் பிறகு அவை அந்தச் சுவர்களில் பல வாரங்கள் இருந்தன, ஆனால் நீ லியோனல் வென்ட்க்குச் செல்ல உனக்கு யோசனையாக இருந்தது. சேன அல்லது மஹாகாளியுடன் மோதுவதற்கான வாய்ப்புகள் அதிகம் உள்ள இடங்களிலிருந்து நீ விலகி இருக்க வேண்டும். இப்போது நீ வெள்ளைநிற ஆடை அணிந்திருப்பதால், எந்தப் பிசாசும் உன்னைத் தொட முடியாது என்று மருத்துவர் ராணி உறுதியளிக்கிறார், ஆனால் நீ முழுமையாக அதை நம்பவில்லை.

இறுதியாக ஒருநாள் நீ தனியாக அங்கே சென்றபோது, காட்சிக்கூடம் வெறுமையாக இருந்ததில் உனக்கு

வியப்பேதுமில்லை. உனது புகைப்படங்கள் ஆவிகளின் கூட்டத்தை ஈர்த்துள்ளது இருப்பினும் மிகக்குறைவான மனிதர்களை. ஒருவேளை அது மழைபெய்வதன் காரணமாக இருக்கலாம் ஈரப்பதம் மிக அதிகமாக உள்ளது அல்லது மனிதர்களுக்கு இறந்த உடல்களின் கருப்பு-வெள்ளைப் புகைப்படங்களைப் பார்ப்பதைக் காட்டிலும் மேலான விடயங்கள் இருந்திருக்கலாம். கூளிகள், பிரேதங்கள் மற்றும் ஏவல்கள் உன்னிடம் பேசுவதற்கு வருகின்றன ஆனால் புகைப்படங்கள் குறித்து நீ பேசவேண்டியதைப் பேசி முடித்துவிட்டாய்.

ஆறாவது நாள் குகராஜா அங்கு வந்து 1983ஆம் வருடப் புகைப்படங்களை எடுத்துக்கொள்கிறான், ஐபிகேஎஃப் செய்த கொலைகள் மற்றும் இறந்த தமிழ் கிராமவாசிகள் இருக்கும் பத்து புகைப்படங்கள். சூரியன் மறையும்போது எடுக்கப்பட்ட எறும்புண்ணியின் புகைப்படத்தில் லயித்திருந்த இறந்த சுற்றுலாப்பயணிகளைத் திடுக்கிட வைக்கிறான்.

‘நண்பரே! இவர் உன் பொருளைத் திருடுகிறார்,’ என்று காவலாளியை நோக்கிக் கத்துகிறார் பிரித்தானியர்.

பழுப்புநிறச் சீருடையிலிருக்கும் வாயிற்காவலர் வயதான மனிதர், கானகத்தின் சட்டங்கள். ஒளிப்பதிவு மாஅ. என்ற அறிவிப்புக்கருகில் குகராஜாவைத் தடுத்து நிறுத்துகிறார்.

‘நான் இந்தப் புகைப்படங்களுக்குச் சொந்தக்காரன்,’ என்றபடி குகா அவரைக்கடந்து செல்கிறான்.

பழுப்புநிறச் சீருடையிலிருக்கும் அம்முதியவர் தோள்களைக் குலுக்கிவிட்டு மீண்டும் கொட்டாவி விடச்செல்கிறார்.

புகைப்படத்திலிருக்கும் இறந்தவர்கள் உன்னைக் கண்டுபிடித்துத் தங்களது புகழ்ச்சியற்ற சித்திரிப்பு குறித்து உன்னோடு சண்டையிடலாம் என்று அச்சமடைந்தாய். ஆனால் உன் புகைப்படங்களிலிருக்கும் உடல்கள் இந்தக் கண்காட்சியிலிருந்து வெகுதொலைவில் அழிந்தவை. ஒருவேளை நீ அவர்களாக இருந்தால், இந்தப் பிரபஞ்சம் உன்னை விழுங்க அனுமதிப்பாய், அதன்மூலம் இறுதியாக ஆசீர்வதிக்கப்பட்ட மறதியைக் குடித்து இந்த லாட்டரியை முடித்து வைத்திருப்பாய்.

***

சிலநாள் கழித்து, ராதிகா மற்றும் ஜக்கி உள்ளே வருகிறார்கள் ஆனால் டிடி தனது கண்ணாடி அணிந்த நண்பனுடன் காரிலேயே இருந்துகொள்கிறான். அவர்களிடம் உன்னுடைய புகைப்படங்கள் அல்லது உன்னுடைய மரணத்தோடு அவனுக்கு எந்தத் தொடர்புமில்லை என்கிறான், ராதிகா கவலை கொள்வதாகப் பாவனை செய்கிறாள்.

'ஏன் நீங்கள் சில மாதங்கள் வேலையிலிருந்து ஓய்வெடுத்துக் கொள்ளக்கூடாது? இலங்கையில் இருக்கலாமா அல்லது வேண்டாமா என்று யோசியுங்கள். ஒருவேளை நீங்கள் பேச விரும்பினால்...'

'செய்தி வாசிப்பதோடு நிறுத்திக்கொள்,' என்று காரைக் கிளப்பிச் செல்கிறான் டிடி.

நீ பின்தொடர முயற்சிசெய்கிறாய், ஆனால் காக மனிதனின் சாபம் உன்னைத் தடுக்கிறது. காற்று உன்னைத் தள்ளுகிறது, சுமந்து செல்ல மறுக்கிறது.

'ஒன்றும் பிரச்சினையில்லை, மகனே. பிறகு என்னை அழைத்துக்கொள்ள காரை அனுப்பினால் போதும்.'

ராதிகா ஜக்கியுடன் கண்காட்சியைச் சுற்றிவருகிறாள், சட்டமிடப்பட்ட கொடூரங்களைப் பார்க்கும்போது தலையசைத்துக்கொள்கிறாள்.

'இந்த அடிமுட்டாள் என்னதான் நினைத்துக்கொண்டிருந்தான்?'

'போரை நிறுத்துவதற்குப் புகைப்படங்கள்தான் சிறந்தவழி என்று நினைத்தான்.'

'நீ கடத்தப்பட்டது குறித்து புகார் அளிக்க நினைக்கிறாயா?'

'யாரிடம்?'

'நாம் அந்தக் காவலர்கள் மீது புகாரளிப்போம்.'

'எனக்கு எந்தக் காவலரையும் நினைவில்லை. நான் தப்பிக்க உதவியவரை மட்டும் தெரியும்.'

'இந்தவார இறுதியில் நாம் ஏன் வெளியே செல்லக்கூடாது? இங்கு வந்தது நல்ல யோசனையாகத் தெரியவில்லை.'

‘கொழும்பின் குமிழி உண்மையான இலங்கையைப் பார்க்க வேண்டுமென்று மாலி விரும்பினான்.’

ராதிகா வெறுமையாக இருக்கும் கண்காட்சியைச் சுற்றுமுற்றும் பார்க்கிறாள். அவள் ஆவிகளின் இரைச்சலைப் பார்க்கவில்லை, அவற்றுக்கு இடையேயான வெளியை மட்டும் பார்க்கிறாள்.

‘கொழும்புக்கு இதில் துளியும் ஆர்வமில்லை என்பதுபோல் தெரிகிறது.’

ஜக்கி வாசலுக்கருகே உள்ள இருக்கையில் அமர்ந்துகொண்டு ராதிகாவைக் கிளம்பச் சொல்கிறாள். அன்று மதியம் ஒருசில பார்வையாளர்கள் உள்ளே நுழைகிறார்கள். மாணவர்களின் அணிவகுப்பு ஒன்று, கலைஞர்களின் திரள், பேராசிரியர்களின் குழு மற்றும் ஒரு வேன் நிறைய செய்தியாளர்கள். அவர்களில் பெரும்பாலானோர் அதிர்ச்சியும் அச்சமும் அடைகிறார்கள், அவர்களில் சிலர் உன் புகைப்படங்களைப் புகைப்படம் எடுக்கும்போது சமஅளவில் பெருமிதமும் எரிச்சலும் கொள்கிறாய். மாலையில் தகவல் பரவி பார்வையாளர்கள் கூட்டம் அதிகரிக்கிறது. நாடகத்திலிருந்து சிலரையும், இசைத்துறையிலிருந்து சிலரையும், தொலைக்காட்சி நாடகத்திலிருந்து சிலரையும் அடையாளம் காண்கிறாய். சிலர் மற்றவர்களை விடப் பிரபலமானவர்கள். சிலர் கண்காட்சியை அவ்வளவாக விரும்பவில்லை.

ஜோனி கில்ஹூல் பாப் சட்வொர்த்துடன் வருகிறார், அவர்களிருவரும் அதிகம்பேசாமல் தலைகளை அசைத்துக்கொள்கின்றனர். மேஜர், கர்னல் மற்றும் சட்வொர்த்தின் சந்திப்பைக் காட்டும் இரண்டு புகைப்படங்களை ஜானி அகற்றினார். டிடி வெளியேறிய பிறகு கிளரந்த காட்சிப்படுத்திய சில நிர்வாணப் படங்களையும் எடுத்துக்கொள்கிறார். பைரன், ஹட்சன் மற்றும் பாய் ஜார்ஜ். காவலாளியின் தூக்கத்தைச் சிறிதளவும் தொந்தரவு செய்யாத மற்றொரு திருட்டு.

பத்திரிகைகளிலிருந்து உனக்குத் தெரிந்தவர்கள் வந்து கதைகளைப் பகிரத்தொடங்குகிறார்கள். *தி அப்சர்வர்*-லிருந்து ஜெயராஜ் நீயொரு முட்டாள் என்றும், *தி டைம்ஸ்*-லிருந்து அத்தாஸ் நீயொரு மேதை என்றும் கூறுகின்றனர். இதுவே அதிகபட்சமாக உனக்குக் கிடைக்கக்கூடிய விழிப்புநிலைக்கு மிக அருகிலுள்ள விடயம்.

ஜோனி வாசலுக்கருகில் ஜக்கியிடம் சென்று அவள் காதில் கிசுகிசுக்கிறார். நீ அதை ஒட்டுக்கேட்கும் அளவுக்கு நெருக்கமாக இருப்பதை உறுதிசெய்துகொள்கிறாய். 'அன்பே, இப்போதே இங்கிருந்து வெளியேறு. இந்தக் கண்காட்சியை எரித்துத் தரைமட்டமாக்கப் போகிறார்கள்.'

'சரி,' என்கிறாள் ஜக்கி, ஆனால் அசையவில்லை. ஓர் அமைச்சரின் மருமகனுடைய முன்னாள் காதலியைக் காதலிப்பதால் வந்த தைரியமாக இருக்கலாம். பெரும்பாலும், அவள் சாத்தியங்களைக் கணக்கிடவில்லை, எனவே அதைப் பொருட்படுத்தவில்லை. மாலை முழுவதும் அங்கேயே அமர்ந்திருக்கிறாள், கூட்டம் அதிகரித்ததும் மக்கள் ஒருவரையொருவர் யார் இந்த எம்.ஏ என்று கேட்டுக்கொள்கிறார்கள், பிறகு மூடுபனி எச்சரிக்கைச் சங்கின் வழியாக வருவதுபோல உச்சத்தில் ஒலிக்கும் குரல் காற்றைத் துளைக்கிறது, அமைச்சர் சிறில் விஜேரத்னவிடம் அது இல்லாவிட்டாலும் கூட.

அமைச்சருக்குக் காலில் கட்டுப் போடப்பட்டு, ஒரு கையும் மாவுக்கட்டில் உள்ளது. அவர் சக்கர நாற்காலியில் அமர்ந்திருக்க, புலனாய்வாளர் காசிம் அதைத் தள்ளுகிறார். புலனாய்வாளர் குண்டுவெடிப்புக்குப் பிறகு அதிக நேரம் வேலை பார்த்தது போல் தெரிகிறது. மூலையில் அமர்ந்திருந்த ஜக்கியைப் பார்த்ததும் அவள் கண்களைப் பார்க்கிறார். 'மன்னிக்கவும். நான் உங்களுக்கு வாக்குறுதியளித்ததை மறந்துவிட்டேன், ஸ்டான்லி இறந்துவிட்டார்' என்று சொல்ல விரும்புவதுபோல் ஜக்கி அவரைப் பார்க்கிறாள். 'என்னைக் காப்பாற்றியதற்கு நன்றி' என்று சொல்ல விரும்புகிறாள், ஆனால் அதை எப்படிச் சைகை மூலம் தெரிவிப்பதென அவளுக்குத் தெரியவில்லை, பிறகு காசிம் தன் கண்களை விலக்கிக்கொண்டு அமைச்சரை முன்னோக்கித் தள்ளுகிறார்.

தனது பலவீனமான உடல் நடுங்க அமைச்சர் உறுமுகிறார். 'பெண்கள் மற்றும் கனவான்களே, உளவுத்துறையின் ஆபத்தான அறிக்கைகள் காரணமாக, இன்றிரவு 9 மணிக்கு ஊரடங்கு உத்தரவு பிறப்பிக்கப்படும். உங்களால் இயன்றவரை விரைவாக உங்கள் வீட்டிற்குச் செல்லும்படி அறிவுறுத்துகிறேன்.'

சலசலப்புகள் மற்றும் கூச்சல்கள் உருவாகின்றன, பிறகு நுழைவாயிலில் நெரிசல் உருவாவதால் பீதி ஏற்படுகிறது,

கொழும்பு 7இன் குமிழி வெடிக்கத் தொடங்குகிறது, நவநாகரிகக் கூட்டம் கொழும்பு 10இன் சந்தைபோல நெருக்கித் தள்ளத் தொடங்குகிறது. அமைச்சரின் அரக்கவுரு சக்கர நாற்காலிக்கு அருகில் இருப்பதை அவர்கள் காணவில்லை. அது உன்னைப் பார்த்துக் கண் சிமிட்டித் தலையசைக்கிறது.

ராணுவமோ காவல்துறையோ அல்லாத மனிதர்கள் தங்களை அனைத்து வாயில்களிலும் நிறுத்திக்கொள்கின்றனர், அமைச்சர் காசிமைக் கண்காட்சி முழுக்க சக்கர நாற்காலியைத் தள்ளச் செய்கிறார். குறிப்பிட்ட புகைப்படத்திற்கு அருகில் வந்ததும் அதைச் சுட்டிக் காட்ட, உடனே காசிம் கடமை உணர்ச்சியுடன் அதை அகற்றுகிறார். இறந்த பத்திரிகையாளர்கள், கடத்தப்பட்ட செயல்பாட்டாளர்கள், தாக்கப்பட்ட துறவிகள் இவற்றோடு வெடித்துச் சிதறிய விமானங்கள், இறந்த கிராமவாசிகள் மற்றும் வெறித்தனமான கும்பல்கள் அனைத்தும் உன்னுடைய சுவர்களிலிருந்து அழிக்கப்படுவதை அமைதியாகப் பார்த்துக் கொண்டிருக்கிறாய்.

மடிநிறைய சட்டமிடப்பட்ட புகைப்படங்களுடன் அமைச்சர் கிளம்பிய பிறகு, ஆவிகளும் வெளியேறுகின்றன. இது உன் மீதான மரியாதையா அல்லது சலிப்பினாலா என்று தெரியவில்லை. இடைவெளிகளால் நிரம்பிய சுவர்களுக்கு முன் தனித்து விடப்படுகிறாய். இறந்த சுற்றுலாப் பயணிகள் மேல் மாடியில் கலை மைய மன்றத்திலுள்ள இசைப்பெட்டியை மோதுவதைக் கேட்கிறாய், அப்போது உன் அப்பாவின் விருப்பமாக இருந்த ஒரு பாடல் ஒலிக்கிறது, நீ அதை வெறுத்தாய். அந்தப் பாடல் சிறந்த தத்துவஞானி கென்னத் ரே ரோஜர்ஸ்சின் ‘தி கேம்ப்ளர்’.

எஞ்சியிருக்கும் படங்கள் உனது ஐந்து உறைகளில் ஒன்றிலிருந்து மட்டுமே வந்துள்ளன. அவை சூரிய அஸ்தமனம், சூரிய உதயங்கள், தேயிலை மலைகள், படிகம் போன்ற கடற்கரைகள், எறும்புண்ணிகள் மற்றும் மயில்கள், தங்கள் குட்டிகளுடன் இருக்கும் யானைகள் போன்ற புகைப்படங்கள், ஓர் அழகான பையன் மற்றும் ஓர் அற்புதமான பெண் ஸ்ட்ராபெரி வயல்களில் ஓடும் புகைப்படமும் உள்ளது. அது பத்துக்குப் பத்து என்று பெயரிடப்பட்ட உறையிலிருந்து, உன்னுடைய சொந்த வேலை உனக்கு அரிதாகவே அளிப்பதுபோன்ற மகிழ்ச்சியை அது உனக்களிக்கிறது.

புகைப்படங்கள் கருப்பு-வெள்ளையாக இருந்தாலும், ராயல் ஃப்ளஷின் அனைத்து வண்ணங்களையும் போல அவை ஒளிவீசுகின்றன. முட்டாள்கள் மற்றும் காட்டுமிராண்டிகளால் நிரம்பியிருந்தாலும் இந்தத் தீவு ஓர் அழகான இடம். உன்னுடைய இந்தப் புகைப்படங்கள் மட்டும் உன்னைத் தாண்டி வாழுமென்றால், அநேகமாக நீ வைத்துக்கொள்ளக்கூடிய ஏஸ் அதுவாக இருக்கலாம்.

இறந்த சிறுத்தைப்புலியுடன் உரையாடல்

'அறிந்துகொள்ளத் தகுதியான ஒரே கடவுள் மின்சாரம்தான்,' என்கிறது இறந்த சிறுத்தைப்புலி, சேவைமுகப்பில் தன்னுடைய கால்களை உன் பேரேட்டுப் புத்தகத்தின்மீது வைத்து நிமிர்ந்து நின்றுகொண்டிருக்கிறது. 'அதன்முன் மண்டியிடத் தகுந்த மாயாஜாலம்.'

'மின்சாரம் குறித்து உனக்கென்ன தெரியும்?' அதற்குப் பின்னாலுள்ள வரிசை குசு காற்றை விஷமாக்கிவிட்டதைப் போல் பின்வாங்கியிருப்பதைப் பார்த்துக்கொண்டே கேட்கிறாய். 'மேலும், அதை அசைக்காமல் எப்படிப் பேசுகிறாய்... அவை என்ன உதடுகளா?'

இந்தச் சேவை முகப்பிற்கு வந்ததற்குப் பிறகான நிலவுகளில் பல்வேறு வருகைகளைப் பார்த்திருக்கிறாய், ஆனால் விலங்கினப் பிரிவிலிருந்து ஓர் உறுப்பினரைப் பார்த்ததில்லை. சேவை முகப்பிலிருக்கும் பேரேட்டுப் புத்தகத்தைச் சுட்டிக்காட்டுகிறாய், விலங்கு இடதுபக்கமாக நகர்ந்து கால்களை எடுத்துக்கொள்கிறது. புத்தகத்தைத் திறந்து அதிலுள்ள ஏழு சொற்களைப் படிக்கிறாய்.

விலங்குகளுக்கு ஆன்மா உண்டு.

உயிர்வாழும் அனைத்திற்கும் ஆன்மா உண்டு.

சிறுத்தைப் புலி உன்னைத் தன் கண்களால் படிக்கிறது, நீ துணுக்குறுகிறாய். அதன் கண்கள் நீ சந்தித்த பெரும்பாலான இறந்த மிருகங்களைப்போல பச்சை அல்லது மஞ்சள் நிறத்திலில்லை. அவை பழுப்பு அல்லது நீலநிறத்தில் சேப்பியன்கள் போலவும் இல்லை. அவை வெண்மை நிறத்திலிருக்கின்றன.

'யாலவின் மூன்றாவது பகுதியிலுள்ள சிற்றறைகளுக்கு மின்சாரம் வந்தபோது நான் வியந்து போனேன். அந்த இடத்திற்கு வெளியே ஒளிந்துகொண்டு ஒளிரும் விளக்குகளைக் கண்டு வியந்தவாறு பல இரவுகளைக் கழித்தேன். காட்டுமிராண்டிக் குரங்குகளால் இதைப்போன்ற ஒன்றை உருவாக்க முடியுமென்றால், நான் என்னவெல்லாம் செய்ய முடியும் என்று கற்பனை செய்து பாருங்கள்.

'நான் உனக்கு எவ்வகையில் உதவமுடியும்?'

'நான் ஹோமோ சேப்பியனாக மறுபிறவியெடுக்க விரும்புகிறேன். நீ எனக்கு உதவப்போகிறாய்.'

'அது என் வேலையல்ல.'

'உருவாக்குவதற்கு எனக்குக் கருவிகள் வேண்டும். மனிதர்களின் மாமிச ஆடை எல்லா வசதிகளோடும் வருகிறது.'

'என்னால் உதவ முடியும் என்று தோன்றவில்லை.'

'அப்படியென்றால் நான் படைத்தவரைச் சந்திக்கவேண்டும். என்னுடைய வழக்கை நானே முறையிடுகிறேன்.'

'படைத்தவர் என்றொருவர் இருப்பதாக நான் நம்புவதில்லை.'

'முட்டாள்தனமாகப் பேசாதே. கொல்களத்துப் பன்றிகள்கூட படைத்தவர் இருப்பதாக நம்புகின்றன.'

'யாரும் எதையும் கவனித்துக்கொண்டிருப்பதாக நான் நம்புவதில்லை.'

சிறுத்தைப்புலி சீறொலி எழுப்பிவிட்டுப் பாதத்தை நக்கிக்கொள்கிறது.

'படைத்தவர் ஏன் உன்னைக் கவனித்துக்கொள்ள வேண்டும்? உன்னைப் படைத்தது போதாதா?'

பூனையினத்தைச் சேர்ந்த விலங்கு உன்னை வாயடைக்கச் செய்வது அடிக்கடி நடப்பதல்ல. உன் சேவை முகப்பை இருளாக்கிய பெரும்பாலான முன்னாள் ஹோமோ சேபியன்களை விட இந்த காட்டுப் பூனைக்கு பெரிய ஆன்மா இருப்பதாகத் தோன்றுகிறது.

‘ஒவ்வொரு உயிரும் தான்தான் இந்தப் பிரபஞ்சத்தின் மையமென்று கருதுகிறது என்றே நினைக்கிறேன்.’

‘நான் நினைப்பதில்லை. ஏனென்றால் நாம் அப்படியல்ல. நாம் அதன் நுணுக்கப்படிவங்கள்,’ என்கிறது சிறுத்தைப்புலி. ‘எறும்புகளின் கூட்டுக்குள் பிரபஞ்சமே இருக்கிறது, ஆனால் அது மையமல்ல.’

‘சிறிய விடயத்தை விளக்க பெரிய வார்த்தை,’ என்று நீ கூறியதும் அந்த விலங்கு பூனைக்குட்டியைப்போல வெட்கப்படுகிறது

‘பூச்சிகளை உற்றுப்பார்ப்பதில் அதிகநேரம் செலவிட்டிருக்கிறேன்.’

‘மனிதர்களை விடப் பூச்சிகள் இந்தக் கிரகத்தை அதிகம் கட்டுப்படுத்துகின்றன என்று கூறுகிறார்கள்.’

பேரேட்டுப் புத்தகத்தின் பக்கங்களைப் புரட்டி அதிலுள்ள சொற்களைப் பார்க்கிறாய்:

வெளியேற விரும்பும் உரையாடல்களில் உள்ளிழுக்கப்பட்டு விடாதே.

‘பூச்சிகளுக்கு அறிவு இருக்கிறது. சந்தேகமே இல்லை. நீரிலும் நிலத்திலும் உள்ள ஆயிரக்கணக்கான உயிரினங்கள் மனிதர்களை காட்டிலும் அறிவுள்ளவை.

‘இதோபார், எனக்கு வேலை அதிகமாக இருக்கிறது.’

‘ஆனால் அவை எதுவும் மின்சார விளக்கை இன்னமும் கண்டுபிடிக்கவில்லை.’

சிறுத்தைப்புலி தன்னைப் புறக்கணிப்பது கடினம் என்று நிரூபிக்கிறது. பேரேட்டுப் புத்தகத்தைப் புரட்டிப் பார்க்கிறாய் ஆனால் பயன்படும்படியாக எதுவும் இல்லை.

‘நீ மின்சார விளக்குகளைக் கண்டுபிடிக்க விரும்புகிறாயா?’

‘நான் உங்கள் நகரங்களில் சுற்றிவந்து எவ்வாறு வாழ்கிறீர்கள் என்று கவனித்திருக்கிறேன். அது ஒரே சமயத்தில் அருவருப்பானது மற்றும் குறிப்பிடத்தகுந்தது.’

‘சிறுத்தைப் புலியாக இருப்பதில் என்ன குறை? நீதான் இங்குள்ள காட்டின் ராஜா.’

‘காடுகள் தொடர்ந்து மறைந்துகொண்டிருக்கும்போது அல்ல.’

‘முன்பு எனக்குத் தெரிந்த இளைஞன் ஒருவனைப் போலவே பேசுகிறாய்.’

‘கொல்லாமல் உயிர்வாழ முயற்சிசெய்தேன். ஒரு மாதம் தாக்குப்பிடிக்க முடிந்தது. என்ன செய்வது? நான் காட்டுவிலங்கு. மனிதர்களால் மட்டுமே கருணையை முறையாகக் கடைப்பிடிக்க முடியும். மனிதர்கள் மட்டுமே குரூரமின்றி வாழமுடியும்.’

‘பெரும்பாலான தாவர உண்ணிகள் இரக்கமுள்ளவை, இல்லையா?’

‘முயல்களுக்கு வேறு வாய்ப்பில்லை. மனிதர்களுக்கு உண்டு. எனக்கும் அதன் சுவை வேண்டும்.’

‘சுவைக்க அதிகம் இல்லை.’

‘எல்லோரும் உண்ணப்படாமல் இருக்கத்தான் முயல்கிறார்கள். உணவுச் சங்கிலியில் இருந்து எனக்கு ஓய்வு தேவை.’

‘உன்னுடைய... காதுகளைச் சோதித்துக்கொண்டாயா?’

‘நிச்சயமாக.’

‘மனிதனை விடக் காட்டுமிராண்டித்தனமான விலங்கு வேறெதுவுமில்லை.’

‘அதுகுறித்து, எனக்கு எந்தச் சந்தேகமுமில்லை. ஆனால் பெரும்பாலான தீமைகளை உள்ளிருந்து சுத்தம் செய்துகொள்ள முடியும்.’

‘மனிதனாக இருக்கும்போது சிறுத்தையாக இருந்தாய் என்ற நினைவு வராது.

‘உனக்கு எப்படி இந்த வேலை கிடைத்தது, விடயங்கள் எப்படி வேலை செய்கின்றன என்பது தெரிய வேண்டாமா? எதுவும் மறக்கப்படுவதில்லை. அதை எங்கே வைத்தோம் என்பதை மறந்துவிடுகிறோம்.’

’ஒருவேளை நாம் இடங்களை மாற்றிக்கொள்ள வேண்டும்’ என்று சொல்கிறாய்.

‘அதைத்தான் நானும் கூறிக்கொண்டிருக்கிறேன்.’

‘பெரும்பாலான சேபியன்கள் தங்களைக் குறித்து ஏமாற்றத்தில் உள்ளனர். அதில் நீ கவனமாக...’

‘ஆம், ஆம். இதை நான் கேள்விப்பட்டேன். ஆனால் உங்களால் சில கம்பிகள் மற்றும் சுவிட்ச் மூலம் ஒளியை உருவாக்க முடியும். நான் என் வாய்ப்புகளை முயற்சி செய்து பார்க்கிறேன்.

’அதை நீ தேர்வு செய்ய முடியுமா என்று தெரியவில்லை.’

‘ஓ, அது ஒன்றில்தான் நான் உறுதியாக இருக்கிறேன். நம் அனைவராலும் தேர்வு செய்ய முடியும். உங்களால் என்னை மனிதனாக்க முடியாவிட்டால், ராணித் தேனீயின் கொடுக்கிலுள்ள வீரியம், நீலத் திமிங்கலத்தின் ஆன்மா மற்றும் நாகரிகமடையாத குரங்கின் எதிரிலமைந்த கட்டைவிரல்கள் ஆகியவற்றைக் கொண்ட சிறுத்தையாக என்னை மீண்டும் கொண்டு வாருங்கள். ஏனெனில் பல்புகளைத் திருகும்போது எதிரிலமைந்த கட்டைவிரல்கள் தேவை. ’

குழப்பத்துடன், பேரேட்டுப் புத்தகத்தைத் திறந்து என்ன செய்யச் சொல்கிறதென்று படிக்கிறாய்.

***

டிடி, உன்னோடு முயங்கிய இளைஞர்கள் ஆகியோரைப்பற்றி நினைக்காமல் பல நிலவுகளைக் கடக்கிறாய். அவற்றின் காரணங்களிலிருந்து அடையாளம் காணமுடியாத வகையில் முரண்களாக மாற்றுரு கொள்ளும்போது நாட்டில் நடக்கும் போர்களின் தடத்தை இழக்கிறாய். சாரதிமல்லி, சேனவுடன் சேர்ந்துகொண்டான் என்றும் அவன் தன்னுடைய படையை வடக்குப் பகுதிக்கு அழைத்துச் சென்றிருக்கிறான் என்றும் இந்தியப் பிரதமர் ஒருவரைப் படுகொலை செய்ய முயற்சி செய்தபோது கடைசியாகத் தென்பட்டான் என்றும் கேள்விப்படுகிறாய்.

பிறகு, உனக்கு மிகவும் விருப்பமான மயானத்தில், மிகவும் விருப்பமான வாகை மரத்தில் அமர்ந்திருக்கும்போது காற்றில் உன் பெயர் கசங்கிய இலைபோல மிதப்பதைக் கேட்கிறாய்.

‘மலிந்த அல்மேதா. அவன் எனது நெருங்கிய நண்பன்.’

மென்காற்றைப் பற்றிக்கொண்டு அது உன்னைக் காற்றுக்குள் வீசியெறிய அனுமதிக்கிறாய். காலி முகத் திடலின் புகழ்மிக்க

கூரைக்குச்சென்று சேர்ந்ததும் நீ வியப்படையவில்லை. ஜக்கி குட்டைக் கால்சராய் அணிந்திருக்கிறாள், முடியைக் கத்தரித்திருக்கிறாள், மேலும் வடம் இல்லாத தொலைபேசி ஒன்றில் பேசிக்கொண்டிருக்கிறாள்.

'நீங்கள் எப்போதாவது அவனைச் சந்தித்தீர்களா?'

மறுமுனையிலுள்ள குரல் அமெரிக்கத்தனமாகவும் குழப்பமாகவும் ஒலிக்கிறது.

'மன்னிக்கவும். இது எதைப் பற்றியது?'

'நீங்கள்தானே ட்ரேசி கபலான?'

'உங்களுக்கு எனது எண் எப்படிக் கிடைத்தது?'

'சென்ற வருடம் இலங்கையிலிருந்து உங்களுக்குப் புகைப்படங்களடங்கிய பொதி ஒன்று வந்ததா?'

'என் அப்பா இலங்கையர். அவர் பல வருடங்களுக்கு முன்பு இறந்துவிட்டார். எனது ஒன்றுவிட்ட சகோதரனை எனக்குத் தெரியாது. என் அம்மா அவனைப் பற்றிப் பேசியதில்லை. நான் அந்தப் பொதியைத் திறந்துபார்க்கவில்லை.'

'உங்களிடமிருந்து அந்தப் புகைப்படங்களை விலைக்கு வாங்க முடிந்தால் மகிழ்வேன். அத்தனை புகைப்படங்களையும்.'

'அது எங்கிருக்கிறது என்று எனக்குத் தெரியாது. அது தூக்கி எறியப்பட்டிருக்கலாம்.'

'உங்களைப் பற்றி மிகவும் அன்போடு பேசுவான், ட்ரேசி.' ஜக்கி சீட்டு விளையாட்டுக்காரன் போலப் பொய் சொல்கிறாள், இருப்பினும் அவள் கூறியது பொய்யென்று ஆகிவிடாது.

'மன்னித்துவிடு, பெண்ணே. இது குறித்து இப்போது பேசமுடியாது. நான் கிளம்பவேண்டும்.'

க்ளிக்.

ஜக்கி மோசமாகத் திட்டிவிட்டு மணிப்பையில் படுத்துக்கொள்கிறாள். ராதிகா பெர்னான்டோ கத்தரிக்கப்பட்ட அவளது தலைமுடியைக் கோதியபடி தலையை அசைத்துக் கொள்கிறாள்.

'அவளுக்கு அவை கிடைத்தனவா?'

'இன்னமும் பதினைந்திலேயே இருக்கிறாள். மாலி என்னதான் நினைத்தான்?

'நீ முட்டாள்தனமாக அவனுடன் காதலில் இருந்ததாக என்னிடம் ஒருமுறை கூறினான்,' என்கிறாள் ராதிகா. அவளது செய்தி வாசிப்பாளரின் குரல் எங்கும் தென்படவில்லை.

'எப்போது?'

'அன்றிரவு உன்னுடைய வீட்டில். நாம் முதன்முதலில் முத்தமிட்டுக் கொண்டோமே. உனக்கொரு நல்ல தமிழ் இளைஞனை அறிமுகப்படுத்தச் சொன்னான்.'

'அதற்கு மாறாகச் செய்தாயென்று நினைக்கிறேன்,' என்றபடி விரல்களால் அவளது உச்சந்தலையைத் தடவினாள் ஜக்கி. ராதிகா இரண்டு புகைப்படச்சட்டங்களை எடுத்து ஜக்கியின் மடியில் வைக்கிறாள்.

'நாம் இதைப் பொதியத் தயாராக இருக்கிறோமா?'

'ஏன்?'

'எத்தனைமுறை சொல்வது, ஜக்கி? உன்னுடன் வந்து குடியேறவா அல்லது வேண்டாமா?'

'ஒன்றை மட்டும் வைத்துக்கொள்ளலாமா?'

'கூடாது.'

'ஏன்?'

'ஏனெனில் நீ என்னைக் கவனிக்க வேண்டுமென்று விரும்புகிறேன். அவனையல்ல.'

இரண்டு புகைப்படங்களும் லியோனல் வென்ட்டில் நடந்த கண்காட்சியிலிருந்து எடுத்துவரப்பட்டவை. ஒன்று, குருணாகல் அருகேயுள்ள பெரிய பாறையை நோக்கிய மரவீட்டில் நீயும் ஜக்கியும் இருக்கும் புகைப்படம், அங்குதான் அரசி குவேனி தனது சாபத்தை மட்டும் இருக்கச் செய்துவிட்டுத் தன்னைத்தானே மாய்த்துக்கொண்டாள். மற்றொன்று சிதிலமடைந்த கட்டடம் ஒன்றின் மேல்தளத்திலிருந்து

ஒளி ◇ 579

எடுக்கப்பட்ட நான்கு உடல்களின் புகைப்படம். பெண் மற்றும் அவளது குழந்தை, கண்ணாடியணிந்த முதியவர், மற்றும் ஒரு தெருநாய். ஒவ்வொன்றும் தெறிகுண்டுகளின் ரவைகள் சூழக் கிடக்கின்றன, இருப்பினும் அவர்களைக் கொன்றது அது அல்ல.

ஜக்கி தலையசைக்க ராதிகா இரண்டு புகைப்படங்களையும் பெட்டியில் வைத்து எடுத்துச் செல்கிறாள். ஜக்கி பெருமூச்சுவிட்டுக் கண்களை மூடிக்கொள்கிறாள், நீ விடைபெற்றுக்கொண்டது அவளுக்குக் கேட்கவில்லை.

***

சிறுத்தைப்புலியை அழைத்துச்சென்றபோது மருத்துவர் ராணி பிறவிகளின் நதியருகே இல்லை. ஆக வலுக்குறைந்த காற்றில் ஏறியும் மூன்று மருத மரங்களைக் காணவில்லை. நதி வெறுமையாக அசைவின்றி இருக்கிறது, யாரும் அதில் மிதக்கவில்லை.

சிறுத்தைப்புலி உறுமியபடி நீருக்கு அருகிலுள்ள மரத்தில் நகங்களால் கீறுகிறது.

‘உன்னை விடப் புத்திசாலித்தனமான தேவாங்குகளைச் சந்தித்திருக்கிறேன்.’

‘நான் உனக்கு உதவிக்கொண்டிருக்கிறேன். எனவே என்னை அவமானப்படுத்தாமல் நடந்துகொள்ளலாம்.’

‘நான்தான் உனக்கு உதவுகிறேன் என்று நினைத்தேன்.’

‘நீ எப்படிச் சொன்னாலும் சரி.’

‘உடவளவையில் நான் சந்தித்த யானை அடுத்த புத்தரின் வரவைக் கணித்தது.’

‘எப்போது அது?’

‘அடுத்த 200,000 நிலவுகளுக்கு இல்லை.’

‘ஆகச் சிறந்த கணிப்பு.’

‘கண்ணாடிகளில் வாழ்ந்துகொண்டு, நீ உன்னைப் பார்ப்பதைப் பார்த்துக்கொண்டிருக்கும் நிழல் உயிரிகளைச் சந்தித்திருக்கிறேன்.’

‘கேட்க வேடிக்கையாக இருக்கிறது.’

'எலிகளை வேட்டையாட மறுத்துத் தன்னுடைய குஞ்சுகளைப் பட்டினிபோட்ட சமாதானக் கழுகைச் சந்தித்திருக்கிறேன்.'

'நான் சந்தித்த பெரும்பாலான கொடூரக்கொலையாளிகள் தாங்கள் கொல்வதை வெறுப்பதாகக் கூறுவர். அது மற்றொரு துண்டு அபத்தம்தான்.'

'நான் உங்கள் இனத்தை மிருகமாகவும் ஆவியாகவும் இருந்து கவனித்திருக்கிறேன். மனிதர்களால் ஆக்க முடியும் எனும்போது ஏன் அழிக்கிறீர்கள் என்பது புரியவில்லை. எப்பேர்ப்பட்ட வீணடிப்பு.'

'அதோ இருக்கிறது. ஒன்று, இரண்டு... மூன்று மருத மரங்கள். மூன்றாவது மருத மரத்தின் முன்னால் குதித்தால் நதி உன்னை அழைத்துச்செல்லும்.'

'எங்கே?'

'எங்கே நீ இருக்கவேண்டுமா அங்கே.'

'நான் மனிதனாக இருக்கவேண்டும்.'

'வலதுபக்கத்திலுள்ள கிண்ணத்திலிருந்து அருந்தினால் ஒருவேளை அது கிடைக்கலாம்.'

சிறுத்தைப் புலி கரையை நெருங்கி தனது பாதத்தை நீருக்குள் நனைக்கிறது.

'மிகவும் குளிர்ச்சியாக இருக்கிறது. நீயும் ஏன் என்னோடு குதிக்கக்கூடாது?'

'நான் மீண்டும் பிறக்க விரும்பவில்லை?'

'ஏன் கூடாது?'

'ஒருவேளை நான் சிறுத்தைப்புலியாகப் பிறக்கலாம்.'

'நான் தவறாக எடுத்துக்கொள்ளவில்லை. உண்மையாகவே முடிவற்ற காலத்தைச் சேவை முகப்பின் பின்னால் செலவிடப் போகிறாயா?'

'அது அவ்வளவு மோசமானதில்லை. வித்தியாசமான கதாபாத்திரங்களைச் சந்திக்க முடியும்.'

'என்னோடு சேர்ந்து குதித்து விடு.'

'நீ மருத்துவர் ராணியா, மாறுவேடத்தில் இருக்கிறாயா?'

'யாரது?'

பிறகு, ராணி, சேன, ஸ்டான்லி, டிடி, மற்றும் படுக்கைக்குக் கீழிருந்த பெட்டி பற்றிக் கூறுகிறாய். சிறுத்தைப் புலி கிளையொன்றில் அமர்ந்து நிலவு வானத்தில் உச்சிக்கு வரும்வரை நீ கூறுவதைக் கேட்கிறது.

அது தன் கால்களை வளைக்கிறது, உடைந்த நிக்கான் உன் உடைந்த கழுத்தைச் சுற்றி இருந்திருந்தால் இப்படித்தான் அதைப் புகைப்படம் எடுத்திருப்பாய். ஆனால் உன்னிடம் இல்லை என்பதால் கண் சிமிட்டுகிறாய், புகைப்படம் எடுத்ததாகக் கற்பனை செய்துகொள்கிறாய்.

சிறுத்தைப்புலி தலையை ஆட்டிக்கொண்டு தனது வாலை அசைத்து நீருக்குள் பாய்கிறது. அப்போது வானத்தில் நிலவிருக்க, உன்னிடம் சொல்வதற்கு ஏதும் மீதமில்லை, சொல்வதற்கும் யாரும் மீதமில்லை என்பதை உணர்கிறாய். இதை எளிமையானதொரு உண்மையாக, திகைப்போ, மகிழ்ச்சியோ இன்றி உணர்கிறாய்.

எனவே, நீருக்குள் குதிக்கிறாய்.

நீருக்குள் குதிக்கும்போது உனக்கு மூன்று விடயங்கள் தெரியும். ஒளியின் பிரகாசம் உன் கண்களை அகலத் திறக்கச் செய்யும். மீண்டும் அதே பானத்தைத் தேர்ந்தெடுப்பாய், அது உன்னைப் புதிய இடத்திற்கு அழைத்துச்செல்லும். அங்கே சென்றதும் மேலேயுள்ள அனைத்தையும் மறந்திருப்பாய்.

❈ ❈ ❈

A
A

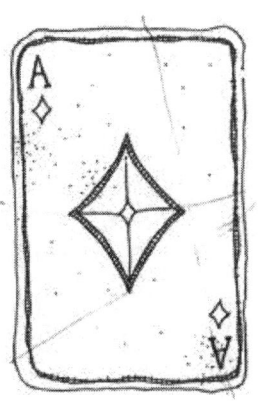